ರಾಘವೇಂದ್ರ ಪ್ರಭು ಎಂ.

ಮಂಗಳೂರು ನಗರದಲ್ಲಿ ಜನನ (1940). ಬನಾರಸ್ ವಿಶ್ವವಿದ್ಯಾಲಯದಲ್ಲಿ ಪ್ರಾಚೀನ ಭಾರತೀಯ ಸಂಸ್ಕೃತಿ ಮತ್ತು ಪುರಾತತ್ತ್ವಶಾಸ್ತ್ರ ಎಂ.ಎ.ಯಲ್ಲಿ ಎರಡು ಚಿನ್ನದ ಪದಕಗಳನ್ನು ಗಳಿಸಿ ತೇರ್ಗಡೆ. 30 ವರ್ಷಗಳಷ್ಟು ಕಾಲ ಮಂಗಳೂರಿನ ಕೆನರಾ ಕಾಲೇಜಿನಲ್ಲಿ ಇತಿಹಾಸ ವಿಭಾಗದ ಮುಖ್ಯಸ್ಥ.

ಪಾವಂಜೆಯಲ್ಲಿ ಪೂಜ್ಯ ಶ್ರೀ ಕೆ.ಎಸ್. ನಿತ್ಯಾನಂದ ಸ್ವಾಮೀಜಿಯವರ ಮಾರ್ಗದರ್ಶನದಲ್ಲಿ ಅಕ್ಟೋಬರ್ 8, 2019ರಿಂದ ಎಪ್ರಿಲ್ 30, 2020ರವರೆಗೆ 206 ದಿನಗಳ ಕಾಲ ನಡೆದ ಮಹಾವ್ರತ ದೀರ್ಘ ಸತ್ರಯಾಗದಲ್ಲಿ ತಪ್ಪದೆ ಭಾಗವಹಿಸಿ, ಸ್ವಾಮೀಜಿಯವರ ಉಪನಿಷತ್ ಚಿಂತನ–ಮಂಥನ ಗೋಷ್ಠಿಯಲ್ಲಿ 184 ಉಪನಿಷತ್ತುಗಳನ್ನು ಆಲಿಸಿ, ತನ್ನ ನೂರಾರು ಪ್ರಶ್ನೆಗಳಿಗೆ ಸ್ವಮೀಜಿಯವರಿಂದ ಉತ್ತರ ಪಡೆದವರು.

'ಅಸಂಗ' (2019) ಮತ್ತು 'ನಾಯಿಯ ಅಂತ್ಯ ಸಂಸ್ಕಾರ' (2020), ನಿತ್ಯಾವತಾರಗಳು (2023) ಇವರ ಕಥಾಸಂಕಲನ. 'ಕೈವಲ್ಯ–ವೇದೋಪನಿಷತ್ತುಗಳು ಮತ್ತು ಭಾರತೀಯ ದರ್ಶನಗಳ ಸರಳ ನಿರೂಪಣೆ' (2022) ಇವರ ಆಧ್ಯಾತ್ಮಿಕ ಕೃತಿ. ಸಮಕಾಲೀನ ದಾರ್ಶನಿಕರಾದ ಶ್ರೀರಾಮಕೃಷ್ಣ, ಸ್ವಾಮಿ ವಿವೇಕಾನಂದ, ಜಿಡ್ಡು ಕೃಷ್ಣಮೂರ್ತಿ, ಓಶೋ, ಓಂಸ್ವಾಮಿ, ಸದ್ಗುರು ಜಗ್ಗಿ ವಾಸುದೇವ, ನಿಸರ್ಗದತ್ತ ಮಹಾರಾಜ್ ಮತ್ತು ಇತರರ ಕೃತಿಗಳ ಮನನ.

ಬಹುತ್ವ ಭಾರತ ಕಟ್ಟಿದವರು

ಜೀವನ ಮತ್ತು ಚಿಂತನೆಗಳ ಸರಳ ನಿರೂಪಣೆ

ರಾಘವೇಂದ್ರ ಪ್ರಭು ಎಂ.

ವೀರಲೋಕ

207, 2ನೇ ಮಹಡಿ, 3ನೇ ಮೇನ್
ಚಾಮರಾಜಪೇಟೆ, ಬೆಂಗಳೂರು–560018
ಮೊಬೈಲ್: 70221 22121, 88612 12172
ಇಮೇಲ್: veeralokabooks@gmail.com
ವೆಬ್‌ಸೈಟ್: www.veeralokabooks.com

BAHUTVA BHARATA KATTIDAVARU
A book about famous personalities Life and Thoughts
written by **Raghavendra Prabhu M.**

Published by:
VEERALOKA BOOKS PVT. LTD.
207, 2nd Floor, 3rd Main
Chamarajpet, Bengaluru-560018

Mobile: +91 7022122121, 8861212172
E-mail: veeralokabooks@gmail.com
Website: www.veeralokabooks.com

Price: Rs. 350/-
Pages: x + 274 = 284
First Impression: May 2024

Paper used: 70 GSM NS Maplitho
Book size: 1/8th Demy

ISBN: 978-81-972006-6-3

Cover page illustration by:
Raju Vishnu

Inner pages design by:
Vijaya Vikram

Printer:
Regal Print Service
Bengaluru-560026

Anand Rach
Anantha Kunigal
Raju Vishnu
Govind Vishnu
Vishwajith
Mamatha
Parvathi
Punith

ಅರ್ಪಣೆ

ನನ್ನ ಮೊಮ್ಮಗಳು

ಅದಿತಾ ಅನಂತ ಪ್ರಭು

ಇವಳಿಗೆ

ಕೃತಿಕಾರನ ಮಾತು

'ಜೀವನ್ಮುಕ್ತರು' ಎಂದರೆ ಸದೇಹ ಮುಕ್ತಿ ಪಡೆದವರು. ಬದುಕಿರುವಾಗಲೇ ಸಕಲಬಂಧಿರಹಿತನಾಗಿ ಇರುವವರು. ಮುಕ್ತಿಯೆಂದರೆ ಮೋಕ್ಷವೂ ಹೌದು. ಮೋಕ್ಷ ಅಥವಾ ಮುಕ್ತಿ ಎಂದರೆ ಬಿಡುಗಡೆ. ಸಂಸಾರ ದುಃಖ ನಿವೃತ್ತಿಯೇ ಮೋಕ್ಷ. ಭವ ಬಂಧನ ನಿವೃತ್ತಿಯೇ ಮೋಕ್ಷ. ಮೋಕ್ಷವು ಬ್ರಹ್ಮಸ್ವರೂಪವೇ. ಈ ಕೃತಿಯಲ್ಲಿ ಮಹರ್ಷಿ ವಾಲ್ಮೀಕಿ, ಭಗವಾನ್ ಬುದ್ಧ, ಬಸವಣ್ಣ, ಅಲ್ಲಮಪ್ರಭು, ಅಕ್ಕಮಹಾದೇವಿ, ಸರ್ವಜ್ಞಮೂರ್ತಿ, ಶ್ರೀಶಾರದಾ ದೇವಿ, ಸ್ವಾಮಿ ವಿವೇಕಾನಂದ, ನಾರಾಯಣ ಗುರು, ಜಿಡ್ಡು ಕೃಷ್ಣಮೂರ್ತಿ ಮತ್ತು ದಲೈ ಲಾಮ, ಈ ಹನ್ನೊಂದು ಜೀವನ್ಮುಕ್ತರ ಜೀವನ ಮತ್ತು ಚಿಂತನೆಗಳ ಸರಳ ನಿರೂಪಣೆಯಿದೆ. ಇದು ಸಾಧಕರಿಗೆ ಮಾರ್ಗದರ್ಶನ ನೀಡಬಹುದೆಂದು ನಾನು ಭಾವಿಸುತ್ತೇನೆ.

ಉಪಕಾರ ಸ್ಮರಣೆ

- ಹಸ್ತಪ್ರತಿಯನ್ನು ಪರಿಶೀಲಿಸಿದವರು ಎಂ.ಜಿ.ಎಂ. ಕಾಲೇಜಿನ ಕನ್ನಡ ಉಪನ್ಯಾಸಕ ಡಾ. ಪುತ್ತಿ ವಸಂತ ಕುಮಾರ್ ಅವರಿಗೆ ನಾನು ವಿಶೇಷ ಆಭಾರಿಯಾಗಿದ್ದೇನೆ.
- ಈ ಕೃತಿಯನ್ನು ಪ್ರಕಟಿಸಲು ಮುಂದಾದ ವೀರಲೋಕ ಬುಕ್ಸ್ ಬಳಗಕ್ಕೆ ಹೃದಯಪೂರ್ವಕ ಧನ್ಯವಾದಗಳು.
- ಇದನ್ನು ಸುಂದರವಾಗಿ ಮುದ್ರಣ ಮಾಡಿದ ರೀಗಲ್ ಪ್ರಿಂಟರ್ಸ್ ಅವರಿಗೆ ನನ್ನ ನಮನ.
- ಪುಸ್ತಕದ ಒಳಪುಟ ರಚನೆಯನ್ನು ಮಾಡಿಕೊಟ್ಟ ವಿಜಯ ವಿಕ್ರಮ್ ಅಡಿಗ ಮಾಡಿದ್ದಾರೆ. ಅವರ ಉಪಕಾರವನ್ನು ನಾನಿಲ್ಲಿ ಸ್ಮರಿಸುತ್ತೇನೆ.

ಈ ಕೃತಿಯನ್ನು ಕುರಿತು ಅಭಿಪ್ರಾಯವನ್ನು ತಿಳಿಸಬೇಕಾಗಿ ನನ್ನ ಕೋರಿಕೆ. ಎಲ್ಲರನ್ನೂ ತುಂಬು ಹೃದಯದಿಂದ ವಂದಿಸುವೆ.

ತಮ್ಮ ಆತ್ಮೀಯ ಬಂಧು,
ರಾಘವೇಂದ್ರ ಪ್ರಭು ಎಂ.

ಪ್ರಕಾಶಕರ ಮಾತು

ಕನ್ನಡ ಸಾಹಿತ್ಯಕ್ಕಿರುವ ಬಹುದೊಡ್ಡ ಕೊರತೆ ಅಂದರೆ, ಓದುವ ಸುಖವನ್ನು ಓದುಗ ದೊರೆಗೆ ತಲುಪಿಸೋದು ಹೇಗೆ ಎನ್ನುವುದು. ಸಮೃದ್ಧ ಸಾಹಿತ್ಯದ ತವರೂರು ಕನ್ನಡ. ಇಲ್ಲಿ ಲೇಖಕರೂ ಹೇರಳ. ಒಂದೊಳ್ಳೆ ಓದಿಗೆ, ಓದುಗ ದೊರೆ ಕಾಯುತ್ತಾನೆ ಎಂಬುದಕ್ಕೆ ವೀರಲೋಕ ಪುಸ್ತಕಗಳೇ ಸಾಕ್ಷಿಯಾಗಿವೆ. ಆದರೂ, ನಮ್ಮಲ್ಲಿ ಪುಸ್ತಕಗಳ ವಿತರಣಾ ಜಾಲವಿಲ್ಲ ಎಂಬುದು ಅತ್ಯಂತ ಖೇದಕರ. ಪುಸ್ತಕ ವಿನ್ಯಾಸ, ಮುಖಪುಟ, ಕರಡು ತಿದ್ದುವಿಕೆಯಾಗಿ ಸರ್ವಾಂಗ ಸುಂದರವಾಗಿ ಮುದ್ರಣಗೊಂಡು ಬಿಡುಗಡೆಗೊಳ್ಳುವ ತನಕದ ಪುಸ್ತಕ ಲೋಕದಲ್ಲಿ ಪ್ರತಿ ಕೆಲಸವೂ ಅತ್ಯಂತ ವೃತ್ತಿಪರತೆಯಿಂದ ನಡೆಯುತ್ತದೆ. ಆದರೆ ಅಲ್ಲಿಂದಾಚೆಗೆ ಅದು ಯಾರನ್ನು ತಲುಪಬೇಕು ಎಂಬ ವಿಷಯದಲ್ಲಿ ಇಂದಿಗೂ ಸ್ಪಷ್ಟಮಾರ್ಗಗಳಿಲ್ಲ. ರಾಜ್ಯದಾದ್ಯಂತ ಸಾವಿರಾರು ಪ್ರಕಾಶಕರಿದ್ದರೂ ಪುಸ್ತಕ ಮಾರಾಟ ಕೇಂದ್ರಗಳು ಬೆರಳೆಣಿಕೆ. ಅವರುಗಳೂ ಬಿಡುಗಡೆಗೊಳ್ಳುವ ಎಲ್ಲಾ ಕನ್ನಡ ಪುಸ್ತಕಗಳನ್ನು ಖರೀದಿಸುವುದಿಲ್ಲ. ಹಾಗಾದರೆ ಕನ್ನಡ ಪುಸ್ತಕಗಳು ಓದುಗರನ್ನು ತಲುಪುವ ಬಗೆ ಹೇಗೆ? ಅಚ್ಚರಿ ಎಂದರೆ ಪುಟ್ಟದೊಂದು ಚಾಕೋಲೇಟ್, ಶಾಂಪೂ, ಗೋಲಿ ಸೋಡಾಗಿರುವ ನೆಟ್‌ವರ್ಕ್ ಕನ್ನಡ ಪುಸ್ತಕಗಳಿಗಿಲ್ಲ. ಡಿಸ್ಟ್ರಿಬ್ಯೂಶನ್ ಜಾಲವೇ ಇಲ್ಲದ ಏಕೈಕ ಪ್ರಭಾವಿ ಕ್ಷೇತ್ರವೆಂದರೆ ಅದು ಸಾಹಿತ್ಯಲೋಕ. ಹೀಗೆ ಹೇಳೋಕೆ ಅತ್ಯಂತ ನೋವಾಗತ್ತೆ. ಇಂಥದ್ದೊಂದು ನೋವೇ ಪುಸ್ತಕ ಸಂತೆ ಆಯೋಜನೆಗೆ ಕಾರಣವಾಗಿತ್ತು. ವೀರಲೋಕ ಆಯೋಜಿಸಿದ ಪುಸ್ತಕ ಸಂತೆ ಒಂದಷ್ಟು ಹೊಸ ಭರವಸೆ ಮೂಡಿಸಿದ್ದು ಸುಳ್ಳಲ್ಲ. ವೀರಲೋಕದ ಇದುವರೆಗಿನ ಎಲ್ಲಾ ಕೆಲಸಗಳದ್ದೂ ಒಂದು ತೂಕವಾದರೆ ಪುಸ್ತಕಸಂತೆಯದ್ದೇ ಪ್ರತ್ಯೇಕ ತೂಕ. ಕನ್ನಡೇತರರು ಹೆಚ್ಚಿರುವ ಹೆಚ್‌ಎಸ್‌ಆರ್ ಬಡಾವಣೆಯಲ್ಲಿ ಆಯೋಜಿಸಿದ್ದಂತಹ ಈ ಪುಸ್ತಕ ಸಂತೆಯಲ್ಲಿ ಎಪ್ಪತ್ತೈದಕ್ಕೂ ಹೆಚ್ಚು ಪುಸ್ತಕ ಮಳಿಗೆಗಳು ಇದ್ದವು, ಇಪ್ಪತ್ತು ಸಾವಿರಕ್ಕೂ ಹೆಚ್ಚು ಸಾಹಿತ್ಯಾಸಕ್ತರು ಭಾಗವಹಿಸಿದ್ದರು ಎನ್ನುವುದು ಹೆಗ್ಗಳಿಕೆ.

ಪುಸ್ತಕ ಸಂತೆಯ ಮಹಾನ್ ಯಶಸ್ಸು, ಪುಸ್ತಕ ಮಾರಾಟವನ್ನು ಹೆಚ್ಚಿಸುವ ಮತ್ತು ಎಲ್ಲಾ ಓದುಗರನ್ನು ತಲುಪುವಂತಹ ಭರವಸೆ ಮೂಡಿಸಿದೆ. ಅದು

ನೀಡಿದ ಸ್ಫೂರ್ತಿಯಿಂದಾಗಿ ರಾಜ್ಯದಾದ್ಯಂತ ಪ್ರತಿ ಎರಡು ತಿಂಗಳಿಗೊಮ್ಮೆ ಪುಸ್ತಕ ಸಂತೆಯನ್ನು ಆಯೋಜಿಸುವ ಪ್ರಯತ್ನಕ್ಕೆ ವೀರಲೋಕ ಮುಂದಾಗಿದೆ. ಈ ವರ್ಷ ಬೀದರ್ ಮತ್ತು ಬೆಂಗಳೂರಿನಲ್ಲಿ ಎರಡು ಪುಸ್ತಕ ಸಂತೆಗಳು ನಡೆಯಲಿವೆ. ಓದುಗ, ಲೇಖಕ ಮುಖಾಮುಖಿಯಾಗಿ ಅದು ಪುಸ್ತಕ ಕೊಳ್ಳಲು ಪ್ರೇರಣೆಯಾಗಲಿ ಎನ್ನುವುದು ಅದರ ಹಿಂದಿರುವ ಉದ್ದೇಶಗಳಲ್ಲೂ ಒಂದು.

ಈ ಪುಸ್ತಕ ಸಂತೆಯನ್ನು ಅಂದಗೊಳಿಸೋದು ಮತ್ತದೇ ಪುಸ್ತಕಗಳು. ಹೊಸ ಹೊಸ ಪುಸ್ತಕಗಳನ್ನು ಕೊಡುವ ನಮ್ಮ ಜವಾಬ್ದಾರಿ ಮುಂದುವರೆದಿದೆ. ಇದರ ಭಾಗವಾಗಿ ವೀರಲೋಕವು ರಾಘವೇಂದ್ರ ಪ್ರಭು ಅವರ 'ಬಹುತ್ವ ಭಾರತ ಕಟ್ಟಿದವರು' ಕೃತಿಯನ್ನು ಹೊರತರುತ್ತಿದೆ. ಭಾರತ ದೇಶದ ಸೊಬಗಿರುವುದೇ ಅದರ ವೈವಿಧ್ಯತೆಯಲ್ಲಿ. ಇಲ್ಲಿನ ಶತಕೋಟಿಗೂ ಹೆಚ್ಚು ಜನರು ವಿಭಿನ್ನ ಹಿನ್ನಲೆಯಿಂದ ಬಂದವರು. ಅವರ ನಂಬಿಕೆಗಳು, ಆಚರಣೆಗಳು, ಭಾಷೆ, ಆಹಾರ, ಉಡುಪು, ಹಬ್ಬಗಳೆಲ್ಲವೂ ವಿಭಿನ್ನವೇ. ಭಾರತವೆಂಬ ವಸ್ತ್ರವನ್ನು ವಿವಿಧ ವರ್ಣಗಳ ಎಳೆಗಳಿಂದ ನೇಯಲಾಗಿದೆ. ಆ ಎಲ್ಲವೂ ಕೂಡಿದ್ದಾಗಲೇ ವಸ್ತ್ರಕ್ಕೆ ಮಹತ್ವ. ಅಂತಹ ವಿವಿಧತೆಯಲ್ಲಿ ಏಕತೆಯ ವಸ್ತ್ರವನ್ನು ನೇಯ್ದವರು ಒಬ್ಬಿಬ್ಬರಲ್ಲ. ಮಹರ್ಷಿ ವಾಲ್ಮೀಕಿ, ಭಗವಾನ್ ಬುದ್ಧ, ಬಸವಣ್ಣ, ಅಲ್ಲಮಪ್ರಭು, ಅಕ್ಕಮಹಾದೇವಿ, ಸರ್ವಜ್ಞಮೂರ್ತಿ, ಶ್ರೀಶಾರದಾ ದೇವಿ, ಸ್ವಾಮಿ ವಿವೇಕಾನಂದ, ನಾರಾಯಣ ಗುರು, ಜಿಡ್ಡು ಕೃಷ್ಣಮೂರ್ತಿ ಮತ್ತು ದಲೈಲಾಮ ಅವರ ಹಾದಿಯಾಗಿ ಅದೆಷ್ಟೋ ಮಂದಿ ಈ ನೇಕಾರಿಕೆಯಲ್ಲಿ ತೊಡಗಿಸಿಕೊಂಡಿದ್ದಾರೆ. ಆ ಮಹನೀಯರ ಬದುಕಿನ ದರ್ಶನವನ್ನು ಕನ್ನಡಿಗರಿಗೆ ದೊರಕಿಸುವ ಪ್ರಯತ್ನದ ಭಾಗವಾಗಿ ಈ ಕೃತಿಯನ್ನು ವೀರಲೋಕ ಪ್ರಕಟಿಸುತ್ತಿದೆ. ಸಾಧಕರ ಕುರಿತಾಗಿ ಪುಸ್ತಕಗಳು ಬಂದಾಗ ಅವು ವ್ಯಕ್ತಿ ಪರಿಚಯದಂತೆಯೋ, ಮುಖಸ್ತುತಿಯಂತೆಯೋ ಅಥವಾ ಸ್ಫೂರ್ತಿದಾಯಕ ಕಥೆಯೆಂತೆಯೋ ರೂಪುಗೊಳ್ಳುವ ಸಾಧ್ಯತೆಗಳೇ ಹೆಚ್ಚು. ಆದರೆ ಈ ಕೃತಿಯಲ್ಲಿ ಅಂತಹ ಶೈಲಿಯನ್ನು ಆಚೆಗಿಟ್ಟು ಹೊಸರೀತಿಯಲ್ಲಿ ಲೇಖಕರು ದಾರ್ಶನಿಕರ ಬದುಕಿನ ದರ್ಶನ ಮಾಡಿಸಿದ್ದಾರೆ. ಓದಲಾರಂಭಿಸಿದ ಘಳಿಗೆಯಿಂದಲೇ ಅದು ನಿಮಗೂ ಅರಿವಾಗತೊಡಗುತ್ತದೆ.

ಈ ಕೃತಿಯನ್ನು ಓದುವ ಸುಖ ನಿಮ್ಮದಾಗಲಿ..

ವೀರಕಪುತ್ರ ಶ್ರೀನಿವಾಸ

ಪ್ರಕಾಶಕ, ವೀರಲೋಕ ಬುಕ್ಸ್

ಪರಿವಿಡಿ

ಮಹರ್ಷಿ ವಾಲ್ಮೀಕಿ

ಪ್ರಸ್ತಾವನೆ

ಗಂಗಾ ನದೀ ಪ್ರಾಂತದಲ್ಲಿ ಉತ್ತರದಿಂದ ದಕ್ಷಿಣಕ್ಕೆ ಮಹಾಪಥವೊಂದು ಸಾಗುತ್ತದೆ. ಈ ಪಥ (ದಾರಿ) ಒಂದೆಡೆ ದಟ್ಟವಾದ ಕಾಡುಗಳ ಮೂಲಕ ಹಾದು ಹೋಗುತ್ತದೆ.

ಆ ಕಾಡುಗಳಲ್ಲಿ ಅನೇಕ ಋಷ್ಯಾಶ್ರಮಗಳು ಇದ್ದವು. ಹಾಗೆಯೇ ಅನೇಕ ಬೇಡರ ಗುಂಪುಗಳೂ ವಾಸಿಸುತ್ತಿದ್ದವು.

ಬೇಡರು ಬೇಟೆಯನ್ನಾಡಿ ಮೃಗಗಳನ್ನು ಕೊಂದು ತಮಗೆ ಬೇಕಾದಷ್ಟು ಮಾಂಸ, ಚರ್ಮ, ಕೋಡು, ಉಗುರುಗಳನ್ನು ಪಡೆದು, ತಮ್ಮ ಉಪಯೋಗಕ್ಕೆ ಮಿಕ್ಕಿದ್ದನ್ನು ಪೇಟೆಗೆ ಒಯ್ದು ಮಾರಾಟ ಮಾಡಿ ಜೀವಿಸುತ್ತಿದ್ದರು. ಪೇಟೆಯವರಿಗೆ ಬೇಕಾದ ಔಷಧೀಯ ವನಸ್ಪತಿ–ಬೇರು, ಗಡ್ಡೆ, ಹಣ್ಣು, ಹೂವು, ಎಲೆಗಳನ್ನು ಸಂಗ್ರಹಿಸಿ ಮಾರುತ್ತಿದ್ದರು.

ಬೇಡರ ಗುಂಪುಗಳಲ್ಲಿ ಒಂದು ಗುಂಪು ಮಾತ್ರ ಭೀಕರವಾಗಿತ್ತು. ಆ ಗುಂಪು ದಾರಿಯಲ್ಲಿ ಸಾಗುತ್ತಿದ್ದ ವ್ಯಾಪಾರಿಗಳನ್ನು ತಡೆದು, ಹೊಡೆದು

ಅವರ ಸರಕುಗಳನ್ನು ಕೊಳ್ಳೆ ಹೊಡೆದು ಒಯ್ಯುತ್ತಿತ್ತು. ವ್ಯಾಪಾರಿಗಳನ್ನು ರಕ್ಷಣೆ ಮಾಡುತ್ತಿದ್ದ ಸಶಸ್ತ್ರ ಯೋಧರನ್ನೂ ಬೇಡರ ಗುಂಪು ಹೊಡೆದು ಕೊಲ್ಲುತ್ತಿತ್ತು.

ಈ ಗುಂಪಿನ ನಾಯಕ ರೂಕ್ಷ. ರೂಕ್ಷ ಒಮ್ಮೆ ಕಾಡಿನಲ್ಲಿ ಸಂಚರಿಸುತ್ತಿದ್ದಾಗ ಒಂದೆಡೆ ಮಾನವ ಶಿಶುವಿನ ಅಳು ಕೇಳಿಸಿತು. ದನಿ ಬರುತ್ತಿದ್ದ ಕಡೆಗೆ ಹೋದಾಗ ಒಂದು ಮಗು ಬಟ್ಟೆಯಲ್ಲಿ ಮಲಗಿ ಕೈಕಾಲು ಅಲುಗಿಸಿ ಕೂಗುತ್ತಿರುವುದು ಕಾಣಿಸಿತು. ಎಷ್ಟು ಹೊತ್ತಾದರೂ ಯಾರೂ ಆ ಕಡೆ ಸುಳಿಯಲಿಲ್ಲ. ಯಾರೋ ಆ ಮಗುವನ್ನು ಕಾಡಿನಲ್ಲಿ ತೊರೆದಿದ್ದರು. ಮಗು ಲಕ್ಷಣವಾಗಿತ್ತು. ಹೆತ್ತು ಬಹಳ ದಿನ ಕಾಣದ ಮಗು.

ಇನ್ನೂ ಮಕ್ಕಳಾಗಿರದ ತನಗೆ ಈ ರೀತಿಯಲ್ಲಿ ಕಾಡಿನ ದೇವರೇ ಬಂದು ಮಗುವನ್ನು ದಯಪಾಲಿಸಿರಬಹುದೆ? ಎಂದು ರೂಕ್ಷನಿಗೆ ಅನಿಸಿತು. ಮಗುವನ್ನು ತನ್ನ ಮನೆಗೆ ಒಯ್ದು ತನ್ನ ಪತ್ನಿಯಾದ ಬೇಡತಿಯ ಕೈಗೆ ನೀಡಿದನು. ಬೇಡತಿಗೆ ಮಗು ಬಂದುದು ಅತ್ಯಂತ ಹರುಷ ನೀಡಿತು. ಆ ಮಗುವಿನ ಲಾಲನೆ ಪಾಲನೆಯಲ್ಲಿ ಅವಳು ಸಂಭ್ರಮಪಟ್ಟಳು. ಆ ಮಗುವಿಗೆ **ಚಂದು** ಎಂದು ಹೆಸರಿಟ್ಟಳು. ಆ ಬಳಿಕ ಬೇಡನಿಗೆ ಬೇರೆಯೂ ಮಕ್ಕಳಾದರು. ಆದರೆ ಅವರಿಗೆ ಚಂದುವಿನ ಮೇಲಿರುವ ಪ್ರೀತಿ ವಿಶೇಷವಾದುದು.

1. ಬೇಡನ ಬಾಲ್ಯ

ಚಂದು ಬಾಲ್ಯದಲ್ಲಿ ಬಲು ಚೂಟಿಯಾಗಿದ್ದನು. ಕಂಡದ್ದನ್ನು ಥಟ್ಟನೆ ಅರ್ಥ ಮಾಡಿಕೊಳ್ಳುತ್ತಿದ್ದನು. ತಂದೆ ತೋರಿಸಿಕೊಟ್ಟಂತೆ ಗುರಿ ಹಿಡಿದು ಕವಡೆಯಿಂದ ಕಲ್ಲನ್ನು ಸಿಡಿಸಿ ಕಾಯಿ, ಹಣ್ಣು ಬೀಳಿಸುವುದು, ಬಿಲ್ಲಿಗೆ ಬಾಣ ಹೂಡಿ ಗುರಿ ಸಾಧಿಸುವುದು ಇತ್ಯಾದಿಗಳನ್ನು ಲೀಲಾಜಾಲವಾಗಿ ಕಲಿತುಕೊಂಡನು. ವಿವಿಧ ಗಾತ್ರದ ಕೋಲುಗಳನ್ನೂ, ಖಡ್ಗಗಳನ್ನೂ ಬೀಸಲು ಕಲಿತನು. ಮಲ್ಲವಿದ್ಯೆಯ ಯುಕ್ತಿಗಳಿಂದಲೂ ದೇಹದ ಶಕ್ತಿಯಿಂದಲೂ ಯಾರನ್ನೂ ಕೆಡಹಬಲ್ಲವನಾದನು.

ಬಾಲ್ಯದಲ್ಲಿ ಅವನು ಸುತ್ತಿ ಓಡಾಡದ ಕಾಡುಗಳೇ ಇಲ್ಲ. ಎಲ್ಲೆಲ್ಲಿ ಹಳ್ಳ, ತೊರೆಗಳಿವೆ, ಎಲ್ಲೆಲ್ಲಿ ರುಚಿಕರವಾದ ಹಣ್ಣುಗಳಿರುವ ಮರಗಳಿವೆ, ಎಲ್ಲೆಲ್ಲಿ ಯಾವ ಬಗೆಯ ಪ್ರಾಣಿಗಳಿವೆ, ಎಲ್ಲಿಂದ ಹೊರಟರೆ ಎಲ್ಲಿಗೆ ತಲುಪಬಹುದು ಎಂಬುದೆಲ್ಲ ಅವನಿಗೆ ಗೊತ್ತಾಗಿಬಿಟ್ಟಿತು.

ಅವನು ವಿವಿಧ ಹಕ್ಕಿಗಳು ಕೂಗುವುದನ್ನು ಅನುಕರಿಸಲು ಕಲಿತನು. ಯಾವ ಹಕ್ಕಿಯನ್ನು ಹೇಗೆ ಕೂಗಿದರೆ ಬಳಿಗೆ ಬರಿಸಬಹುದು ಎಂಬುದನ್ನು

ಕಂಡುಕೊಂಡನು. ಯಾವ ಹೊತ್ತಿನಲ್ಲಿ ಯಾವ ಬಗೆ ದನಿ ಮಾಡುತ್ತವೆ ಎಂಬುದನ್ನು ಕಲಿತುಕೊಂಡನು.

ಅವನು ಸುಳಿದಾಡುವ ದಾರಿಗಳಲ್ಲಿ ಋಷಿಗಳ ಆಶ್ರಮಗಳೂ ಇದ್ದುವು. ಅವನು ಆ ದಾರಿಯಾಗಿ ಸಾಗುತ್ತಿದ್ದಾಗಲೆಲ್ಲ ಕಿವಿಗೆ ಬೀಳುತ್ತಿದ್ದ ಮಂತ್ರಗಳೆಲ್ಲ ಅವನಿಗೆ ಕಂಠಪಾಠ. ಒಮ್ಮೆ ಕೇಳಿದರೆ ಸಾಕು, ಸ್ಮರಣೆಯಲ್ಲಿ ಅದು ಅಚ್ಚಾಗಿ ಬಿಡುತ್ತಿದ್ದುವು. ಋಷಿಗಳನ್ನು ಗೌರವದಿಂದಲೂ ಪ್ರೀತಿಯಿಂದಲೂ ಕಾಣುತ್ತಿದ್ದನು.

ವರ್ಷಗಳು ಸಂದಂತೆ ಬೇಡರ ಮುಖ್ಯನಾದ ರೂಕ್ಷನ ದೇಹಶಕ್ತಿ ಕುಂದತೊಡಗಿತು. ಆಗ ಚಂದುವೇ ದರೋಡೆಕಾರರ ನಾಯಕತ್ವ ವಹಿಸಿಕೊಂಡನು.

2. ಬೇಡನ ಮದುವೆ

ಪಕ್ಕದ ಕಾಡಿನ ಬೇಡರ ಗುಂಪಿನ ಲಚ್ಚಿ ಬಲು ಚೆಲುವೆ. ಅವಳ ತಂದೆ ವನ್ಯೋತ್ಪತ್ತಿ ಸಂಗ್ರಹಣೆಯಲ್ಲಿ ಬಲು ಸಮರ್ಥ. ಒಮ್ಮೆ ಚಂದು ಕಾಡಿನಲ್ಲಿ ಲಚ್ಚಿಯನ್ನು ಕಂಡನು. ದೂರದಿಂದಲೇ ಲಚ್ಚಿ ಚಂದುವಿನ ಮನಸ್ಸನ್ನು ಸೆಳೆದಳು. ಮನೆಗೆ ಮರಳಿದವನೇ ಚಂದು ಅಮ್ಮನ ಬಳಿ ತಾನು ಲಚ್ಚಿಯನ್ನು ನೋಡಿದುದಾಗಿ ಹೇಳಿದನು. ತಾಯಿ, ತಂದೆಯಲ್ಲಿ ಮಾತನ್ನು ಹೇಳಿದಳು. ರೂಕ್ಷನೆಂದರೆ ಕಾಡುವಾಸಿಗಳ ಗುಂಪುಗಳಲ್ಲಿ ಪ್ರಸಿದ್ಧ, ಪ್ರತಾಪಿ. ಅವನೇ ಕುಲಾಚಾರದ ಪ್ರಕಾರ ಲಚ್ಚಿಯ ತಂದೆ ಸಿಂಗನಾಯಕನನ್ನೂ ಕಂಡನು.

ರೂಕ್ಷ ನಾಯಕ ತನ್ನಲ್ಲಿಗೆ ಬಂದ ಬಗೆಗೆ ಸಿಂಗನಾಯಕನಿಗೆ ಅತ್ಯಂತ ಅಚ್ಚರಿ, ಹೆಮ್ಮೆ. ತನ್ನ ಮಗ ಚಂದುವಿಗೆ ಲಚ್ಚಿಯನ್ನು ಮದುವೆಮಾಡಿ ಕೊಡಬೇಕೆಂದು ರೂಕ್ಷ ಅಪೇಕ್ಷಿಸಿದನು. ಸಂತೋಷದಿಂದಲೇ ಸಿಂಗನಾಯಕ ಒಪ್ಪಿಕೊಂಡನು. ಬೇಡರ ಕುಲಾಚಾರ ಪ್ರಕಾರ ಮದುವೆ ಹಿಂದಿಲ್ಲ, ಮುಂದಿಲ್ಲ ಎನ್ನುವಂತೆ ಸಂಭ್ರಮದಿಂದ ನಡೆಯಿತು.

ಲಚ್ಚಿಯನ್ನು ಚಂದು ತನ್ನ ಪ್ರಾಣಕ್ಕೂ ಮಿಗಿಲಾಗಿ ಪ್ರೀತಿಸಿದನು. ಅಂತೆಯೇ ತಾಯಿ-ತಂದೆಯವರನ್ನೂ ಸೋದರನನ್ನೂ ಅವನು ಚೆನ್ನಾಗಿ ನೋಡಿಕೊಳ್ಳುತ್ತಿದ್ದನು.

ಕಾಲಕಳೆದಂತೆ ಚಂದುವಿಗೆ ಮುದ್ದಾದ ನಾಲ್ವರು ಮಕ್ಕಳು ಹುಟ್ಟಿದರು. ಅವನು ದಂಧೆಯಲ್ಲಿ ಎಷ್ಟು ಕ್ರೌರ್ಯವನ್ನು ಪ್ರದರ್ಶಿಸುತ್ತಿದ್ದನೋ ಮನೆಯಲ್ಲಿ ಅಷ್ಟೇ ಬಂಧು ಪ್ರೇಮವನ್ನು ತೋರಿಸುತ್ತಿದ್ದನು. ದಿನದ ಹಗಲು ರಾತ್ರಿಗಳಂತೆ ಚಂದುವಿನ ಜೀವನದಲ್ಲಿ ಕ್ರೌರ್ಯ-ಪ್ರೇಮಗಳು ಮಿಳಿತವಾಗುತ್ತಿದ್ದುವು.

3. ಋಷಿದರ್ಶನ

ಒಂದು ಬಾರಿ ಸಪ್ತರ್ಷಿಗಳು ಚಂದುವಿನ ಬಳಗವಿದ್ದ ಕಾಡಿನ ದಾರಿಯಾಗಿ ಸಾಗುತ್ತಿದ್ದರು. ಅತ್ರಿ, ಮರೀಚಿ, ಅಂಗಿರಾ, ಪುಲಸ್ತ್ಯ, ಪುಲಕ, ಕ್ರತು ಮತ್ತು ವಸಿಷ್ಠ-ಇವರಿಗೆ ಅಂದು ಯಾಕೋ ಈ ಕಾಡಿನ ದಾರಿಯಲ್ಲಿ ಹೋಗಲು ಮನಸ್ಸಾಯಿತು. ಒಡನೆಯೆ ಚಂದು ಅವರಿಗೆ ಇದಿರಾದನು. ಅವನ ಕೈಯಲ್ಲಿದ್ದ ಮಾರಕಾಯುಧಗಳನ್ನು ಋಷಿಗಳು ಕಂಡರು. ಆದರೆ ಋಷಿಗಳು ಚಂದುವನ್ನು ಕಂಡು ಕಂಗಾಲಾಗದೆ ಮುಗುಳುನಗೆಯಲ್ಲಿ ಇದ್ದರು. 'ತೆಗೆದುಕೊಡಿ ನಿಮ್ಮಲ್ಲಿರುವುದನ್ನೆಲ್ಲ' ಎಂದು ಚಂದು ಅಬ್ಬರಿಸಿದ. ಅವರಲ್ಲಿರುವ ಬೆಲೆಬಾಳುವ ಸಾಮಗ್ರಿಗಳೆಂದರೆ ದಂಡ, ಕಮಂಡಲ, ಜಪಸರ, ವಿಭೂತಿ ಕರಂಡ. ಅವರೆಂದರು, 'ಅಯ್ಯಾ, ನಮ್ಮಲ್ಲಿ ನಿನಗೆ ಮನೆಗೆ ಒಯ್ಯಲು ಬೇಕಾದ ಸಂಪತ್ತು ಏನಿಲ್ಲ. ಆದರೆ ನಿನ್ನ ಪಾಲಿಗೆ ಉಪಕಾರ ಮಾಡಬಲ್ಲ, ಇತರರಿಗೆ ಕಾಣಿಸದಿರುವ ಸಂಪತ್ತೊಂದಿದೆ. ಅದನ್ನು ಪಡೆಯಲು ಇಷ್ಟವಿದೆಯೇ?'

'ಎಲ್ಲಿದೆ? ಇತ್ತಕೊಡಿ.'

'ಆದರೆ ಅದಕ್ಕೆ ಮೊದಲು ನೀನು ನಿನ್ನ ತಂದೆ, ತಾಯಿ, ಪತ್ನಿ, ಮಕ್ಕಳಿಂದ ಒಂದು ಅಭಿಪ್ರಾಯವನ್ನು ಕೇಳಿ ಬಂದು ನಮಗೆ ಹೇಳಬೇಕು.'

'ನಾನು ಏನನ್ನು ನನ್ನ ಬಳಗದಲ್ಲಿ ಕೇಳಿಬರಬೇಕು?'

'ನೀನು ಮಾಡುತ್ತಿರುವುದು ಪರರ ಪೀಡೆ ಅಲ್ಲವೆ? ಪರಪೀಡನೆ ಎಂಬುದು ಪಾಪಕರ. ನೀನು ಪಾಪಕರವಾದ ಕೆಲಸಮಾಡಿ, ಅದರಿಂದ ಒದಗುವ ಸಂಪತ್ತಿನಿಂದ ನಿನ್ನ ಪರಿವಾರ ಸುಖವಾಗಿರುತ್ತದೆ. ನಿನ್ನ ಸಂಪಾದನೆಯಲ್ಲಿ ಪಾಲು ಪಡೆಯುವಂತೆ ನೀನು ಮಾಡುವ ಪಾಪದಲ್ಲೂ ನಿನ್ನ ಮನೆಯವರೆಲ್ಲ ಪಾಲು ಪಡೆಯುವರೆ ಎಂಬುದನ್ನು ಕೇಳಿ ಬಾ' ಎಂದರು ಋಷಿಗಳು.

ಆದರೆ ಅವನ ಪರಿವಾರದವರು ಅವನ ಪಾಪಕರ ಕೃತ್ಯಗಳಲ್ಲಿ ತಮಗೆ ಪಾಲು ಬೇಕಿಲ್ಲ. ಪಾಪಕೃತ್ಯ ಇರುವುದಾದರೆ ಮಾಡಿದವರಿಗಲ್ಲದೆ ಅವರ ಅವಲಂಬಿತರನ್ನು ಸೇರಲಾರದು ಎಂದರು.

'ಮಗು! ನೀನು ಮಾಡುತ್ತಿರುವುದು ಪಾಪಕಾರ್ಯ ಎಂಬುದನ್ನು ಕಂಡುಕೊಂಡೆಯಾ? ನಿನ್ನಲ್ಲಿ ಲೋಕದ ಕುರಿತಾದ ಅಗಾಧ ಜ್ಞಾನವಿದೆ. ನೀನು ನಿನ್ನ ಜೀವನದ ಗತಿಯನ್ನು ಬದಲಿಸಿದರೆ, ಬರಡು ನೆಲವಾದ ನಿನ್ನ ಜನ್ಮ ಹಚ್ಚಹಸುರಾಗಿ ನಳನಳಿಸಬಲ್ಲುದು,' ಎಂದರು ಋಷಿಗಳು.

'ಪೂಜ್ಯರೆ! ನನ್ನ ಕುರುಡಾಗಿದ್ದ ಕಣ್ಣುಗಳು ಇಂದು ತೆರೆದುಕೊಂಡಿವೆ. ಸ್ವಾಮಿ! ನಾನು ನಿಮಗೆ ಶರಣಾಗಿದ್ದೇನೆ. ನನ್ನನ್ನು ಬದುಕಿಸಿ ಈ ನರಕದಿಂದ ಉದ್ಧರಿಸಬೇಕು. ದಾರಿ ತೋರಿಸುವ ಕೃಪೆ ಮಾಡಬೇಕು' ಎಂದು ಅಂಗಲಾಚಿದನು.

'ಮಗು! ಈಗ ನೀನು ಬೆಲೆಬಾಳುವ ವಸ್ತು ಪಡೆಯಲು ಮನಸ್ಸನ್ನು ಶುದ್ಧೀಕರಿಸಿಕೊಂಡಿರುವೆ. ನೀನು ಜಪದ ಮೂಲಕ ದೇವರ ಸಾಕ್ಷಾತ್ಕಾರ ಮಾಡಿಕೊಂಡು ಈ ಜನ್ಮದಲ್ಲಿ ಶ್ರೇಷ್ಠತೆಯನ್ನು ಗಳಿಸಬಲ್ಲೆ.'

ಋಷಿಗಳು ಅವನಿಗೆ ರಾಮಮಂತ್ರವನ್ನು ಬೋಧಿಸಿದರು. ಅವನಿಗೆ ಅದನ್ನು ಥಟ್ಟನೆ ಹೇಳಲು ಸಾಧ್ಯವಾಗಲಿಲ್ಲ. ಅದಕ್ಕೆ ಋಷಿಗಳು, ಒಂದು ಮರದ ಅಡಿಯಲ್ಲಿ ಕುಳಿತು 'ಮರ' ಎಂದೇ ಎಡೆಬಿಡದೆ ಉಚ್ಚರಿಸಿ ಜಪಿಸಲು ಹೇಳಿದರು. ಆತ ಹಾಗೆಯೇ ಮಾಡಿದನು. ನಿರಂತರವಾಗಿ 'ಮರಾ' ಎನ್ನುತ್ತಲೆ ಹೋಯಿತು ಜಿಹ್ವೆ. ತಾನೇ ಆಗಿ ಅದು ತಿರುವು ಮುರುವಿನಲ್ಲಿ 'ರಾಮ' ಎಂಬ ಜಪವಾಗಿ ಮಾರ್ಪಟ್ಟಿತು. ಋಷಿಗಳು ತಮ್ಮ ಹಾದಿ ಹಿಡಿದರು.

ಚಂದು ಕುಳಿತಲ್ಲಿಂದ ಏಳಲಿಲ್ಲ. ಕಣ್ಣು ಮುಚ್ಚಿ 'ರಾಮ', 'ರಾಮ' ಎನ್ನುತ್ತ ತಾಸುಗಳು, ದಿನಗಳು, ವರ್ಷಗಳು ಉರುಳಿದವು. ಅವನ ಧ್ಯಾನಕ್ಕೆ ಭಂಗಬರಲಿಲ್ಲ.

ಮಿಸುಕಾಡದ ಅವನ ಸುತ್ತ ಗೆದ್ದಲು ಹುತ್ತಗಟ್ಟಿದವು. ಆತ ವಾಸ್ತವದಲ್ಲಿ ಹುತ್ತದ ಒಳಗೇ ಆಗಿ ಹೋದನು. ಸಂಸ್ಕೃತದಲ್ಲಿ 'ವಲ್ಮೀಕ' ಎಂದರೆ ಹುತ್ತ ಎಂದರ್ಥ. ವಲ್ಮೀಕದೊಳಗಿಂದ ಬೇಡನ 'ರಾಮ' ನಾಮ ಜಪ ಕಾಡಿನಲ್ಲಿ ಕೇಳಿಸುತ್ತಲೇ ಇತ್ತು.

4. ವಾಲ್ಮೀಕಿಯಾದನು ವ್ಯಾಧ

ಎಷ್ಟೋ ವರ್ಷಗಳ ಬಳಿಕ ಆ ದಾರಿಯಾಗಿ ಸಪ್ತರ್ಷಿಗಳು ಮತ್ತೆ ಬಂದರು. ಅವರಿಗೆ ರಾಮನಾಮ ಜಪ ಕೇಳಿಸುತ್ತಿತ್ತು. ಆದರೆ ಕುಳಿತವನು ಕಾಣಿಸಲಿಲ್ಲ. ಹುಡುಕಿದಾಗ ಬೆಳೆದ ಗಿಡ ಪೊದೆಗಳ ನಡುವೆ ಎತ್ತರದ ಒಂದು ಹುತ್ತ ಕಾಣಿಸಿತು. ಹುತ್ತದೊಳಗಿಂದ ಮಾನವ ದನಿ ಕೇಳಿಸುತ್ತಿತ್ತು.

ಋಷಿಗಳು ಕಮಂಡಲಗಳಿಂದ ಹುತ್ತದ ಮೇಲೆ ನೀರು ತಳಿಸಿದರು. ಧಾರೆಯಾಗಿ ಹರಿದ ನೀರಿನಿಂದ ಹುತ್ತದ ಮಣ್ಣು ಕೊರೆದು ಹರಿಯಿತು. ಅದರೊಳಗಿದ್ದ ಬೇಡನಿಗೆ ಎಚ್ಚರವಾಯಿತು. ಕಣ್ತೆರೆದನು. ಋಷಿಗಳನ್ನು ಕಂಡು ಸಾಷ್ಟಾಂಗ ಎರಗಿದನು. ಋಷಿಗಳು ಆನಂದದಿಂದ ಅವನನ್ನು 'ಮಹರ್ಷಿ' ಎಂದು ಕರೆದು ಹೀಗೆ ಹೇಳಿದರು:

'ಮಹರ್ಷಿ! ನೀನೀಗ ವ್ಯಾಧನಲ್ಲ. ಎರಡನೆ ಜನ್ಮ ಪಡೆದಿರುವೆ. ವಲ್ಮೀಕದಿಂದ ಹೊರಬಂದ ನಿನಗೆ ಇನ್ನು 'ವಾಲ್ಮೀಕಿ' ಎಂದು ಹೆಸರು. ರಾಮಮಂತ್ರದ ಜಪದಿಂದ ನೀನು ಸರ್ವ ವಾಙ್ಮಯಕ್ಕೂ ಒಡೆಯನಾದೆ. ಸರಸ್ವತಿ ನಿನ್ನ ನಾಲಗೆಯಲ್ಲಿ ನೆಲೆಸುವಳು. ಇನ್ನು ಆಶ್ರಮವೊಂದರಲ್ಲಿ ತಪಸ್ಸು, ಸ್ವಾಧ್ಯಾಯಗಳನ್ನು ಮುಂದುವರಿಸು.'

ಋಷಿಗಳು ತಮ್ಮ ಪಾಡಿಗೆ ತೆರಳಿದರು. ಅವರ ಆಶೀರ್ವಾದದಿಂದ ಪುಳಕಿತನಾದ ವಾಲ್ಮೀಕಿ **ತಮಸಾ** ನದೀ ತೀರದಲ್ಲಿ ಆಶ್ರಮ ನಿರ್ಮಿಸಿ, ಅಲ್ಲಿ ತನ್ನ ತಪಸ್ಸು ಮತ್ತು ಅಧ್ಯಯನ ಮುಂದುವರಿಸಿದನು.

ಅವನ ಕೀರ್ತಿ ದಿಕ್ಕು ದಿಕ್ಕುಗಳಿಗೂ ಹಬ್ಬತೊಡಗಿತು. ಅಯೋಧ್ಯೆಯ ದಶರಥ ಮಹಾರಾಜನಂತಹ ರಾಜರ್ಷಿಗಳಿಗೆ ವಾಲ್ಮೀಕಿ ಮಹರ್ಷಿ ಆಪ್ತನಾದನು. ವಾಲ್ಮೀಕಿಯ ಪ್ರವಚನವು ಜಿಜ್ಞಾಸುಗಳಿಗೆ ಅಚ್ಚುಮೆಚ್ಚಾಯಿತು. ಆ ಋಷಿಯ ಮಾತಿನಲ್ಲಿ ಅಷ್ಟು ಮಾಧುರ್ಯದ ಬೆಳಕಿತ್ತು.

5. ನಾರದನಿಂದ ರಾಮಚರಿತ ಕಥನ

ವಾಲ್ಮೀಕಿಯ ಕಾಲದಲ್ಲಿ ಇನ್ನೂ ಬರಹ ಎಂಬುದಿರಲಿಲ್ಲ. ಎಲ್ಲವೂ 'ಶ್ರುತಿ' (ಆಲಿಸುವುದು) ಮತ್ತು 'ಸ್ಮೃತಿ' (ನೆನಪಿನಲ್ಲಿ ಇರಿಸಿಕೊಳ್ಳುವುದು) ಮಾತ್ರ ಆಗಿತ್ತು.

ಒಮ್ಮೆ ನಾರದ ಮಹರ್ಷಿ ವಾಲ್ಮೀಕಿಯ ಆಶ್ರಮಕ್ಕೆ ಬಂದನು. ಅವರನ್ನು ಸತ್ಕರಿಸಿದ ವಾಲ್ಮೀಕಿ, ಒಂದು ಪ್ರಶ್ನೆಯನ್ನು ಕೇಳಿದನು.

'ಮಹರ್ಷಿ! ಈ ಕಾಲದಲ್ಲಿ ಗುಣವಂತನೂ, ಧರ್ಮಜ್ಞನೂ, ಕೃತಜ್ಞನೂ, ಸತ್ಯವಾದಿಯೂ, ದೃಢಸಂಕಲ್ಪವುಳ್ಳವನೂ, ವೀರನೂ ಆದ ಸುಂದರ ಪುರುಷನೊಬ್ಬನು ಈ ಲೋಕದಲ್ಲಿ ಜೀವಿಸುತ್ತ ಇರುವನೇ?'

ಈ ಪ್ರಶ್ನೆಗೆ ಉತ್ತರವಾಗಿ ನಾರದನು, 'ವಾಲ್ಮೀಕಿ ಮುನಿಗಳೇ! ಇರುವನು. ಅವನೇ ಇಕ್ಷ್ವಾಕು ವಂಶದ ರಾಮನು.'

ವಾಲ್ಮೀಕಿಯ ಕುತೂಹಲ ತಣಿಯಲು ನಾರದನು ಸಂಕ್ಷಿಪ್ತವಾಗಿ ರಾಮನ ಸಮಗ್ರ ಚರಿತ್ರೆಯ ಕಥನ ನಡೆಸಿದನು.

6. ತಮಸಾ ತೀರದಲ್ಲಿ

ನಾರದನನ್ನು ಗೌರವಪೂರ್ವಕವಾಗಿ ಬೀಳ್ಕೊಟ್ಟ ವಾಲ್ಮೀಕಿ ಋಷಿ ಭರದ್ವಾಜ ಮೊದಲಾದ ಶಿಷ್ಯರೊಂದಿಗೆ ತಮಸಾ ನದಿಗೆ ಹೊರಟನು.

ಅಲ್ಲಿ ತಿಳಿನೀರಿನಿಂದ ಹರಿಯುತ್ತಿದ್ದ ತಮಸಾ ನದಿಯಲ್ಲಿ ಸ್ನಾನ ತೀರಿಸಿದನು.

ಅಷ್ಟರಲ್ಲಿ ಕ್ರೌಂಚ ಪಕ್ಷಿಗಳ ಜೋಡಿಯೊಂದು ಮಧುರವಾಗಿ ಕೂಗುತ್ತಾ ಆಡುವುದು ಋಷಿಯ ಮನಸ್ಸನ್ನು ಸೆಳೆಯಿತು. ಅವುಗಳ ಆಟ ನೋಡುತ್ತಿದ್ದಂತೆ ಅಡಗಿ ಕುಳಿತಿದ್ದ ಬೇಡನೊಬ್ಬ ಎದ್ದು ಗಂಡು ಹಕ್ಕಿಗೆ ಬಾಣ ಹೊಡೆದು ಬೀಳಿಸಿದನು. ಹಕ್ಕಿ ನೆಲಕ್ಕೆ ದೊಪ್ಪನೆ ಬಿದ್ದು ವಿಲವಿಲನೆ ಒದ್ದಾಡತೊಡಗಿತು. ಹೆಣ್ಣು ಹಕ್ಕಿ ಅದರ ಬಳಿ ಹೊರಳಾಡುತ್ತ ರೋದಿಸತೊಡಗಿತು. ಹಕ್ಕಿಗಳ

ಹೃದಯವಿದ್ರಾವಕ ಸ್ಥಿತಿಯನ್ನು ಕಂಡು ಮನಸ್ಸು ಕರಗಿಹೋದ ವಾಲ್ಮೀಕಿ ತಟ್ಟನೆ ಮಾತೊಂದು ಶ್ಲೋಕದ ರೂಪ ಹೀಗೆ ಹೊಮ್ಮಿತು.

ಮಾನಿಷಾದ ಪ್ರತಿಷ್ಠಾರಿ ತ್ವಮಗಮಃ ಶಾಶ್ವತೀ ಸಮಾಃ ।
ಮತ್ಕ್ರೌಂಚಮಿಥುನಾದೇಕಮವಧೀಃ ಕಾಮಮೋಹಿತಮ್ ॥

(ಎಲೆ ಬೇಡನೆ ಎಣೆಯಲ್ಲಿ ಮೋಹಿತವಾದ ಹಕ್ಕಿಗಳಲ್ಲಿ ಒಂದನ್ನು ಕೊಂದಿರುವೆ. ನೀನು ಬಹುಕಾಲ ಜೀವಿಸದೆ ಹೋಗು.)

ಅನಂತರ ಭರದ್ವಾಜನನ್ನು ಕರೆದು ವಾಲ್ಮೀಕಿ ಹೇಳಿದನು. "ಮಗೂ! ಶೋಕದಿಂದ ನನ್ನ ಮಾತೊಂದು ಶ್ಲೋಕದ ರೂಪದಲ್ಲಿ ಹೊರಬಂದಿದೆ. ಇದನ್ನು ಇದ್ದಕ್ಕಿದ್ದಂತೆಯೇ ನೆನಪಿನಲ್ಲಿರಿಸಿಕೋ. ಇದರ ಶಬ್ದ ಬದಲಿಸಬೇಡ. ಅದು ಪಾದಬದ್ಧವಾದ ಅಕ್ಷರ ಸಮೂಹಗಳಿಂದ ಒಂದು ಛಂದಸ್ಸಿನ ರೂಪದಲ್ಲಿ ಬಂದಿದೆ.'

ಭರದ್ವಾಜರು ಗುರುವಿನ ಬಾಯಿಂದ ಬಂದ ಶ್ಲೋಕವನ್ನು ಪುನಃ ನೆನೆದು, ಪುನರುಚ್ಚರಿಸಿ ಗಟ್ಟಿಮಾಡಿಕೊಂಡರು. ಇದರಿಂದ ವಾಲ್ಮೀಕಿಗೆ ಹರುಷವಾಯಿತು.

ಸ್ನಾನ ಮುಗಿಸಿ ಗುರುಶಿಷ್ಯರು ಆಶ್ರಮಕ್ಕೆ ಮರಳಿದರು. ಅಲ್ಲಿ ವಾಲ್ಮೀಕಿ ಧ್ಯಾನಕ್ಕೆ ಕುಳಿತನು. ಧ್ಯಾನಸ್ಥ ಮನಸ್ಸಿನ ವಾಲ್ಮೀಕಿಗೆ ಚತುರ್ಮುಖನಾದ ಬ್ರಹ್ಮದೇವ ಕಾಣಿಸಿಕೊಂಡನು.

ಒಡನೆಯೇ ಎದ್ದು ಬ್ರಹ್ಮದೇವರಿಗೆ ಮಹರ್ಷಿ ಸಾಷ್ಟಾಂಗ ಎರಗಿದನು. ಬ್ರಹ್ಮದೇವನಲ್ಲಿ ತಮಸಾ ತೀರದಲ್ಲಿ ಕ್ರೌಂಚಹಕ್ಕಿಯ ಹತ್ಯೆಯಿಂದ ಮನಸ್ಸು ತಳಮಳಗೊಂಡ ಬಗೆಗೆ ಅರಿಯಬಯಸಿದನು.

ಬ್ರಹ್ಮ ಹೇಳಿದನು, 'ಮಹರ್ಷಿ! ಈ ಹೊತ್ತು ನಿನ್ನ ಬಾಯಿಂದ ಹೊರಬಂದಿರುವುದು ವೇದಮಂತ್ರದ ಛಂದಸ್ಸಿನ ಶ್ಲೋಕ. ಈ **ಅನುಷ್ಟುಭ್** ಎಂಬ ಹೆಸರಿನ ಛಂದಸ್ಸಿನಲ್ಲಿ ನೀನು ನಾರದ ಮಹರ್ಷಿ ಹೇಳಿಕೊಟ್ಟಿರುವ ರಾಮನ ದಿವ್ಯ ಚರಿತ್ರೆಯನ್ನು ಇಡಿಯಾಗಿ ಕಾವ್ಯ ರೂಪದಲ್ಲಿ ರಚಿಸು.'

ಈ ರೀತಿ ಅನುಗ್ರಹಮಾಡಿ ಬ್ರಹ್ಮದೇವನ ನಿರ್ಗಮನವಾಗುತ್ತದೆ. ಬ್ರಹ್ಮನ ದರ್ಶನದಿಂದ ವಾಲ್ಮೀಕಿಯಲ್ಲಿ ಒಂದು ಹೊಸ ಉಲ್ಲಾಸ ಉಂಟಾಗುತ್ತದೆ. ನಾರದನೆಂದ ಚರಿತ್ರೆ ವಾಲ್ಮೀಕಿಯ ಮನಸ್ಸಿನಲ್ಲಿ ಮರುಹುಟ್ಟು ಪಡೆಯುತ್ತದೆ. ನಾರದರು ಹೇಳಿರುವ ರಾಮನ ಚರಿತ್ರೆ ಎಂಬುದು ಮನುಷ್ಯನ ಧರ್ಮ ಮತ್ತು ಅರ್ಥಗಳ ಒಂದು ಸಾಮಾಜಿಕ ಸಂಹಿತ ಎಂಬುದು ವಾಲ್ಮೀಕಿಗೆ ನಿಚ್ಚಳವಾಯಿತು.

ಅವನು ದರ್ಭೆಯ ಚಾಪೆಯ ಮೇಲೆ ನಿಂತು ಕೈಮುಗಿದು ಮತ್ತೆ ನಾರದನನ್ನೂ ಬ್ರಹ್ಮದೇವನನ್ನೂ ಧ್ಯಾನಿಸುತ್ತಾನೆ. ಆಗ ಅವನಿಗೆ ಒಂದು ಅಲೌಕಿಕ

ಅನುಭವ ಆಗತೊಡಗಿತು. ದಶರಥನ ಚರಿತ್ರೆಯಿಂದ ತೊಡಗಿ ರಾಮನ ಅಮೂಲಾಗ್ರ ಚರಿತ್ರೆಯವರೆಗಿನ ಚಿತ್ರಗಳು ಕಣ್ಣಮುಂದೆ ಕಾಣಿಸತೊಡಗಿದವು. ಆ ರಾಜರ ವಂಶದ ಚರಿತ್ರೆಯಲ್ಲಿ ಬರುವ ಪಾತ್ರಗಳು, ಆ ಸನ್ನಿವೇಶದಲ್ಲಿ ಅವರು ಆಡುವ ಮಾತುಗಳು ತನ್ನ ಕಿವಿಗೆ ಬಡಿದಂತೆ ಕೇಳತೊಡಗಿತು. ಹಾಗೆ ಒಂದು ಅಪ್ರತಿಮ ಕಾವ್ಯಲೋಕದ ದರ್ಶನವಾಯಿತು.

ಅನಂತರ ಅವನು ಪಠಿಸಲೂ ಹಾಡಲೂ ಮಧುರವಾದ ಸಂಗೀತದ ಮೂರು ಪ್ರಮಾಣಗಳಿಗೆ ಒಪ್ಪುವ, ಏಳು ರಾಗಗಳಿಗೆ ಬದ್ಧವಾದ ತಂತಿವಾದ್ಯದ ಲಯಕ್ಕೆ ತಕ್ಕವಾಗಿ ಹಾಡಲು ಬರುವ 'ರಾಮಾಯಣ' ಮಹಾಕಾವ್ಯವನ್ನು ರಚಿಸಿ ಶಿಷ್ಯರಿಗೆ ಕಂಠಸ್ಥಗೊಳಿಸಿದನು.

ಈ ಆಖ್ಯಾನ ಶೃಂಗಾರ, ಕರುಣ, ಹಾಸ್ಯ, ರೌದ್ರ, ಭಯಾನಕ ಮತ್ತು ವೀರ ರಸಗಳು ತುಳುಕುವಂತೆ ರಚನೆಗೊಂಡಿತು. ಮೊದಲಿಗೆ ಬಾಲಕಾಂಡ, ಅಯೋಧ್ಯಾಕಾಂಡ, ಅರಣ್ಯಕಾಂಡ, ಕಿಷ್ಕಿಂಧಾಕಾಂಡ, ಸುಂದರಕಾಂಡ, ಯುದ್ಧಕಾಂಡ ಈ ಆರು ಕಾಂಡಗಳನ್ನು ಒಳಗೊಂಡ ಕೃತಿ ಆಶ್ರಮದಲ್ಲಿ ಮಾರ್ದನಿಸಿತು.

ಆದರೆ ಆ ಕಾವ್ಯದ ಸಾಫಲ್ಯವೆಲ್ಲಿ? ಅದನ್ನು ಸಮರ್ಪಕವಾಗಿಯೂ ಪರಿಣಾಮಕಾರಿ ಆಗಿ ಹಾಡಿದಾಗ ಅದು ಆಲಿಸಿದವರ ಮನಸ್ಸಿಗೆ ತಟ್ಟಿದ ಹಾಗೆ ಅಲ್ಲವೆ? ಹಾಗೆ ಸಾರ್ಥಕವಾಗಿ ಈ ಕಾವ್ಯದ ಗಾಯನ ಮಾಡಬಲ್ಲ ಪಾಠಕರು ಯಾರು? ಇದು ವಾಲ್ಮೀಕಿಗೆ ಕಗ್ಗಂಟಾಯಿತು. ಆದರೂ ಇಂದಲ್ಲ ನಾಳೆ ಅದರ ಗಾನ ಯೋಗ್ಯತೆಯನ್ನು ಅರ್ಥ ಸ್ವಾರಸ್ಯವನ್ನೂ ತಿಳಿದು ಪರಿಣಾಮಕಾರಿಯಾಗಿ ಹಾಡಬಲ್ಲ ಯಾರಾದರೂ ಬಂದೇ ಬರುವರು ಎಂಬ ಆಶಾಭಾವ ವಾಲ್ಮೀಕಿಯ ಮನದಾಳದಲ್ಲಿ ನೆಲೆಸಿತ್ತು. ಅಲ್ಲದೆ ತಾನು ರಚಿಸಿದ ಕೃತಿ ಇನ್ನೂ ಅಪೂರ್ಣ ಎಂಬ ಭಾವನೆಯೂ ಅವನಲ್ಲಿ ಇತ್ತು.

7. ಸೀತೆ ವಾಲ್ಮೀಕಿ ಆಶ್ರಮಕ್ಕೆ

ರಾಜಧಾನಿಗೆ ಮರಳಿದ ರಾಮನು ಎಂದಿನಂತೆ ತನ್ನ ರಾಜ್ಯಭಾರದ ಹೊಣೆ ಹೊತ್ತನು. ತಿಂಗಳುಗಳು ಕಳೆದವು. ಒಂದು ದಿನ ನಿತ್ಯದಂತೆ ರಾಮನು ಮುಂಜಾನೆಯ ಧರ್ಮಕಾರ್ಯಗಳನ್ನು ಮುಗಿಸಿ ಅಂತಃಪುರಕ್ಕೆ ಬಂದನು. ಧರ್ಮಪತ್ನಿಯನ್ನು ನೋಡಿ ರಾಮನಿಗೆ ಹರುಷವುಂಟಾಯಿತು. ರಾಮನು ಹೇಳಿದನು. 'ವೈದೇಹಿ! ನೀನು ಸಂತಾನ ಪಡೆಯುವ ಹಂತಕ್ಕೆ ತಲುಪಿರುವೆ. ದೇವಿ! ನಿನಗೆ ಯಾವ ಬಯಕೆಯಿದೆ? ನಿನಗೆ ಏನಾಗಬೇಕು?'

ಸೀತೆ, 'ರಾಘವ! ನನಗೆ ಗಂಗಾನದೀ ತೀರದಲ್ಲಿರುವ ತಪೋವನದಲ್ಲಿ ಸಾತ್ತ್ವಿಕರಾದ ಋಷಿಮುನಿಗಳ ತಪೋವನದಲ್ಲಿ ಇರಬೇಕೆಂಬ ಆಸೆಯಿದೆ.

ಒಂದು ರಾತ್ರಿಯಾದರೂ ನನಗೆ ತಪೋವನದಲ್ಲಿ ಇದ್ದು ಬರಲು ಸಾಧ್ಯವೇ?' ಎಂದಳು.

'ನಾಳೆಯೇ ನಿನ್ನ ಆಸೆ ಈಡೇರುತ್ತದೆ' ಎನ್ನುತ್ತಾ ರಾಮನು ಅರಮನೆಯ ಮಧ್ಯಭಾಗದ ಸಭಾಂಗಣಕ್ಕೆ ಮಿತ್ರರೊಂದಿಗೆ ಹೋದನು.

ಅಲ್ಲಿ ಒಬ್ಬ ಚಾರನನ್ನು ನೋಡಿ, 'ಭದ್ರ ಅಯೋಧ್ಯೆಯಲ್ಲಿ ನನ್ನ ವಿಷಯವಾಗಿ ಜನರು ಏನನ್ನು ಹೇಳುತ್ತಿದ್ದಾರೆ? ಸೀತೆಯನ್ನು, ಭರತ, ಶತ್ರುಘ್ನರನ್ನೂ ಕುರಿತು ಅವರ ಹೇಳಿಕೆಯೇನು?' ಎಂದು ಕೇಳಿದನು.

'ಮಹಾಪ್ರಭೋ! ಪುರವಾಸಿಗಳು ಶುಭಕರವಾದ ಒಳ್ಳೆಯ ಮಾತುಗಳನ್ನೇ ಎಲ್ಲರ ಬಗೆಗೂ ಹೇಳುತ್ತಿದ್ದಾರೆ. ರಾವಣನನ್ನು ವಧಿಸಿ ಸಂಪಾದಿಸಿದ ವಿಜಯದ ಬಗೆಗೆ ಎಲ್ಲರ ಶ್ಲಾಘನೆ ಇದೆ' ಎಂದನು ಭದ್ರ.

'ಭದ್ರ! ಇರುವುದನ್ನು ಇರುವಂತೆಯೇ ಹೇಳು. ಯಾವುದನ್ನು ಮಾಡಬಾರದೆಂಬುದನ್ನು ತಿಳಿಯಲು ಸಾಧ್ಯವಾಗುತ್ತದೆ. ನನ್ನಲ್ಲಿ ಭರವಸೆಯಿಟ್ಟು ನಿರ್ಭಯನಾಗಿ ವಾಸ್ತವವನ್ನು ಹೇಳು.'

'ಮಹಾರಾಜ! ಜನರ ಮಾತಿನಲ್ಲಿ ಶುಭವೂ ಅಶುಭವೂ ಸೇರಿಕೊಂಡು ಇವೆ. ಆದರೆ ರಾವಣನಿಂದ ತನ್ನ ತೊಡೆಯಲ್ಲಿ ಏರಿಸಿಕೊಂಡು ಕದ್ದು ಹೋದ ಸೀತೆಯಿಂದಾಗುವ ಸುಖ ಎಷ್ಟು ಅಧಿಕವೆಂದು ಅವನ ಹೃದಯದಲ್ಲಿದೆಯೇ? ರಾಜ ಮಾಡಿದಂತೆಯೇ ಪ್ರಜೆಗಳೂ ಮಾಡಬೇಕಾಗುತ್ತದಲ್ಲ? ಇನ್ನು ಮುಂದೆ ಹೆಂಡಂದಿರು ಏನು ಕೆಟ್ಟ ನಡವಳಿಕೆ ಹೊಂದಿದರೂ ನಾವು ಬಾಯಿಮುಚ್ಚಿ ತೆಪ್ಪಗಿರಬೇಕಲ್ಲ? ಎಂದು ಅಂಗಡಿ ಮುಂಗಟ್ಟು, ಪುರ, ಹಳ್ಳಿಗಳಲ್ಲಿ ಜನರು ಆಡಿಕೊಳ್ಳುತ್ತಿದ್ದಾರೆ' ಎಂದನು ಭದ್ರ.

'ಇದು ನಿಜವೇ?' ಎಂದು ರಾಮನು ಸಭಿಕರನ್ನು ಉದ್ದೇಶಿಸಿ ಕೇಳಿದನು. ಹೌದೆಂದು ಹೇಳುತ್ತ ಅವರೆಲ್ಲ ಮುಖವನ್ನು ಕೆಳಗೆ ತಗ್ಗಿಸಿದರು. 'ನೀವಿನ್ನು ಹೊರಡಬಹುದು' ಎಂದು ಎಲ್ಲರನ್ನೂ ರಾಮ ಕಳುಹಿಸಿದನು.

ಒಡನೆಯೇ ರಾಮನು ತನ್ನ ಮೂವರೂ ಸಹೋದರರನ್ನು ಕರೆಸಿದನು. 'ಎಲ್ಲರೂ ಕೇಳಿರಿ. ಸೀತೆ ಬಗೆಗೂ ನನ್ನ ಬಗೆಗೂ ನಮ್ಮ ರಾಜ್ಯದ ಜನರು ಅಪವಾದ ಮಾಡುತ್ತಿರುವುದು ನಿಮಗೆ ಗೊತ್ತಿದೆ. ನಾನು ಅಪವಾದದ ಭಯಕ್ಕಾಗಿ ಪ್ರಾಣವನ್ನಾದರೂ ತ್ಯಜಿಸಿಯೇನು. ಹಾಗಾಗಿ ನಿರ್ಧಾರಕ್ಕೆ ಬಂದಿದ್ದೇನೆ. ನಾಳೆ ಬೆಳಗ್ಗೆ ಲಕ್ಷ್ಮಣನು **ಸಮಂತ್ರ**ನ ರಥದಲ್ಲಿ ಸೀತೆಯನ್ನೇರಿಸಿ ಗಂಗೆಯ ಆಚೆ ದಡದಲ್ಲಿರುವ ವಾಲ್ಮೀಕಿ ಆಶ್ರಮದ ಬಳಿ ವನದಲ್ಲಿ ಅವಳನ್ನು ತ್ಯಜಿಸಿ ಕೂಡಲೆ ಹೊರಟು ಬರಬೇಕಾಗಿದೆ. ಈ ವಿಷಯದಲ್ಲಿ ಯಾರದೂ ಮಾತು ಬೇಕಾಗಿಲ್ಲ. ಅವಳಿಗೆ ಋಷ್ಯಾಶ್ರಮ ನೋಡಬೇಕೆಂಬ ಬಯಕೆಯಿದೆ.

ಅದು ತೀರಲಿ.' ಹೀಗೆ ಹೇಳುತ್ತಿರುವಂತೆ ರಾಮನ ಕಣ್ಣುಗಳಿಂದ ನೀರು ಧಾರಾಕಾರವಾಗಿ ಸುರಿಯಿತು.

ಮರುದಿನ ಮುಂಜಾನೆ ಸಮಂತ್ರನು ರಥವನ್ನು ಸಿದ್ಧಗೊಳಿಸಿದನು. ಲಕ್ಷ್ಮಣನು ಸೀತೆಗೆ ಋಷಿಗಳ ಆಶ್ರಮಕ್ಕೆ ಹೋಗಲು ರಾಮನ ಅನುಮತಿಯಿದೆ ಎಂದನು. ಸೀತೆ ಹರ್ಷಿತಳಾದಳು.

ಸೀತೆ ಮತ್ತು ಲಕ್ಷ್ಮಣರು ಗೋಮತಿ ನದೀ ತೀರದಲ್ಲಿರುವ ಆಶ್ರಮವೊಂದರಲ್ಲಿ ರಾತ್ರಿಯನ್ನು ಕಳೆದರು. ಮರುದಿನ ಮುಂಜಾನೆ ರಥದಲ್ಲಿ ಅವರು ಗಂಗೆಯ ದಡಕ್ಕೆ ಬಂದರು. ಗಂಗೆಯನ್ನು ಕಂಡೊಡನೆ ಲಕ್ಷ್ಮಣ ಬಿಕ್ಕಿ ಬಿಕ್ಕಿ ಅಳತೊಡಗಿದನು. ಸೀತೆಯೆಂದಳು: ನಿನಗಾದ ದುಃಖವೇನೆಂದು ಹೇಳು. ಇದು ನನ್ನ ಅಣತಿ.' ಆಗ ಲಕ್ಷ್ಮಣನು ದೈನ್ಯದಿಂದ ತಲೆತಗ್ಗಿಸಿ ಕಣ್ಣೀರಿಡುತ್ತಾ ಗದ್ಗದ ಕಂಠದಿಂದ ಹೀಗೆಂದನು:

'ಅಮ್ಮಾ ಜನಕಾತ್ಮಜೆ! ನಿನ್ನ ಹೆಸರೆತ್ತಿ, ಪುರಜನರು, ರಾಷ್ಟ್ರದ ಜನರೆಲ್ಲ ಅಪವಾದ ಮಾಡುತ್ತಿದ್ದಾರೆ. ಸಭೆಯಲ್ಲಿದ್ದ ರಾಮನಿಗೆ ಇದು ತಿಳಿಯಿತು. ನಿನ್ನನ್ನು ಈ ವನದಲ್ಲಿ ತ್ಯಜಿಸಿ ಬರಲು ನನಗೆ ಆಜ್ಞೆ ಮಾಡಿದ್ದಾನೆ. ಜನಪವಾದಕ್ಕೆ ಹೆದರಿ ಈ ತೀರ್ಮಾನಕ್ಕೆ ಬಂದನೇ ವಿನಾ ಇನ್ನೇನಿಲ್ಲ. ಪತಿವ್ರತಾ ಧರ್ಮವನ್ನು ಪಾಲಿಸುತ್ತಾ ಶ್ರೀರಾಮನ ಹೃದಯದಲ್ಲಿ ಯಾವಾಗಲೂ ನೆನೆದುಕೊಂಡಿರು. ಇದರಿಂದ ಶ್ರೇಯಸ್ಸು ಉಂಟಾಗುತ್ತದೆ.'

ಲಕ್ಷ್ಮಣನ ಮಾತುಗಳ ಭಾವನೆ ಸಿಡಿಲಾಗಿ ಸೀತೆಯ ಮೇಲೆ ಎರಗಿದಂತಾಯಿತು. ಶೋಕಾತಿರೇಕದಿಂದ ಕಂಗೆಟ್ಟು ಅವಳು ಎಚ್ಚರತಪ್ಪಿ ನೆಲಕ್ಕೆ ಬಿದ್ದುಬಿಟ್ಟಳು.

ಸ್ವಲ್ಪ ಹೊತ್ತಿನಲ್ಲಿ ಅವಳು ಚೇತರಿಸಿಕೊಂಡು, 'ಶುದ್ಧ ಸದಾಚಾರವತಿಯಾದ ನನ್ನನ್ನು ರಾಮನು ಪರಿತ್ಯಜಿಸಿಬಿಟ್ಟನಲ್ಲ? ನಾನು ಮುನಿಗಳಿಗೆ ಯಾವ ಮುಖ ತೋರಿಸಲಿ? ರಾಘವನು ನನ್ನನ್ನು ಪರಿತ್ಯಜಿಸಿರುವುದು ಯಾಕೆ ಎಂದು ಕೇಳಿದರೆ ಮುನಿಗಳಿಗೆ ನಾನು ಏನನ್ನು ಹೇಳಿಯೇನು?'

ಸುಮಿತ್ರಾನಂದನನು ವೈದೇಹಿಯ ಮುಂದೆ ತಲೆಯನ್ನು ನೆಲಕ್ಕೆ ತಾಗಿಸಿ ವಂದಿಸಿದನು. ಮಾತಾಡುವ ಶಕ್ತಿ ಅವನಲ್ಲಿಲ್ಲ. ಸೀತೆಗೆ ಒಂದು ಪ್ರದಕ್ಷಿಣೆ ಬಂದು ನಮಸ್ಕರಿಸಿ, ನಾವೆಯನ್ನೇರಿ ಹೊರಟುಹೋದನು. ಅವನು ನದಿಯ ದಡದಲ್ಲಿ ರಥವನ್ನೇರಿ ಸಾಗುವುದನ್ನು ನೋಡುತ್ತ ಅನಾಥೆಯಾಗಿ ಸೀತೆ ದುಃಖದ ಕಟ್ಟೆಯೊಡೆದು 'ಹೋ' ಎಂದು ಬಾಯ್ದೆರೆದು ಗೋಳಾಡಿದಳು. ಇಡಿಯ ಕಾಡಿನಲ್ಲಿ ಮಾರ್ದನಿ ಮೂಡಿಸಿದ ಆ ರೋದನವನ್ನು ಕೇಳಿದ ದಿವ್ಯಜ್ಞಾನಿ ವಾಲ್ಮೀಕಿ ಮಹರ್ಷಿ, 'ಓ ಇದು ಹೀಗೆ' ಎಂದು ಮನದಟ್ಟಾಗಿ ಸೀತೆಯನ್ನು ಸ್ವಾಗತಿಸಲು ಬಂದನು. ಅವನು ತನ್ನ ಮಹಾಕಾವ್ಯದ ನಾಯಕಿಯಾದ

ಸೀತೆಯನ್ನು ಮೊದಲ ಬಾರಿ ನೋಡಿದನು. ಅವರೆಂದರು: 'ನೀನೀಗ ಚಿಂತೆಯನ್ನು ಬಿಡು. ಇದು ಇಕ್ಷ್ವಾಕು ವಂಶದ ರಾಜರಿಂದ ಪೋಷಿತವಾದ ಆಶ್ರಮವೇ. ಧರ್ಮಾತ್ಮನಾದ ದಶರಥನು ನನ್ನನ್ನು ಅತ್ಯಂತ ಪ್ರೀತಿ ಭಾವದಿಂದ ನೋಡಿಕೊಂಡವನು.'

ಮಹರ್ಷಿ ನುಡಿದ ಸಾಂತ್ವನದ ಮಾತುಗಳಿಂದ ಮನೋಬಲ ಪಡೆದುಕೊಂಡು ಮೈಥಿಲಿ ಆ ಪೂಜ್ಯನ ಪಾದಗಳಿಗೆ ತಲೆಯಿಟ್ಟು ವಂದಿಸಿ, ವಾಲ್ಮೀಕಿಯ ಬೆನ್ನ ಹಿಂದಿನಿಂದ ಆಶ್ರಮಕ್ಕೆ ನಡೆದಳು.

ಆಶ್ರಮದಲ್ಲಿ ಸೀತೆಯನ್ನು ಈ ರೀತಿಯಾಗಿ ಆಶ್ರಮವಾಸಿಗಳಿಗೆ ಪರಿಚಯಿಸಿದರು: 'ಇವಳು ರಾಜಾರಾಮನ ಧರ್ಮಪತ್ನಿ. ದಶರಥ ಮಹಾರಾಜನ ಸೊಸೆ. ಜನಕರಾಜನ ಮಗಳು. ನಿರ್ದೋಷಿಯೂ, ಸಾಧ್ವಿಯೂ ಆಗಿರುವ ಈ ಪತಿವ್ರತೆಯನ್ನು ಯಾವುದೋ ಕಾರಣಕ್ಕಾಗಿ ಪತಿಯು ಪರಿತ್ಯಜಿಸಿದ್ದಾನೆ. ಗೌರವದಿಂದ ಇವಳನ್ನು ನೋಡಿಕೊಳ್ಳಿ.'

ಮಹರ್ಷಿಯ ಆಜ್ಞೆಯಂತೆ ಎಲ್ಲವೂ ಸುಸ್ಥಿತಿಯಲ್ಲಿ ಸಾಗಿತು. ಸೀತೆಯ ಗರ್ಭಕ್ಕೆ ಬೆಳವಣಿಗೆಯಾಗಿ, ತಾಪಸಿಯರ ಆರೈಕೆಯಲ್ಲಿ ಅವಳು ಪ್ರಸವ ಕಾಲದ ನಿರೀಕ್ಷೆಯಲ್ಲಿದ್ದಳು.

8. ಶತ್ರುಘ್ನ ಪಟ್ಟಾಭಿಷೇಕ

ರಥದಿಂದ ಇಳಿದ ಲಕ್ಷ್ಮಣ ದೀನಭಾವದಿಂದ ಅರಮನೆಯ ಒಳಕ್ಕೆ ಕಾಲಿಟ್ಟನು. ನೀರು ತುಂಬಿದ ಕಣ್ಣುಗಳಿಂದ ಸಿಂಹಾಸನದಲ್ಲಿ ಕುಳಿತಿದ್ದ ಅಣ್ಣನಲ್ಲಿಗೆ ಧಾವಿಸಿ ಅವನ ಕಾಲುಗಳನ್ನು ಹಿಡಿದುಕೊಂಡು ಅತ್ತನು.

ಮರುದಿನ ಧರ್ಮಕಾರ್ಯಗಳನ್ನು ಮುಗಿಸಿ ರಾಮನು ಸಭಾಂಗಣಕ್ಕೆ ಬಂದನು. 'ಮಹಾತ್ಮರೆ! ನನ್ನಲ್ಲಿಯವರೆಗೆ ತಾವೆಲ್ಲ ಆಗಮಿಸಲು ಏನು ಕಾರಣ? ನನ್ನಿಂದ ಆಗಬೇಕಾದ ಕಾರ್ಯವೇನು? ಆಜ್ಞೆಯಾಗಲಿ' ಎಂದನು.

ಚ್ಯವನ ಋಷಿ ನುಡಿದನು, 'ನಮ್ಮ ದೇಶಕ್ಕೆ ಬಂದಿರುವ ಸಂಕಟವನ್ನು ಆಲಿಸು. ಹಿಂದೆ ಕೃತಯುಗದಲ್ಲಿ **ಲೋಲಾ** ಎಂಬವಳಿಗೆ ಮಗನಾಗಿ ಜನಿಸಿದ **ಮಧು** ಎಂಬ ಬಲಶಾಲಿ ರಾಕ್ಷಸನಿದ್ದನು. ಅವನು ಉದಾರಿಯೂ ಸಜ್ಜನ ರಕ್ಕಸನೂ ಆಗಿದ್ದನು. ಆ ಧರ್ಮಿಷ್ಠನು ರುದ್ರನ ಒಲುಮೆಯನ್ನು ಪಡೆಯಲು ಸಾವಿರಾರು ವರ್ಷಗಳ ಕಾಲ ತಪಸ್ಸು ಮಾಡಿದನು. ಮೆಚ್ಚಿದ ಶಿವನು ತನ್ನ ತ್ರಿಶೂಲದ ಶಕ್ತಿಯನ್ನು ಇನ್ನೊಂದು ಶೂಲದಲ್ಲಿ ಇರಿಸಿ, ಮಹಾಶಕ್ತಿ ಸಂಪನ್ನವಾದ ಆ ಶೂಲವನ್ನು ಮಧುವಿಗೆ ನೀಡಿದನು. ಮಧು

ದಾನವನ್ನು ಮಹಾದೇವನಿಂದ ಪಡೆದ ಮಹತ್ವದ ಆಯುಧ ಪ್ರಭಾವದಿಂದ ಯಮುನಾ ತೀರದಲ್ಲಿ ಮನೋಹರವಾದ ಭವ್ಯ ಭವನವನ್ನು ನಿರ್ಮಿಸಿ ಭಾಗ್ಯಶಾಲಿನಿಯಾದ ರಾಣಿ ಕುಂಭೀನಸಿಯೊಂದಿಗೆ ವಾಸವಾಗಿದ್ದನು. ಕುಂಭೀನಸಿಯಲ್ಲಿ ಮಹಾವೀರನಾದ ಲವಣ ಎಂಬವನು ಜನಿಸಿದನು. ಅವನು ಕ್ರೂರಿಯೂ ದುಷ್ಟನೂ ಆಗಿ ಬೆಳೆಯತೊಡಗಿದನು. ಇದರಿಂದ ಮಧು ಒಳಗೊಳಗೇ ಸಂತಾಪ ಪಟ್ಟುಕೊಂಡನು. ಮಗನಿಗೆ ಶೂಲವನ್ನು ಹಸ್ತಾಂತರಿಸಿ, ಅದರ ಮಹಿಮೆಯನ್ನು ತಿಳಿಸಿ, ಬೇರೆ ಏನನ್ನೂ ಹೇಳದೆ ಇಹವನ್ನು ತ್ಯಜಿಸಿದನು. ಈ ಶೂಲದ ಬಲದಿಂದ ಲವಣಾಸುರನು ಲೋಕಕಂಟಕನಾಗಿದ್ದಾನೆ.'

'ಮುನಿಗಳೇ! ಹೆದರಬೇಡಿರಿ. ಆ ರಾಕ್ಷಸನನ್ನು ಕೊಲ್ಲಿಸುತ್ತೇನೆ' ಎಂದು ರಾಮ ಸಾಂತ್ವನಗೊಳಿಸಿದನು.

ರಾಮನು ಲವಣಾಸುರನನ್ನು ಸಂಹರಿಸುವ ಭಾರವನ್ನು ಶತ್ರುಘ್ನನಿಗೆ ಒಪ್ಪಿಸಿದನು.

ಮುಂದೆ ರಾಮನು ತಿಳಿಸಿದ ಯುಕ್ತಿಯಿಂದ ರಾಮನಿಂದ ಅಮೋಘವಾದ ಪುರಂಜಯವಾದ ಶರವನ್ನು ಪಡೆದನು.

ಆ ಬಳಿಕ ಶತ್ರುಘ್ನನು ರಾಮನ ಬಳಿ ಒಂದು ತಿಂಗಳು ಇದ್ದು ಅನಂತರ ಪ್ರಯಾಣ ಬೆಳೆಸಿದನು.

ಎರಡು ರಾತ್ರಿಗಳನ್ನು ಅಲ್ಲಲ್ಲಿ ಕಳೆದು ಮೂರನೆಯ ರಾತ್ರಿ ಕಳೆಯುವುದಕ್ಕಾಗಿ ಶತ್ರುಘ್ನ ವಾಲ್ಮೀಕಿ ಆಶ್ರಮಕ್ಕೆ ತಲುಪಿದನು. ಅನಂತರ ಅವನು ವಿಶ್ರಾಂತಿಗಾಗಿ ತೆರಳಿದನು.

ಅಂದು ಅರ್ಧ ರಾತ್ರಿ ಮುನಿ ಪುತ್ರರಾದ ಬಾಲಕರು ವಾಲ್ಮೀಕಿ ಮಹರ್ಷಿಯಲ್ಲಿ, 'ಭಗವಾನ್! ಶ್ರೀರಾಮನ ಪತ್ನಿ ಇಬ್ಬರು ಗಂಡು ಮಕ್ಕಳಿಗೆ ಜನ್ಮ ನೀಡಿದ್ದಾಳೆ. ಮಹರ್ಷಿಗಳೇ ಬಾಲಗ್ರಹ ನಿವಾರಕವಾದ ರಕ್ಷೆಯನ್ನು ಮಾಡಬೇಕು' ಎಂದರು.

ಒಡನೆಯೆ ಮಹರ್ಷಿ ಅಲ್ಲಿಗೆ ಧಾವಿಸಿ ತೇಜಸ್ವಿಗಳಾದ ಯಮಳ ಶಿಶುಗಳನ್ನು ನೋಡಿ ಆನಂದಿತರಾದರು. ಹಿರಿಯ ಮಗುವಿಗೆ **ಕುಶ**ನೆಂದೂ ಕಿರಿಯ ಮಗುವಿಗೆ **ಲವ** ಎಂದು ನಾಮಕರಣ ಮಾಡಿದರು.

ಇದೆಲ್ಲವೂ ಶತ್ರುಘ್ನನಿಗೆ ತಿಳಿದು ಹರುಷವಾಯಿತು. ಅವನು ಸೀತೆಗೆ, 'ತಾಯಿ! ಇದು ನಮ್ಮ ಭಾಗ್ಯ' ಎಂದು ಉದ್ಗರಿಸಿದನು.

ಮರುದಿನ ಲವಣಾಸುರ ವಾಸವಾಗಿದ್ದ ಮಧುಪುರಕ್ಕೆ ಪಯಣಿಸಿ, ರಾಮನು ಹೇಳಿದ ಯುಕ್ತಿಯಿಂದಲೂ ಅವನು ನೀಡಿದ ಅಮೋಘವಾದ ಪುರಂಜಯವಾದ ಶರವನ್ನು ಪ್ರಯೋಗಿಸಿ, ಲವಣಾಸುರನನ್ನು

ಸಂಹರಿಸಿದನು. ಅನಂತರ ಹನ್ನೆರಡು ವರುಷ ಅಲ್ಲೇ ಇದ್ದು ರಾಜ್ಯಭಾರ ಮಾಡಿದನು.

9. ಮತ್ತೆ ವಾಲ್ಮೀಕಿ ಆಶ್ರಮಕ್ಕೆ

ವರುಷ ಹನ್ನೆರಡು ಸಂದ ಮೇಲೆ ಶತ್ರುಘ್ನನಿಗೆ ಅಣ್ಣ ರಾಮನ ಪಾದಗಳನ್ನು ಕಾಣಬೇಕೆಂದು ತವಕ ಹೆಚ್ಚಿತು. ರಾಜ್ಯಭಾರದ ಹೊಣೆಯನ್ನು ಮಂತ್ರಿ, ಪುರೋಹಿತರಿಗೂ ಸೇನಾನಿಗಳಿಗೂ ವಹಿಸಿಕೊಟ್ಟು, ಮತ್ತೆ ವಾಲ್ಮೀಕಿ ಆಶ್ರಮಕ್ಕೆ ಹೋದನು. ತನ್ನ ಇಂಪಾದ ವಾಣಿಯಿಂದ ವಾಲ್ಮೀಕಿ ಮುನಿ ನಾನಾ ಬಗೆಯ ಕಥೆಗಳನ್ನು ಹೇಳಿದಾಗ ಶತ್ರುಘ್ನನಿಗೆ ಪರಮಾನಂದವಾಯಿತು.

ಭೋಜನವಾಗಿ ಶತ್ರುಘ್ನ ಕುಳಿತಿದ್ದಾಗ ರಾಮನ ಚರಿತೆ ಗೀತರೂಪವಾಗಿ ಮಧುರವಾಗಿ ಹರಿದು ಬರುತ್ತಿತ್ತು. ಗೀತವು ವೀಣಾನಾದದೊಂದಿಗೆ ಲಯಾನ್ವಿತವಾಗಿ ಕೇಳಿಬರುತ್ತಿತ್ತು. ವಾಲ್ಮೀಕಿ ಆಶ್ರಮದಲ್ಲಿ ಶತ್ರುಘ್ನನು ಆಲಿಸಿದುದು ರಾಮನ ಮಕ್ಕಳು ಹಾಡಿದ ಗೀತೆಯನ್ನೇ. ಅದೇ ವಾಲ್ಮೀಕಿ ಮಹರ್ಷಿಯ ಅದ್ಭುತ ರಚನೆ ಎನಿಸಿರುವ **ರಾಮಾಯಣ**. ಕುಶಲವರಿಗೆ ಆಗ ಹನ್ನೆರಡು ವರುಷಗಳ ಪ್ರಾಯ.

10. ವಾಲ್ಮೀಕಿ ಸಂತೃಪ್ತಿ

ರಾಮಾಯಣ ಹಾಡಿದ ಹುಟ್ಟು ಕಲಾವಿದರಾದ ಕುಶಲವರ ಬಗೆಗೆ ರಾಮಾಯಣದ ಸುಂದರಕಾಂಡದಲ್ಲಿ ಪ್ರಶಂಸೆಯ ಸುರಿಮಳೆ ಕಾಣಿಸುತ್ತದೆ.

ಕುಶಲವರು ಕಾಣಲು ಅಶ್ವಿನೀಕುಮಾರರಂತೆ ರೂಪವಂತರಾಗಿದ್ದರು. ಲಯ, ತಾಳ, ರಾಗ ಸ್ಥಾನಗಳಲ್ಲಿ ನಿಷ್ಣಾತರಾಗಿದ್ದು ಹೇಳಿದ್ದನ್ನು ಅಂತೆಯೇ ಅನುಕರಿಸಿ ಹಾಡಬಲ್ಲ ಸ್ವರ ಸಂಪನ್ನರಾಗಿದ್ದರು. ಬಾಲಕರು ಶ್ರುತಿಸ್ಮೃತಿಗಳಲ್ಲಿ ವಿವಿಧ ಕಲೆಗಳಲ್ಲಿ ಪರಿಣಿತರಾಗಿದ್ದರು. ಅವರಿಗೆ ದೈಹಿಕ ಮತ್ತು ಮಾನಸಿಕ ದಾರ್ಢ್ಯಕ್ಕೆ ಬೇಕಾದ ವ್ಯಾಯಾಮ, ಯೋಗಾಭ್ಯಾಸ ಮತ್ತು ಕ್ರೀಡೆಗಳನ್ನೂ ಕಲಿಸಲಾಗಿತ್ತು. ಕ್ಷತ್ರಿಯೋಚಿತವಾದ ಯುದ್ಧ ಕಲೆಯನ್ನೂ ಶಸ್ತ್ರಾಸ್ತ್ರ ಪ್ರಯೋಗ ಉಪಸಂಹಾರ ವಿಧಾನಗಳನ್ನೂ ಮಹರ್ಷಿ ಕಲಿಸಿಕೊಟ್ಟರು.

ಅಷ್ಟು ಸಣ್ಣ ಪ್ರಾಯದಲ್ಲಿ ತಪಸ್ಸು ಸ್ವಾಧ್ಯಾಯಗಳಿಂದ ವ್ಯಕ್ತಿತ್ವವನ್ನು ಸಾಕಷ್ಟು ಪೂರ್ಣತೆಗೆ ಬೆಳೆಸಿಕೊಂಡ ಲವಕುಶರು ಸೀತಾಮಾತೆಯ ಕಣ್ಮಣಿಗಳಾದರು. ಅವಳು ತಾನು ಬದುಕಿನಲ್ಲಿ ಕಳೆದುಕೊಂಡುದನ್ನೆಲ್ಲ ಈ ಬಾಲಕರ ಲೀಲಾವಿನೋದ ಕಂಡು ಮನದುಂಬಿಸಿಕೊಂಡಳು. ಇದೂ ವಾಲ್ಮೀಕಿಯ ಪಾಲಿಗಾದ ಧನ್ಯತೆಯಲ್ಲವೆ?

11. ಅಶ್ವಮೇಧ ಯಾಗ

ರಾಮನಿಗೆ ರಾಜಸೂಯ ಯಾಗ ಮಾಡಿ ರಾಜ್ಯದ ಪುಣ್ಯವರ್ಧನೆ ಆಗಬೇಕೆಂದು ಮನಸ್ಸಾಯಿತು. ಭರತ ಲಕ್ಷ್ಮಣರನ್ನು ಕರೆಸಿ ತನ್ನ ಅಪೇಕ್ಷೆಯನ್ನು ತಿಳಿಯಬಯಸಿದರು.

ಆಗ ಲಕ್ಷ್ಮಣನು ಮಹಾರಾಜನಿಗೆ ಕೈಮುಗಿದು ಹೀಗೆಂದನು: 'ರಘುನಂದನ ಸರ್ವಪಾಪ ಪರಿಹಾರಕ್ಕೆ ಅಶ್ವಮೇಧಯಾಗ ಪ್ರಶಸ್ತ. ರಾಮನಿಗೆ ಅದು ಸರಿ ಕಾಣಿಸಿತು. ಹಾಗಾಗಿ ಅಶ್ವಮೇಧವನ್ನೇ ಮಾಡೋಣ ಎಂದನು. ಅಶ್ವಮೇಧ ಯಾಗ ಮಾಡುವುದರಲ್ಲಿ ನಿಷ್ಣಾತರಾದ ವಸಿಷ್ಠ, ವಾಮದೇವ, ಜಾಬಾಲಿ, ಕಾಶ್ಯಪ ಮೊದಲಾದ ಮಹರ್ಷಿಗಳನ್ನು ಕರೆಸಲು ರಾಮ ತೀರ್ಮಾನಿಸಿದನು.

ಯಾಗ ಮಾಡುವ ರಾಜನಿಗೆ ಪಟ್ಟದ ರಾಣಿ ಇರಬೇಕು. ಆದರೆ ಅವಳು ಇರುವುದೆಲ್ಲಿ? ಅವಳ ಪರಿತ್ಯಾಗವಾಗಿದೆಯಲ್ಲ? ಆದರೂ ರಾಮನ ಅಂತರಂಗದಲ್ಲಿ ಅವನ ರಾಣಿ ವೈದೇಹಿಯೇ ಆಗಿದ್ದಾಳೆ. ಹಾಗಾಗಿಯೇ ಸೀತೆಯ ಚಿನ್ನದ ಪ್ರತಿಮೆಯೊಂದನ್ನು ಪಕ್ಕದಲ್ಲಿ ಇರಿಸಿಕೊಂಡು ರಾಮನು ಯಜ್ಞದೀಕ್ಷಿತನಾಗುತ್ತಾನೆ. ಪ್ರತ್ಯೇಕವಾದ ಬಲು ವಿಸ್ತಾರವಾದ ಭವ್ಯ ಯಾಗ ಮಂದಿರ ಗೋಮತೀ ತೀರದ ನೈಮಿಷಾರಣ್ಯದಲ್ಲಿ ನಿರ್ಮಾಣವಾಯಿತು. ಎಲ್ಲ ರಾಜರು, ವಿಭೀಷಣನ ನೇತೃತ್ವದ ರಾಕ್ಷಸ ವೀರರು, ಋಷಿಗಳು ಬಂದರು.

ಲಕ್ಷ್ಮಣನ ನೇತೃತ್ವದಲ್ಲಿ ಯಜ್ಞಾಶ್ವ ಭೂಪ್ರದಕ್ಷಿಣ ಮಾಡಿತು. ಒಂದು ವರ್ಷದವರೆಗೆ ಈ ಯಾಗದ ಸಂಭ್ರಮ ಮುಂದುವರಿಯಿತು. ವಾಲ್ಮೀಕಿ ಮಹರ್ಷಿ ಶಿಷ್ಯರಾದ ಕುಶಲವರೊಂದಿಗೆ ಬಂದಾಗ ರಾಮನೂ ಋಷಿಗಳೂ ಅವರನ್ನು ಆದರಿಸಿ ಸತ್ಕರಿಸಿದರು. ಅಲ್ಲೇ ಪರ್ಣಶಾಲೆಯೊಂದರಲ್ಲಿ ವಾಲ್ಮೀಕಿ ನೆಲೆಸಿದನು.

ಶಿಷ್ಯರಾದ ಕುಶಲವರನ್ನು ಕರೆದು ವಾಲ್ಮೀಕಿ, 'ಕುಶಲವರೇ ನೀವು ರಾಮಾಯಣ ಕಾವ್ಯವನ್ನು ಋಷಿವಾಟಗಳಲ್ಲಿ, ರಸ್ತೆಯಲ್ಲಿ, ರಾಜಮಾರ್ಗದಲ್ಲಿ, ಯಜ್ಞಕಾರ್ಯ ನಡೆಯುವಲ್ಲಿ ಹಾಡಿರಿ. ರಾಜನಾದ ರಾಮ ನಿಮ್ಮ ಗಾನವನ್ನು ಕೇಳಲು ಅಪೇಕ್ಷೆ ಪಟ್ಟರೆ ಹೋಗಿ ಹಾಡಿರಿ.'

ಮತ್ತೂ ಮುಂದುವರಿಸಿ, 'ಮಕ್ಕಳೇ, ನೀವು ಯಾರಿಂದಲೂ ಹಣವನ್ನಾಗಲಿ ದ್ರವ್ಯವನ್ನಾಗಲಿ ಹಾರೈಸಬೇಡಿರಿ. ಪರಿಸರದಲ್ಲಿರುವ ಮರಗಳು ಕೊಡುವ ರುಚಿಕರವೂ ಪೋಷಕವೂ ಆದ ಹಣ್ಣುಹಂಪಲನ್ನು ಮತ್ತು ಕಂದಮೂಲವನ್ನು ಪಡೆದು ಹಸಿವು ಪರಿಹರಿಸಿರಿ. ಔಷಧಿಯುಕ್ತವಾದ ಬೇರನ್ನು ಸೇವಿಸುವುದರಿಂದ ನಿಮ್ಮ ಗಂಟಲು ಆರೋಗ್ಯಪೂರ್ಣವಾಗಿರುತ್ತದೆ' ಎಂದು ಹೇಳಿದ ವಾಲ್ಮೀಕಿ,

'ಅರಸನು ಎಲ್ಲಾದರೂ ನೀವು ಯಾರೆಂದು ಕೇಳಿದರೆ, ನಾವು ವಾಲ್ಮೀಕಿ ಶಿಷ್ಯರು ಎಂದಷ್ಟೇ ಹೇಳಿರಿ' ಎಂದನು.

ಮರುದಿನ ಪ್ರಾತಃಕಾಲದಿಂದ ಕುಶಲವರು ರಾಮಾಯಣವನ್ನು ಯಾಗ ಮಂದಿರದ ಪರಿಸರದಲ್ಲಿ ಹಾಡತೊಡಗಿದರು. ನೋಡಲು ರಾಮನ ಪ್ರತಿಮೂರ್ತಿಗಳೇ ಆಗಿದ್ದರು. ಅವರಿಗೆ ರಾಮನ ಆಹ್ವಾನ ಬಂತು.

ರಾಮ ದಿವ್ಯವಾದ ಸ್ವರ್ಣ ಸಿಂಹಾಸನದಲ್ಲಿ ಕುಳಿತಿದ್ದನು. ಸಮೀಪದ ಪೀಠಗಳಲ್ಲಿ ಭರತ, ಲಕ್ಷ್ಮಣ, ಶತ್ರುಘ್ನರು ಮಂಡಿಸಿದರು. ಹುಡುಗರು ಇಂಪಾದ ಕಂಠದಿಂದ ವಾಲ್ಮೀಕಿಯ ಕಾವ್ಯಸುಧೆಯನ್ನು ಹರಿಸತೊಡಗಿದರು.

ತನ್ನ ತಮ್ಮಂದಿರಲ್ಲಿ ರಾಮ ಹೇಳಿದನು, 'ದೇವತೆಗಳಂತೆ ವರ್ಚಸ್ವಿಗಳಾದ ಇವರ ಗಾಯನ ಕೇಳಿರಿ. ತಂತಿಲಯದಿಂದ ವಾಚ್ಯಮಿತಿಯನ್ನು ಮೀರಿದ ಅರ್ಥವನ್ನೇ ಇವರು ಹಾಡುತ್ತಿದ್ದಾರೆ! ಎಂದು ರಾಮನು ತಮ್ಮಂದಿರಲ್ಲಿ ಉದ್ಗರಿಸಿದನು: 'ಈ ಬಾಲಕರಲ್ಲಿ ಮುನಿಲಕ್ಷಣಗಳೂ ಇವೆ. ರಾಜ ಲಕ್ಷಣಗಳೂ ಇವೆ.'

ಈ ಕಾವ್ಯಕೃತಿ ವಾಲ್ಮೀಕಿ ಮಹರ್ಷಿಯ ರಚನೆಯೆಂದು ರಾಮನಿಗೆ ತಿಳಿಯಿತು. ತನ್ನ ಜೀವನದ ಪೂರ್ತಿ ಚರಿತ್ರೆ ಅದರಲ್ಲಿ ಇದೆ ಎಂದೂ ಗೊತ್ತಾಯಿತು. ಅನೇಕ ದಿನಗಳವರೆಗೆ ಗಾಯನ ಸಾಗಿದಾಗ ಅವರು ಸೀತೆಯ ಮಕ್ಕಳೆಂದೂ ರಾಮನಿಗೆ ಗೊತ್ತಾಯಿತು.

ರಾಮನು ದೂತರನ್ನು ಕರೆದು, 'ಭಗವಾನ್ ವಾಲ್ಮೀಕಿ ಮಹರ್ಷಿಗಳ ಬಳಿಗೆ ಹೋಗಿ, ಸೀತೆ ಶುದ್ಧಚಾರಿತ್ರ್ಯಳೂ ದೋಷರಹಿತಳೂ ಆಗಿರುವುದಾದರೆ, ವಾಲ್ಮೀಕಿ ಮುನಿಗಳ ಅಪ್ಪಣೆ ಪಡೆದು ತನ್ನ ಶುದ್ಧತೆಯನ್ನು ತೋರಿಸಿಕೊಡಲಿ ಎಂಬುದಾಗಿ ಹೇಳಿ ಬನ್ನಿರಿ' ಎಂದನು. ಮರುದಿನ ವಾಲ್ಮೀಕಿ ಋಷಿ ಸೀತಾ ಸಮೇತ ಯಜ್ಞಮಂದಿರಕ್ಕೆ ಬಂದನು. ಸೀತೆಯನ್ನು ನೋಡಿ ಸಭಾಸದರಿಗೆ ಶೋಕ ಉಮ್ಮಳಿಸಿತು.

ವಾಲ್ಮೀಕಿ ರಾಮನನ್ನು ಉದ್ದೇಶಿಸಿ ಹೀಗೆಂದನು: 'ಎಲೈ ದಶರಥ ಸುಪುತ್ರ! ಸೀತೆ ತಾನು ಶುದ್ಧಳೆಂದು ಈಗ ನಿನ್ನ ಮುಂದೆ ನಂಬಿಕೆ ಕೊಡುವಳು. ಇದಕ್ಕೆ ನಿನ್ನ ಒಪ್ಪಿಗೆ ಬೇಕು.' ರಾಮ, 'ಅವಳು ಇಲ್ಲಿ ಶಪಥ ಮಾಡಿದರೆ ನಾನು ಪ್ರೀತಿಯಿಂದ ಪರಿಗ್ರಹಿಸುವೆನು' ಎಂದನು.

ತಪಸ್ವಿನಿಗೆ ಉಚಿತವಾದ ಕಾಷಾಯ ವಸ್ತ್ರ ಧರಿಸಿದ ಸೀತೆ ಕೈಮುಗಿದು, ತಲೆತಗ್ಗಿಸಿ ನೆಲ ನೋಡುತ್ತ, 'ಶ್ರೀರಾಮನನ್ನು ಹೊರತಾಗಿ ಇನ್ನೊಬ್ಬನನ್ನೂ ಮನಸ್ಸಿನಲ್ಲೂ ನಾನು ಚಿಂತಿಸುವುದಿಲ್ಲ ಎಂಬುದು ಸತ್ಯ. ಈ ಸತ್ಯವಾಕ್ಯವು ಯಥಾರ್ಥವಾದಲ್ಲಿ ವಿಷ್ಣುಪತ್ನಿಯಾದ ಭೂದೇವಿ ತನ್ನ ಗರ್ಭದೊಳಕ್ಕೆ ನನ್ನನ್ನು ಸೇರಿಸಿಕೊಳ್ಳಲು ಈಗಲೇ, ಇಲ್ಲೇ ರಂಧ್ರವೊಂದು ತೋರಿಬರಲಿ.

ನಾನು ಮನಸಾ, ವಾಚಾ, ಕರ್ಮಣಾ ರಾಮನನ್ನೂ ಮಾತ್ರ ಧ್ಯಾನಿಸಿದ್ದುದು ಹೌದಾದರೆ ಭೂದೇವಿ ನನ್ನನ್ನು ಒಡಲಿಗೆ ಸೇರಿಸಿಕೊಳ್ಳಲಿ' ಎಂದು ಶಪಥ ಮಾಡಿದಳು. ಹೀಗೆ ಮೂರು ಬಾರಿ ಅವಳು ಹೇಳುತ್ತಿದ್ದಂತೆ ಒಂದು ಅಚ್ಚರಿ ನಡೆಯಿತು.

ನೆಲವನ್ನು ಭೇದಿಸಿ ಒಂದು ದಿವ್ಯ ಸಿಂಹಾಸನವು ಮೇಲೆದ್ದು ಬಂತು. ದಿವ್ಯದೇಹಧಾರಿಗಳಾದ ತಕ್ಷಕ ಮೊದಲಾದ ನಾಗರು ಈ ಸಿಂಹಾಸನವನ್ನು ಹೊತ್ತಿದ್ದರು. ಅದರಲ್ಲಿ ಕುಳಿತಿದ್ದ ಭೂದೇವಿ ಎರಡು ತೋಳುಗಳನ್ನು ಚಾಚಿ ಸೀತೆಯನ್ನು ಬರಸೆಳೆದುಕೊಂಡು, ಸಿಂಹಾಸನದಲ್ಲಿ ಕುಳ್ಳಿರಿಸಿದಳು. ಸಿಂಹಾಸನವು ರಸಾತಳಕ್ಕೆ ಇಳಿಯಿತು. ಸೀತೆ ರಸಾತಳಕ್ಕೆ ಇಳಿಯುವುದನ್ನು ಕಂಡು ದೇವತೆಗಳು ಹೂಮಳೆಗೆರೆದರು. ಇದನ್ನು ನೋಡುತ್ತಿದ್ದವರ ವಿಸ್ಮಯಕ್ಕೆ ಪಾರವೇ ಇಲ್ಲ. ಎಲ್ಲರೂ 'ಸಾಧು ಜಾನಕಿ! ಸಾಧು! ಸಾಧು!' ಎಂದು ಕೂಗುವವರೇ. ಆದರೆ ರಾಮನು ದುಃಖ, ಸಿಟ್ಟುಗಳಿಂದ ಅಬ್ಬರಿಸಿ, ಸೀತೆಯನ್ನು ಮರಳಿಕೊಡೆಂದು ಭೂಮಿಗೆ ಹೇಳಿದನು. ಆಗ ಬ್ರಹ್ಮಾದಿಗಳು ರಾಮನ ಕೋಪ ಶಮನಿಸಿದರು.

ರಾಮನ ಅವತಾರ ಸಮಾಪ್ತಿಯನ್ನು ವರ್ಣಿಸುವ ಕತೆಯನ್ನೊಳಗೊಂಡ ತಾನೂ ಕಥಾ ಪಾತ್ರವಾಗಿ ಬರುವ ಉತ್ತರಕಾಂಡವನ್ನು ವಿಸ್ತರಿಸಿದ ವಾಲ್ಮೀಕಿ ಮಹರ್ಷಿ, **ರಾಮಾಯಣ** ಮಹಾಕಾವ್ಯವನ್ನು ಲೋಕಮುಖಕ್ಕೆ ಅರ್ಪಿಸಿದನು. ಈ ಕಾವ್ಯದ ಮಾಧುರ್ಯ, ಅದು ನೀಡುವ ಬೆಳಕಿಗಾಗಿ ರಾಮಾಯಣ **ಆದಿಕಾವ್ಯ** ಎಂದು ಖ್ಯಾತಿ ಪಡೆಯಿತು. ವಾಲ್ಮೀಕಿ ಮಹರ್ಷಿ **ಆದಿ ಮಹಾಕವಿ** ಎಂದು ವಿಶ್ವಮಾನ್ಯನಾದನು.

ಭಗವಾನ್ ಬುದ್ಧ

ಪ್ರಸ್ತಾವನೆ

ಬುದ್ಧ ಎಣೆಯಿಲ್ಲದ ಕರುಣಾಮೂರ್ತಿ. ಭೂಮಿಗೆ ಅಹಿಂಸೆಯ ತತ್ತ್ವ ಬೋಧಿಸಿ ಶಾಂತಿಯನ್ನು ಸ್ಥಾಪಿಸಲು ಶ್ರಮಿಸಿದನು. ಪ್ರಪಂಚದ ದುಃಖಗಳಿಗೆ ಪರಿಹಾರವೇನು ಎಂಬುದನ್ನು ತಿಳಿದುಕೊಳ್ಳುವ ಉದ್ದೇಶದಿಂದ ಅರಮನೆಯನ್ನೇ ಬಿಟ್ಟುಹೋದನು. ಅನ್ವೇಷಣೆ ಮಾಡುತ್ತ ಸಾಗಿದ ಈತನಿಗೆ ಕಡೆಯಲ್ಲಿ ಜ್ಞಾನೋದಯವಾಯಿತು. ತರುವಾಯ ಒಂದು ಕಡೆಯಲ್ಲಿ ನಿಲ್ಲದೇ ಜನರ ಕಣ್ಣೀರನ್ನು ಒರೆಸಲು ಲೋಕಸಂಚಾರಕ್ಕೆ ಹೊರಟ.

ಗೌತಮ ಬುದ್ಧನಿಗೂ ಹಿಂದೆ 24 ಮಂದಿ ಬುದ್ಧರಿದ್ದರು ಎಂದು ಹೇಳಲಾಗಿದೆ. ಅವರನ್ನು **ಬೋಧಿಸತ್ವರು** ಎಂದು ಕರೆಯುತ್ತಾರೆ.

ಬುದ್ಧನು ಪ್ರಪಂಚದ ಪ್ರಮುಖ ಧರ್ಮಗಳಲ್ಲಿ ಒಂದಾದ **ಬೌದ್ಧಧರ್ಮ**ವನ್ನು ಸ್ಥಾಪಿಸಿದ.

ಪುರಾಣಗಳಲ್ಲಿ ಬುದ್ಧನು ಒಂಬತ್ತನೆಯ ಅವತಾರ ಧರಿಸಿದ್ದವನು ಎಂದು ವರ್ಣಿಸಲಾಗಿದೆ. ಮಹಾತ್ಮಾ ಯೇಸುಕ್ರಿಸ್ತ ಜನ್ಮತಾಳುವುದಕ್ಕೂ

ಮುಂಚಿತವಾಗಿ, ಅಂದರೆ ಸುಮಾರು ಆರು ಶತಕಗಳಿಗೂ ಹಿಂದೆ ಇದ್ದ ಮಹಾಜ್ಞಾನಿ ಬುದ್ಧ. ಆಧ್ಯಾತ್ಮಿಕ ನಿರ್ಲಿಪ್ತತೆ, ಉಚ್ಚಮಟ್ಟದ ಚಿಂತನೆ ಹಾಗೂ ಮಾನವಪ್ರೇಮ ಕುರಿತಂತೆ ಉಪದೇಶಿಸಿದ. ಸಂನ್ಯಾಸಿಗಳು, ವಿರಕ್ತರು, ಸಂಸಾರಿಗಳು, ವರ್ತಕರು, ರಾಜಮಹಾರಾಜರುಗಳು, ಧನವಂತರು, ದರಿದ್ರರು ಹೀಗೆ ಅವನ ಬೋಧನೆ ಮತ್ತು ಉಜ್ವಲ ವ್ಯಕ್ತಿತ್ವಕ್ಕೆ ಅವನ ಕಾಲದಲ್ಲಾಗಲಿ ಅಥವಾ ನಂತರದ ಕಾಲದಲ್ಲಾಗಲಿ ಮಾರುಹೋಗದ ವರ್ಗದವರೇ ಇಲ್ಲ.

ಬುದ್ಧ ತಾನು ಸಾಮಾನ್ಯ ಮಾನವನೆಂದು ಹೇಳಿಕೊಂಡವ. ಧರ್ಮಕ್ಕೆ ಹೊರತಾಗಿ ಮತ್ತು ಅನುಭವಕ್ಕೆ ನಿಲುಕದ ಯಾವುದನ್ನೂ ನಂಬಬಾರದೆಂದು ಬುದ್ಧ ಬೋಧಿಸಿದ. ಬೌದ್ಧಧರ್ಮ ನೀತಿ ಪ್ರಧಾನವಾದದ್ದು ಹಾಗೂ ಸರ್ವಸಮಾನತೆಯನ್ನು ಸಾರುವಂಥದ್ದು. ಪಂಡಿತ್ ನೆಹರು, ಬರ್ಟ್ರಂಡ್ ರಸೆಲ್, ಎಚ್.ಜಿ.ವೆಲ್ಸ್, ಐನ್‌ಸ್ಟೈನ್ ಮುಂತಾದ ಪ್ರಸಿದ್ಧ ಮೇಧಾವಿಗಳು ಬುದ್ಧನ ಹಿರಿಮೆಯನ್ನು ಕೊಂಡಾಡಿದ್ದಾರೆ.

1. ಬಾಲ್ಯ ಮತ್ತು ತಾರುಣ್ಯ

ಕ್ರಿ.ಪೂ. 563ರ ವೈಶಾಖಶುದ್ಧ ಪೂರ್ಣಿಮೆಯಂದು ಇಂದಿನ ನೇಪಾಳ ದೇಶದ ಹತ್ತಿರವಿರುವ **ಕಪಿಲವಸ್ತು**ವಿಗೆ ಸೇರಿರುವ **ಲುಂಬಿನಿ** ಗ್ರಾಮದಲ್ಲಿ ಬುದ್ಧ ಜನಿಸಿದ.

ಬುದ್ಧ ಅಥವಾ ಗೌತಮ ಬುದ್ಧನ ಹುಟ್ಟು ಹೆಸರು **ಸಿದ್ಧಾರ್ಥ**. ಮುಂದೆ ಇವನು **ಶಾಕ್ಯಮುನಿ** ಅಂದರೆ ಶಾಕ್ಯರ ಋಷಿ ಎಂಬ ಪ್ರಸಿದ್ಧನಾದ. ಗೌತಮ ಎಂಬ ಕುಟುಂಬದ ಹೆಸರನ್ನು ಮತ್ತು ಬುದ್ಧ (ಅಂದರೆ ಜ್ಞಾನಿ) ಎಂಬ ಹೆಸರನ್ನು ಸೇರಿಸಿಕೊಂಡು **ಗೌತಮ ಬುದ್ಧ** ಎಂದು ಪ್ರಸಿದ್ಧನಾದ.

ಬುದ್ಧನು ಖ್ಯಾತ ಮಹಾವೀರನ ಸಮಕಾಲೀನನಾಗಿದ್ದ. ತಂದೆಯ ಹೆಸರು **ಶುದ್ಧೋದನ**. ಇವನು ಕಪಿಲವಸ್ತುವಿನ ರಾಜನಾಗಿದ್ದ ಇಲ್ಲವೇ ಅಲ್ಲಿಯ ಪ್ರಭಾವಿ ವ್ಯಕ್ತಿಯಾಗಿದ್ದ. ಬುದ್ಧನ ತಾಯಿ ಶಾಕ್ಯ ಪ್ರದೇಶದಲ್ಲಿದ್ದ ಒಂದು ಚಿಕ್ಕ ಪಟ್ಟಣದ ರಾಜಕುಮಾರಿ **ಮಾಯಾದೇವಿ**.

ಮಾಯಾದೇವಿಗೆ ಹೆರಿಗೆಯ ದಿನಗಳು ಸಮೀಪಿಸಿದಾಗ ಅವಳು ತವರು ಮನೆಗೆ ಹೊರಟಿದ್ದಳು. ಆದರೆ ಪ್ರಯಾಣದ ಮಧ್ಯದಲ್ಲಿ ಹೆರಿಗೆಯ ನೋವು ತೀವ್ರವಾದದ್ದರಿಂದ ಸಮೀಪದಲ್ಲೇ ಇದ್ದ ಲುಂಬಿನಿ ವನದ (ಗ್ರಾಮದ) ಸಾಲು ಮರಗಳ ನೆರಳಿನಲ್ಲಿ ಅವಳು ಶಿಶುವಿಗೆ ಜನ್ಮ ನೀಡಿದಳು. ಅವನೇ ಲೋಕ ಪ್ರಸಿದ್ಧಿಯನ್ನು ಪಡೆದ ಭಗವಾನ್ ಬುದ್ಧ. ಅಂದು ವೈಶಾಖ ಶುದ್ಧ ಪೂರ್ಣಿಮೆಯ ಪುಣ್ಯದಿನ.

ಮಾಯಾದೇವಿ ಮಗುವಿಗೆ ಜನ್ಮ ಕೊಡುತ್ತಿದ್ದಂತೆ ಮರಣ ಹೊಂದಿದಳು. ಮುಂದೆ ಗೌತಮಿದೇವಿ ಸಿದ್ಧಾರ್ಥನ ಸಾಕು ತಾಯಿಯಾದಳು.

ಸಿದ್ಧಾರ್ಥನ ಬಾಲ್ಯ ಮತ್ತು ತಾರುಣ್ಯದ ಪ್ರಥಮ ದಿನಗಳು ಕೇವಲ ವಿನೋದ, ಸಂಭ್ರಮಗಳಲ್ಲಿ ಕಳೆದುಹೋದವು. ಪ್ರಪಂಚದ ಯಾವುದೇ ಕಷ್ಟ ಕಾರ್ಪಣ್ಯಗಳು ಸಿದ್ಧಾರ್ಥನ ಅರಿವಿಗೆ ಬಾರದಂತೆ ತುಂಬಾ ಎಚ್ಚರದಿಂದ ಅವನನ್ನು ಅರಮನೆಯಲ್ಲಿ ಬೆಳೆಸಲಾಯಿತು. ಆದರೂ ಅವನು ಚಿಂತೆಯಲ್ಲಿ ಮುಳುಗಿ ಹೋಗಿದ್ದಾನೆ ಎಂಬುದನ್ನು ತಂದೆ ಗಮನಿಸಿದ್ದ. ಜ್ಯೋತಿಷಿ ಭವಿಷ್ಯ ನುಡಿದಂತೆ ಆತ ಸಂನ್ಯಾಸಿಯಾಗಿ ಬಿಡಬಹುದು ಎಂಬ ಭಯ ರಾಜನನ್ನು ಕಾಡತೊಡಗಿತು. ಅವನನ್ನು **ಯಶೋಧರಾ** ಎಂಬವರೊಡನೆ ಮದುವೆ ಮಾಡಿಸಿದನು.

2. ಬುದ್ಧನಾದನು ಸಿದ್ಧಾರ್ಥ

ವಿವಾಹವಾದ ನಂತರ, ಸುಮಾರು ಹತ್ತು ವರ್ಷಗಳಿಗೂ ಹೆಚ್ಚು ಕಾಲ ಸಿದ್ಧಾರ್ಥ ಸುಖ ಸಂತೋಷದಲ್ಲೇ ಅರಮನೆಯಲ್ಲಿ ಕಾಲಕಳೆದ.

ಸಿದ್ಧಾರ್ಥನಿಗೆ ಯಾವಾಗಲೂ ಹೊರಗೆ ಓಡಿಹೋಗಬೇಕೆನ್ನಿಸುತ್ತಿತ್ತು. ಈ ತುಡಿತ ತೀವ್ರವಾಗತೊಡಗಿದಂತೆ ಅವನೊಂದು ದಿನ ತನ್ನ ಸಾರಥಿಯೂ ಸೇವಕನೂ ಆಪ್ತನೂ ಆಗಿದ್ದ **ಚನ್ನ**ನಿಗೆ ಸುತ್ತಾಡಲು ಹೊರಗೆ ಕರೆದುಕೊಂಡು ಹೋಗೆಂದ.

ಸಿದ್ಧಾರ್ಥನು ಊರ ಸಂಚಾರಕ್ಕೆ ಹೊರಟಾಗ ಆಕಸ್ಮತ್ತಾಗಿ ಅವನಿಗೆ ರಾಜಬೀದಿಯ ಸಂಧಿಯಲ್ಲಿ ಹಣ್ಣು ಹಣ್ಣು ಮುದುಕನೊಬ್ಬನ ದರ್ಶನವಾಯ್ತು. ಇನ್ನೂ ಮುಂದೆ ಹೊರಟಾಗ ಕೊಳೆತು ನಾರುತ್ತಿದ್ದ ದೇಹವನ್ನು ಹೊತ್ತುಕೊಂಡು ನಡೆಯುತ್ತಿದ್ದ ಒಬ್ಬ ಕುರೂಪಿಯನ್ನು ಕಂಡು ಸಿದ್ಧಾರ್ಥ ಬೆಚ್ಚಿದ. ಚನ್ನನನ್ನು ವಿಚಾರಿಸಿದ. ಅವನೊಬ್ಬ ಕುಷ್ಠರೋಗಿಯೆಂದೂ ಆ ರೋಗ ಅವನನ್ನು ಸಾವಿನ ಮನೆಗೆ ಕರೆದೊಯ್ಯುವುದು ನಿಶ್ಚಿತ ಎಂದೂ ಚನ್ನ ತಿಳಿಸಿದ. ಸಿದ್ಧಾರ್ಥ ದುಃಖಿತನಾದ. ಮುಂದೆ ಅವನೊಂದು ಶವದ ಮೆರವಣಿಗೆಯನ್ನು ಕಂಡ. ಹಾಗೆಯೇ ಅವನು ಪ್ರಶಾಂತ ವದನದ ಸಾಧುವನ್ನು ಕಂಡ. ಚನ್ನನಿಂದ ಈ ಎಲ್ಲದರ ಕುರಿತು ವಿವರಗಳನ್ನು ಪಡೆದುಕೊಂಡ.

ಸಿದ್ಧಾರ್ಥ ಚಿಂತೆಯಲ್ಲಿ ಮುಳುಗಿ ಹೋದ. ಎಲ್ಲರೂ ಒಂದಲ್ಲ ಒಂದು ದಿನ ಸಾಯುವುದು ಖಂಡಿತ. ಅಂದರೆ ಈ ಜೀವನ ಶಾಶ್ವತವಲ್ಲ–ಈ ಬಗೆಯ ಚಿಂತನೆ ಅವನಲ್ಲಿ ಖಚಿತರೂಪ ಪಡೆಯತೊಡಗಿತು.

ಅದೇ ವೇಳೆ ಸಿದ್ಧಾರ್ಥನ ಪತ್ನಿ ಯಶೋಧರೆ ಗಂಡು ಮಗುವಿಗೆ ಜನ್ಮನೀಡಿದಳು. ತಂದೆ ಶುದ್ಧೋದನ ರಾಜ್ಯದ ಮುಂದಿನ ಉತ್ತರಾಧಿಕಾರಿ

ಹುಟ್ಟಿದರಿಂದ ಅರಮನೆಯಲ್ಲಿ ಔತಣಕೂಟ ಏರ್ಪಡಿಸಿದ. ಔತಣಕೂಟದಲ್ಲಿ ಭಾಗವಹಿಸಿದರೂ ಸಿದ್ಧಾರ್ಥ ದುಃಖಿಯಾಗಿದ್ದ. ಚನ್ನನಿಗೆ ಕುದುರೆಯನ್ನು ಸಿದ್ಧಗೊಳಿಸುವಂತೆ ಅಪ್ಪಣೆಮಾಡಿದ. ಆ ದಿನ ರಾತ್ರಿ ಮಗುವನ್ನು ತಬ್ಬಿಕೊಂಡು ಯಶೋಧರೆ ಮಲಗಿದ್ದಳು. ಸಿದ್ಧಾರ್ಥ ತನ್ನನ್ನು ಕ್ಷಮಿಸೆಂದು ಅವಳಲ್ಲಿ ಬೇಡಿಕೊಂಡ. ಅರಮನೆಯ ಹೊರಗೆ ಕಾಯುತ್ತಿದ್ದ ಕುದುರೆಯನ್ನೇರಿ ಮೌನವಾಗಿ ಹೊರಟ. ಹುಣ್ಣಿಮೆಯ ಬೆಳಕಲ್ಲಿ ಅರಣ್ಯದ ಮಾರ್ಗ ಹಿಡಿದು ಸಾಗತೊಡಗಿದ. ಮನೆಯನ್ನು ಬಿಟ್ಟು ಮನೆಯಿಲ್ಲದ ವಿಶಾಲ ಜಗತ್ತಿನಲ್ಲಿ ತನ್ನನ್ನು ಕಾಡುತ್ತಿದ್ದ ಚಿಂತೆಗಳಿಗೆ ಪರಿಹಾರ ಹುಡುಕಲು ಅವನು ಹೀಗೆ ಹೊರಟಿದ್ದ.

ಬೆಳಗಿನ ಜಾವದ ಹೊತ್ತಿಗೆ ಅವರು ಒಂದು ನದಿಯ ದಂಡೆ ಸೇರಿದರು. ಅಲ್ಲಿ ಕುದುರೆಯನ್ನು ನಿಲ್ಲಿಸಿ ತನ್ನ ಬಳಿಯಲ್ಲಿದ್ದ ಕಠಾರಿಯಿಂದ ತನ್ನ ತಲೆಕೂದಲನ್ನು ಕತ್ತರಿಸಿಕೊಂಡು ರಾಜಯೋಗ್ಯ ಉಡುಪುಗಳನ್ನು ತೆಗೆದುಹಾಕಿ ತೀರ ಸಾಮಾನ್ಯ ಉಡುಪುಗಳನ್ನು ಧರಿಸಿಕೊಂಡ. ಕುದುರೆಯನ್ನು ಅದರ ಜೊತೆ ರಾಜಯೋಗ್ಯ ಉಡುಪುಗಳನ್ನು, ಆಭರಣಗಳನ್ನು, ಕತ್ತಿಯನ್ನು ಚನ್ನನಿಗೆ ಕೊಟ್ಟು ಹಿಂದಿರುಗುವಂತೆ ತಿಳಿಸಿದ. ತನ್ನ ತಂದೆ ಮತ್ತು ಪತ್ನಿಗೆ ಬದುಕಿನ ಅರ್ಥವನ್ನು ಹುಡುಕಲು ಹೊರಟ ತನ್ನ ನಿರ್ಧಾರವನ್ನು ತಿಳಿಸುವಂತೆ ಕೋರಿದ. ಚನ್ನ ನೋಡುತ್ತಿದ್ದಂತೆ ಸಿದ್ಧಾರ್ಥ ನದಿಯನ್ನು ದಾಟಿ ಆಚೆ ಇದ್ದ ಅರಣ್ಯದ ಕಡೆಗೆ ಹೆಜ್ಜೆಯಿಡುತ್ತ ಮರೆಯಾಗಿ ಹೋದ. ಚನ್ನ ಬಹಳ ಹೊತ್ತಿನವರೆಗೂ ಬಿಕ್ಕಿ ಬಿಕ್ಕಿ ಅಳುತ್ತಿದ್ದ. ಬೌದ್ಧಧರ್ಮದಲ್ಲಿ **ಮಹಾತ್ಯಾಗ** ಎಂದು ಕರೆಯಲ್ಪಟ್ಟಿರುವ ಈ ಘಟನೆ ಸಿದ್ಧಾರ್ಥನ ಜೀವನದ ಅತ್ಯಂತ ಮುಖ್ಯ ತಿರುವು ಎಂದು ಪರಿಗಣಿಸಲ್ಪಟ್ಟಿದೆ.

ಸುಮಾರು ಆರು ವರ್ಷಗಳ ಕಾಲ ಸಿದ್ಧಾರ್ಥ ತನ್ನ ಚಿಂತೆಗೆ ಪರಿಹಾರವನ್ನು ಹುಡುಕುತ್ತಾ ಉತ್ತರ ಭಾರತದ ಅನೇಕ ಸ್ಥಳಗಳಲ್ಲಿ ಸುತ್ತಾಡಿದ. ಮುಖ್ಯವಾಗಿ ಪಾಟ್ನಾ ಜಿಲ್ಲೆಯಲ್ಲಿರುವ **ರಾಜಗೃಹ** ಮತ್ತು ಗಯೆಯ ಹತ್ತಿರದಲ್ಲಿರುವ **ಉರುವಿಲ್ಲ**ದಲ್ಲಿ ಸುತ್ತಾಡಿದ. ಉರುವಿಲ್ಲದಲ್ಲಿ ಕಠಿಣ ತಪಸ್ಸು ಮಾಡಿದ. ಆದರೆ ಅದರಿಂದ ಏನೂ ಪ್ರಯೋಜನವಾಗಲಿಲ್ಲ. ತರುವಾರ ಅವನು **ಬೋಧಗಯೆ**ಗೆ ಬಂದ. ಸಿದ್ಧಾರ್ಥ ಮತ್ತೆ ಸಾಮಾನ್ಯ ಜೀವನಕ್ಕೆ ಹಿಂದಿರುಗಿದ. ಈ ಕಾಲದಲ್ಲಿ ಸಿದ್ಧಾರ್ಥನು ಪಟ್ಟಣಗಳಲ್ಲಿ ಭಿಕ್ಷೆಬೇಡಿ ದಿನಕಳೆಯತೊಡಗಿದ.

ಸಿದ್ಧಾರ್ಥನು ಕ್ರಿ.ಪೂ. 528ರಲ್ಲೊಂದು ದಿನ ಈಗಿನ ಬುದ್ಧಗಯಾ ಕ್ಷೇತ್ರದಲ್ಲಿರುವ **ಬೋಧಿವೃಕ್ಷ**ದಡಿಯಲ್ಲಿ ಧ್ಯಾನಾಸಕ್ತನಾಗಿದ್ದಾಗ **ಸಮ್ಯಕ್ ಸಂಬೋಧಿ** (ಸರ್ವೋತ್ಕೃಷ್ಟ ಜ್ಞಾನ) ಕಂಡುಕೊಂಡು ತನ್ನ 36ನೇ ವಯಸ್ಸಿನಲ್ಲಿ ವೈಶಾಖ ಶುದ್ಧ ಪೂರ್ಣಮಿಯಂದು ಬುದ್ಧನಾದನು. ಅವನು ಬೋಧಿಸಿದ

ಧರ್ಮವೇ ಬೌದ್ಧಧರ್ಮ, ಕಂಡ ಸತ್ಯದರ್ಶನವೇ ಬೌದ್ಧದರ್ಶನ. ಈ ಜ್ಞಾನವನ್ನು ಪಡೆದ ಪವಿತ್ರ ಸ್ಥಳವೇ ಈಗಿನ ಬುದ್ಧಗಯಾ. ಅವನಿಗೆ ಆಶ್ರಯ ನೀಡಿ ಧ್ಯಾನಕ್ಕೆ ನೆರವಾಗಿದ್ದ ಅರಳಿ ಮರವೇ ಈಗಿನ ಪ್ರಸಿದ್ಧ **ಬೋಧಿವೃಕ್ಷ**. ಇಲ್ಲಿ ಪರಮ ಜ್ಞಾನವನ್ನು ಪಡೆದು ಬುದ್ಧನಾದ ಮತ್ತು **ತಥಾಗತ** (ಸತ್ಯವನ್ನು ಗಳಿಸಿಕೊಂಡವನು) ಹಾಗೂ **ಶಾಕ್ತಮು**ನಿಯಾದ.

3. ದೇಶ ಸಂಚಾರ ಮತ್ತು ನಿರ್ವಾಣ

ಪರಮಜ್ಞಾನವನ್ನು ಪಡೆದು ಬುದ್ಧನು ಬನಾರಸ್ (ವಾರಣಾಸಿ) ಬಳಿಯಲ್ಲಿರುವ ಜಿಂಕೆಗಳ ವನ (ಡೀರ್ ಪಾರ್ಕ್)ದಲ್ಲಿ ಧರ್ಮೋಪದೇಶ ಮಾಡಿದ.

ಬುದ್ಧ ಅಲ್ಲಿಂದ ಹೊರಟು ಗಂಗಾನದಿ ಕಣಿವೆಯಲ್ಲಿ ಸಾಕಷ್ಟು ಸುತ್ತಾಡಿ ತಾನು ಕಂಡ ಸತ್ಯವನ್ನು ಕಂಡಕಂಡೆಡೆಗಳಲ್ಲಿ ಉಪದೇಶಿಸಿದ. ಹಲವರು ಇವನ ಮತವನ್ನು ಸ್ವೀಕರಿಸಿದರು. ಬರಬರುತ್ತ ಬುದ್ಧನ ಅನುಯಾಯಿಗಳ ಸಂಖ್ಯೆ ಹೆಚ್ಚಾಗಿ ಹೋಯಿತು. ಹೀಗೆ ಬುದ್ಧ ಸುಮಾರು 45 ವರ್ಷಗಳ ಕಾಲ ಉತ್ತರ ಭಾರತದಲ್ಲಿ ಸುತ್ತಾಡುತ್ತಾ ಬೋಧಿಸಿದ. ಬೌದ್ಧ ಸಂಘಗಳನ್ನು ಸ್ಥಾಪಿಸಿದ. ಆಡಳಿತಗಾರರು ಮತ್ತು ಜನಸಾಮಾನ್ಯರು ಹೃತ್ಪೂರ್ವಕವಾಗಿ ನೀಡಿದ್ದ ತೋಪುಗಳನ್ನು ಮತ್ತು ವಿರಕ್ತ ಗೃಹಗಳನ್ನು ಸ್ವೀಕರಿಸಿ ತನ್ನ ಪಂಥವನ್ನು ಸಂಘಟಿಸಿದ.

ಮುಖ್ಯವಾಗಿ ಭಾರತದ ಮೂರು ರಾಜ್ಯಗಳು ಬುದ್ಧನ ಚರಿತ್ರೆಯಲ್ಲಿ ನಿರ್ಣಾಯಕ ಪಾತ್ರ ವಹಿಸಿವೆ. ಕೋಸಲ ರಾಜ್ಯದಲ್ಲಿ ಬುದ್ಧನು ಸಾಕಷ್ಟು ಸಂಚರಿಸಿದ್ದ. **ಶ್ರಾವಸ್ತಿ** ಅದರ ರಾಜಧಾನಿ. ಕೋಸಲದ ರಾಜನಾಗಿದ್ದ **ಪ್ರಸೇನಜಿತ್** ಮತ್ತು ಬುದ್ಧ ಸಮವಯಸ್ಕರಾಗಿದ್ದರು. ಅಲ್ಲಿ ಬುದ್ಧ ಸುಮಾರು 25 ವರ್ಷ ನೆಲೆಸಿದ್ದನೆಂದು ಹೇಳಲಾಗಿದೆ. ತರುವಾಯ ಬುದ್ಧನು ರಾಜಗೃಹಕ್ಕೆ ತೆರಳಿ ಅಲ್ಪಕಾಲ ಬಿಂಬಿಸಾರನ ಆಶ್ರಯದಲ್ಲಿದ್ದ. ಬುದ್ಧನ ಉಪದೇಶದಿಂದ ಪ್ರಭಾವಿತನಾದ **ಬಿಂಬಿಸಾರ**ನು ಬೌದ್ಧಧರ್ಮವನ್ನು ಸ್ವೀಕರಿಸಿದ. ಬಿಂಬಿಸಾರನೇ ಮೊದಲ ಗೃಹಸ್ಥ ಶಿಷ್ಯ.

ಬುದ್ಧನ **ಧರ್ಮವಿಜಯ**ದ ಸುದ್ದಿ ಈ ಹೊತ್ತಿಗಾಗಲೇ ಕಪಿಲವಸ್ತುವನ್ನು ಮುಟ್ಟಿತ್ತು. ಗೌತಮನು ಈಗ ಬುದ್ಧನಾಗಿದ್ದಾನೆಂದು ಅರಿತ ಶುದ್ಧೋದನ ಮತ್ತು ಅವರ ಪರಿವಾರದವರು ಹಾಗೂ ಅವನ ಪ್ರಜೆಗಳು ಬುದ್ಧನನ್ನು ಕಂಡು ಅವನ ಉಪದೇಶಾಮೃತವನ್ನು ಸವಿಯಲು ಕಾತರರಾಗಿದ್ದರು. ಶುದ್ಧೋದನ ತನ್ನ ಮಗನ ಆಗಮನವನ್ನು ನಿರೀಕ್ಷಿಸುತ್ತ ಅವನನ್ನು ಭವ್ಯವಾಗಿ ಸ್ವಾಗತಿಸಿದ. ಯಶೋಧರೆ ಕೂತು ಅವನ ಆಗಮನವನ್ನು ನಿರೀಕ್ಷಿಸುತ್ತಿದ್ದಳು. ಮಗನು

ಹುಡುಕಿ ತಂದಿದ್ದ ನಿಧಿಯನ್ನು ತನ್ನ ತಂದೆಗೆ ಅರ್ಪಿಸಿದನು. ಅಲ್ಲಿ ನೆರೆದಿದ್ದ ಪುರದ ಜನರೂ ಕೂಡ ಬುದ್ಧನ ಉಪದೇಶಾಮೃತವನ್ನು ಸವಿದರು.

ಆದರೆ ಯಶೋಧರೆ ಒಮ್ಮೆಯೂ ಪತಿಯ ದರ್ಶನಕ್ಕೆ ಬಂದಿರಲಿಲ್ಲ. ಆಕೆ ಅರಮನೆಯಲ್ಲಿ ಅಡಗಿ ಕುಳಿತಿದ್ದಳು. ತನ್ನನ್ನು ನೋಡಬೇಕೆಂದಿದ್ದರೆ ಅವನೇ ನನ್ನನ್ನು ಹುಡುಕಿಕೊಂಡು ನನ್ನ ಬಳಿಗೆ ಬರಲಿ ಎಂದು ಘೋಷಿಸಿದ್ದಳು. ಇದನ್ನು ಅರಿತ ಬುದ್ಧ ಆಕೆಯನ್ನು ಹುಡುಕಿಕೊಂಡು ಅರಮನೆಯಲ್ಲಿ ಸುತ್ತಾಡಿದ. ಹಳದಿಯ ಬಟ್ಟೆಯನ್ನುಟ್ಟಿದ್ದ ತನ್ನ ಒಂದು ಕಾಲದ ಪತಿಯನ್ನು ಕಾಣುತ್ತಿದ್ದಂತೆ ಆಕೆ ದುಃಖವನ್ನು ತಡೆದುಕೊಳ್ಳಲಾಗದೇ ಅಳುತ್ತ ಅವನ ಕಾಲುಗಳನ್ನು ಹಿಡಿದುಕೊಂಡಳು. ತರುವಾಯ ರಾಹುಲನನ್ನು ಬುದ್ಧನ ಬಳಿಗೆ ಕರೆದುಕೊಂಡು ಬಂದಳು. ತನ್ನ ಮಗನಿಗೆ ಸಲ್ಲಬೇಕಾಗಿದ್ದ ನಿಧಿಯನ್ನು ಕೊಡುವಂತೆ ಪ್ರಾರ್ಥಿಸಿದಳು. ರಾಹುಲನೂ ಬೌದ್ಧಭಿಕ್ಷುಗಳಾಗಿ ಸಂಘವನ್ನು ಸೇರಿದನು. ಶಾಕ್ಯವಂಶದ ನೂರಾರು ಜನರು ಸಂಘವನ್ನು ಸೇರಿ ಭಿಕ್ಷುಗಳಾದರು. ಕೆಲವೇ ದಿನಗಳಲ್ಲಿ ಶುದ್ಧೋದನ ಸ್ವರ್ಗಸ್ಥನಾದ.

ಶುದ್ಧೋದನನ ವಿಧವಾ ಪತ್ನಿ ಬೌದ್ಧಸಂಘವನ್ನು ಸೇರಲು ಅಪೇಕ್ಷಿಸಿದಳು. ಆದರೆ ಅಲ್ಲಿಯವರೆಗೂ ಬುದ್ಧನು ಸ್ತ್ರೀಯರಿಗೆ ಸಂಘವನ್ನು ಸೇರಲು ಅವಕಾಶ ನೀಡಿರಲಿಲ್ಲ. ಆದರೂ ಆನಂದ ಅವಳ ಪರವಾಗಿ ವಾದಿಸಿ ಬುದ್ಧನು ಸ್ತ್ರೀಯರನ್ನು ಸಂಘಕ್ಕೆ ಸೇರಿಕೊಳ್ಳಬಹುದು ಎಂಬ ನಿರ್ಣಯವನ್ನು ಕೈಗೊಂಡ. ಶುದ್ಧೋದನನ ವಿಧವಾ ಪತ್ನಿ ಬುದ್ಧನ ಮಲತಾಯಿ ಗೌತಮಿ ಬೌದ್ಧಸಂಘವನ್ನು ಸೇರಿದ್ದ ಭಿಕ್ಷುಣಿಯರಲ್ಲಿ ಗೌತಮಿಯೇ ಮೊಟ್ಟಮೊದಲನೆಯವಳಾಗಿದ್ದಳು. ಯಶೋಧರೆಯೂ ಬೌದ್ಧ ಭಿಕ್ಷುಣಿಯಾದಳು.

ಅಲ್ಲಿಂದ ಬುದ್ಧ ಕುಶಿನಗರಕ್ಕೆ ಹೊರಟಿದ್ದ. ಆದರೆ ಮಾರ್ಗದ ಮಧ್ಯೆ **ಪಾವಾ** ಎಂಬಲ್ಲಿ ಆಮಶಂಕೆ ಬಾಧಿಸಿ ಕಾಯೆಲೆಬಿದ್ದು ನರಳುತ್ತಾ ತೋಪಿಗೆ ಬಂದು ಎಲೆಗಳ ಹಾಸಿಗೆಯ ಮೇಲೆ ಮಲಗಿದ. ಶಿಷ್ಯರು ಕಾತರದಿಂದ ಅವನ ಸುತ್ತ ನೆರೆದರು. ಬುದ್ಧ ಸ್ವಲ್ಪ ಹೊತ್ತಿನ ಮೇಲೆ ಕಣ್ಣುಗಳನ್ನು ತೆರೆದು, 'ಭಿಕ್ಷುಗಳೇ ಹುಟ್ಟಿದೆಲ್ಲವೂ ಸಾಯಲೇಬೇಕು. ಆದ್ದರಿಂದ ಸಾಯುವುದಕ್ಕೂ ಮುಂಚಿತವಾಗಿ ಈ ದೇಹವಿರುವಾಗಲೇ ಮುಕ್ತಿಯನ್ನು ಸಾಧಿಸಬೇಕು. ಮುಕ್ತಿಯನ್ನು ಪಡೆಯಲು ಉತ್ಸಾಹದಿಂದ ಶ್ರಮಿಸಿ. ನಿಮ್ಮ ಗುರು ಹೊರಟುಹೋದನೆಂದು, ಮಾತು ಇಲ್ಲಿಗೆ ಮುಗಿದುಹೋಯಿತೆಂದು ಚಿಂತಿಸುತ್ತ ಕೂರಬೇಡಿ,' ಎಂದು ಮೆಲ್ಲಗೆ ಬೋಧಿಸಿದ. ಅಲ್ಲಿಗೆ ಈ ಮಹಾಗುರುವಿನ ಮಾತು ಕೊನೆಗೊಂಡಿತು.

ಭಗವಾನ್ ಬುದ್ಧ **ಹುಟ್ಟಿದ್ದು** ವೈಶಾಖ ಶುದ್ಧ ಹುಣ್ಣಿಮೆಯ ದಿನದಂದು, ಅವನಿಗೆ **ಜ್ಞಾನೋದಯವಾದದ್ದು** ಕೂಡ ವೈಶಾಖ ಶುದ್ಧ ಹುಣ್ಣಿಮೆಯ

ದಿನದಂದು, **ಪರಿನಿರ್ವಾಣ** ಅಂದರೆ ದೇಹ ಸಮೇತ ಸಿದ್ಧಿಯನ್ನು ಪಡೆದದ್ದು, ಮತ್ತು **ನಿರ್ವಾಣ** ಸ್ಥಿತಿಯಲ್ಲಿ ದೇಹದಿಂದ ಬಿಡುಗಡೆ ಪಡೆದದ್ದು ವೈಶಾಖ ಶುದ್ಧ ಹುಣ್ಣಿಮೆಯ ದಿನದಂದು. ಆದ್ದರಿಂದ ಆ ದಿನ ಬೌದ್ಧರಿಗೆ ಅತ್ಯಂತ ಪವಿತ್ರ ದಿನವಾಗಿದೆ.

4. ಉಪದೇಶಾಮೃತ

ಬುದ್ಧ ದಯಾಗುಣಗಳನ್ನು ಕರುಣಾಭಾವವನ್ನು ಎತ್ತಿಹಿಡಿದು ಲೋಕವಂದಿತನಾದ.

ಬುದ್ಧ ನಾಲ್ಕು ಸತ್ಯಗಳನ್ನು ನಮ್ಮ ಗಮನಕ್ಕೆ ತಂದಿದ್ದಾನೆ. (1) ನಾವು ನಮ್ಮ ಸುತ್ತಲೂ ಇರುವ ವಸ್ತುಗಳು ಬೇಕು ಎಂದು ಆಸೆ ಪಡುವುದೇ ದುಃಖಕ್ಕೆ ಕಾರಣ. (2) ಆಸೆಯನ್ನು ಬಿಟ್ಟರೆ ದುಃಖ ಇರುವುದಿಲ್ಲ. (3) ಎಂಟು ಮುಖ್ಯ ವಿಷಯಗಳನ್ನು ನೆನಪಲ್ಲಿಟ್ಟುಕೊಂಡು ಅದೇ ಮಾರ್ಗದಲ್ಲಿ ನಡೆದರೆ ದುಃಖದಿಂದ ಬಿಡುಗಡೆ ಪಡೆಯುತ್ತೇವೆ. (4) ಆ ಮಾರ್ಗವೇ ಅಷ್ಟಾಂಗ ಮಾರ್ಗ.

ಬುದ್ಧನು ಸೂಚಿಸಿದ **ಅಷ್ಟಾಂಗ ಮಾರ್ಗ**ಗಳು ಯಾವುವೆಂದರೆ:

1. ಒಳ್ಳೆಯ ಯೋಚನೆಗಳು.
2. ಒಳ್ಳೆಯ ಉದ್ದೇಶದಿಂದ ಕೆಲಸ ಮಾಡುವುದು.
3. ಸತ್ಯವಾದ ಮಾತುಗಳನ್ನಾಡುವುದು.
4. ಒಳ್ಳೆಯ ಕೆಲಸಗಳನ್ನು ಮಾಡುವುದು.
5. ಶುದ್ಧವಾದ ರೀತಿಯಲ್ಲಿ ಜೀವನ ನಡೆಸುವುದು.
6. ಪ್ರಾಮಾಣಿಕವಾಗಿ ಪ್ರಯತ್ನ ಮಾಡುವುದು.
7. ಇತರರ ವಿಷಯದಲ್ಲಿ ಒಳ್ಳೆಯದನ್ನು ಯೋಚಿಸುವುದು.
8. ಒಳ್ಳೆಯ ವಿಷಯಗಳಲ್ಲಿ ಮನಸ್ಸನ್ನು ನಿಶ್ಚಲವಾಗಿ ನಿಲ್ಲಿಸುವುದು.

ಬುದ್ಧ ಎಂದೂ ಜಾತಿಭೇದಗಳನ್ನು ಎಣಿಸಲಿಲ್ಲ. ಎಲ್ಲರೂ ಅನುಸರಿಸುವಂತಹ **ಪಂಚಶೀಲ**ಗಳನ್ನು (ಐದು ವ್ರತಗಳನ್ನು) ಉಪದೇಶಿಸಿದ.

1. ಹಿಂಸೆ ಮಾಡದಿರುವುದು ಅಂದರೆ ಎಲ್ಲ ಜೀವಗಳ ರಕ್ಷಣೆ.
2. ಕಳ್ಳತನ ಮಾಡದೇ ಇರುವುದು, ದಾನ ಮಾಡುವುದು.
3. ಸುಳ್ಳು ಹೇಳದಿರುವುದು ಅಂದರೆ ಸದಾ ಸತ್ಯವನ್ನು ನುಡಿಯುವುದು.

4. ಮದ್ಯಪಾನ ಮಾಡದಿರುವುದು, ಆಹಾರ ಪಾನೀಯಗಳಲ್ಲಿ ಸಂಯಮವನ್ನು ಪಾಲಿಸುವುದು.
5. ಶೀಲವನ್ನು ಕಾಪಾಡಿಕೊಳ್ಳುವುದು.

ಬುದ್ಧನು ಎಂದೂ ದೇವರು ಮತ್ತು ಅದರ ಅಸ್ತಿತ್ವದ ಬಗ್ಗೆ ತಲೆಕೆಡಿಸಿಕೊಳ್ಳದೇ ಅಂಥ ಪ್ರಶ್ನೆಗಳು ಅಪ್ರಸ್ತುತ ಎಂದು ಭಾವಿಸಿದ್ದ. ಮುಖ್ಯವಾಗಿ ಸದಾಚಾರಕ್ಕೆ ಎಲ್ಲಕ್ಕಿಂತ ಹೆಚ್ಚಿನ ಮಹತ್ವ ನೀಡಿದ್ದ.

ಬುದ್ಧ ತನ್ನ ಅನುಯಾಯಿಗಳಿಗೆ ಯಾವುದೇ ಬಗೆಯ ಕ್ರಿಯಾವಿಧಿಗಳನ್ನಾಗಲಿ, ಅತಿಮಾನುಷ ಶಕ್ತಿಯಿದೆಯೆಂದು ಭಾವಿಸಲಾಗುವ ಮಂತ್ರ ತಂತ್ರಗಳನ್ನಾಗಲೀ ಉಪದೇಶಿಸಲಿಲ್ಲ. ಮತಕ್ಕೆ ಸಂಬಂಧಿಸಿದ ಸೂತ್ರಗಳನ್ನಾಗಲಿ, ನಿಯಮಗಳನ್ನಾಗಲಿ ಉಪದೇಶಿಸಲಿಲ್ಲ. ಜನಸಾಮಾನ್ಯರು ಅಪಾರ ನಂಬಿಕೆಯನ್ನು ಇಟ್ಟುಕೊಂಡಿರುವಂತಹ ದೇವರನ್ನು ಪೂಜಿಸುವಂತೆ ಅವನು ತನ್ನ ಅನುಯಾಯಿಗಳಿಗೆ ಆಜ್ಞಾಪಿಸಲಿಲ್ಲ. ಜನ್ಮದ ಹಿಂದಿನ ವಿಚಾರಗಳ ಬಗೆಗೆ ಇಲ್ಲವೇ ಸಾವಿನ ತರುವಾಯ ಪುರೋಹಿತರು ಪ್ರಚಾರ ಮಾಡುತ್ತಿದ್ದ ವಿಚಾರಗಳನ್ನು ಬುದ್ಧ ಅಂಗೀಕರಿಸಲಿಲ್ಲ.

ಸಾಮಾನ್ಯರು ನೋವನ್ನು ಪರಿಹರಿಸಿಕೊಳ್ಳಲು ಹೆಣಗಾಡುತ್ತಿರುವಾಗ ಯಾವುದೇ ಬಗೆಯಲ್ಲೂ ಅತಿರೇಕದ ಮಟ್ಟಕ್ಕೆ ಹೋಗಬಾರದು ಎಂದು ಬುದ್ಧ ಎಚ್ಚರಿಸಿದ್ದಾನೆ. ರಾಜನೊಬ್ಬನ ಅಧಿಕಾರದ ಲಾಲಸೆಯಾಗಲಿ ಇಲ್ಲವೇ ಸನ್ಯಾಸಿಯೊಬ್ಬನ ದೇಹದಂಡನೆಯಾಗಲಿ ವ್ಯರ್ಥ ಎಂದು ಭಾವಿಸಿದ್ದ. ಇಬ್ಬರದ್ದೂ ತಪ್ಪು ದಾರಿ ಎಂದು ಸ್ಪಷ್ಟಪಡಿಸಿದ್ದಾನೆ. ಆದ್ದರಿಂದ ಬುದ್ಧ **ಮಧ್ಯಮ ಮಾರ್ಗ**ವೊಂದನ್ನು ಕಂಡು ಹಿಡಿದಿದ್ದಾನೆ.

ಬುದ್ಧ ಬೋಧಿಸಿದ ಅತ್ಯುಚ್ಚ ಸತ್ಯಗಳನ್ನು **ಆರ್ಯಸತ್ಯ** ಎಂದು ಕರೆಯುತ್ತಾರೆ. ಕಳ್ಳತನ ಮಾಡದಿರುವುದು, ಕೊಲ್ಲದಿರುವುದು, ಸುಳ್ಳು ಹೇಳದಿರುವುದು, ಇಂದ್ರಿಯ ನಿಗ್ರಹ ಮಾಡುವುದು, ಭೋಗ ಹಾಗೂ ವೈಭವದ ಜೀವನ ನಡೆಸಲು ಹಾತೊರೆಯುವುದನ್ನು ಬುದ್ಧ ಉಪದೇಶಿಸಿದ್ದಾನೆ.

ತರುವಾದ ಮುಟ್ಟಬೇಕಾದ ಸ್ಥಿತಿಯೆಂದರೆ ಸಮಾಧಿ ಅಥವಾ ಚಿತ್ತೈಕಾಗ್ರತೆ ಮತ್ತು ಕಡೆಯಲ್ಲಿ ಪ್ರಜ್ಞಾ ಅಥವಾ ಸೂಕ್ಷ್ಮ ದೃಷ್ಟಿ. ಇವೆಲ್ಲವೂ ಅಂತಿಮವಾಗಿ ಸಂಬೋಧಿ ಅಥವಾ **ಜ್ಞಾನೋದಯ** ಮತ್ತು ನಿರ್ವಾಣದ ಕಡೆಗೆ ಕರೆದೊಯ್ಯುತ್ತವೆ.

ಬುದ್ಧನ ಉಪದೇಶಗಳಲ್ಲಿ ಸನಾತನ ವೈದಿಕರ ಮತ್ತು ಜೈನರ ಕೆಲವು ನಂಬಿಕೆಗಳು ಸೇರಿಕೊಂಡಿವೆ. ಪುನರ್ಜನ್ಮ ಮತ್ತು ಕರ್ಮಸಿದ್ಧಾಂತದ ಕೆಲವು ವಿಚಾರಗಳನ್ನು ಬೌದ್ಧಧರ್ಮದಲ್ಲಿ ಕಾಣಬಹುದು. ಜೈನರಂತೆ

ಬುದ್ಧ ಕೂಡ ವೇದಗಳ ಅಧಿಕಾರವನ್ನು ಮತ್ತು ರಕ್ತಬಲಿಗಳನ್ನು ನಿರಾಕರಿಸಿದ.

ಬುದ್ಧನ ಉಪದೇಶವೇನು ಎಂದು ಯಾರಾದರೂ ಪ್ರಶ್ನಿಸಿದರೆ ಬುದ್ಧನ ಬಾಳೇ ಅವನ ಬೋಧನೆ ಎಂದು ಹೇಳಬಹುದು. ದೃಢ ಸಂಕಲ್ಪದಿಂದ ಅವಿಶ್ರಾಂತ ಶ್ರಮದಿಂದ ಹುಟ್ಟು-ಸಾವಿನ ಚಕ್ರದಿಂದ ಬಿಡುಗಡೆ ಪಡೆಯಲು ಸಾಧ್ಯ ಎಂದು ಅವನು ಹೇಳಿದ್ದಾನೆ.

5. ಕಥಾ ಪ್ರಸಂಗಗಳು

ಬುದ್ಧನಾಗುವ ಸತ್ತ್ವವುಳ್ಳವರನ್ನು **ಬೋಧಿಸತ್ವ** ಎಂದು ಕರೆಯುತ್ತಾರೆ. ಬೋಧಿಸತ್ವನು ಹಲವು ರೂಪಗಳಲ್ಲಿ ಜನ್ಮ ತಳೆದು ಕಡೆಗೆ ಗೌತಮನಾಗಿ ಹುಟ್ಟಿ ಜ್ಞಾನೋದಯ ಪಡೆದು ನಿರ್ವಾಣ ಹೊಂದಿದ. ಆತ ಹೇಳಿದ ಪೂರ್ವಜನ್ಮಗಳ ವೃತ್ತಾಂತದ ಕಥೆಗಳು **ಜಾತಕ ಕಥೆಗಳು** ಎಂದು ಜಗತ್ತಿನಾದ್ಯಂತ ಪ್ರಸಿದ್ಧಿಯನ್ನು ಪಡೆದುಕೊಂಡಿವೆ. ಜಾತಕ ಕಥೆಗಳ ಅನೇಕ ಕಥೆಗಳ ಪಾತ್ರಗಳು ಉದಾತ್ತವಾಗಿದ್ದು ನೀತಿಯನ್ನು ಬೋಧಿಸುತ್ತವೆ. ಜಾತಕ ಕಥೆಗಳ ಅನೇಕ ಪ್ರಸಂಗಗಳನ್ನು ಕಲಾವಿದರು ಅಜಂತದ ಗೋಡೆಗಳ ಮೇಲೆ ಚಿತ್ರಿಸಿದ್ದಾರೆ (ಇವನ್ನು ಭಿತ್ತಿಚಿತ್ರಗಳು ಎನ್ನುವರು). ಅನೇಕ ಪಾತ್ರಗಳು ಜಾತಕ ಕಥೆಗಳಲ್ಲಿ ಕಾಣಿಸಿಕೊಳ್ಳುತ್ತವೆ.

ಒಮ್ಮೆ ಒಬ್ಬಳು ಗೃಹಿಣಿ ಬುದ್ಧನಿಗೆ ದುಃಖದಿಂದ ಬಿಡುಗಡೆಯಾಗುವ ಮಾರ್ಗವನ್ನು ಸರಳವಾಗಿ ಬೋಧಿಸುವಂತೆ ಪ್ರಾರ್ಥಿಸಿದಾಗ ಬುದ್ಧನೆಂದ: ಮಾತಿನಲ್ಲಿ, ಕಾರ್ಯದಲ್ಲಿ ಅಥವಾ ಮನಸ್ಸಿನಲ್ಲಿ ಕೂಡ ನೋವನ್ನುಂಟುಮಾಡುತ್ತ ಪಾಪ ಮಾಡಬಾರದು. ಯಾವಾಗಲೂ ನಾವು ಸುಖ, ಶಾಂತಿಗಳನ್ನುಂಟುಮಾಡುವ ಕರ್ಮಗಳನ್ನು ಮಾತ್ರ ಮಾಡಬೇಕು; ಮನಸ್ಸನ್ನು ಸದಾ ನಿರ್ಮಲವಾಗಿಟ್ಟುಕೊಂಡಿರುವವರು ಮಾತ್ರ ಬುದ್ಧರಾಗಬಲ್ಲರು.

ಬುದ್ಧನ ಕಾಲದಲ್ಲಿ **ಅಂಗುಲಿಮಾಲ** ಎಂಬ ಮಹಾಕ್ರೂರಿಯೊಬ್ಬನಿದ್ದ. ಅವನು ಜನರ ಹೆಬ್ಬೆರಳುಗಳನ್ನು ಕತ್ತರಿಸಿ ಅವುಗಳನ್ನು ಮಾಲೆಯನ್ನಾಗಿ ಮಾಡಿ ಧರಿಸಿಕೊಂಡಿರುತ್ತಿದ್ದ. ಶ್ರಾವಸ್ತಿಯ ಜೇತವನದಲ್ಲಿ ತಂಗಿದ್ದ ಬುದ್ಧನಿಗೆ ಈ ನರಭಕ್ಷಕನ ವಿಚಾರ ತಿಳಿಯಿತು. ಅವನು ಕಾಡಿನಲ್ಲಿ ವಾಸವಾಗಿದ್ದಾನೆ ಎಂದು ಅರಿತ ಬುದ್ಧ ನಿರ್ಭೀತಿಯಿಂದ ಕಾಡಿನ ಕಡೆಗೆ ತೆರಳಿದ. ಅಂಗುಲಿಮಾಲ ಒಂದು ಕೈಯಲ್ಲಿ ಹರಿತವಾಗಿದ್ದ ಕತ್ತಿಯನ್ನೂ ಇನ್ನೊಂದು ಕೈಯಲ್ಲಿ ಇನ್ನೊಂದು ಅಸ್ತ್ರವನ್ನು ಹಿಡಿದುಕೊಂಡು ಬುದ್ಧನೆದುರು ಪ್ರತ್ಯಕ್ಷನಾದ. ಅವರೊಳಗೆ ಮಾತುಕತೆ ನಡೆಯಿತು. ಅಂಗುಲಿಮಾಲನಿಗೆ ಚಿಕ್ಕಂದಿನಲ್ಲಿ ಕಳೆದುಕೊಂಡಿದ್ದ ತನ್ನ ತಾಯಿಯ ನೆನಪಾಯಿತು. ಅವನಿಗೆ ಅಲ್ಲಿಯವರೆಗೆ ಯಾರೂ ಬುದ್ಧ

ತೋರಿದ್ದಂತಹ ಪ್ರೇಮವನ್ನು ತೋರಿರಲಿಲ್ಲ. ಕಡೆಯಲ್ಲಿ ಅಂಗುಲಿಮಾಲ ಬುದ್ಧನಿಗೆ ಶರಣಾದ. ತನ್ನ ಕೈಯಲ್ಲಿದ್ದ ಅಸ್ತ್ರಗಳನ್ನು ದೂರ ಬಿಸುಟು ಬುದ್ಧನ ಪಾದಗಳಿಗೆರಗಿದ. ಪ್ರೀತಿಯೊಂದಿದ್ದರೆ ಏನಾದರೂ ಸಾಧ್ಯವಾಗಬಹುದು ಎಂದು ಈ ಪ್ರಸಂಗದ ಮೂಲಕ ಮನವರಿಕೆ ಮಾಡಿಕೊಳ್ಳಬಹುದು.

ಬುದ್ಧ ಜೀವಿಸಿದ್ದ ಕಾಲದಲ್ಲಿ **ಅಮ್ರಪಾಲಿ** ಎಂಬ ವೇಶ್ಯೆಯೊಬ್ಬಳಿದ್ದಳು. ಅವಳು ಬುದ್ಧನ ಧರ್ಮೋಪದೇಶವನ್ನು ಕೇಳಿ ಅವನಿಗೆ ಶರಣು ಬಂದಳು. ಒಮ್ಮೆ ಬುದ್ಧ ವೈಶಾಲಿಗೆ ಬಂದಿದ್ದಾಗ ಅವನನ್ನು ಮತ್ತು ಅವನೊಡನಿದ್ದ ಭಿಕ್ಷುಗಳನ್ನು ತನ್ನ ಮನೆಗೆ ಆಹ್ವಾನಿಸಿ ಅವರನ್ನು ಸತ್ಕರಿಸಿದಳು. ಅದೇ ಸಮಯದಲ್ಲಿ ಆಕೆ ತನ್ನ ಮಾವಿನ ತೋಟವನ್ನು ಭಿಕ್ಷುಸಂಘಕ್ಕೆ ದಾನಮಾಡಿದಳು. ಆಕೆ ಅಂದಿನಿಂದ ಅಮ್ರಪಾಲಿ ಎಂಬ ಹೆಸರಿನಿಂದ ಪ್ರಸಿದ್ಧಳಾದಳು. ಅವಳ ಹುಟ್ಟು ಹೆಸರೇನು ಎಂಬುದು ತಿಳಿದು ಬಂದಿಲ್ಲ. ಮುಂದೆ ಅವಳು ಭಿಕ್ಷುಣಿಯಾಗಿ ಬಾಳಿದಳು.

ಒಮ್ಮೆ ಬುದ್ಧ ಧರ್ಮಪ್ರಚಾರ ಮಾಡುತ್ತ ದೇಶ ಸಂಚಾರ ಮಾಡುತ್ತಿದ್ದ ಸಂದರ್ಭದಲ್ಲಿ ಒಬ್ಬಳು ಯುವತಿ ಬುದ್ಧನ ಮುಂದೆ ವಿಚಿತ್ರವಾದ ಕೋರಿಕೆಯನ್ನು ಇಟ್ಟಳು. ಅವಳ ಮುದ್ದಿನ ಮಗು ಕಾಯಿಲೆಯಿಂದ ಅಪಾರ ಯಾತನೆಯನ್ನನುಭವಿಸುತ್ತಿದ್ದು ಬದುಕಿಸಿಕೊಡುವಂತೆ ಪ್ರಾರ್ಥಿಸಿದಳು. ಅನೇಕ ವೈದ್ಯರುಗಳನ್ನು, ಸಾಧುಗಳನ್ನು ಮತ್ತು ಗುರುಗಳನ್ನು ಹೃದಯಕರಗಿ ಹೋಗುವಂತೆ ಅಳುತ್ತ ಬೇಡಿಕೊಂಡಳು. ಕೊನೆಯಲ್ಲಿ ಒಬ್ಬ ಸನ್ಯಾಸಿ, ಭಗವಾನ್ ಬುದ್ಧ ಇಚ್ಛಿಸಿದರೆ ಮಗುವಿಗೆ ಮತ್ತೆ ಜೀವಬರಬಹುದೆಂದು ಹೇಳಿದರು.

ಬುದ್ಧ 'ಇದೇನು ಕಷ್ಟದ ಕೆಲಸವಲ್ಲ. ಔಷಧಿ ಕೂಡ ಸಾಧಾರಣವಾದದ್ದು. ಒಂದು ಚಿಟಿಕೆ ಸಾಧಾರಣ ಸಾಸಿವೆ ಕಾಳನ್ನು ತಂದುಕೊಟ್ಟರೆ ಸಾಕು. ಆದರೆ ಯಾರ ಮನೆಯಲ್ಲಿ ಯಾರೊಬ್ಬರೂ ಇಲ್ಲಿಯವರೆಗೆ ಸತ್ತುಹೋಗಿಲ್ಲವೋ ಅಂತಹ ಮನೆಯಿಂದ ನೀನು ಸಾಸಿವೆಯನ್ನು ತರಬೇಕು' ಎಂದು ಬುದ್ಧ ಹೇಳಿದಾಗ ಆಕೆ ತಕ್ಷಣವೇ ಹೊರಟು ಬಿಟ್ಟಳು.

ಅವಳಿಗೆ ಸಾಸಿವೆಯನ್ನು ಕೊಡಲು ಅನೇಕರು ಸಿದ್ಧರಿದ್ದರು. 'ನಿಮ್ಮ ಮನೆಯಲ್ಲಿ ಇಲ್ಲಿಯವರೆಗೆ ಯಾರೂ ಸತ್ತಿಲ್ಲವೆ?' ಎಂದು ಪ್ರಶ್ನಿಸಿದಾಗ ಅವರು 'ಇಲ್ಲಿಯವರೆಗೆ ಸಾವೇ ಕಾಣದ ಮನೆಯೊಂದಿರಲು ಸಾಧ್ಯವಿದೆಯೇ?' ಸತ್ತವರ ಸಂಖ್ಯೆ ಅಪಾರವಾಗಿರುತ್ತದೆ ಎಂಬ ಸತ್ಯ ಎಳೆಯ ತಾಯಿಯ ಮನಸ್ಸಿಗೆ ಹೊಳೆಯಿತು. ತರುವಾಯ ಆಕೆ ತುಂಬಾ ಯೋಚಿಸಿ ತನ್ನ ಮಗುವನ್ನು ಕಾಡಿಗೆ ತೆಗೆದುಕೊಂಡು ಹೋಗಿ ಹೂತುಬಿಟ್ಟಳು.

ಮತ್ತೆ ಆಕೆ ಬುದ್ಧನ ದರ್ಶನಕ್ಕೆ ಬಂದಾಗ ಅವನು ಪ್ರಶ್ನಿಸಿದ: 'ತಾಯಿ ನಿನಗೆ ಸಿಗಲಿಲ್ಲವೆ?' 'ಇಲ್ಲ ಗುರುವರ್ಯ. ಆದರೆ ನನಗೆ ಬೇಕಾದ ಔಷಧಿ ಸಿಕ್ಕಿತು. ನನ್ನನ್ನು ಕಾಡುತ್ತಿದ್ದ ದುಃಖವನ್ನು ಅರಣ್ಯದಲ್ಲಿ ಹೂತುಬಿಟ್ಟಿದ್ದೇನೆ.

ಇನ್ನು ಮುಂದೆ ನಾನು ಪ್ರಶಾಂತ ಮನಸ್ಸಿನಿಂದ ನಿಮ್ಮ ಉಪದೇಶವನ್ನು ಪಾಲಿಸುತ್ತೇನೆ.'

6. ತ್ರಿಪಿಟಕಗಳು

ಬುದ್ಧನ ಪರಿನಿರ್ವಾಣದ ಬಳಿಕ ಸಂಘದಲ್ಲಿ ತಲೆದೋರಿದ ಬಿರುಕುಗಳಿಗೆ ಪರಿಹಾರ ಹುಡುಕುವ ಸಲುವಾಗಿ ಹಿರಿಯರು ಕರೆದ ಮಹಾಸಭೆಯ ಫಲವಾಗಿ ರೂಪುಗೊಂಡವುಗಳೇ 'ತ್ರಿಪಿಟಕಗಳು'. ಜ್ಞಾನೋದಯವಾದ ಮೇಲೆ ಭಗವಾನ್ ಬುದ್ಧ ನಲವತ್ತೈದು ವರ್ಷಗಳ ಕಾಲ ದೇಶ ಸಂಚಾರ ಮಾಡಿ ಜನರಿಗೆ ಕೊಟ್ಟ ಬೋಧನೆಗಳನ್ನು ಒಳಗೊಂಡಿರುವ ಗ್ರಂಥವೇ **ತ್ರಿಪಿಟಕ**. ತ್ರಿಪಿಟಕ ಎಂದರೆ ಬುಟ್ಟಿ ಅಥವಾ ವರ್ಗ. ತ್ರಿಪಿಟಿಕ ಎಂದರೆ ಮೂರು ಮಾರ್ಗಗಳು.

1. ಸುತ್ತ ಪಿಟಕ (ಐದು ಭಾಗಗಳು)
2. ವಿನಯ ಪಿಟಕ (ಐದು ಭಾಗಗಳು)
3. ಅಭಿದಮ್ಮ ಪಿಟಕ (ಐದು ಭಾಗಗಳು)

ಬುದ್ಧನ ಶಿಷ್ಯರಾದ ಉಪಾಲಿ, ಆನಂದರು ಹೇಳಿದ ಸಂಗತಿಗಳನ್ನು ರಾಜಗೃಹದಲ್ಲಿದ್ದ ಭಿಕ್ಷುಗಳು ಸಂಗ್ರಹಿಸಿದರು. ಬುದ್ಧ ಮತ್ತು ಅವರ ಉಪದೇಶಗಳ ಸಂಗ್ರಹವೇ ಸುತ್ತಪಿಟಕ. ಅವು ಧರ್ಮಬೋಧೆಗಳಾಗಿವೆ. ಇದರಲ್ಲಿ ಪ್ರಸಿದ್ಧವಾಗಿರುವ **ಧಮ್ಮಪದ** ಒಳಗೊಂಡಿದೆ.

ಭಿಕ್ಷುಗಳ ಮಾರ್ಗದರ್ಶನಕ್ಕಾಗಿ ಬುದ್ಧ ರಚಿಸಿದ್ದ ನಿಯಮಗಳು **ವಿನಯಪಿಟಕ**ದಲ್ಲಿವೆ.

ಬುದ್ಧನ ತತ್ತ್ವಗಳು **ಅಭಿಧಮ್ಮ ಪಿಟಕ**ದಲ್ಲಿ ಸಂಗ್ರಹವಾಗಿವೆ. ಈ ಮೂರು ಪಿಟಕಗಳಲ್ಲಿ ಬುದ್ಧನ ಚರಿತ್ರೆ, ಅವನ ಉಪದೇಶಗಳು, ಸಂಘದ ನಿಯಮಗಳು ಹರಡಿಕೊಂಡಿವೆ.

ಈ ಪವಿತ್ರ ಗ್ರಂಥಗಳು ಮೂಲತಃ ಪಾಳೀ ಭಾಷೆಯಲ್ಲಿದ್ದು ಕ್ರಿ.ಪೂ. 88ರಲ್ಲಿ ಬರೆದಿಟ್ಟಾಗ ಹೇಗಿದ್ದವೋ ಇಂದೂ ಹಾಗೇ ಉಳಿದುಕೊಂಡು ಬಂದಿವೆ. ಇದರ ಭಾಷೆ ತುಂಬಾ ಸರಳವಾಗಿದ್ದು 435 ಶ್ಲೋಕಗಳಿವೆ.

ಈ ತ್ರಿಪಿಟಕದಲ್ಲಿ ಪೂರ್ಣ ಶ್ರದ್ಧೆಯನ್ನಿಟ್ಟುಕೊಂಡು ಅದರ ಪ್ರಕಾರ ಸಾಧನೆ ಮಾಡುವವರಿಗೆ **ಥೇರಾವಾದಿಗಳು** ಎಂದು ಹೆಸರು ಬಂದಿದೆ. ಥೇರಾ ಎಂದರೆ ಹಿರಿಯ, ಅಂದರೆ ಹಿರಿಯರಿಂದ ಪರಂಪರಾಗತವಾಗಿ ಬಂದಿರುವುದು ಥೇರಾವಾದ.

ಈ ಥೇರಾವಾದಕ್ಕೆ ಅಶೋಕ ಚಕ್ರವರ್ತಿ ವಿಶೇಷವಾಗಿ ಪ್ರೋತ್ಸಾಹ ನೀಡಿದ. ಅವನ ಪ್ರಯತ್ನದ ಫಲವಾಗಿ ಶ್ರೀಲಂಕಾ ದ್ವೀಪದಲ್ಲಿ ಈ ಪಂಥ

ವ್ಯಾಪಿಸಿಕೊಂಡಿತು. ಇಂಡೋಚೀನಾ ಮತ್ತು ಥಾಯ್‌ಲ್ಯಾಂಡುಗಳಲ್ಲಿ ಕೂಡ ಈ ಪಂಥ ಬೆಳೆದಿದೆ. ಈ ವಾದವನ್ನು ಒಪ್ಪದ ಅನೇಕರು ಇದನ್ನು ಹೀಯಾಳಿಸಿದ ಪ್ರಸಂಗಗಳೂ ಇವೆ. ಏನೇ ಇರಲಿ ಬೌದ್ಧಧರ್ಮದ ಪರಿಶುದ್ಧ ರೂಪವನ್ನು ಥೇರಾವಾದದಲ್ಲಿ ಕಾಣಬಹುದು.

ಗೌತಮ ಬುದ್ಧ ಬೋಧಿಸಿದ್ದ ಧ್ಯಾನದ ತಿರುಳನ್ನು **ವಿಪಶ್ಯನ** ಎಂದು ಕರೆಯುತ್ತಾರೆ. ವಿಪಶ್ಯನ ಎಂದರೆ ಪಾಲೀ ಭಾಷೆಯಲ್ಲಿ 'ಅಂತಃದೃಷ್ಟಿ' ಎಂಬ ಅರ್ಥವಿದೆ.

ಬೌದ್ಧಧರ್ಮದಲ್ಲಿ ಗುರುವನ್ನು 'ಆಧ್ಯಾತ್ಮಿಕ ಮಿತ್ರ' ಎಂದು ಭಾವಿಸಲಾಗಿದೆ. ಟಿಬೆಟಿಯನ್ ಭಾಷೆಯಲ್ಲಿ **'ಲಾಮಾ'** ಎಂದರೆ ಗುರು. ಅವರ ಸಂಪ್ರದಾಯದಲ್ಲಿ ಬುದ್ಧನನ್ನೇ ಗುರು ಎಂದು ಭಾವಿಸಲಾಗಿದೆ. ಆತನೇ ಆಧ್ಯಾತ್ಮ ಪಥದ ಮೂಲ. ಅಂತ್ಯದಲ್ಲೂ ಸೇರುವುದು ಆತನನ್ನೇ. ಟಿಬೆಟಿಯನ್ ಸಂಹಿತೆಗಳಲ್ಲಿ ಗುರುವಿನ ಮಹಿಮೆಯನ್ನು ಅತ್ಯಂತ ಮೇಲ್ಮಟ್ಟದಲ್ಲಿ ಪ್ರಶಂಸಿಸಲಾಗಿದೆ.

ಭಗವಾನ್ ಬುದ್ಧ ಮತ್ತು ಭಗವಾನ್ ಮಹಾವೀರರು ತಮ್ಮ ಧರ್ಮವನ್ನು ಜನರು ಆಡುತ್ತಿದ್ದ ಭಾಷೆಯಲ್ಲಿ ಬೋಧಿಸಿದ್ದುದರಿಂದ ಆ ಭಾಷೆಗಳಿಗೆ ಗೌರವ ಪ್ರಾಪ್ತವಾಯಿತು. ಈ ಭಾಷೆಗಳು ತಮ್ಮ ಸಾಹಿತ್ಯವನ್ನು ಬೆಳೆಸಿಕೊಂಡವು. ಇಂದು ಉತ್ತರ ಭಾರತದಲ್ಲಿ ಪ್ರಚಾರದಲ್ಲಿರುವ ಪ್ರಮುಖ ಪ್ರಾದೇಶಿಕ ಭಾಷೆಗಳಿಗೆ ಇವು ತಾಯಿಬೇರಾದವು.

7. ಬೌದ್ಧಮತ

ಮುಖ್ಯವಾಗಿ ಅಶೋಕ ಚಕ್ರವರ್ತಿಯ ಆಡಳಿತದಡಿಯಲ್ಲಿ ಬೌದ್ಧಧರ್ಮಕ್ಕೆ ವಿಶೇಷವಾದ ಮನ್ನಣೆ ಪ್ರಾಪ್ತವಾಯಿತು.

ಸಾಮ್ರಾಟ್ ಅಶೋಕನ ಜೀವನದಲ್ಲಿ ಮುಖ್ಯ ತಿರುವೊಂದನ್ನು ತೋರಿಸಿಕೊಟ್ಟ ಘಟನೆಯೆಂದರೆ ಇತಿಹಾಸ ಪ್ರಸಿದ್ಧ ಕಳಿಂಗ ಯುದ್ಧ. ರಣರಂಗದಲ್ಲಿ ಹರಿಯುತ್ತಿದ್ದ ರಕ್ತದ ಪ್ರವಾಹವನ್ನು ಮತ್ತು ಶವಗಳ ರಾಶಿಯನ್ನು ಕಂಡು ಅಶೋಕನ ಹೃದಯ ಕರಗಿ ಹೋಗಿತ್ತು. ತಾನು ಇನ್ನು ಮುಂದೆ ಧರ್ಮಮಾರ್ಗವನ್ನು ಅಂದರೆ ಕರುಣೆ ಹಾಗೂ ನೈತಿಕತೆಯನ್ನು ಬಿಟ್ಟುಹೋಗುವುದಿಲ್ಲವೆಂದು ಪ್ರತಿಜ್ಞೆ ಮಾಡಿದ. ಅವನ ಆಡಳಿತದ ನೀತಿ ಬದಲಾಯಿತು. **ದಿಗ್ವಿಜಯ**ದ ಪ್ರತಿಯಾಗಿ **ಧರ್ಮವಿಜಯ**ದ ಪಣತೊಟ್ಟನು. ಅವನ ಮನಸ್ಸು ಬೌದ್ಧಮತದ ಕಡೆಗೆ ತಿರುಗಿತು. ಬುದ್ಧನ ಉಪಾಸನೆಯಲ್ಲಿ ಅಶೋಕ ಶಾಂತಿ ಹುಡುಕತೊಡಗಿದ.

ಅಶೋಕ ದೇಶದಲ್ಲೆಡೆ ಮತ್ತು ಪರದೇಶಕ್ಕೆ ಕೂಡ ಧರ್ಮಪ್ರಚಾರಕರನ್ನು ಕಳಿಸಿ ಬೌದ್ಧಮತದ ತತ್ತ್ವಗಳನ್ನು ಪ್ರಚುರಪಡಿಸಲು ಶ್ರಮಿಸಿದ. ತನ್ನ ತಮ್ಮ

ಮಹೇಂದ್ರನನ್ನು ಮತ್ತು ತಂಗಿ **ಸಂಘಮಿತ್ರ**ಳನ್ನು ಸಿಂಹಳ ದೇಶಕ್ಕೆ (ಶ್ರೀಲಂಕಾ ದ್ವೀಪ) ಬೌದ್ಧಧರ್ಮ ಪ್ರಚಾರಕ್ಕೆಂದು ಕಳಿಸಿದ. ಅಲ್ಲಿಯ ಆಡ್ಯಮ್ ಶಿಬಿರದಲ್ಲಿ ಬುದ್ಧನ ಪಾದದ ಗುರುತಿದೆ. **ಅನುರಾಧಾಪುರ**ದಲ್ಲಿ ಎರಡು ಸಾವಿರ ವರ್ಷಗಳ ಬೋಧಿವೃಕ್ಷವಿದೆ. **ಕಾಂಡಿ**ಯಲ್ಲಿ ಬುದ್ಧನ ಹಲ್ಲಿಟ್ಟಿರುವ ದೇವಾಲಯವಿದೆ. ಅಲ್ಲಿಯೇ ಅನೇಕ ತಾಳೆಯ ಗ್ರಂಥಗಳಿವೆ.

ಬೌದ್ಧಧರ್ಮ ಮುಖ್ಯವಾಗಿ ಅಶೋಕನ ರಾಜಾಶ್ರಯದಲ್ಲಿ ಮತ್ತು ಅವನ ಪರಿಶ್ರಮದಿಂದ ವಿಶ್ವಧರ್ಮವಾಗಿ ಬೆಳೆಯಿತು. ಕನಿಷ್ಕ, ಮಿಲಿಂದ, ಶ್ರೀಹರ್ಷ ಮುಂತಾದವರ ಆಶ್ರಯದಲ್ಲಿ ಬೌದ್ಧಧರ್ಮ ಉಚ್ಛ್ರಾಯ ಸ್ಥಿತಿಯನ್ನು ಮುಟ್ಟಿತು.

ಕ್ರಿ.ಶ. ಒಂದನೇ ಶತಮಾನದಲ್ಲಿ ಭಾರತದ ಮೇಲೆ ಧಾಳಿಯಿಟ್ಟು ತರುವಾಯ ಇಲ್ಲಿ ನೆಲೆಸಿದ್ದ ಕುಶಾಣ ರಾಜವಂಶದ ಎರಡನೇ ಕಾಡ್ಫಿಸಸ್ ಶೈವ ಭಾಗವತನಾಗಿ ತನ್ನ ಹೆಸರನ್ನು ಮಹೇಶ್ವರನೆಂದು ಬದಲಿಸಿಕೊಂಡಿದ್ದ. ಅವನ ಮಗನಾದ ಕನಿಷ್ಕನ ಕಾಲದಲ್ಲಿ ಬೌದ್ಧಮತ ಪೇಷಾವರ್ ಮತ್ತು ಕಾಶ್ಮೀರದವರೆಗೆ ಹಬ್ಬಿತ್ತು. ಕನಿಷ್ಕ ಬೌದ್ಧಧರ್ಮವನ್ನು ಅವಲಂಬಿಸಿ ಚೈತ್ಯಾದಿಗಳನ್ನು ಕಟ್ಟಿಸಿದ. **ಬುದ್ಧಚರಿತ** ಎಂಬ ಅಮೋಘ ಗ್ರಂಥವನ್ನು ರಚಿಸಿದ್ದ ಅಶ್ವಘೋಷ ಇವನ ಆಸ್ಥಾನದಲ್ಲಿದ್ದ.

ಭಾರತದ ಅತಿ ಶ್ರೇಷ್ಠ ದೊರೆಗಳ ಸಾಲಿನಲ್ಲಿ ಕನಿಷ್ಕನಿಗೆ ಸ್ಥಾನವನ್ನು ನೀಡಲಾಗಿದೆ. ಬೌದ್ಧಧರ್ಮದ **ನಾಲ್ಕನೇ ಮಹಾಸಭೆ** ಇವನ ಕಾಲದಲ್ಲಿ ನಡೆದಿತ್ತು. ಪ್ರಾರ್ಶ್ವ **ವಸುಮಿತ್ರ**ರೆಂಬ ಬೌದ್ಧ ವಿದ್ವಾಂಸರು, ತತ್ತ್ವಜ್ಞಾನಿ **ನಾಗಾರ್ಜುನ**, ವೈದ್ಯಶ್ರೇಷ್ಠ **ಚರಕ** ಇವನ ಆಸ್ಥಾನದಲ್ಲಿದ್ದರು. ಬೌದ್ಧಧರ್ಮದ ಚರಿತ್ರೆಯಲ್ಲಿ ಇವನ ಹೆಸರಿಗೆ ಅಪಾರ ಮನ್ನಣೆಯಿದೆ.

ಕ್ರಿ.ಶ. ಏಳನೆಯ ಶತಮಾನದಲ್ಲಿ ಉತ್ತರ ಭಾರತದಲ್ಲಿ **ಹರ್ಷವರ್ಧನ** ಇನ್ನೊಂದು ಚಕ್ರಾಧಿಪತ್ಯವನ್ನು ಸ್ಥಾಪಿಸಿದ್ದ. ಹಿಮಾಲಯದಿಂದ ನರ್ಮದಾ ನದಿಯವರೆಗೆ ಈತ ತನ್ನ ಸಾಮ್ರಾಜ್ಯ ವಿಸ್ತರಿಸಿದ್ದ.

ಚೀನಿ ಯಾತ್ರಿಕ **ಹ್ಯೂಯೆನ್ ತ್ಸಾಂಗ್** ಹರ್ಷನ ಕಾಲದಲ್ಲಿ ಭಾರತದಲ್ಲಿ ಸಂಚರಿಸಿದ್ದ. **ಹರ್ಷಚರಿತೆ** ಮತ್ತು **ಕಾದಂಬರಿ** ಎಂಬ ಅಮೂಲ್ಯ ಕೃತಿಗಳನ್ನು ರಚಿಸಿದ **ಬಾಣಭಟ್ಟ** ಇವನ ಆಸ್ಥಾನದಲ್ಲಿದ್ದ. ಹರ್ಷನು ನಳಂದ ವಿಶ್ವವಿದ್ಯಾಲಯದ ಪೋಷಕನೂ ಆಗಿದ್ದ. ಆದರೆ ಹರ್ಷ ತನ್ನ ವಂಶಜರು ಒಪ್ಪಿಕೊಂಡಿದ್ದ ಶೈವಾರಾಧನೆಯನ್ನು ಬಿಟ್ಟುಕೊಡಲಿಲ್ಲ ಎಂಬ ಅಭಿಪ್ರಾಯವೂ ಇದೆ.

ಗುಪ್ತ ಸಾಮ್ರಾಜ್ಯದ ಕಾಲದಲ್ಲಿ ಕೂಡ ಬೌದ್ಧಧರ್ಮ ಸಾಕಷ್ಟು ಪ್ರಾಮುಖ್ಯತೆಯನ್ನು ಗಳಿಸಿಕೊಂಡಿತ್ತು. ಈ ಕಾಲದಲ್ಲಿ **ಅಸಂಗ, ವಸುಬಂಧು, ಕುಮಾರಜೀವ, ದಿಙ್ನಗ** ಮುಂತಾದ ಅನೇಕ ಬೌದ್ಧ ತತ್ತ್ವಜ್ಞಾನಿಗಳು ಬುದ್ಧನ

ಉಪದೇಶಗಳನ್ನು ಪ್ರಚುರಪಡಿಸುತ್ತಿದ್ದರು. ಆದರೆ ಗುಪ್ತರ ತರುವಾಯ ಬೌದ್ಧಮತ ತನ್ನ ಪ್ರಖರತೆಯನ್ನು ಕಳೆದುಕೊಳ್ಳಲಾರಂಭಿಸಿತು.

ಕ್ರಿ.ಶ. 402–11ರ ನಡುವೆ **ಫಾಹಿಯಾನ್** ಎಂಬ ಚೀನೀ ಯಾತ್ರಿಕ ಭಾರತದಲ್ಲಿ ಪ್ರವಾಸ ಮಾಡಿದ್ದ. ಬಾಲ್ಯದಿಂದ ಬೌದ್ಧಧರ್ಮವನ್ನು ಅಭ್ಯಾಸ ಮಾಡಿದ ಇವನಿಗೆ ಬೌದ್ಧಧರ್ಮದ ತವರೂರಾದ ಭಾರತವನ್ನು ನೋಡಬೇಕೆಂಬ ಅತಿಯಾದ ಆಸೆ ಹುಟ್ಟಿಕೊಂಡಿದ್ದರಿಂದ ಭಾರತಕ್ಕೆ ಬಂದಿದ್ದ. ಇವನು ಉತ್ತರ ಭಾರತದಲ್ಲಿ ಪ್ರವಾಸ ಮಾಡಿದ ಕಾಲದಲ್ಲಿ **ತಕ್ಷಶಿಲೆ, ಮಥುರೆ, ರಾಜಗೃಹ, ಕನೌಜ್** ಮುಂತಾದ ಅನೇಕ ಸ್ಥಳಗಳನ್ನು ಸಂದರ್ಶಿಸಿದ. 414ರಲ್ಲಿ ಸ್ವದೇಶಕ್ಕೆ ಹಿಂದಿರುಗಿದ ತರುವಾಯ ಫಾಹಿಯಾನ್ ತಾನು ತಂದಿದ್ದ ಗ್ರಂಥಗಳನ್ನು ಚೀನಿ ಭಾಷೆಗೆ ಅನುವಾದಿಸಿದ.

ಬೌದ್ಧಧರ್ಮವು ಭಾರತದಿಂದಾಚೆಗೆ ಶ್ರೀಲಂಕಾ, ಚೀನಾ, ಬರ್ಮಾ (ಮ್ಯೆನ್ಮಾರ್), ಥಾಯ್‌ಲ್ಯಾಂಡ್‌ಗಳಿಗೂ ಹರಡಿತು. ಇಂದು ಭಾರತದಲ್ಲಿ ಬೌದ್ಧಧರ್ಮಾವಲಂಬಿಗಳು ಅಲ್ಪ ಸಂಖ್ಯಾತರು. ಆದರೆ ನೇಪಾಳ, ಟಿಬೆಟ್, ಚೀನಾ, ಮಂಗೋಲಿಯ, ಕೊರಿಯ, ಜಪಾನ್‌ಗಳಲ್ಲಿ ಬೌದ್ಧಧರ್ಮ ಗಟ್ಟಿಯಾಗಿರುವ ನೆಲೆಯನ್ನು ಕಂಡುಕೊಂಡಿದೆ.

8. ವಾಸ್ತುಶಿಲ್ಪ, ಸಾಹಿತ್ಯ

ಭಾರತದ ವಾಸ್ತುಶಿಲ್ಪ ಪ್ರಕಾರಗಳಲ್ಲಿ ಅತ್ಯಂತ ಪ್ರಾಚೀನ ರಚನೆಯೆಂದರೆ **ಸ್ತೂಪ** ಎನ್ನಬಹುದು. ಬುದ್ಧ ಭಗವಾನನ ಅವಶೇಷಗಳನ್ನು ಕಾದಿರಿಸಿರುವ ಪವಿತ್ರ ಸ್ಥಳಗಳನ್ನು ಆರಾಧನಾ ಮಂದಿರದಂತೆ ಕಟ್ಟಿರುವುದನ್ನು ಸ್ತೂಪ ಎಂದು ಕರೆಯುತ್ತಾರೆ. **ಚೈತ್ಯ** ಎಂದರೆ ಸ್ತೂಪವನ್ನುಳ್ಳ ಬೌದ್ಧ ಆಲಯ. 'ಚಿತಾ' ಎಂಬ ಶಬ್ದದಿಂದ '**ಚೈತ್ಯ**' ಎಂಬುದು ಬಂದಿದೆ.

ಕ್ರಿ.ಪೂ. 2ನೇ ಶತಮಾನದಿಂದ ಕ್ರಿ.ಶ. 2ನೇ ಶತಮಾನದವರೆಗೆ ಕರ್ನಾಟಕವನ್ನು ಆಳಿದ **ಶಾತವಾಹನ**ರು ಬೌದ್ಧಧರ್ಮದ ಅನುಯಾಯಿಗಳಾಗಿದ್ದರು. ಇವರ ಕಾಲದಲ್ಲಿ ಬೌದ್ಧಧರ್ಮ ಈ ಪ್ರದೇಶದಲ್ಲಿ ಉಚ್ಛ್ರಾಯ ಸ್ಥಿತಿಯಲ್ಲಿತ್ತು. ಕಲಬುರ್ಗಿ ಜಿಲ್ಲೆಯ ಭೀಮಾ ನದಿಯ ದಂಡೆಯಲ್ಲಿರುವ **ಸನ್ನತಿ**ಯಲ್ಲಿ ಬೌದ್ಧಸ್ತೂಪದ ಅವಶೇಷಗಳು ಸಿಕ್ಕಿವೆ. ದೊಡ್ಡಬಳ್ಳಾಪುರ ತಾಲೂಕಿನ ರಾಜಾನುಕುಂಟೆಯಲ್ಲಿ ಬೌದ್ಧವಿಹಾರದ ಅವಶೇಷಗಳನ್ನು ಕಾಣಬಹುದು.

ಬಿಹಾರ್ ರಾಜ್ಯದ ಗಯಾ ಎಂಬ ಕ್ಷೇತ್ರದ ಸಮೀಪ **ಬುದ್ಧಗಯಾ** ಇದೆ. ಇಲ್ಲಿರುವ ಅರಳೀಮರದಡಿಯಲ್ಲಿ ಭಗವಾನ್ ಬುದ್ಧನಿಗೆ ಜ್ಞಾನೋದಯವಾಯಿತು. ಇಲ್ಲೊಂದು ಬುದ್ಧ ದೇವಾಲಯವಿದೆ.

ಸಾರನಾಥದಲ್ಲಿ ದೊರೆತಿರುವ ಅಶೋಕ ಸ್ತಂಭದ ಮೇಲಿನ **ಸಿಂಹ ಶೇಷದ ಶಿಲ್ಪ**ವನ್ನು ನಮ್ಮ ದೇಶದ ರಾಷ್ಟ್ರೀಯ ಲಾಂಛನವಾಗಿ ಅಳವಡಿಸಿಕೊಳ್ಳಲಾಗಿದೆ.

ಅಫಘಾನಿಸ್ತಾನದ **ಬಾಮಿಯಾನ್**ನಲ್ಲಿರುವ ಬುದ್ಧನ ಪ್ರತಿಮೆ ಗಾಂಧಾರ ಶಿಲ್ಪದ ಅತ್ಯದ್ಭುತ ಪ್ರತಿಮೆ. ದೊಡ್ಡದಾದ ಬಂಡೆಯೊಂದನ್ನು ಕೊರೆದು ಈ ವಿಗ್ರಹವನ್ನು ನಿರ್ಮಿಸಲಾಗಿದೆ. ನಿಂತಿರುವ ಈ ಬುದ್ಧ ವಿಗ್ರಹ 53 ಮೀ. ಎತ್ತರವಾಗಿದ್ದು ಜಗತ್ತಿನ ಅತ್ಯಂತ ಎತ್ತರದ ಬುದ್ಧ ವಿಗ್ರಹ ಎಂದು ಖ್ಯಾತಿ ಪಡೆದಿತ್ತು. ಆದರೆ 2001ರಲ್ಲಿ ಈ ಅಪರೂಪದ ವಿಗ್ರಹವನ್ನು ಮುಸ್ಲಿಂ ಮೂಲಭೂತವಾದಿಗಳಿಂದ ಧ್ವಂಸಮಾಡಲಾಯ್ತು. ಆದರೆ ಮುಂದೆ ಫ್ರೆಂಚ್ ಪುರಾತತ್ತ್ವ ವಿದ್ವಾಂಸರು ಇದನ್ನು ಸರಿಪಡಿಸಿದ್ದಾರೆ. ಚೀನಾದ **ಲೆಶನ್** ನಗರದ ಪೂರ್ವದಲ್ಲಿರುವ ಲಿಂಗ್‌ಯಿನ್ ಬೆಟ್ಟದ ಶಿ–ಲುವಾನ್ ಎಂಬ ಶಿಖರದಲ್ಲಿ 71 ಮೀ. ಎತ್ತರದ ಬುದ್ಧನ ಮೂರ್ತಿಯನ್ನು ಕೆತ್ತಲಾಗಿದೆ. ಪ್ರಪಂಚದಲ್ಲೇ ಅತಿ ದೊಡ್ಡದಾಗಿರುವ ಬೌದ್ಧಸ್ತೂಪ ಈಗಿನ ಇಂಡೋನೇಷ್ಯಾದ ಜಾವಾ ದ್ವೀಪದಲ್ಲಿದೆ. **ಬೋರ್‌ಬುದೂರ್** ಎಂಬಲ್ಲಿ 436 ಬುದ್ಧ ಪ್ರತಿಮೆಗಳಿವೆ. ಮಹಾಯಾನ ಪಂಥಕ್ಕೆ ಎಂಬಲ್ಲಿ ಸೇರಿರುವ ಈ ಸ್ತೂಪ ಒಂದು ಗುಡ್ಡದ ಮೇಲ್ಭಾಗದಲ್ಲಿದೆ. ದೇಶದಲ್ಲಿ ಕಂಡುಬರುವ ಅನೇಕ ಬೌದ್ಧ ಗವಿಗಳು 4–8ನೇ ಶತಮಾನಕ್ಕೆ ಸೇರಿವೆ. ಇಲ್ಲಿ ಬುದ್ಧನ ವಿವಿಧ ರೀತಿಯ ಪ್ರತಿಮೆಗಳಿವೆ.

ಸಾಹಿತ್ಯಲೋಕಕ್ಕೆ ಬೌದ್ಧ ವಿದ್ವಾಂಸರ ಕೊಡುಗೆ ಅಪಾರವಾಗಿದೆ. ಖ್ಯಾತ ವಿದ್ವಾಂಸ **ಅಶ್ವಘೋಷನ ಬುದ್ಧಚರಿತೆ** ಸಂಸ್ಕೃತ ಸಾಹಿತ್ಯಕ್ಕೆ ಒಂದು ಅಪರೂಪದ ಕಾಣಿಕೆಯಾಗಿದೆ. ಸಂಸ್ಕೃತ ಸಾಹಿತ್ಯದ ಮಹಾಕವಿಗಳಲ್ಲಿ ಒಬ್ಬನೆಂದು **ಕ್ಷೇಮೇಂದ್ರ** ಪ್ರಸಿದ್ಧನಾಗಿದ್ದಾನೆ. ವಸುಬಂಧು, ಮೈತ್ರೇಯನಾಥ, ಅಸಂಗ ಮುಂತಾದವರ ಗ್ರಂಥಗಳು ಸಂಸ್ಕೃತದಲ್ಲಿ ಲಭ್ಯವಾಗಿವೆ. ಬುದ್ಧ ಧರ್ಮೀಯರ ಅತ್ಯಂತ ಮಹತ್ವವುಳ್ಳ ಬೌದ್ಧ ಹಬ್ಬವೆಂದರೆ **ವೆಸಕ.** ಈ ದಿನವನ್ನು ಬುದ್ಧನ ಜನ್ಮ, ಜ್ಞಾನೋದಯ ಹಾಗೂ ಪರಿನಿರ್ವಾಣದ ದಿನವೆಂದು ಆಚರಿಸುತ್ತಾರೆ. ಭಾರತೀಯರು ಈ ದಿನವನ್ನು ಬುದ್ಧಜಯಂತಿ ಎಂದು ಕರೆದು ವೈಶಾಖ ಮಾಸದಲ್ಲಿ ಆಚರಿಸುತ್ತಾರೆ.

ಬಸವಣ್ಣ

ಪ್ರಸ್ತಾವನೆ

ಬಸವಣ್ಣ ಚುರುಕು ಬುದ್ಧಿಯ ಬಾಲಕ, ಸ್ನೇಹಜೀವಿ. ವಿದ್ವಾಂಸರ ಸುಪುತ್ರ. ಅವನು ಸಂಸ್ಕೃತ ಶ್ಲೋಕಗಳನ್ನು ಕಂಠಪಾಠ ಮಾಡಿಕೊಂಡಿದ್ದ. ಮಾತಿನಲ್ಲಿ ನಯ-ವಿನಯವಿತ್ತು. ಚಿಕ್ಕವನಿದ್ದಾಗಲೇ ಸಮಾಜದಲ್ಲಿ ಬೇರೂರಿದ್ದ ಜಾತಿ ಪದ್ಧತಿಯನ್ನು ಗಮನಿಸಿದ್ದ ಅವನ ಮನಸ್ಸು ಘಾಸಿಗೊಂಡಿತ್ತು. ಯಾಗದ ಸಮಯದಲ್ಲಿ ಪ್ರಾಣಿಬಲಿ ಕೊಡುವ ಕ್ರೂರ ಪದ್ಧತಿ ಅವನಲ್ಲಿ ರೇಜಿಗೆ ಹುಟ್ಟಿಸಿತ್ತು.

ಸಂಪ್ರದಾಯದಂತೆ ಅವನ ಉಪನಯನ ಏರ್ಪಾಡಾಯಿತು. ಉಪನಯನದಲ್ಲಿ ಜನಿವಾರ ಧರಿಸುವುದು ಒಂದು ವಿಧಿ. ಆದರೆ ಬಾಲಕ ಒಲ್ಲೆನೆಂದ. 'ಜನಿವಾರ ಧರಿಸದಿದ್ದರೆ ಜನ ನಿನ್ನನ್ನು ಬ್ರಾಹ್ಮಣನೆಂದು ಒಪ್ಪುವುದಿಲ್ಲ' ಎಂದು ತಂದೆ ಹೇಳಿದರೂ ಅವರ ಮಾತನ್ನು ಧಿಕ್ಕರಿಸಿದ. ಜನಿವಾರ ಧರಿಸುವುದು ಒಂದು ಅರ್ಥಹೀನ ಸಂಪ್ರದಾಯವೆಂದ. ಈ ಕ್ರಾಂತಿಕಾರಿ ಬಾಲಕ ಮುಂದೆ ಸಮಾಜದಲ್ಲಿ ಹಲವು ಸುಧಾರಣೆಗಳನ್ನು ತಂದು

ಜಗಜ್ಯೋತಿ ಎಂದೆನಿಸಿಕೊಂಡ. ಆ ಬಾಲಕ ಬೇರಾರೂ ಅಲ್ಲ, ಬಸವಣ್ಣ, ಪ್ರಸಿದ್ಧ ವಚನಕಾರ, ಸಮಾಜ ಸುಧಾರಕ, ಧಾರ್ಮಿಕ–ಸಾಮಾಜಿಕ ಕ್ರಾಂತಿಯ ನೇತಾರ. ಅವನು ಭಾರತದ ಧಾರ್ಮಿಕ ಪರಂಪರೆಯಲ್ಲಿ ಹನ್ನೆರಡನೆಯ ಶತಮಾನವನ್ನು ಒಂದು ಚಿರಸ್ಮರಣೀಯ ಘಟ್ಟವನ್ನಾಗಿಸಿದ ಮಹಾವ್ಯಕ್ತಿ.

ಬಸವಣ್ಣನವರು ಕರ್ನಾಟಕದ ವಿಜಯಪುರ ಜಿಲ್ಲೆಯ **ಬಾಗೇವಾಡಿ** ಗ್ರಾಮದಲ್ಲಿ ಜನಿಸಿದರು. (ಅವರ ಜನನ ಕಾಲದ ಬಗ್ಗೆ ಭಿನ್ನಾಭಿಪ್ರಾಯಗಳಿವೆ). ಕ್ರಿ.ಶ. 1131ರಲ್ಲಿ ಬಸವಣ್ಣನವರು ಜನಿಸಿರಬೇಕೆಂಬ ಅಭಿಪ್ರಾಯವನ್ನು ಇಲ್ಲಿ ಕೊಡಲಾಗಿದೆ.

ಬಾಗೇವಾಡಿ ಪ್ರಸಿದ್ಧ ಅಗ್ರಹಾರವಾಗಿತ್ತು. ಇಲ್ಲಿ ಸುಮಾರು ಐನೂರಕ್ಕೂ ಹೆಚ್ಚು ಬ್ರಾಹ್ಮಣ ಕುಟುಂಬಗಳಿದ್ದುವು. ಬಸವಣ್ಣನವರ ತಂದೆ **ಮಾದಿರಾಜ** ಗ್ರಾಮದ ಮುಖ್ಯಸ್ಥ (ಅಗ್ರೇಸರ). ಅವರು ಉತ್ತಮ ವಿದ್ವಾಂಸರೂ ವೇದಗಳನ್ನು ತಿಳಿದವರೂ ಆಗಿದ್ದರು. ಅವರ ಹೆಂಡತಿ **ಮಾದಲಾಂಬೆ** (ಮಾದಾಂಬೆ).

ಬಸವಣ್ಣ ಬಹಳ ಬುದ್ಧಿವಂತ ಬಾಲಕ. ವಿದ್ಯೆ ಕಲಿಯುವುದರ ಬಗ್ಗೆ ವಿಶೇಷ ಆಸಕ್ತಿ. ತಂದೆ ಅವನನ್ನು ಗುರುಕುಲಕ್ಕೆ ಸೇರಿಸಿದರು. ಅಲ್ಲಿ ಮೇಲ್ಜಾತಿ, ಕೆಳಜಾತಿ ವಿದ್ಯಾರ್ಥಿಗಳಿದ್ದರು. ಆಗಲೇ ಬಸವಣ್ಣನವರಿಗೆ ಜಾತಿಭೇದದ ಅನುಭವವಾಯಿತು. ಮೇಲ್ಜಾತಿಯವರು ಕೆಳಜಾತಿಯವರನ್ನು ಸ್ಪರ್ಶಿಸಲೂ ಹಿಂಜರಿಯುತ್ತಿದ್ದರು. ಛೇ! ಮನುಷ್ಯ–ಮನುಷ್ಯರ ನಡುವೆ ಇದೆಂಥ ಭೇದಭಾವ ಎಂದು ಮರುಗಿದ. ನಾಗಪಂಚಮಿಯ ದಿನ ಹಾವಿಗೆ ಹಾಲೆರೆದು ಪೂಜಿಸುತ್ತಿದ್ದರು. ಅದೇ, ನಿಜವಾದ ಹಾವನ್ನು ಕಂಡಾಗ ಕೋಲಿನಿಂದ ಹೊಡೆದು ಕೊಲ್ಲುತ್ತಿದ್ದರು. ಛೇ! ಇದೆಂಥ ಆಚರಣೆ!

ಮತ್ತಷ್ಟು ದಿನಗಳು ಉರುಳಿದುವು. ಬಸವಣ್ಣ ಹೆಚ್ಚು ಹೆಚ್ಚು ವಿಚಾರವಂತನಾದ. ಸುಮಾರು 12–14ನೇ ವಯಸ್ಸಿನಲ್ಲಿ ಬಸವ ತನ್ನ ತಂದೆ ತಾಯಿಯನ್ನು ಕಳೆದುಕೊಂಡ. ಆದರೆ ಬಸವನ ಅಜ್ಜಿ ಅವನನ್ನು ಪ್ರೀತಿಯಿಂದಲೇ ಸಾಕಿಸಲಹಿದರು.

ಆ ಕಾಲದಲ್ಲಿ ಸಂಗಮಕ್ಷೇತ್ರ ಪ್ರಸಿದ್ಧ ವಿದ್ಯಾಕೇಂದ್ರವಾಗಿತ್ತು. ಅಲ್ಲಿಯ ಸ್ಥಾನಪತಿಗಳಾದ **ಸಂಗಮೇಶ್ವರ ಸ್ವಾಮಿಗಳು** ಪ್ರಸಿದ್ಧರಾಗಿದ್ದರು. ಇದು ಬಾಗಲಕೋಟೆ ಜಿಲ್ಲೆ ಹಾನಗುಂದ ತಾಲ್ಲೂಕಿಗೆ ಸೇರಿದ ಗ್ರಾಮ. ಕೃಷ್ಣಾ ಮತ್ತು ಮಲಪ್ರಭಾ ನದಿಗಳು ಇಲ್ಲಿ ಕೂಡುತ್ತವೆ. ಇಲ್ಲಿ ಚಾಲುಕ್ಯ ಶೈಲಿಯಲ್ಲಿ ಕಟ್ಟಿರುವ ಸಂಗಮೇಶ್ವರ ದೇವಾಲಯವಿದೆ. **ಈಶಾನ್ಯ ಗುರು** ಎಂಬವರು ಆ ದೇವಸ್ಥಾನದ ಸ್ಥಾನಿಕ. ಲಕುಲೇಶ ಪಾಶುಪತ ಪಂಥಕ್ಕೆ ಸೇರಿದ ಸನ್ಯಾಸಿ. ಪ್ರತಿನಿತ್ಯ ದೇಗುಲಕ್ಕೆ ಬಂದು ಶಿವಲಿಂಗದ ಮುಂದೆ ಕುಳಿತು ಭಕ್ತಿಯಿಂದ ಧ್ಯಾನಸ್ಥನಾಗಿರುತ್ತಿದ್ದ ಬಸವನನ್ನು ಈಶಾನ್ಯ ಗುರು ಗಮನಿಸುತ್ತಾ ಬಂದರು. ಒಂದು ದಿನ ಅವರು

ಬಸವನನ್ನು ಕರೆದು, 'ನೀನೇನೂ ಹೆದರಬೇಡ. ನಿನ್ನ ಜೊತೆ ನಾನಿದ್ದೇನೆ' ಎಂದು ಹೇಳಿದಾಗ ಬಸವನಿಗೆ ನಿರಾಳವೆನಿಸಿತು.

ಪ್ರತಿನಿತ್ಯ ಪೂಜೆಗೆ ತಿಳಿನೀರು ಹಾಗೂ ಹೂವುಗಳನ್ನು ತರುವ ಕೆಲಸ ಬಸವನದಾಯ್ತು. ಅವನು ಈ ಕಾರ್ಯವನ್ನು ಸಂತೋಷದಿಂದಲೇ ಒಪ್ಪಿಕೊಂಡ. ಈ ಮೂಲಕ ಅವನು ಈಶಾನ್ಯ ಗುರುಗಳ ಅಂತರಂಗದ ಶಿಷ್ಯನಾಗಿ ದೇವಸ್ಥಾನದಲ್ಲಿಯೇ ನೆಲೆನಿಂತ.

ಒಂದು ದಿನ ಈಶಾನ್ಯ ಗುರುಗಳು ಬಸವನನ್ನು ಕರೆದು ಹೀಗೆ ಹೇಳಿದರು: 'ಬಸವ, ನೀನೀಗ ಯುವಕನಾಗಿರುವೆ. ವಿಶಾಲವಾದ ವಿಶ್ವವನ್ನು ನೋಡುವ ಸಮಯ ಇದೀಗ ನಿಜವಾಗಿದೆ. ನಿನ್ನಿಂದ ಬಹಳಷ್ಟು ಉತ್ತಮ ಕೆಲಸಗಳು ಆಗಬೇಕಿದೆ. ಏಳು ಬಸವ ಎದ್ದೇಳು, ನೀನು ಕಲ್ಯಾಣದ ಚಾಲುಕ್ಯರ ಸಾಮಂತ ಅರಸನಾದ ಬಿಜ್ಜಳನನ್ನು ಭೇಟಿಮಾಡು. ನೀನು ಅಂದುಕೊಂಡಿದ್ದೆಲ್ಲ ಕಾರ್ಯಗತವಾಗುತ್ತದೆ.'

ಬಸವನಿಗೆ ಗುರುಗಳ ಮಾತಿನಿಂದ ಸಮಾಧಾನವಾಯಿತು. ದೃಢವಾಗಿ ಎದ್ದುನಿಂತ. ಭವಿಷ್ಯದ ಹಾದಿ ಅವನಿಗೆ ಸ್ಪಷ್ಟವಾಗಿ ಗೋಚರವಾಯಿತು. ಹೀಗೆ ಕೂಡಲಸಂಗಮವು ಬಸವಣ್ಣನ ಧಾರ್ಮಿಕ ಮತ್ತು ಸಾಮಾಜಿಕ ಮುಖಂಡನಾಗಿ ಒಂದು ಅಡಿಪಾಯವಾಯಿತು.

1. ಸಮಾಜ ಸುಧಾರಕ

ಬಸವಣ್ಣನವರು ಈಗ ಪ್ರೌಢ ಯುವಕ. ಈಶಾನ್ಯ ಗುರುಗಳ ಆದೇಶದಂತೆ ಅವರು **ಮಂಗಳವಾಡಕ್ಕೆ** ಬಂದರು. ಅಲ್ಲಿ **ಬಿಜ್ಜಳನು** ಕಲ್ಯಾಣದ ಚಾಲುಕ್ಯರ ಅಧೀನದಲ್ಲಿ ಸಾಮಂತನಾಗಿ ಆಳುತ್ತಿದ್ದ (12ನೇ ಶತಮಾನ). ಮುಂದೆ ಬಿಜ್ಜಳನು ಮುಮ್ಮಡಿ ತೈಲಪ ಚಾಲುಕ್ಯ ಸಾಮ್ರಾಟನಾಗಿದ್ದರೂ ಬಿಜ್ಜಳ ಸ್ವತಂತ್ರನಾಗಿದ್ದ. ಬಹುಬೇಗನೆ ಚಾಲುಕ್ಯ ಸಾಮ್ರಾಜ್ಯದ ಬಹುಭಾಗ ಬಿಜ್ಜಳನ ಅಧಿಕಾರಕ್ಕೆ ಬಂತು.

ಬಿಜ್ಜಳನ ಸಾಮ್ರಾಜ್ಯಕ್ಕೆ ಬಸವಣ್ಣನವರು ಪ್ರವೇಶಿಸಿದರು. ಕೋಶಾಗಾರದ ಮುಖ್ಯಾಧಿಕಾರಿ ಸಿದ್ಧ ದಂಡಾಧಿಪತಿಯವರು ಬಸವಣ್ಣನವರ ತೀಕ್ಷ್ಣಬುದ್ಧಿಗೆ ಬೆರಗಾಗಿ, ಅವನನ್ನು ಬಿಜ್ಜಳನಲ್ಲಿ ಕರೆದುಕೊಂಡು ಹೋದ. ಕೂಡಲೇ ಬಸವಣ್ಣನವರನ್ನು ಲೆಕ್ಕಪತ್ರ ಬರೆಯುವ **ಕರಣಿಕ** ಎಂದು ನೇಮಿಸಲಾಯಿತು. ಬಸವಣ್ಣನವರ ಬುದ್ಧಿವಂತಿಕೆ, ಶ್ರದ್ಧೆ, ಪ್ರಾಮಾಣಿಕತೆ, ವಿನಯ, ಕಾರ್ಯದಕ್ಷತೆ, ಸಮಯಪ್ರಜ್ಞೆ ಎಲ್ಲವೂ ಬಿಜ್ಜಳನನ್ನು ಶೀಘ್ರವಾಗಿ ಸೆಳೆದವು. ಬಹುಬೇಗನೆ ಬಸವಣ್ಣನವರು **ಮುಖ್ಯ ಭಂಡಾರಿ**ಯೂ ಆದರು. ಅವರ ಕಾರ್ಯದಕ್ಷತೆಯ ಫಲವಾಗಿ ಬಿಜ್ಜಳನ ಕೋಶಾಗಾರ ಅಧಿಕ ಸಂಪತ್ತಿನಿಂದ ತುಂಬಿಕೊಂಡಿತು.

ಬಸವಣ್ಣನವರು ಈಗ ಎಲ್ಲ ರೀತಿಯಲ್ಲಿ ಉತ್ತಮಸ್ಥಿತಿಯಲ್ಲಿದ್ದರು. ಸ್ಥಾನ, ಅಧಿಕಾರ, ಖ್ಯಾತಿ, ಹಣ ಇವೆಲ್ಲವೂ ಅವರಿಗೆ ಲಭ್ಯವಾಗಿದ್ದವು. ಬಸವಣ್ಣನವರು ವೈವಾಹಿಕ ಜೀವನಕ್ಕೆ ಪ್ರವೇಶಿಸಲು ನಿರ್ಧಾರ ಕೈಗೊಂಡರು. ಸಿದ್ಧದಂಡಾಧಿಪತಿಗೆ **ನೀಲಾಂಬಿಕೆ** ಎಂಬ ಮಗಳಿದ್ದಳು. ಆಕೆ ಸದ್ಗುಣಸಂಪನ್ನೆ. **ಗಂಗಾಂಬಿಕೆ** ಬಲದೇವನ ಮಗಳು. ಇಬ್ಬರೂ ಸುಶಿಕ್ಷಿತರು. ಅವರಿಬ್ಬರನ್ನು ವಿವಾಹವಾದ ಬಸವಣ್ಣನವರು ತದನಂತರ ಅತ್ಯಂತ ಸಂತೋಷಮಯ ಬದುಕನ್ನು ನಡೆಸಿದರು. ಅವರ ಕ್ರಿಯಾಶೀಲ ಜೀವನದಲ್ಲಿ ಸಂಪೂರ್ಣ ಸಹಕಾರ ನೀಡಿದರು. ಬಸವಣ್ಣನವರನ್ನು ನೋಡಲು ದಿನನಿತ್ಯ ನೂರಾರು ಸ್ನೇಹಿತರು, ಹಿತೈಷಿಗಳು ಅವರ ಮನೆಗೆ ಬರುತ್ತಿದ್ದರು. ಬಂದವರೆಲ್ಲ ಅವರ ಹಿತಮಿತ ಮಾತು, ಪ್ರೌಢ ವಿಚಾರಗಳು, ಸತ್ಕಾರ ಮುಂತಾದವುಗಳಿಗೆ ಮಾರುಹೋಗುತ್ತಿದ್ದರು. ದಿನಕಳೆದಂತೆ ಅವರು ಮಂಗಳವಾಡದಲ್ಲಿ ಪ್ರಸಿದ್ಧ ವ್ಯಕ್ತಿಯಾದರು. ಶಿವಭಕ್ತರು, ಜಂಗಮರು ಅವರ ಮನೆಗೆ ಬಂದು ಧಾರ್ಮಿಕ, ಶರಣಧರ್ಮ ಮುಂತಾದವುಗಳ ಬಗ್ಗೆ ಗಹನವಾಗಿ ಚರ್ಚಿಸುತ್ತಿದ್ದರು.

ಬಸವಣ್ಣನವರು ಯುಗಪುರುಷರಾಗಲು ಅವರ ಪತ್ನಿಯರ ಸಹಕಾರ, ಜಾಣ್ಮೆ ಸಹ ಕಾರಣವಾಗಿದೆ. **ಗಂಗಾಂಬಿಕೆ** ಪ್ರಸಿದ್ಧ ವಚನಕಾರ್ತಿ, ಅನುಭಾವಿ, ಆದರ್ಶ ಸತಿ. **ಮಹಾಮನೆ** ಮತ್ತು **ಅನುಭವ ಮಂಟಪ**ದ ಕಾರ್ಯಗಳಲ್ಲಿ ಇವಳು ಪತಿಗೆ ಬಹಳವಾಗಿ ನೆರವಾಗಿದ್ದಳು. ಇವಳು ಸುಮಾರು ಎಂಟುನೂರು ವಚನಗಳನ್ನು ರಚಿಸಿದ್ದಾಳೆ.

ಮತ್ತೊರ್ವ ಪತ್ನಿ **ನೀಲಾಂಬಿಕೆ** ಸುಪ್ರಸಿದ್ಧ ವಚನಕಾರ್ತಿ. ಧಾರ್ಮಿಕ, ಸಾಮಾಜಿಕ ಕಾರ್ಯಗಳಲ್ಲಿ ಬಸವಣ್ಣನವರಿಗೆ ಬೆನ್ನೆಲುಬಾಗಿ ನಿಂತು ಅವರ ಜೀವನಕ್ಕೆ ಹೊಸ ಚೈತನ್ಯ ತಂದವಳು.

ಕ್ರಿ.ಶ. 1162ರಲ್ಲಿ ಬಿಜ್ಜಳನು ತನ್ನ ರಾಜಧಾನಿಯನ್ನು **ಕಲ್ಯಾಣ**ಕ್ಕೆ ಬದಲಾಯಿಸಿಕೊಂಡ ಮೇಲೆ ತಾನೇ ಚಕ್ರವರ್ತಿ ಎಂದು ಘೋಷಿಸಿಕೊಂಡನು. ಆತ ನ್ಯಾಯ ಮಾರ್ಗವನ್ನು ಹಿಡಿಯದೇ, ಮೂರನೇ ತೈಲಪನನ್ನು ಸಿಂಹಾಸನದಿಂದ ಬಲವಂತವಾಗಿ ಕೆಳಗಿಳಿಸಿ ತಾನೇ ಚಕ್ರವರ್ತಿಯಾದನು.

ಕಲ್ಯಾಣದಲ್ಲಿ ನೆಲೆನಿಂತ ಮೇಲೆ ಬಸವಣ್ಣನವರು **ಶರಣ ಸಮಾಜ**ವೊಂದನ್ನು ಸ್ಥಾಪಿಸಿದರು. ವರ್ಣ ವ್ಯವಸ್ಥೆಯನ್ನು ಹೇಗಾದರೂ ಮಾಡಿ ತೊಡೆದು ಹಾಕಬೇಕೆಂದು ಬಯಸಿದರು. ಅದು ಅವರ ಪ್ರಮುಖ ಉದ್ದೇಶವಾಗಿತ್ತು. ಶತಶತಮಾನಗಳಿಂದ ನಡೆದುಕೊಂಡು ಬಂದಿದ್ದ ವರ್ಣ ಪದ್ಧತಿಯನ್ನು ಸಂಪೂರ್ಣವಾಗಿ ನಿರ್ನಾಮ ಮಾಡಲು ಬಸವಣ್ಣನವರಿಗೆ ಸಾಧ್ಯವಾಗಲಿಲ್ಲ. ಏಕೆಂದರೆ ಸಾಮಾಜಿಕ ಪರಿವರ್ತನೆ ಮಾಡಲು ಹೊರಟವರಿಗೆ ವಿರೋಧವಿದ್ದೇ ಇರುತ್ತದೆ. ಬಸವಣ್ಣನವರು ಮಾತ್ರ ತಮ್ಮ ಪ್ರಯತ್ನವನ್ನು ಬಿಡಲಿಲ್ಲ.

ವೀರಶೈವರ ದೃಷ್ಟಿಯಲ್ಲಿ ಶಿವನೇ ಶ್ರೇಷ್ಠ. ಈ ಹೊಸ ಧಾರ್ಮಿಕ ಚಳವಳಿ ಉತ್ಸಾಹದೊಂದಿಗೆ ಎಲ್ಲೆಡೆ ಹಬ್ಬಿತು. ಈ ಧರ್ಮವನ್ನು ಪಾಲಿಸಲು ಮುಂದಾದವರು ದೇಹದ ಮೇಲೆ ಲಿಂಗವನ್ನು ಧರಿಸತೊಡಗಿದರು. ಗುರು, ಲಿಂಗ, ಜಂಗಮರನ್ನು ಗೌರವಿಸಬೇಕು ಎಂಬುದು ಈ ಧರ್ಮದ ಮೂಲ ಉದ್ದೇಶ.

ಚಲನೆಯಲ್ಲಿರುವವನು ಜಂಗಮ ಎಂಬುದು ವೀರಶೈವರ ಪ್ರಮುಖ ತತ್ತ್ವ. ಜಂಗಮನು ದೇವರೇ ಆಗಿದ್ದು ದೇವರ ಪ್ರತ್ಯಕ್ಷ ರೂಪವಾಗಿರುತ್ತಾನೆ. ಪರಮಾತ್ಮನನ್ನು ಸಾಕ್ಷಾತ್ಕರಿಸಿಕೊಳ್ಳಲು ವೀರಶೈವರಿಗೆ ಭಕ್ತಿಯೇ ಕಾರಣವಾಗಿರುತ್ತದೆ.

ಶಿವನ ಮಹಾಭಕ್ತರಾದ ಬಸವಣ್ಣನವರನ್ನು ನೋಡಲು ಜನ ಬಲುದೂರದಿಂದ ಬರತೊಡಗಿದರು. ಅವರ ಖ್ಯಾತಿ ಬಹುದೂರದವರೆಗೂ ಹಬ್ಬಿತು. ಶಿವನ ಪೂಜೆ, ಧ್ಯಾನ, ಪೂಜೆ, ಚರ್ಚೆ ಮುಂತಾದವುಗಳು ಸಾಂಗವಾಗಿ ನಡೆಯುತ್ತಿದ್ದವು. ನೋಡನೋಡುತ್ತಿದ್ದಂತೆ ಅವರ ಮನೆ ಮಹಾಮನೆಯಾಗಿ ಪರಿವರ್ತನೆಗೊಂಡಿತು.

ಮಹಾಮನೆಯಲ್ಲಿ ಶಿವನ ಭಕ್ತರಿಗೆ ಸಕಲ ಸೌಕರ್ಯಗಳ ವ್ಯವಸ್ಥೆ ಮಾಡಲಾಯಿತು. ವೀರಶೈವ ಧರ್ಮಕ್ಕೆ ಯಾರು ಬೇಕಾದರೂ ಸೇರಬಹುದು ಎಂದು ಘೋಷಿಸಿದರು. ವೀರಶೈವನಾಗುವುದೆಂದರೆ ಆತ ಎಲ್ಲರಿಗೂ ಸಮಾನನಾಗಿರುತ್ತಾನೆ ಎಂಬುದು ಬಸವಣ್ಣನವರ ಅಭಿಮತವಾಗಿತ್ತು. ನೇಕಾರರು, ಚಮ್ಮಾರರು, ಬ್ರಾಹ್ಮಣರು ಹೀಗೆ ಎಲ್ಲಾ ವರ್ಗದ ಜನರು ವೀರಶೈವ ಧರ್ಮವನ್ನು ಸ್ವೀಕರಿಸಿದರು.

ಆದರೆ, ದಿನೇ ದಿನೇ ಬೆಳಗತೊಡಗಿದ ಬಸವಣ್ಣನವರ ಕ್ರಾಂತಿ ಅನೇಕರಲ್ಲಿ ಭಯ ಉಂಟುಮಾಡಿತು. ಸಾವಿರಾರು ಮಂದಿ ಅನುಯಾಯಿಗಳ ಜೊತೆ ಬಸವಣ್ಣನವರಿಗೆ ನೂರಾರು ಮಂದಿ ಹಿತಶತ್ರುಗಳೂ ಹುಟ್ಟಿಕೊಂಡರು. ಹೇಗಾದರೂ ಮಾಡಿ ಬಸವಣ್ಣನವರ ಹೆಸರಿಗೆ ಕೆಸರೆರಚಬೇಕು ಎಂಬುದು ಅವರೆಲ್ಲರ ದೃಢ ನಿರ್ಧಾರವಾಯಿತು. ಕೆಲವರು ಅವರ ವಿರುದ್ಧ ದೂರು ನೀಡಲು ಬಿಜ್ಜಳನನ್ನು ಭೇಟಿ ಮಾಡಿದರು. ರಾಜ್ಯದ ಬೊಕ್ಕಸದಿಂದ ತಮ್ಮವರಿಗಾಗಿ ಅಧಿಕ ಮೊತ್ತದ ಹಣವನ್ನು ತೆಗೆದುಕೊಂಡು ಹೋಗಿ ಜಂಗಮರಿಗೆ ದಾನ ಮಾಡುತ್ತಿದ್ದಾರೆಂದು ಆರೋಪ ಹೊರಿಸಿದರು.

ದೂರು ನೀಡಿದವರ ಮಾತನ್ನು ಪರೀಕ್ಷಿಸಲು ಬಿಜ್ಜಳ ಲೆಕ್ಕಪತ್ರಗಳನ್ನು ಪರಿಶೀಲಿಸುವಂತೆ ಆಜ್ಞೆಮಾಡಿದರು. ವಿಸ್ಮಯದ ಸಂಗತಿಯೆಂದರೆ ಬೊಕ್ಕಸದಲ್ಲಿ ಹೆಚ್ಚಿನ ಹಣ ಕಂಡುಬಂದಿತು. ಇಷ್ಟಾದರೂ ಆರೋಪವನ್ನು ಮಾಡುವವರ ಸಂಖ್ಯೆಯೇನು ಕಡಿಮೆಯಾಗಲಿಲ್ಲ.

ಆಸ್ಥಾನದಲ್ಲಿದ್ದ ಕೆಲವು ಅಧಿಕಾರಿಗಳು ಬಸವಣ್ಣನವರ ವಿರುದ್ಧ ಪಿತೂರಿ ಮುಂದುವರಿಸಿದರು. ಮತ್ತಷ್ಟು ದೂರುಗಳು ದಾಖಲಾದವು. ಆದರೆ ಅವರು ಸತ್ತ್ವಪರೀಕ್ಷೆಯಲ್ಲಿ ಗೆದ್ದು ಬರುತ್ತಿದ್ದರು. ಗೆಲುವಿಗೆ ಕಾರಣ, ಅವರ ಪ್ರಾಮಾಣಿಕತೆ.

ಮುಂದೆ ಬಿಜ್ಜಳನು ಬಸವಣ್ಣನವರನ್ನು ರಾಜ್ಯದ ಪ್ರಧಾನ ದಂಡನಾಯಕರಾಗಿ ಅಧಿಕಾರ ವಹಿಸಿಕೊಟ್ಟನು. ಈ ಸಂದರ್ಭದಲ್ಲಿ ಅವರು ಪಟ್ಟಣದ ಹಲವು ಸ್ಥಳಗಳಿಗೆ ಭೇಟಿ ನೀಡಿದರು. ಬಡತನ, ದಾರಿದ್ರ್ಯ, ರೋಗರುಜಿನಗಳಿಂದ ನರಳುತ್ತಿರುವವರನ್ನು ಕಂಡು ಕಣ್ಣೀರು ಹಾಕಿದರು. ಅವರ ಸಮಸ್ಯೆಗಳನ್ನು ಪರಿಹರಿಸಲು ಶಕ್ತಿಮೀರಿ ಪ್ರಯತ್ನಿಸಿದರು. ಅಸ್ಪೃಶ್ಯರ ಕೇರಿಗೂ ಭೇಟಿ ನೀಡಿದರು. ಅವರ ವಿಶಾಲ ಮನೋಭಾವವನ್ನು ಅಸ್ಪೃಶ್ಯರು ಕೊಂಡಾಡಿದರು. ಮೇಲ್ವರ್ಗದವರಲ್ಲಿ ಅಸ್ಪೃಶ್ಯರ ಬಗ್ಗೆ ಇದ್ದ ಕೀಳು ಭಾವನೆಯನ್ನು ಅವರು ತೀವ್ರವಾಗಿ ಖಂಡಿಸುತ್ತಿದ್ದರು.

ಒಂದು ದಿನ ಅಸ್ಪೃಶ್ಯರ ಕೇರಿಯಲ್ಲಿದ್ದ **ನಾಗದೇವ** ಎಂಬವನ ಮನೆಯಲ್ಲಿ ಊಟಮಾಡಿದರು. ಆ ಕೂಡಲೇ ಈ ಸುದ್ಧಿ ಬಿಜ್ಜಳನಿಗೆ ತಲುಪಿತು. ಬಸವಣ್ಣನವರನ್ನು ಪರೋಕ್ಷವಾಗಿ ಟೀಕೆ ಮಾಡಿ ಪ್ರತ್ಯೇಕ ಜಾಗದಲ್ಲಿ ಕೂರುವಂತೆ ಹೇಳಿದ.

ಈ ಘಟನೆಯ ನಂತರ ಅಸ್ಪೃಶ್ಯತೆಯನ್ನು ನಿವಾರಿಸಲು ಬಸವಣ್ಣನವರು ಒಂದು ಚಳುವಳಿಯನ್ನು ಆರಂಭಿಸಿದರು. ಅವರ ಸಾಮಾಜಿಕ ಚಳುವಳಿಗೆ ಬೆಂಬಲವಾಗಿ ನಿಂತವರು ಅವರ ಪತ್ನಿಯರು.

ಬಸವಣ್ಣನವರ ಮನೆಯಲ್ಲಿ ದಿನನಿತ್ಯ ನಡೆಯುತ್ತಿದ್ದ ದಾಸೋಹದಲ್ಲಿ ಕೇರಿಯ ಶರಣರೂ ಪಾಲ್ಗೊಳ್ಳುತ್ತಿದ್ದರು. ದಿನಕಳೆದಂತೆ ಶರಣರ ಸಂಖ್ಯೆ ಏರತೊಡಗಿತು. ಕ್ರಮೇಣ ಆ ಗೋಷ್ಠಿ ನಡೆಯುತ್ತಿದ್ದ ಸ್ಥಳ **ಅನುಭವ ಮಂಟಪ**ವೆಂದು ಹೆಸರಾಯಿತು.

2. ಕೊನೆಯ ದಿನಗಳು

ಅನುಭವ ಮಂಟಪ ಬಸವಣ್ಣನವರು ಸ್ಥಾಪಿಸಿದ ಆಧ್ಯಾತ್ಮಿಕ ಹಾಗೂ ತತ್ತ್ವಜಿಜ್ಞಾಸೆಗಾಗಿ ಇದ್ದ ಸಂಸ್ಥೆ. ಕ್ರಿ.ಶ. 1160ರಲ್ಲಿ ಮಂಟಪವು ಸ್ಥಾಪಿಸಲ್ಪಟ್ಟಿತೆಂದು ಇತಿಹಾಸಕಾರರು ಹೇಳುತ್ತಾರೆ. ಇದು ನಾಲ್ಕು ಮಹಾದ್ವಾರ, 36 ಕಂಬಗಳಿಂದ ಕೂಡಿತ್ತೆಂದು ತಿಳಿದು ಬಂದಿದೆ. ಅದರ ಅಧ್ಯಕ್ಷ ಪೀಠವೇ **ಶೂನ್ಯ ಸಿಂಹಾಸನ**.

ಬಸವಣ್ಣನವರು ತಮ್ಮ ಜೊತೆಯಲ್ಲಿ ಇದ್ದವರಿಗೆ **ಕಾಯಕವೇ ಕೈಲಾಸ**ದ ಮಹತ್ವವನ್ನು ತಿಳಿಸಿದರು. ಅವರ ನಡೆ-ನುಡಿ, ಕ್ರಾಂತಿಕಾರಿ ವಿಚಾರ

ಮುಂತಾದವುಗಳಿಂದ ಪ್ರಭಾವಿತರಾಗಿ ಜೀವನದಲ್ಲಿ ಉತ್ತುಂಗಕ್ಕೆ ಏರಿದವರಲ್ಲಿ ಪ್ರಮುಖರಾದವರು **ಅಲ್ಲಮಪ್ರಭು, ಅಕ್ಕಮಹಾದೇವಿ, ಮಡಿವಾಳ ಮಾಚಯ್ಯ, ಮೋಳಿಗೆ ಮಾರಯ್ಯ, ಕಿನ್ನರಿ ಬೊಮ್ಮಯ್ಯ, ಚನ್ನಬಸವಣ್ಣ** ಮೊದಲಾದವರು.

ಮುಂದೆ ಶರಣರ ಎರಡು ತಂಡಗಳು ಕಲ್ಯಾಣವನ್ನು ತ್ಯಜಿಸಿ ಹೊರಟುಹೋದವು.

ಕ್ರಿ.ಶ. 1167–68ರಲ್ಲಿ ಸಂಗಮ ಸ್ಥಳದಲ್ಲಿ ಬಸವಣ್ಣನವರು ಕೊನೆಯುಸಿರು ಎಳೆದು ಅನಂತದಲ್ಲಿ ಲೀನವಾದರು. ಅವರ ಪತ್ನಿಯರೂ ಲಿಂಗೈಕ್ಯರಾದರು. ಕಾಲಸಂದಂತೆ ಬಸವಣ್ಣನವರ ಅನುಯಾಯಿಗಳೆಲ್ಲ ಒಬ್ಬೊಬ್ಬರಾಗಿ ಲಿಂಗೈಕ್ಯರಾದರು. ಅನಂತರ ಬಹಳ ಕಾಲ ಕಲ್ಯಾಣವು ಧಾರ್ಮಿಕ ಚಟುವಟಿಕೆಗಳ ಕೇಂದ್ರವಾಗಿ ಉಳಿಯಲಿಲ್ಲ. ಆದರೆ ಆ ಸ್ಥಳ ವೀರಶೈವಧರ್ಮದ ಹುಟ್ಟಿಗೆ ಕಾರಣವಾಗಿತ್ತು. ಬಸವಣ್ಣನವರು ಮತ್ತು ಅವರ ಸಮಕಾಲೀನರು ನಿಧನರಾದ ಮೇಲೆ ಬಹುತೇಕ ವೀರಶೈವರು ಕಲ್ಯಾಣವನ್ನು ತೊರೆದು ಕರ್ನಾಟಕ ಮತ್ತು ಮಹಾರಾಷ್ಟ್ರದ ಬೇರೆ ಬೇರೆ ಭಾಗಗಳಲ್ಲಿ ನೆಲೆಸಿದರು.

3. ವಚನಗಳು

ಕನ್ನಡ ಸಾಹಿತ್ಯ ಕ್ಷೇತ್ರದಲ್ಲಿ ಬಸವಣ್ಣನವರು ದೊಡ್ಡ ವಚನಕಾರರು. ಅವರು ರಚಿಸಿದ ವಚನಗಳ ಸಂಖ್ಯೆ ಸುಮಾರು 1400. ಬಸವಣ್ಣನವರ ಶ್ರೇಷ್ಠ ವಚನಗಳಲ್ಲಿ ಒಂದಾಗಿರುವ ಈ ವಚನ ನೋಡಿ.

ಮನೆಯೊಳಗೆ ಮನೆಯೊಡೆಯನಿದ್ದಾನೋ ಇಲ್ಲವೋ!
ಹೊಸ್ತಿಲಲ್ಲಿ ಹುಲ್ಲು ಹುಟ್ಟಿ ಮನೆಯೊಳಗೆ ರಜತುಂಬಿ
ಮನೆಯೊಳಗೆ ಮನೆಯೊಡೆಯನಿದ್ದಾನೋ ಇಲ್ಲವೋ!
ತನುವಿನಲ್ಲಿ ಹುಸಿ ತುಂಬಿ ಮನದೊಳಗೆ ವಿಷಯ ತುಂಬಿ
ಮನೆಯೊಳಗೆ ಮನೆಯೊಡೆಯನಿಲ್ಲಾ
ಕೂಡಲಸಂಗಮದೇವಾ!

ಇದರಲ್ಲಿ ಮನೆಯನ್ನು ದೇಹಕ್ಕೂ, ಜೀವಾತ್ಮನನ್ನು ದೇವರಿಗೂ ಹೋಲಿಸಿದ್ದಾರೆ. ಶುಚಿ, ರುಚಿ, ಸದಾಚಾರ ವಿಚಾರದಿಂದ ಕೂಡಿದ್ದರೆ ಅಂಥವರ ಹೊಸ್ತಿಲಲ್ಲಿ ಹುಲ್ಲು ಬೆಳೆದು, ಒಳಗೆ ಧೂಳು ತುಂಬಿದರೂ ಖಾಲಿ ಖಾಲಿ ಎನಿಸುವುದಿಲ್ಲ, ಮನೆಗೆ ಬರುವವರನ್ನು ಸ್ವಾಗತ ಕೋರುತ್ತದೆ. ಹೀಗಲ್ಲದೆ 'ತನುವಿನೊಳಗೆ ಹುಸಿ ತುಂಬಿದರೂ ಮನದೊಳಗೆ ವಿಷಯ ತುಂಬಿ' ಇದ್ದರೆ ಈ ಮನೆ ದೇವರಿಂದ ಹೊರತಾದ ಸ್ಥಾನದಂತಿರುತ್ತದೆ. ಅಂತಹ ಮನೆಯೊಳಗಿರುವುದು ಆಕ್ರಮಣಕಾರಿ ದೆವ್ವವೇ ಹೊರತು, ಅನುಗ್ರಹಕಾರಿ

ದೇವರಲ್ಲ ಎನ್ನುತ್ತಾರೆ ಬಸವಣ್ಣನವರು. ಅವರ ಇನ್ನೊಂದು ಮನನೀಯವೂ ಅನರ್ಘ್ಯವೂ ಆದ ವಚನ ಹೀಗಿದೆ:

ಕಳಬೇಡ, ಕೊಲಬೇಡ, ಹುಸಿಯ ನುಡಿಯಲು ಬೇಡ!
ಮುನಿಯಬೇಡ, ಅನ್ಯರಿಗೆ ಅಸಹ್ಯ ಪಡಬೇಡ!
ತನ್ನ ಬಣ್ಣಿಸಬೇಡ, ಇದಿರ ಹಳಿಯಲು ಬೇಡ!
ಇದೇ ಅಂತರಂಗ ಶುದ್ಧಿ, ಇದೇ ಬಹಿರಂಗ ಶುದ್ಧಿ!
ಇದೇ ನಮ್ಮ ಕೂಡಲಸಂಗಮದೇವರನೊಲಿಸುವ ಪರಿ!

ಕಳವು, ಜೀವಹಿಂಸೆ, ಸುಳ್ಳು, ಸಿಟ್ಟು, ಬಿರುನುಡಿ, ಆತ್ಮಪ್ರಶಂಸೆ, ನಿಂದನೆ ಈ ಅವಗುಣಗಳನ್ನು ತ್ಯಜಿಸುವುದೇ ಅಂತರಂಗ-ಬಹಿರಂಗ ಶುದ್ಧಿಯ ಮೂಲ ಧರ್ಮ. ಇಂತಿರುವ ಸದ್ಭಕ್ತನು ಸಂಗಮ ಸಾಧನವನ್ನು ಸುಲಭದಲ್ಲಿ ಒಲಿಸಿಕೊಳ್ಳಬಲ್ಲ. ಸಕಲ ಧರ್ಮಗಳ ಸಾರ ಇದಾಗಿದೆ. ಎಷ್ಟು ಸರಳ, ಎಷ್ಟು ನೇರ! ಮಾಣಿಕ್ಯದಂಥ ಮಾತು.

ಜಾತಿಯ ನಿರ್ಮೂಲನೆ ಅವರ ಮುಖ್ಯ ಹೋರಾಟವಾಯಿತು. 'ಕೊಲ್ಲುವವನೇ ಮಾದಿಗ, ಹೊಲಸು ತಿಂಬುವವನೇ ಹೊಲೆಯ' ಎಂದು ಸ್ಪಷ್ಟಪಡಿಸಿದ್ದಾರೆ. ಡಾಂಬಿಕ ಭಕ್ತಿಯ ಬಗೆಗೆ, ಕುಟಿಲತನದ ಬಗ್ಗೆ ತೀವ್ರವಾಗಿ ವಿಡಂಬಿಸಿದ್ದಾರೆ. ಭಕ್ತಿಯಿಲ್ಲದವನು ಏನು ಮಾಡಿದರೂ ವ್ಯರ್ಥ ಎಂದಿದ್ದಾರೆ.

ಗೀತವ ಹಾಡಿದಡೇನು ಶಾಸ್ತ್ರ ಪುರಾಣವ ಕೇಳಿದಡೇನು?
ವೇದವೇದಾಂತವ ನೋಡಿದಡೇನು?
ಮನವೊಲಿದು ಲಿಂಗಜಂಗಮನ ಪೂಜಿಸಲರಿಯದವರು
ಎಲ್ಲರಲ್ಲಿ ಪ್ರಾಜ್ಞರಾದಡೇನು
ಭಕ್ತಿಯಿಲ್ಲದವರನೊಲ್ಲ ಕೂಡಲಸಂಗಮದೇವ

ಎಂದು ಬಸವಣ್ಣನವರು ಸ್ಪಷ್ಟಪಡಿಸಿದ್ದಾರೆ.

ಸಾರ, ಸಜ್ಜನರ ಸಂಗ ಲೇಸು ಕಂಡಯ್ಯ,
ದೂರ, ದುರ್ಜನರ ಸಂಗವದು ಭಂಗವಯ್ಯಾ,
ಸಂಗವೆರಡುಂಟು, ಒಂದ ಹಿಡಿ ಒಂದ ಬಿಡು
ಮಂಗಳ ಮೂರ್ತಿ ನಮ್ಮ ಕೂಡಲಸಂಗನ ಶರಣರ

ಸತ್ಪುರುಷರ ಸಹವಾಸ ಬಹಳ ಉತ್ತಮ, ಸತ್ಯಮಾರ್ಗವಾದುದು. ದುಷ್ಟ ಜನರ ಸ್ನೇಹ ಸಹವಾಸ ನಾಶಕಾರಕವಾಗುವುದು. ಹೀಗಾಗಿ, ಸಜ್ಜನರ ಸೇವೆ ಸಹವಾಸಗಳ ಮಾರ್ಗ ಹಿಡಿ; ಸನ್ಮಂಗಳಕರವಾದ ನಮ್ಮ ಕೂಡಲಸಂಗಮನಾಥನ

ಶರಣರ ಸೇವೆ ಸಂಗದಿಂದ ಬದುಕು ಬಂಗಾರವಾಗುವುದು, ಸ್ವರ್ಗ ಸಾಧನೆಯಾಗುವುದು. ಈ ವಚನದಲ್ಲಿ ಸರಳವಾದ ಒಂದು ಮಹಾತತ್ತ್ವವೇ ಅಡಗಿದೆ. ಬದುಕು ಸುಗಮವಾಗಿ ಸಾಗಿ, ಬಂಗಾರವಾಗಬೇಕೆಂದರೆ ಉತ್ತಮ ನಡೆನುಡಿ ಹೊಂದಿದವರ ಸ್ನೇಹ ಬೆಳೆಸು ಎನ್ನುತ್ತಾರೆ ಬಸವಣ್ಣನವರು.

ಮರ್ತ್ಯಲೋಕವೆಂಬುದು ಕರ್ತಾರನ ಕಮ್ಮಟವಯ್ಯಾ,
ಇಲ್ಲಿ ಸಲ್ಲುವವರು ಅಲ್ಲಿಯೂ ಸಲ್ಲುವರಯ್ಯಾ,
ಇಲ್ಲಿ ಸಲ್ಲದವರು ಅಲ್ಲಿಯೂ ಸಲ್ಲರಯ್ಯಾ, ಕೂಡಲಸಂಗಮದೇವ.

ಇದೊಂದು ಅರ್ಥಪೂರ್ಣ ವಚನ. ಈ ನರಲೋಕವು ಬ್ರಹ್ಮನ ಟಂಕಸಾಲೆ ಇದ್ದಂತೆ. ಇಲ್ಲಿ ನಿರ್ಮಿತವಾದ ನಾಣ್ಯ ಸದಾಕಾಲ ಪೇಟೆಯಲ್ಲಿ ಭಕ್ತಿ ಸೇವೆಗೆ ವಿನಿಯೋಗಿಸಲ್ಪಟ್ಟರೆ, ಆ ಲೋಕದಲ್ಲಿ ಶ್ರೇಷ್ಠರೆನಿಸುವವರು. ಲೌಕಿಕದಲ್ಲಿ ಸನ್ಮಾರ್ಗದ ಮೆಟ್ಟಿಲು ಹತ್ತದವರು ಪರಮಾತ್ಮನಲ್ಲಿ ಐಕ್ಯವಾಗುವ ನಿಟ್ಟಿನ ಶಿವ ಸಾಯುಜ್ಯ ಮಂದಿರವಿನ್ನೆಂತು ತಲುಪುವರು? ಲೋಕದ ನಾಣ್ಯವಾಗಿ ಸ್ವೀಕೃತವಾಗುವ ಮೊದಲು ಟಂಕಸಾಲೆಯ ಮುದ್ರೆಯನ್ನು ಪಡೆಯಲೇಬೇಕು. ಅಂತೆಯೇ ಪರಲೋಕದಲ್ಲಿ ಸ್ವೀಕೃತವಾಗಬೇಕಾದರೆ ಈ ಲೋಕದಲ್ಲಿ ಸ್ವೀಕೃತವಾಗುವ ರೀತಿಯ ಬದುಕು ನಡೆಸಬೇಕು ಎನ್ನುವುದು ಈ ವಚನದ ಭಾವಾರ್ಥ.

ನಯ, ವಿನಯ, ಉತ್ತಮ ಮಾತು, ಮುಗುಳ್ನಗೆ, ಮನುಷ್ಯನ ಗೆಲುವಿಗೆ ಸಹಾಯಕ. ಈ ಅಂಶಕ್ಕೆ ಒತ್ತು ನೀಡಿರುವ ಬಸವಣ್ಣನವರು 'ಮಾತು' ಹೇಗಿರಬೇಕೆಂದು ಈ ಮನೋಜ್ಞ ವಚನದ ಮೂಲಕ ತಿಳಿಸಿಕೊಡುತ್ತಾರೆ.

ನುಡಿದರೆ ಮುತ್ತಿನ ಹಾರದಂತಿರಬೇಕು
ನುಡಿದರೆ ಮಾಣಿಕ್ಯ ದೀಪ್ತಿಯಂತಿರಬೇಕು
ನುಡಿದರೆ ಸ್ಫಟಿಕದ ಶಲಾಕೆಯಂತಿರಬೇಕು
ನುಡಿದರೆ ಲಿಂಗ ಮೆಚ್ಚಿ ಅಹುದಹುದೆನಬೇಕು
ನುಡಿಯೊಳಗಾಗಿ ಮೆಚ್ಚಿ ನಡೆಯದಿದ್ದರೆ
ಕೂಡಲಸಂಗಮ ದೇವನೆಂತೊಲಿವನಯ್ಯಾ?

ಮನೆಗೆ ಬಂದ ಅತಿಥಿಯನ್ನು ಸತ್ಕರಿಸದ ಧರ್ಮ ಅದೆಂತಹ ಧರ್ಮ. ಮಾನವನು ಸಮಾಜ ಜೀವಿ. ಒಂಟಿಯಾಗಿ ಜೀವಿಸಲು ಸಾಧ್ಯವಿಲ್ಲ. ಮಾನವನು ಸಹಮಾನವರೊಡನೆ ಸರಳವಾಗಿ, ಹಮ್ಮು ಬಿಮ್ಮು ಇರದೆ ವರ್ತಿಸಬೇಕು. ಪ್ರೀತಿ ಪ್ರೇಮದಿಂದ ವರ್ತಿಸಬೇಕು. ಯಾರೂ ಇನ್ನೊಬ್ಬರ ಮನೆಗೆ ಗತಿಗೆಟ್ಟು ಬರುವುದಲ್ಲ. ಮನೆಗೆ ಆಗಮಿಸುವವರನ್ನು 'ಅತಿಥಿ ದೇವೋಭವ' ಎಂದು ಭಾವಿಸಿ ಅವರನ್ನು ಯಥಾಶಕ್ತಿ ಗೌರವಿಸಿ ಸತ್ಕರಿಸಿ

ಕಳಿಸಿಕೊಡಬೇಕೆಂದು ಬಸವಣ್ಣನವರು ಸೂಚಿಸಿದ್ದಾರೆ. ಬಂದವರು ಯಾರೇ ಇರಲಿ, ಬನ್ನಿ ಎಂದು ಸ್ವಾಗತಿಸುವುದರಿಂದ ಕಳೆದುಕೊಳ್ಳುವುದು ಏನೂ ಇಲ್ಲವೆಂದಿದ್ದಾರೆ. ತಮ್ಮ ವಚನವೊಂದರಲ್ಲಿ, ಶರಣರನ್ನು ಪರಶಿವನೆಂದೇ ಭಾವಿಸಿದ್ದರು ಬಸವಣ್ಣನವರು. ವಿಶ್ವಾಸದಿಂದ ಅವರೊಡನೆ ನಡೆಯುತ್ತಿದ್ದರು, ನುಡಿಯುತ್ತಿದ್ದರು. ಶರಣರು, ಜಂಗಮರು ಅವರ ಮನೆಗೆ ಬಂದರೆ ಶಿವನೇ ಬಂದಂತೆ ಸಂಭ್ರಮಿಸಿ, ಆರಾಧಿಸುತ್ತಿದ್ದರು. ಅವರನ್ನು ಹೃದಯಪೂರ್ವಕ ಸತ್ಕರಿಸಿ ಧನ್ಯತೆಯ ಭಾವವನ್ನು ಅನುಭವಿಸುತ್ತಿದ್ದರು.

ಸಂಸಾರ ಮತ್ತು ದೈವಭಕ್ತಿಗೆ ಸಂಬಂಧಿಸಿದ ವಚನವೊಂದರಲ್ಲಿ ಬಸವಣ್ಣನವರು ಅತ್ಯಂತ ಸೊಗಸಾಗಿ ಚಿತ್ರಿಸಿದ್ದಾರೆ.

ಗಂಡನ ಮೇಲೆ ಸ್ನೇಹವಿಲ್ಲದ ಹೆಂಡತಿ
ಲಿಂಗದ ಮೇಲೆ ನಿಷ್ಠೆಯಿಲ್ಲದ ಭಕ್ತ
ಇದ್ದಡೇನು ಶಿವಶಿವಾ! ಹೋದಡೇನೋ
ಕೂಡಲಸಂಗಮದೇವಯ್ಯಾ!
ಊಡದ ಆವಿಂಗೆ ಉಣ್ಣದ ಕರುವ ಬಿಟ್ಟಂತೆ

ಗಂಡ ಹೆಂಡತಿಯರ ನಡುವಿನ ಸ್ನೇಹ, ಅನುಬಂಧ ಮತ್ತು ಭಕ್ತನ ಲಿಂಗನಿಷ್ಠೆ ಇವುಗಳ ಹೋಲಿಕೆ ಇಲ್ಲಿ ಮೂಡಿಬಂದಿದೆ. ಸ್ನೇಹ ಪ್ರೀತಿ ನಿಷ್ಠೆ ಇಲ್ಲಿ ಮುಖ್ಯವಾದ ಸಂಗತಿ. ತೋರಿಕೆಗೆ ನಟಿಸುವ ಸತಿಯಾಗಲಿ, ತೋರಿಕೆಗೆ ನಿಷ್ಠೆ ತೋರುವ ಭಕ್ತನಾಗಲಿ ಇದ್ದರೇನೋ ಶಿವಾ ಶಿವಾ ಹೋದಡೇನೋ ಎಂಬ ತಾತ್ಸಾರದ ಮಾತು ಇಲ್ಲಿದೆ. ಸತಿಪತಿಗಳೊಂದಾದ ಭಕ್ತಿ ಶಿವನಿಗೆ ಹಿತ ಎಂಬುದು ಅಂದಿನ ಎಲ್ಲ ಶಿವಶರಣರ ಅನಿಸಿಕೆ. ಹೊಂದಾಣಿಕೆ ಇಲ್ಲದವನ ಭಕ್ತಿ ಪ್ರಯೋಜನವಿಲ್ಲ. ಅಂತರಂಗ ಬಹಿರಂಗ ಶುದ್ಧಿ ಭಕ್ತಿಗೆ ಮೂಲ, ಅದಿಲ್ಲದ ಭಕ್ತಿ ವ್ಯರ್ಥ ಎಂಬುದನ್ನು ಬಸವಣ್ಣನವರು ಸ್ಪಷ್ಟಪಡಿಸಿದ್ದಾರೆ.

ಹಾವಿನ ಬಾಯ ಕಪ್ಪೆ ಹಸಿದು ಹಾರುವ ನೊಣಕ್ಕೆ
ಆಸೆ ಮಾಡುವಂತೆ ಶೂಲವನೇರುವ ಕಳ್ಳನು
ಹಾಲು ತುಪ್ಪವ ಕುಡಿದು ಮೇಲೇಸು ಕಾಲ ಬದುಕುವನೋ
ಕೆಡುವೊಡಲ ನೆಚ್ಚಿ ಕಡು ಹುಸಿಯನೆ ಹುಸಿದು
ಒಡಲ ಹೊರೆವರ ಕೂಡಲಸಂಗಮ ಕಾಣಿರಣ್ಣಾ ದೇವಯ್ಯನೊಲ್ಲ

ಈ ವಚನದ ಮೂಲಕ ಬಸವಣ್ಣನವರು ಮಾನವನಿಗೆ ಎಚ್ಚರಿಕೆ ನೀಡಿದ್ದಾರೆ. ಕೆಡುವ ಹೊನ್ನು, ಹಣ್ಣು, ಒಡಲನ್ನು ನೆಚ್ಚಿ ಸುಳ್ಳು ಹೇಳಿ ಹೊಟ್ಟೆ ತುಂಬಿಸಿಕೊಳ್ಳುವ, ಹಣದ ಆಸೆಗಾಗಿ ಮಾಡಬಾರದುದನ್ನು ಮಾಡುವವರನ್ನು

ಎಚ್ಚರಿಸಿದ್ದಾರೆ. ಈ ಸಂಪತ್ತೆಲ್ಲ ಕಾಡಬೆಳದಿಂಗಳು ಇದ್ದಂತೆ. ನೇಣುಗಂಬಕ್ಕೆ ಏರುವವನು ಹಾಲು ಮೊಸರು ತುಪ್ಪ ಇವುಗಳನ್ನು ತಿಂದು ಕುಡಿದು ಎಷ್ಟು ದಿನಗಳ ಕಾಲ ಜೀವಿಸಿಯಾನು? ಅದರ ಪರಿವೆ ಅವನಿಗಿಲ್ಲ. ಇದು ಹಾವಿನ ಬಾಯಲ್ಲಿರುವ ಕಪ್ಪೆ ಹಸಿದು ತನ್ನ ಮುಂದೆ ಹಾರುವ ನೊಣಕ್ಕೆ ಆಸೆಪಡುವಂತಿದೆ ಎನ್ನುತ್ತಾರೆ ಬಸವಣ್ಣನವರು.

ಬಸವಣ್ಣನವರು ಈ ಜಗತ್ತಿನ ವಿವಿಧ ವ್ಯಾಪಾರಗಳ ಅನೇಕ ಮಗ್ಗುಲುಗಳನ್ನು ತಮ್ಮ ವಚನಗಳಲ್ಲಿ ವಿವೇಚಿಸಿದ್ದಾರೆ. ಮನುಷ್ಯನ ಅಂತ್ಯಕಾಲದ ದುರಂತ ಚಿತ್ರವೊಂದನ್ನು ಅವರು ವಚನವೊಂದರಲ್ಲಿ ವಿವರಿಸಿದ್ದಾರೆ.

ನೆರೆ ಕೆನ್ನೆಗೆ, ತೆರೆಗಲ್ಲಕೆ, ಶರೀರ ಗೂಡವೋಗದ ಮುನ್ನ
ಹಲ್ಲು ಹೋಗಿ, ಬೆನ್ನು ಬಾಗಿ, ಅನ್ಯರಿಗೆ ಹಂಗಾಗದ ಮುನ್ನ
ಕಾಲಮೇಲೆ ಕೈಯನೂರಿ ಕೋಲಹಿಡಿಯದ ಮುನ್ನ,
ಮುಪ್ಪಿಂದೊಪ್ಪವಳಿಯದ ಮುನ್ನ
ಮೃತ್ಯು ಮುಟ್ಟದ ಮುನ್ನ ಪೂಜಿಸು ಕೂಡಲಸಂಗಮದೇವನ!

ಮನುಷ್ಯನ ಅಂತ್ಯಕಾಲ ದಾರುಣವಾದುದು. ಮುಪ್ಪು ಮತ್ತು ಮೃತ್ಯು ಇವುಗಳಿಂದ ತಪ್ಪಿಸಿಕೊಳ್ಳಲು ಯಾರಿಂದಲೂ ಸಾಧ್ಯವಿಲ್ಲ. ಅದು ಸಾಧು ಕೂಡ ಅಲ್ಲ. ಹುಟ್ಟಿದ ಮೇಲೆ ಎಲ್ಲರೂ ಸಾಯಲೇಬೇಕು. ಹೀಗಾಗಿ ವೃದ್ಧಾಪ್ಯದಿಂದ ಶರೀರ ಬಾಡುವ ಮುನ್ನವೇ, ಮೃತ್ಯು ಬರುವ ಮುನ್ನವೇ ಭಗವಂತನನ್ನು ಪೂಜಿಸಿ, ಆರಾಧಿಸಬೇಕು. ಆಗ ಅಂತಹ ಶರಣರಿಗೆ ಮರಣವೇ ಮಹಾನವಮಿಯಾಗಿ ಅನುಭವಕ್ಕೆ ಬರುತ್ತದೆ. ಅಂಥವರು ನಗುನಗುತ್ತಾ ಈ ಲೋಕದ ಯಾತ್ರೆ ಮುಗಿಸಬಲ್ಲರು. ಶಂಕರಾಚಾರ್ಯರ 'ಭಜಗೋವಿಂದಂ, ಭಜಗೋವಿಂದಂ ಮೂಢಮತೇ' ಎಂಬ ಸ್ತೋತ್ರವು ಇದೇ ಭಾವವನ್ನು ಪ್ರತಿಬಿಂಬಿಸುತ್ತದೆ.

ಭಗವದ್ಗೀತೆಯಲ್ಲಿ ಶ್ರೀಕೃಷ್ಣ 'ಇಂದ್ರಿಯ ನಿಗ್ರಹ'ದ ಬಗ್ಗೆ ಹೇಳಿರುವಂತೆ ಬಸವಣ್ಣನವರೂ ಮನಸ್ಸನ್ನು ನಿಯಂತ್ರಿಸುವುದರ ಬಗ್ಗೆ ವಚನವೊಂದನ್ನು ರಚಿಸಿದ್ದಾರೆ. ಅದು ಹೀಗಿದೆ:

ಹುತ್ತವ ಬಡಿದರೆ ಹಾವು ಸಾಯಬಲ್ಲುದೆ ಅಯ್ಯಾ!
ಅಘೋರ ತಪವ ಮಾಡಿದಡೇನು
ಅಂತರಂಗ ಆತ್ಮ ಶುದ್ಧಿಯಿಲ್ಲದವರನೆಂತು
ನಂಬುವನಯ್ಯಾ ಕೂಡಲಸಂಗಮದೇವ!

ಅಂತರಂಗದಲ್ಲಿ ಶುದ್ಧಿ ಇಲ್ಲದವನು ಕಾಡಿನಲ್ಲಿ ಕಣ್ಮುಚ್ಚಿ ಕುಳಿತುಕೊಂಡು ತಪಸ್ಸು ಮಾಡಿದರೂ ಅವನು ಏನನ್ನೂ ಸಾಧಿಸಲಾರ. ಯಾಕೆಂದರೆ ಚಂಚಲ

ಮನಸ್ಸನ್ನು ನಿಯಂತ್ರಣದಲ್ಲಿಟ್ಟುಕೊಳ್ಳದಿದ್ದರೆ ಏನೂ ಪ್ರಯೋಜನವಿಲ್ಲ. ಮನಸ್ಸು ಅಡ್ಡದಾರಿ ಹಿಡಿಯದಂತೆ ನೋಡಿಕೊಳ್ಳುವುದೇ ನಿಜವಾದ ಸಾಧನೆ. ಓರ್ವ ವ್ಯಕ್ತಿ ಈ ಲೌಕಿಕ ಲೋಕದಲ್ಲಿ ಏನನ್ನಾದರೂ ಸಾಧಿಸಬೇಕೆಂಬ ಅಭಿಲಾಷೆ ಹೊಂದಿದ್ದರೆ, ಮನಸ್ಸನ್ನು ಹಿಡಿತದಲ್ಲಿಟ್ಟುಕೊಳ್ಳುವುದು ಅತ್ಯಂತ ಅವಶ್ಯಕ. ದೇಹವನ್ನು ದಂಡಿಸುವುದು ವ್ಯರ್ಥ. ಹೀಗೆಂದೇ ಬಸವಣ್ಣನವರು ಹಾವನ್ನು ಸಾಯಿಸುವ ನಿಮಿತ್ತ ಹುತ್ತವನ್ನು ಬಡಿದರೆ ಏನು ಪ್ರಯೋಜನ ಎಂದು ಕೇಳಿದ್ದಾರೆ. ಮೋಹ, ಅಹಂಕಾರ, ಚಂಚಲ ಸ್ವಭಾವ, ಚಪಲತೆ, ಕಪಟತನ ಮುಂತಾದ ನಕಾರಾತ್ಮಕ ಗುಣಗಳನ್ನು ಮನದಿಂದ ಹೊರದೂಡಬೇಕು ಎಂದಿದ್ದಾರೆ. ಇದೇ ಅರ್ಥ ಬರುವ ಮತ್ತೊಂದು ವಚನ ಹೀಗಿದೆ:

ಒಲವಿಲ್ಲದ ಪೂಜೆ! ನೇಹವಿಲ್ಲದ ಮಾಟ!
ಆ ಪೂಜೆಯೂ ಆ ಮಾಟವೂ ಚಿತ್ರದ ರೂಪು ಕಾಣಿರಣ್ಣಾ!
ಚಿತ್ರದ ಕಬ್ಬು ಕಾಣಿರಣ್ಣಾ! ಅಪ್ಪಿದಡೆ ಸುಖವಿಲ್ಲ! ಮೆಲಿದಡೆ
ರುಚಿಯಿಲ್ಲ! ಕೂಡಲ ಸಂಗಮದೇವಾ ನಿಜವಿಲ್ಲದವನ ಭಕ್ತಿ.

ಮನಸ್ಸಿಲ್ಲದ ಪೂಜೆ, ಸ್ನೇಹವಿಲ್ಲದ ಪ್ರೀತಿ ಎನ್ನುವುದು ಚಿತ್ರದಲ್ಲಿರುವ ಮೂರ್ತಿ ಇದ್ದಂತೆ. ಚಿತ್ರಪಟದಲ್ಲಿ ಚಿತ್ರಿಸಿದ ಕಬ್ಬು ಇದ್ದರೂ ಅದನ್ನು ಅಪ್ಪಿದರೆ ಆನಂದವೂ ಇಲ್ಲ. ತಿಂದರೆ ರುಚಿಯೂ ಇರುವುದಿಲ್ಲ. ಸತ್ಯವಿಲ್ಲದವರ ಭಕ್ತಿಯೂ ಅಂತೆಯೇ, ನಿಸ್ಸಾರ, ತೇಜಸ್ಸು ರಹಿತವಾದುದು.

ಬಡವರ ಬಗ್ಗೆ ಬಸವಣ್ಣನವರಿಗೆ ವಿಶೇಷ ಪ್ರೀತಿ. ಬಡ ಭಕ್ತನೊಂದಿಗೆ ಹೀನಾಯವಾಗಿ ವರ್ತಿಸದಂತೆ ಬಸವಣ್ಣನವರು ತಮ್ಮ ಅನುಯಾಯಿಗಳಿಗೆ ಆದೇಶ ನೀಡಿದ್ದರು. ಬಡವರನ್ನು ಮನೆಗೆ ಆಹ್ವಾನಿಸಿ ಆದರಾತಿಥ್ಯ ಮಾಡುವಂತೆಯೂ ಕೇಳಿಕೊಂಡಿದ್ದರು. ತಮ್ಮಲ್ಲಿದ್ದುದೆಲ್ಲವನ್ನೂ ಧಾರ್ಮಿಕ ಉದ್ದೇಶಗಳಿಗಾಗಿ ಉದಾರವಾಗಿ ದಾನ ಮಾಡುತ್ತಿದ್ದ ಬಸವಣ್ಣನವರು, ತಮಗೆ ಶ್ರೀಮಂತಿಕೆಯನ್ನು ಅನುಗ್ರಹಿಸುವಂತೆ ದೇವರನ್ನು ಪ್ರಾರ್ಥಿಸುತ್ತಿದ್ದರು. ಅಗತ್ಯವುಳ್ಳವರಿಗೆ ತಮ್ಮಲ್ಲಿರುವುದನ್ನು ಸದಾ ಹಂಚಬಹುದೆಂಬ ಹಾಗೂ ಈ ನಿಟ್ಟಿನಲ್ಲಿ ಯಾವಾಗಲೂ ಬಡವರಾಗಿಯೇ ಇರಲು ಸಾಧ್ಯವಾಗಬೇಕೆಂಬುದೇ ಅವರ ಈ ಪ್ರಾರ್ಥನೆಯ ಉದ್ದೇಶ.

ಒಡೆದೋಡು ಎನ್ನ ಮನೆಯಲ್ಲಿಲ್ಲದಂತೆ ಮಾಡಯ್ಯ,
ಕೊಡು ದೇವ, ಎನ್ನ ಕೈಯಲ್ಲೊಂದು ಕರಿಕೆಯ,
ಮೃಡ ದೇವಾ ಶರಣೆಂದು ಭಿಕ್ಷಕ್ಕೆ ಹೋದರೆ, ಅಲ್ಲಿ,
ನಡೆದೇವಾ ಎಂದೆನಿಸು ಕೂಡಲಸಂಗಮದೇವಾ!

ಬದುಕನ್ನು ಅಂಜದೆ ಎದುರಿಸಬೇಕು ಎನ್ನುವುದು ಬಸವಣ್ಣನವರ ಮನೋಭಾವ. ಸಾಯುವ ಭಯ ಇರಬಾರದು. ಯಾಕೆಂದರೆ ಹುಟ್ಟಿದವರೆಲ್ಲ ಒಂದು ದಿನ ಸಾಯಲೇ ಬೇಕಲ್ಲ! ಛಲ, ಧೈರ್ಯ, ಆತ್ಮವಿಶ್ವಾಸ ಹೆಚ್ಚಿಸುವ ಈ ವಚನ ನೋಡಿ.

ನಾಳೆ ಬಪ್ಪುದು ನಮಗಿಂದೆ ಬರಲಿ,
ಇಂದು ಬಪ್ಪುದು ನಮಗೀಗಲೇ ಬರಲಿ,
ಇದಕಾರಂಜುವರು, ಇದಕಾರಳುಕುವರು?
'ಜಾತಸ್ಯ ಮರಣಂ ಧ್ರುವಂ' ಎಂದುದಾಗಿ
ನಮ್ಮ ಕೂಡಲಸಂಗಮ ದೇವರು ಬರೆದ ಬರೆಹವ
ತಪ್ಪಿಸುವಡೆ, ಹರಿಬ್ರಹ್ಮಾದಿಗಳಿಗಳವಲ್ಲ!

ಬಸವಣ್ಣನವರ ಲೋಕೋತ್ತರ ವಚನ ದಯೆಯನ್ನು ಕುರಿತಾದುದು. ದಯೆಗೆ ಪ್ರಾಧಾನ್ಯತೆ ಕೊಡದಿರುವ ಧರ್ಮವೇ ಈ ಭೂಮಿಯಲ್ಲಿಲ್ಲ. ದಯೆಯೇ ಮುಖ್ಯವಾಗಿ ಬೇಕಾದುದು. ಸಕಲ ಚರಾಚರ ಪ್ರಾಣಿಗಳಲ್ಲಿ ಧರ್ಮದ ಮೂಲ ಮಂತ್ರವೇ ದಯೆ. ದಯಾಭಾವವಿಲ್ಲದ ಕ್ರೂರ ಜೀವಿಗೆ ಸಂಗಮನಾಥ ಎಂದಿಗೂ ಒಲಿಯಲಾರ. ಅವರು ರಚಿಸಿರುವ ವಚನ ಹೀಗಿದೆ.

ದಯವಿಲ್ಲದ ಧರ್ಮ ಯಾವುದಯ್ಯಾ?
ದಯವೇ ಬೇಕು ಸಕಲ ಪ್ರಾಣಿಗಳಲ್ಲಿಯೂ
ದಯೆಯೇ ಧರ್ಮದ ಮೂಲವಯ್ಯಾ
ಕೂಡಲಸಂಗಯ್ಯನಂತಲ್ಲರೊಲ್ಲನಯ್ಯಾ!

** ** **

ಬಸವಣ್ಣನವರ ವಚನ ವಸ್ತು ವೈವಿಧ್ಯ ಅನೇಕ ಬಗೆಯದು. ಅವರು ವಚನಗಳನ್ನು ರಚಿಸುವ ಮೊದಲೇ ದೇವರ ದಾಸಿಮಯ್ಯ ಕೆಲಮಟ್ಟಿನ ಸಾಹಿತ್ಯಕ ಮೌಲ್ಯವಿರುವ ವಚನಗಳನ್ನು ರಚಿಸಿದ್ದ. ತದನಂತರ 12ನೇ ಶತಮಾನದಲ್ಲಿ ಅನುಭಾವಿಗಳು, ಸುಧಾರಕರು ವಚನಗಳನ್ನು ಒಂದು ಸಾಹಿತ್ಯ ಪ್ರಕಾರವಾಗಿ ಬೆಳೆಸಿದರು. ಅವರಲ್ಲಿ ಬಸವಣ್ಣನವರು ಅಗ್ರಗಣ್ಯರು. ಅವರ ವಚನಗಳಲ್ಲಿ ಉನ್ನತ ಮಟ್ಟದ ಬಾಳಿಗೆ ದಾರಿತೋರುವ ತತ್ತ್ವಗಳು, ಹಿತೋಪದೇಶಗಳು, ಅನನ್ಯ ಚಿಂತನೆ ತುಂಬಿಹರಿದಿದೆ. ವೀರಶೈವ ಧಾರ್ಮಿಕ ನಾಯಕರು ಸಾಮಾಜಿಕ ಧಾರ್ಮಿಕ ಕ್ರಾಂತಿಗಾಗಿ ಪಣ ತೊಟ್ಟಾಗ, ಅವರು ಕನ್ನಡವನ್ನು ಸಹಜವಾಗಿಯೇ ತಮ್ಮ ಮಾಧ್ಯಮವಾಗಿ ಆರಿಸಿಕೊಂಡರು. ಆ ಕ್ಷಣ ಅವರ

ಗಮನದಲ್ಲಿದ್ದುದು ಜನಸಾಮಾನ್ಯರು. ಹೀಗಾಗಿ ಅವರಿಗೆ ಅರ್ಥವಾಗುವ ಭಾಷೆಯನ್ನು ಬಳಸುವ ಅಗತ್ಯ ಅನಿವಾರ್ಯವಾಗಿತ್ತು. (ಭಗವಾನ್ ಬುದ್ಧನೂ ಭಗವಾನ್ ಮಹಾವೀರನೂ ಜನರಾಡುವ ಭಾಷೆಯಲ್ಲಿಯೇ ಬೋಧನೆ ಮಾಡಿದ್ದರು). ಅದಕ್ಕಾಗಿ ಬಸವಣ್ಣನರು ಬಳಸಿದ್ದು **ನಡುಗನ್ನಡ.**

ವಚನಗಳನ್ನು ಬರೆಯಲು ಭಾಷಾಪಾಂಡಿತ್ಯ ಬೇಕಾಗಿಲ್ಲ. ಛಂದಸ್ಸಿನ ನಿಯಮಗಳನ್ನು ತಿಳಿದಿರಬೇಕಾಗಿಲ್ಲ. ಅಲ್ಲಿ ಯಾವೊಂದೂ ನಿಯಮವಿಲ್ಲ. ಇದರಿಂದಾಗಿ ಬಸವಣ್ಣ, ಅಲ್ಲಮಪ್ರಭು ಮುಂತಾದ ಮಹಾ ವಿದ್ವಾಂಸರು ಮಾತ್ರವಲ್ಲದೆ, ಬೇರೆ ಬೇರೆ ವೃತ್ತಿಗಳನ್ನು ಅವಲಂಭಿಸಿದ್ದ ಹಲವಾರು ಪುರುಷರೂ ಮಹಿಳೆಯರೂ ತಮ್ಮ ಅನುಭವಗಳನ್ನು ವಚನಗಳಲ್ಲಿ ಹರಿಸುವುದು ಸಾಧ್ಯವಾಯಿತು. ಆದರೆ ವಚನ ರಚನೆಯಲ್ಲಿ ಶ್ರೇಷ್ಠ ಕಲೆಗಾರಿಕೆ ಕೆಲವರಲ್ಲಿ ಮಾತ್ರ ಕಂಡುಬರುತ್ತದೆ. ಅವರಲ್ಲಿ ದೇವರ ದಾಸಿಮಯ್ಯ, ಬಸವಣ್ಣ, ಅಕ್ಕಮಹಾದೇವಿ, ಅಲಮಪ್ರಭು ಪ್ರಮುಖರು. ವಚನ ಸಾಹಿತ್ಯದ ಶ್ರೇಷ್ಠ ಪ್ರತಿನಿಧಿಯೆಂದರೆ ಬಸವಣ್ಣನವರು. ಅವರೇ ಆ ಕಾಲದ ಕ್ರಾಂತಿಯ ನಾಯಕರೂ ಆಗಿದ್ದರು. ಅವರ ವಚನಗಳು ಇಂದಿಗೂ ಅನ್ವಯ, ಅರ್ಥಪೂರ್ಣ.

ವಚನ ಸಾಹಿತ್ಯದಲ್ಲಿ ಭಾವಗೀತಾತ್ಮಕ ಶೈಲಿಯನ್ನು ಬಸವಣ್ಣನವರು ತಂದರು. ಅವರ ರಚನೆಗಳು ಸ್ವರೂಪ ಹಾಗೂ ಸ್ಫೂರ್ತಿ ಇವೆರಡರಲ್ಲಿಯೂ ಭಾವಗೀತಾತ್ಮಕವಾಗಿವೆ. ಅವರು ಭಾವಜೀವಿ ಮತ್ತು ಸಂವೇದನಾಶೀಲರಾಗಿದ್ದರು. ನಮಗೆ ಮಹತ್ವದಲ್ಲವಾಗಿ ಕಾಣುವ ಹಲವು ಘಟನೆಗಳು ಅವರಲ್ಲಿ ಪ್ರಬಲ ಭಾವನೆಗಳನ್ನು ಮೂಡಿಸಿದ್ದುಂಟು. ಅಂಥವುಗಳನ್ನು ಅವರು ಭಾಷೆಯ ಮೂಲಕ ವ್ಯಕ್ತಪಡಿಸಿದ್ದಾರೆ. ಅವರ ಭಾಷಾಬಳಕೆ ಅದ್ಭುತ. ಜನಸಾಮಾನ್ಯರು ಅರ್ಥಮಾಡಿಕೊಳ್ಳುವ ದೃಷ್ಟಿಯಿಂದ ಅತ್ಯಂತ ಸರಳ ಭಾಷೆಯನ್ನು ಬಳಸಿದ್ದಾರೆ. ಕೆಲವು ಕಡೆ ಸಂಸ್ಕೃತ ಶಬ್ದಗಳನ್ನು ಬಳಸಿರುವುದು ಕಂಡುಬರುತ್ತದೆ. ಜೊತೆಗೆ ಗ್ರಾಮೀಣ ಗಾದೆಗಳನ್ನು, ನುಡಿಗಟ್ಟುಗಳನ್ನು, ಜನಪದ ನಂಬಿಕೆಗಳನ್ನು ಉಪಯೋಗಿಸಿದ್ದಾರೆ.

ಬಸವಣ್ಣನವರು ತೀವ್ರ ಚಿಂತನೆಗೊಡ್ಡುವ ಹಾಗೂ ಅನುಭಾವದೆಡೆಗೆ ಕರೆದೊಯ್ಯುವ ವಚನಗಳನ್ನು ರಚಿಸಿದ್ದು ಮಾತ್ರವಲ್ಲದೆ, ತಮ್ಮ ಸಂಗಡಿಗರಿಗೂ ವಚನಗಳನ್ನು ರಚಿಸುವಂತೆ ಪ್ರೋತ್ಸಾಹಿಸಿದರು. ಇದರ ಪರಿಣಾಮವಾಗಿ ಸುಮಾರು 400 ಮಂದಿ ವಚನಕಾರರು ರೂಪುಗೊಂಡರು. ಈ ಮೂಲಕ ಅವರು ಕನ್ನಡ ಸಾಹಿತ್ಯ ಕ್ಷೇತ್ರಕ್ಕೆ ಅಪೂರ್ವ ಕೊಡುಗೆ ನೀಡಿದ್ದಾರೆ.

ಬಸವಣ್ಣನವರು ತಮ್ಮ ಒಂದೊಂದು ವಚನದಲ್ಲಿ ಒಂದೊಂದು ಅನುಭವ ಹಾಗೂ ಅನುಭವಗಳಿಂದ ಕೂಡಿದ ಚಿತ್ರ ಸಾಮ್ರಾಜ್ಯವನ್ನು

ನೀಡಿದ್ದಾರೆ. ಅಪೂರ್ವ ಸಾಹಿತ್ಯ ಸಂಪತ್ತನ್ನು ರೂಪಿಸಿ ಮುಂದಿನ ಜನಾಂಗಕ್ಕೆ ದಾರಿದೀಪವಾಗಿದ್ದಾರೆ. ಅವರ ವಚನಗಳು ಮಾಣಿಕ್ಯದ ದೀಪ್ತಿ, ಸ್ಫಟಿಕದ ಸಲಾಕೆ, ಮುತ್ತಿನ ಹಾರ. 'ಬಸವಣ್ಣ' ಎಂಬ ಈ ಮಹಾಪುರುಷ ಕನ್ನಡ ತಾಯಿಯ ಮಡಿಲಲ್ಲಿ ಜನಿಸಿದ್ದು ನಮ್ಮ ನಿಮ್ಮೆಲ್ಲರ ಪುಣ್ಯ.

4. ಬಸವ ಮಾರ್ಗ

ಬಸವಣ್ಣನವರ ಬದುಕೇ ಕ್ರಾಂತಿ ಎಂಬ ಮಹಾನದಿ. ಅದು ಧಾರ್ಮಿಕವಾಗಿ, ಸಾಮಾಜಿಕವಾಗಿ, ಸಾಹಿತ್ಯಕವಾಗಿ, ಅಧ್ಯಾತ್ಮಿಕವಾಗಿ ಉಪನದಿಗಳಾಗಿ ಹರಿದಿದೆ. ಅಗಣಿತ ಜನರು ಅದರಲ್ಲಿ ಮಿಂದು ತೃಪ್ತರಾಗಿದ್ದಾರೆ, ಪವಿತ್ರರಾಗಿದ್ದಾರೆ. ಅದು ಧರ್ಮಪ್ರಜ್ಞೆಯನ್ನು ಜಾಗೃತಿಗೊಳಿಸಿದೆ, ಸಮಾನತೆಯ ಕಲಿಕೆಯ ಮಹತ್ವವನ್ನು ತಿಳಿಹೇಳಿದೆ. ಈ ಮಹಾನದಿಯಲ್ಲಿ ಮಿಂದವರು ಸಂಕುಚಿತ ಮನೋಭಾವ ತ್ಯಜಿಸಿ ವಿಶಾಲ ಹೃದಯಿಗಳಾಗಿದ್ದಾರೆ. ಭೂಲೋಕಕ್ಕೆ ಸೂರ್ಯನಿದ್ದಂತೆ ಮಾನವನ ಬಾಳನ್ನು ಬೆಳಗಲು ಅವರ ವಚನಗಳಿವೆ. ಒಂದರ್ಥದಲ್ಲಿ ಅವರ ವಚನಗಳು ಶ್ರೀಸಾಮಾನ್ಯರ ಅರಿವಿನ ಭಂಡಾರದಂತಿದೆ. ನುಡಿಗಿಂತ ಹೆಚ್ಚಾಗಿ ನಡೆಯ ಮೂಲಕ ಕಂಪು ಪೆಂಪನ್ನು ಬೀರಿದವರು ಜಗಜ್ಯೋತಿ ಬಸವೇಶ್ವರರು. ಅವರದ್ದು ಸರಳ ಸುಂದರ ಬದುಕು. ಎಲ್ಲರಿಗೂ ಅವರು ಅದನ್ನೇ ಬೋಧಿಸಿದರು. Simple living high thinking ಎನ್ನುವುದರ ಸಾಕಾರ ರೂಪ ಅವರ ಬದುಕು. ಅನವರತ ಸರಳವಾದ ಬದುಕು ನಡೆಸಿ ಪ್ರಖರ ಚಿಂತನೆಗಳನ್ನು ಲೋಕಕ್ಕೆ ಹಂಚಿದವರು ಅವರು. ಆಶ್ವಾಸನೆ, ಒಣ ಆದರ್ಶಗಳ ಬಗ್ಗೆ ಅವರೆಂದೂ ಮಾತನಾಡಲಿಲ್ಲ. ಜನರು ಆಚಾರ ವಿಚಾರ ವ್ಯವಹಾರಗಳಲ್ಲಿ ಶ್ರೇಷ್ಠತೆಯನ್ನು ಬೆಳೆಸಿಕೊಂಡು ಪ್ರಾಮಾಣಿಕ ಬದುಕನ್ನು ನಡೆಸಬೇಕೆಂಬುದು ಅವರ ಆಶಯವಾಗಿತ್ತು.

ಬಸವಣ್ಣನವರು ಶ್ರೀಸಾಮಾನ್ಯರ ಯೋಚನಾ ಲಹರಿಯ ದಿಕ್ಕನ್ನು ಬದಲಾಯಿಸಿದರು. ಕಾರಣ ಅವರ ಯೋಚನಾ ಧಾಟಿಯೇ ವಿಶಿಷ್ಟವಾದುದಾಗಿತ್ತು. ಶತಮಾನಗಳಿಂದ ನಡೆದುಕೊಂಡು ಬಂದಿದ್ದ ಅರ್ಥವಿಲ್ಲದ ಸಂಪ್ರದಾಯ, ನಂಬಿಕೆ, ಆಚರಣೆ ಮುಂತಾದವುಗಳನ್ನು ತಿರಸ್ಕರಿಸುವಂತೆ ಅವರು ಹೇಳಿದರು. ಅವರ ಪ್ರೌಢ ಮಾತು, ನಡೆನುಡಿ, ಕ್ರಾಂತಿಕಾರಿ ವಿಚಾರ ಜನಸಾಮಾನ್ಯರನ್ನು ಆಕರ್ಷಿಸಿದವು. ಇದರ ಫಲಿತಾಂಶವೇ ಸಾಮಾಜಿಕ ಕ್ರಾಂತಿ. ಆಗ ರೂಪುಗೊಂಡಿತು **ಬಸವಮಾರ್ಗ**. ಬಸವಣ್ಣನವರು ತಮ್ಮ ಜೀವಿತಕಾಲದಲ್ಲಿ ಅತ್ಯಂತ ಮಹತ್ವ ನೀಡಿದ್ದು **ದಯೆ** ಮತ್ತು **ಮಾನವೀಯತೆ**ಗೆ. ಎಲ್ಲರೊಳಗೆ ಒಂದಾಗಿ ಬಾಳುವಂತೆ ಪ್ರೇರೇಪಿಸಿದರು. ವಿದ್ಯೆ, ವಿವೇಕ ಮತ್ತು ವಿನೀತಭಾವಕ್ಕೆ ವಿಶೇಷ ಸ್ಥಾನ ನೀಡಿದರು. 'ಎನಗಿಂತ

ಕಿರಿಯರಿಲ್ಲ, ಶಿವಶರಣರಿಗಿಂತ ಹಿರಿಯರಿಲ್ಲ' ಎಂದು ಅತ್ಯಂತ ವಿನೀತರಾಗಿ ಹೇಳಿದವರು ಅವರು.

'ತಾನು ದಾಸರ ದಾಸ, ದಾಸಾನುದಾಸ, ಎಲ್ಲವೂ ನೀನೇ, ನಿನ್ನ ಪಾದಧೂಳಿ ಕರುಣಿಸಯ್ಯಾ ವಿಠಲ' ಮುಂತಾದ ಅತ್ಯಂತ ವಿನೀತ ಭಾವವನ್ನು ದಾಸಸಾಹಿತ್ಯದಲ್ಲಿಯೂ ಕಾಣಬಹುದು.

ನಾನು, ನನ್ನದು ಎನ್ನುವುದರ ಬಗ್ಗೆ ಬಸವಣ್ಣನವರಿಗೆ ವಿಪರೀತ ವಿಷಾದ. ಅಹಂಕಾರವು ಮನುಷ್ಯನನ್ನು ಸರ್ವನಾಶದತ್ತ ಕೊಂಡೊಯ್ಯುತ್ತದೆ ಎಂದು ಅವರು ಸಾರಿ ಸಾರಿ ಹೇಳಿದ್ದಾರೆ. 'ಆತ್ಮಸ್ತುತಿ' ಬಹಳ ಹೀನಾಯವಾದುದು ಎನ್ನುತ್ತಾರೆ. ಅವರ ಮಾತುಗಳೆಂದರೆ ನೀತಿ ಸಂಹಿತೆಗಳು. ಬಸವಮಾರ್ಗವೆಂದರೆ ಬೆಳಕಿನ ಮಾರ್ಗ, ನಿರ್ಮಲ ಮಾರ್ಗ, ಸಂಪೂರ್ಣ ಮಾರ್ಗ.

ಬಸವಣ್ಣನವರು ಲೌಕಿಕ ಜಗತ್ತಿಗೆ ಅಂಟಿಕೊಳ್ಳಬೇಡಿ ಎಂದು ಬೋಧಿಸಿಲ್ಲ. ಇಲ್ಲಿ ಇದ್ದುಕೊಂಡೇ ಶಿವನನ್ನು ಕಾಣಿ ಎನ್ನುತ್ತಾರೆ. ತಂದೆತಾಯಿ, ಸಂಸಾರ, ನೆಂಟರು, ಬಂಧುಗಳು, ಸ್ನೇಹಿತರು, ಸಮಾಜ ಇವೆಲ್ಲವೂ ಮನುಷ್ಯನಿಗೆ ಬೇಕು. ಇವೆಲ್ಲದರ ಜೊತೆ ಆಧ್ಯಾತ್ಮಿಕ ಬದುಕೂ ಬೇಕು ಎನ್ನುವುದು ಬಸವಣ್ಣನವರ ಅಭಿಮತ. ಪ್ರೇಮಕಾಮ ಅನುಭವಿಸುವುದು ತಪ್ಪಲ್ಲ. ಆದರೆ ಅವೆಲ್ಲ ಒಂದು ಮಿತಿಯಲ್ಲಿರಬೇಕು ಎಂದಿದ್ದಾರೆ. ಸಂಸಾರಿ ಸಹ ಸನ್ಯಾಸಿಯಂತೆ ಬದುಕಬಹುದು ಎನ್ನುತ್ತಾರೆ. ಕಾಯಕ ಏನಿದೆಯೋ ಅದನ್ನು ನಿಷ್ಠೆಯಿಂದ ಪಾಲಿಸಬೇಕು. ಅದೇ ಸಂಸಾರಿಯ ಸನ್ಯಾಸಿ ಧರ್ಮ.

ಬಸವಣ್ಣನವರು ಎಲ್ಲರೊಡನಿದ್ದರೂ ಎಲ್ಲರಿಗಿಂತ ಎತ್ತರದಲ್ಲಿದ್ದವರು. 'ದಾಸರ ಮನೆಯ ದಾಸ' ತಾವೆಂಬ ವಿನೀತ ಭಾವವಿತ್ತು. ಅವರು ವಿಶ್ವ ಸಂಸಾರಿಗಳು, ಆದರೆ ಲೋಕ ಸನ್ಯಾಸಿಗಳು. ಸಂಸಾರಿಯ ಬಯಕೆಗಳೊಂದಿಗೆ ಸನ್ಯಾಸಿಯ ವಿರಕ್ತ ಭಾವನೆಯನ್ನು ಹೊಂದಿದ್ದರು. ಜನಸಾಮಾನ್ಯರೊಂದಿಗೆ ಬೆರೆತು ತಪಸ್ಸು ಮಾಡಿದವರು. ಸಿದ್ಧಿಯನ್ನೂ ಪಡೆದವರು. ಅಪ್ಪಣೆ, ಆಜ್ಞೆ ಏನೂ ಇಲ್ಲ. ಕೇವಲ ಪ್ರೀತಿ, ಆದರ್ಶ, ವಿವೇಕ ಇವುಗಳಿಂದ ಜನರ ಮನಸ್ಸನ್ನು ಗೆದ್ದರು.

ಬಸವಣ್ಣನವರ ವಚನಗಳಲ್ಲಿ ಬರುವ ಕೆಲವು ಸಾಲುಗಳು ಎಷ್ಟು ಅರ್ಥಗರ್ಭಿತವಾಗಿವೆ! ಇವುಗಳನ್ನು ಓದಿದರೆ ಸಾಕು, ಶ್ರೇಷ್ಠ ಬದುಕನ್ನು ಬದುಕುವ ಬಗೆ ತಿಳಿದುಬಿಡುತ್ತದೆ. ಉದಾ: ಕಾಯಕವೇ ಕೈಲಾಸ, ದೇಹವೇ ದೇವಾಲಯ, ಸ್ಥಾವರಕ್ಕಳಿವುಂಟು, ಜಂಗಮಕ್ಕಳಿವಿಲ್ಲ. ಇವ ನಮ್ಮವ ಇವ ನಮ್ಮವ ಎಂದೆಣಿಸಯ್ಯಾ, ದಯೆಯೇ ಧರ್ಮದ ಮೂಲ, ಅಯ್ಯಾ ಎಂದರೆ ಸ್ವರ್ಗ ಎಲವೋ ಎಂದರೆ ನರಕ ಎಂಬಿತ್ಯಾದಿ ಮಾತುಗಳು ಮನಸ್ಸಿನ ಮೇಲೆ ಪ್ರಖರ ಬೆಳಕನ್ನು ಹಾಯಿಸುತ್ತದೆ. ಬಹುಶಃ ಇಷ್ಟು ಪುಟ್ಟ ಪುಟ್ಟ ವಾಕ್ಯಗಳಲ್ಲಿ

ಅಡಗಿರುವ ತತ್ತ್ವ ಜಗತ್ತಿನ ಬೇರಾವ ಗ್ರಂಥಗಳಲ್ಲೂ ಕಾಣಸಿಗುವುದಿಲ್ಲವೇನೋ! ಅವರ ವಚನಗಳು ಕೇವಲ ಕನ್ನಡ ಸಾಹಿತ್ಯಕ್ಕೆ ಮಾತ್ರವಲ್ಲ, ವಿಶ್ವಸಾಹಿತ್ಯಕ್ಕೆ ಒಂದು ಅಪರೂಪದ ಕೊಡುಗೆ.

ಬಸವಮಾರ್ಗದಲ್ಲಿ ಸಾಗುವುದೆಂದರೆ ಸಾವಿರಾರು ವರ್ಷಗಳಿಂದ ಕತ್ತಲಲ್ಲೇ ನಿಂತವರು ಬೆಳಕಿನ ಕಡೆ ಮುನ್ನಡೆಯುವುದು. ಲೌಕಿಕ ಮತ್ತು ಆಧ್ಯಾತ್ಮಿಕ ಬದುಕನ್ನು ಏಕಕಾಲಕ್ಕೆ ಅನುಭವಿಸುವುದು. ಯಾರಿಗೂ ಶರಣಾಗತರಾಗದೆ ಶರಣಭಾವದಿಂದ ಲೋಕದಲ್ಲಿ ಕಾಯಕ ನಿರತರಾಗುವುದು. ನಮ್ಮ ನಮ್ಮ ನಡೆ ನುಡಿಗಳನ್ನು ಶುದ್ಧವಾಗಿರಿಸಿಕೊಂಡಾಗಲೇ ನಾವು ಬಸವಮಾರ್ಗದಲ್ಲಿ ಮುನ್ನಡೆಯಲು ಸಾಧ್ಯ.

ಅಲ್ಲಮಪ್ರಭು

ಪ್ರಸ್ತಾವನೆ

ಮನುಷ್ಯನಲ್ಲಿ ಹುಟ್ಟುವ ದುರ್ಗುಣಗಳಲ್ಲಿ ಅಹಂಕಾರವೂ ಒಂದು. ಅವನಲ್ಲಿ ನಾನು ನನ್ನದು ಎಂಬ ಅಹಂಕಾರ ಬೆಳೆದಾಗ ತಾನೇ ಶ್ರೇಷ್ಠ ಎಂಬ ಮೇಲರಿಮೆಯ ಸ್ವಾರ್ಥ ಹುಟ್ಟುತ್ತದೆ. ಆಗ ಅವನು ಸರ್ವನಾಶವಾಗುವುದು ಖಚಿತ. ಮಹಾನ್ ವಚನಕಾರನಾದ ಅಲ್ಲಮಪ್ರಭು ಅನೇಕ ದುರ್ವರ್ತನೆಗಳಿಗೆ ಕಾರಣವಾಗುವ ಅಹಂಕಾರವನ್ನು ಮನಮುಟ್ಟುವಂತೆ ಚಿತ್ರಿಸಿದ್ದಾನೆ.

ಅಲ್ಲಮಪ್ರಭು ಇಂದಿನ ಶಿವಮೊಗ್ಗ ಜಿಲ್ಲೆಯ ಶಿಕಾರಿಪುರ ತಾಲ್ಲೂಕಿನ ಪುಟ್ಟ ಹಳ್ಳಿ ಬಳ್ಳಿಗಾವೆಯಲ್ಲಿ ಜನಿಸಿದ. ಒಂದು ಕಾಲದಲ್ಲಿ ಬಳ್ಳಿಗಾವೆ (ಕರ್ನಾಟಕದ ಪ್ರಸಿದ್ಧ ಪಟ್ಟಣವಾಗಿತ್ತು). ಅಲ್ಲಮನ ತಂದೆಯ ಹೆಸರು **ನಿರಹಂಕಾರ** ಮತ್ತು ತಾಯಿಯ ಹೆಸರು **ಸುಜ್ಞಾನದೇವಿ**. ಈತ ಜನಿಸಿದ ದಿನವನ್ನು ಕುರಿತಂತೆ ಖಚಿತ ಮಾಹಿತಿ ಇಲ್ಲ. ಅಲ್ಲಮ 12ನೇ ಶತಮಾನದಲ್ಲಿದ್ದ ಎಂಬುದಕ್ಕೆ ಪುರಾವೆಗಳಿವೆ. ನಿರಹಂಕಾರನು ನಟ್ಟುವ ಎಂಬ ಜಾತಿಗೆ ಸೇರಿದವನು. ಅರಮನೆಯ ರಾಣಿವಾಸದವರಿಗೆ ನಾಟ್ಯ ಮುಂತಾದ

ಕಲೆಗಳನ್ನು ಕಲಿಸುತ್ತಿದ್ದ. ಹೀಗಾಗಿ ಅಲ್ಲಮನು ಸಹ ಮದ್ದಳೆ ನುಡಿಸುವುದರಲ್ಲಿ ಪ್ರವೀಣನಾಗಿದ್ದ.

ನಿರಹಂಕಾರ–ಸುಜ್ಞಾನದೇವಿ ದಂಪತಿ ಬಳಿ ಸಾಕಷ್ಟು ಐಶ್ವರ್ಯವಿತ್ತು. ಆದರೆ ಮಕ್ಕಳಿಲ್ಲ ಎಂಬ ಕೊರತೆ ಅವರನ್ನು ಕಾಡುತ್ತಿತ್ತು. ಹತ್ತಾರು ವ್ರತಗಳನ್ನು ಮಾಡಿದರೂ ಪ್ರಯೋಜನವಾಗಲಿಲ್ಲ. ಅಂತಿಮವಾಗಿ ಅವರು ಪರಮೇಶ್ವರನಿಗೆ ಶರಣಾಗಿ ಪುತ್ರನನ್ನು ಕರುಣಿಸಲು ಪ್ರಾರ್ಥಿಸಿದರು. ಶಿವ ಅವರ ಭಕ್ತಿಗೆ ಒಲಿದು ವರುಷದೊಳಗೆ ಅವರಿಗೆ ಮುದ್ದಾದ ಗಂಡು ಮಗು ಜನಿಸಿತು. ತೀರಾ ಚಿಕ್ಕ ವಯಸ್ಸಿನಲ್ಲೇ ಅಲ್ಲಮ ತನ್ನ ಬುದ್ಧಿವಂತಿಕೆಯನ್ನು ಪ್ರದರ್ಶಿಸಿ ಸುತ್ತಮುತ್ತಲಿನವರನ್ನು ಚಕಿತಗೊಳಿಸಿದ. ವಿಶಿಷ್ಟ ಬಗೆಯ ಅನುಭಾವಿ ಚಿಂತನೆಗಳು ಅವನಲ್ಲಿ ಮೊಳಕೆಯೊಡೆದುವು.

ಕಾಲ ಹೀಗೆ ಸರಿಯತೊಡಗಿದಂತೆ, ಅಲ್ಲಮಪ್ರಭುವಿಗೆ ಲೋಕಸಂಚಾರ ಮಾಡಬೇಕೆನ್ನುವ ಮನಸ್ಸಾಯಿತು. ಆದರೆ ತಂದೆತಾಯಿಯರು ಆತಂಕ ವ್ಯಕ್ತಪಡಿಸಿದರು. ತಾನು ಎಲ್ಲಿಯೇ ಹೋದರೂ ಇದ್ದರೂ ಅವರು ಇರುವಡೆಯಲ್ಲೆಲ್ಲ ತಾನೂ ಇರುವುದಾಗಿ ಹೇಳಿದ. ತಾನು ಪರಶಿವನ ಈ ಗುಟ್ಟನ್ನು ಲೋಕಕ್ಕೆ ಸಾರಲು ಹೊರಟಿರುವುದಾಗಿ ಅವರನ್ನು ಸಮಾಧಾನ ಮಾಡಿ ಆವರಿಂದ ಬೀಳ್ಕೊಂಡು ಹೊರಟ.

1. ವ್ಯಕ್ತಿತ್ವ ವಿಚಾರ

ಅಲ್ಲಮಪ್ರಭು ಸಮಾಜ ಸುಧಾರಕ. ಜಂಗಮ ಶ್ರೇಷ್ಠ. ಮಹಾನ್ ಮಾರ್ಗದರ್ಶಕ, ವೈರಾಗ್ಯ ಮೂರ್ತಿ. ಅನುಭವ ಮಂಟಪದ ಶೂನ್ಯಸಿಂಹಾಸನದ ಅಧ್ಯಕ್ಷ. ಅಲ್ಲಮ ಸಂಸಾರದಲ್ಲಿ ಬಂಧಿತವಾಗಿರುವ ವ್ಯಕ್ತಿಯಲ್ಲ. ಅವನು ರಾಗ ಮೋಹಗಳನ್ನು ಜಯಿಸಿ ಶಿವಸಾಯುಜ್ಯ ಪಡೆಯಲು ಹವಣಿಸುತ್ತಿದ್ದ ಮಹಾನುಭಾವ. ಅವನ ಮನಸ್ಸು ವ್ಯಾವಹಾರಿಕ ಲೋಕದಿಂದ ಬಲು ದೂರವಿತ್ತು. ಅವನಲ್ಲಿ ಸತ್ಯವನ್ನು ಹುಡುಕುವ ಛಲವಿತ್ತು. ಅವನು ಜೀವನಾನುಭವ ಪಡೆಯಲೆಂದು ಲೋಕಸಂಚಾರ ಮಾಡಿದ. ಸಮಾಜದ ವಿವಿಧ ಬಗೆಯ ಜನರನ್ನು ಭೇಟಿಮಾಡಿ ಬದುಕನ್ನು ಅರ್ಥೈಸಿಕೊಂಡ.

'ಇದ್ದರೂ ಇಲ್ಲದಂತೆ, ಮಾಡದವನಂತೆ ನಿರ್ಲಿಪ್ತನಾಗಿರಬೇಕು, ನಾನು ಎನ್ನುವುದು ಅಳಿಯಬೇಕು; ಭಕ್ತಾನುಗ್ರಹಕ್ಕೆ ಲೀಲಾಕಾರ್ಯಗಳನ್ನು ಮಾಡಬೇಕು; ತನುವೆಂಬ ಏರಿಗೆ ಮನವೆಂಬ ಕಟ್ಟೆ, ಆಚಾರವೆಂಬ ಸೋಪಾನ, ಪರಮಾನಂದವೆಂಬ ಜಲವ ತುಂಬಿ ಕೆರೆಯ ಕಟ್ಟಬಲ್ಲವನಾರನೂ ಕಾಣೆನಾ, ಕಟ್ಟಿದ ಕೆರೆ ಸಿದ್ಧವಾಯಿತು ಗುಹೇಶ್ವರ ನಿಮ್ಮಾಣೆ' ಎಂದು ಹೇಳಿದ ಅಲ್ಲಮ ಇಂಥ ಕೆರೆಯನ್ನು ಕಟ್ಟಿಸಿದರೆ ನಿನ್ನ ಕರ್ಮಯೋಗ ಸಾರ್ಥಕವಾಗುವುದು, ಅದು

ಶಿವಯೋಗದಲ್ಲಿ ಪರಿಪೂರ್ಣವಾಗುವುದು ಎಂದು ಅಲ್ಲಮ ಸಿದ್ಧರಾಮನಿಗೆ ಹೇಳುತ್ತಾನೆ.

ವಿಚಾರಗೋಷ್ಠಿಗಳಲ್ಲಿ ಭಾಗವಹಿಸಿ ಅಧಿಕಾರವಾಣಿಯಿಂದ ಮಾತನಾಡುತ್ತಿದ್ದ. ಅವನಿಗೆ ತತ್ತ್ವಸಿದ್ಧಾಂತದ ಬಗ್ಗೆ ಖಚಿತ ಜ್ಞಾನವಿತ್ತು. ಅಲ್ಲಮನ ನಡೆನುಡಿಗಳಲ್ಲಿ ಪರಿಶುದ್ಧತೆ ಎದ್ದುಕಾಣುತ್ತಿತ್ತು. ಅವನಲ್ಲಿ ಆಧ್ಯಾತ್ಮದ ಬಗ್ಗೆ ಅಗಾಧ ಜ್ಞಾನವಿತ್ತು.

ಅಲ್ಲಮಪ್ರಭು ಹೋದಲ್ಲಿ ಬೆಳಕು ನೀಡುತ್ತಿದ್ದ. ಉತ್ಸಾಹ ತುಂಬುತ್ತಿದ್ದ; ಚೈತನ್ಯ ತುಂಬುತ್ತಿದ್ದ. ಅವನು ಒಂದೇ ಸ್ಥಳದಲ್ಲಿ ನಿಲ್ಲಲಿಲ್ಲ. ಸದಾ ಸಂಚಾರಿ. ಶಿವಸಾಯುಜ್ಯವನ್ನು ಅಪೇಕ್ಷಿಸಿ ಶ್ರೀಶೈಲಕ್ಕೆ ಬಂದ.

ಗೋರಕ್ಷನಾಥ ಎಂಬುವವನು ಹಠಯೋಗದ ಸಾಧಕ. ಅವನಿಗೆ ತನ್ನದು **ವಜ್ರಕಾಯ** ಎಂಬ ಅಹಂಕಾರವಿತ್ತು. ಒಮ್ಮೆ ಅವನು ಅಲ್ಲಮನನ್ನು ಭೇಟಿಯಾಗುವ ಸಂದರ್ಭ ಬಂತು. ಆಗ ಅವನು ಪ್ರಭುವಿಗೆ ಒಂದು ಕತ್ತಿಯಿಂದ ತನ್ನ ದೇಹಕ್ಕೆ ಹೊಡೆಯಲು ಹೇಳುತ್ತಾನೆ. ಅಲ್ಲಮ ಹೊಡೆಯುತ್ತಾನೆ. ಕತ್ತಿಯ ಪೆಟ್ಟನ್ನು ಗೋರಕ್ಷನಾಥನ ದೇಹವನ್ನು ಕತ್ತರಿಸುವುದಿಲ್ಲ! ನಂತರ ಅಲ್ಲಮಪ್ರಭು ಗೋರಕ್ಷನಾಥನಿಗೆ ಅದೇ ಕತ್ತಿಯಿಂದ ತನಗೆ ಹೊಡೆಯಲು ಸೂಚಿಸುತ್ತಾನೆ. ಗೋರಕ್ಷನಾಥ ಕತ್ತಿಯನ್ನು ಬೀಸುತ್ತಾನೆ. ಆದರೆ ಅಲ್ಲಮನಿಗೆ ಏನೂ ಆಗುವುದಿಲ್ಲ! ಗೋರಕ್ಷನಾಥ ದಿಗ್ಮೂಢನಾಗುತ್ತಾನೆ. ಆ ಕ್ಷಣವೇ ಅವನ ಅಹಂಕಾರ ಸಂಪೂರ್ಣ ಇಳಿದು ಹೋಗುತ್ತದೆ. ಅಲ್ಲಮನ ಪಾದಕ್ಕೆ ಎರಗುತ್ತಾನೆ.

ಅಲ್ಲಮಪ್ರಭು ಅನುಭವ ಮಂಟಪವನ್ನು ಪ್ರವೇಶಿಸಿದ ನಂತರ ಅಲ್ಲಿ ಮತ್ತಷ್ಟು ಚೈತನ್ಯ ಉತ್ಸಾಹ ತುಂಬಿಕೊಂಡವು. ಅದೊಂದು ಜ್ಞಾನದೇಗುಲವಾಯಿತು. ಶಿವಪಥವನ್ನು ಅರಸುತ್ತಿದ್ದವರಿಗೆ ಆಶ್ರಯತಾಣವಾಯಿತು. ಭಕ್ತಿ, ಜ್ಞಾನ, ವೈರಾಗ್ಯದ ಸಂಗಮವಾಯಿತು. ಬಸವಣ್ಣ, ಅಕ್ಕಮಹಾದೇವಿಯಂಥ ಮಹಾನ್ ಶಿವಶರಣರು ಅಲ್ಲಿಗೆ ಬರುತ್ತಿದ್ದರು. ಮೋಳಿಗೆ ಮಾರಯ್ಯ, ಅಂಬಿಗರ ಚೌಡಯ್ಯ, ಮಾದಾರ ಚೆನ್ನಯ್ಯ ಮುಂತಾದವರು ಅಲ್ಲಿ ಸೇರಿ ಚರ್ಚೆ ನಡೆಸಿ ತಮ್ಮ ತಮ್ಮ ಸಮಸ್ಯೆಗಳಿಗೆ ಪರಿಹಾರ ಕಂಡುಕೊಳ್ಳುತ್ತಿದ್ದರು.

ಅಲ್ಲಮಪ್ರಭು ಹೊಸ ಧರ್ಮ ಸ್ಥಾಪಿಸಲಿಲ್ಲ. ಬದಲಿಗೆ ಸಮಾಜದಲ್ಲಿ ಅಸ್ತಿತ್ವದಲ್ಲಿದ್ದ ಧರ್ಮಕಲ್ಮಷವನ್ನು ತೊಳೆದು ಸ್ವಚ್ಛಮಾಡಲು ಪ್ರಯತ್ನಿಸಿದ. ಅಂಧಶ್ರದ್ಧೆ, ಮೂಢನಂಬಿಕೆ ಮುಂತಾದ ನಕಾರಾತ್ಮಕ ಪಾಲನೆಗಳನ್ನು ಅಳಿಸಲು ಯತ್ನಿಸಿದ. 12ನೇ ಶತಮಾನದಲ್ಲಿ ಅಲ್ಲಮಪ್ರಭು, ಅಕ್ಕಮಹಾದೇವಿ ಮತ್ತು ಜಗಜ್ಯೋತಿ ಬಸವಣ್ಣನವರು ನೂತನ ವಿಚಾರ ಮತ್ತು ತರ್ಕಗಳಿಗೆ ಕ್ರಾಂತಿಕಾರಿ ನಡೆಗಳಿಗೆ ಬುನಾದಿ ಹಾಕಿದವರು.

ಮಾಯೆಯ ಬಗ್ಗೆ ಅಲ್ಲಮ ಹೇಳಿರುವ ಮಾತುಗಳು ಅತ್ಯಂತ ಅರ್ಥಗರ್ಭಿತವಾಗಿವೆ. ಮನಸ್ಸಿನಲ್ಲಿ ಹುಟ್ಟುವ ಆಸೆಯೇ ಮಾಯೆ ಎಂದಿದ್ದಾರೆ. ಹೆಣ್ಣು ಮಾಯೆಯಲ್ಲ. ಹೊನ್ನು ಮಾಯೆಯಲ್ಲ, ಮಣ್ಣು ಮಾಯೆಯಲ್ಲ. ಇವೆಲ್ಲಕ್ಕೂ ಆಸೆಯೇ ಮಾಯೆ. ಗೌತಮ ಬುದ್ಧ ಸಹ ಇದೇ ಮಾತನ್ನು ಬೇರೊಂದು ರೀತಿಯಲ್ಲಿ ಹೇಳಿದ್ದಾನೆ, 'ದುರಾಸೆಯೇ ದುಃಖಕ್ಕೆ ಕಾರಣ'. ಆಸೆಯನ್ನು ತೊರೆದರೆ ಮನುಷ್ಯ ಮಹಾಪುರುಷನಾಗುತ್ತಾನೆ. ಮೋಹ ಅಹಂಕಾರಗಳೇ ಮಾಯೆ. 'ಹೊನ್ನಿಗಾಗಿ ಸತ್ತವರು ಕೋಟಿ, ಹೆಣ್ಣಿಗಾಗಿ ಸತ್ತವರು ಕೋಟಿ, ಮಣ್ಣಿಗಾಗಿ ಸತ್ತವರು ಕೋಟಿ ಗುಹೇಶ್ವರಾ, ನಿನಗಾಗಿ ಸತ್ತವರನ್ನೂ ಕಾಣೆ!

ಕಾಮಿನಿ-ಕಾಂಚಣಗಳು ಕ್ಷಣಿಕ ತೃಪ್ತಿಕೊಡಬಹುದು. ಆದರೆ ಮನಸ್ಸಿಗೆ ಶಾಂತಿ, ನೆಮ್ಮದಿ ನೀಡಲಾರವು. ಅದು ಸಿಗಬೇಕಾದರೆ ಶಾಶ್ವತ ಸತ್ಯವನ್ನು ಹುಡುಕಬೇಕು. ಬಹುಪಾಲು ಮನುಜರು ಮೂಲ ಸತ್ಯವನ್ನೇ ಬಿಟ್ಟು ಆಸೆಯ ಕುದುರೆ ಏರಿದ್ದಾರೆ. ಹೀಗಾಗಿ ಪರಮಾತ್ಮನನ್ನು ಮರೆತಿದ್ದಾರೆ.

2. ಲೋಕ ಸಂಸಾರಿ

ಜಗತ್ ಸಂರಕ್ಷಣಾರ್ಥವಾಗಿ ಅಲ್ಲಮಪ್ರಭು ಲೋಕ ಪರ್ಯಟನೆಯನ್ನು ಕೈಗೊಳ್ಳುತ್ತಾನೆ. ಈ ಸಂದರ್ಭದಲ್ಲಿ ಅವನು ಹಲವಾರು ಜಂಗಮರನ್ನು ಭೇಟಿ ಮಾಡುತ್ತಾನೆ. **ಮುಕ್ತಾಯಕ್ಕ**ಳನ್ನು ಅಲ್ಲಮ ಭೇಟಿಯಾಗುವ ಪ್ರಸಂಗ ಅವನ ಆಧ್ಯಾತ್ಮಿಕ ಯಾತ್ರೆಯ ಪ್ರಮುಖ ಮಜಲು, ಬಹುಮುಖ್ಯವಾದುದು. ಅವಳು ಸಾಧಾರಣ ಹೆಣ್ಣಾಗಿರಲಿಲ್ಲ. ಬಸವಣ್ಣ, ಅಲ್ಲಮ, ಅಕ್ಕಮಹಾದೇವಿ ಮೊದಲಾದ ವಚನಕಾರರ ಸಮಕಾಲೀನಳಾಗಿ, ಪರಿಪೂರ್ಣ ನಿಷ್ಠೆಯ ಶಿವಶರಣೆಯಾಗಿದ್ದಳು.

ಮುಕ್ತಾಯಕ್ಕ 12ನೇ ಶತಮಾನದ ಅವಳ ಮೂಲ ಹೆಸರು ಮುಕ್ತಾಯಿ. ಅವಳ ಅಣ್ಣ **ಅಜಗಣ್ಣ.** ಅವರಿಬ್ಬರದು ಗುರು-ಶಿಷ್ಯರ ಸಂಬಂಧವಾಗಿತ್ತು. ಮುಕ್ತಾಯಕ್ಕ ಮದುವೆಯಾಗಿ ಗಂಡನ ಮನೆಗೆ ಹೋದ ಕೆಲವೇ ದಿನಗಳಲ್ಲಿ ಅಜಗಣ್ಣ ಲಿಂಗೈಕ್ಯನಾದ. ಅಜಗಣ್ಣ ಮೃತಪಟ್ಟನೆಂದೇ ಭ್ರಮೆಗೆ ಒಳಗಾದ ಮುಕ್ತಾಯಕ್ಕ ಅಪಾರ ದುಃಖಕ್ಕೆ ಈಡಾದಳು. ಈ ಸಂದರ್ಭದಲ್ಲಿ ಅಲ್ಲಮನ ಪ್ರವೇಶವಾಯಿತು. ಅವನು ಅವಳನ್ನು ಸಂತೈಸುತ್ತ, ಅಜಗಣ್ಣ ಶಿವಭಕ್ತನಾದುದರಿಂದ ಅವನ ದೇಹಕ್ಕೆ ಸಾವು ಸಂಭವಿಸಿರಬಹುದಾದರೂ ಅವನು ಸತ್ತಿಲ್ಲ ಎಂದು ಶಿವಯೋಗದ ರಹಸ್ಯವನ್ನು ತಿಳಿಸಿ ಅವಳ ದುಃಖವನ್ನು ದೂರಮಾಡಿದ. ದೀರ್ಘ ಅವಧಿಯ ಪರ್ಯಾಲೋಚನೆಗಳಿಂದ ಮುಕ್ತಾಯಿಯಲ್ಲಿದ್ದ ಕೆಲವು ಭ್ರಮೆಗಳು ದೂರವಾದುವು.

ಲೋಕಸಂಚಾರ ಕಾಲದಲ್ಲಿ ಅಲ್ಲಮನು ಭೇಟಿಯಾದ ಮತ್ತೊಬ್ಬ ಪ್ರಮುಖ ಶಿವಶರಣ **ಸಿದ್ಧರಾಮ**. ಈತ ಕರ್ಮಯೋಗಿ. ತನ್ನ ಶಿಷ್ಯರೊಡನೆ ತಾನೂ ಗುದ್ದಲಿ ಹಿಡಿದು ಅಗೆಯುತ್ತಿದ್ದ. ಕೆರೆ, ಅರವಟ್ಟಿಗೆ, ಗುಡಿಗೋಪುರಗಳನ್ನು ಕಟ್ಟಿಸುತ್ತ ಬಹುದೊಡ್ಡ ಆದರ್ಶವನ್ನು ಸಾಧಿಸಿದ್ದ. ಸಾಮಾಜಿಕವಾಗಿ ಇದು ಬಹಳ ದೊಡ್ಡ ಆದರ್ಶವೆಂಬುದು ನಿಜವಾದರೂ ಆಧ್ಯಾತ್ಮಿಕ ಸಾಧನೆಯನ್ನು ಒಳಗೊಂಡು ಇದಕ್ಕೂ ಮಿಗಿಲಾಗಿ ಬೆಳೆಯಬೇಕೆಂಬುದನ್ನು ತಿಳಿಸಲು ಅಲ್ಲಮಪ್ರಭುವು ಸಿದ್ಧರಾಮನ ಬಳಿಗೆ ಬಂದ. ವಾಸ್ತವವಾಗಿ ಅವರಿಬ್ಬರ ನಡುವೆ ಮೊದಲು ನಡೆದದ್ದು ಸಂಘರ್ಷ.

ಯಾವುದೋ ಕಾರಣಕ್ಕೆ ಸಿದ್ಧರಾಮಯ್ಯನನ್ನು ಅಲ್ಲಮ ಹೀಗಳೆದ. ಸಿಟ್ಟಿನಿಂದ ಅಲ್ಲಮನ ಮುಂದೆ ನಿಂತ. ಅಲ್ಲಮ ಅವನನ್ನು ಸಮಾಧಾನಪಡಿಸಲು ಯತ್ನಿಸಿದ. ಆದರೆ ಸಿದ್ಧರಾಮನಿಗೆ ರುಚಿಸಲಿಲ್ಲ. ತನ್ನ ಹಣೆಗಟ್ಟಿನ ಬೆಂಕಿಯಿಂದ ಸುಡುವನೆಂದು ಬೆದರಿಸಿದ ನಂತರವೂ ಅಲ್ಲಮ ಸಿದ್ಧರಾಮನನ್ನು ಮತ್ತಷ್ಟು ಗೇಲಿಮಾಡಿದ. ಸಿದ್ಧರಾಮನ ಸಿಟ್ಟು ನೆತ್ತಿಗೇರಿತು. ತನ್ನ ಹಣೆಗಣ್ಣನ್ನು ತೆರೆದು ಬೆಂಕಿಯನ್ನು ಹೊಮ್ಮಿಸಿದ. ಆದರೆ ಬೆಂಕಿ ಅಲ್ಲಮನನ್ನು ಸುಡಲಿಲ್ಲ. ಬದಲಿಗೆ ಅದು ಜೀವರಾಶಿಯನ್ನು ಸುಟ್ಟುಹಾಕತೊಡಗಿತು.

ಈ ಜೀವರಾಶಿಗಳು ಸಿದ್ಧಾರಾಮನನ್ನು ನಿಂದಿಸತೊಡಗಿತು. ಅವನ್ನು ರಕ್ಷಿಸಬೇಕೆಂದು ಅಲ್ಲಮನಲ್ಲಿ ಮೊರೆಯಿಟ್ಟಿತು. ಆಗ ಅವನು ಬೆಂಕಿಯ ಜ್ವಾಲೆಗಳನ್ನು ತನ್ನ ಪಾದಗಳಲ್ಲಿ ಅಡಗಿಸಿಕೊಂಡು ಜೀವರಾಶಿಯನ್ನು ಕಾಪಾಡಿದ. ಇನ್ನಾದರೂ ತನ್ನ ಅಹಂಕಾರವನ್ನು ಬಿಡುವಂತೆ ಸಿದ್ಧರಾಮನಿಗೆ ಪ್ರೀತಿಯಿಂದ ಹೇಳಿದ. ಆ ಕ್ಷಣದಲ್ಲಿ ಸಿದ್ಧರಾಮನಿಗೆ ಜ್ಞಾನೋದಯವಾಯಿತು, ಗರ್ವ ಕುಸಿಯಿತು. ತನ್ನನ್ನು ರಕ್ಷಿಸುವಂತೆ ಅಲ್ಲಮನನ್ನು ಬೇಡಿಕೊಂಡನು. ಅಲ್ಲಮ ಅವನಿಗೆ ಚಿತ್ತಶುದ್ಧಿ, ಸಮಬುದ್ಧಿಗಳೊಂದಿಗೆ ಯೋಗಮಾರ್ಗವನ್ನು ತಿಳಿಸಿಕೊಟ್ಟನು. ನಂತರ ಅವನನ್ನು ಕಲ್ಯಾಣಕ್ಕೆ ಕರೆತಂದ. ಅಲ್ಲಿ ಮಹಾಶಿವಯೋಗಿಯಾಗಿ ಪರಿವರ್ತನೆಗೊಂಡ. ಇಲ್ಲಿಯೂ ಸಿದ್ಧರಾಮನ ಸಾಧನೆ ಮತ್ತು ಸಿದ್ಧಿಗಳು ವ್ಯಕ್ತವಾಗಿವೆ. ಇದಕ್ಕೆಲ್ಲ ಕಾರಣ ಅಲ್ಲಮ.

ತನ್ನ ಲೋಕಸಂಚಾರವನ್ನು ಮುಂದುವರಿಸಿದ ಅಲ್ಲಮ ವ್ಯವಸಾಯ ಕಾರ್ಯದಲ್ಲಿ ನಿರತನಾಗಿದ್ದ **ಗೊಗ್ಗಯ್ಯ**ನನ್ನು (ಗೊಗ್ಗಿ ದೇವರು) ಭೇಟಿ ಮಾಡುತ್ತಾನೆ. ಅವನ ಕೆಲಸ ಕಾರ್ಯಗಳ ಬಗ್ಗೆ ವಿಚಾರಿಸಿ ಹೀಗೆ ಹೇಳುತ್ತಾನೆ: 'ಎಲೆ ಮರುಳೆ, ಯಾವ ವ್ಯವಹಾರ ಮಾಡಿದರೂ ಸಾವು ನೋವುಗಳು ತಪ್ಪುವುದಿಲ್ಲ. ಆದರೆ ಗುರು, ಲಿಂಗ, ಜಂಗಮ ಸೇವೆ ಮಾಡಿ ಕೈಲಾಸ ಪ್ರವೇಶಿಸಿದರೆ ಸಾವು ನೋವಿನ ಭಯವಿರುವುದಿಲ್ಲ. ನನ್ನ ಮಾತಿನ ಸತ್ಯವನ್ನು ಅರಿಯಬೇಕೆಂದರೆ ತಿಳಿದವರನ್ನು ಕೇಳು'. ಆಗ ಗೊಗ್ಗಯ್ಯ,

'ಲಿಂಗ, ಜಂಗಮರ ಸ್ಥಿತಿ, ಸ್ವರೂಪಗಳಾಗಲಿ, ಅವುಗಳ ರೀತಿಯಾಗಲಿ ನನಗೆ ತಿಳಿಯದು' ಎನ್ನುತ್ತಾನೆ. ಆಗ ಅಲ್ಲಮ ಅಲ್ಲೇ ಒಂದು ಜಾಗ ತೋರಿಸಿ, ಅಲ್ಲಿ ಅಗೆಯಲು ಸೂಚಿಸುತ್ತಾನೆ. ಅವನು ಅಗೆಯುತ್ತಾನೆ. ಕೆಲವು ಸಮಯದ ನಂತರ ಅಲ್ಲೊಂದು ಶಿವಾಲಯ ಗೋಚರವಾಗುತ್ತದೆ. ಅಲ್ಲಮ ಮತ್ತು ಗೊಗ್ಗಯ್ಯ ಪ್ರವೇಶಿಸುತ್ತಾರೆ. ಆಗ ಅವರಿಗೆ ಲಿಂಗಮಗ್ನ, ಮಹಾಜ್ಞಾನಿ ಅನಿಮಿಷಯ್ಯ ಕಂಡು ಬರುತ್ತಾನೆ. ಗೊಗ್ಗಯ್ಯನಿಗೆ ಆಶ್ಚರ್ಯವಾಗುತ್ತದೆ. ಅವನಲ್ಲಿ ವಿಚಿತ್ರವಾದ ಬದಲಾವಣೆ ಕಂಡು ಬರುತ್ತದೆ. ನಿಜ ಭಕ್ತಿಯು ಜಾಗೃತವಾಗುತ್ತದೆ.

ಅಲ್ಲಮ ಆ ಕ್ಷಣವೇ ಅನಿಮಿಷನನ್ನು ಗುರುವೆಂದು ಬಗೆದು, 'ಗುರುವೇ ಕರುಣಿಸು, ಲಿಂಗನಿಷ್ಠೆಯ ಶ್ರೇಷ್ಠನೇ ಕರುಣಿಸು' ಎಂದು ಪ್ರಾರ್ಥಿಸುತ್ತಾನೆ. ಆಗ ಅನಿಮಿಷಯ್ಯನ ಅಂಗೈಯಲ್ಲಿದ್ದ ಲಿಂಗವು ಅಲ್ಲಮನನ್ನು ಸೇರುತ್ತದೆ. ಆ ಅದ್ಭುತವನ್ನು ಕಂಡ ಗೊಗ್ಗಯ್ಯ ದಿಗ್ಭ್ರಾಂತನಾಗಿ ಶಿವಭಕ್ತಿಯ ರಹಸ್ಯದ ಮಹತ್ವವನ್ನು ಅರಿಯುತ್ತಾನೆ.

ಅಲ್ಲಮ ತನ್ನ ಪರ್ಯಟನೆಯನ್ನು ಮುಂದುವರಿಸುತ್ತಾನೆ. ಈ ಸಂದರ್ಭದಲ್ಲಿ ಅವನು ಭೇಟಿ ಮಾಡಿದ ಇಬ್ಬರು ಪ್ರಮುಖರೆಂದರೆ ಬಸವಣ್ಣ ಮತ್ತು ಅಕ್ಕಮಹಾದೇವಿ. ಅಲ್ಲಮನು ಅನುಭವ ಮಂಟಪದ ಅಧ್ಯಕ್ಷನಾದ ಸಂದರ್ಭದಲ್ಲಿ ಬಸವಣ್ಣ ಮತ್ತು ಅಕ್ಕಮಹಾದೇವಿ ಹಲವಾರು ಗೋಷ್ಠಿಗಳಲ್ಲಿ ಭಾಗವಹಿಸಿ ಗಂಭೀರ ಚಿಂತನೆ ಮತ್ತು ಚರ್ಚೆಗಳಲ್ಲಿ ಪಾಲ್ಗೊಂಡಿದ್ದರು. ವಾಸ್ತವವಾಗಿ ಅನುಭವ ಮಂಟಪವನ್ನು ಸ್ಥಾಪಿಸಿದ್ದು ಬಸವಣ್ಣ. ಬೀದರ ಜಿಲ್ಲೆಯ ಕಲ್ಯಾಣ ಪಟ್ಟಣದಲ್ಲಿ ಕಳಚುರಿ ಅರಸ ಬಿಜ್ಜಳನ ಆಳ್ವಿಕೆಯಲ್ಲಿ ಮುಖ್ಯಮಂತ್ರಿಯಾಗಿದ್ದ. ಬಸವೇಶ್ವರರು ಸ್ಥಾಪಿಸಿದ ಒಂದು ತತ್ತ್ವಜಿಜ್ಞಾಸು ಸಂಸ್ಥೆಯೇ ಅನುಭವ ಮಂಟಪ.

ಕ್ರಿ.ಶ. 1160ರಲ್ಲಿ ಕಲ್ಯಾಣ ಪಟ್ಟಣದ ತ್ರಿಪುರಾಂತರ ಕೆರೆಯ ಮೇಲಿನ ತ್ರಿಪುರಾಂತಕ ಗುಡ್ಡದಲ್ಲಿ ಸ್ಥಾಪಿಸಲ್ಪಟ್ಟ ಈ ಮಂಟಪದ ಅಧ್ಯಕ್ಷ ಅಲ್ಲಮಪ್ರಭು. ಇದರ ಸದಸ್ಯರು ಶಿವಶರಣರು. ಇದು ನಾಲ್ಕು ಮಹಾದ್ವಾರ, 36 ಕಂಬಗಳಿಂದ ಕೂಡಿತ್ತೆಂದು ತಿಳಿದುಬಂದಿದೆ. ಇದರ ಅಧ್ಯಕ್ಷ ಪೀಠವೇ ಶೂನ್ಯಸಿಂಹಾಸನ. ಇದು ವೀರಶೈವರ ಹೃದಯವಾಗಿದ್ದು, ನೂರಾರು ಮಂದಿ ಶಿವಶರಣರು, ಚಿಂತಕರು, ವಿದ್ವಾಂಸರು ಇಲ್ಲಿ ಸೇರಿ ಹತ್ತಾರು ವಿಷಯಗಳ ಕುರಿತು ಗಂಭೀರ ಪರ್ಯಾಲೋಚನೆಗಳಲ್ಲಿ ತೊಡಗುತ್ತಿದ್ದರು. ಅಕ್ಕಮಹಾದೇವಿ ಇಲ್ಲಿ ಕೆಲವು ಕಾಲ ತಂಗಿದ್ದರು.

ಅಲ್ಲಮಪ್ರಭು ಅಧ್ಯಕ್ಷನಾಗಿದ್ದಾಗ, ಅಕ್ಕಮಹಾದೇವಿ ಸರ್ವಸ್ವವನ್ನು ತ್ಯಾಗಮಾಡಿ, ದಿಗಂಬರೆಯಾಗಿ, ಮನೆ, ಮಠ, ಮಂದಿಯನ್ನು ತೊರೆದು

ಮಲ್ಲಿಕಾರ್ಜುನ ಗುರುವನ್ನು ಹುಡುಕಲು ಕಾಡುಮೇಡುಗಳಲ್ಲಿ ಅಲೆದಾಡಿ ಕಲ್ಯಾಣ ಸೇರಿ ಅನುಭವ ಮಂಟಪಕ್ಕೆ ಬಂದಳು. ಅಲ್ಲಮನ ಬಗ್ಗೆ ಬಹಳಷ್ಟು ಕೇಳಿದ ಅಕ್ಕ ಅವನನ್ನು ಕಂಡಕೂಡಲೇ ಹಾಡಿ ಹೊಗಳಿ ಅವನ ಆಶೀರ್ವಾದ ಪಡೆದಳು. ಅಲ್ಲಿ ನೆರೆದಿದ್ದ ಶರಣ ಕುಲಕ್ಕೆ ತನ್ನ ಭಕ್ತಿ, ನಮಸ್ಕಾರಗಳನ್ನು ಅರ್ಪಿಸಿದಳು. ಈ ಸನ್ನಿವೇಶದಲ್ಲಿ ಅವಳ ಭಕ್ತಿಯ ನೆಲೆ, ನಿಲುವುಗಳು ಜಗತ್ತಿಗೆ ಕಾಣಲೆಂದು ಅವಳನ್ನು ಪರೀಕ್ಷಿಸಲು ಅಲ್ಲಮನು ಮುಂದಾದ.

'ಕಾಮದ ಕತ್ತಲೆಯನ್ನು ನಿವಾರಿಸದೆ ಸುಮ್ಮನೆ ವಿರಾಗಿಣಿಯಾಗಿ ಹೆಣ್ಣಾದ ನೀನು ದಿಗಂಬರೆಯಾಗಿ ಇಲ್ಲಿಗೇಕೆ ಬಂದೆ?' ಎಂದು ಅವಳ ಒಳಮನಸ್ಸನ್ನು ಪರೀಕ್ಷಿಸಲು ಆಕ್ಷೇಪಿಸುವ ದನಿಯಲ್ಲಿ ಅಲ್ಲಮ ಕೇಳಿದನು.

ಅಲ್ಲಮನ ಮಾತಿಗೆ ಅಕ್ಕ ಸ್ವಲ್ಪವೂ ವಿಚಲಿತಳಾಗದೆ ಉತ್ತರಿಸಿದಳು: 'ಜಗತ್ತನ್ನೇ ಆವರಿಸಿರುವ ಶಿವನನ್ನು ಒಲಿದವಳಿಗೆ ವಸ್ತ್ರದ ಹೊದಿಕೆಯೇಕೆ? ದೇಹ ಮನಸ್ಸುಗಳನ್ನು ಸಂಪೂರ್ಣವಾಗಿ ಶಿವನಿಗೇ ನಿವೇದಿಸಿಕೊಂಡಿರುವ ಹೆಣ್ಣಿಗೆ ಕಾಮ ಎಂಬುದರ ಗೊಡವೆಯೇಕೆ?'

ಅಲ್ಲಮ ಅಲ್ಲಿಗೇ ನಿಲ್ಲಲಿಲ್ಲ. ಹಲವಾರು ವಿಧಗಳ ಘನ ಗಂಭೀರ ಪ್ರಶ್ನೆಗಳ ಮೂಲಕ ಅವಳನ್ನು ಶೋಧಿಸಿ ಕಡೆಗೆ ಅವಳನ್ನು ಮುಕ್ತವಾಗಿ ಹೊಗಳಿದನು. ಪುರುಷ ಶಿಲೆಯ ಸ್ಪರ್ಶದಂತೆ ಕಬ್ಬಿಣ ಚಿನ್ನವಾಗುವಂತೆ ಗುರು ಅಲ್ಲಮನಿಂದ ನಿರೂಪಿತನಾದ ಜ್ಞಾನವೆಂಬ ದೀಪದ ಪ್ರಭೆಯಿಂದ ಮತ್ತಷ್ಟು ಬೆಳಗತೊಡಗಿದ ಅಕ್ಕಮಹಾದೇವಿ ಕಲ್ಯಾಣದಲ್ಲಿ ಕೆಲವು ಕಾಲ ನಿಂತು ಅನುಭಾವಿಗಳ ಸಂಗದಲ್ಲಿ ಸುಖ ಶಾಂತಿಯನ್ನು ಕಂಡಳು. ಬಸವಣ್ಣ, ಅಲ್ಲಮಪ್ರಭು ಮುಂತಾದ ಅನುಭಾವಿಗಳಿಂದ ಮಹಾಶಿವಶರಣೆ ಎಂದು ಹೊಗಳಿಕೆಗೆ ಪಾತ್ರರಾದಳು.

ಬಸವಣ್ಣ–ಅಲ್ಲಮಪ್ರಭು ಭೇಟಿ ಒಂದು ಅಪರೂಪದ ಘಟನೆ. ಮೊದಲ ಬಾರಿಗೆ ಅಲ್ಲಮ ಬಸವಣ್ಣನನ್ನು ಭೇಟಿ ಮಾಡಲು ಬಂದಾಗ ಬಸವಣ್ಣ ಇಷ್ಟಲಿಂಗ ಪೂಜೆಯಲ್ಲಿ ನಿರತನಾಗಿದ್ದನು. ಅವನು ತಾನೇ ಎದ್ದು ಹೋಗಲಿಲ್ಲ. ತಮ್ಮ ಮನೆಯಲ್ಲಿ ಕಾಯಕ ಮಾಡಿಕೊಂಡಿದ್ದ ಅಪ್ಪಣ್ಣನಿಗೆ ಅಲ್ಲಮಪ್ರಭುವನ್ನು ಕರೆದು ತರುವಂತೆ ಸೂಚಿಸಿದರು. ಅಪ್ಪಣ್ಣ ಬಂದಿದ್ದ ಅತಿಥಿಗೆ ಭಕ್ತಿಯಿಂದ ನಮಸ್ಕರಿಸಿ ಅವರನ್ನು ಒಳಗೆ ಬರಬೇಕೆಂದು ವಿನಂತಿಸಿಕೊಂಡರು. ಆಗ ಅಲ್ಲಮ ಹೊರಗಡೆಯೇ ನಿಂತು, 'ನಮಗೆ ಒಳಗೆ ಬರಲು ಕೆಲಸವಾದರೂ ಏನಿದೆ? ವಿಚಾರ ಮಾಡಲು ನಮಗೇಕೆ ಅರಸರ ಮನೆಗಳಲ್ಲಿ ಸಂಚಾರ?' ಎಂದನು. ಬಸವಣ್ಣನಿಗೆ ವಿಷಯ ತಿಳಿಯಿತು. ಕೂಡಲೇ ಅವನು ಹೊರಬಂದು ವಿನಂತಿಸಿ 'ಒಳಗೆ ದಯಮಾಡಿಸಬೇಕು' ಎಂದು ವಿನಯದಿಂದ ಕೇಳಿಕೊಂಡನು. ಅಲ್ಲಿಂದ ಇತರ ಶರಣರು ಬಸವಣ್ಣನ ಪರವಾಗಿ ಕ್ಷಮೆ ಕೇಳಿಕೊಂಡರು. ಅನಂತರ ಅಲ್ಲಮ, 'ಆಯಿತು, ಶಿವಲಿಂಗ ಭಕ್ತಿಯ

ಬೆಡಗನ್ನು ಏಕಾಂತದಲ್ಲಿ ನಿಮಗೆ ಒಪ್ಪುವಂತೆ ಹೇಳುವೆನು' ಎಂದು ಬಸವಣ್ಣನ ಮನೆಯನ್ನು ಪ್ರವೇಶಿಸಿದ. ಅಲ್ಲಮಪ್ರಭು ಎಂದ: 'ಅಸಾಮಾನ್ಯರೆಲ್ಲರು ನಿನ್ನಲ್ಲಿ ಬಂದಿದ್ದಾರೆ. ಹೀಗಾಗಿ ನೀನು ಧನ್ಯ. ನಿನ್ನ ಮನಸ್ಸನ್ನು ಪರೀಕ್ಷಿಸಬೇಕೆಂದು ಸಾತ್ವಿಕ ಸಿಟ್ಟು ಮಾಡಿಕೊಂಡೆ. ಇಷ್ಟಾದರೂ ನೀನು ಬೇಸರಗೊಳ್ಳಲಿಲ್ಲ, ಕೋಪಮಾಡಿಕೊಳ್ಳಲಿಲ್ಲ. ನಿನ್ನದು ಅಪರೂಪದ ವ್ಯಕ್ತಿತ್ವ. ನೀನು ನಡೆದುಕೊಂಡ ರೀತಿಗೆ ಬೆರಗಾಗಿದ್ದೇನೆ. ನೀನು ನಿಜವಾಗಿಯೂ ಮಹಾಪುರುಷ' ಎಂದು ಹಾಡಿ ಹೊಗಳಿದನು.

ಅಲ್ಲಮ ತನ್ನ ಜೀವಿತಕಾಲದಲ್ಲಿ ಹಲವು ಪ್ರಮುಖ ಶರಣರನ್ನು ಭೇಟಿಯಾಗಿದ್ದ. ಅವರಲ್ಲಿ **ಚೆನ್ನಬಸವಣ್ಣ** ಪ್ರಮುಖ ವಚನಕಾರ; ಅನುಭವ ಮಂಟಪದ ಗೋಷ್ಠಿಗಳಲ್ಲಿ ಸಕ್ರಿಯವಾಗಿ ಭಾಗವಹಿಸುತ್ತಿದ್ದ. ಅಲ್ಲಮಪ್ರಭುವಿನ ನಂತರ ಇವನು ಶೂನ್ಯಸಿಂಹಾಸನದ ಎರಡನೇ ಅಧ್ಯಕ್ಷನೂ, ಬಸವಣ್ಣನವರ ನಂತರ ಬಿಜ್ಜಳನ ಮಂತ್ರಿಯೂ ಆಗಿದ್ದ. ಅನುಭವ ಮಂಟಪದಲ್ಲಿ ಅವನು ನಿರ್ವಹಿಸಿದ ಪಾತ್ರ ಬಲು ದೊಡ್ಡದು. ಅಲ್ಲಮಪ್ರಭು ಮೆಚ್ಚಿಕೊಂಡ ಹಲವು ಶಿವಶರಣರಲ್ಲಿ ಚೆನ್ನಬಸವಣ್ಣ ಪ್ರಮುಖ.

ತನ್ನ ಲೋಕಸಂಚಾರದ ಕಾಲದಲ್ಲಿ ಅಲ್ಲಮಭೇಟಿಯಾದ ಮತ್ತೊಬ್ಬ ಶಿವಶರಣ ಮತ್ತು ವಚನಕಾರ **ಹಡಪದ ಅಪ್ಪಣ್ಣ**. ಬಸವಣ್ಣನ ವಿಶೇಷ ಅನುಗ್ರಹ ಇವನ ಮೇಲಿತ್ತು. ಅಪ್ಪಣ್ಣನ ವೇದಾಗಮ ಪರಿಜ್ಞಾನ ಅಗಾಧವಾದುದು.

3. ವಚನಾವಲೋಕನ

ಅಲ್ಲಮಪ್ರಭು ತನ್ನ ವಚನಗಳ ಮೂಲಕ ವಿಶ್ವಕ್ಕೆ ಅಮೂಲ್ಯ ಅರಿವನ್ನು ನೀಡಿದ್ದಾನೆ. ಚಲನಶೀಲವಾದ ಜಗತ್ತಿಗೆ ಎಂದೆಂದೂ ನಾಶವಾಗದ ಸುಜ್ಞಾನವನ್ನು ವಚನಗಳ ಮೂಲಕ ಕೊಟ್ಟಿದ್ದಾನೆ. ಅಲ್ಲಮನ 'ಹೊನ್ನು ಮಾಯೆಯೆಂಬರು' ಎಂದು ಆರಂಭಗೊಳ್ಳುವ ವಚನ ಅದೆಷ್ಟು ಅರ್ಥಪೂರ್ಣವಾಗಿದೆಯೆಂದರೆ ಅದು ಸಮಾಜಕ್ಕೆ ಹಿಡಿದ ಕನ್ನಡಿ ಎಂದು ಹೇಳಬಹುದು. ಆ ವಚನ ಹೀಗಿದೆ:

ಹೊನ್ನು ಮಾಯೆಯೆಂಬರು ಹೊನ್ನು ಮಾಯೆಯಲ್ಲ,
ಹೆಣ್ಣು ಮಾಯೆಯೆಂಬರು ಹೆಣ್ಣು ಮಾಯೆಯಲ್ಲ,
ಮಣ್ಣು ಮಾಯೆಯೆಂಬರು ಮಣ್ಣು ಮಾಯೆಯಲ್ಲ,
ಮನದ ಮುಂದಣ ಆಶೆಯೇ ಮಾಯೆ ಕಾಣಾ ಗುಹೇಶ್ವರ.

ಹೆಣ್ಣು, ಹೊನ್ನು ಮತ್ತು ಮಣ್ಣು ಎಂಬುದು ಮಾಯೆ, ಈ ಮಾಯೆಗೆ ಎಲ್ಲ ಮಾನವರೂ ಶರಣಾಗಿದ್ದಾರೆ ಎಂಬುದು ಹಾಗಲ್ಲ, ಮನಸ್ಸಿನಾಳದಲ್ಲಿ

ಹುದುಗಿರುವ ಮಾನವನ ಆಶೆಯೇ ಮಾಯೆ ಎಂಬುದು ಅಲ್ಲಮನ ಮಾರ್ಮಿಕ ನುಡಿ.

ಪ್ರಕೃತಿಯಲ್ಲಿ ವೈಚಿತ್ರ್ಯವನ್ನು ಚಿತ್ರಿಸುತ್ತಲೇ ಅನೂಹ್ಯ ಸಂಬಂಧಗಳ ಕುರಿತು ಮಾತನಾಡುವ ಈ ಮುಂದಿನ ವಚನ ಅದೆಷ್ಟು ಸೊಗಸಾಗಿದೆ ನೋಡಿ.

ಎತ್ತಣ ಮಾಮರ? ಎತ್ತಣ ಕೋಗಿಲೆ?
ಎತ್ತಣಿಂದೆತ್ತ ಸಂಬಂಧವಯ್ಯ?
ಬೆಟ್ಟದ ಮೇಲಣ ನೆಲ್ಲಿಕಾಯಿ, ಸಮುದ್ರದೊಳಗಣ ಉಪ್ಪು
ಎತ್ತಣಿಂದೆತ್ತ ಸಂಬಂಧವಯ್ಯ?
ಗುಹೇಶ್ವರಲಿಂಗಕ್ಕೆಯೂ ನಮಗೆಯೂ
ಎತ್ತಣಿಂದೆತ್ತ ಸಂಬಂಧವಯ್ಯ?

ಚೈತ್ರಮಾಸ ಬರುತ್ತಿದ್ದಂತೆ ಮಾವಿನ ಮರಗಳಲ್ಲಿ ಚಿಗುರು ತನ್ನಿಂದ ತಾನೇ ನಳನಳಿಸುತ್ತದೆ. ಆಗ ಕೋಗಿಲೆ ಎಲ್ಲಿಂದಲೋ ಹಾರಿಬಂದು ಕುಳಿತು ಚೈತ್ರಗಾನವನ್ನು ಉಲಿಯುತ್ತದೆ. ಅದರಂತೆ ಬೆಟ್ಟದ ನೆಲ್ಲಿಕಾಯಿ ಮತ್ತು ಸಮುದ್ರದ ಉಪ್ಪಿನ ಸಂಬಂಧವಿರದಿದ್ದರೂ ಅವೆರಡೂ ಕೂಡಿದಾಗ ವಿಶೇಷವಾದ ರುಚಿಯನ್ನೇ ಉಂಟುಮಾಡುತ್ತದೆ! ಒಂದಕ್ಕೊಂದು ಸಂಬಂಧ, ಅನುಬಂಧ ಶಿವನೇ ಕಲಿಸಿದ್ದಾನಲ್ಲವೆ? ಅಂತೆಯೇ ಆ ಪರಮ ಪಾವನ ಗುಹೇಶ್ವರನಿಗೂ ತಮಗೂ ಎಲ್ಲಿಂದೆಲ್ಲಿಯ ಸಂಬಂಧವೆಂದು ಅಲ್ಲಮ ಕುತೂಹಲದಿಂದ ಕೇಳಿಕೊಳ್ಳುತ್ತಾನೆ. ಸಂಭ್ರಮಾಶ್ಚರ್ಯ ತೋರುತ್ತಾನೆ. ಶಿವನ ಕೃಪೆಯಿಲ್ಲದೆ ಅನುಬಂಧದ ಬೆಸುಗೆ ಬೆಸೆಯಲಾರದು ಎಂಬ ಅಂಶ ಅಷ್ಟು ಸತ್ಯ!

ಶಿವಶರಣರು ಹೇಗಿರಬೇಕು ಎಂಬುದನ್ನು ಕುರಿತಂತೆ ಈ ವಚನವಿದೆ:

ಕೆಂಡದ ಮಳೆಕರೆವಲ್ಲಿ ಉದಕವಾಗಿರಬೇಕು
ಜಲಪ್ರಳಯವಾದಲ್ಲಿ ವಾಯುವಿನಂತಿರಬೇಕು
ಮಹಾಪ್ರಳಯವಾದಲ್ಲಿ ಆಕಾಶದಂತಿರಬೇಕು
ಜಗತ್ ಪ್ರಳಯವಾದಲ್ಲಿ ತನ್ನತಾ ಬಿಡಬೇಕು
ಗುಹೇಶ್ವರಲಿಂಗ ತಾನಾಗಿರಬೇಕು.

ಈ ಲೋಕದ ಮೇಲೆ ಕೆಂಡದ ಮಳೆ ಸುರಿದರೂ ಶರಣನು ತಂಪನೆಯ ನೀರಿನಂತೆ ತಂಪನ್ನು ತರುವವನಾಗಿರಬೇಕು. ವಿಶ್ವದಲ್ಲಿ ಜಲಪ್ರಳಯವಾದರೆ ಗಾಳಿಯಂತೆ ಶೀತಲನಾಗಿ ಚಲಿಸುವಂತವನಾಗಬೇಕು. ಮಹಾಪ್ರಳಯ ಸಂಭವಿಸಿದರೂ ಅಚಲವಾದ ಆಕಾಶದಂತಿರಬೇಕು. ಇಡೀ ಬ್ರಹ್ಮಾಂಡವೇ

ಪ್ರಳಯದಿಂದ ಮುಳುಗಿದರೂ ತನ್ನ ತನುವೆಂಬ ಅಹಂಕಾರವನ್ನು ತ್ಯಜಿಸಿ ಶಿವನಲ್ಲಿ ಐಕ್ಯಗೊಂಡು, ಶಿವಸ್ಥಿತಿಯಲ್ಲಿ ತನ್ನಲ್ಲಿ ತಾ ಮೆರೆವವನೇ ಶಿವಶರಣ.

ದೇವರಲ್ಲಿ ನಂಬಿಕೆ ಮುಖ್ಯ. ಅದರಂತೆ ಮನಸ್ಸು ಶುದ್ಧವಾಗಿರಬೇಕು. ಅಶುದ್ಧವಾದ ಮನಸ್ಸಿನಿಂದ ಭಗವಂತನನನ್ನು ಪೂಜಿಸಿದರೆ ಏನು ಪ್ರಯೋಜನ? ನಿರ್ಮಲಚಿತ್ತನಾದ ಶರಣ ಹಾಗೂ ನಿಜವಾದ ಶುದ್ಧ ಕಾಯಕದ ಜೀವನ ನಡೆಸುವವನಿಗೆ ಪೂಜೆಯೆಂಬ ಆಡಂಬರದ ಅವಶ್ಯಕತೆಯಿಲ್ಲ ಎನ್ನುತ್ತಾನೆ ಅಲ್ಲಮ. ನಲ್ಲನಲ್ಲೆಯರ ಸೇರುವಿಕೆಗೆ ಹಾಸಿಗೆಯ ಹಂಗು ಬೇಕೆ? ಅವರ ಶೃಂಗಾರ ಲೀಲೆಗೆ ನಾಚಿಕೆ ಎನ್ನುವುದುಂಟೆ? ಶುದ್ಧವಾದ ಚಿನ್ನಕ್ಕೆ ಒರೆಗಲ್ಲ ಸಾಕ್ಷಿ ಬೇರೆ ಬೇಕೆ?

ಶಿವನನ್ನರಿತು, ಶಿವಪಥದಲ್ಲಿಯೇ ಸಾಗುವ ನಿಷ್ಕಾಮ, ನಿಸ್ವಾರ್ಥ ಜೀವನ ನಡೆಸುವ ಶರಣನು ಜೀವನ್ಮುಕ್ತನಲ್ಲವೇ ಎಂಬುದು ಅಲ್ಲಮನ ಅನಿಸಿಕೆ. ಇದಕ್ಕೆ ಸಂಬಂಧಿಸಿದ ವಚನ ಹೀಗಿದೆ:

ಒಲುಮೆಯ ಕೂಟಕ್ಕೆ ಹಾಸಿನ ಹಂಗೇಕೆ?
ಬೇಟದ ಮರುಳಂಗೆ ಲಜ್ಜೆ ಮುನ್ನುಂಟೆ?
ನಿಮ್ಮನರಿದ ಶರಣಂಗೆ ಪೂಜೆಯ ಹಂಬಲದುಂದುಗಬೇಕೆ?
ಮಿಸುನಿಯ ಚಿನ್ನಕ್ಕೆ ಒರೆಗಲ್ಲ ಹಂಗೇಕೆ?
ಗುಹೇಶ್ವರ ಲಿಂಗಕ್ಕೆ ಕುರುಹು ಮುನ್ನುಂಟೆ?

ಬದುಕುವ ಬಗ್ಗೆ ಅಲ್ಲಮ ರಚಿಸಿರುವ ಕೆಲವು ವಚನಗಳು ವಾಸ್ತವವನ್ನು ತೆರೆದಿಡುವಂತಹವು. ಬದುಕೆಂಬುದು ಹೂವಿನ ಹಾಸಿಗೆಯಲ್ಲ. ಅದರಲ್ಲಿ ಮುಳ್ಳುಗಳೂ ಇರುತ್ತವೆ. ಏನೇ ಇದ್ದರೂ ಅವನ್ನೆಲ್ಲ ಬದುಕಿಗೆ ಹೊಂದಿಸಿಕೊಂಡು ಬದುಕಬೇಕು ಎನ್ನುತ್ತಾನೆ. ಅದು ಇಲ್ಲ, ಇದು ಅಲ್ಲ ಎಂದು ಗೊಣಗದೆ ಏನಿರುತ್ತದೆಯೋ ಅದನ್ನೇ ಸರಿಯಾಗಿ ಬಳಕೆ ಮಾಡಿಕೊಂಡು ಬೆಳೆಯಬೇಕು. ಹಾಗಾಗದೆ ಹೋದಲ್ಲಿ ಬದುಕು ಭಾರವಾಗುತ್ತದೆ, ಅಸಹ್ಯವಾಗುತ್ತದೆ ಎಂಬ ಎಚ್ಚರಿಕೆ ನೀಡಿದ್ದಾನೆ ಅಲ್ಲಮ.

ಕೊಟ್ಟ ಕುದುರೆಯನೇರಲರಿಯದೆ
ಮತ್ತೊಂದು ಕುದುರೆಯನೇರ ಬಯಸುವವರು
ವೀರರೂ ಅಲ್ಲ! ಧೀರರೂ ಅಲ್ಲ!
ಇದು ಕಾರಣ
ನೆರೆ ಮೂರು ಲೋಕವೆಲ್ಲವೂ
ಹಲ್ಲಣವ ಹೊತ್ತುಕೊಂಡು ಬಳಲುತ್ತೈದಾರೆ
ಗುಹೇಶ್ವರ ಲಿಂಗವನವರೆತ್ತ ಬಲ್ಲರೋ?

ಅಲ್ಲಮ ನಿರೂಪಿಸಿದ ಈ ವಚನವು ಸೊಗಸಾಗಿದೆ. ಈ ದೇಹವನ್ನು ಒಂದು ಕುದುರೆಗೆ ಹೋಲಿಸುವ ಅಲ್ಲಮ ಅದನ್ನೇರಿ ಸವಾರಿ ಮಾಡಿಕೊಂಡು ಹೋಗಲರಿಯದ ಅಂಜುಬುರುಕರು ಮತ್ತೊಂದು ಕುದುರೆಯ ಜೀನನ್ನು ಹೊತ್ತು ದಣಿವಿಗೆ ಈಡಾಗುತ್ತಾನೆ ಎಂದೂ ವಿವರಿಸುತ್ತಾನೆ. ಶಿವ ಕೊಟ್ಟಿರುವ ಮಾನವ ಶರೀರವನ್ನು ಸದುಪಯೋಗಪಡಿಸಿಕೊಂಡು ಶಿವಾನುಭವಿಯಾಗಿ, ಶಿವಪಥದಲ್ಲಿಯೇ ನಡೆದು, ಶಿವಲೋಕದಲ್ಲಿ ಶಿವಸಾನಿಧ್ಯಕ್ಕಾಗಿ ಯತ್ನಿಸುವವನೇ ಮಹಾಶರಣನಾಗಬಲ್ಲ ಎಂಬುದು ಅಲ್ಲಮಪ್ರಭುವಿನ ನುಡಿ.

ವೀರಶೈವ ಧರ್ಮವು ಜೀವನ ಪ್ರಾಮುಖ್ಯತೆಯ ಧರ್ಮ. ಇಲ್ಲಿ ಜೀವನ ಪ್ರೀತಿ ಎದ್ದು ಕಾಣುತ್ತದೆ. ಧರ್ಮಸಾಧಕರಲ್ಲಿ ಬಹುತೇಕರು ಬದುಕಿನ ಮೇಲಿನ ಪ್ರೀತಿಯಿಂದಲೇ ತಮ್ಮ ಪಾಲಿಗೆ ಬಂದುದನ್ನು ಪಾವನವೆಂದು ಸ್ವೀಕರಿಸಿದ್ದಾರೆ. ಅದರಲ್ಲಿಯೇ ಇದ್ದು ಗೆದ್ದಿದ್ದಾರೆ. ಜೀವನವೆಂಬುದು ಅವರವರು ಅನುಭವಿಸಿಕೊಂಡು, ನಿರ್ವಹಿಸಿಕೊಂಡು ಹೋಗಬಹುದಾದ ಸಾಧನೆಯ ರಂಗ. ಆಧ್ಯಾತ್ಮಿಕ ಪ್ರಕಾರದಲ್ಲಂತೂ, ಒಬ್ಬರು ಇನ್ನೊಬ್ಬರ ಮೇಲೆ ಅವಲಂಬಿತರಾಗಿ ಶ್ರೇಷ್ಠವಾದುದನ್ನು ಸಾಧಿಸುವುದಕ್ಕೆ ಆಗಲಾರದು. ಆದುದರಿಂದ ಬದುಕುವ ಬದುಕು ಸ್ವಯಂ ಆಚರಣೆಯಿಂದ ಕೂಡಿದ್ದಾದರೆ, ಅದು ಲಿಂಗಸ್ಥಲವಾಗುತ್ತದೆ. ಅಳಿಯದೆ ಕೂಡುವ ಯೋಗಕ್ಕೆ ಸಾಧಕವಾಗುತ್ತದೆ.

ಬದುಕಿನಲ್ಲಿ ಯಾವುದಕ್ಕೂ ಅತಿಯಾಗಿ ಅಂಟಿಕೊಳ್ಳಬಾರದು. ಸದಾ ಸುಖದಲ್ಲಿ ಮುಳುಗಬಾರದು. ಹಾಗೆಯೇ ದುಃಖದಲ್ಲಿ ಕೊರಗಬಾರದು. ಹಿತಮಿತದ ಬದುಕಾಗಬೇಕು. ಆಗ ಸಾಧಕನ ಕಾಯವು ತನ್ನಲ್ಲಿ ಲಿಂಗವು ನೆಲೆಗೊಳ್ಳಲು ಸಿದ್ಧವಾಗುವುದು. ಕೊನೆಗೆ ಮನವೇ ಲಿಂಗವಾಗುತ್ತದೆ ಎನ್ನುತ್ತಾನೆ ಅಲ್ಲಮ. ಈ ವಚನ ಓದಿ:

ದೇಹಭಾವವಳಿದಲ್ಲದೆ ಜೀವಭಾವವಳಿಯದು
ಜೀವಭಾವವಳಿದಲ್ಲದೆ ಭಕ್ತಿಭಾವವಳವಡದು
ಭಕ್ತಿಭಾವವಳವಟ್ಟಲ್ಲದೆ ಅರಿವು ತಲೆದೋರದು
ಅರಿವು ತಲೆದೋರದಲ್ಲದೆ ಕುರುಹು ನಷ್ಟವಾಗದು
ಕುರುಹು ನಷ್ಟವಾದಲ್ಲದೆ ಮಾಯೆ ಹಿಂಗದು
ಇದು ಕಾರಣ:–
ಕಾಯದ ಜೀವದ ಹೊಲಿಗೆಯ ಅಳಿವ ಭೇದವ ತಿಳಿಯಬಲ್ಲಡೆ
ಗುಹೇಶ್ವರಲಿಂಗದರಿವು ಸಾಧ್ಯವಪ್ಪುದು ಕಾಣಾ ಸಿದ್ಧರಾಮಯ್ಯಾ.

ದೇಹಭಾವ ಹೋಗದೆ ಜೀವಭಾವ ಹೋಗದು. ಆಗ ಅರಿವು ಉಂಟಾಗಲು ಹೇಗೆ ಸಾಧ್ಯ? ಅರಿವು ತಾಗಿ ಕುರುಹು ಕುಂದಿದಾಗಲೇ

ಮಾಯೆಯೆಂಬ ವಾಂಛೆ ಕರಗುವುದು. ಇವೆಲ್ಲ ಸಾಧ್ಯವಾದಾಗಲೇ ಗುಹೇಶ್ವರ ಲಿಂಗದರಿವು ಸಾಧ್ಯವಾಗುವುದು.

ಅಳವರಿಯದೆ ಭಾಷೆ
ಬಹುಕುಳವಾದ ನುಡಿ
ಇಂತೆರಡರ ನುಡಿ ಹುಸಿಯಯ್ಯ!
ಬಹುಭಾಷಿತರು, ಸುಭಾಷಿತ ವರ್ಜಿತರು
ಶರಣಸತಿ–ಲಿಂಗಪತಿ ಎಂಬರು, ಹುಸಿಯಯ್ಯ!
ಇಂತಪ್ಪವರ ಕಂಡು ನಾಚಿದೆನಯ್ಯ ಗುಹೇಶ್ವರ.

ವಿಷಯವನ್ನು ಆಳವಾಗಿ ಒರೆಗಲ್ಲಿಗೆ ಹಚ್ಚದೆ ಆಡುವ ಮಾತು, ಏನೇನೂ ಸತ್ವವಿಲ್ಲದೆ ಸುಮ್ಮನೆ ಬಡಬಡಿಸುವ ಮಾತು, ಇವೆರಡೂ ಸತ್ಯವಲ್ಲ. ಒಂದೇ ಸಮನೆ ಮಾತನಾಡುವವರು, ಒಳ್ಳೆಯ ಮಾತುಗಳನ್ನು ಆಡುವುದನ್ನೇ ನಿಲ್ಲಿಸಿದವರು ಶರಣಸತಿ–ಲಿಂಗಪತಿ ಎನ್ನುವ ಸುಳ್ಳನ್ನು ಹೇಳುವರು. ಇಂತಹವರನ್ನು ಕಂಡು ತಾನು ಸಂಕೋಚ ಪಡುವೆನು ಎನ್ನುತ್ತಾನೆ ಅಲ್ಲಮ. ಸತಿ–ಪತಿ ಭೇದ ಏಕತೆ ಮೂಡಿದಾಗಲೇ ಸಿದ್ಧಿಯು ಸಾಧಿತವಾಗುತ್ತದೆ ಎಂಬುದು ಅವನ ಇಂಗಿತ.

ಶಬ್ದ, ಸ್ಪರ್ಶ, ರೂಪ, ರಸ, ಗಂಧ, ಪಂಚೇಂದ್ರಿಯ ಸಪ್ತಧಾತು
ಅಷ್ಟಮದದಿಂದ ಮುಂದುಗಾಣದವರು ನೀವು ಕೇಳಿರೇ
ಲಿಂಗವಾರ್ತೆಯ ವಚನ ರಚನೆ ಮಾಡುವರಯ್ಯ
ಸಂಸಾರದ ಮೆಚ್ಚು ಬಿಡದನ್ನೆಕ್ಕರ
ಗುಹೇಶ್ವರ ಲಿಂಗವೆಲ್ಲಿ? ಊರು ವಾಕುವಾದರೇನು
ಮನ ಪಾಕವಾಗದನ್ನೆಕ್ಕರ.

ಕಣ್ಣು, ಕಿವಿ, ಮೂಗು, ನಾಲಗೆ, ಚರ್ಮ ಎಂಬ ಪಂಚೇಂದ್ರಿಯಗಳಲ್ಲಿ, ರಸ, ರಕ್ತ, ಮಾಂಸ, ಮೇದಸ್ಸು, ಮಜ್ಜೆ, ಅಸ್ಥಿ, ಶುಕ್ಲ ಎಂಬ ಸಪ್ತಧಾತುಗಳಲ್ಲಿ ಹಾಗೂ ಧನ, ಕುಲ, ವಿದ್ಯಾ, ರೂಪ, ಯೌವನ, ಬಲ, ಪರಿವಾರ, ಅಧಿಕಾರ ಎಂಬ ಅಷ್ಟಮದಗಳಲ್ಲಿ ತಲ್ಲೀನರಾಗಿ ಮುಂದೇನು ಮಾಡಬೇಕೆಂದರಿಯದೆ ತೋರಿಕೆಗಾಗಿ ವಚನ ರಚಿಸುವವರು ಹಲವರು. ಆದರೆ, ಅವರಿಗೆ ಸಂಸಾರದ ಲೌಕಿಕ ಆಕರ್ಷಣೆಯಿಂದ ಹೊರಬರಲು ಮನಸ್ಸಿಲ್ಲ. ಇನ್ನು ಅವರಿಗೆ ಗುಹೇಶ್ವರ ಲಿಂಗ ದೊರೆಯುವುದಾದರೂ ಹೇಗೆ? ಊರಿಗೆ ಊರೇ ಮಾತಿನಲ್ಲಿ ಪ್ರಾವೀಣ್ಯವನ್ನು ಗಳಿಸಬಹುದು, ಅಂತರಂಗ ಮಾತ್ರ ಪಕ್ವವಾಗಲಿಕ್ಕೇ ಬೇಕು. ಇಲ್ಲದಿದ್ದರೇನು ಪ್ರಯೋಜನ ಎನ್ನುತ್ತಾನೆ ಅಲ್ಲಮಪ್ರಭು.

ರಾತ್ರಿಯೆಂಬ ಹುತ್ತಿನೊಳಗೆ ನಿದ್ರೆಯೆಂಬ ರಾಹು ಹೆಡೆಯೆತ್ತಿ
ಕಚ್ಚಲೊಡನೆ ಅಂಜನಸಿದ್ಧರ ಅಂಜನವು ಹಾರಿತ್ತು
ಘಟಿಕಾಸಿದ್ಧರ ಘಟಿಕೆಯುರುಳಿತ್ತು
ಯಂತ್ರಗಳ ಯಂತ್ರ ಎದ್ದು ಹೋಯಿತ್ತು
ಮಂತ್ರಗಳ ಮಂತ್ರ ಮರೆತು ಹೋಯಿತ್ತು
ಔಷಧಿಗಳ ಔಷಧನಾರಡಿಗೊಂಡಿತ್ತು
ಸರ್ವವಿದ್ಯಾಮುಖದ ಜ್ಯೋತಿ ನಂದಿತ್ತು
ಈ ವಿಷಯ ಲಹರಿಯಲ್ಲಿ ಮೂರು ಲೋಕದವರೆಲ್ಲರೂ
ಮೂರ್ಛಿತರಾದರು ಕಾಣಾ ಗುಹೇಶ್ವರ.

ನಿದ್ರೆಯೆಂಬುದು ಜೀವಿಗಳ ವಿಶ್ರಾಂತಿಗೆ ಅಗತ್ಯವಾದರೂ ಅದು ಮಿತಿಮೀರಬಾರದು. ರಾತ್ರಿಯಾದೊಡನೆ ನಿದ್ರೆಯು ಹಾವಿನಂತೆ ಹೆಡೆಯೆತ್ತಿ ಜೀವಿಗಳನ್ನು ಕಚ್ಚುತ್ತದೆ. ಆಗ ಜೀವಿಗಳು ಮೈಮರೆವಿಗೆ ಒಳಗಾಗಿ ತಾವ್ಯಾರು ಎನ್ನುವುದನ್ನೆ ಅರಿಯದಾಗುತ್ತಾರೆ ಎನ್ನುವ ಅಲ್ಲಮ, ಆಗ ಅಂಜನಸಿದ್ಧರ ಸಾಮರ್ಥ್ಯ ಕನಿಷ್ಠಕ್ಕೆ ಕುಸಿದು, ಘಟಿಕಾಸಿದ್ಧರ ಘಟಿಕೆಗಳು ಉರುಳಿಬೀಳುತ್ತವೆ; ಯಂತ್ರಗಳು ಸ್ಥಗಿತಗೊಂಡರೆ ಮಂತ್ರಗಳು ನೆನಪಾಗಲೊಲ್ಲವು; ಔಷಧಿಗಳ ಕಸುವು ಸೊರಗುತ್ತದೆ; ಮೂರು ಲೋಕದವರೂ ಪ್ರಜ್ಞಾಹೀನರಂತಾಗುತ್ತಾರೆ ಎನ್ನುತ್ತಾನೆ. ಇಲ್ಲಿ ಅಲ್ಲಮಪ್ರಭು ನಿದ್ರೆಯನ್ನು ಮೋಹಕ್ಕೆ, ದುರಾಶೆಗೆ ಸಮೀಕರಿಸುವಂತೆ ತೋರುತ್ತದೆ.

ಧರೆಯ ಮೇಲೊಂದು ಪಿರಿದಪ್ಪ ಸಂತೆಯ ನೆರವಿಗೆ
ಬಂದವರ ನೇನೆಂಬೆನು?
ಪರಿಪರಿಯ ಭಂಡದ ವ್ಯವಹಾರದೊಳಗೆ ಕೊಡಲಿಲ್ಲ ಕೊಳಲಿಲ್ಲ?
ವ್ಯಥಾವಿಳಾಸವಿದೇನೋ?
ಅರೆಮರುಳೆಂಬ ಶಿವನು ನೆರೆಮರುಳೆಂಬ ಜಗವ
ಹುಟ್ಟಿಸಿದ ಪರಿಯ ಕಂಡು ಬೆರಗಾದೆ ಗುಹೇಶ್ವರ.

ಈ ಭುವಿಯೊಂದು ಸಂತೆಯಾಗಿ ರಾಶಿ ರಾಶಿ ಜನರು ಇಲ್ಲಿಗೆ ಬರುವರು. ಅವರೆಲ್ಲ ಯಾರು, ಅವರನ್ನು ಏನೆಂದು ಕರೆಯುವುದು. ಅವರು ಲೌಕಿಕ ವ್ಯವಹಾರದೊಳಗೆ ಸಿಲುಕುತ್ತಾರೆ. ಭಂಡತನವೂ ನಡೆಯುತ್ತದೆ. ಮೋಹಕ್ಕೆ ಒಳಗಾಗಿ ಅಪಾರವಾಗಿ ಗಳಿಸಿದ್ದನ್ನು ಬೇರೆಯವರಿಗೆ ಕೊಡಲಾರರು. ಇದು ಮನುಜರ ದುರಂತವೇ ಸರಿ. ಭ್ರಾಂತಿಗೆ ಒಳಗಾಗಿರುವ ಜಗತ್ತನ್ನು ಅರೆ ಹುಚ್ಚನಂತಿರುವ ಶಿವನು ರೂಪಿಸಿರುವುದನ್ನು ಕಂಡು ತಾನು ಬೆರಗಾಗಿದ್ದೇನೆ ಎನ್ನುತ್ತಾನೆ ಅಲ್ಲಮಪ್ರಭು.

ಜಂಗಮನ ಗುಣಲಕ್ಷಣಗಳನ್ನು ಕುರಿತು ಅಲ್ಲಮ ವಚನವೊಂದನ್ನು ರಚಿಸಿದ್ದಾನೆ. ಜಂಗಮನೆನ್ನುವ ಪದಕ್ಕೆ ಶರಣ ಎಂದೂ, ಶಿವನ ಮತ್ತೊಂದು ರೂಪವೆಂದೂ ಅರ್ಥನೀಡಲಾಗಿದೆ. ಶರಣನಾದವನು ಮರಗಿಡಗಳನ್ನು ಬಿರುಗಾಳಿಯಂತೆ ಬೀಸಿ ಮುರಿಯುವ ವಿಧ್ವಂಸಕಕಾರಿಯಾಗಿರಬೇಕು. ಸದಾ ಜಂಗಮನಾಗಿ ಸಂಚರಿಸಬೇಕು. ಜನರಲ್ಲಿ ಭಕ್ತಿ ಭಾವದ ಸಂಚಲನವನ್ನು ಉಂಟುಮಾಡುವಂತಹವನಾಗಬೇಕು. ಒಂದೆಡೆ ನಿಂತರೂ ಭಕ್ತನಾಗಿ ನೆಲೆಗೊಂಡು ನಿಲ್ಲಬೇಕು, ಮನದಲ್ಲಿ ಯಾವುದೇ ಬಗೆಯ ದ್ವಂದ್ವವಿರಬಾರದು.

ಬಿರುಗಾಳಿ ಬೀಸಿ ಮರಮುರಿಯುವಂತಹ ಸುಳಿಹು ಸುಳಿಯದೆ
ತಂಗಾಳಿ ಪರಿಮಳದೊಡಗೂಡಿ ಸುಳಿವಂತೆ ಸುಳಿಯಬೇಕು
ಸುಳಿದಡೆ ನೆಟ್ಟನೆ ಜಂಗಮನಾಗಿ ಸುಳಿಯಬೇಕು
ನಿಂದಡೆ ನೆಟ್ಟನೆ ಭಕ್ತನಾಗಿ ನಿಲಬೇಕು
ಸುಳಿದು ಜಂಗಮನಾಗಲರಿಯದ
ನಿಂದು ಭಕ್ತರಾಗಲರಿಯದ
ಉಭಯಭ್ರಷ್ಟರನೇನೆಂಬೆ ಗುಹೇಶ್ವರ?

ಮಂತ್ರಗಳನ್ನು ಕಲಿತ ಮಾತ್ರಕ್ಕೆ ಯಾವ ಪ್ರಯೋಜನವೂ ಇಲ್ಲವೆನ್ನುವ ಅಲ್ಲಮ, ಅವುಗಳನ್ನು ಮತ್ತೆ ಮತ್ತೆ ಹೇಳುವುದರಿಂದಲೇ ಅವುಗಳಿಂದ ಒದಗುವ ಸಿದ್ಧಿಯನ್ನು ಗಳಿಸಬಹುದು ಎನ್ನುತ್ತಾನೆ. ಔಷಧಿಯನ್ನು ಸಿದ್ಧಪಡಿಸಿದ ಬಳಿಕ ಅದನ್ನು ರೋಗಿಯ ಮೇಲೆ ಪ್ರಯೋಗಿಸಿದಾಗಲೇ ಅಲ್ಲವೆ ಅದರ ಪರಿಣಾಮ ಬೀರುವುದು. ಸುಮ್ಮನೆ ಔಷಧವನ್ನು ತಯಾರಿಸಿಟ್ಟುಕೊಂಡರೆ ಏನು ಪ್ರಯೋಜನ? ಹಾಗೆಯೇ ಲಿಂಗದ ಬಗ್ಗೆ ತಿಳಿದುಕೊಂಡರದಷ್ಟೇ ಸಾಲದು, ಲಿಂಗವನ್ನು ಸದಾ ನೆನೆಯುತ್ತಿರಬೇಕು, ಆಗಲೇ ಸಿದ್ಧಿ ದೊರಕುವುದು ಎಂದು ಅಲ್ಲಮ ಸ್ಪಷ್ಟಪಡಿಸಿದ್ದಾನೆ.

ಮಂತ್ರ ಕಲಿತಡೇನು?
ಪುನರುಚ್ಚರಣೆ ಮಾಡಿದಲ್ಲದೆ ಸಿದ್ಧಿಸದು
ಮದ್ದನರಿದು ಫಲವೇನು?
ಪ್ರಯೋಗಿಸಿ ಕೊಂಡಲ್ಲದೆ ರೋಗ ಮಾಣದು
ಲಿಂಗವನರಿದಡೇನು?
ನೆನೆದಲ್ಲದೆ ಸಿದ್ಧಿಸದು ಕಾಣಾ ಗುಹೇಶ್ವರ.

ಕಾಮ, ಲೋಭ, ಮೋಹ, ಮದ, ಮತ್ಸರಗಳನ್ನುಳ್ಳವರು ಅನುಭಾವಿಗಳಾಗಲಾರರು ಎಂದು ಹೇಳುವ ಅಲ್ಲಮ ಅರಿಷಡ್ವರ್ಗಗಳನ್ನು

ಜಯಿಸಿದವರು, ಸುಜ್ಞಾನಿಗಳೂ ಅನುಭಾವಿಗಳೂ, ಶ್ರೇಷ್ಠರೂ ಆಗುತ್ತಾರೆ ಎನ್ನುತ್ತಾನೆ. ಭಕ್ತಿಜ್ಞಾನ ಮಾರ್ಗದಲ್ಲಿನ ಅಂತರಂಗದ ಸಾಧನೆಯೇ ಅನುಭಾವ ಎನ್ನುವುದು ಅಲ್ಲಮನ ನಿಲುವು. ನಾಲಗೆ ಚಪಲ, ದುರಭ್ಯಾಸ, ದುಃಖ ಮುಂತಾದ ನಕಾರಾತ್ಮಕ ಅಂಶಗಳಿಂದ ದೂರಾದವನು ಶಿವನಲ್ಲಿ ಉತ್ತಮನೆನಿಸುತ್ತಾನೆ. ಗುರುವಿನಿಂದ ಅರಿವನ್ನು ಪಡೆದು, ಪ್ರಸಾದವನ್ನು ಸವಿದು, ಲಿಂಗಾಂಗ ಸಮರಸವಾದ ಬಳಿಕ, ಶಿವನೇ ತಾನಾಗುವ ಶರಣನು ತಾನೇ ಪರಬ್ರಹ್ಮ ಸ್ವರೂಪನಾಗುತ್ತಾನೆ. ಇದು ಅರಿವೇ ಗುರು ಎಂಬ ವಿಶಿಷ್ಟ ಭಾವ. ಆಡಂಬರದ ಪೂಜೆಗೆ ಬದಲಾಗಿ ಅಂತರಂಗದ ಪೂಜೆ, ಆರಾಧನೆಯಿಂದ ಭಕ್ತಿಜ್ಞಾನ ಸಿದ್ಧಿಸುತ್ತದೆ ಎಂದು ತಿಳಿಸುವ ವಚನ ಹೀಗಿದೆ:

ಕಾಮವ ಸುಟ್ಟು ಹೋಮ ವನುರುಹಿ, ತ್ರಿಪುರ ಸಂಹಾರದ
ಕೀಲ ಬಲ್ಲಡೆ, ಯೋಗಿಯಾದಡೇನು! ಭೋಗಿಯಾದಡೇನು!
ಶೈವನಾದಡೇನು! ಸನ್ಯಾಸಿಯಾದಡೇನು! ಅಶನವ
ತೊರೆದಾತ, ವ್ಯಸನವ ಮರೆದಾತ, ಗುಹೇಶ್ವರ ಲಿಂಗದಲ್ಲಿ ಅವರ
ಹಿರಿಯ ರೆಂಬೆನು!

ಮೇಲಿನ ವಚನಕ್ಕೆ ಸಾಮ್ಯವಿರುವ ಮತ್ತೊಂದು ವಚನ 'ಆಸೆಗೆ ಸತ್ತುದು ಕೋಟಿ'. ಜನರು ಆಸೆಯನ್ನು ಯಾವ ಮಾರ್ಗದಿಂದಲಾದರೂ ಪೂರೈಸಿಕೊಳ್ಳಬೇಕೆಂಬ ಹುಚ್ಚು ಹಠದಿಂದ ಮುನ್ನುಗ್ಗುವರು. ಅಂತೆಯೇ ಅವರು ಮನೆ, ಮಠ, ಆಸ್ತಿ, ಧನ, ಕನಕ, ವಸ್ತು, ವಾಹನಗಳೆಂಬ ವ್ಯಾಮೋಹಕ್ಕೆ ಬಲಿಯಾಗುವರು. ಅಷ್ಟೇ ಅಲ್ಲ, ಹೆಣ್ಣು, ಹೊನ್ನು, ಮಣ್ಣೆಂಬ ಆಮಿಷಕ್ಕೆ ಒಳಗಾಗುತ್ತಿರುವುದನ್ನು ದಿನನಿತ್ಯ ಕಾಣಬಹುದು. ಇದು ಇಂದು ನಿನ್ನೆಯ ಕತೆಯಲ್ಲ. ಶತಮಾನಗಳಿಂದ ನಡೆದುಕೊಂಡು ಬರುತ್ತಿದೆ. ಆದರೆ ಶಿವನನ್ನು ಹೊಂದುವ ಪ್ರಯತ್ನದಲ್ಲಿ ಜೀವವನ್ನು ತೆತ್ತವರು ಎಷ್ಟು ಮಂದಿ ಎಂದು ಕೇಳುತ್ತಾನೆ ಅಲ್ಲಮ.

ಆಸೆಗೆ ಸತ್ತುದು ಕೋಟಿ
ಆಮಿಷಕ್ಕೆ ಸತ್ತುದು ಕೋಟಿ
ಹೊನ್ನು, ಹೆಣ್ಣು, ಮಣ್ಣಿಂಗೆ ಸತ್ತದು ಕೋಟಿ
ಗುಹೇಶ್ವರ ನಿಮಗಾಗಿ ಸತ್ತವರಾರನೂ ಕಾಣೆ.

ಕೆಳಗಿನ ವಚನದಲ್ಲಿ ಅಲ್ಲಮ ಭ್ರಮಾಧೀನರನ್ನು ವಿಡಂಬಿಸುತ್ತಾನೆ. ಕ್ಷಣಿಕ ಸುಖದ ವ್ಯಾಮೋಹಕ್ಕೆ ಮರುಳಾಗಿ ಆತ್ಮೋದ್ಧಾರವನ್ನು ಕಡೆಗಣಿಸುವವರನ್ನು ಎಚ್ಚರಿಸುತ್ತಾನೆ. ಸಿಗುವ ಅಲ್ಪ ಸುಖಕ್ಕಾಗಿ ಭ್ರಮೆಯಿಂದ ಹೊಡೆದಾಡಿ,

ಮೈಮರೆತು ಹಣ, ಆಸ್ತಿ ತನ್ನದೆಂದು ತೊಳಲಾಡುವವರನ್ನು ಮೆಚ್ಚನು ನಮ್ಮ ಗುಹೇಶ್ವರ ಎಂದು ಹೇಳುವ ಅಲ್ಲಮ ಸರಳವಾದ ಉಪಮೆಗಳ ಮೂಲಕ ವಚನಗಳಿಗೆ ಜೀವತುಂಬಿ ಆಧ್ಯಾತ್ಮ ಜೀವನದ ಶ್ರೇಷ್ಠತೆಯನ್ನು ಸಾರಿದ್ದಾನೆ.

ಸಾಸಿವೆಯಷ್ಟು ಸುಖಕ್ಕೆ ಸಾಗರದಷ್ಟು ದುಃಖ ನೋಡಾ!
ಗಳಿಗೆಯ ಬೇಟವ ಮಾಡಿಹೆನೆಂಬ ಪರಿಯ ನೋಡಾ!
ತನ್ನನಿಕ್ಕಿ ನಿಧಾನವ ಸಾಧಿಸಿಹೆನೆಂದಡೆ
ಬಿನ್ನಾಣ ತಪ್ಪಿತ್ತು ಗುಹೇಶ್ವರ.

'ಮಠವೇಕೋ ಪರ್ವತವೇಕೋ' ಎಂಬ ವಚನದಲ್ಲಿ 'ತನ್ನ ತಾನರಿತವನೇ ಶರಣ' ಎಂದು ಹೇಳುತ್ತಾನೆ ಅಲ್ಲಮ. ಕೆಲವರು ತಾವು ಮಾಡಿರುವ ಸಾಧನೆಯೇ ಶ್ರೇಷ್ಠ ಎಂದು ಭಾವಿಸಿ ಅವರ ಪ್ರತಿಷ್ಠೆಯನ್ನು ಹೆಚ್ಚಿಸಿಕೊಳ್ಳಲು ಹೊರಟು ಮಠಗಳನ್ನು ಸ್ಥಾಪಿಸುತ್ತಾ ತಾವು ಮಹಾ, ಮಹಾ ಮಠಾಧಿಪತಿಗಳೆಂದು ಹೊಗಳಿಸಿಕೊಳ್ಳಲು ಹವಣಿಸುತ್ತಾರೆ. ಮತ್ತೆ ಇನ್ನು ಕೆಲವರು ಜನ ಜಂಗುಳಿಯಿಂದ ತಪ್ಪಿಸಿಕೊಂಡು ಹಿಮಾಲಯದತ್ತ ತೆರಳಿ ತಾವು ಮಹಾನ್ ತಪಸ್ವಿಗಳೆಂದು ಪ್ರಚುರಪಡಿಸಲು ಬಯಸುತ್ತಾರೆ. ವಾಸ್ತವವಾಗಿ ಸಮಚಿತ್ತನಾದ ಶರಣನಿಗೆ ಬಾಹ್ಯ ಜಪ, ತಪ, ಮೌನ, ಚಿಂತೆ ಯಾವುದರ ಅವಶ್ಯಕತೆ ಇಲ್ಲ. ಜಗತ್ ನಿಯಾಮಕನಾದ ಆ ಶಿವನ ಕೃಪಾಕಟಾಕ್ಷದಿಂದ ಮಾನವ ಜನ್ಮವೆತ್ತಿ ಭೂಮಿಯ ಮೇಲೆ ಹುಟ್ಟಿರುವುದೇ ಮಹಾ ಸೌಭಾಗ್ಯವೆಂದು ಪರಿಗಣಿಸುತ್ತಾ ಎಲ್ಲ ಜೀವಿಗಳೂ ತನ್ನಂತೆಯೇ ಈಶ್ವರ ಸೃಷ್ಟಿಯೆಂದು ಭಾವಿಸಿ ಸಮಚಿತ್ತನಾಗಿ ತನ್ನನ್ನು ತಾನರಿತವನೇ ಮಹಾ ಶರಣ ಎಂಬ ಅಂಶವನ್ನು ಅಲ್ಲಮ ಸ್ಪಷ್ಟಪಡಿಸಿದ್ದಾನೆ. ಮುಖ್ಯವಾಗಿ ಶರಣನು ಲೋಕಾರೂಢಿಯ ಸಂಪ್ರದಾಯಗಳಿಗೆ ಹೊರತಾಗಿರುತ್ತಾನೆ.

ಮಠವೇಕೋ ಪರ್ವತವೇಕೋ, ಜನವೇಕೋ ನಿರ್ಜನವೇಕೋ
ಚಿತ್ತ ಸಮಾಧಾನವುಳ್ಳ ಶರಣಂಗೆ?
ಮತ್ತೆ ಹೊರಗಣ ಚಿಂತೆ ಧ್ಯಾನ ಮೌನ ಜಪ ತಪವೇಕೋ
ತನ್ನ ತಾನರಿಯದ ಶರಣಂಗೆ ಗುಹೇಶ್ವರಾ?

ಈ ದೇಹವೆಂಬ ತುಂಬಿದ ಬಂಡಿಯನ್ನು ಎಚ್ಚರದಿಂದ ಗುರಿ ಮುಟ್ಟಿಸಬೇಕು ಎಂದಿದ್ದಾನೆ ಅಲ್ಲಮಪ್ರಭು. ಕಾಲುಗಳೇ ಚಕ್ರಗಳು, ದೇಹವೆಂಬ ಬಂಡಿಯನ್ನು ನಡೆಸಲು ಪಂಚೇಂದ್ರಿಯಗಳೆಂಬ ಐವರು ಇದ್ದಾರೆ. ಇವರೈವರೂ ಬಂಡಿಯನ್ನು ತಮಗೆ ತೋಚಿದ ದಿಕ್ಕಿನಲ್ಲಿ ಹೊಡೆದರೆ ಬಂಡಿಯ ಅಚ್ಚು ಮುರಿಯುತ್ತದೆ. ದೇಹವು ಅಜ್ಞಾನದ ಕಂದರಕ್ಕೆ ಬೀಳುತ್ತದೆ. ಕಾರಣ ಅನುಭಾವಿಯು ಆಧ್ಯಾತ್ಮದ ನೆರವಿನಿಂದ ಪಂಚೇಂದ್ರಿಯಗಳನ್ನು

ಹಿಡಿತದಲ್ಲಿರಿಸಿಕೊಂಡು ಸಮರಸದಿಂದ ಅರಿವಿನ ಪಥದಲ್ಲಿ ಸುರಕ್ಷಿತವಾಗಿ ಗುರಿಯತ್ತ ಸಾಗಬೇಕು ಎನ್ನುತ್ತಾನೆ ಅಲ್ಲಮ.

ಕಾಲುಗಳೆರಡೂ ಗಾಲಿ ಕಂಡಯ್ಯ
ದೇಹವೆಂಬುದೊಂದು ತುಂಬಿದ ಬಂಡಿ ಕಂಡಯ್ಯಾ
ಬಂಡಿಯ ಹೊಡೆವರೈವರು ಮಾನಿಸರು
ಒಬ್ಬರಿಗೊಬ್ಬರು ಸಮವಿಲ್ಲಯ್ಯ
ಅದರಿಚ್ಛೆಯನರಿದು ಹೊಡೆಯದಿದ್ದರೆ
ಅದರಚ್ಚು ಮುರಿಯಿತ್ತು ಗುಹೇಶ್ವರ.

'ಭೂಮಿ ನಿನ್ನದಲ್ಲ, ಹೇಮ ನಿನ್ನದಲ್ಲ' ಎಂದು ಆರಂಭವಾಗುವ ವಚನದಲ್ಲಿ ಕಾಮಿನಿ, ಹೊನ್ನು, ಮಣ್ಣುಗಳು ಯಾರೊಬ್ಬರಿಗೆ ಸೇರಿದುದಲ್ಲ, ಅವು ಪ್ರಪಂಚಕ್ಕೆ ಸೇರಿದ ಸ್ವತ್ತುಗಳು ಎನ್ನುವ ಅಲ್ಲಮ ನಿಜವಾದ ಸ್ವತ್ತೆಂದರೆ 'ಜ್ಞಾನ'ವಾಗಿದ್ದು ಅದು ರತ್ನದಂತೆ ಕಂಗೊಳಿಸುತ್ತದೆ ಎಂದಿದ್ದಾನೆ. ಅಂತಹ ದಿವ್ಯರತ್ನವನ್ನು ನೀನು ದುಷ್ಟ ಚಿಂತನೆಗಳತ್ತ ಬಳಸಿ ಹಾಡುಗೆಡವದೆ ಕತ್ತಲೆಯನ್ನು ಸೀಳಿ ಅರಿವನ್ನು ಹೆಚ್ಚಿಸಿಕೊಳ್ಳಲು ಬಳಸುವೆಯಾದರೆ ಗುಹೇಶ್ವರನ ಲೆಕ್ಕದಲ್ಲಿ ನಿನಗಿಂತ ಸಿರಿವಂತರು ಬೇರಾರಿಲ್ಲ ಎನ್ನುತ್ತಾನೆ ಅವನು.

ಭೂಮಿ ನಿನ್ನದಲ್ಲ, ಹೇಮ ನಿನ್ನದಲ್ಲ
ಕಾಮಿನಿ ನಿನ್ನವಳಲ್ಲ ಅವು ಜಗಕ್ಕಿಕ್ಕಿದ ವಿಧಿ
ನಿನ್ನ ಒಡವೆ ಎಂಬುದು ಜ್ಞಾನರತ್ನ
ಅಂತಪ್ಪ ದಿವ್ಯ ರತ್ನವ ಕೆಡಗುಡದೆ
ಆ ರತ್ನವ ನೀನು ಅಲಂಕರಿಸಿದೆಯಾದಡೆ
ನಮ್ಮ ಗುಹೇಶ್ವರಲಿಂಗದಲ್ಲಿ
ನಿನ್ನಿಂದ ಬಿಟ್ಟು ಸಿರಿವಂತರಿಲ್ಲ ಕಾಣಾ ಎಲೆ ಮನವೆ.

ಅಲ್ಲಮಪ್ರಭುವಿನ ವಚನಗಳನ್ನು ಸುಲಭವಾಗಿ ಅರ್ಥಮಾಡಿಕೊಳ್ಳುವುದು ಸಾಧ್ಯವಿಲ್ಲ. ಅವನ ಅನುಭಾವದ ನೆಲೆಗಳನ್ನು ಅರಿಯಲು ಪ್ರಯತ್ನಿಸುವುದು, ಸಮುದ್ರದ ದಂಡೆಯ ಮೇಲೆ ನಿಂತು ಸಮುದ್ರದ ಆಳ, ವಿಸ್ತಾರವನ್ನು ನೋಡುತ್ತಾ ಅಂದಾಜು ಮಾಡಿದಂತೆ.

4. ಮಹಾತತ್ತ್ವಜ್ಞಾನಿ

ಅಲ್ಲಮಪ್ರಭು ಅಂದಿನ ಸಾಮಾಜಿಕ ಜೀವನದಲ್ಲಿ ನೂರಾರು ಶರಣ, ಶರಣೆಯರ ಸಮ್ಮುಖದಲ್ಲಿ ಜನಜಾಗೃತಿ ಮೂಡಿಸಿ, ಸಾಮಾಜಿಕ ಜೀವನವನ್ನು ಸುಧಾರಿಸಲೆಂದೇ ಸರಳ ಸುಂದರ ಶಬ್ದಗಳಲ್ಲಿ ವಚನಗಳನ್ನು ರಚಿಸಿದರು. ಆ

ವಚನಗಳು ಜನರ ಹೃದಯದಲ್ಲಿ ಅಚ್ಚಳಿಯದೆ ನಿಂತು ಮಾತು ಮಾತಿಗೆ ಅವು ಬಳಕೆಯಾದವು. ಹಲವು ವಿಷಯಗಳನ್ನು ಕುರಿತು ಅಲ್ಲಮ ವಚನಗಳನ್ನು ರಚಿಸಿರುವುದು ವಿಶೇಷ.

ಕಾರಣವಿಲ್ಲ ಕಾರ್ಯವಿಲ್ಲ
ಏತಕ್ಕೆ ಭಕ್ತರಾದೆವೆಂಬಿರೋ?
ಐವರ ಬಾಯ ಎಂಜಲನುಂಬಿರಿ
ಐವರು ಸ್ತ್ರೀಯರ ಮುಖವನರಿಯಿರಿ
ಮೂರು ಸಂಕಲೆಯ ಕಳೆಯಲರಿಯಿರಿ
ಕಾಯವಿಡಿದು ಲಿಂಗವ ಮುಟ್ಟಿಹೆನೆಂಬ
ಭ್ರಮೆಯ ನೋಡಾ, ಗುಹೇಶ್ವರಾ.

ಶಿವನರಿಯುವಲ್ಲಿ ಒಂದು ಘನವಾದ ಗುರಿಯಿರದೆ ಆ ನಿಮಿತ್ತದ ಚಟುವಟಿಕೆಗಳಿಲ್ಲದೆ ತೋರ್ಪಡಿಕೆಯ ಭಕ್ತರಾದರೇನು ಪ್ರಯೋಜನ ಎನ್ನುವ ಅಲ್ಲಮ ಪಂಚೇಂದ್ರಿಯಗಳಿಂದ ದೊರೆಯುವ ಭ್ರಮಾ ಸುಖಕ್ಕೆ ಈಡಾಗದೆ ಹೆಣ್ಣು ಹೊನ್ನು ಮಣ್ಣುಗಳೆಂಬ ಮೂರು ಸಂಕಲೆಗಳ ಬಂಧನದಿಂದ ಹೊರಬಂದು ಇಚ್ಛಾಶಕ್ತಿ, ಜ್ಞಾನಶಕ್ತಿ, ಕ್ರಿಯಾಶಕ್ತಿ, ಆದಿಶಕ್ತಿ, ಪರಾಶಕ್ತಿಗಳನ್ನು ಗುರುತಿಸಿ ಅರ್ಥೈಸಿಕೊಂಡು ನಡೆಯಬೇಕೆಂದು ಕರೆಕೊಟ್ಟಿದ್ದಾನೆ. ಲಿಂಗವ ಮುಟ್ಟಿದ್ದೇವೆಂದ ಮಾತ್ರಕ್ಕೆ ಭಕ್ತರಾದೆವೆಂಬ ಭ್ರಮೆ ಸಲ್ಲದು ಎಂದು ಸ್ಪಷ್ಟ ಮಾತುಗಳಲ್ಲಿ ತಿಳಿಸಿದ್ದಾನೆ.

ಮೇಲಿನ ವಚನಕ್ಕೆ ಸಾಮ್ಯವಿರುವ ಇನ್ನೊಂದು ವಚನದಲ್ಲಿ, ಕಲ್ಲಿನಲ್ಲಿ ಭವ್ಯವಾದ ದೇವಾಲಯವನ್ನು ನಿರ್ಮಿಸಿ, ಕಲ್ಲಿನಿಂದಲೇ ಶಿವಲಿಂಗವನ್ನು ಕೆತ್ತಿಸಿ ಪ್ರತಿಷ್ಠಾಪಿಸಲಾಗಿ, ಆ ದೇವರು ಎತ್ತಕಡೆ ಹೋದನೋ ತಿಳಿಯುವಂತಿಲ್ಲ ಎಂದಿದ್ದಾನೆ ಅಲ್ಲಮ. ಈ ರೀತಿಯ ತೋರಿಕೆಯ, ಆಡಂಬರದ ಲಿಂಗಪ್ರತಿಷ್ಠಾಪನೆ ಮಾಡಿದಾತನಿಗೆ ನರಕ ಸಿಗುವುದೇ ನಿಶ್ಚಿತವೆಂದು ಅವನು ಸೂಚಿಸಿದ್ದಾನೆ. ಈ ಬಾಹ್ಯಾಡಂಬರದ ಬದಲಿಗೆ ಅಂತರಾತ್ಮದಲ್ಲಿರುವ ಆತ್ಮಲಿಂಗವನ್ನು ಪೂಜಿಸಿ ಸನ್ಮಾರ್ಗದಲ್ಲಿ ಬದುಕಿ ಲೋಕೋಪಕಾರಿಯಾಗು ಎನ್ನುವುದು ಅಲ್ಲಮಪ್ರಭುವಿನ ಹಿತವಚನ.

ಕಲ್ಲಮನೆಯ ಮಾಡಿ
ಕಲ್ಲದೇವರ ಮಾಡಿ
ಆ ಕಲ್ಲು ಕಲ್ಲ ಮೇಲೆ ಕಡೆದರೆ ದೇವರೆತ್ತ ಹೋದರೋ
ಲಿಂಗ ಪ್ರತಿಷ್ಠೆಯ ಮಾಡಿದವರಿಗೆ ನಾಯಕ ನರಕ ಗುಹೇಶ್ವರಾ.

ಈ ಲೋಕದಲ್ಲಿ ಪ್ರತಿಯೊಬ್ಬ ಹೇಗಿರಬೇಕು? ಜಗತ್ತಿನಲ್ಲಿ ಜನರೊಂದಿಗೆ ಹೇಗೆ ವರ್ತಿಸಬೇಕೆಂದರೆ ನಿಶ್ಚಲ ಮನೋಭಾವದಿಂದ ನಡೆದುಕೊಳ್ಳಬೇಕು. ಆಡುವ ಮಾತು ಯಾರ ಮನಸ್ಸನ್ನೂ ನೋಯಿಸಬಾರದು. ಮೃದುವಾಗಿ ಮಾತನಾಡುವುದನ್ನು ಕಲಿಯಬೇಕು. ಶಿವನನ್ನು ಪೂಜಿಸಿ ಮನಸ್ಸನ್ನು ಶುದ್ಧ ಮಾಡಿಕೊಳ್ಳಬೇಕು. ಹುಟ್ಟು ಸಾವನ್ನು ಜಯಿಸುವಂತಹ ಭಕ್ತಿಯನ್ನು ಹೊಂದಬೇಕು. ಪ್ರತಿಷ್ಠೆ, ಅಹಂಕಾರ, ದುರ್ವರ್ತನೆ ತೊರೆದು ಸರಳವಾಗಿ, ವಿನೀತನಾಗಿರಬೇಕು. ಸದ್ಭಕ್ತನಾಗಿ ಬಾಳಿಬದುಕಬೇಕೆಂಬುದೇ ಈ ವಚನದ ಸಂದೇಶ.

ತಾನಡೆವಡೆ ನಡೆಗೆಟ್ಟ
ನಡೆಯ ನಡೆಯಬೇಕು
ತಾನುಡಿವಡೆ ನುಡಿಗೆಟ್ಟ
ನುಡಿಯ ನುಡಿಯಬೇಕು
ರೂಹಿಲ್ಲದ ಸಂಗವ ಮಾಡಬೇಕು
ಭವನವಿಲ್ಲದ ಭಕ್ತಿಯ ಮಾಡಬೇಕು
ತಾನವನೆಂದರಿಯದಂತಿಹುದು ಗುಹೇಶ್ವರ.

ಎಣ್ಣೆ ಮತ್ತು ಬತ್ತಿ ಬೇರೆ ಬೇರೆಯಾದ ಪದಾರ್ಥಗಳಾದರೂ ಅವೆರಡನ್ನು ಒಟ್ಟುಗೂಡಿಸಿದಾಗ ದೀಪವೆನಿಸುತ್ತದೆ. ಅದೇ ರೀತಿ ಪುಣ್ಯ ಮತ್ತು ಪಾಪ ಕೂಡಿ ಒಡಲಾಗುತ್ತದೆ. ಮಾನವನು ದೇಹದ ಮೂಲಕ ಸುಖ, ದುಃಖ ಅನುಭವಿಸುತ್ತಾನೆ. ಲೌಕಿಕ ಜಗತ್ತಿನ ಆಕರ್ಷಣೆಗೆ ಸಿಕ್ಕ ಮನುಷ್ಯ ಸುಖದುಃಖಗಳ ಪ್ರವಾಹದಲ್ಲಿ ಸಿಲುಕುತ್ತಾನೆ. ಹೀಗೆಯೇ ಕಾಲ ಸರಿದುಹೋಗುತ್ತದೆ. ಈ ಕಾರಣದಿಂದ ಶಕ್ತಿ ಸಾಮರ್ಥ್ಯ ಕುಗ್ಗಿ ದೇಹ ಪಂಚಭೂತಗಳಲ್ಲಿ ಲೀನವಾಗುವುದಕ್ಕೆ ಮುನ್ನವೇ ಎಚ್ಚೆತ್ತು ಭಕ್ತಿಮಾರ್ಗದಲ್ಲಿ ನಡೆಯಬೇಕು, ದೈಹಿಕ ಆಕರ್ಷಣೆಗಳನ್ನು ಮೀರಿ ಸಾಧಕನಾಗಬೇಕು, ದೇವನೊಂದಿಗೆ ಒಂದಾಗಬೇಕು ಎನ್ನುತ್ತಾನೆ ಅಲ್ಲಮ.

ಎಣ್ಣೆ ಬೇರೆ ಬತ್ತಿ ಬೇರೆ
ಎರಡೂ ಕೂಡಿ ಸೊಡರಾಯಿತ್ತು
ಪುಣ್ಯ ಬೇರೆ ಪಾಪ ಬೇರೆ
ಎರಡೂ ಕೂಡಿ ಒಡಲಾಯಿತ್ತು
ಮಿಗಬಾರದು ಮಿಗದಿರಬಾರದು
ಒಡಲಿಚ್ಛೆಯ ಸಲಿಸದೆ ನಿಮಿಷವಿರಬಾರದು

ಕಾಯ ಗುಣವಳಿದು ಮಾಯಾಜ್ಯೋತಿ ವಾಯುವ ಕೂಡುವ ಮುನ್ನ
ಭಕ್ತಿಯ ಮಾಡಬಲ್ಲಾತನೇ ದೇವ
ಗುಹೇಶ್ವರಾ.

ಆಸೆಯೆನ್ನುವಂತಹ ಮಗುವನ್ನೆತ್ತಲು ಕೋಪವೆಂಬ ತಾಯಿ ಬಂದು ನಿಲ್ಲುತ್ತಾಳೆ. ಆಸೆ ಮತ್ತು ಕೋಪವೆನ್ನುವುದು ಮನುಷ್ಯನಲ್ಲಿ ಸಹಜವಾಗಿ ಬೆಳೆದು ಬರುವ ಎರಡು ಪ್ರಮುಖ ದೌರ್ಬಲ್ಯಗಳು. ಇವೆರಡನ್ನು ತ್ಯಜಿಸಿದಾತನೇ ಲಿಂಗದಲ್ಲಿ ಐಕ್ಯವಾಗಲು ಅರ್ಹತೆಯನ್ನು ಗಳಿಸುತ್ತಾನೆ ಎಂದು ಸಾರಿದ್ದಾನೆ ಅಲ್ಲಮ.

ಆಸೆಯೆಂಬ ಕೂಸನೆತ್ತಲು
ಕೋಪವೆಂಬ ತಾಯಿ ಬಂದಿಪ್ಪಳು ನೋಡಾ
ಇಂತೆರಡಿಲ್ಲದ ಕೂಸನೆತ್ತಬಲ್ಲಡೆ
ಆತನೆ ಲಿಂಗೈಕ್ಯನು
ಗುಹೇಶ್ವರಾ.

ಅಲ್ಲಮ ತನ್ನ ವಚನವೊಂದರಲ್ಲಿ ಜ್ಞಾನ, ಅಜ್ಞಾನಗಳ ವಿಶ್ಲೇಷಣೆ ಮಾಡಿದ್ದಾನೆ. ಸಂಸಾರವೆಂಬ ಮಾಯಾ ಮೋಹದಿಂದ ಹೊರಬಂದು ಜೀವಾತ್ಮನು ಪರಿಶುದ್ಧನಾಗಲು, ಜ್ಞಾನಿಯಾಗಿ ಭ್ರಾಂತಿಯಿಂದ ಮುಕ್ತನಾಗಿ ಗುಹೇಶ್ವರ ಲಿಂಗದೊಂದಿಗೆ ಅನುಸಂಧಾನ ಮಾಡಬೇಕು ಎಂದಿದ್ದಾನೆ ಅವನು. ಜ್ಞಾನಪೂರ್ಣವಾಗಿ ಜನಿಸಿದ ಮಗು ಅಜ್ಞಾನ ತುಂಬಿದ ಲೌಕಿಕ ಜಗತ್ತು ಎಂಬ ತೊಟ್ಟಿಲಿನಲ್ಲಿ ಮಲಗಿ, ತನ್ನ ಸುತ್ತಲ ಪರಿಸರದ ಪ್ರಭಾವವನ್ನು ಒಳಗೊಂಡು ಬೆಳೆಯುತ್ತದೆ. ಪೂರ್ವಜನ್ಮ, ಪುನರ್ಜನ್ಮಗಳ ಕಷ್ಟಗಳಲ್ಲಿ ಸಿಲುಕಿ ಭ್ರಾಂತಿ ಎಂಬ ತೊಟ್ಟಿಲಿನಲ್ಲಿ ತೂಗುತ್ತಾ ಕತ್ತಲಿನಲ್ಲಿರುವ ಮನುಷ್ಯನು ತನ್ನ ಸುತ್ತುವರಿದಿರುವ ಬಂಧನಗಳನ್ನು ಹರಿದು, ಭ್ರಾಂತಿಯೆಂಬ ತೊಟ್ಟಿಲನ್ನು ಮುರಿದು ಜ್ಞಾನಿಯಾಗಬೇಕು ಎಂಬುದು ಅಲ್ಲಮನ ನುಡಿಮುತ್ತು.

ಅಜ್ಞಾನವೆಂಬ ತೊಟ್ಟಿಲೊಳಗೆ ಜ್ಞಾನವೆಂಬ ಶಿಶುವ ಮಲಗಿಸಿ,
ಸಕಲ ವೇದಶಾಸ್ತ್ರವೆಂಬ ನೇಣಕಟ್ಟಿ ಹಿಡಿದುತೂಗಿ,
ಜೋಗುಳವಾಡುತ್ತಿದ್ದಾಳೆ ಭ್ರಾಂತಿಯೆಂಬ ತಾಯಿ,
ತೊಟ್ಟಿಲು ಮುರಿದು, ನೇಣು ಹರಿದು
ಜೋಗುಳ ನಿಂದಲ್ಲದೆ ಗುಹೇಶ್ವರನೆಂಬ ಲಿಂಗವ ಕಾಣಬಾರದು.

ಇದೊಂದು ಆಂತರಿಕ ಅಂತರಾರ್ಥವನ್ನು ಒಳಗೊಂಡು ಈ ಲೋಕದ ಮಾನವರಿಗೆ ನಿಶ್ಚಿತವಾದ ಸಂದೇಶವೊಂದನ್ನು ತಿಳಿಸುವ ವಚನ. ಜ್ಞಾನದ

ಮೂಲಕ ಗುಹೇಶ್ವರನನ್ನು ತಲಪಲು ಪ್ರಧಾನವಾಗಿ ನಿರಾಕರಿಸಬೇಕಾದುದು ಯಾವುದೆಂಬುದನ್ನು ಇಲ್ಲಿ ಸ್ಪಷ್ಟವಾಗಿ ಬೋಧಿಸಲಾಗಿದೆ.

ಜಂಗಮ ಅಥವಾ ಲಿಂಗಾರಾಧಕನು ಒಂದು ದಿನವೂ ತಪ್ಪದಂತೆ ಸ್ನಾನಮಾಡಿ ಪಾದೋದಕವನ್ನು ಸ್ವೀಕರಿಸಬೇಕು. ಲಿಂಗಕ್ಕೆ ಮಜ್ಜನ ಎರೆಯುವುದೂ ಕೂಡ ಅವನ ದಿನನಿತ್ಯದ ವಿಧಿ. ಶಿವನ ಪಾದ ಸೇರಬೇಕೆಂಬ ತನ್ನ ಬದುಕಿನ ಗುರಿಯನ್ನು ಅವನೆಂದೂ ಮರೆಯದೆ ಲಿಂಗದ ನಿಜಸ್ವರೂಪವನ್ನು ಅರಿತು ತನಗೂ ಲಿಂಗಕ್ಕೂ ಇರುವ ತೊಡೆಯಲಾಗದ ಸಂಬಂಧವನ್ನು ಸದಾ ಮನದಲ್ಲಿರಿಸಿಕೊಂಡಿರಬೇಕು.

ಲೋಕ ಮಾತನಾಡಿದರೆ ಅದಕ್ಕೆ ಪ್ರತಿಯಾಗಿ ತಾನು ಮಾತನಾಡಬಾರದು. ದೂಷಣೆಗೆ ದೂಷಣೆಯು ಸಲ್ಲದು. ಯಾರೋ ಏನನ್ನಾದರೂ ನುಡಿದರೆ ಅದು ತನಗೇ ಎಂದು ಭಾವಿಸಬಾರದು. ಶಿವಯೋಗದ ಮಾರ್ಗವನ್ನು ಅನುಸರಿಸಿ ಹಿರಿಯರಾದವರು ಲಂಗರು ಹಾಕಿದ ಹಡಗಿನಂತೆ ಸ್ಥಿರವಾಗಿ ಇರಬೇಕು. ಲೋಕಾಚಾರದ ಪ್ರೀತಿ, ದ್ವೇಷಗಳ ಪ್ರವಾಹದಲ್ಲಿ ಕೊಚ್ಚಿಹೋಗದಂತಿರುತ್ತಾರೆ ಹಿರಿಯರಾದ ಶರಣರು. ಅವರನ್ನು ಲೋಕದ ಸ್ತುತಿ, ನಿಂದನೆಗಳು ಅಲುಗಿಸಲು ಸಾಧ್ಯವಿಲ್ಲ. ಕೆಳಗಿನ ಎರಡು ವಚನಗಳಲ್ಲಿ ಈ ಸಾರವನ್ನು ಅರ್ಥಪೂರ್ಣವಾಗಿ ಹೇಳಲಾಗಿದೆ.

ತಾನು ಮಿಂದು ಕಾಲ ತೊಳಿದ ಬಳಿಕ
ಲಿಂಗಕೆ ಮಜ್ಜನಕ್ಕೆರವರು
ತಾನು ಲಿಂಗವು? ಬಲ್ಲದೆ ನೀವು ಹೇಳಿರೆ
ಲಿಂಗ ಸಂಬಂಧವನರಿಯದೆ ಕೆಟ್ಟರು ಗುಹೇಶ್ವರಾ
ಲೋಕ ಒಂದನೆಂದಡೆ ತಾನೊಂದನೆನಬೇಡ
ಮತ್ತಾರೇನೆಂದುಡೆ ತನ್ನನೆಂದರೆನಬೇಡ
ಭೌತಿಕ ಬೆಂಗುಂಡನಿಕ್ಕಿದಂತಿರಬೇಕು ಹಿರಿಯರು ಗುಹೇಶ್ವರ!

ಶಿವಶರಣರ ಅಂತರ್ಗತ ಅಂತರಾತ್ಮದ ವಿವರಣೆಯನ್ನು 'ಶಿಲೆಯೊಳಗಣ ಪಾವಕದಂತೆ' ಎಂದು ಆರಂಭವಾಗುವ ವಚನದಲ್ಲಿ ಅಲ್ಲಮ ಮಾರ್ಮಿಕವಾಗಿ ಚಿತ್ರಿಸಿದ್ದಾನೆ. ಎರಡು ಕಲ್ಲುಗಳನ್ನು ಉಜ್ಜಿದರೆ ಕಿಡಿ ಹಾರುತ್ತದೆ. ಅಂದರೆ ಶಿಲೆಗಳಲ್ಲಿರುವ ಬೆಂಕಿಯ ಗುಣ ಸುಪ್ತವಾಗಿರುತ್ತದೆ. ನೀರಿನಲ್ಲಿ ಬಿಂಬ ಕಾಣುವುದು ನಿಜವಾದರೂ ಅದನ್ನು ಮುಟ್ಟಲಾಗುವುದಿಲ್ಲ. ಅಂತೆಯೇ ಶಬ್ದದಲ್ಲಿ ನಿಶ್ಯಬ್ದವು ತಾನಾಗಿ ಆವರಿಸಿರುತ್ತದೆ. ಇದೇ ಬಗೆಯಲ್ಲಿ ದೇವರ ಮತ್ತು ಶರಣರ ನಡುವಿನ ಸಂಬಂಧವಿರುತ್ತದೆ ಎನ್ನುತ್ತಾನೆ ಅಲ್ಲಮ. ಅರಿವಿಗೆ ಬಂದರೂ ಗೋಚರವಾಗದ ಸಂಬಂಧ ಅದು.

ಶಿಲೆಯೊಳಗಣ ಪಾವಕದಂತೆ
ಉದಕದೊಳಗಣ ಪ್ರತಿಬಿಂಬದಂತೆ
ಬೀಜದೊಳಗಣ ವೃಕ್ಷದಂತೆ
ಶಬ್ದದೊಳಗಣ ನಿಶ್ಶಬ್ದದಂತೆ, ಗುಹೇಶ್ವರ
ನಿಮ್ಮ ಶರಣ ಸಂಬಂಧ.

'ನೆನೆಯೆಂದಡೆ ಏನ್ ನೆನೆವೆನಯ್ಯ' ಎಂದು ಆರಂಭವಾಗುವ ವಚನದಲ್ಲಿ ಶಿವನ ಅನುಬಂಧದ ಬಗ್ಗೆ ಅಲ್ಲಮ ಮನಸ್ಸಿಗೆ ನಾಟುವಂತೆ ತಿಳಿಸಿದ್ದಾನೆ. ನೆನೆಯಬೇಕೆಂದರೆ ಯಾರನ್ನು ತಾನೇ ನೆನೆಸಲಿ. ನನ್ನ ದೇಹವೇ ಕೈಲಾಸವಾಗಿ, ಅದು ಶಿವನ ವಾಸಸ್ಥಾನವೆನಿಸಿದೆ. ಸದಾಶಿವನ ಧ್ಯಾನವೇ ಲಿಂಗರೂಪವನ್ನು ಧರಿಸಿ ದೇಹವೇ ಅವನ ಮನೆಯೆನಿಸಿಕೊಂಡಿದೆ. ನೆನೆದರೆ ದೇವನುಂಟೆ? ನೋಡಿದರೆ ಭಕ್ತನೆಂಬ ಭೇದ ಭಾವ ಉಂಟೆ? ಈ ಕಾರಣ ಶರೀರದ ಹೃದಯಾಂತರಾಳದಲ್ಲಿ ಗುಹೇಶ್ವರನು ತಾನೇ ತಾನಾಗಿ ಸದಾಕಾಲ ಇರುತ್ತಾನೆ. ಈ ಕಾರಣದಿಂದ ಶಿವನನ್ನು ಬೇರೆಯ ಕಡೆ ಹುಡುಕುವುದು ಸರಿಯಲ್ಲ ಎನ್ನುತ್ತಾನೆ ಅಲ್ಲಮಪ್ರಭು.

ನೆನೆಯೆಂದಡೆ ಏನ ನೆನೆವೆನಯ್ಯ!
ಎನ್ನ ಕಾಯಕವೇ ಕೈಲಾಸವಾಯಿತ್ತು;
ಮನವೇ ಲಿಂಗವಾಯಿತ್ತು
ತನುವೇ ಸೆಜ್ಜೆಯಾಯಿತ್ತು
ನೆನೆವಡೆ ದೇವನುಂಟೆ? ನೋಡುವಡೆ ಭಕ್ತನುಂಟೆ?
ಗುಹೇಶ್ವರಲಿಂಗ ಲೀಯವಾಯಿತು.

'ತನುವ ತೋಂಟವ ಮಾಡಿ' ಎಂದು ಆರಂಭವಾಗುವ ವಚನದಲ್ಲಿ ಶರಣರು, ಸಾಧಕರು ಶರಣತ್ವವನ್ನು ತಲಪಲು, ಹಾಗೆ ತಲಪಿದ ನಂತರ ಮಾಡಬೇಕಾದ ಸಂರಕ್ಷಣೆಯ ಕಾರ್ಯಗಳೇನು ಎಂಬುದನ್ನು ಅಲ್ಲಮನು ಚಿತ್ರಿಸಿದ್ದಾನೆ. ತನ್ನ ದೇಹವನ್ನು ಕೃಷಿಭೂಮಿಯನ್ನಾಗಿ ಮಾಡಿಕೊಂಡು ಮನಸ್ಸನ್ನು ಗುದ್ದಲಿಯನ್ನಾಗಿಸಿಕೊಂಡು ದ್ವಂದ್ವದಲ್ಲಿ ದೂಡುವ ಅಥವಾ ಅಸ್ಥಿರಗೊಳಿಸುವ ಭ್ರಾಂತಿ ಎಂಬ ಬೇರನ್ನು ಅಗೆದು ತೆಗೆದೆ ಎನ್ನುವ ಅಲ್ಲಮಪ್ರಭು ಸಂಸಾರವೆಂಬ ಹೆಂಟೆಯನ್ನು ಬಗೆದು ಹರಡಿ ಅಲ್ಲಿ ಅರಿವಿನ ಬೀಜವನ್ನು ಬಿತ್ತಿದೆ ಎನ್ನುತ್ತಾನೆ. ನಂತರ, ಅಗಣಿತ ವಿಶ್ವವು ಬಾವಿಯಾಗಿದ್ದು ಅಲ್ಲಿ ಗಾಳಿಯೆಂಬ ರಾಟೆಯನ್ನು ಬಳಸಿ ಸುಷುಮ್ನ ನಾಳದಿಂದ ನೀರ ಸೆಳೆದು ಬೀಜಕ್ಕೆ ಎರೆಯುತ್ತಾನೆ. ಮನಸ್ಸಿನ ಚಂಚಲತೆಗೆ ಕಾರಣವಾಗುವ ಐವರು ಇಂದ್ರಿಯಗಳು (ಬಸವಗಳೈವರು) ತೋಟವನ್ನು ಹೊಕ್ಕು ಬೀಜವನ್ನು

ದಾರಿತಪ್ಪಿಸುವುದರಿಂದ ಅವುಗಳ ಒಳಗೆ ಕಾಲಿಕ್ಕದಂತೆ ಸಮತೆ, ಸಹನೆಗಳೆಂಬ ಬೇಲಿಯ ಕಟ್ಟಿದೆ; ಹಾಗೆ ಬೇಲಿ ಕಟ್ಟಿ ಸುಮ್ಮನಾಗಲಿಲ್ಲ, ವಿಚಾರಗಳು ಒಳನುಗ್ಗದಂತೆ ಸದಾ ತೋಟದಲ್ಲಿ ಎಚ್ಚರದಿಂದ ಇದ್ದು ಕಾಯುತ್ತ ಸಸಿಯ ಕಾಪಾಡಿ ಪೋಷಿಸಿದೆ ಎನ್ನುತ್ತಾನೆ.

ಇಲ್ಲಿ ಶರಣರಾಗಲು ಬಯಸುವ ಪ್ರತಿಯೊಬ್ಬರೂ ಗಮನಿಸಬೇಕಾದ ಮುಖ್ಯ ಅಂಶವೆಂದರೆ ಸಂಯಮ, ಸಹನೆಯ ಮಹತ್ವವನ್ನು ಅರಿತು ಅವುಗಳನ್ನು ಸದಾ ಕಾಲ ಪೋಷಿಸಬೇಕು ಎನ್ನುವುದು.

ತನುವ ತೋಂಟವ ಮಾಡಿ
ಮನವ ಗುದ್ದಲಿ ಮಾಡಿ
ಅಗೆದು ಕಳೆದೆನಯ್ಯ ಭ್ರಾಂತಿಯ ಬೇರ
ಒಡೆದು ಸಂಸಾರದ ಹೆಂಟೆಯ ಬಗಿದು ಬಿತ್ತಿದೆನಯ್ಯ ಬ್ರಹ್ಮಬೀಜವ
ಅಖಂಡ ಮಂಡಲವೆಂಬ ಬಾವಿ, ಪವನವೆ ರಾಟಾಳ
ಸುಷುಮ್ನ ನಾಳದಿಂದ ಉದಕವ ತಿದ್ದಿ
ಬಸವಗಳೈವರು ಹಸಹೆಡಿಸಿಹರೆಂದು
ಸಮತೆ, ಸೈರಣೆಯೆಂಬ ಬೇಲಿಯನಿಕ್ಕಿ
ಆವಾಗಳೂ ಈ ತೋಂಟದಲ್ಲಿ ಜಾಗರವಿದ್ದು
ಸಸಿಯ ಸಲಹಿದೆ ಕಾಣಾ ಗುಹೇಶ್ವರಾ.

ಅಲ್ಲಮಪ್ರಭು ತನ್ನ ಇನ್ನೊಂದು ವಚನದಲ್ಲಿ ತನ್ನ ದೇಹದ ವಿವಿಧ ಅವಯವಗಳನ್ನು ಶಿವಾಲಯದ ರೂಪುರೇಷೆಗಳಿಗೆ ಹೋಲಿಸುತ್ತಾ ತನ್ನ ಹೃದಯದಲ್ಲಿ ಅಚಲವಾಗಿ ಗುಹೇಶ್ವರನನ್ನು ಪ್ರಾಣ ಪ್ರತಿಷ್ಠೆ ಮಾಡಿಕೊಂಡು ನಿರ್ಮಲಚಿತ್ತನಾಗಿ ಆರಾಧಿಸುತ್ತಿದ್ದೇನೆಂದು ಹೇಳಿದ್ದಾನೆ. ಕಾಲುಗಳನ್ನು ಶಿವಾಲಯದ ಆಧಾರ ಸ್ಥಂಭವೆಂದಿದ್ದಾನೆ. ದೇಹವನ್ನು ದೇವಾಲಯಕ್ಕೆ ಹೋಲಿಸಿದ್ದಾನೆ. ನಾಲಿಗೆ ಗಂಟೆ, ಶಿರ ಚಿನ್ನದ ಕಳಸ ಎಂದು ಕಲ್ಪಿಸಿಕೊಂಡಿದ್ದಾನೆ. ತನ್ನ ಕತ್ತನ್ನು ಲಿಂಗಧಾರಣೆ ಮಾಡಿಕೊಳ್ಳಲು ಆಧಾರವಾದ ಸಿಂಹಾಸನದಂತೆ ಪರಿಗಣಿಸಿ ಆ ಪ್ರಾಣಲಿಂಗ ಗುಹೇಶ್ವರನು ಶಾಶ್ವತವಾಗಿ ತನ್ನ ಹೃದಯದಲ್ಲಿ ಅಚಲವಾಗಿ ನೆಲೆಸಿರುವಂತೆ ಎಚ್ಚರದಿಂದ ಇದ್ದೇನೆ ಎಂದು ಹೇಳುತ್ತಾನೆ. ಇದೇ ಅರ್ಥಬರುವ ವಚನವೊಂದನ್ನು ಜಗಜ್ಯೋತಿ ಬಸವೇಶ್ವರರು ರಚಿಸಿದ್ದಾರೆ. ಎನ್ನ ಕಾಲೇ ಕಂಭ, ದೇಹವೇ ದೇಗುಲ ಎಂದಿದ್ದಾರೆ. ಅಲ್ಲಮನ ವಚನ ಹೀಗಿದೆ:

ಕಾಲೇ ಕಂಭಗಳಾದವೆನ್ನ!
ದೇಹವೇ ದೇಗುಲವಾಯಿತ್ತಯ್ಯ!
ಎನ್ನ ನಾಲಿಗೆಯೇ ಘಂಟೆ, ಶಿರ ಸುವರ್ಣದ ಕಳಸ ಇದೇನಯ್ಯ?

ಸರವೆ ಲಿಂಗಕ್ಕೆ ಸಿಂಹಾಸನವಾಗಿದ್ದಿತ್ತಯ್ಯ
ಗುಹೇಶ್ವರಾ, ನಿಮ್ಮ ಪ್ರಾಣಲಿಂಗ ಪ್ರತಿಷ್ಠೆ
ಪಲ್ಲಟವಾಗದಂತಿದ್ದೆನಯ್ಯಾ.

'ಅಲ್ಲಮರ ವಚನಗಳು ಅತ್ಯಂತ ಪ್ರೌಢ ಮಟ್ಟದಲ್ಲಿವೆ. ಅವುಗಳನ್ನು ಅರ್ಥಮಾಡಿಕೊಂಡು ಅವರ ಅನುಭಾವದ ನೆಲೆಗಳನ್ನು ತಿಳಿಯಲು ಪ್ರಯತ್ನಿಸುವುದು, ಸಮುದ್ರದ ದಂಡೆಯ ಮೇಲೆ ನಿಂತು ಅದರ ಆಳ, ವಿಸ್ತಾರವನ್ನು ಅಂದಾಜು ಮಾಡಿದಂತೆ' ಎಂದು ವಿದ್ವಾಂಸರೊಬ್ಬರು ಹೇಳಿರುವ ಮಾತು ಅಪ್ಪಟ ಸತ್ಯ. ಅವನ ಅನೇಕ ವಚನಗಳಲ್ಲಿ ಅನುಭಾವದ ಉಲ್ಲೇಖ ಕಂಡುಬರುತ್ತದೆ. ಜತೆಗೆ ಪರಿಪಕ್ವಗೊಂಡ ಮನಸ್ಸಿನ ಅಭಿವ್ಯಕ್ತಿಯಾಗಿ ಅವನ ವಚನಗಳು ರೂಪುಗೊಂಡಿವೆ. ಅಲ್ಲಮನ ವಚನಗಳು ಸಾಮಾಜಿಕವಾಗಿ, ಸಾಂಸ್ಕೃತಿಕವಾಗಿ ಮತ್ತು ಧಾರ್ಮಿಕವಾಗಿ ಎಷ್ಟು ಮುಖ್ಯವೋ, ಸಾಹಿತ್ಯಕವಾಗಿಯೂ ಅಷ್ಟೇ ಮುಖ್ಯ. ಸಾಹಿತ್ಯದ ಸಿದ್ಧಾಂತಗಳನ್ನು ಹದವಾಗಿ ಅರಗಿಸಿಕೊಂಡ ಪರಿಪಕ್ವ ಮನಸ್ಸಿನ ಪರಿಣತಿಯನ್ನು ಅಲ್ಲಮನ ವಚನಗಳಲ್ಲಿ ಕಾಣಬಹುದು ಎಂಬುದು ವಿಮರ್ಶಕರ ಅಭಿಪ್ರಾಯ.

ಅಲ್ಲಮನು ಮಹಾನ್ ತತ್ವಜ್ಞಾನಿ. ಅವನದು ಅದ್ಭುತ ಪ್ರತಿಭೆ. ಅಂದಿನ ಶರಣರ ಮೇಲೆ ಅವನು ಬೀರಿದ ಪ್ರಭಾವ ಅಪಾರ. ಅನುಭವ ಸಂಪತ್ತಿನಿಂದ, ರೂಪಕಗಳಿಂದ ಕೂಡಿದ ಅವನ ವಚನಗಳಿಂದಾಗಿ ಕನ್ನಡ ಭಾಷೆಯೂ ಶ್ರೀಮಂತವಾಗಿದೆ. ಅಲ್ಲಮ ಲೌಕಿಕವನ್ನು ಮೀರಿ ವ್ಯಕ್ತಿಗತ ಸಾಧನೆಗೆ ಆದ್ಯತೆ ನೀಡಿ ವ್ಯಕ್ತಿತ್ವದ ಹೊಸ ನೆಲೆಗಳ ಅನ್ವೇಷಣೆ ನಡೆಸಿದವನು; ತನ್ನನ್ನು ತಾನು ಅರಿಯುವ ಮೂಲಕ ಸಾಮಾಜಿಕ ಕಟ್ಟುಪಾಡುಗಳಿಂದ ಹೊರಬರಬೇಕು ಎಂದವನು.

ಅಕ್ಕಮಹಾದೇವಿ

ಪ್ರಸ್ತಾವನೆ

ದಟ್ಟವಾದ ಕಾಡು. ನಿಸರ್ಗ ದೇವತೆ ತನ್ನ ಅಲೌಕಿಕ ಸೌಂದರ್ಯದಿಂದ ನೋಡುಗರಿಗೆ ಅನಿರ್ವಚನೀಯ ಸಂವೇದನೆಯನ್ನು ಮಾಡುವ ದೃಶ್ಯ ಮತ್ತು ಪರಿಸರ. ಆ ಸುಂದರ ಪ್ರಕೃತಿಯ ಮಡಿಲಲ್ಲಿ ಒಂದು ಪುಟ್ಟ ಗುಹೆ. ಅಲ್ಲಿ ದಿವ್ಯ ಪ್ರಭೆಯುಳ್ಳ ಹೆಣ್ಣೊಬ್ಬಳು ಧ್ಯಾನ ಮಾಡುತ್ತಾ ಕುಳಿತಿದ್ದಳು. ಹಣೆಯ ಮೇಲೆ ವಿಭೂತಿ, ಕೊರಳಲ್ಲಿ ರುದ್ರಾಕ್ಷಿ ಮಾಲೆ. ಅವಳ ಶರೀರದ ಮೇಲೆ ರೇಷ್ಮೆಯಂಥ ನಯವಾದ ಕೇಶರಾಶಿ ಹರಡಿಕೊಂಡಿತ್ತು. ಅವಳು ದಿಗಂಬರೆಯಾಗಿದ್ದಳು.

ಅಂದು, ಆ ಪ್ರಶಾಂತ ಸ್ಥಳಕ್ಕೆ ಒಬ್ಬ ಪುರುಷ ಮತ್ತು ಒಬ್ಬಳು ಸ್ತ್ರೀ ಆಗಮಿಸಿದರು. ಧ್ಯಾನಿಸುತ್ತಿದ್ದ ಮಹಿಳೆಯ ಬಳಿ ಬಂದವರೇ, 'ನಿಮ್ಮ ದರ್ಶನದಿಂದ ನಮ್ಮ ಬದುಕು ಪಾವನವಾಯಿತು' ಎಂದು ತಮ್ಮ ಮಂಡಿಗಳನ್ನೂರಿ ಅವಳ ಕಾಲಿಗೆ ನಮಸ್ಕರಿಸಿದರು.

ಕಳಾಹೀನನಾಗಿದ್ದ ಪುರುಷ, 'ನಮ್ಮನ್ನು ಕ್ಷಮಿಸಿ ತಾಯಿ. ನಾನು ತಪ್ಪು ಮಾಡಿಬಿಟ್ಟೆ,' ಎಂದು ಪಶ್ಚಾತ್ತಾಪದ ದನಿಯಲ್ಲಿ ನುಡಿದ. 'ನೀವು ಮಾಡಿರುವ

ತಪ್ಪಾದರೂ ಏನು?' ಮಹಿಳೆ ಕೇಳಿದಳು. ಈ ಪುರುಷ ಹೇಳಿದ: 'ನಾನು ನಿಮ್ಮನ್ನು ಸಾಮಾನ್ಯ ಹೆಣ್ಣೆಂದು ಭಾವಿಸಿದ್ದೆ. ನಿಮ್ಮನ್ನು ಮದುವೆಯಾದೆ. ಕಾಮದ ದೃಷ್ಟಿಯಿಂದ ನೋಡಿದೆ. ಹೆಣ್ಣಿನ ಒಳಮನಸ್ಸನ್ನು ಅರ್ಥಮಾಡಿಕೊಳ್ಳಲು ವಿಫಲನಾದೆ. ಧ್ಯಾನ, ಆಧ್ಯಾತ್ಮ, ಪಾರಮಾರ್ಥಿಕ ಈ ಪದಗಳನ್ನು ನಾನು ನನ್ನ ಜೀವನದಲ್ಲಿ ಕೇಳಿಯೇ ಇರಲಿಲ್ಲ. ಲೌಕಿಕ ಲೋಕದ ಭೋಗ, ಸಂಪತ್ತು ಇವೇ ಶಾಶ್ವತ ಎಂದು ತಿಳಿದಿದ್ದೆ. ನನ್ನ ಅಜ್ಞಾನದಿಂದಾಗಿ ನಾನು ಅಷ್ಟು ದಿನ ನರಳಿದ್ದೇನೆ. ನನ್ನನ್ನು ಕ್ಷಮಿಸಿ ತಾಯಿ. ನಾನೀಗ ರಾಜನೂ ಅಲ್ಲ, ಕೇವಲ ಸಾಮಾನ್ಯ ಮನುಷ್ಯ. ಶಿವಭಕ್ತ. ನನಗೆ ಲೌಕಿಕ ಜಗತ್ತಿನ ಯಾವ ಸಂಪತ್ತೂ ಬೇಡ."

ಹೆಣ್ಣು ಹೇಳಿದಳು: 'ತಪ್ಪು, ತಪ್ಪು. ನೀವು ರಾಜ್ಯವನ್ನು ತ್ಯಜಿಸಿ ಇಲ್ಲಿಗೆ ಬರಬಾರದಿತ್ತು. ಪ್ರಜೆಗಳನ್ನು ನೋಡಿಕೊಳ್ಳುವುದು ನಿಮ್ಮ ಕರ್ತವ್ಯ, ಧರ್ಮ. ಈ ತತ್‌ಕ್ಷಣ ಇಲ್ಲಿಂದ ಹೊರಡಿ. ವಚನದ ಸುಜ್ಞಾನವನ್ನು ಜನಸಾಮಾನ್ಯರಿಗೆ ತಿಳಿಸಿ. ಅವರ ಅರಿವನ್ನು ಬೆಳೆಸಿ. ಲೋಕಕಲ್ಯಾಣಕ್ಕಾಗಿ ದುಡಿಯಿರಿ. ಅದಕ್ಕಿಂತ ಪುಣ್ಯದ ಕೆಲಸ ವಿಶ್ವದಲ್ಲಿ ಯಾವುದಿದೆ?

'ಹೌದು. ನೀವು ಹೇಳುವುದು ಅಕ್ಷರಶಃ ನಿಜ. ನಾನು ಇಂದೇ ರಾಜ್ಯಕ್ಕೆ ಹಿಂದಿರುಗಿ ಜನರ ಹಿತಕ್ಕಾಗಿ ದುಡಿಯುತ್ತೇನೆ. ನನ್ನ ಕಡೆಯ ಉಸಿರಿರುವವರೆಗೂ ಪ್ರಜೆಗಳ ಕಷ್ಟಸುಖಗಳಿಗೆ ಸ್ಪಂದಿಸುತ್ತೇನೆ. ಹೊಸ ಮನುಷ್ಯನಾಗಿ ಬಾಳುತ್ತೇನೆ. ನಿಮ್ಮ ದರ್ಶನದಿಂದ ನಾನೀಗ ಪುಣ್ಯವಂತನಾದೆ. ನೀವು ಸಾಮಾನ್ಯ ಹೆಣ್ಣಲ್ಲ. ಸಾಕ್ಷಾತ್ ಮಹಾದೇವಿ, ಆದಿಶಕ್ತಿ.'

ಹೀಗೆ ಹೇಳಿದವನು ಕೌಶಿಕ ಮಹಾರಾಜ. ಅವನೆಲ್ಲ ಗೊಂದಲ, ಅಜ್ಞಾನ, ಅವಿವೇಕಗಳನ್ನು ತೊಳೆದು ಅವನನ್ನು ಉದ್ಧಾರ ಮಾಡಿದ ಹೆಣ್ಣು ಬೇರಾರೂ ಅಲ್ಲ ಮಹಾನ್ ಶಿವಶರಣೆ ಅಕ್ಕಮಹಾದೇವಿ.

** ** **

ಮಹಾಶಿವಯೋಗಿಣಿ ಅಕ್ಕಮಹಾದೇವಿ 12ನೇ ಶತಮಾನದ ಪ್ರಸಿದ್ಧ ಶಿವಶರಣೆ. ಕನ್ನಡದ ಮೊದಲ ಕವಯಿತ್ರಿ. ಇವಳು ಜನಿಸಿದ್ದು **ಉಡುತಡೆ**ಯಲ್ಲಿ. ಶಿವಮೊಗ್ಗ ಜಿಲ್ಲೆಯಲ್ಲಿ **ಉಡುಗಣಿ** ಎಂಬ ಗ್ರಾಮವಿದೆ. ಆ ಗ್ರಾಮವೇ ಅಕ್ಕ ಜನಿಸಿದ ಉಡುತಡೆ ಎಂದು ವಿದ್ವಾಂಸರು ಹೇಳುತ್ತಾರೆ. ಇದು ಬಳ್ಳಿಗಾವಿಯಿಂದ ಎರಡು ಮೈಲಿ ದೂರದಲ್ಲಿದೆ. ಬಳ್ಳಿಗಾವಿಯ ಕೆರೆಯ ದಂಡೆಯ ಮೇಲೆ ಕಮಲಗಿರಿ ಎಂಬ ಪ್ರತಿಮೆಯಿದೆ. ಅದು ಅಕ್ಕನ ವಿಗ್ರಹವೆಂದು ಊಹಿಸಲಾಗಿದೆ. ಅಂದಿನ ಉಡುತಡೆ ಇಂದು ಉಡುಗಣಿಯಾಗಿದೆ.

ಉಡುತಡೆಯಲ್ಲಿ ಓಂಕಾರ ಶೆಟ್ಟಿ–ಲಿಂಗಮ್ಮ ಇವರ ಮಗಳೇ ಅಕ್ಕ ಮಹಾದೇವಿ. ಇವರು ಸಾಕಷ್ಟು ಅನುಕೂಲಸ್ಥರಾಗಿದ್ದರು. ಆದರೆ ಮದುವೆಯಾಗಿ

ಹದಿನೈದು ವರ್ಷವಾದರೂ ಮಕ್ಕಳಾಗಿರಲಿಲ್ಲ. ಕಡೆಗೆ ಗುರುಗಳಿಗೆ ಶರಣಾದರು. ಅವರು ಪರಿಹಾರ ಸೂಚಿಸಿ ಶಿವಸಂಕಲ್ಪವನ್ನು ಮಾಡಲು ಹೇಳಿದರು. ಇದೇ ಸಂದರ್ಭದಲ್ಲಿ ಲಿಂಗಮ್ಮನಿಗೆ ಮಂಗಳಕರವಾದ ಒಂದು ಕನಸು ಬೀಳುತ್ತದೆ. ಇತ್ತ ಗುರುಗಳು ಲಿಂಗಪೂಜೆಗೆ ಕುಳಿತುಕೊಳ್ಳುತ್ತಾರೆ. ಅವರ ಲಿಂಗದಲ್ಲಿನ ಒಂದು ಬೆಳಕು ನಿಧಾನವಾಗಿ ಚಲಿಸಿ ಲಿಂಗಮ್ಮನ ದೇಹವನ್ನು ಪ್ರವೇಶಿಸುತ್ತದೆ. ಆಗ ಲಿಂಗಮ್ಮನ ಬಯಕೆ ಸಿದ್ಧಿಸುತ್ತದೆ. ಕೆಲವೇ ದಿನಗಳಲ್ಲಿ ಲಿಂಗಮ್ಮ ಗರ್ಭಿಣಿ ಎಂಬ ಸುದ್ದಿ ಎಲ್ಲೆಡೆ ಹರಡಿತು. ಒಂಬತ್ತು ತಿಂಗಳ ಬಳಿಕ ಹುಣ್ಣಿಮೆಯ ಶುಭಗಳಿಗೆಯಲ್ಲಿ ಲಿಂಗಮ್ಮನಿಗೆ ಹೆಣ್ಣು ಶಿಶುವೊಂದು ಜನಿಸಿತು. ಲಿಂಗಮ್ಮನ ಮನೆಗೆ ಬಂದ ಗುರುಗಳು ಮಗುವನ್ನು ನೋಡಿ ಹೀಗೆಂದರು: 'ನಿನ್ನ ಮಗಳು ಸಾಕ್ಷಾತ್ ದೇವಿಯ ಸ್ವರೂಪಳು. ಇವಳು ಮಹಾದೇವನ ಸತಿಯಾಗಲಿರುವಳು. ಇವಳಿಗೆ ಮಹಾದೇವಿ ಎಂಬ ಹೆಸರಿಡಿ.'

** ** **

ಬಾಲೆ ಮಹಾದೇವಿಯು ಅಲೌಕಿಕ ಕಾಂತಿಯನ್ನು ಸೂಸಿ ಎಲ್ಲರ ಕಣ್ಮನ ಸೆಳೆಯುತ್ತಿದ್ದಳು. ದಿನಗಳು ಕಳೆದಂತೆ ಮಹಾದೇವಿ ಬಿದಿಗೆ ಚಂದ್ರನಂತೆ ಬೆಳೆದಳು. ಪ್ರತಿದಿನ ಬೆಳಗ್ಗೆ ತಂದೆ ಓಂಕಾರನು ಮಗಳಿಗೆ ವಚನಗಳನ್ನು ಕಲಿಸುತ್ತಿದ್ದ. ಶ್ರೀ ಗುರುಲಿಂಗ ದೇವರಿಂದ ಅವಳ ಶಿಕ್ಷಣ ಆರಂಭವಾಯಿತು. ಮಹಾದೇವಿ ಇತರ ಮಕ್ಕಳಂತೆ ಆಟವಾಡದೆ ಮಠಕ್ಕೆ ಹೋಗಿ ಪ್ರವಚನಗಳನ್ನು ಕೇಳುತ್ತಿದ್ದಳು. ಸ್ಥಾವರಲಿಂಗವನ್ನು ಭಾವತುಂಬಿ ಪೂಜಿಸುತ್ತಿದ್ದಳು. ಕೆಲವೊಮ್ಮೆ ಅಂತರ್ಮುಖಿಯಾಗಿ ಮೈಮರೆತು ಕುಳಿತುಕೊಳ್ಳುತ್ತಿದ್ದಳು.

ತನಗೆ ದಕ್ಕುತ್ತಿದ್ದ ಆಧ್ಯಾತ್ಮಿಕ ಅನುಭವಗಳನ್ನು ಬರೆಯಲೂ ಪ್ರಾರಂಭಿಸಿದಳು. ಅವು ವಚನಗಳಾಗಿ ಹೊರಬಂದವು. ಚೆನ್ನಮಲ್ಲಿಕಾರ್ಜುನನನ್ನು ನೆನೆಯುವುದೇ ಅವಳ ಉಸಿರಾಯಿತು. ಅವನಲ್ಲಿ ಒಂದಾಗುವುದು ಅವಳ ಗುರಿಯಾಯಿತು.

ಓಂಕಾರ ಶೆಟ್ಟಿ-ಲಿಂಗಮ್ಮ ತಮ್ಮ ಮಗಳಿಗೆ ಶ್ರೀ ಗುರುಲಿಂಗ ದೇವರಿಂದ ಲಿಂಗದೀಕ್ಷೆ ಕೊಡಿಸಿದರು. ದೀಕ್ಷಾಸಂಸ್ಕಾರ ಪಡೆದದ್ದೇ ಅವಳ ಭಾವಕೋಶದಿಂದ ಅನುಭಾವದ ಮೊಗ್ಗುಗಳು ಸರಳ ಸುಂದರ ವಚನಗಳಾಗಿ ಹೊಮ್ಮತೊಡಗಿದವು.

ನರಜನ್ಮವ ತೊಡೆದು, ಹರಜನ್ಮವ ಮಾಡಿದ ಗುರುವೆ ನಮೋ
ಭವಬಂಧನವ ಬಿಡಿಸಿ, ಪರಮ ಸುಖವ ತೋರಿದ ಗುರುವೆ ನಮೋ
ಭವಿಎಂಬುದ ತೊಡೆದು ಭಕ್ತೆಯೆನಿಸಿದ ಗುರುವೆ ನಮೋ
ಚೆನ್ನಮಲ್ಲಿಕಾರ್ಜುನನ ತಂದೆನ್ನ ಕೈವಶಕ್ಕೆ ಕೊಟ್ಟ ಗುರುವೆ ನಮೋ ನಮೋ

ಚೆನ್ನಮಲ್ಲಿಕಾರ್ಜುನನನ್ನು ಒಂದಲ್ಲ ಒಂದು ದಿನ ಸೇರುವ ವಿಶ್ವಾಸ ಅವಳದು. ವೇಷಭೂಷಣಗಳಲ್ಲಿ ನಿರಾಸಕ್ತಳಾಗಿದ್ದ ಮಹಾದೇವಿ ಒಂದು ದಿನ ಇದ್ದಕ್ಕಿದ್ದಂತೆ ಹೊಸ ಬಟ್ಟೆ ಧರಿಸಿ, ಶೃಂಗರಿಸಿಕೊಂಡು ಮನೆಯ ಮಾಳಿಗೆಯ ಮೇಲೆ ಹೋಗಿ ಶುದ್ಧ ಬೆಳದಿಂಗಳಲ್ಲಿ ಆಕಾಶದತ್ತ ನೋಡುತ್ತಾ ಚೆನ್ನಮಲ್ಲಿಕಾರ್ಜುನನನ್ನು ಕೂಗಿ ಕರೆಯುತ್ತಾಳೆ. ನನ್ನ ಜೀವನವೇ ನಿನಗಾಗಿ ಮೀಸಲು ಎನ್ನುತ್ತಾಳೆ.

ತಾಯಿ ಲಿಂಗಮ್ಮ ಮಗಳ ವರ್ತನೆಯನ್ನು ಕಂಡು ಅವಳಿಗೇನಾದರೂ ಮತಿಭ್ರಾಂತಿಯಾಗಿದೆಯೋ ಎಂದು ಭಯವಾಗುತ್ತದೆ. ಬಾಯಿಬಿಟ್ಟು ಕೇಳುತ್ತಾಳೆ. ಆಗ ಮಹಾದೇವಿ ತನಗೆ ಯಾವ ಹುಚ್ಚು ಹಿಡಿದಿಲ್ಲವೆಂದೂ ಬದಲಾಗಿ ದೇವರ ಹುಚ್ಚು ಹಿಡಿದಿದೆಯೆಂದೂ ಹೇಳಿದರು. ಲೌಕಿಕ ಜಗತ್ತಿನ ಹುಚ್ಚು ಹಿಡಿದವರಿಗೆ ಆಧ್ಯಾತ್ಮ ಹುಚ್ಚರಂತೆ ಕಾಣುವುದು ಸಹಜ ಅಲ್ಲವೇ? ಎಂದು ಉತ್ತರಿಸಿದಳು.

** ** **

ಕಾಲ ಉರುಳಿದಂತೆ ಮಹಾದೇವಿ ಬೆಳೆದಳು. ತಂದೆ ಓಂಕಾರ ಶೆಟ್ಟಿಯು ಮಹಾದೇವಿಯ ಮುಂದೆ ಮದುವೆ ಪ್ರಸ್ತಾಪ ಎತ್ತಿದಾಗ ಆಕೆ ಮನಬಿಚ್ಚಿ ಹೇಳಿದಳು: 'ಸಾವಿಲ್ಲದವನ ಜತೆ ನನ್ನ ಮದುವೆಯಾಗಿ ಹೋಗಿದೆ. ನನ್ನ ಪತಿ ಚೆನ್ನಮಲ್ಲಿಕಾರ್ಜುನ. ಒಂದು ದಿನ ಮಸಣ ಸೇರುವ ಗಂಡನನ್ನು ಕಟ್ಟಿಕೊಂಡು ನಾನು ಬಾಳಲಾರೆ.' ಆಗ ಓಂಕಾರನು ಅತ್ಯಂತ ಸಮಾಧಾನದಿಂದ, 'ಮಗಳೇ ನಿನ್ನ ಭಕ್ತಿಯನ್ನು ನಾನು ಮೆಚ್ಚಿದೆ. ಆದರೆ ಈ ಲೌಕಿಕ ಲೋಕದಲ್ಲಿ ಅದೆಲ್ಲ ಅಷ್ಟು ಸಮಂಜಸವಲ್ಲ. ಇವೆಲ್ಲ ಬಾಯಿ ಮಾತಿಗೆ ಚೆನ್ನ. ಮದುವೆಯೆಂಬುದಾದರೆ ಎಲ್ಲವೂ ಸರಿ ಹೋಗುವುದು. ಹೆಣ್ಣು ಮಕ್ಕಳು ಬಹಳ ದಿನ ತಾಯಿ-ತಂದೆ ಜೊತೆ ಇರಬಾರದು' ಎಂದು ಬುದ್ಧಿವಾದ ಹೇಳಿದ. ಆದರೆ ಮಹಾದೇವಿ ತಂದೆಯ ಮಾತನ್ನು ಗಂಭೀರವಾಗಿ ಪರಿಗಣಿಸಲಿಲ್ಲ.

** ** **

ಒಂದು ದಿನ ಉಡುತಡೆಯ ರಾಜ ಕೌಶಿಕ ಮಹಾದೇವಿಯನ್ನು ಕಂಡ. ಅವಳನ್ನು ನೋಡುತ್ತ ಮೋಹಗೊಂಡು ಮೈಮರೆತ. ಅವಳ ಸೌಂದರ್ಯವನ್ನು ಮತ್ತೆ ಮತ್ತೆ ನೆನೆದು ಕಾಮಾಂಧನಾದ. ತನ್ನ ಮಿತ್ರ **ವಸಂತಕ**ನನ್ನು ಕರೆದು, 'ಅವಳನ್ನು ಬಿಟ್ಟು ನಾನು ಜೀವಿಸಲಾರೆ. ಅವಳನ್ನು ನಾನು ಮದುವೆಯಾಗಲೇ ಬೇಕು. ಈ ಕೂಡಲೇ ಅವಳ ತಂದೆ-ತಾಯಿಯನ್ನು ಭೇಟಿಮಾಡಿ ನನ್ನ

ಹಂಬಲವನ್ನು ತಿಳಿಸು. ಅವಳನ್ನು ಪಟ್ಟದರಸಿಯನ್ನಾಗಿ ಮಾಡುತ್ತೇನೆ' ಎಂದು ಪಿಸುಗುಟ್ಟಿದ.

ಮಾರನೆಯ ದಿನ ವಸಂತಕ ಮತ್ತು ರಾಜದೂತರು ಓಂಕಾರ ಶೆಟ್ಟಿಯ ಮನೆಗೆ ಬಂದರು. ಓಂಕಾರ ಶೆಟ್ಟಿ ಅವರೆಲ್ಲರನ್ನು ಗೌರವಪೂರ್ವಕವಾಗಿ ಸ್ವಾಗತಿಸಿದ. ವಸಂತಕ ರಾಜನ ಇಂಗಿತವನ್ನು ಅವನಿಗೆ ತಿಳಿಸಿದ. ಲಿಂಗಮ್ಮ ಮಗಳನ್ನು ಒಂದು ಮಾತು ಕೇಳಿದಳು. ಮಹಾದೇವಿ ದೃಢವಾಗಿ ಮದುವೆಯನ್ನು ನಿರಾಕರಿಸಿದರು.

ವಸಂತಕ ಸಿಟ್ಟಿನಿಂದ, 'ಮಹಾರಾಜನನ್ನು ಅವಮಾನಿಸುವುದು ಸರಿಯಲ್ಲ. ಇನ್ನೂ ಎರಡು ದಿನಗಳ ಸಮಯ ನೀಡುವೆ' ಎಂದು ಸಿಟ್ಟಿನಿಂದ ಹೇಳಿ ಹೊರನಡೆದ.

ಅನಿರೀಕ್ಷಿತವಾಗಿ ಒದಗಿದ ವಿಪತ್ತಿನಿಂದ ಮಹಾದೇವಿ ಕಂಗಾಲಾದಳು. ಈ ಸಮಸ್ಯೆಗೆ ಪರಿಹಾರ ಕಂಡುಕೊಳ್ಳಲು ಆಕೆ ಗುರುವನ್ನು ಭೇಟಿಯಾಗಲು ನಿರ್ಧರಿಸಿದಳು.

** ** **

ಕೌಶಿಕ ರಾಜನಿಗೆ ಓರ್ವ ಸಾಮಾನ್ಯ ಹೆಣ್ಣು ತನ್ನನ್ನು ತಿರಸ್ಕರಿಸಿದ್ದು ಹಿಂಸಿಸತೊಡಗಿತು. ವಸಂತಕನನ್ನು ಕರೆದು, 'ಗೆಳೆಯಾ, ಅವರನ್ನು ಇನ್ನೊಮ್ಮೆ ಕೇಳಿ ನೋಡು–ನನ್ನಾಜ್ಞೆಯನ್ನು ತಿರಸ್ಕರಿಸಿದರೆ ಶಿಕ್ಷೆ ಅನುಭವಿಸಬೇಕು.'

ಇತ್ತ ಮಹಾದೇವಿ ಗುರುಗಳನ್ನು ಕಾಣಲು ನೇರವಾಗಿ ಮಠಕ್ಕೆ ಹೋಗಿ ಗುರುಗಳ ಪಾದಕ್ಕೆ ಎರಗಿ ತನ್ನ ಮನದ ದುಗುಡವನ್ನು ನಿವೇದಿಸಿಕೊಂಡಳು. ಗುರುಗಳು, 'ಮಹಾದೇವಿ ನಿನ್ನ ಸಮಸ್ಯೆ ವಿಭಿನ್ನವೂ ಕಷ್ಟಕರವೂ ಆದ ಸಮಸ್ಯೆ. ಇದಕ್ಕೆ ನೀನೇ ಪರಿಹಾರ ಕಂಡುಕೊಳ್ಳಬೇಕು. ನೂರು ದಾರಿ ಯೋಚಿಸಿ ನಿರ್ಧಾರ ಕೈಗೊಳ್ಳಬೇಕು. ನಿನ್ನ ತಂದೆ–ತಾಯಿಯರ ಬದುಕಲ್ಲಿ ಆತಂಕಗಳು ಉಂಟಾಗಬಾರದು ಮತ್ತು ನಿನ್ನ ಧ್ಯೇಯಕ್ಕೆ ಯಾವುದೇ ರೀತಿಯ ಅಡೆತಡೆ ಬರಬಾರದು. ನೀನಿಂದು ತೆಗೆದುಕೊಳ್ಳುವ ನಿರ್ಧಾರ ನಿನ್ನ ಬದುಕಿಗೊಂದು ಅಪರೂಪದ ತಿರುವು ಸಿಗಲಿದೆ. ಈ ನಿನ್ನ ಚೆನ್ನಮಲ್ಲಿಕಾರ್ಜುನ ನಿನ್ನ ಕೈ ಬಿಡುವುದಿಲ್ಲ. ಇನ್ನು ಸ್ವಲ್ಪವೇ ಸಮಯದಲ್ಲಿ ನೀನು ಅನುಭವ ಮಂಟಪಕ್ಕೆ ಹೋಗುವ ಕಾಲ ಸಮೀಪಿಸುತ್ತಿದೆ. ಬಸವಣ್ಣನವರ ದಿವ್ಯ ದರ್ಶನವನ್ನು ಪಡೆಯುವ ಭಾಗ್ಯ. ಅವರ ಮಹಾಚಿಂತನೆಗಳನ್ನು ಸಾಮೀಪ್ಯದಿಂದ ಅರಿಯುವ ಭಾಗ್ಯ ನಿನಗೆ ಲಭಿಸಲಿದೆ. ಕಲ್ಯಾಣದಲ್ಲಿ ನೀನು ನೆಲೆಸುವೆ. ಅಲ್ಲಿಂದ ಚೆನ್ನಮಲ್ಲಿಕಾರ್ಜುನನೊಡನೆ ನೀನು ಲೀನವಾಗುವ ಕುರಿತು ಬಸವಣ್ಣನವರು ಮಾರ್ಗದರ್ಶನ ನೀಡಲಿದ್ದಾರೆ.'

ಗುರುಗಳ ಧೈರ್ಯದ ಮಾತು ಕೇಳಿ ಮಹಾದೇವಿಗೆ ಮನಸ್ಸು ನಿರಾಳವಾಯ್ತು. ಅನುಭವ ಮಂಟಪ, ಬಸವಣ್ಣರನ್ನು ನೆನೆದ ಆಕೆಯ ಮನ ಸಂಭ್ರಮಿಸಿತು.

ಗುರುಗಳು ಹೇಳಿದಂತೆ ಇದನ್ನು ಸಮಸ್ಯೆ ಎಂದುಕೊಳ್ಳಬಾರದು. ತಾಳ್ಮೆ, ಸಹನೆ, ಧೈರ್ಯದಿಂದ ಎಲ್ಲವನ್ನೂ ಎದುರಿಸಬೇಕು ಎಂದು ನಿರ್ಧರಿಸಿದಳು.

ವಸಂತಕನು ಮಹಾದೇವಿಯ ಬಳಿ ಬಂದು ಹೇಳಿದ: 'ಇದು ರಾಜಾಜ್ಞೆ, ತಿರಸ್ಕರಿಸುವಂತಿಲ್ಲ.' ಮಹಾದೇವಿ, 'ನಾನು ಅವರನ್ನು ಮದುವೆಯಾಗಲು ಒಪ್ಪಬೇಕೆಂದರೆ ನನ್ನ ಕೆಲವು ಷರತ್ತುಗಳಿವೆ.'

'ನಿಮ್ಮ ಷರತ್ತುಗಳೇನು?' ಎಂದು ವಸಂತಕ ಕೇಳಿದ.

ಮಹಾದೇವಿ ಹೇಳಿದಳು: 'ನಾನು ವ್ರತವೊಂದನ್ನು ಕೈಗೊಂಡಿರುವೆ. ಅದರ ಅವಧಿ ಐದು ವಾರಗಳು. ಅದು ಪೂರ್ಣಗೊಳ್ಳುವವರೆಗೂ ಮದುವೆಯಾಗುವುದು ಸಾಧ್ಯವಿಲ್ಲದ ಮಾತು. ಯಾವುದೇ ಕಾರಣಕ್ಕೆ ಅರಮನೆಯಲ್ಲಿ ನನ್ನ ವೃತಕ್ಕೆ ಭಂಗ ಉಂಟಾಗಬಾರದು. ಜಂಗಮಸೇವೆ, ಲಿಂಗಪೂಜೆ ಮತ್ತು ಗುರುವಿನ ಪಾದಪೂಜೆ ಈ ಮೂರು ಕಾರ್ಯಗಳನ್ನು ನಡೆಸಿಕೊಂಡು ಹೋಗುವ ಸ್ವಾತಂತ್ರ್ಯ ನನಗೆ ಬೇಕೇ ಬೇಕು. ನಿಮ್ಮ ರಾಜನಿಗೆ ಇವನ್ನೆಲ್ಲ ಸಹಿಸಿಕೊಳ್ಳುವ ತಾಳ್ಮೆ, ಸಹನೆ ಇದೆಯಾ? ಕೇಳಿ ತಿಳಿಸಿರಿ.'

** ** **

ಮಹಾದೇವಿಯ ಷರತ್ತುಗಳನ್ನು ಅರ್ಥಮಾಡಿಕೊಳ್ಳುವಷ್ಟು ಸಹನೆ ಕೌಶಿಕನಿಗೆ ಇರಲಿಲ್ಲ. ಅವನು ಕಾಮಾಂಧನಾಗಿದ್ದ. ಹಿಂದು ಮುಂದು ಯೋಚಿಸದೆ, ತಾನು ಅವಳ ಎಲ್ಲಾ ಷರತ್ತುಗಳಿಗೆ ಬದ್ಧನೆಂದು ವಸಂತಕನಿಗೆ ಸೂಚಿಸಿದ. ಅವನಿಗೆ 'ನೀನು ನಾಳೆಯೇ ಹೋಗಿ ನಾನು ಎಲ್ಲಾ ಷರತ್ತುಗಳಿಗೆ ಒಪ್ಪಿದ್ದೇನೆ ಎಂದು ತಿಳಿಸು. ಆದಷ್ಟು ಬೇಗ ಅವಳನ್ನು ಅರಮನೆಗೆ ಕರೆದುಕೊಂಡು ಬಾ. ಜೊತೆಗೆ ಓಂಕಾರ ಮತ್ತು ಲಿಂಗಮ್ಮನನ್ನು ಕೂಡಲೇ ಬಿಡುಗಡೆಮಾಡು' ಎಂದು ಅತ್ಯುತ್ಸಾಹದಿಂದ ಹೇಳಿದ.

ಮಹಾದೇವಿ ಅರಮನೆಗೆ ಹೊರಟು ನಿಂತಳು. ಓಂಕಾರ-ಲಿಂಗಮ್ಮ ಮಗಳನ್ನು ಆಶೀರ್ವದಿಸಿದರು. ಅರಮನೆಯ ಪ್ರವೇಶ ದ್ವಾರದಲ್ಲಿ ಮಹಾದೇವಿಗೆ ಭವ್ಯ ಸ್ವಾಗತ ನೀಡಲಾಯಿತು. ಮದುವೆಗೆ ಮುಂಚೆ ತನ್ನೊಡನೆ ಯಾವುದೇ ಬಗೆಯ ಸಲಿಗೆ ಬೆಳೆಸಿಕೊಳ್ಳಲು ಮುಂದಾಗಬಾರದು ಎಂದು ಆಕೆ ದೃಢವಾಗಿ ಹೇಳಿದಾಗ ಅದಕ್ಕೂ ಕೌಶಿಕ ಒಪ್ಪಿದ.

ಕೆಲವು ದಿನಗಳು ಕಳೆದುವು, ಕೌಶಿಕನು ಮಹಾದೇವಿಯೊಡನೆ ಗಂಭೀರವಾಗಿಯೇ ವರ್ತಿಸುತ್ತಿದ್ದ. ಆದರೆ ಕೌಶಿಕ ರಾಜನ ಅಂತರಂಗ

ಚಡಪಡಿಸತೊಡಗಿತು. ಮಹಾದೇವಿ ಅರಮನೆಯಲ್ಲಿ ಜಂಗಮ ಆರಾಧನೆಯನ್ನು ನಿರಂತರವಾಗಿ ನಡೆಸಿಕೊಂಡು ಹೋದಳು. ಹೇಗಾದರೂ ಮಾಡಿ ಜಂಗಮರು ಅರಮನೆಗೆ ಬರುವುದನ್ನು ತಡೆಗಟ್ಟಬೇಕೆಂದು ಕೌಶಿಕ ಆಲೋಚಿಸಿದ.

ಇದೇ ಸಮಯದಲ್ಲಿ ನಾಲ್ಕಾರು ಜನ ಜಂಗಮರು ಅರಮನೆಗೆ ಬಂದೇ ಬಿಟ್ಟರು. ಅವರು ಅರಮನೆ ಪ್ರವೇಶಿಸದಂತೆ ದ್ವಾರಪಾಲಕರು ಅವರನ್ನು ತಡೆದರು. ಅವರು ತುಂಬಾ ನೊಂದು ಹೊರಟುಹೋದರು. ಮಹಾದೇವಿಗೆ ವಿಪರೀತ ಸಿಟ್ಟು ಬಂತು. 'ದಯವಿಟ್ಟು ಕ್ಷಮಿಸಿ. ಜಂಗಮರ ಸೇವೆಗೆ ಅಡ್ಡಿಮಾಡಿ ನೀವು ನನ್ನ ಒಂದು ಷರತ್ತನ್ನು ಮುರಿದಿದ್ದೀರಾ, ಮುಂದೆ ಎಚ್ಚರವಿರಲಿ.'

ಮಾರನೆಯ ದಿನ ಮಹಾದೇವಿ ಸ್ನಾನ ಮಾಡಿ ಧ್ಯಾನಮಾಡುತ್ತಾ ಕುಳಿತಿದ್ದಳು. ಅವಳ ಕೂದಲು ಬೆನ್ನ ಮೇಲೆ ಹರಡಿದ್ದವು. ಮೈತುಂಬಾ ಸೆರಗು ಹೊದ್ದಿದ್ದರೂ ಅವಳ ಸೌಂದರ್ಯ ರಾಜನ ಮನಸ್ಸನ್ನು ಕೆಣಕಿತು, ಕ್ಷಮೆಯಾಚಲು ಬಂದ ಅವನು ನಿಯಂತ್ರಣ ಕಳೆದುಕೊಂಡ. ಹಿಂದಿನಿಂದ ಬಂದು ಅವಳ ಭುಜದ ಮೇಲೆ ಕೈಯಿಟ್ಟ, ಅವಳನ್ನು ಅಪ್ಪಿಕೊಳ್ಳಲು ಹೋದ.

ಮಹಾದೇವಿಯ ಕಣ್ಣುಗಳು ಬೆಂಕಿಯ ಉಂಡೆಗಳಾದುವು. 'ನನ್ನ ಬಗ್ಗೆ ಕಿಂಚಿತ್ತೂ ಗೌರವವಿಲ್ಲದ ವ್ಯಕ್ತಿಯೊಡನೆ ನಾನು ಬಾಳು ಸಹಿಸಲಾರೆ' ಎಂದಳು. 'ಮೂರ್ಖ, ಉಟ್ಟಿರುವ ಸೀರೆಯನ್ನು ಎಳೆಯಬಹುದು. ಚೆನ್ನಮಲ್ಲಿಕಾರ್ಜುನನ ಕಾರುಣ್ಯದ ಸೀರೆಯನ್ನುಟ್ಟ ನನಗೆ ಬೇರೆ ಸೀರೆಯ ಹಂಗಿಲ್ಲ' ಎಂದು ನುಡಿಯುತ್ತಾ ಉಟ್ಟಿದ್ದ ಸೀರೆಯನ್ನು ಸರ್ರನೆ ಬಿಚ್ಚಿ ಅವನ ಮುಖ ಮೇಲೆ ಎಸೆದಳು! 'ಹೆಣ್ಣನ್ನು ಗೌರವಿಸುವುದನ್ನು ಕಲಿತುಕೊ. ಎಲ್ಲರನ್ನೂ ಕಾಮದ ದೃಷ್ಟಿಯಿಂದ ನೋಡಬೇಡ. ನಾನಿನ್ನು ಹೊರಟೆ!'

ಮಹಾದೇವಿ ತನ್ನ ಕೇಶರಾಶಿಯಿಂದ ದೇಹವನ್ನು ಸಾಧ್ಯವಾದಷ್ಟು ಮುಚ್ಚಿಕೊಂಡು ಅರಮನೆಯಿಂದ ಹೊರಬಂದಳು. ಜನರೆಲ್ಲ ಬೆತ್ತಲೆ ದೇಹವನ್ನು ನೋಡುತ್ತಾ ಗರಬಡಿದವರಂತೆ ನಿಂತರು.

1. ಕಲ್ಯಾಣದಲ್ಲಿ

ಅರಮನೆಯಿಂದ ಹೊರಬಂದ ಮಹಾದೇವಿ ವೇಗವಾಗಿ ನಡೆಯುತ್ತಾ ಮಠಕ್ಕೆ ಬಂದಳು. ಅವಳ ಬೆತ್ತಲೆ ದೇಹವನ್ನು ಕಂಡ ಗುರುಗಳು ಗಾಬರಿಯಿಂದ 'ಇದೇನಮ್ಮ ನಿನ್ನ ಈ ಸ್ಥಿತಿ? ಯಾಕೆ ಹೀಗೆ ಮಾಡಿದೆ?' ಎಂದು ಹೇಳುತ್ತ ಅವಳಿಗೆ ಬಟ್ಟೆಯನ್ನು ಹೊದ್ದುಕೊಳ್ಳುವಂತೆ ಹೇಳಿದರು. ಆದರೆ ಮಹಾದೇವಿ ಬಟ್ಟೆಯನ್ನು ತೊಟ್ಟುಕೊಳ್ಳಲು ನಿರಾಕರಿಸಿ, 'ಅಪ್ಪಾಜಿ, ನನಗೆ ಇದಾವುದರ ಹಂಗೂ ಬೇಡ. ಹೆಣ್ಣು ಕಂಡರೆ ಹದ್ದಿನಂತೆ ಕುಕ್ಕುವ ಈ ಪುರುಷ ಜಾತಿಯ

ಕಣ್ಣು ತೆರೆಸಲು ನಾನು ಈ ರೂಪ ತಾಳಿದ್ದೇನೆ. ದಯಮಾಡಿ ನನ್ನ ಭವಿಷ್ಯದ ಹಾದಿ ತೋರಿ' ಎಂದು ಕೇಳಿಕೊಂಡಳು.

'ನೀನೀಗ ನೇರವಾಗಿ ಕಲ್ಯಾಣಕ್ಕೆ ಹೋಗು. ನಿನ್ನ ಜ್ಞಾನವನ್ನು ಸಾರ್ಥಕ ಮಾಡಿಕೊ. ನಿನ್ನ ಆಧ್ಯಾತ್ಮಿಕ ಸಾಧನೆಗೆ ಅದೇ ನಿನಗೆ ಸರಿಯಾದ ಸ್ಥಳ' ಎಂದು ಗುರುಗಳು ಸೂಚಿಸಿದರು.

ಇದೇ ಸಮಯದಲ್ಲಿ ಮಹಾದೇವಿಯ ತಂದೆ-ತಾಯಿ ಮಠದ ಬಳಿ ಓಡಿಬಂದರು. ಅವಳ ಸ್ಥಿತಿಯನ್ನು ಕಂಡು ಬಹುವಾಗಿ ನೊಂದರು. ಲಿಂಗಮ್ಮ ಅವಳ ಮೈ ಮುಚ್ಚಲು ಪ್ರಯತ್ನಿಸಿ, 'ಏಕೆ ತಾಯಿ ಹೀಗೆ ಮಾಡಿದೆ?' ಎಂದು ಅನುನಯದಿಂದ ಕೇಳಿದಳು. 'ಏನು ಮಾಡಲಿ ಅವ್ವಾ, ಚೆನ್ನಮಲ್ಲಿಕಾರ್ಜುನ ನನ್ನನ್ನು ಕೈಬೀಸಿ ಕರೆಯುತ್ತಿದ್ದಾನೆ. ಅದಕ್ಕಾಗಿ ಹೊರಟಿದ್ದೇನೆ' ಎಂದಳು. ಎಲ್ಲರಿಗೂ ಕೈ ಮುಗಿದ ಮಹಾದೇವಿ ಕಲ್ಯಾಣದತ್ತ, ಹೊಸಬೆಳಕಿನತ್ತ ಪಯಣಿಸಿದಳು.

ಒಮ್ಮೆ ಅವಳು ಮಠವೊಂದರಲ್ಲಿ ಉಳಿದುಕೊಳ್ಳುವ ಪ್ರಸಂಗ ಬಂದಿತು. ರಾತ್ರಿ ಅಲ್ಲಿಯೇ ತಂಗಿದಳು. ಅಲ್ಲಿ ಅವಳಿಗೆ ಒಂದು ಕೆಟ್ಟ ಅನುಭವವಾಗುವುದರಲ್ಲಿತ್ತು. ಆ ಸಮಯದಲ್ಲಿ ಆಕೆಯನ್ನು ಪಾರುಮಾಡಿದ್ದು **ಸಂಗಮದೇವ**ನೆಂಬ ಜಂಗಮ.

ಬೆಳಗ್ಗೆ ಎದ್ದು ಸಂಗಮದೇವ ಮತ್ತು ಮಹಾದೇವಿ ಕಲ್ಯಾಣದ ದಾರಿ ಹಿಡಿದರು. ಬಹಳ ಹೊತ್ತು ನಡೆದ ನಂತರ ಇಬ್ಬರೂ ಕಲ್ಯಾಣ ತಲಪಿದರು. ಸಂಗಮದೇವ 'ಚೆನ್ನಮಲ್ಲಿಕಾರ್ಜುನ ನಿನಗೆ ಒಳ್ಳೆಯದು ಮಾಡಲಿ ಮಹಾದೇವಿ' ಎಂದು ಹೇಳಿ ತನ್ನ ದಾರಿ ಹಿಡಿದ.

ಮಹಾದೇವಿ ಕಲ್ಯಾಣಕ್ಕೆ ಬರುತ್ತಿರುವ ಸುದ್ದಿ ಅದಾಗಲೇ ಅನುಭವ ಮಂಟಪಕ್ಕೆ ತಿಳಿದಿತ್ತು. ಮಹಾನುಭಾವಿ ಬಸವಣ್ಣನವರು ಇಷ್ಟಲಿಂಗ ಪೂಜೆಗೆ ಕುಳಿತಾಗ ಅವರಿಗೆ ಮಹಾದೇವಿಯ ಆಗಮನವು ಲಿಂಗದರ್ಪಣದಲ್ಲಿ ತೋರಿತು. ಅವರು ಕಿನ್ನರಿ ಬೊಮ್ಮಯ್ಯನನ್ನು ಕರೆದು ಮಹಾದೇವಿಯನ್ನು ಪರೀಕ್ಷಿಸಲು ಹೇಳಿದರು. ಅವನು ಬಾಂಧವರ ಓಣಿಗೆ ತೆರಳಿದ. ಅಲ್ಲಿ ಮಹಾದೇವಿ ಲಿಂಗಪೂಜೆಗೆ ಕುಳಿತಿದ್ದಳು. ನೀಳವಾದ ಕೇಶರಾಶಿ ಅವಳ ದೇಹವನ್ನು ಅರೆ ಮುಚ್ಚಿ ನೆಲದ ಮೇಲೆ ಹರಡಿತ್ತು. ಕಿನ್ನರಿ ಬೊಮ್ಮಯ್ಯ ಯುವ ಶರಣನಂತೆ ಕಾಣುತ್ತಿದ್ದ. ಅವನು ಮಹಾದೇವಿಯ ಬಳಿ ಸಾಗಿ ಸಂಸಾರ ಸುಖವನ್ನು ವರ್ಣಿಸಿ ತನ್ನನ್ನು ಮದುವೆಯಾಗುವಂತೆ ಕೇಳಿಕೊಂಡ. ತನ್ನ ಮಲ್ಲಿಕಾರ್ಜುನನನ್ನು ಹೊರತುಪಡಿಸಿ ಉಳಿದೆಲ್ಲ ಪುರುಷರು ತನ್ನ ಸೋದರರು ಎಂದುತ್ತರಿಸಿದಳು. ಬೊಮ್ಮಯ್ಯ ತನ್ನನ್ನು ಮನ್ನಿಸಿ ಎಂದು ಅವಳಲ್ಲಿ ಬೇಡಿಕೊಂಡ. ಅವನೊಂದಿಗೆ ಅನುಭವ ಮಂಟಪದತ್ತ ಹೆಜ್ಜೆ ಹಾಕಿದಳು.

ಅನುಭವ ಮಂಟಪ ತಲಪಿದ ಅಕ್ಕಮಹಾದೇವಿಗೆ ಹೇಳಲಾಗದಷ್ಟು ಸಂತೋಷ, ಸಂಭ್ರಮ. ಅಕ್ಕಮಹಾದೇವಿ ಮಹಾಮನೆಯಾದ ಅನುಭವ ಮಂಟಪವನ್ನು ಪ್ರವೇಶಿಸುತ್ತಾಳೆ. ಮಡಿವಾಳ ಮಾಚಯ್ಯ ಧವಳ (ಬಿಳಿ) ವಸ್ತ್ರದ ಹೊದಿಕೆಯೊಂದನ್ನು ಹಾಕಿ ಒಳಗಾಗಮಿಸಬೇಕೆಂದು ಭಕ್ತಿ ಗೌರವದಿಂದ ಕೋರುತ್ತಾನೆ. ಅಕ್ಕ ಭಕ್ತಿಯಿಂದ ಪ್ರತಿಯಾಗಿ ವಂದಿಸುತ್ತಾಳೆ. ಹೊದಿಕೆಯನ್ನು ತೆಗೆದುಕೊಂಡು, ಸರ್ವಾಂಗಕ್ಕೆ ಹೊದ್ದುಕೊಂಡು ವಿಶ್ವಗುರು ಬಸವಣ್ಣನವರಿಗೆ ಅನನ್ಯ ಭಕ್ತಿಯಿಂದ ನಮಸ್ಕರಿಸುತ್ತಾಳೆ.

ಅನುಭವ ಮಂಟಪ ಜ್ಞಾನಿಗಳ, ಶಿವಭಕ್ತರ, ವಿದ್ವಾಂಸರ ಕೇಂದ್ರಸ್ಥಾನವಾಗಿತ್ತಲ್ಲದೆ ಅನೇಕರ ಬದುಕಿನ ಪ್ರಯೋಗಾಲಯವಾಗಿತ್ತು. ಕಾಯಕ ಜೀವಿಗಳ ಕೂಟವಾಗಿತ್ತು. ತತ್ತ್ವಜ್ಞಾನ ಸಮ್ಮೇಳನದ ಕೇಂದ್ರವಾಗಿತ್ತು. ವಿಚಾರಮಂಥನ ಮಾಡುವ ಮಹಾಮನೆಯಾಗಿತ್ತು. ಅನುಭವ ಮಂಟಪದ ಅಧ್ಯಕ್ಷ ಅಲ್ಲಮಪ್ರಭುಗಳನ್ನು ಕಾಣಲು ಅಕ್ಕಮಹಾದೇವಿ ಹಂಬಲಿಸಿದಳು. ಅವರ ದರ್ಶನವೂ ಆಯಿತು. ಆದರೆ ಆಕೆ ಅವರಿಂದ ಒಂದು ಸಣ್ಣ ಪರೀಕ್ಷೆ ಎದುರಿಸಬೇಕಾಯಿತು.

'ನಿನಗಿನ್ನು 18–22 ವರ್ಷವಿದ್ದಿರಬೇಕು. ಇಷ್ಟು ಬೇಗ ಏಕೆ ಬಂದೆ? ಇಲ್ಲಿ ವಿವಾಹಿತರಿಗೆ ಮಾತ್ರ ಪ್ರವೇಶ. ನಿನಗೆ ಮದುವೆಯಾಗಿಲ್ಲದಿದ್ದರೆ ಬಂದ ದಾರಿ ಹಿಡಿದು ಹಿಂದಕ್ಕೆ ಹೋಗು,' ಅಲ್ಲಮಪ್ರಭು ಹೇಳಿದರು.

'ನನ್ನ ವಿವಾಹ ನಾನು ಚಿಕ್ಕವಳಿದ್ದಾಗ ಆಯಿತು. ಗುರುಗಳು ದೀಕ್ಷೆಯನ್ನು ಕೊಡುವಾಗ ವಿಭೂತಿ ಭಸ್ಮದ ತಿಲಕ ಹಚ್ಚಿದರು. ರುದ್ರಾಕ್ಷಿಯೆಂಬ ಕಂಕಣವು ಕಟ್ಟಲ್ಪಟ್ಟಿತು. ಶ್ರೀ ಗುರುಲಿಂಗದೇವರ ಸಮ್ಮುಖದಲ್ಲಿ ಸಮಸ್ತ ಗುರು ಹಿರಿಯರ ಆಶೀರ್ವಾದ ಲಭ್ಯವಾಗಿ ನನಗೆ ಮುತ್ತೈದೆ ಭಾಗ್ಯ ದೊರಕಿತು' ಎಂದು ಅಕ್ಕ ಉತ್ತರಿಸಿದರು.

ಅಷ್ಟಕ್ಕೂ ಸಮಾಧಾನಗೊಳ್ಳದ ಅಲ್ಲಮಪ್ರಭು ಅವಳ ಗಂಡನಾರು? ಅವನ ಕುರುಹು ಏನು? ಎಂದು ವಿಚಾರಿಸುವರು. ಅಕ್ಕಮಹಾದೇವಿ ಶರಣ ಸತಿಯಾದ್ದರಿಂದ ತನ್ನ ಲಿಂಗಪತಿಯ ಕುರುಹನ್ನು ಅತ್ಯಂತ ಮಧುರ ಭಾಷೆಯಲ್ಲಿ ಹೀಗೆ ಹೇಳುತ್ತಾಳೆ.

ಚೆನ್ನಮಲ್ಲಿಕಾರ್ಜುನ ಎಂಬುದು ತನ್ನ ಗಂಡನ ಹೆಸರಾಗಿದ್ದು ಲೋಕದ ಇತರ ಪುರುಷರೆನಗೆ ಸಂಬಂಧವಿಲ್ಲ ಎನ್ನುವಳು. ಆಗ ಅಲ್ಲಮಪ್ರಭು 'ಹಾಗಾದರೆ ಆ ಕೌಶಿಕ ನಿನಗೇನಾಗಬೇಕು? ನೀನು ಅವನ ಹಿಂದೆ ಓಡಿ ಹೋದೆಯಂತಲ್ಲಾ? ಈ ರೀತಿಯಾಗಿ ಜನರು ಆಡುತ್ತಾರೆ. ಇದಕ್ಕೇನು ಹೇಳುವೆ?' ಎಂದು ಕೇಳಿದರು. ಆದರೆ ಅಕ್ಕಮಹಾದೇವಿ ಕೋಪಿಸಿಕೊಳ್ಳುವುದಿಲ್ಲ. ಸಮಾಧಾನದಿಂದಲೇ ಉತ್ತರ ನೀಡುತ್ತಾಳೆ.

'ನಾನು ಅರಮನೆಗೆ ಹೋಗಿದ್ದು ನಿಜ. ಆದರೆ ರಾಜನ ಸಕಲ ಸಂಪತ್ತಿನ ಆಸೆಗಾಗಿ ಅಲ್ಲ. ನನ್ನ ಸೌಂದರ್ಯವನ್ನು ಮೆಚ್ಚಿ ಅವನೇ ನನ್ನನ್ನು ವಿವಾಹವಾಗಲು ಇಚ್ಛಿಸಿದ' ಎಂದು ನಡೆದ ಘಟನೆಗಳನ್ನು ವಿವರವಾಗಿ ತಿಳಿಸಿದಳು. 'ನಾನು ದಿಗಂಬರೆಯಾಗಿ ಅರಮನೆಯನ್ನು ಬಿಟ್ಟು ಬಂದಿದ್ದು ನಿಜ. ಈ ಮೂಲಕ ಅವನ ಕಣ್ಣಲ್ಲಿ ತುಂಬಿದ್ದ ಕಾಮವನ್ನು ಕಿತ್ತೆಸೆದೆ. ಈಗ ಅವನ ಮತ್ತು ನನ್ನ ನಡುವಿನ ಸಂಬಂಧ ತಾಯಿ–ಮಗ, ತಂದೆ–ಮಗಳಂತೆಯೇ ಹೊರತು ಬೇರಾವ ಸಂಬಂಧವಿಲ್ಲ ಪ್ರಭುಗಳೇ' ಎಂದು ಅಕ್ಕಮಹಾದೇವಿ ತನ್ನ ಮಾತನ್ನು ಮುಗಿಸಿದಳು.

ಅಷ್ಟಕ್ಕೆ ಸುಮ್ಮನಾಗದ ಪ್ರಭುಗಳು ಮತ್ತೆ ಪ್ರಶ್ನೆಗಳ ಸರಮಾಲೆಯನ್ನೇ ಎಸೆದರು. 'ನಿನ್ನನ್ನು ನಂಬುವುದು ಹೇಗೆ? ಹಲವು ದಿನಗಳ ಕಾಲ ಅರಮನೆಯಲ್ಲಿದ್ದೆ. ಒಂದು ದಿನವಾದರೂ ಅವನತ್ತ ನಿನ್ನ ಮನಸ್ಸು ಹೋಗಲಿಲ್ಲವೆ? ಬೆಕ್ಕು ಕಣ್ಣುಮುಚ್ಚಿ ಹಾಲು ಕುಡಿದರೆ ಜಗತ್ತಿಗೆ ತಿಳಿಯದೆ? ನಿನ್ನ ಮನದಲ್ಲಿ ಯಾವ ಮೋಹವಿಲ್ಲವೆಂದೆಯಲ್ಲ. ಈಗ ನಿನ್ನ ದೇಹವನ್ನು ಕೂದಲಿನಿಂದ ಏಕೆ ಮರೆಮಾಡಿರುವೆ? ಇದರ ಅರ್ಥ ಅಂತರಂಗದಲ್ಲಿ ಇನ್ನೂ ನಾಚಿಕೆ ಉಳಿದಿದೆ ಎಂದರಲ್ಲವೆ?'

ಅಕ್ಕಮಹಾದೇವಿ ಶಾಂತವಾಗಿ ಹೇಳಿದಳು.

'ಹಣ್ಣು ಕೈಯಲ್ಲಿ ಹಿಡಿದರೆ ಅದರ ಅರ್ಥ ತಿಂದಂತಲ್ಲ. ಅವನ ಅರಮನೆಯಲ್ಲಿದ್ದುದು ನಿಜ. ಆದರೂ ಅವನತ್ತ ಕಣ್ಣೆತ್ತಿ ನೋಡಿದವಳಲ್ಲ'.

'ಶಿವನೊಲಿಯುವುದು ಅಂತರಂಗ ಶುದ್ಧವಾದ ದೇಹಕ್ಕೆ, ಅವನಿಗೆ ಕಾಣುವುದು ಅಂತರಂಗದ ಸೌಂದರ್ಯ. ಸಾಧಕರು ಈ ಸೌಂದರ್ಯಕ್ಕಷ್ಟೇ ಪ್ರಯತ್ನಿಸಬೇಕು. ಈ ದೃಷ್ಟಿಯಿಂದ ನಾನು ಬಾಳುತ್ತಿದ್ದೇನೆ.' ಮುಂದುವರಿಸಿ,

'ಒಂದು ಹಂಗನ್ನು ಬಿಟ್ಟು ಇನ್ನೊಂದು ಹಂಗನ್ನು ಹಿಡಿದಿರುವುದು ನಿಜ. ಇದು ನನಗಾಗಿ ಅಲ್ಲ. ಇದೆಲ್ಲ ನಿಮಗಾಗಿ. ಇದನ್ನೆಲ್ಲ ನೋಡಿ ನಿಮ್ಮ ಮನಸ್ಸು ನೋಯಬಾರದೆಂದು ಕೂದಲಿನಿಂದ ಮರೆಮಾಡಿರುವೆನಷ್ಟೇ ಹೊರತು ಇನ್ನಾವುದರ ಮೇಲೆ ಮೋಹವಾಗಲಿ, ನಾಚಿಕೆಯಾಗಲಿ ಅಲ್ಲ. ಅದಕ್ಕಾಗಿಯೇ ದಿಗಂಬರೆಯಿಂದ ಕೇಶಾಂಬರೆಯಾಗಿರುವೆನು. ಪ್ರಭುಗಳೇ, ಹಣ್ಣು ಪಕ್ವವಾದರೆ ಎಂದು ಅದರ ಬಣ್ಣದಿಂದಲೇ ತಿಳಿಯುತ್ತದೆ. ಅದನ್ನು ಹೋಳು ಮಾಡುವ ಅವಶ್ಯಕತೆಯಿಲ್ಲ. ಸಿಪ್ಪೆ ಸುಲಿದಿಟ್ಟ ಮೇಲೆ ಹುಳು ಹತ್ತಿ, ಹಣ್ಣು ಕೆಡುವುದು ಸಹಜ. ಆದರೆ ಸೀರೆಯನ್ನು ಬಿಟ್ಟು ಕೇಶಾಂಬರೆಯಾದ ನಾನು ಕಾಮ, ಮೋಹ ಎಂಬ ಹುಳುಗಳನ್ನು ನನ್ನತ್ತ ಹಾಯಲು ಬಿಡಲಿಲ್ಲ. ನನ್ನ ಸುತ್ತಲು ಭಕ್ತಿಯ ಕವಚ ಹಾಕಿದ್ದೇನೆ. ಈ ಭಕ್ತಿಯ ಹಣ್ಣನ್ನು ಚೆನ್ನಮಲ್ಲಿಕಾರ್ಜುನನಿಗೆ ಅರ್ಪಿಸಿದ್ದೇನೆ. ಇಂದ್ರಿಯಗಳ ಚಟುವಟಿಕೆಗಳಿಗೆ ಮನಸ್ಸೇ ಮೂಲ.

ಅಂಥ ಮನಸ್ಸನ್ನು ದೇವನಲ್ಲಿ ಸಮರ್ಪಣೆ ಮಾಡಿದ ಬಳಿಕ ತನು, ಮನ, ಇಂದ್ರಿಯಗಳ ಪಾವಿತ್ರ್ಯ ಕೆಡುವ ಪ್ರಶ್ನೆಯೇ ಇಲ್ಲ.'

ಮಹಾದೇವಿಯ ಸುದೀರ್ಘ ಉತ್ತರದಲ್ಲಿ ಅವಳ ವೈರಾಗ್ಯದ ನಿಲುವು ಎದ್ದು ಕಾಣುತ್ತಿತ್ತು. ಅಲ್ಲಮಪ್ರಭುಗಳು ಕೇಳಿದ ಪ್ರಶ್ನೆಗಳಿಗೆಲ್ಲ ಅಕ್ಕ ಸಮರ್ಪಕ ಉತ್ತರಕೊಟ್ಟು ಪ್ರಖರವಾಗಿ ಬೆಳಗುತ್ತಾಳೆ. ಅವಳ ಉತ್ತರಗಳನ್ನು ಗಮನವಿಟ್ಟು ಆಲಿಸಿದ ಅಲ್ಲಮರು 'ನಿನ್ನ ಭಕ್ತಿಗೆ ಹಾಗೂ ಜ್ಞಾನಕ್ಕೆ ನಮೋ ನಮೋ' ಎನ್ನುವರು. ಶರಣರೆಲ್ಲ ಉನ್ನತ ಮಟ್ಟದ ಸಂವಾದವನ್ನು ಕೇಳಿ ಅಕ್ಕನನ್ನು ಸ್ತುತಿಮಾಡಲು ಪ್ರಾರಂಭಿಸಿದರು.

** ** **

ಸುಮಾರು ನಾಲ್ಕು ವರ್ಷಗಳ ಕಾಲ ಅನುಭವ ಮಂಟಪದಲ್ಲಿ ಶರಣರೊಡನೆ ಅನುಭವಗೋಷ್ಠಿ ಮಾಡಿ, ಉನ್ನತ ಸ್ತರದ ಚಿಂತನೆಗಳಲ್ಲಿ ಮುಳುಗಿದ್ದಳು. ನಂತರ ಅವಳಿಗೆ ತನ್ನ ದೇಹವನ್ನು ವಿಸರ್ಜಿಸುವ ಬಯಕೆಯಾಯಿತು. ಆದರೆ ಪ್ರಭುದೇವರಿಗೆ ಅಕ್ಕನನ್ನು ಕಳಿಸುವ ಬಯಕೆ ಇರಲಿಲ್ಲ. ಶಿವನೊಡನೆ ಸೇರಲು ಇಚ್ಛಾಮರಣಿಯಾಗಿ ಹೊರಟಿರುವುದಾಗಿ ಭಿನ್ನವಿಸಿಕೊಂಡಳು. ಅಲ್ಲಮಪ್ರಭುಗಳನ್ನು ತಾನು ಲಿಂಗೈಕ್ಯವಾಗುವ ಸ್ಥಳವನ್ನು ಹೇಳಬೇಕೆಂದು ಒತ್ತಾಯ ಮಾಡಿದಳು.

ಆಗ ಪ್ರಭುದೇವರು ಶ್ರೀಶೈಲದಲ್ಲಿನ ಕದಳೀವನದ ಬಗ್ಗೆ ಹೇಳಿ ಅಲ್ಲಿಗೆ ಹೋಗುವ ಬಗೆಯನ್ನು ವಿವರವಾಗಿ ತಿಳಿಸಿದರು. ಅಕ್ಕಮಹಾದೇವಿ ಅಲ್ಲಿಗೆ ಹೋಗಲು ನಿರ್ಧರಿಸಿ ಕೊನೆಯ ಬಾರಿಗೆ ಬಸವಣ್ಣನವರನ್ನು ಕಾಣಲು ತೆರಳಿದಳು.

'ಗುರುಗಳ ಮಾರ್ಗದರ್ಶನದಲ್ಲಿ ಕಲ್ಯಾಣದ ದಾರಿಯನ್ನು ಹಿಡಿದೆ. ಕಲ್ಯಾಣ ದೊರಕಿತು. ಇನ್ನು ಮುಂದೆ ಶ್ರೀಶೈಲಕ್ಕೆ ಹೋಗಿ ನನ್ನ ದೇವನನ್ನು ಕಾಣಬೇಕೆಂಬುದು ನನ್ನ ಹಂಬಲ. ಅದಕ್ಕೆ ನಿಮ್ಮ ಅಪ್ಪಣೆ ಪಡೆಯಲು ಬಂದಿದ್ದೇನೆ ಎನ್ನುತ್ತಾಳೆ. ಬಸವಣ್ಣನವರು ಒಪ್ಪಿಗೆ ಸೂಚಿಸುತ್ತಾರೆ. ನಂತರ ಅಲ್ಲಮರ ಸೂಚನೆಯಂತೆ ಅಕ್ಕಮಹಾದೇವಿ ಆಧ್ಯಾತ್ಮಿಕ ಕಾಷಾಯ ಧರಿಸುತ್ತಾಳೆ.

ಕಲ್ಯಾಣದ ಶರಣರು ಅಕ್ಕನನ್ನು ಶ್ರೀಶೈಲಕ್ಕೆ ಬೀಳ್ಕೊಡಲು ಊರ ಹೊರಗೆ ನಡೆದು ಬರುತ್ತಾರೆ. ಅಕ್ಕ ಅವರನ್ನು ವಂದಿಸಿ ಕಲ್ಯಾಣವನ್ನು ಅಗಲಿ ಶ್ರೀಶೈಲ ಶಿಖರದತ್ತ ಹೊರಡುತ್ತಾಳೆ. ಹತ್ತಾರು ದಿನಗಳ ಕಾಲ ನಡೆದು ಕದಳಿ ವನಕ್ಕೆ ಬಂದಳು. ದಾರಿಯಲ್ಲಿ ಸಿಕ್ಕ ಹಲವು ಊರುಗಳಲ್ಲಿ ಅವಳು ಪ್ರವಚನ ಹೇಳುತ್ತಾ ವಚನದ ಜ್ಯೋತಿ ಬೆಳಗಿದಳು.

ಅಕ್ಕಮಹಾದೇವಿ ಒಂದು ಕಲ್ಲಿನ ಗುಹೆಯನ್ನು ಪ್ರವೇಶಿಸಿ ಏಕಾಂತದಲ್ಲಿ ಧ್ಯಾನಕ್ಕೆ ಕುಳಿತಳು. ಹೀಗೆ ಲೌಕಿಕ ಜೀವನದಿಂದ ಬಿಡುಗಡೆಗೊಂಡ ಅಕ್ಕ ಪಾರಮಾರ್ಥಿಕ ಜೀವನದಲ್ಲಿ ತನ್ನ ಆರಾಧ್ಯ ದೇವ ಚೆನ್ನಮಲ್ಲಿಕಾರ್ಜುನನನ್ನು ಆರಾಧಿಸುತ್ತ ಅವನಲ್ಲಿಯೇ ಐಕ್ಯಳಾದಳು.

** ** **

2. ವಚನಸಿರಿ

ಶಿವಶರಣರಲ್ಲಿ ಮೇರುವ್ಯಕ್ತಿಗಳಲ್ಲೊಬ್ಬರಾದ ಅಲ್ಲಮ ಪ್ರಭುಗಳು, ಅಕ್ಕನವರ ಪಾದಗಳಿಗೆ ನಮೋ ನಮೋ ಎಂದಿದ್ದಾರೆಂದರೆ ಅವಳ ಮಹಿಮೆ ಎಂಥ ಸೊಬಗಿನದು! ಅಕ್ಕಮಹಾದೇವಿ ಶಿವಶರಣೆಯರ ನಾಯಕಮಣಿ. ಅವಳ ವಚನಗಳು ನುಡಿಮುತ್ತುಗಳು. ಅವನ್ನು ಜೀವನದಲ್ಲಿ ಅಳವಡಿಸಿಕೊಂಡು ಅದರಂತೆ ಬದುಕಿದರೆ ಜೀವನ ಪಾವನವಾಗುತ್ತದೆ. 'ಶಿವಶಿವಾ' ಎಂಬ ಮೂಲಮಂತ್ರವನ್ನು ಉಚ್ಚರಿಸಿದರೂ ಸಾಕು ಬದುಕು ಪಾವನಮಯವಾಗುತ್ತದೆಯೆಂದು ವಚನವೊಂದರಲ್ಲಿ ಹೇಳಿದ್ದಾಳೆ. ಪ್ರಣವಮಂತ್ರವೆನ್ನಿಸಿದ 'ನಮ: ಶಿವಾಯ'ವನ್ನು ಒಂದು ಬಾರಿ ನೆನೆದರೆ ಸಾಕು. ನಾವು ಮಾಡಿದ ಕೋಟಿ ಪಾಪಗಳು ನಾಶವಾಗುತ್ತವೆ.

** ** **

ಅಕ್ಕಮಹಾದೇವಿಯ ಅತ್ಯಂತ ಪ್ರಸಿದ್ಧ ವಚನಗಳು ಇವಾಗಿವೆ:

ಬೆಟ್ಟದ ಮೇಲೊಂದು ಮನೆಯಮಾಡಿ
ಮೃಗಗಳಿಗಂಜಿದೊಡೆಂತಯ್ಯಾ?
ಸಮುದ್ರದ ತಡಿಯಲೊಂದು ಮನೆಯ ಮಾಡಿ
ನೊರೆ ತೆರೆಗಳಿಗಂಜಿದಡೆಂತಯ್ಯಾ?
ಸಂತೆಯೊಳಗೊಂದು ಮನೆಯ ಮಾಡಿ
ಶಬ್ದಕ್ಕೆ ನಾಚಿದೊಡೆಂತಯ್ಯಾ?
ಚೆನ್ನಮಲ್ಲಿಕಾರ್ಜುನ ದೇವ ಕೇಳಯ್ಯ
ಲೋಕದೊಳಗೆ ಹುಟ್ಟಿದ ಬಳಿಕ ಸ್ತುತಿನಿಂದೆಗಳು ಬಂದೆಡೆ
ಮನದಲ್ಲಿ ಕೋಪವ ತಾಳದೆ ಸಮಾಧಾನಿಯಾಗಿರಬೇಕು.

ಈ ವಚನದ ಭಾವಾರ್ಥ ಹೀಗಿದೆ: ಹೊಗಳಿಕೆ ಮತ್ತು ತೆಗಳಿಕೆ ಒಂದೇ ನಾಣ್ಯದ ಎರಡು ಮುಖಗಳಿದ್ದಂತೆ. ಶರಣನು ಸ್ಥಿತಪ್ರಜ್ಞನಾಗಿ ಇದನ್ನು

ಸ್ವೀಕರಿಸಬೇಕು. ಬೆಟ್ಟದ ಮೇಲೆ ಮನೆಯಮಾಡಿ ಅಲ್ಲಿ ವಾಸಿಸಲಾರಂಭಿಸಿದ ಮೇಲೆ, ಅಲ್ಲಿ ನೆಲೆಸಿರುವ ಮೃಗಗಳಿಗೆ ಹೆದರಬಾರದಲ್ಲವೆ? ಸಮುದ್ರ ದಂಡೆಯ ಮೇಲೆ ಮನೆ ಕಟ್ಟಿಕೊಂಡು ವಾಸಮಾಡಲಾರಂಭಿಸಿದ ನಂತರ ಅದರ ತೀರದಲ್ಲಿ ಕಾಣುವ ನೊರೆ ಮತ್ತು ಅಲೆಗಳಿಗೆ ಹೆದರಿ ಓಡಬಾರದು! ಸಂತೆಯಲ್ಲಿ ಗದ್ದಲ ಇರುವುದು ಸಹಜ. ಎಲ್ಲವನ್ನೂ ಸಹನೆ, ತಾಳ್ಮೆಯಿಂದ ಸ್ವೀಕರಿಸಬೇಕು. ಯಾರು ಸದಾ ಸಮಾಧಾನಿಯಾಗಿರುತ್ತಾರೋ ಅವನೇ ಚೆನ್ನಮಲ್ಲಿಕಾರ್ಜುನನಿಗೆ ಪ್ರಿಯನು.

** ** **

ಧನ ಮತ್ತು ಧರ್ಮದ ರಹಸ್ಯದ ಬಗ್ಗೆ ರಚಿಸಿರುವ ವಚನದಲ್ಲಿ ಮನುಷ್ಯ ಪರೋಪಕಾರಿಯಾದರೆ ಮಾತ್ರ ಆತನ ಬದುಕು ಸಾರ್ಥಕ ಎನ್ನುತ್ತಾಳೆ ಅಕ್ಕ.

ಮರವಿದ್ದು ಫಲವೇನು ನೆಳಲಿಲ್ಲದನ್ನಕ್ಕ?
ಧನವಿದ್ದು ಫಲವೇನು ದಯವಿಲ್ಲದನ್ನಕ್ಕ?
ಹಸುವಿದ್ದು ಫಲವೇನು ಹಯನಿಲ್ಲದನ್ನಕ್ಕ?
ರೂಪಿದ್ದು ಫಲವೇನು ಗುಣವಿಲ್ಲದನ್ನಕ್ಕ?
ಅಗಲಿದ್ದು ಫಲವೇನು ಬಾನವಿಲ್ಲದನ್ನಕ್ಕ?
ನಾನಿದ್ದು ಫಲವೇನು ನಿಮ್ಮ ಜ್ಞಾನವಿಲ್ಲದನಕ್ಕ ಚೆನ್ನಮಲ್ಲಿಕಾರ್ಜುನಾ?

ಯಾವುದೇ ಮರವಾಗಲಿ, ಜೀವಿಯಾಗಲಿ, ಪರೋಪಕಾರಿಯಾಗಿರಬೇಕು. ನೆರಳು ನೀಡದ ಮರದಿಂದೇನು ಪ್ರಯೋಜನ? ಕರುವಿಲ್ಲದ ಹಸುವಿದ್ದರೇನು ಪ್ರಯೋಜನ? ಕರು ಹಾಲು ಕುಡಿದು ನಮಗೂ ಹಾಲನ್ನು ನೀಡಲು ಸಹಕಾರಿಯಾಗುತ್ತದೆ. ಮನುಷ್ಯನಿಗೆ ಕೇವಲ ಸೌಂದರ್ಯವಿದ್ದರೇನು? ಗುಣವಿಲ್ಲದಿದ್ದರೆ ಏನೂ ಪ್ರಯೋಜನವಿಲ್ಲ. ಅದರಂತೆ ಶ್ರೀಶೈಲದ ಚೆನ್ನಮಲ್ಲಿಕಾರ್ಜುನನ ಸ್ಮರಿಸದೆಯೇ ನಾನು ನನ್ನದು ಎನ್ನುವ ಅಹಂಕಾರ ಇದ್ದರೇನು ಪ್ರಯೋಜನ?

** ** **

ಸಟೆ-ದಿಟದ ಹಾದಿ ಎಂಬ ವಚನದಲ್ಲಿ ಸುಳ್ಳು ಮತ್ತು ಸತ್ಯ ಎರಡನ್ನೂ ನುಡಿದು ಬಾಳಲಾರನು ಎಂದಿದ್ದಾಳೆ ಅಕ್ಕ. ಸುಳ್ಳು ಹೇಳುವ ಮಾತು ಶರಣನಿಗೆ ನಿಷಿದ್ಧ. ಏಕೆಂದರೆ, ಅದು ಪಾಪವೆಂತಲೇ ಪರಿಗಣಿಸಲಾಗುತ್ತದೆ. ಯಾವ ಶರಣನು ಸುಳ್ಳು ಆಡುತ್ತಲೇ ಶಿವಪೂಜೆಯನ್ನು ಮಾಡುವನೋ ಅವನಿಗೆ ಯಾವುದೇ ರೀತಿಯ ಫಲ ದೊರಕುವುದಿಲ್ಲ. ಶಿವಶರಣನು ಸುಳ್ಳಾಡದೆ

ಸುಳ್ಳುಗಾರನಾಗದೆ, ಸತ್ಯವಂತನಾಗಿಯೇ ಬಾಳಿದರೆ ಆ ಮಲ್ಲಿಕಾರ್ಜುನನು ಒಲಿಯುವನು. ಇಲ್ಲವಾದರೆ ಆ ಶರಣನ ಬದುಕು ನಿರರ್ಥಕ ಎಂಬುದು ಅಕ್ಕನ ವಚನದ ಸಾರಾಂಶ.

ಸಟೆ ದಿಟವೆಂಬುವೆರಡು ವಿಡಿದು ನಡೆವುದೀ ಲೋಕವೆಲ್ಲವು
ಸಟೆ ದಿಟವೆಂಬುವೆರಡು ವಿಡಿದು ನಡೆವನೆ ಲೋಕದೊಡನೆ ಶರಣನು?
ಗುರುಲಿಂಗ ಜಂಗಮದಲ್ಲಿ ಸಟೆಯ ಬಳಸಿದೊಡೆ
ಆತನು ತ್ರಿವಿಧಕ್ಕೆ ದ್ರೋಹಿ, ಅಘೋರ ನರಕಿ,
ಎಂಬುದೆಲ್ಲ ಕಿಲ್ಬಿಷ ತಿಂಬುದೆಲ್ಲ ಅಡಗು
ಕುಡಿವುದೆಲ್ಲ ಸುರೆ, ಹುಸಿಯೆಂಬುದೇ ಹೊಲೆ
ಶಿವಭಕ್ತಂಗೆ ಹುಸಿಯೆಂಬುದುಂಟೆ ಅಯ್ಯಾ!
ಹುಸಿಯನಾಡಿ ಲಿಂಗವ ಪೂಜಿಸಿದಡೆ,
ಹೊಳ್ಳ ಬಿತ್ತಿ ಫಲವನರಸುವಂತೆ ಕಾಣಾ ಚೆನ್ನಮಲ್ಲಿಕಾರ್ಜುನಾ.

** ** **

ಅಕ್ಕ ರಚಿಸಿದ ಮತ್ತೊಂದು ಹೆಸರಾಂತ ವಚನ 'ತನುಕರಗದವರಲ್ಲಿ...' ಶಿವನನ್ನು ಆರಾಧಿಸುವ ಭಕ್ತರು ಯಾವ ಬಗೆಯಲ್ಲಿ ಬದುಕಿದರೆ ಮಾತ್ರ ಶಿವ ಇವರಿಂದ ಪೂಜೆಯನ್ನು ಸ್ವೀಕರಿಸುವನು ಎಂಬ ಸೂಚನೆಯಿದೆ. ಸಮಾಧಾನವಿಲ್ಲದವರಿಂದ ಶಿವ ಗಂಧ ಮತ್ತು ಅಕ್ಷತೆಯನ್ನು ಸ್ವೀಕರಿಸಲಾರ; ಜ್ಞಾನಿಗಳಲ್ಲದವರಿಂದ ಆರತಿಯನ್ನು ಸ್ವೀಕರಿಸಲಾರ; ಅಂತರಂಗ ಶುದ್ಧವಿಲ್ಲದವರಿಂದ ಧೂಪಾರತಿಯನ್ನು ಸ್ವೀಕರಿಸಲಾರ; ವಿಶಾಲ ಮನೋಭಾವ ಇಲ್ಲದವರ ಹೃದಯದಲ್ಲಿ ಶಿವ ನೆಲಸಲಾರನು.

ತನುಕರಗದವರಲ್ಲಿ ಮಜ್ಜನವನೊಲ್ಲೆಯಯ್ಯಾ ನೀನು
ಮನಕರಗದವರಲ್ಲಿ ಪುಷ್ಪವನೊಲ್ಲೆಯಯ್ಯಾ ನೀನು
ಹದುಳಿಗರಲ್ಲದವರಲ್ಲಿ ಗಂಧಾಕ್ಷತೆಯನೊಲ್ಲೆಯಯ್ಯಾ ನೀನು
ಅರಿವು ಕಣ್ದೆರೆಯದವರಲ್ಲಿ ಆರತಿಯನೊಲ್ಲೆಯಯ್ಯಾ ನೀನು
ಭಾವಶುದ್ಧವಿಲ್ಲದವರಲ್ಲಿ ಧೂಪವನೊಲ್ಲೆಯಯ್ಯಾ ನೀನು
ಪರಿಣಾಮಿಗಳಲ್ಲದವರಲ್ಲಿ ನೈವೇದ್ಯವನೊಲ್ಲೆಯಯ್ಯಾ ನೀನು
ತ್ರಿಕರಣ ಶುದ್ಧವಿಲ್ಲದವರಲ್ಲಿ ತಾಂಬೂಲವನೊಲ್ಲೆಯಯ್ಯಾ ನೀನು
ಹೃದಯಕಮಲ ಅರಳದವರಲ್ಲಿ ಇರಲೊಲ್ಲೆಯಯ್ಯಾ ನೀನು
ಎನ್ನಲ್ಲಿ ಏನುಂಟೆಂದು ಕರಸ್ಥಲವನಿಂಬುಗೊಂಡೆ ಹೇಳಾ ಚೆನ್ನಮಲ್ಲಿಕಾರ್ಜುನಯ್ಯಾ!

** ** **

ಪಂಚ ತೀರ್ಥಗಳಲ್ಲಿ ಶುದ್ಧರಾಗಿ ಬಾಳಿ ಬದುಕಿದರೆ ಮಾತ್ರ ಚೆನ್ನಮಲ್ಲಿಕಾರ್ಜುನಯ್ಯನಿಗೆ ಪ್ರಿಯರಾಗುತ್ತಾರೆ. ಆ ಪಂಚತೀರ್ಥಗಳೆಂದರೆ ನಡತೆಯಲ್ಲಿ ಶುಚಿಗೆ (ಶುದ್ಧತೆಗೆ), ಆಡುವ ಮಾತಿನಲ್ಲಿ ಶುಚಿ, ದೇಹ ಶುಚಿ, ಸದಭಿರುಚಿ, ಭಾವನೆಗಳಲ್ಲಿ ಶುಚಿ. ಇದಕ್ಕೆ ಸಂಬಂಧಿಸಿದಂತೆ ಮತ್ತೊಂದು ವಚನವನ್ನು ಅಕ್ಕ ರಚಿಸಿದ್ದಾರೆ. ಅದು ಹೀಗಿದೆ.

ತನು ಶುದ್ಧ, ಮನ ಶುದ್ಧ
ಭಾವ ಶುದ್ಧವಾದವರ ನನಗೊಮ್ಮೆ ತೋರಾ!
ನಡೆಯೆಲ್ಲ ಸದಾಚಾರ, ನುಡಿಯೆಲ್ಲ ಶಿವಾಗಮ,
ನಿತ್ಯ ಶುದ್ಧರಾದವರನೆನಗೊಮ್ಮೆ ತೋರಾ!
ಕತ್ತಲೆಯ ಮೆಟ್ಟಿ ತಳವೆಳಗಾಗಿ ಹೊರಗೊಳಗೊಂದಾಗಿನಿಂದ
ನಿಮ್ಮ ಶರಣರನೆನಗೊಮ್ಮೆ ತೋರಾ ಚೆನ್ನಮಲ್ಲಿಕಾರ್ಜುನಾ.

ನಡತೆಯಲ್ಲಿ, ನುಡಿಯಲ್ಲಿ, ಸದಾಚಾರ, ಶಿವಭಕ್ತಿಗಳನ್ನೇ ಆಧರಿಸಿ ಜೀವಿಸಿರುವ ಭಕ್ತರನ್ನು ತೋರಿಸು ಹೇ ಶಿವನೇ ಎಂದು ಬೇಡುತ್ತಾಳೆ ಅಕ್ಕ.

** ** **

ಅಕ್ಕನ ಒಂದು ವಚನದಲ್ಲಿ, ಬದುಕಿನಲ್ಲಿ ಉತ್ತಮ ಗುಣ ಹೊಂದಿದ್ದರೆ ಮಾತ್ರ ಪ್ರಯೋಜನವಿಲ್ಲ. ಅದನ್ನು ಅನುಷ್ಠಾನಗೊಳಿಸಬೇಕು ಎಂಬುದನ್ನು ತಿಳಿಸುತ್ತದೆ. ವೇದ ಶಾಸ್ತ್ರ, ಪುರಾಣ, ಆಗಮ ಶಾಸ್ತ್ರಗಳೆಲ್ಲವೂ ಒರಳುಕಲ್ಲಿನಲ್ಲಿ ಹಾಕಿದ ಅಕ್ಕಿಯನ್ನು ಬೇರ್ಪಡಿಸುವ ನುಚ್ಚು, ತೌಡಿನಂತೆ! ಕೇವಲ ಓದಿ, ಮನನ ಮಾಡಿದರೆ ಏನು ಪ್ರಯೋಜನವೆಂದು ಕೇಳುತ್ತಾಳೆ ಅಕ್ಕ. ಜೀವನದಲ್ಲಿ ಅದನ್ನು ಅನುಷ್ಠಾನಗೊಳಿಸಿದರೆ ಮಾತ್ರ ತನಗೂ, ಸಮಾಜಕ್ಕೂ ಒಳಿತಾಗುತ್ತದೆ; ಜೀವನ ವಿಕಾಸಗೊಳ್ಳುವುದು; ಸಮಾಜದಲ್ಲಿ ಸುಧಾರಣೆ ಕಂಡು ಬರುವುದು. ಎಲ್ಲರಿಗೂ ನ್ಯಾಯ ದೊರಕುವುದು.

** ** **

ಸಮಾಧಿಯ ಹಂಗೇಕೆ ಎಂಬ ವಚನದಲ್ಲಿ ತನ್ನ ಉಸಿರೇ ಸುವಾಸನೆಯಿಂದಿರುವಾಗ ಬೇರೆ ಹೂವಿನ ಪರಿಮಳ ಯಾಕೆ ಬೇಕು ಎಂದು ಕೇಳುತ್ತಾಳೆ ಅಕ್ಕ. ಕ್ಷಮಾಗುಣ, ಸಹನಶೀಲತೆ, ಶಾಂತಿ, ಸಮಾಧಾನ ರೂಢಿಸಿಕೊಂಡ ನಂತರ ಇನ್ನು ಸಮಾಧಿಯ ಹಂಗೇಕೆ? ಜಗತ್ತೇ ನಾನು, ನಾನೇ ಜಗತ್ತು ಎಂಬ ಭಾವನೆ ಹುಟ್ಟಿದ ಮೇಲೆ ಏಕಾಂತದ ಹಂಗೇಕೆ? ಚೆನ್ನಮಲ್ಲಿಕಾರ್ಜುನನೇ ಸರ್ವಸ್ವ ಎನ್ನುವ ಭಾವನೆ ಇಲ್ಲಿದೆ. ಭಕ್ತನು

ಶಿವತ್ವದ ಪರಮ ಹಂತವನ್ನು ಸೇರಿದ ನಂತರ ಏಕಾಂತತೆ, ಸಮಾಧಿ ಎಲ್ಲವೂ ತೃಣ.

ಉಸಿರಿನ ಪರಿಮಳವಿರಲು ಕುಸುಮದ ಹಂಗೇಕಯ್ಯಾ?
ಕ್ಷಮೆ, ದಯೆ, ಶಾಂತಿ, ಸೈರಣೆಯಿರಲು ಸಮಾಧಿಯ ಹಂಗೇಕಯ್ಯಾ?
ಲೋಕವೇ ತಾನಾದ ಬಳಿಕ ಏಕಾಂತದ ಹಂಗೇಕಯ್ಯಾ?
ಚೆನ್ನಮಲ್ಲಿಕಾರ್ಜುನಾ.

** ** **

ಎಲ್ಲರ ಪ್ರಾಣವೂ ಅವರ ಅಂಗೈಯಲ್ಲಿದೆಯನ್ನುತ್ತಾರಾದರೂ, ತನ್ನ ಪ್ರಾಣ ಮಾತ್ರ ಜಂಗಮರ ಕೈಯಲ್ಲಿದೆ ಎನ್ನುವ ಅಕ್ಕ ಎಲ್ಲರ ಆಯುಷ್ಯವೂ ಅವರವರ ಹಣೆಯಲ್ಲಿ ಬರೆದಿದೆ. ಆದರೆ ತನ್ನ ಆಯುಷ್ಯವು ಮಾತ್ರ ನಿನ್ನಲ್ಲಿ ಸೇರಿಕೊಂಡಿದೆ ಚೆನ್ನಮಲ್ಲಿಕಾರ್ಜುನಾ ಎನ್ನುತ್ತಾಳೆ. ತನ್ನ ಮತ್ತೊಂದು ವಚನದಲ್ಲಿ ಶರಣರ ಪಾದ ಧೂಳಿಯನ್ನೇ ನನ್ನ ಪ್ರಾಣಲಿಂಗವೆಂದು ಧರಿಸಿದ್ದೇನೆ ಎನ್ನುವುದು ವಚನದ ಭಾವ.

ಎಲ್ಲರ ಪ್ರಾಣವಂಗೈಯಲಿದೆ; ಎನ್ನ ಪ್ರಾಣ ಜಂಗಮದಲಿದೆ
ಎಲ್ಲರ ಆಯುಷ್ಯ ಶಿರದಲ್ಲಿ ಬರೆದಿದೆ;
ಎನ್ನ ಪ್ರಾಣ ಆಯುಷ್ಯ ನಿಮ್ಮಲ್ಲಿ ಸಂದಿದೆ
ಚೆನ್ನಮಲ್ಲಿಕಾರ್ಜುನಾ
ನಿಮ್ಮ ಶರಣರೆನ್ನ ಪ್ರಾಣಲಿಂಗವೆಂದು ಧರಿಸಿದೆನು.

** ** **

ಜಗಜ್ಯೋತಿ ಬಸವಣ್ಣನವರ ಬಗ್ಗೆ ಅಕ್ಕನಿಗೆ ಅಪಾರ ಗೌರವ, ನಿಷ್ಠೆ. ಬಸವಣ್ಣನೇ ಗುರುವೆಂದ ಅಕ್ಕ, ದೇವಲೋಕ, ಮರ್ತ್ಯ ಲೋಕ, ನಾಗಲೋಕದವರೆಲ್ಲರಿಗೂ ದೇವನಂತಿರುವ ಬಸವಣ್ಣನವರನ್ನು ಅನಾದಿ ಸ್ವರೂಪವೆಂದೂ ಸ್ತುತಿಸುತ್ತಾಳೆ.

ನಿನ್ನ ಲಿಂಗದಾಚಾರವ ಕಂಡು ಎನಗೆ
ಲಿಂಗ ಸಂಗವಾಗಿತ್ತಯ್ಯ ಬಸವಣ್ಣ
ನಿನ್ನ ಮನದ ಸುಜ್ಞಾನವ ಕಂಡು ಎನಗೆ
ಜಂಗಮ ಸಂಬಂಧವಾಯಿತಯ್ಯ ಬಸವಣ್ಣ
ನಿನ್ನ ಸದ್ಭಕ್ತಿಯ ತಿಳಿದು ಎನಗೆ

ನಿಜ ಸಾಧ್ಯವಾಯಿತಯ್ಯ ಬಸವಣ್ಣ
ಚೆನ್ನಮಲ್ಲಿಕಾರ್ಜುನನ ಹೆಸರಿಟ್ಟು ನೀವಾದ ಕಾರಣ
ನಾನೆಂಬುದಿಲ್ಲವಯ್ಯಾ ಬಸವಣ್ಣ.

ಒಂದು ವಚನದಲ್ಲಿ ಹೀಗೆ ಹೇಳುತ್ತಾಳೆ. 'ಬಸವಣ್ಣನ ಮನೆಯ ಮಗಳಾಗಿ ಬದುಕಿದೆನಾಗಿ, ತನ್ನ ಕರುಣಭಕ್ತಿ ಪ್ರಸಾದವ ಕೊಟ್ಟನು.' ಆಚಾರ, ಲಿಂಗ, ಜಂಗಮ ಜ್ಞಾನಗಳನ್ನು ಅಕ್ಕನಿಗೆ ತೋರಿಸಿದ ಕರುಣಾಳು ಬಸವಣ್ಣ.

** ** **

ಮುತ್ತು ನೀರಲಾಯಿತ್ತು, ವಾರಿಕಲ್ಲು ನೀರಲಾಯಿತ್ತು ಎಂಬ ವಚನದಲ್ಲಿ ಸಂಸಾರದ ಜಂಜಾಟದ ಬಗ್ಗೆ ತಿಳಿಸಿದ್ದಾಳೆ. ಮುತ್ತು ನೀರಿನಲ್ಲಿ ಜನ್ಮತಾಳುತ್ತದೆ. ಅದರಂತೆ ಆಲಿಕಲ್ಲು ಸಹ ನೀರಿನಿಂದಲೇ ಕಾಣಿಸಿಕೊಳ್ಳುತ್ತದೆ. ಉಪ್ಪು ಸೃಷ್ಟಿಯಾಗುವುದು ಸಮುದ್ರದ ನೀರಿನಿಂದಲೇ. ನೀರಿನಿಂದಾದ ಉಪ್ಪು ಮತ್ತು ಆಲಿಕಲ್ಲು ಮತ್ತೆ ನೀರಾಗಿ ಪರಿವರ್ತನೆಗೊಳ್ಳುತ್ತದೆ. ಆದರೆ ಮುತ್ತು ನೀರಾಗುವುದಿಲ್ಲ. ಈ ಲೌಕಿಕ ಜಗತ್ತಿನ ಜಂಜಾಟದಲ್ಲಿ ಬಂದ ಮಾನವರೆಲ್ಲ ಹುಟ್ಟು-ಸಾವು ಎಂಬ ಭವಸಾಗರದಲ್ಲಿ ಈಜಿರುತ್ತಾರೆ. ನಾನು ಮಾತ್ರ ನಿಮ್ಮನ್ನು ಮುಟ್ಟಿ ಮುಕ್ತಿ ಪಡೆದೆ ಚೆನ್ನಮಲ್ಲಿಕಾರ್ಜುನ ಎನ್ನುತ್ತಾಳೆ ಅಕ್ಕ.

ಮುತ್ತು ನೀರಲಾಯಿತ್ತು, ವಾರಿಕಲ್ಲು ನೀರಲಾಯಿತ್ತು
ಉಪ್ಪು ನೀರಲಾಯಿತ್ತು.
ಉಪ್ಪು ಕರಗಿತ್ತು, ವಾರಿಕಲ್ಲು ಕರಗಿತ್ತು
ಮುತ್ತು ಕರಗಿದ್ದುದನಾರೂ ಕಂಡವರಿಲ್ಲ
ಈ ಸಂಸಾರಿ ಮಾನವರು ಲಿಂಗವ ಮುಟ್ಟಿ ಭವಭಾರಿಗಳಾದರು ನಾ
ನಿನ್ನ ಮುಟ್ಟಿ ಕರಿಗೊಂಡೆನಯ್ಯಾ
ಚೆನ್ನಮಲ್ಲಿಕಾರ್ಜುನಯ್ಯಾ.

** ** **

ನಿಮ್ಮೊಳಗೆ ಐಕ್ಯವ ಮಾಡಿಕೊಳ್ಳಿ ಎಂಬ ವಚನ ಅತ್ಯಂತ ಭಾವನಾತ್ಮಕವಾಗಿದೆ. ತಾನು ಎಲ್ಲ ಬಗೆಯ ದೌರ್ಜನ್ಯವನ್ನು ಮೆಟ್ಟಿ ನಿಂತು ಶಿವಶರಣರ ಆಶೀರ್ವಾದ ಪಡೆದಿದ್ದೇನೆ. ಅವರ ಕೃಪೆ, ಸಹವಾಸದಿಂದ ನಿನ್ನ ದರ್ಶನ ಭಾಗ್ಯ ಪಡೆದಿದ್ದೇನೆ. ಇನ್ನು ನಿನ್ನಲ್ಲಿ ನನ್ನನ್ನು ಐಕ್ಯಮಾಡಿಕೋ ಎಂದು ಅಕ್ಕ ಚೆನ್ನಮಲ್ಲಿಕಾರ್ಜುನನನ್ನು ಬೇಡಿಕೊಳ್ಳುತ್ತಾಳೆ.

ಎಲೆ ದೇವಾ, ಸಕಲ ಕರಣಂಗಳ ಉಪಟಳಕ್ಕಂಜಿ ನಿನ್ನ ಶರಣರ ಮೊರೆಯೊಕ್ಕು ಕಾರುಣ್ಯಂಪಡೆದು ಬಂದು ನಿಮ್ಮ ಶ್ರೀಮೂರ್ತಿಯ ಕಂಡೆ ಇನ್ನು ಎನ್ನ ನಿಮ್ಮೊಳಗೆ ಐಕ್ಯವ ಮಾಡಿಕೊಳ್ಳಿ ಚೆನ್ನಮಲ್ಲಿಕಾರ್ಜುನಾ.

** ** **

ಮಾಯೆ ಅಥವಾ ಮೋಹ ಜಗತ್ತನ್ನು ಆವರಿಸಿರುವ ಪರಿಯನ್ನು ವಿವರಿಸಿರುವ ವಚನದಲ್ಲಿ ಅಕ್ಕ ತನ್ನನ್ನು ಮೋಹದಿಂದ ಬಿಡುಗಡೆಮಾಡು ಎಂದು ಚೆನ್ನಮಲ್ಲಿಕಾರ್ಜುನನನ್ನು ಬೇಡಿಕೊಳ್ಳುತ್ತಾಳೆ.

ಹರಿಯ ನುಂಗಿತ್ತು ಮಾಯೆ,
ಅಜನ ನುಂಗಿತ್ತು ಮಾಯೆ,
ಇಂದ್ರನ ನುಂಗಿತ್ತು ಮಾಯೆ,
ಚಂದ್ರನ ನುಂಗಿತ್ತು ಮಾಯೆ,
ಬಲ್ಲೆನೆಂಬ ಬಲುಗೈಯರ ನುಂಗಿತ್ತು ಮಾಯೆ,
ಅರಿಯೆನೆಂಬ ಅಜ್ಞಾನಿಗಳ ನುಂಗಿತ್ತು ಮಾಯೆ,
ಈರೇಳು ಭುವನವ ನಾರಡಿಗೊಂಡಿತ್ತು ಮಾಯೆ,
ಚೆನ್ನಮಲ್ಲಿಕಾರ್ಜುನಯ್ಯಾ,
ಎನ್ನ ಮಾಯವ ಮಾಣಿಸಾ ಕರುಣಿ.

ಹರಿಯ ನುಂಗಿತ್ತು ಮಾಯೆಯೆಂದರೆ ಸಮುದ್ರಮಥನದಲ್ಲಿ ಹುಟ್ಟಿದ ಲಕ್ಷ್ಮೀಯನ್ನು ವಿಷ್ಣುವು ವರಿಸಿದ. ಸರಸ್ವತಿಯನ್ನು ಸೃಷ್ಟಿಸಿದ ಬ್ರಹ್ಮನೇ ಅವಳ ರೂಪಕ್ಕೆ ಮರುಳಾಗಿ ಅವಳನ್ನೇ ತನ್ನ ಪತ್ನಿಯಾಗಿ ಮಾಡಿಕೊಂಡ. ಶಚೀದೇವಿಯ ಮಾದಕ ಸೌಂದರ್ಯಕ್ಕೆ ಸೋತ ಇಂದ್ರ ಅವಳನ್ನು ಮದುವೆಯಾದ. ರೋಹಿಣಿಯನ್ನು ವಿವಾಹವಾದವನು ಚಂದ್ರ. ಈ ಬಗೆಯಲ್ಲಿ ವಿವೇಕವುಳ್ಳವರನ್ನು ಮಾಯೆಯು ಆವರಿಸಿತು. ಯಾರನ್ನೂ ಬಿಡದ ಈ ಮಾಯೆ ಹದಿನಾಲ್ಕು ಲೋಕಗಳನ್ನು ಆವರಿಸಿದೆ. ಅಕ್ಕ ತನ್ನನ್ನು ಮೋಹ, ಮಾಯೆಗಳಿಂದ ಬಿಡುಗಡೆ ಮಾಡು ಎಂದು ಚೆನ್ನಮಲ್ಲಿಕಾರ್ಜುನನನ್ನು ಬೇಡಿಕೊಳ್ಳುತ್ತಾಳೆ.

** ** **

ಗುರುವಿನ ಗುಲಾಮನಾಗುವತನಕ ದೊರೆಯದಣ್ಣ ಮುಕುತಿ ಎಂದು ದಾಸರು ಹೇಳಿರುವಂತೆ ಅಕ್ಕಮಹಾದೇವಿ ಗುರುವಿನ ಪ್ರಾಮುಖ್ಯತೆಯನ್ನು ತಿಳಿಸಿದ್ದಾಳೆ.

ನರ ಜನ್ಮವ ತೊಡೆದು ಹರಜನ್ಮವ ಮಾಡಿದ ಗುರುವೆ ನಮೋ
ಭವಬಂಧನ ಬಿಡಿಸಿ ಪರಮ ಸುಖವ ತೋರಿದ ಗುರುವೆ ನಮೋ
ಭುವಿಯೆಂಬುದ ತೊಡೆದು ಭಕ್ತಾ ಎಂದೆನಿಸಿದ ಗುರುವೇ ನಮೋ

** ** **

ಬಾಳು ಕ್ಷಣಿಕ. ಈ ಕಾರಣದಿಂದ ಪ್ರತಿಯೊಬ್ಬರೂ ಜೀವನದಲ್ಲಿ ದೊರಕಿರುವ ಸಮಯವನ್ನು ಹಾಳುಮಾಡಿಕೊಳ್ಳದೆ ಶರಣರ ಒಡನಾಟದಲ್ಲಿ ಭಕ್ತಿ ಭಾವದಿಂದ ಬದುಕಬೇಕು.

ಆಯುಷ್ಯ ಹೋಗುತ್ತಿದೆ, ಭವಿಷ್ಯ ತೊಲಗುತ್ತಿದೆ
ಕೂಡಿರ್ದ ಸತಿಸುತರು ತಮ ತಮಗೆ ಹರಿದು ಹೋಗುತ್ತೈದಾರೆ
ಬೇಡಬೇಡವೆಲೆ ಬಂಜೆಯಾಗಿ ಕೆಡಬೇಡ
ಬಯಲಿಂಗೆ ಮನವೆ
ಚೆನ್ನಮಲ್ಲಿಕಾರ್ಜುನನ ಶರಣರ ಸಂಗದಲ್ಲಿ
ಹೊಣೆಹೊಕ್ಕು ಬದುಕು ಕಂಡಾ, ಮನವೆ.

** ** **

ಎನ್ನ ಕಾಯ ಮಣ್ಣು ಜೀವ ಬಯಲು ಆವುದ ಹಿಡಿವೆನಯ್ಯಾ
ದೇವಾ ನಿಮ್ಮನಾವಪರಿಯಲ್ಲಿ ನೆನೆವೆನಯ್ಯಾ?
ಎನ್ನ ಮಾಯೆಯನು ಮಾಣಿಸಯ್ಯಾ
ಚೆನ್ನಮಲ್ಲಿಕಾರ್ಜುನಾ.

"ಈ ದೇಹವು ಆಗಿರುವುದು ಮಣ್ಣಿನಿಂದ, ಹೀಗಾಗಿ ಅದು ಶಾಶ್ವತವಲ್ಲ. ಒಂದಲ್ಲ ಒಂದು ದಿನ ಅದು ಬಿದ್ದು ಹೋಗುವಂತಹದು. ನನ್ನಲ್ಲಿ ಉಂಟಾಗಿರುವ ಭ್ರಾಂತಿಯನ್ನು ನಿವಾರಿಸಯ್ಯಾ ಹೇ ಚೆನ್ನಮಲ್ಲಿಕಾರ್ಜುನಾ ಎನ್ನುತ್ತಾಳೆ ಅಕ್ಕ.

** ** **

ಅರಿಷಡ್ವರ್ಗಗಳನ್ನು ಜಯಿಸಿ ತಾನು ಚೆನ್ನಮಲ್ಲಿಕಾರ್ಜುನನನ್ನು ಸೇರಲು ಪರಿಪೂರ್ಣವಾಗಿ ಅರ್ಹಳಾಗಿದ್ದೇನೆ ಎನ್ನುವ ವಚನ ಆಕೆಯ ದಿಟ್ಟ ನಿರ್ಧಾರ, ದೃಢ ನಿಲುವನ್ನು ಎದ್ದು ತೋರಿಸುತ್ತದೆ. ಈ ವಚನದಲ್ಲಿ ಅಕ್ಕ ಅನ್ನ, ನೀರು, ನಿದ್ರೆ, ಕಾಮ, ಕ್ರೋಧ, ಲೋಭ, ಮೋಹ, ಮದ, ಮಾತ್ಸರ್ಯಗಳನ್ನು ಗೆದ್ದಿರುವ ಬಗ್ಗೆ ಹೇಳಿದ್ದಾಳೆ. ಇನ್ನು ತಾನು ಅವನ

ಸ್ಥಳವನ್ನು ಸೇರಲಿದ್ದೇನೆ, ಈ ಲೋಕದವರಿಗೆ ಶರಣು, ಶರಣಾರ್ಥಿ ಎನ್ನುತ್ತಾಳೆ ಅಕ್ಕ.

ಹಸಿವೆ ನೀನು ನಿಲ್ಲು ನಿಲ್ಲು
ತೃಷೆಯೆ ನೀನು ನಿಲ್ಲು ನಿಲ್ಲು
ನಿದ್ರೆಯೆ ನೀನು ನಿಲ್ಲು ನಿಲ್ಲು
ಕಾಮವೆ ನೀನು ನಿಲ್ಲು ನಿಲ್ಲು
ಕ್ರೋಧವೆ ನೀನು ನಿಲ್ಲು ನಿಲ್ಲು
ಮೋಹವೆ ನೀನು ನಿಲ್ಲು ನಿಲ್ಲು
ಲೋಭವೆ ನೀನು ನಿಲ್ಲು ನಿಲ್ಲು
ಮದವೆ ನೀನು ನಿಲ್ಲು ನಿಲ್ಲು
ಮಚ್ಚರವೆ ನೀನು ನಿಲ್ಲು ನಿಲ್ಲು
ಸಚರಾಚರವೆ ನೀನು ನಿಲ್ಲು ನಿಲ್ಲು
ನಾನು ಚೆನ್ನಮಲ್ಲಿಕಾರ್ಜುನ ದೇವರ
ಅವಸರದ ಓಸೆಯನೊಯ್ಯುತ್ತಲಿದ್ದೇನೆ ಶರಣಾರ್ಥಿ.

** ** **

ವ್ಯಕ್ತಿತ್ವಕ್ಕೆ ತಕ್ಕಂತೆ ಈ ಜಗತ್ತಿನಲ್ಲಿ ಮರ್ಯಾದೆ ಎಂಬ ಸಂಗತಿಯನ್ನು ಅಕ್ಕ ತನ್ನ ವಚನವೊಂದರಲ್ಲಿ ವಿಷದಪಡಿಸಿದ್ದಾಳೆ. ಆನೆಗಿರುವ ಮರ್ಯಾದೆ ಹಂದಿಗಿಲ್ಲ. ಏಕೆಂದರೆ ಪ್ರಪಂಚಕ್ಕೆ ಗೊತ್ತು ಆನೆಯ ಘನತೆ ಏನೆಂದು; ಹಾಗೆಯೇ ಅವರವರ ವ್ಯಕ್ತಿತ್ವಕ್ಕೆ ತಕ್ಕಂತೆ ಈ ಲೋಕದಲ್ಲಿ ಮಾನ್ಯತೆ ಸಿಕ್ಕುತ್ತದೆ ಎನ್ನುವುದು ಅಕ್ಕನ ಅಭಿಮತ.

ಹಂದಿಯೂ ಮದಕರಿಯೂ ಒಂದೇ ದಾರಿಯಲಿ ಸಂಧಿಸಿದಡೆ
ಹಂದಿಗಂಜಿ ಮದಕರಿ ಕೆಲಕ್ಕೆ ಸಾರಿದಡೆ
ಈ ಹಂದಿಯದು ಕೇಸರಿಯಪ್ಪುದೇ ಚೆನ್ನಮಲ್ಲಿಕಾರ್ಜುನಾ.

** ** **

ಪ್ರತಿಯೊಬ್ಬರು ತಾವು ಏನು? ತನ್ನ ವ್ಯಕ್ತಿತ್ವ ಏನು? ತಮ್ಮ ಜ್ಞಾನದ ಮಟ್ಟ ಎಷ್ಟಿದೆ? ಎಂದು ತಿಳಿದುಕೊಂಡಿರಬೇಕು ಎಂಬುದು ಅಕ್ಕನ ಜನಪ್ರಿಯ ವಚನವೊಂದರ ಸಾರ. ಯಾವುದೇ ವ್ಯಕ್ತಿಯು ತನ್ನ ಅರಿವಿನಿಂದಲೇ ತನ್ನನ್ನು ಅರಿಯಬೇಕಲ್ಲದೆ, ತನ್ನಲ್ಲಿಯ ಜ್ಞಾನವು ತನ್ನಲ್ಲಿಯೇ ವ್ಯಕ್ತವಾಗಿರಲು ಅದನ್ನು ಅನ್ಯರಿಂದ ಕೇಳಬೇಕೆ, ಹೇ ಚೆನ್ನಮಲ್ಲಿಕಾರ್ಜುನಾ?

ಅಯ್ಯಾ ತನ್ನ ತಾನರಿಯ ಬೇಕಲ್ಲದೆ
ತನ್ನಲ್ಲಿ ಅರಿವು ಸ್ವಯವಾಗಿರಲು
ಅನ್ಯರಲ್ಲಿ ಕೇಳಲುಂಟೆ?
ಚೆನ್ನಮಲ್ಲಿಕಾರ್ಜುನಾ
ನೀನರಿವಾಗಿ ಎನಗೆ ಮುಂದುದೋರಿದ ಕಾರಣ ನಿಮ್ಮಿಂದ ನಿಮ್ಮನರಿವೆನು.

** ** **

ಶಿವನ ಕೃಪೆ ಇದ್ದರೆ ಎಲ್ಲವೂ ಸುಗಮವಾಗಿ ಸಾಗುವುದು, ಬಯಕೆಗಳು ಕೈಗೂಡುವುದು ಎಂದು ಅಕ್ಕ ಅರಸಿ ತೊಳಲಿದಡಿಲ್ಲ ಎಂಬ ವಚನದಲ್ಲಿ ಹೇಳಿದ್ದಾಳೆ. ಹುಡುಕುತ್ತಾ ಬಯಸಿ ಸುತ್ತಿದರೇನು? ಆಸೆಯಿಂದ ಶ್ರಮಪಟ್ಟರೇನು? ತಪಸ್ಸು ಮಾಡಿದರೇನು? ಎಲ್ಲವೂ ತಾನಾಗಿ ಕಾಲಾನುಕಾಲಕ್ಕೆ ಕೈಗೂಡಬೇಕಲ್ಲದೆ, ಅನವಶ್ಯಕ ತೊಂದರೆ ತೆಗೆದುಕೊಂಡರೇನು? ಶಿವನ ಕೃಪೆ ಬೇಕಲ್ಲವೆ? ಶ್ರೀ ಮಲ್ಲಿಕಾರ್ಜುನನ ಕೃಪಾಕಟಾಕ್ಷ ಒಲಿದು ಬಂದುದರಿಂದ ನನಗೆ ಬಸವಣ್ಣನ ದರ್ಶನವಾಯಿತು.

ಅರಸಿ ತೊಳಲಿದಡಿಲ್ಲ ಹರಸಿ ಬಳಲಿದಡಿಲ್ಲ
ಬಯಸಿ ಹೊಕ್ಕಡಿಲ್ಲ, ತಪಸ್ಸು ಮಾಡಿದಡಿಲ್ಲ
ಅದು ತಾನಹ ಕಾಲಕ್ಕಲ್ಲದೆ ಸಾಧ್ಯವಾಗದು
ಶಿವನೊಲಿದಲ್ಲದೆ ಕೈಗೂಡದು
ಚೆನ್ನಮಲ್ಲಿಕಾರ್ಜುನದೆನಗೊಲಿದವನಾಗಿ
ನಾನು ಸಂಗನ ಬಸವಣ್ಣನ ಶ್ರೀ ಪಾದವ ಕಂಡು ಬದುಕಿದೆನು.

** ** **

ಈ ಲೌಕಿಕ ಜಗತ್ತು, ಸಂಸಾರ ಮುಂತಾದುವುಗಳಿಂದ ಆದಷ್ಟು ಬೇಗ ಮುಕ್ತಿ ಪಡೆದು ಶ್ರೀಶೈಲದ ಚೆನ್ನಮಲ್ಲಿಕಾರ್ಜುನನನ್ನು ಕಾಣಬೇಕೆಂದು ಅಕ್ಕ ಬಯಸುತ್ತಾಳೆ. ಅಷ್ಟೇ ಅಲ್ಲ, ಸಂಸಾರವೆಂಬ ಬಂಧನದಿಂದ ಪಾರುಮಾಡುವವನು ಈ ಚೆನ್ನಮಲ್ಲಿಕಾರ್ಜುನನೇ ಎಂದು ಆಕೆ ನಂಬಿದ್ದಾಳೆ.

ತನುವೆಂಬ ಸಾಗರ ತುಂಬಲು ಮನವೆಂಬುದು
ಹರಿಗೋಲಾಗಿತ್ತು ಅಂಬಿಗಾ
ಎನ್ನ ಗಮ್ಮನೆ ತೆಗೆಯೋ ಅಂಬಿಗಾ
ತೊರೆಯ ದಾಂಟಿಹೆನೆಂಬ ಭರವಸೆ ಕರಘನ

ಗಮ್ಮನೆ ತೆಗೆಯೋ ಅಂಬಿಗಾ
ಸಿರಿಶೈಲ ಚೆನ್ನಮಲ್ಲಿಕಾರ್ಜುನಾ
ನಿನ್ನ ಕಾಣಲು ಬಂದಿಹೆ ಅಂಬಿಗಾ.

** ** **

ಸಾವನ್ನು ಗೆಲ್ಲುವ ವಿದ್ಯೆಯನ್ನು ಯಾರೂ ಸಾಧಿಸಲಾರರು ಎಂಬ ವಚನ ಮನಮುಟ್ಟುವಂತಿದೆ. ಯಾವ ವಿದ್ಯೆ ಕಲಿತರೂ ಸಾವನ್ನು ಗೆಲ್ಲುವ ವಿದ್ಯೆ ಯಾರೂ ಕಲಿಯಲಾರರು. ಆಹಾರವನ್ನು ತೊರೆದು ಉಪವಾಸ ಮಾಡಿದರೇನು? ಬೇಡವೆನ್ನುವ ಆಸೆಯನ್ನು ಬಿಟ್ಟರೇನು? ಉಸಿರು ಹಿಡಿದು ಪ್ರಾಣಾಯಾಮ ಮಾಡಿದರೇನಾಯ್ತು? ಸಾವನ್ನು ಗೆಲ್ಲುವ ವಿದ್ಯೆಯನ್ನು ಕಲಿಯಲು ಸಾಧ್ಯವೇ?

ಆವ ವಿದ್ಯೆಯ ಕಲಿತಡೇನು? ಸಾವ ವಿದ್ಯೆ ಬೆನ್ನಬಿಡದು
ಅಶನವ ತೊರೆದಡೇನು, ವ್ಯಸನವ ಮರೆದಡೇನು?
ಉಸಿರ ಹಿಡಿದಡೇನು? ಬಸುರ ಕಟ್ಟಿದಡೇನು?
ಚೆನ್ನಮಲ್ಲಿಕಾರ್ಜುನ ದೇವಯ್ಯಾ
ನೆಲ ತಳವಾರನಾದಡೆ ಕಳ್ಳನೆಲ್ಲಿಗೆ ಹೋದನು.

** ** **

ಹೆಂಡತಿಯೂ ಮಾಯೆ, ಗಂಡನೂ ಮಾಯೆ, ಈ ಶರೀರವೂ ಮಾಯೆ, ಮನಸ್ಸೂ ಮಾಯೆ, ಸುಖ ಸಹ ಒಂದು ಬಗೆಯ ಮಾಯೆ. ಚೆನ್ನಮಲ್ಲಿಕಾರ್ಜುನನೇ ನನ್ನ ಕೈ ಹಿಡಿದ ಪತಿಯು. ಇನ್ನುಳಿದವರೆಲ್ಲ ಮೂಕದಂತಿರುವ ಬಣ್ಣದಂತಿರುವ ಬೊಂಬೆಗಳು ಎಂಬುದು ಈ ವಚನದ ಸಾರ.

ಸಾಮಾನ್ಯವಾಗಿ ಜಗತ್ತಿನ ಅನುಭಾವಿಗಳೆಲ್ಲ ದೇವನಿಗಾಗಿ ಹಂಬಲಿಸಿದ್ದಾರೆ, ತೊಳಲಿದ್ದಾರೆ, ಕಣ್ಣೀರಿಟ್ಟಿದ್ದಾರೆ. ಅಕ್ಕ ಸಹ ಚೆನ್ನಮಲ್ಲಿಕಾರ್ಜುನನಿಗಾಗಿ ಜೀವನವೆಲ್ಲ ಹಂಬಲಿಸಿದ್ದಾಳೆ. ಕೆಲವು ಬಾರಿ ಕನಸಿನಲ್ಲಿಯೂ ಆಕೆ ಚೆನ್ನಮಲ್ಲಿಕಾರ್ಜುನನನ್ನು ಕಂಡಿದ್ದಾಳೆ. ಅದಕ್ಕೆ ಸಂಬಂಧಿಸಿದ ವಚನ ಅತ್ಯಂತ ಸೊಗಸಾಗಿ ಮೂಡಿಬಂದಿದೆ.

ಅಕ್ಕ ಕೇಳವ್ವ, ಅಕ್ಕಯ್ಯಾ ಕೇಳವ್ವ ನಾನೊಂದು ಕನಸು ಕಂಡೆ
ಅಕ್ಕಿ, ಅಡಕೆ, ಓಲೆ, ತೆಂಗಿನಕಾಯಿ ಕಂಡೆ, ಚಿಕ್ಕಚಿಕ್ಕ ಜಡೆಗಳ
ಸುಲಿಪಲ್ಲ ಗೊರವನು ಭಿಕ್ಷಕ್ಕೆ, ಮನೆಗೆ ಬಂದುದ ಕಂಡೆನವ್ವಾ!

ಮಿಕ್ಕು ಮೀರಿ ಹೋಹನ ಬೆಂಬತ್ತಿ ಕೈಪಿಡಿದೆನು.
ಚೆನ್ನಮಲ್ಲಿಕಾರ್ಜುನನ ಕಂಡು ಕಣ್ದೆರೆದೆನು.

** ** **

ಅಕ್ಕನ ವ್ಯಕ್ತಿತ್ವ ಹಿಮಾಲಯದಷ್ಟು ಎತ್ತರ ಸಾಗರದಷ್ಟು ಆಳ, ಆಕಾಶದಷ್ಟು ವಿಶಾಲ, ಸೂರ್ಯನಷ್ಟು ಪ್ರಖರ, ಚಂದ್ರನಂತೆ ಸೌಮ್ಯ, ಅವಳು ಸುಲಭವಾಗಿ ಅರ್ಥವಾಗುವುದಿಲ್ಲ. ಅವಳನ್ನು ಅರಿಯಲು ವಿಶೇಷವಾಗಿ ಸಿದ್ಧಗೊಳ್ಳಬೇಕು. ಅತ್ಯಂತ ಸರಳ ಮತ್ತು ವಿನೀತದಿಂದ ಜೀವನ ಸಾಗಿಸಿದ ಅಕ್ಕ ಕನ್ನಡಿಗರ ಪಾಲಿನ ಮುತ್ತು.

ವಯಸ್ಸಿನಲ್ಲಿ ಕಿರಿಯಳಾದರೂ, ಜ್ಞಾನವೈರಾಗ್ಯಗಳಲ್ಲಿ ಅಕ್ಕಮಹಾದೇವಿ ಹಿರಿಯಳಾದಳು. ಅಕ್ಕ ಆದಳು, ಜಗನ್ಮಾತೆಯಾದಳು.

ಸರ್ವಜ್ಞಮೂರ್ತಿ

1. ಬಾಲ್ಯ, ಕಾಲ

ಜಗತ್ತಿನಲ್ಲಿ ಜ್ಞಾನವೇ ಶಕ್ತಿ. ಜ್ಞಾನವೇ ಶ್ರೇಷ್ಠ. ಜ್ಞಾನದಿಂದಲೇ ಇಹಲೋಕ. ಜ್ಞಾನದಿಂದಲೇ ಪರಲೋಕ. ಜ್ಞಾನಿಗೆ ಭಯವಿಲ್ಲ. ಅವನಿಗೆ ಬಂಧನವಿಲ್ಲ. ಅವನು ಪುನಃ ಸಂಸಾರವೆಂಬ ಬಂಧನದಲ್ಲಿ ಸಿಕ್ಕಿಬೀಳುವುದಿಲ್ಲ. ಅವನಿಗೆ ಜನ್ಮಾಂತರವಿಲ್ಲ. 'ಜ್ಞಾನದಿಂದಲೇ ಇಹವು, ಜ್ಞಾನದಿಂದಲೇ ಪರವು, ಜ್ಞಾನವಿಲ್ಲದಿರೆ ಸಕಲವೂ ತನಗಿದ್ದು, ಹಾನಿ ಕಾಣಯ್ಯ ಸರ್ವಜ್ಞ'. ಇಂಥ ನುಡಿಮುತ್ತುಗಳನ್ನು ಹೇಳಿದವನು **ಸರ್ವಜ್ಞಮೂರ್ತಿ**.

ಅವನು ಒಂದು ಕಾಲದಲ್ಲಿ ಕನ್ನಡ ನಾಡಿನಲ್ಲಿ ಜನಿಸಿ ಜ್ಞಾನಸುಧೆಯನ್ನು ಹರಿಸಿ ಜನಮಾನಸದಲ್ಲಿ ಅಮರನಾದ. ಸರ್ವಜ್ಞ ಎಲ್ಲವನ್ನು ತಿಳಿದವನು. ಸರ್ವಜ್ಞ ಎಂದರೆ ಜ್ಞಾನಿ, ಶಿವ, ಬುದ್ಧ, ಜಿನ ಎಂಬ ಅರ್ಥಗಳೂ ಇವೆ. ಪ್ರಾಚೀನ ಭಾರತದಲ್ಲಿ ಸಕಲ ಶಾಸ್ತ್ರ ಪಂಡಿತರಾದವರನ್ನು 'ಸರ್ವಜ್ಞ' ಎಂಬ ಬಿರುದನ್ನು ನೀಡಿ ಗೌರವಿಸುತ್ತಿದ್ದರು.

ಸರ್ವಜ್ಞ ಯಾರು? ಯಾವಾಗ ಜನಿಸಿದ? ವಚನಗಳನ್ನು ಯಾರ ಬಳಿ ಹೇಳಿದ? ಯಾವಾಗ ಗತಿಸಿದ? ಅವನ ಅಪ್ಪ-ಅಮ್ಮ ಯಾರು? ಹೆಂಡತಿ-ಮಕ್ಕಳು ಇದ್ದರೆ? ಎಂಬೆಲ್ಲ ಪ್ರಶ್ನೆಗಳಿಗೆ ಸ್ಪಷ್ಟ ಉತ್ತರವಿಲ್ಲ. ಇಷ್ಟು ಮಾತ್ರ ನಿಜ. 'ಸರ್ವಜ್ಞ' ಕರ್ನಾಟಕದ ಮನೆ ಮನೆಯ ಕವಿ. ವಚನಗಳಲ್ಲಿರುವ ಅಂಶಗಳಿಂದ ಮತ್ತು ಕೆಲವು ಐತಿಹಾಸಿಕ ದಾಖಲೆಗಳಿಂದ ಸರ್ವಜ್ಞ ಕ್ರಿ.ಶ. 1600-1700ರ ನಡುವೆ ಜೀವಿಸಿದ್ದಿರಬಹುದು ಎಂದು ಊಹಿಸಲಾಗಿದೆ.

ಅವನ ಪ್ರೌಢ ಮಾತುಗಳು, ವಿಚಾರ, ಲೋಕಜ್ಞಾನ, ವಿವೇಕ, ತಿಳಿವಳಿಕೆ ಮುಂತಾದವುಗಳನ್ನು ಗಮನಿಸಿದ ಕೆಲವು ಮಂದಿ ವಿದ್ವಾಂಸರು ಅವನನ್ನು ಸರ್ವಜ್ಞ ಎಂದು ಕರೆಯಲಾರಂಭಿಸಿದರು. ಅವನು ಸರ್ವಜ್ಞ ಎಂಬ ಅಂಕಿತ ನಾಮದೊಂದಿಗೆ ಮೂರು ಸಾಲಿನ ಪದಗಳಲ್ಲಿ ಹಾಡಿದ. ಆ ಪದಗಳೇ ವಚನಗಳಾದವು. ವಚನಗಳನ್ನು ಗಮನಿಸಿದರೆ ಅವನು ಕನ್ನಡ ನಾಡಿನ ಹಲವು ಸ್ಥಳಗಳನ್ನು ನೋಡಿದ್ದಾನೆ ಎಂದು ಅನಿಸುತ್ತದೆ. ನೂರಾರು ಕಡೆ ಓಡಾಡಿ, ಅಲೆದಾಡಿ ವಿವಿಧ ಪ್ರದೇಶಗಳ ಜನಜೀವನ ತಿಳಿದುಕೊಂಡು ಹಾಡು ಕಟ್ಟಿದ್ದಾನೆ. ಅಂದಿನ ಕಾಲದ ಜನಜೀವನ ಹೇಗಿತ್ತು ಎಂಬುದು ಅವನ ವಚನಗಳಿಂದ ತಿಳಿದುಬರುತ್ತದೆ.

ಸರ್ವಜ್ಞ ಅತ್ಯಂತ ಸರಳ ವ್ಯಕ್ತಿ. ವೇಷ ಸಾಮಾನ್ಯ ಸಾಧು ಸಂನ್ಯಾಸಿಗಳಂತೆ. ಬಲಗೈಯಲ್ಲಿ ಭಿಕ್ಷಾಪಾತ್ರೆ, ಎಡಗೈಯಲ್ಲಿ ಊರುಗೋಲು, ಕೊರಳಲ್ಲಿ ರುದ್ರಾಕ್ಷಿ, ಸರ ಮತ್ತು ಲಿಂಗ, ಹೆಗಲ ಮೇಲೊಂದು ಕಂಬಳಿ, ಮೈ ಮುಚ್ಚಲು ಒಂದು ತುಂಡು ಪಂಚೆ ಅವನ ಪ್ರಾಪಂಚಿಕ ಆಸ್ತಿ. ಒಮ್ಮೊಮ್ಮೆ ಹೊಟ್ಟೆ ತುಂಬಾ ಊಟ, ಕೆಲವೊಮ್ಮೆ ಉಪವಾಸ. ಸುಸ್ತಾದರೆ ನಿದ್ದೆ, ಎದ್ದರೆ ಅಲೆದಾಟ. ಇದು ಅವನ ದಿನಚರಿ.

ಹತ್ತಾರು ಕಡೆ ಓಡಾಡಿದ ಸರ್ವಜ್ಞ ವಿವಿಧ ಬಗೆಯ ಭಕ್ಷ್ಯ ಭೋಜನವನ್ನು ಸವಿದಿದ್ದಾನೆ. ಜೋಳದ ಆಹಾರ, ಬೇಳೆಯ ಸಾರು, ಮುಂತಾದುವುಗಳನ್ನು ಹೊಗಳಿದ್ದಾನೆ. ನವಣೆಯ ಅನ್ನದಲ್ಲಿ ರುಚಿಯಾದ ಬೇಳೆಯ ಸಾರು, ಕವಣೆಯ ಕಲ್ಲಿನಷ್ಟು ಬೆಣ್ಣೆ ಮುದ್ದೆ ಸೇರಿಸಿ ಊಟಮಾಡಬೇಕೆಂದು ಹೇಳುತ್ತಾನೆ. ಕರಿಗಡುಬು, ತುಪ್ಪ ತಿನ್ನುವಾಗ ಸಿಗುವ ಸುಖವೇ ಬೇರೆ ಎಂದು ಅದರ ರುಚಿಯನ್ನು ಸೊಗಸಾಗಿ ವರ್ಣಿಸಿದ್ದಾನೆ.

ವಿವಿಧ ಪ್ರದೇಶಗಳ ಜನರ ವೇಷಭೂಷಣ, ಮಾತಿನ ಕ್ರಮ, ಆಹಾರ ಸೇವಿಸುತ್ತಿದ್ದ ರೀತಿ ಮೊದಲಾದವುಗಳನ್ನು ಅವನು ತನ್ನ ವಚನದಲ್ಲಿ ತಂದಿದ್ದಾನೆ. ಉತ್ತರದವರು ಸುಟ್ಟು ಉಣ್ಣುತ್ತಿದ್ದರೆ, ಪೂರ್ವದವರು ಕುದಿಸಿ ಉಣ್ಣುತ್ತಿದ್ದರು. ಪಶ್ಚಿಮದವರು ತಟ್ಟೆಯಲ್ಲಿ ಉಣ್ಣುತ್ತಿದ್ದರೆ, ದಕ್ಷಿಣದವರು

ಮುಷ್ಠಿಯಿಂದ ಉಣ್ಣುತ್ತಿದ್ದರು ಎಂದು ಹೇಳುತ್ತಾನೆ. ಒಟ್ಟಾರೆ ಅವನ ಗ್ರಹಣಶಕ್ತಿ ತೀಕ್ಷ್ಣವಾದುದು.

2. ಮಹಾಜ್ಞಾನಿ

ಸರ್ವಜ್ಞನ ಉದ್ದೇಶ ಜನರನ್ನು ಸನ್ಮಾರ್ಗದಲ್ಲಿ ನಡೆಯುವಂತೆ ಮಾಡುವುದು. ಅವನ ತ್ರಿಪದಿಗಳು ನೀತಿಪರವಾಗಿವೆ. ಅವನ ವಚನಗಳಲ್ಲಿ ವ್ಯಕ್ತಿತ್ವ ವಿಕಾಸಕ್ಕೆ ಸಂಬಂಧಪಟ್ಟ ಅಂಶಗಳು ಸಾಕಷ್ಟಿವೆ. ಕಷ್ಟಗಳು ಬಂದರೆ ಬರಲಿ, ಭಯವೇಕೆ? ಬದುಕಿಗೆ ಬೆನ್ನು ತೋರಿಸಿ ಓಡಬಾರದು ಎಂದು ಧೈರ್ಯ ತುಂಬುತ್ತಾನೆ. ಮನುಷ್ಯನಿಗೆ ಕಷ್ಟ ಬರುವುದು ಸಹಜ. ಅದನ್ನು ಮುನ್ನುಗ್ಗುವುದೇ ಜೀವನದ ಸಾರ ಮತ್ತು ಪರೀಕ್ಷೆ. ಸಾವಿಗೂ ಹೆದರಬೇಕಾಗಿಲ್ಲ, ಅದೊಂದು ನೈಸರ್ಗಿಕ ಕ್ರಿಯೆ.

ಪಾಪ–ಪುಣ್ಯದ ಬಗ್ಗೆ ಸರ್ವಜ್ಞನಿಗೆ ಸಂಪೂರ್ಣ ನಂಬಿಕೆಯಿದೆ. ಒಂದು ವೇಳೆ ಪಾಪ–ಪುಣ್ಯದ ಕಲ್ಪನೆ ಇಲ್ಲದಿದ್ದರೆ ಮನುಷ್ಯರೆಲ್ಲ ಮೃಗಗಳಾಗಿ ಜಗತ್ತು ಸರ್ವನಾಶವಾಗುತ್ತಿತ್ತು.

ಸತ್ಯಕ್ಕೆ ನಿಜವಾದ ಬೆಲೆ ಇದೆ ಎನ್ನುತ್ತಾನೆ ಸರ್ವಜ್ಞ. ಸತ್ಯವಂತರಿಗೆ ಮಾತ್ರ ಗೌರವ, ಮರ್ಯಾದೆ. ಅವರಿಗೆ ಲೋಕ ತಲೆಬಾಗುವುದು.

'ಕೋಟಿ ವಿದ್ಯೆಗಳಲ್ಲಿ ಮೇಟಿ ವಿದ್ಯೆಯೇ ಲೇಸು' ಎಂಬ ಮಾತಲ್ಲಿ ಕೃಷಿ ಅದೆಷ್ಟು ಮುಖ್ಯ ಎಂದು ತಿಳಿಸುತ್ತಾನೆ. ಅದಿಲ್ಲದಿದ್ದರೆ ಲೋಕದ ಆಟವೇ ಹಾಳಾಗುವುದೆನ್ನುವನು. ರೈತನಿಗೆ ಉಳಲು ಒಳ್ಳೆಯ ಎತ್ತುಗಳಿರಬೇಕು, ಬಂಡಿಯಿರಬೇಕು. ನೆಲವನ್ನು ಉಳಬೇಕು, ಬೀಜ ಬಿತ್ತಬೇಕು, ಕಳೆಯನ್ನು ತೆಗೆಯಬೇಕು ಎನ್ನುತ್ತಾನೆ.

ಜ್ಯೋತಿಷ್ಯ ಶಾಸ್ತ್ರದ ಬಗ್ಗೆ ಸಹ ಒಂದಷ್ಟು ವಿಷಯ ತಿಳಿಸುತ್ತಾನೆ. ಕುತೂಹಲದ ಸಂಗತಿಯೆಂದರೆ ಗಿಡಮೂಲಿಕೆಗಳಿಂದ ಚಿನ್ನ ಮಾಡುವ ವಿಧಾನವನ್ನು ಹೇಳಿದ್ದಾನೆ. ಸ್ತ್ರೀಯರನ್ನು ವಶಪಡಿಸಿಕೊಳ್ಳಲು ನಾರುಬೇರುಗಳ ಬಳಕೆ ಮಾಡುತ್ತಿದ್ದುದ್ದನ್ನು ವಿವರಿಸಿದ್ದಾನೆ. ಅವನಿಗೆ ಜನಪದದ ವೈದ್ಯಪದ್ಧತಿಯೂ ತಿಳಿದಿತ್ತು. ಉತ್ತಮ ಆರೋಗ್ಯಕ್ಕೆ ಕೆಲವು ಸಲಹೆಗಳನ್ನು ನೀಡಿದ್ದಾನೆ. ಆಹಾರ ಸೇವನೆಯಲ್ಲಿ ಮಿತಿ ಇರಲೇಬೇಕು. ಒಂದು ಹೊತ್ತು ಉಣ್ಣುವವನು ಯೋಗಿ, ಎರಡು ಹೊತ್ತು ಉಣ್ಣುವವನು ಭೋಗಿ, ಮೂರು ಹೊತ್ತು ಉಣ್ಣುವವನು ರೋಗಿ ಎಂದು ಹೇಳಿದ್ದಾನೆ.

ಹೊಟ್ಟೆ ಹಸಿವು ಆಗದಿದ್ದರೆ ಬಿಸಿನೀರು ಕುಡಿಯಬೇಕು. ಚೆನ್ನಾಗಿ ಹಸಿವಾಗದೆ ಊಟ ಮಾಡಬೇಡ, ಹಸಿದು ಇರಬೇಡ. ಬಿಸಿಯನ್ನದ ಜೊತೆ ತಂಗಳನ್ನ ಬೆರೆಸಿ ಊಟಮಾಡಬೇಡ ಎನ್ನುತ್ತಾನೆ ಸರ್ವಜ್ಞ.

ಅಕ್ಕಿಯನ್ನು (ಅನ್ನ) ತಿನ್ನುವವನು ಹಕ್ಕಿಯಂತಾಗುವನು, ಜೋಳ ಬಳಸುವವನು ತೋಳ ಆಗುವನು, ರಾಗಿ ತಿನ್ನುವವನು ನಿರೋಗಿಯಾಗುವನು. ಬೇಳೆಬೆಲ್ಲಗಳನ್ನು ಹೆಚ್ಚಾಗಿ ಬಳಸುವವನು ಹೆಚ್ಚು ಕಾಲ ಬಾಳನು. ಎಡಮಗ್ಗುಲಲ್ಲಿ ಮಲಗಿದವನಿಗೆ ವೈದ್ಯರ ಅವಶ್ಯಕತೆ ಇಲ್ಲ. ಒಂದು ಹೊತ್ತು ಊಟ ಮಾಡಿ ಬೆಚ್ಚಗೆ ಶರೀರವನ್ನು ಇಟ್ಟುಕೊಳ್ಳುವುದರಿಂದ ವೈದ್ಯನನ್ನು ದೂರವಿಡಬಹುದು. ಶುದ್ಧವಾದ ಮನಸ್ಸು, ಇಂದ್ರಿಯ ನಿಗ್ರಹ ಮತ್ತು ನಾಲಿಗೆ ಮೇಲೆ ಹಿಡಿತ ಇದ್ದವನ ಬಾಳು ಹಸನಾಗುವುದು ಎಂಬುದು ಅವನ ನೇರ ನುಡಿ.

ಸರ್ವಜ್ಞನು ಕೆಟ್ಟ ಚಟಗಳನ್ನು ತೀವ್ರವಾಗಿ ಖಂಡಿಸಿದ್ದಾನೆ. ಕುಡಿಯುವುದು, ಜೂಜಾಡುವುದು, ಪರಸ್ತ್ರೀಯರ ಸಹವಾಸ ಮಾಡುವುದು, ಸುಳ್ಳು ಹೇಳುವುದು, ಇತರರ ಮನೆ-ಮನ ಹಾಳು ಮಾಡುವಂತಹ ಕೃತ್ಯವೆಸಗುವುದು, ತಮಗಾಗದವರ ಬಗ್ಗೆ ಇಲ್ಲಸಲ್ಲದ ವದಂತಿ ಹೆಚ್ಚಿಸುವುದು. ಇವುಗಳನ್ನು ಬಿಡುವುದರ ಮೂಲಕ ಸಾತ್ವಿಕ ಜೀವನವನ್ನು ನಡೆಸಬಹುದು ಎಂದು ಬುದ್ಧಿ ಹೇಳುತ್ತಾನೆ. ಈಚಲ ಮರದಿಂದ ಇಳಿಸಿದ ನೀರು ರೋಗ ನಿವಾರಕ ಶಕ್ತಿಯನ್ನು ಹೊಂದಿದೆ. ಅದನ್ನು ಹಿತಮಿತವಾಗಿ ಸೇವಿಸಿದರೆ ಆರೋಗ್ಯಕ್ಕೆ ಒಳ್ಳೆಯದು ಎನ್ನುತ್ತಾನೆ.

ಲಂಚದ ಬಗೆಗೆ ಸರ್ವಜ್ಞ ಐದುನೂರು ವರ್ಷಗಳ ಹಿಂದೆಯೇ ಪ್ರಸ್ತಾವಿಸಿರುವುದು ಗಮನಾರ್ಹ. ಪರಸ್ತ್ರೀಯರನ್ನು ತಾಯಿಯಂತೆ ಕಾಣುವ ಮನೋಭಾವ ಅವನದು. ಸ್ತ್ರೀಯ ಬಗೆಗೆ ಅವನಿಗಿರುವ ಗೌರವವು 'ಹೆಣ್ಣಿನಿಂದಲೇ ಇಹ-ಪರ-ಸಕಲ ಸಂಪದವು' ಎನ್ನುವ ಮಾತಿನಿಂದ ವ್ಯಕ್ತವಾಗಿದೆ. ಸದ್ಗುಣಗಳ ಹೆಣ್ಣಿನಿಂದ ಮನೆ ಸ್ವರ್ಗವಾಗುವುದು ಎನ್ನುತ್ತಾನೆ. ಬೆಚ್ಚನಾ ಮನೆ, ವೆಚ್ಚಕ್ಕೆ ಹೊನ್ನು, ಗಂಡನ ಇಚ್ಛೆಯನ್ನು ಅರಿತು ಅದರಂತೆ ನಡೆಯುವ ಸತಿ ಇದ್ದರೆ ಸ್ವರ್ಗಕ್ಕೆ ಕಿಚ್ಚು ಹಚ್ಚು ಎನ್ನುತ್ತಾನೆ. ಒಳ್ಳೆಯ ಗುಣದವಳು ಸೊಸೆಯಾದರೆ ಆ ಮನೆಗೆ ಹೊನ್ನು ಎನ್ನುವ ಮಾತು ಸೊಗಸಾಗಿದೆ. ಪತಿವ್ರತೆಗೆ ಸಮಾಜದಲ್ಲಿ ವಿಶೇಷ ಗೌರವವಿರುತ್ತದೆ ಎನ್ನುತ್ತಾನೆ ಸರ್ವಜ್ಞ, ಪರಪುರುಷರನ್ನು ಹೆತ್ತ ತಂದೆಯೆಂದು ಭಾವಿಸುವ ಸ್ಥಿರ ಮನಸ್ಸಿನ ಹೆಣ್ಣನ್ನು ಸನ್ನೆ ಮಾಡಿ ಕರೆಯುವ ಧೈರ್ಯ ಯಾರಿಗಿರುತ್ತದೆ ಎಂದು ಕೇಳುತ್ತಾನೆ. ಸತಿಯರಲ್ಲಿ ಗುಣವತಿಯೇ ಲೇಸು ಎಂಬುದು ಸರ್ವಜ್ಞನ ಅಭಿಮತ.

ಹೆಣ್ಣು ಸಂಸಾರದ ಕಣ್ಣಿನಂತೆ ಎನ್ನುವ ಅವನು ಅಸುಖೀ ಸಂಸಾರಕ್ಕೆ ಕಾರಣವಾಗುವವಳೂ ಕೂಡ ಹೆಣ್ಣೇ ಎನ್ನುತ್ತಾನೆ. ನಗೆಯಿಲ್ಲದವಳ ಒಡನಾಟ ಬೆರಣಿಯ ಹೊಗೆಯ ಕುಡಿದಂತೆ; ಹಸನವಿಲ್ಲದವಳ ಮನೆ ತಿಪ್ಪೆಯ ಕೆಸರಂತೆ; ಪ್ರತ್ಯುತ್ತರ ಕೊಡುವವಳ ಒಡನಾಟ ಈಟಿಯಲಿ ಇರಿದುಕೊಂಡಂತೆ;

ಹೇಸಿ ಹೆಣ್ಣಿನ ಮನೆ ಕತ್ತೆಯ ಹೂಸಿನಂತೆ; ನೀತಿಯರಿಯದ ಸತಿಯ ಮನೆಯು ಏತಕ್ಕೂ ಬೇಡ; ಜಗಳವಾಡುವ ಹೆಂಡತಿಗಿಂತ ಮಾರಿಯೇ ಲೇಸು. ಹೀಗೆ ದುಷ್ಟ ಹೆಣ್ಣಿನ ಗುಣವನ್ನು ಸರ್ವಜ್ಞ ಕಣ್ಣಿಗೆ ಕಟ್ಟುವಂತೆ ಚಿತ್ರಿಸಿದ್ದಾನೆ.

ಲೋಕದ ಬಹುಪಾಲು ವಿಷಯಗಳನ್ನು ಪ್ರಸ್ತಾಪಿಸುವ ಸರ್ವಜ್ಞನ ವಚನಗಳು ವಿಶ್ವಕೋಶದಂತೆ. ತಾನು ಕಂಡುಂಡ ಲೋಕಾನುಭವಗಳನ್ನು ಗಟಿ ರಸಾಯನದಂತೆ ಸಮುದಾಯಕ್ಕೆ ಉಣಿಸಿದ ಅವನಂತವರು ವಿರಳ. ಅವನೊಬ್ಬ ಪಾರಿವ್ರಾಜಕ; ಕಾಲುನಡಿಗೆಯಲ್ಲಿ ದೇಶಾಟನೆ ಮಾಡಿ ಜಗತ್ತನ್ನು ಅರಿತನು. ಜ್ಞಾನಿಯಾದನು.

3. ತ್ರಿಪದಿಗಳ ದೊರೆ

ಸರ್ವಜ್ಞನು ದೇವರ ಕುರಿತು ಹೇಳುವ ವಚನ:
ಒಬ್ಬನಲ್ಲದೇ ಜಗಕೆ ಇಬ್ಬರುಂಟೆ ಮತ್ತೆ
ಒಬ್ಬ ಸರ್ವಜ್ಞ ಕರ್ತನೀ ಜಗಕೆಲ್ಲ
ಒಬ್ಬನೇ ದೈವ ಸರ್ವಜ್ಞ

ಎಲ್ಲ ಜೀವಿಗಳನ್ನು ರಕ್ಷಿಸುವಾತನೆ ದೇವರು, ಸುಮ್ಮನೆ ಆ ದೇವರು ಈ ದೇವರು ಎಂದು ಹೇಳುವುದು ಬೇಡ ಎಂದಿದ್ದಾನೆ. ದೇವರು ಸರ್ವಾಂತರ್ಯಾಮಿ. ಅವನು ಇಲ್ಲದೆಡೆ ಇಲ್ಲ. ಕಲ್ಲಿನಲ್ಲಿ, ಮಣ್ಣಿನಲ್ಲಿ, ಮುಳ್ಳಿನ ಮೊನೆಯಲ್ಲಿ ಇರುವ ಶಿವ ಎಲ್ಲಿ ನೆನೆಯುತ್ತೇವೆಯೋ ಅಲ್ಲಿರುತ್ತಾನೆ. ಅಷ್ಟೇ ಏಕೆ? ನಾವು ಇದ್ದಲ್ಲಿಯೇ ಇರುವನು ಎಂಬ ಚಿಂತನೆ ಈ ವಚನದಲ್ಲಿದೆ:

ಕಲ್ಲಿನಲ್ಲಿ ಮಣ್ಣಿನಲಿ ಮುಳ್ಳಿನಾ ಮೊನೆಯಲಿ
ಎಲ್ಲಿ ನೆನೆದಲ್ಲಿ ಶಿವನಿರ್ಪ ಅವ ನೀನಿ
ದ್ದಲ್ಲಿಯೇ ಇರುವ ಸರ್ವಜ್ಞ

ಈ ಬ್ರಹ್ಮಾಂಡದ ಸೃಷ್ಟಿಕರ್ತ ದೇವರು. ಸೂರ್ಯ, ಚಂದ್ರ, ನಕ್ಷತ್ರ, ಮಳೆ, ಹೂಗಳು, ಪ್ರಾಣಿಗಳು ಎಲ್ಲವನ್ನೂ ಸೃಷ್ಟಿಸುವ ಶಕ್ತಿ ದೇವರಿಗಲ್ಲದೇ ಇನ್ಯಾರಿಗಿದೆ.

ಕೃಷಿ ಕ್ಷೇತ್ರಕ್ಕೆ ಸರ್ವಜ್ಞ ಹೆಚ್ಚಿನ ಪ್ರಾಮುಖ್ಯತೆ ನೀಡಿದ್ದಾನೆ. ನೂರೆಂಟು ಬಗೆಯ ವಿದ್ಯೆಗಳುಂಟು. ಅದರಲ್ಲಿ ಕೃಷಿ ವಿದ್ಯೆಯೇ ಪರಮ ಶ್ರೇಷ್ಠ ಎನ್ನುತ್ತಾನೆ. ಬೇಸಾಯ ಕಾರ್ಯ ನಡೆಯದಿದ್ದರೆ ಸಕಲ ಜೀವರಾಶಿಗಳಿಗೆ ಆಹಾರವಿಲ್ಲದಂತಾಗಿ ಜೀವನಚಕ್ರವೇ ನಿಂತು ಹೋಗುತ್ತದೆ ಎಂದು ಎಚ್ಚರಿಸಿದ್ದಾನೆ. ಇದಕ್ಕೆ ಸಂಬಂಧಿಸಿದ ಜನಪ್ರಿಯ ವಚನ ಹೀಗಿದೆ:

ಕೋಟಿ ವಿದ್ಯೆಗಳಲ್ಲಿ ಮೇಟಿ ವಿದ್ಯೆಯೆ ಮೇಲು
ಮೇಟಿಯಿಂ ರಾಟಿ ನಡೆದುದಲ್ಲದೆ ದೇಶ
ದಾಟವೆ ಕೆಡುಗು ಸರ್ವಜ್ಞ

ರೈತನ ಬಳಿ ಎತ್ತು, ಹಾಲು ಕೊಡುವ ಹಸು ಇರಲೇಬೇಕು. ಎತ್ತುಗಳ ಪಾತ್ರ ಹಿರಿದು. ಜೊತೆಗೆ ಐದು ಗಂಡು ಮಕ್ಕಳು, ಉತ್ತಮಳಾದ ಸತಿ ಇದ್ದರೆ ಅಂಥವನು ಎಂದಿಗೂ ಸುಖಿ.

ಮಾತಿನ ಮಹತ್ವವನ್ನು ಸರ್ವಜ್ಞ ಕೆಲವು ವಚನಗಳಲ್ಲಿ ಹೇಳಿದ್ದಾನೆ. ಸಮಾಜದಲ್ಲಿ ಮಾತೇ ಎಲ್ಲಕ್ಕೂ ಮೂಲ. ಮಾತಿನಿಂದ ನಗೆ ಬರುತ್ತೆ. ಮಾತಿನಿಂದ ಕೊಲೆಗಳೇ ನಡೆದುಹೋಗುತ್ತವೆ. ಮಾತಿನಿಂದ ಎಲ್ಲ ಸಿರಿಯು, ಮಾತು ಲೋಕಕ್ಕೆ ಮಾಣಿಕ್ಯ ಎನ್ನುತ್ತಾನೆ.

ಮಾತಿನಿಂ ನಗೆ ನುಡಿಯು ಮಾತಿನಿಂ ಹಗೆಕೊಲೆಯು
ಮಾತಿನಿಂ ಸರ್ವ ಸಂಪದವು ಲೋಕಕ್ಕೆ
ಮಾತೆ ಮಾಣಿಕ್ಯವು ಸರ್ವಜ್ಞ

ಮಾತು ಬಲ್ಲವನು ಕೆಲವು ಸನ್ನಿವೇಶಗಳಲ್ಲಿ ಸೋಲನ್ನು ಒಪ್ಪಿಕೊಳ್ಳುವುದೇ ಲೇಸು. ಮಾತು ಮನೆ ಕೆಡಿಸಿತು ಎಂಬಂತೆ ಮಾತಿಗೆ ಮಾತು ಬೆಳೆಸುತ್ತ ಹೋದರೆ ಜಗಳವಾಗಿ, ಕೆಲವು ಸಂದರ್ಭಗಳಲ್ಲಿ ಸಾವಿಗೆ ದಾರಿ ಮಾಡಿಕೊಡಬಹುದು. ಒಟ್ಟಿನಲ್ಲಿ ಮಾತು ಬಲ್ಲವನಿಗೆ ಜೀವನ ಸರಾಗ, ಸಲೀಸು; ಏತ ನೀರು ಸುರಿಸಿದಂತೆ. ಮಾತನಾಡಲು ಬರದವನಿಗೆ ಏತ ನಿಷ್ಪ್ರಯೋಜಕವಾಗಿ ಸುಮ್ಮನೆ ನೇತಾಡಿದಂತೆ.

ಸುಮಾರು 500 ವರ್ಷಗಳಷ್ಟು ಹಿಂದೆಯೇ ಓದಿನ ಮಹತ್ವವನ್ನು ಸರ್ವಜ್ಞ ತಿಳಿಸಿದ್ದ. ವಿದ್ಯೆ ವ್ಯಕ್ತಿಯ ಸೌಂದರ್ಯಕ್ಕೆ ಮೆರಗನ್ನು ನೀಡಿ ಅವರ ವ್ಯಕ್ತಿತ್ವಕ್ಕೆ ಶೋಭೆ ತರುತ್ತದೆ. ಅವರನ್ನು ಎಲ್ಲರೂ ಅಭಿಮಾನದಿಂದ, ಪ್ರೀತಿಯಿಂದ ನೋಡುತ್ತಾರೆ.

ಮಕ್ಕಳಿಗೆ ವಿದ್ಯೆ ಕಲಿಸುವುದು ತಂದೆಯ ಆದ್ಯ ಕರ್ತವ್ಯವೆನ್ನುತ್ತಾನೆ. ಗುರುಗಳು ತನ್ನ ಶಿಷ್ಯರಿಗೆ ನೀತಿಬೋಧೆ ಮಾಡಬೇಕು. ತಾಯಿ ಮಕ್ಕಳ ಆರೋಗ್ಯದ ಬಗ್ಗೆ ಕಾಳಜಿವಹಿಸಬೇಕು. ವಿದ್ಯೆ ಕಲಿಸದೆ ಮಕ್ಕಳನ್ನು ದುಡಿಯಲು ಹಚ್ಚುವ ಬೇಜವಾಬ್ದಾರಿ ತಂದೆ, ಶಿಷ್ಯರ ಬಗ್ಗೆ ಗಮನ ಹರಿಸದ ಗುರು, ಮಕ್ಕಳ ಆರೋಗ್ಯ, ವಿದ್ಯೆಯತ್ತ ಕಾಳಜಿ ತೋರದ ತಾಯಿ ಶತ್ರುಗಳೆ ಸರಿ ಎನ್ನುತ್ತಾನೆ ಸರ್ವಜ್ಞ,

ವಿದ್ಯೆಯನ್ನು ಕಲಿತವನು ಬಡವನಾದರೂ ಅವನು ಇರುವಲ್ಲಿ ಮತ್ತು ಹೋದ ಕಡೆಯಲ್ಲಿ ಗೌರವಾನ್ವಿತನಾಗುವನು; ಒಂದು ವೇಳೆ ಬೆಟ್ಟದ ಮೇಲೆ ವಾಸಿಸುತ್ತಿದ್ದರೂ ಮಾನ್ಯನಾಗುವನು ಎನ್ನುತ್ತಾನೆ ಸರ್ವಜ್ಞ,

ಬರಿಯ ಓದು ಓದಲ್ಲ ಎನ್ನುವನು ಸರ್ವಜ್ಞ, ಓದು ತಿಂದುಹಾಕಿದ ಕಬ್ಬಿನ ಸಿಪ್ಪೆಯಂತೆ. ಓದಿದ ವಿಷಯ ಮನನವಾಗಬೇಕು. ಓದಿನೊಳಗಿನ ತಿರುಳನ್ನು ಅರಿತರೆ ಸಿಪ್ಪೆಯೇ ಕಬ್ಬಿನಂತೆ ಸಿಹಿ ರಸಮಯವಾಗುವುದು. ಓದಿದ್ದು ಚೆನ್ನಾಗಿ ಅರ್ಥವಾಗಬೇಕು. ಅದರಂತೆ ವಿದ್ಯೆಯನ್ನು ತಾನೇ ಸ್ವತಃ ಕಲಿಯುತ್ತೇನೆ ಎಂದುಕೊಳ್ಳುವುದು ಅವಿವೇಕ. ಗುರುವಿನಿಂದಲೇ ವಿದ್ಯೆಯನ್ನು ಕಲಿಯಬೇಕು. ಅಂದರೆ ಮಾತ್ರ ಅದು ಸಿದ್ಧಿಸುತ್ತದೆ. ವಿದ್ಯೆಯನ್ನು ಗುರುವಿನ ನೆರವಿಲ್ಲದೆ ಕಲಿಯಲು ಹೊರಟರೆ ಅದು ಲೋಪದೋಷಗಳಿಂದ ಕೂಡಿರುತ್ತದೆ ಎಂಬುದನ್ನು ಸರ್ವಜ್ಞ ವಚನಗಳಲ್ಲಿ ಹೇಳಿದ್ದಾನೆ.

ವಿದ್ಯೆಗೆ ಕೊನೆ ಎಂಬುದಿಲ್ಲ. ಕಲಿಯಲು ವಯಸ್ಸಿನ ಮಿತಿ ಇಲ್ಲ. ಎಷ್ಟೇ ಕಲಿತರೂ ಇನ್ನೂ ಕಲಿಯುವುದು ಇದ್ದೇ ಇರುತ್ತದೆ. ಬುದ್ಧಿಶಕ್ತಿಗೆ ಬೆಲೆ ಕಟ್ಟಲು ಆಗುವುದಿಲ್ಲ. ಚಾಡಿಕೋರರಿಗೆ ಉತ್ತಮ ಮಾರ್ಗವೆಂಬುದಿರುವುದಿಲ್ಲ. ಮರಣಕ್ಕೆ ಮದ್ದಿಲ್ಲ. ಲೇಖನ ಬರೆಯಲು ಅಕ್ಷರ ಜ್ಞಾನವಿರಬೇಕು. ವಾದ ಮಾಡಲು ತರ್ಕಶಾಸ್ತ್ರದ ಅರಿವಿರಬೇಕು. ಆದರೆ ಮುಕ್ತಿಗೆ (ಮೋಕ್ಷಕ್ಕೆ) 'ಭಕ್ತಿ' ಎಂಬ ಎರಡಕ್ಷರಗಳು ಸಾಕು ಎನ್ನುತ್ತಾನೆ ಸರ್ವಜ್ಞ.

ಹೆಣ್ಣಿಗೆ ಅದರಲ್ಲೂ ಮುಖ್ಯವಾಗಿ ತಾಯಿಗೆ ದೊಡ್ಡ ಸ್ಥಾನವನ್ನೇ ಕೊಟ್ಟಿದ್ದಾನೆ ಸರ್ವಜ್ಞ, ಹೆಣ್ಣು ತಾಯಿ, ಹೆಣ್ಣು ತಂಗಿ, ಹೆಣ್ಣು ಸತಿಯೂ ಹೌದು, ಮಾರ್ಗದರ್ಶಕಳೂ ಹೌದು. 'ಮಾತೃದೇವೋಭವ' ಎಂಬುದನ್ನು ಆತ ಸಂಪೂರ್ಣವಾಗಿ ಬೆಂಬಲಿಸಿದ್ದಾನೆ.

ಮಕ್ಕಳ ಹಿತವನ್ನು ಬಯಸಿ ಅದರ ನಿಮಿತ್ತ ಎದುರಾಗುವ ಕಷ್ಟಕಾರ್ಪಣ್ಯಗಳೆಲ್ಲವನ್ನೂ ನಿಭಾಯಿಸುವ ತಾಯಿಗಿಂತ ಹಿತವಾದವರು ಯಾರಿದ್ದಾರೆ? ಹೆಣ್ಣು ಇಹದಲ್ಲಿ ಸನ್ಮಾರ್ಗಕ್ಕೆ ಕಾರಣಳಾಗುತ್ತಾಳೋ ಹಾಗೆ ಪರಕ್ಕೂ ಕಾರಣಳಾಗುತ್ತಾಳೆ. ಹೆಣ್ಣಿನಿಂದಲೇ ಎಲ್ಲ ಸಿರಿ ಸಂಪದಗಳು ಲಭಿಸುವುವು. ಹೆಣ್ಣನ್ನು ಒಲ್ಲೆ ಎನ್ನುವರು ಯಾರು ಇದ್ದಾರೆ? ಹೆಣ್ಣು ದಾಸಿ, ಹೆಣ್ಣು ಮಂತ್ರಿ, ಹೆಣ್ಣು ತಾಯಿ ಭೂಮಿಯಂತೆ ಕ್ಷಮಿಸುವ ಗುಣ ಹೊಂದಿರುವವಳು ಹೆಣ್ಣು. ಗಂಡಿನ ಯಶೋಗಾಥೆಗೆ ಮನದುಂಬಿ ಸಹಕರಿಸುವವಳು ಹೆಣ್ಣು.

ಹೆಣ್ಣನ್ನು ಕುರಿತ ಸರ್ವಜ್ಞನ ಒಂದು ಪ್ರಸಿದ್ಧ ವಚನವಿದೆ. ನಾರಿ ಪರೋಪಕಾರಿ. ಅವಳ ಮನಸ್ಸು ಮೃದು. ಪತಿಯಾದವನಿಗೆ ಉತ್ತಮ ಗತಿ ಪಡೆಯಲು ಅವಳೇ ದಾರಿ ತೋರುವಳು. ಆದರೆ ಅವಳಲ್ಲೂ ಸಿಟ್ಟು, ಪೆಡಸು ಇರುತ್ತದೆ. ಅವಳು ಕೋಪಿಸಿಕೊಂಡರೆ ಮಾರಿಯೇ ಆಗಿ ಬಿಡುವಳು.

ಹೆಣ್ಣಿನ ರೂಪದ ಬದಲು ಗುಣಕ್ಕೆ ಪ್ರಾಮುಖ್ಯತೆ ನೀಡಬೇಕು. ಹೆಣ್ಣು ರೂಪವಂತಳಿರಬಹುದು, ಗುಣವಂತಳಲ್ಲದಿದ್ದರೆ ಕೋತಿ ಮುಖದವಳು.

ಹೆಣ್ಣಿಗೆ ಗುಣವೇ ಮುಖ್ಯ. ಹೀಗೆ ಸರ್ವಜ್ಞನು ಹೆಣ್ಣಿನ ಬಗ್ಗೆ ಹತ್ತಾರು ವಚನಗಳನ್ನು ರಚಿಸಿದ್ದಾನೆ.

4. ಸಕಲ ವಲ್ಲಭ

ಆಡು ಮುಟ್ಟದ ಸೊಪ್ಪಿಲ್ಲ ಎನ್ನುವಂತೆ ಸರ್ವಜ್ಞ ಚಿಂತಿಸದ ಜೀವನ ಕ್ಷೇತ್ರವಿಲ್ಲ. ಜ್ಞಾನ, ಬಡತನ, ಯೋಗ, ದಾನದ ರಹಸ್ಯ, ಜಾತಿಪದ್ಧತಿ, ಉದ್ಯೋಗ, ಗಂಡ-ಹೆಂಡತಿ ಸಂಬಂಧ, ವಿಜ್ಞಾನ, ಆರೋಗ್ಯ, ತತ್ತ್ವವಿಚಾರ, ವಿದ್ಯೆ ಇತ್ಯಾದಿ ವಿಚಾರಗಳನ್ನು ಅವನ ವಚನಗಳಲ್ಲಿ ಕಾಣಬಹುದಾಗಿದೆ.

ಸರ್ವಜ್ಞ ತನ್ನ ಕಾವ್ಯ ಪ್ರೌಢಿಮೆಯನ್ನು ಮೆರೆಸುವ ಉದ್ದೇಶದಿಂದ ತ್ರಿಪದಿಗಳನ್ನು ರಚಿಸಲಿಲ್ಲ. ಅವನು ಕ್ರಾಂತಿಕಾರಿ ಹಾಗೂ ಪ್ರಗತಿಶೀಲ ಚಿಂತನೆಗಳನ್ನು ಜಾತಿಮತ ಧರ್ಮ ಬೇಧಗಳಿಲ್ಲದೆ ಸಾರ್ವಕಾಲಿಕ ಸತ್ಯವನ್ನು ವಿಶ್ವಕ್ಕೆ ನೀಡಿದನು. ದಾನದ ಬಗ್ಗೆ ಅವನ ವಚನ ಹೀಗಿದೆ:

ಗಾನವಿದ್ಯವು ಲೇಸು ಮಾನವತಿ ಸತಿ ಲೇಸು
ಸ್ವಾನುಭಾವಿಗಳ ಕೆಳೆ ಲೇಸು ಎಲ್ಲಕು
ದಾನಿಯೇ ಲೇಸು ಸರ್ವಜ್ಞ

ಎಲ್ಲ ವಿದ್ಯೆಗಳಿಗಿಂತ ಹಾಡುವ ವಿದ್ಯೆ ಶ್ರೇಷ್ಠ. ಮಾನವಂತ ಗಣಿಯಾಗಿ ಸಂಸಾರ ನಡೆಸಿಕೊಂಡು ಹೋಗುವ ಸತಿ ಲೇಸು. ಜ್ಞಾನಿಗಳೊಂದಿಗಿನ ಸಾಹಚರ್ಯ ಉತ್ತಮ. ಈ ಎಲ್ಲಕ್ಕಿಂತಲೂ ದಾನಿ ಶ್ರೇಷ್ಠ. ಎಲ್ಲ ದಾನಕ್ಕಿಂತ ಅನ್ನದಾನ ಶ್ರೇಷ್ಠ ಎಂಬ ನುಡಿಗಟ್ಟು ಇದೆ. ದಾನಿಯಾಗಬೇಕಾದರೆ ಈಶ್ವರನ ಕೃಪೆ ಅಗತ್ಯ. ಎಲ್ಲರಿಗೂ ದಾನ ಮಾಡುವ ಇಚ್ಛೆ ಉಂಟಾಗುವುದಿಲ್ಲ. ಶ್ರೀಮಂತನಾದ ಕಾಲದಲ್ಲಿ ನೀನೇ ಕರೆದು ಇತರರಿಗೆ ಕೈಯಾರೆ ದಾನ ಮಾಡು. ದಾನ ಪ್ರತಿಫಲ ಮುಕ್ತಿ. ಇದಕ್ಕೆ ಸಂಬಂಧಿಸಿದ ವಚನ ಹೀಗಿದೆ:

ಸಿರಿಬಂದ ಕಾಲಕ್ಕೆ ಕರೆದು ದಾನವ ಮಾಡು
ಪರಿಣಾಮವಕ್ಕು ಪದವಕ್ಕು ಕೈಲಾಸ
ನೆರೆಮನೆಯು ಅಕ್ಕು ಸರ್ವಜ್ಞ

ಅನ್ನವು ತ್ರಾಣ, ಪ್ರಾಣ ಎಲ್ಲವೂ ಆಗಿದೆ. ಅವನ ವಚನ ಹೀಗೆ ಹೇಳುತ್ತದೆ:

ಅನ್ನದಾನಕ್ಕಿಂತ ಮುನ್ನ ದಾನವಿಲ್ಲ
ಅನ್ನಕ್ಕೆ ಮಿಗಿಲು ಇನ್ನಿಲ್ಲ ಜಗದೊಳಗೆ
ಅನ್ನವೇ ಪ್ರಾಣ ಸರ್ವಜ್ಞ

ದಾನವನ್ನು ನಾವು ಏಕೆ ಮಾಡಬೇಕು ಎಂಬುದಕ್ಕೆ ಸರ್ವಜ್ಞ ಸೊಗಸಾದ ವಿಚಾರವನ್ನು ತಿಳಿಸಿದ್ದಾನೆ. ದಾನ ಮಾಡುವವನಿಗೇ ಅದರ ಫಲ ಲಭ್ಯ. ಏನು ಕೊಡುತ್ತಾನೋ ಅದರ ಸಮನಾದ ಪುಣ್ಯಫಲ ಲಭಿಸುತ್ತದೆ. ಆದರೆ ಯಾರಿಗೂ ದಾನ ಮಾಡದೆ ಬಚ್ಚಿಟ್ಟರೆ ಅದು ಮುಂದೆ ಒಂದಾದರೊಂದು ದಿನ ಪರರ ಪಾಲಾಗುವುದು. ದಾನ ಕೊಟ್ಟ ಮಾತ್ರಕ್ಕೆ ಕಳೆದುಕೊಂಡೆವೆಂದು ಕೊರಗಬಾರದು. ದಾನದ ಫಲ ಇದ್ದೇ ಇರುತ್ತೆ. ದಾನಿ ತನ್ನ ಸತ್ಕರ್ಮದ ಫಲವಾಗಿ ಸಕಲಭೋಗ ಭಾಗ್ಯಗಳನ್ನು ಅನುಭವಿಸುವನು. ದಾನಿಗೆ ದೊರಕದ್ದು ಯಾವುದೂ ಇಲ್ಲ. ಎರಡು ವಚನಗಳನ್ನು ನೋಡಿ:

ಕೊಟ್ಟಿದ್ದು ತನಗೆ ಬಚ್ಚಿಟ್ಟಿದ್ದು ಪರರಿಗೆ
ಕೊಟ್ಟಿದ್ದು ಕೆಟ್ಟಿತೆನಬೇಡ, ಮುಂದೆ
ಕಟ್ಟಿಹುದು ಬುತ್ತಿ ಸರ್ವಜ್ಞ

ದಾನದ ಫಲದಿಂದ ಭೂನಾಥನಾಗುವನು
ಭಾನುಮಂಡಲವ ನೊಡೆದಮಳ ಸ್ವರ್ಗಕ್ಕೆ
ತಾನೊಡೆಯನಹನು ಸರ್ವಜ್ಞ

ದಾನ ಮಾಡುವುದರಲ್ಲೂ ಒಂದು ಕ್ರಮ ಇದೆ ಎನ್ನುತ್ತಾನೆ ಸರ್ವಜ್ಞ. ಹೇಗೆ ದಾನ ಮಾಡಬೇಕು? ಗೋಳು ಹೊಯ್ದು ದಾನ ಕೊಡುವುದೇ? ಅದು ತಪ್ಪು. ನಾಳೆ ಬಾ, ನಾಳಿದ್ದು ಬಾ, ಸ್ವಲ್ಪ ಹೊತ್ತು ಬಿಟ್ಟು ಬಾ ಎಂದು ಹೇಳಬಾರದು. ದಾನ ಪಡೆಯುವವನನ್ನು ಸತಾಯಿಸಬಾರದು. ಅವನ ಅವಶ್ಯಕತೆಯನ್ನರಿತು ಆ ಕೂಡಲೇ ದಾನಮಾಡುವವನು ತನ್ನ ಜೀವನವನ್ನು ಸಾರ್ಥಕಪಡಿಸಿಕೊಳ್ಳುತ್ತಾನೆ. ದಾನ ಕೊಡುತ್ತಾನೆ ಎಂದು ಹೇಳದೆಯೇ ಕೊಡುವವನು ಉತ್ತಮನೆನಿಸುತ್ತಾನೆ. ದಾನ ಕೊಡುತ್ತಾನೆ ಎಂದು ಹೇಳಿ ಕೊಡುವವನು ಮಧ್ಯಮನು. ಇನ್ನು ದಾನ ಮಾಡುವೆ ಎಂದು ಹೇಳಿಯೂ ಕೊಡದವನು ಅಧಮ. ಅವನ ಎರಡು ವಚನಗಳು ಹೀಗೆ ಹೇಳುತ್ತವೆ:

ಆಗ ಬಾ ಈಗ ಬಾ ಹೋಗಿ ಬಾ ಎನ್ನದಲೆ
ಆಗಲೇ ಕರೆದು ಕೊಡುವವನ ಧರ್ಮ
ಹೊನ್ನಾಗದೆ ಬಿಡದು ಸರ್ವಜ್ಞ

ಆಡದೆ ಕೊಡುವವನು ರೂಢಿಯೊಳಗುತ್ತಮನು
ಆಡಿ ಕೊಡುವವನು ಮಧ್ಯಮನಧಮ ತಾ
ನಾಡಿ ಕೊಡದವನು ಸರ್ವಜ್ಞ

ಭಾರತೀಯರಲ್ಲಿ ಕಷ್ಟ ಸುಖಗಳು ನಾವು ಪೂರ್ವಜನ್ಮದಲ್ಲಿ ಮಾಡಿರುವ ಕರ್ಮಗಳ ಫಲ ಎಂಬ ನಂಬಿಕೆ ಇದೆ. ಸರ್ವಜ್ಞನೂ ಇದನ್ನು ಅನುಮೋದಿಸುತ್ತಾನೆ. ಪ್ರಾರಬ್ಧ ಕರ್ಮಗಳು ಬೆನ್ನುಹತ್ತಿ ಬರುತ್ತವೆ. ಅವಕ್ಕೆ ಪರಿಹಾರವಿಲ್ಲ. ಶಿವಯೋಗಿ ದುಃಖಿಸದೇ ಅಂಜದೇ ಧರಿಸುತ್ತಾನೆ. ಅವನೇ **ರೂಢಯೋಗಿ** ಎನಿಸಿಕೊಳ್ಳುತ್ತಾನೆ.

ಇಂಗು ಕರ್ಪೂರವಾಗುವುದು, ಮಣ್ಣೇ ಮಾಣಿಕ್ಯವಾಗುವುದು, ನಮ್ಮ ಮನೆಯ ಮುಂದಿನ ಕಲ್ಲು ಬಂಗಾರವಾಗುವುದು, ಆರು ಹನ್ನೆರಡಾಗುವುದು, ಗೊಡ್ಡಾದ ಹಸುವು ಅಮೃತವನ್ನು ನೀಡುವುದು ಇವೆಲ್ಲವೂ ವಿಧಿ ನಮ್ಮ ಪಾಲಿಗೆ ಒಳ್ಳೆಯದಾದಾಗ ಮಾತ್ರ. ಸಕಲ ತೀರ್ಥದೊಳು ಸ್ನಾನ ಮಾಡಿದರೂ ಶರಣರ ಪಾದಕ್ಕೆರಗಿದರೂ ಭದ್ರಕೋಟೆಯ ಒಳಗಿದ್ದರೂ ವಿಧಿಯು ಕಾಡಿಸದೆ ಬಿಡದು ಎಂದು ಸರ್ವಜ್ಞ, ಈ ಕೆಳಗಿನ ತ್ರಿಪದಿಗಳನ್ನು ನೋಡಿ:

ಇಂಗು ಕರ್ಪೂರವಕ್ಕು ಬಿಂಗು ಮಾಣಿಕವಕ್ಕು
ಅಂಗಳದ ಶಿಲೆಯು ಹೊನ್ನಕ್ಕು ವಿಧಿ ಕರ್ಮ
ಹಿಂಗುವಾ ದಿನಕೆ ಸರ್ವಜ್ಞ

ಮೂರಿಟ್ಟರಾರಕ್ಕು ಆರು ಹನ್ನೆರಡಕ್ಕು
ಹೇರುವ ಗೊಡ್ಡು ಹಯನಕ್ಕು ವಿಧಿ ಕರ್ಮ
ಹಾರುವ ದಿನಕೆ ಸರ್ವಜ್ಞ

ಎಲ್ಲ ತೀರ್ಥದೊಳಿರಲು ಬಲ್ಲಿದರ ಮೊರೆಹೋಗಲು
ಕಲ್ಲು ಮಾಳಿಗೆಯ ಒಳಗಿರಲು ವಿಧಿ ಬಂದು
ಕೊಲ್ಲದೇ ಬಿಡದು ಸರ್ವಜ್ಞ

ಮನುಷ್ಯ ಏನು ತನಗೆ ಬರುತ್ತದೆಯೋ ಅದು ಸುಖವಿರಲಿ, ಕಷ್ಟವಿರಲಿ ಎಲ್ಲವನ್ನು ಸ್ವೀಕರಿಸಲೇ ಬೇಕು. ಆಗ ವಿಧಿಯ ಕೆಲಸ ಏನೂ ಇಲ್ಲದಂತೆ ಆಗುವುದು ಎನ್ನುವುದು ಸರ್ವಜ್ಞನ ಒಟ್ಟಾರೆ ಇಂಗಿತವಾಗಿದೆ.

ಬಂದುದನೆ ತಾ ಹಾಸಿ ಬಂದದನೆ ತಾ ಹೊದೆದು
ಬಂದುದೆಲ್ಲವನು ನುಂಗಿದರೆ ವಿಧಿಕರ್ಮ
ನಂದಿಹೋಗುವುದು ಸರ್ವಜ್ಞ

ನಾವು ಹೇಳುವ ಬುದ್ಧಿಯನ್ನು ಕೇಳುವವರಿದ್ದರೆ ಮಾತು ಹೇಳಬೇಕು. ಅಜ್ಞಾನದಿಂದ ಮೆರೆಯುವ ಅಧಮನಿಗೆ ಬುದ್ಧಿ ಹೇಳುವುದರಿಂದ ಪ್ರಯೋಜನವಾದರೂ ಎಲ್ಲಿದೆ?

ಕೇಳುವುದು ಉಳ್ಳಿಡೆ, ಹೇಳುವುದು ಬುದ್ಧಿಯನು
ಬೀಳಾಗಿ ಬಿದ್ದು ಬಳಲುವಗೆ ಬುದ್ಧಿಯನು
ಹೇಳುವ ನೆಗ್ಗ ಸರ್ವಜ್ಞ

'ಆಳಾಗಿ ದುಡಿಯುವವನು ಅರಸನಾಗಬಲ್ಲ' ಎಂಬ ಗಾದೆ ಮಾತಿದೆ. ಈ ಕುರಿತು ಸರ್ವಜ್ಞನ ವಚನ ಹೀಗಿದೆ:

ಆಳಾಗಿ ಬಲ್ಲವನು ಆಳುವನು ಅರಸಾಗಿ
ಆಳಾಗಿ ಬಾಳಲರಿಯದವನು ಕಡೆಯಲ್ಲಿ
ಹಾಳಾಗಿ ಹೋಹ ಸರ್ವಜ್ಞ

ಸದಾ ಸತ್ಯವನ್ನೇ ಹೇಳಬೇಕು ಎಂಬರ್ಥದ ತ್ರಿಪದಿಯಲ್ಲಿ ಸರ್ವಜ್ಞ ಸತ್ಯದ ಮಹತ್ವವನ್ನು ಸಾರಿದ್ದಾನೆ. ಸತ್ಯವಂತರನ್ನು ಕಂಡರೆ ಇಡೀ ಧರೆಯ ಜನರು ತಲೆಬಾಗಿ ನಮಿಸುವರು. ಹೆತ್ತ ತಾಯಿ ಮಗನನ್ನು ಪ್ರೀತಿಯಿಂದ ಕರೆಯುವಂತೆ, ಪರಮೇಶ್ವರನು ಸತ್ಯವಂತರನ್ನು ತನ್ನೆಡೆಗೆ ಎತ್ತಿಕೊಳ್ಳುವನು. ಆಗ ಶಿವನ ಕೃಪೆ ಒದಗುವುದು. ಹರಿಶ್ಚಂದ್ರ ಸತ್ಯವಂತ. ಅವನಿಗೆ ವಿಶ್ವೇಶ್ವರನ ಸಾಕ್ಷಾತ್ಕಾರವಾಗಲಿಲ್ಲವೆ?

ಸತ್ಯರಿಗೆ ಧರೆಯೆಲ್ಲ ಮಸ್ತಕವನೆರಗುವುದು
ಹೆತ್ತ ತಾಯ್ ಮಗನ ಕರೆವಂತೆ ಶಿವನವರ
ನೆತ್ತಿಕೊಂಬುವನು ಸರ್ವಜ್ಞ

'ಅತಿಯಾಸೆ ಗತಿಗೇಡು' ಎಂಬುದು ಜನಪ್ರಿಯ ಗಾದೆಮಾತು. ಅತಿ ಆಸೆಪಡುವುದರಿಂದ ಬುದ್ಧಿ ಕೆಡುತ್ತದೆ. ಹಾಗೆಯೇ ಕಾಮಪಿಪಾಸೆಯಿಂದ ಹೆಂಡತಿ ಮಕ್ಕಳು ಗತಿಹೀನರಾಗುವರು ಎನ್ನುವನು ಸರ್ವಜ್ಞ.

ಅತಿಯಾಸೆ ಮಾಡುವನು ಗತಿಗೇಡಿಯಾಗುವನು
ಅತಿಯಾಸೆಯಿಂದ ಮತಿಕೆಡುಗು ರತಿಯಿಂದ
ಸತಿಸುತರು ಕೆಡುಗು ಸರ್ವಜ್ಞ

ಬಡತನವಿರಲಿ, ಸಿರಿತನವಿರಲಿ ಮನುಷ್ಯ ಎಂದಿಗೂ ಸ್ವಾವಲಂಬಿಯಾಗಿರಬೇಕು. ಅರಮನೆಯಲ್ಲಿ ವಾಸಿಸುವವರು ರಾಜನ ಹಂಗಿನಲ್ಲಿರಬೇಕಾಗುತ್ತದೆ. ಆಶ್ರಯ ಕೊಟ್ಟವನ ಮಾತು ಕೇಳಿಕೊಂಡಿರಬೇಕು. ಅಂತಹ ಅರಮನೆಗಿಂತ ಪ್ರತ್ಯೇಕವಾದ ಮನೆಯಲ್ಲಿರುವುದು ಉತ್ತಮ. ಅವಮಾನಪಡುತ್ತ ಬಿಸಿ ಅನ್ನ ಊಟ ಮಾಡುವುದಕ್ಕಿಂತಲೂ ತಂಗಳನ್ನ ತಿಂದುಕೊಂಡು ನೆಮ್ಮದಿಯಾಗಿ ಇರುವುದು ಲೇಸು ಎನ್ನುತ್ತಾನೆ ಸರ್ವಜ್ಞ.

ಹಂಗಿನರಮನೆಯಿಂದ ವಿಂಗಡದ ಗುಡಿಸಲು ಲೇಸು
ಭಂಗ ಬಟ್ಟುಂಬ ಬಿಸಿಯನ್ನಕ್ಕಿಂತಲೂ
ತಂಗಳವೇ ಲೇಸು ಸರ್ವಜ್ಞ

'ಉದ್ಯೋಗಂ ಪುರುಷ ಲಕ್ಷಣಂ' ಎಂಬುದನ್ನು ಸರ್ವಜ್ಞ ಅನುಮೋದಿಸುತ್ತಾನೆ. 'ಹಣವಿಲ್ಲದವನು ಹೆಣಕ್ಕಿಂತ ಕಡೆ' ಎಂಬ ಮಾತೊಂದಿದೆ. ಇದನ್ನೇ ಆತ ಬೇರೊಂದು ರೂಪದಲ್ಲಿ ಹೇಳಿದ್ದಾನೆ. ಕೈಯಲ್ಲಿ ಹಣವಿದ್ದರೆ ಸೂರ್ಯನಂತಹ ತೇಜಸ್ಸು ಇರುತ್ತದೆ. ಹಣವಿಲ್ಲದ ಮರುದಿನವೇ ಅವನು ಹಾಳು ಬಿದ್ದ ಊರಿನ ನಾಯಿಯಂತೆಯೇ ಸರಿ.

ಧನಕನಕ ಉಳ್ಳನದಿ ದಿನಕರ ನಂತಕ್ಕು
ಧನಕನಕ ಹೋದ ಮರುದಿನವೇ ಹಾಳೂರ
ಶುನಕ ನಂತಕ್ಕು ಸರ್ವಜ್ಞ

'ಕಾಸಿಲ್ಲದವನನ್ನು ನಾಯಿಯೂ ಮೂಸುವುದಿಲ್ಲ' ಎಂಬ ಜನಪ್ರಿಯ ಮಾತಿದೆ. ಉದ್ಯೋಗವಿಲ್ಲದೆ ಸೋಮಾರಿಯಾಗಿ ಜೀವಿಸುವವನನ್ನು ಯಾರೂ ಕಣ್ಣೆತ್ತಿ ಸಹ ನೋಡುವುದಿಲ್ಲ. ಪ್ರೀತಿಸದೇ ಇರುವ ಹೆಣ್ಣು, ಸೋಲುವ ಜೂಜು, ಮನ್ನಣೆಯಿಲ್ಲದ ಓಲಗಕ್ಕಿಂತಲೂ ಹುಲ್ಲು ಮಾರಿಕೊಂಡು ಜೀವಿಸುವುದೇ ಲೇಸು ಎನ್ನುತ್ತಾನೆ ಸರ್ವಜ್ಞ,

ಒಲ್ಲದ ಹೆಣ್ಣಿಂದ ಗೆಲ್ಲದ ಜೂಜಿಂದ
ನಿಲ್ಲದೋಲಗದ ಬದುಕಿಂದ ಸುಮ್ಮನೆ
ಹುಲ್ಲು ಮಾರುವುದು ಸರ್ವಜ್ಞ

5. ಸಾರ್ವಕಾಲಿಕ ಕವಿ

ಸರ್ವಜ್ಞನು ತುಂಡು ಬಟ್ಟೆ ಧರಿಸಿಕೊಂಡು ವಚನಗಳನ್ನು ಹೇಳುತ್ತ ಸಾಗಿದ ಅಲೆಮಾರಿ. ಅವನು ಯಾವ ಶಾಲೆಗೂ ಹೋಗಲಿಲ್ಲ. ಯಾವ ರಾಜ್ಯವನ್ನೂ ಆಳಲಿಲ್ಲ. ಆದರೆ ರಾಜನಾದವನು ಸಾಮ್ರಾಜ್ಯವನ್ನು ಹೇಗೆ ಮುನ್ನಡೆಸಬೇಕೆಂದು ತಿಳಿಸಿದ್ದಾನೆ. ಆತ ರಾಜಮಹಾರಾಜರ ಆಶ್ರಯದಲ್ಲಿಯೂ ಇರಲಿಲ್ಲ. ಅವರ ಬೇಜವಾಬ್ದಾರಿತನ, ಸ್ತ್ರೀಸಂಗ, ದುರಾಸೆ ಮುಂತಾದವುಗಳನ್ನು ಒಳಗಣ್ಣಿನಿಂದ ನೋಡಿದ್ದ. ರಾಜನೀತಿ ಕುರಿತು ಅವನಾಡಿರುವ ಮಾತುಗಳನ್ನು ತಿಳಿದು ರಾಜನಾದವನು ಹೇಗೆ ನಡೆದುಕೊಳ್ಳಬೇಕು ಎಂಬುದನ್ನು ತಿಳಿಸಿದ್ದಾನೆ.

ರಾಜನಾದವನು ಅತ್ಯಂತ ಜವಾಬ್ದಾರಿಯಿಂದ ವರ್ತಿಸಬೇಕು. ಪ್ರಜೆಗಳನ್ನು ತನ್ನ ಮಕ್ಕಳಂತೆ ಕಾಣಬೇಕು. ಅದು ಬಿಟ್ಟು ರಾಜನೇ

ಪ್ರಜೆಗಳನ್ನು ಶಿಕ್ಷಿಸಿದರೆ ಹಾಗೂ ಮಂತ್ರಿಯಾದವನು ಜನರಿಗೆ ವಿನಾಕಾರಣ ಕಷ್ಟಗಳನ್ನು ಕೊಡಹೊರಟರೆ, ಹೇಗಾದೀತು? ಭ್ರಷ್ಟನಾದ ದೊರೆ, ಹಣವೇ ಇಲ್ಲದ ವ್ಯಾಪಾರಿ, ಹುಟ್ಟಿದ ಮಕ್ಕಳನ್ನೆಲ್ಲ ಕಳೆದುಕೊಂಡವಳೊಡನೆ ಬಾಳ್ವೆ ಇವೆಲ್ಲ ಮೈಗೆ ಬೂದಿ ಬಳಿದುಕೊಂಡು ಓಡಾಡಿದ್ದಕ್ಕೆ ಸಮ ಎನ್ನುತ್ತಾರೆ.

ಅರಸು ಕೊಲುವರೆ ಮಂತ್ರಿ ಕರೆಸಿ ಶಿಕ್ಷೆಯ ಕೊಡಲು
ಬೆರಸಿ ತಳವಾರ ಬೀಳಲ್ಕೆ ಪರಿಹರಿಪ
ರಾನಿನ್ನು ಹೇಳು ಸರ್ವಜ್ಞ

ದೇಶವಿಲ್ಲದ ದೊರೆಯು ಕೋಶವಿಲ್ಲದ ಹರದ
ಕೂಸುಳಿಯದವಳ ಬಾಳುವೆಯು ಬೂದಿಯನು
ಪೂಸಿಕೊಂಡಂತೆ ಸರ್ವಜ್ಞ

ವಿವೇಕ, ತಿಳಿವಳಿಕೆ ಇಲ್ಲದ ರಾಜನಿದ್ದರೆ ಆ ರಾಜ್ಯಕ್ಕೆ ಭವಿಷ್ಯವೇ ಇಲ್ಲ ಎಂದಿದ್ದಾನೆ ಸರ್ವಜ್ಞ. ಪ್ರಜಾರಕ್ಷಕನಾದ ರಾಜನು ಮಡಿದಾಗ ನಾಡಿಗೆ ಕೇಡು ಸಂಭವಿಸುವ ಸಾಧ್ಯತೆಯನ್ನು ಸೂಚಿಸಿರುವ ಸರ್ವಜ್ಞ, ರಾಜನಿಂದ ವಿನಾಕಾರಣ ಶಿಕ್ಷೆಯು ನೀಡಲ್ಪಟ್ಟಾಗಲೂ ನಾಡಿಗೆ ಕೇಡಾಗುತ್ತದೆ ಎನ್ನುತ್ತಾನೆ. ಅಗತ್ಯವಿರುವ ಮಳೆ ಬರದಿದ್ದರೆ ಭೂಮಿಗೇ ಕ್ಷೋಭೆಯುಂಟಾಗುತ್ತದೆ, ವಿವೇಚನಾ ಶಕ್ತಿಯಿಲ್ಲದ ದೊರೆಯಿಂದಲೂ ಕೇಡು ಖಚಿತ ಎಂದು ಸ್ಪಷ್ಟವಾಗಿ ನುಡಿದಿದ್ದಾನೆ.

ಅರಸ ಮಡಿದರೆ ಕೇಡು ಅರಸ ದಂಡಿಸೆ ಕೇಡು
ವರುಷವಿಲ್ಲದೆಡೆ ಧರೆ ಕೆಡುಗು ಅವಿಚಾರ
ದರಸಾಗೆ ಕೇಡು ಸರ್ವಜ್ಞ

ಕೇವಲ ಅರಸನಿಗೆ ಮಾತ್ರವಲ್ಲ. ಪ್ರತಿ ಪ್ರಜೆಯಲ್ಲೂ ರಾಜ್ಯದ ಬಗ್ಗೆ ಅಭಿಮಾನವಿರಬೇಕು. ತನ್ನ ಭಾಷೆ, ನೆಲ, ಜಲಕ್ಕಾಗಿ ಪ್ರಾಣ ಕೊಡಲು ಸಿದ್ಧರಿರಬೇಕು. ಇದು ಪ್ರತಿ ಪ್ರಜೆಯ ಕರ್ತವ್ಯ.

ಅಡಿಯ ಮುಂದಿಡೆ ಸ್ವರ್ಗ ಅಡಿಯ ಹಿಂದಿಡೆ ನರಕ
ಅಡಿಗಶ್ವಮೇಧ ಫಲಸ್ವಾಮಿ ಕಾರ್ಯಕ್ಕೆ
ಮಡಿಯಲೇ ಬೇಕು ಸರ್ವಜ್ಞ.

ಯುದ್ಧಮಾಡಲೆಂದು ಹೋದವನು ಏನೇ ಅಡೆತಡೆಗಳಿದ್ದರೂ ಮುನ್ನುಗ್ಗುತ್ತಿರಬೇಕು. ಆಗ ಸತ್ತರೂ ಸ್ವರ್ಗ ಪ್ರಾಪ್ತಿಯಾಗುವುದು. ಅದೇ

ಹೆದರಿ ಹಿಂದಕ್ಕೆ ಹೆಜ್ಜೆಗಳನ್ನಿರಿಸಿದರೆ ಅವಮಾನ ಶತಃಸಿದ್ಧ. ಅವಕ್ಕಿಂತ ನರಕ ಯಾವುದಿದೆ? ನಾಡನ್ನು ಕಟ್ಟುವ, ಸಂರಕ್ಷಿಸುವ ರಾಜನ ಪ್ರಯತ್ನಗಳಿಗೆ ಪ್ರಜೆಗಳು ಬೆಂಬಲವಾಗಿ ನಿಲ್ಲಬೇಕಲ್ಲದೆ ಮರಣವಪ್ಪಲೂ ಸಿದ್ಧರಿರಬೇಕು.

ಮೂರ್ಖರು ಹೇಗಿರುತ್ತಾರೆ, ಅವರೊಡನೆ ಹೇಗೆ ವರ್ತಿಸಬೇಕು ಎಂಬುದನ್ನು ಸಹ ಸರ್ವಜ್ಞ ವಿವರಿಸಿದ್ದಾನೆ. ಕಲ್ಲನ್ನು ತಿನ್ನಬಹುದೆಂದು ಮೂರ್ಖನು ಹೇಳಿದರೆ ಹೌದು ಎನ್ನಬೇಕು. ಮೂರ್ಖನೊಡನೆ ವಾದ ವಿವಾದ ಬೇಡ. ಮೂರ್ಖನಾದ ಮನುಷ್ಯನಿಗೆ ಎಷ್ಟು ಬುದ್ಧಿ ಹೇಳಿದರೂ ಫಲವಿಲ್ಲ. ಗಡುಸಾದ ಕಲ್ಲಿನ ಮೇಲೆ ಮಳೆ ಹೊಯ್ದರೆ ಅದು ನೀರನ್ನು ಹೀರಿಕೊಳ್ಳುವುದೇ? ಇದಕ್ಕೆ ಸಂಬಂಧಿಸಿದ ವಚನ ಇಂದು ಅತ್ಯಂತ ಜನಪ್ರಿಯ. ಇದು ಗಾದೆಯಾಗಿಯೂ ಪರಿವರ್ತನೆಗೊಂಡಿದೆ.

ಮೂರ್ಖಂಗೆ ಬುದ್ಧಿಯನು ನೂರ್ಕಾಲ ಪೇಳಿದರೆ
ಬೋರ್ಕಲ್ಲ ಮೇಲೆ ಮಳೆ ಹುಯಿದ ರಾಕಲ್ಲು
ಹೀರ್ಕೊಂಬುದುಂಟೆ ಸರ್ವಜ್ಞ

ಮೂರ್ಖರ ಕುರಿತಂತೆ ಇನ್ನೂ ಕೆಲವು ವಚನಗಳಿವೆ. ಒಟ್ಟಾರೆ ಸರ್ವಜ್ಞ ಹೇಳುವುದಿಷ್ಟು: ಮೂರ್ಖರೊಡನೆ ವಾದಿಸಲು ಹೋಗಬಾರದು. ಅವರು ನಿಜಸ್ಥಿತಿಯನ್ನು ಒಪ್ಪಿಕೊಳ್ಳುವುದಿಲ್ಲ. ಮೂರ್ಖರು ಹೇಳಿದುದ್ದನ್ನು ಒಪ್ಪಿಕೊಂಡು ತಲೆಯಾಡಿಸುತ್ತ ನಮ್ಮ ಜವಾಬ್ದಾರಿಯಲ್ಲಿ ನಾವಿರಬೇಕು.

ಜಾತಿಗೆ ಸಂಬಂಧಿಸಿದಂತೆ ಸರ್ವಜ್ಞ ಏನು ಹೇಳುತ್ತಾನೆ ಎಂದು ನೋಡೋಣ ಬನ್ನಿ, ಅವನು ಮೊದಲು ಕೇಳುವ ಪ್ರಶ್ನೆ ಚಿಂತನೆಗೆ ಹಚ್ಚುವಂತಹುದು. ಮೂಳೆ ತುಂಬಿದ ಈ ದೇಹ, ಇದರ ಮೇಲೆ ಚರ್ಮದ ಲೇಪ, ಮಲ, ಮೂತ್ರ, ಕ್ರಿಮಿಗಳು ತುಂಬಿದ ಈ ದೇಹಕ್ಕೆ ಕುಲಜಾತಿಯಾದರೂ ಎಲ್ಲಿ?

ಸರ್ವಜ್ಞ ಮನುಷ್ಯನಿಗೆ ತಗಲಬಹುದಾದ ರೋಗಗಳು, ಅವುಗಳಿಗೆ ಚಿಕಿತ್ಸೆ, ಪರಿಹಾರ ಮುಂತಾದುವುಗಳನ್ನು ಅರಿತಿದ್ದ. ಆತನ ಕೆಲವು ಹಿತವಚನಗಳು ಇಂತಿವೆ: ಹಸಿವಾಗದಿದ್ದರೆ ಬಿಸಿ ನೀರು ಕುಡಿಯಬೇಕು. ಇದರಿಂದ ಹಸಿವು ಉಂಟಾಗಿ ಮಲವಿಸರ್ಜನೆ ಸುಲಭವಾಗಿ, ದೇಹ ಹಗುರವಾಗಿ ನವಚೈತನ್ಯ ಮೂಡುತ್ತದೆ. ಹಾಗೆಯೇ ಹಸಿವು ತೋರುವವರೆಗೂ ಏನನ್ನು ತಿನ್ನಬೇಡ. ಅಂತೆಯೇ ಹೆಚ್ಚಾಗಿ ಹಸಿದುಕೊಂಡಿರಲೂ ಬೇಡ. ಸೇವಿಸುವ ಆಹಾರವು ಬಿಸಿಯಾಗಲಿ ಇಲ್ಲವೆ ತೀರಾ ತಂಗಳಾಗಿಯಾಗಲಿ ಇರುವುದು ಸಲ್ಲ ಎನ್ನುತ್ತಾನೆ. ಇಲ್ಲಿ ಮೂರು ವಚನಗಳಲ್ಲಿ ಈ ವಿಚಾರವನ್ನು ಹೀಗೆ ಹೇಳಿದ್ದಾನೆ:

ಹಸಿಯದಿರೆ ಕಡುಗಾಯ್ದ ಬಿಸಿ ನೀರ ಕುಡಿಯುವುದು
ಹಸಿವಕ್ಕು ಸಿಕ್ಕ ಮಲವಕ್ಕು, ದೇಹವು
ಸಸಿನವಾಗಿಹುದು ಸರ್ವಜ್ಞ

ಹಸಿಯದಿರೆ ಉಣಬೇಡ, ಹಸಿದು ಮತ್ತಿರಬೇಡ
ಬಿಸಿ ಬೇಡ ತಂಗಳುಣಬೇಡ ವೈದ್ಯನ
ಗಸಣೆ ಬೇಡೆಂದ ಸರ್ವಜ್ಞ

ಒಮ್ಮೆಯುಂಡವ ಯೋಗಿ, ಇಮ್ಮೆ ಉಂಡವ ಭೋಗಿ
ಮಮ್ಮೆ ಉಂಡವ ರೋಗಿ ನಾಲ್ಮೆ ಮುಂಡವನ
ಸುಮ್ಮನೆ ಹೊತ್ತುಕೊಂಡು ಹೋಗಿ ಸರ್ವಜ್ಞ

ಸರ್ವಜ್ಞ ರಚಿಸಿರುವ ಮೂರು ಪ್ರಮುಖ ವಚನಗಳಲ್ಲಿ ಅಕ್ಕಿ, ಜೋಳ ಮತ್ತು ರಾಗಿಯ ವೈಶಿಷ್ಟ್ಯವನ್ನು ತಿಳಿಸಿದ್ದಾನೆ. ಅಕ್ಕಿ, ಅಂದರೆ ಬರಿಯ ಅನ್ನ ತಿನ್ನುವವನು ಹಕ್ಕಿಯಂತೆ ತೆಳ್ಳಗಾಗುವನು, ಅಲ್ಲದೆ ರೋಗದಲ್ಲಿ ಸಿಕ್ಕಿಬಿದ್ದು ವೈದ್ಯರಲ್ಲಿ ಮೇಲಿಂದ ಮೇಲೆ ಔಷಧಿಗಾಗಿ ಹಣ ಕೊಡುತ್ತಲೇ ಇರುವನು. ಆದರೆ ಜೋಳ ಸತ್ವಭರಿತ ಆಹಾರ. ಇದನ್ನು ಸೇವಿಸುವವನು ತೋಳದಂತೆ ಶಕ್ತಿ ಪಡೆಯುವನು. ಬೇಳೆ ಬೆಲ್ಲ ಇವುಗಳನ್ನು ಅಡುಗೆಯಲ್ಲಿ ಬಳಸಿ ತಿನ್ನುವವನು ದೀರ್ಘಾಯುಷ್ಯ ಹೊಂದುವನು. ರಾಗಿ ಬಡವರ ಆಹಾರ ಎಂದೇ ಹೆಸರಾಗಿದೆ. ಭೋಗಜೀವಿಗಳಿಗೆ ರಾಗಿ ಒಗ್ಗುವುದಿಲ್ಲ. ರಾಗಿ ಮುದ್ದೆ, ಹೆಸರು ಇಂದಿಗೂ ಗ್ರಾಮೀಣ ಪ್ರದೇಶಗಳ ಜನರಿಗೆ ದಿನನಿತ್ಯದ ಆಹಾರ. ರಾಗಿ ತಿನ್ನುವವನು ರೋಗವಿಲ್ಲದೆ ಆರೋಗ್ಯದಿಂದಿರುವನು. ಇದು ಶ್ರೀಮಂತರ ಸೊತ್ತಲ್ಲ. ಬಡವರಿಗಾಗಿ ಮಾತ್ರ ಬೆಳೆಯುವಂತಹುದು.

ಅಕ್ಕಿಯನು ಉಂಬುವನು ಹಕ್ಕಿಯಂತಾಗುವನು
ಸಿಕ್ಕು ರೋಗದಲಿ ವೈದ್ಯರಿಗೆ ರೊಕ್ಕವ
ನಿಕ್ಕುತ್ತಲಿರುವ ಸರ್ವಜ್ಞ

ಜೋಳವನು ತಿಂಬುವನು ತೋಳದಂತಾಗುವನು
ಬೇಳೆ ಬೆಲ್ಲವ ನುಂಬುವನು ಬಹುಕಾಲ
ಬಾಳನೆಂದರಿಗು ಸರ್ವಜ್ಞ

ರಾಗಿಯನು ಉಂಬುವವ ನಿರೋಗಿ ಎನಿಸುವನು
ರಾಗಿಯು ಭೋಗಿಗಳಿಗಲ್ಲ ಬಡವರಿ
ಗಾಗಿ ಬೆಳೆದಿಹುದು ಸರ್ವಜ್ಞ

ಸರ್ವಜ್ಞನ ಒಂದೊಂದು ವಚನವೂ ಸ್ವಯಂಪೂರ್ಣವಾದ ಸುಭಾಷಿತ. ಅವುಗಳಲ್ಲಿ ನೀತಿಯಿದೆ, ತತ್ತ್ವವಿದೆ, ವಿವೇಕವಿದೆ, ವಿಡಂಬನೆ ಇದೆ, ಅನುಭವ ರಸಾಯನ ಇದೆ. ಎಲ್ಲವೂ ಸರಸವಾಗಿ ನಿರೂಪಿತವಾಗಿದೆ. ಇವನು ಸರಳ ಸುಲಭವಾದ ಶೈಲಿಯಲ್ಲಿ, ಜನಸಾಮಾನ್ಯರ ಮನಸ್ಸಿಗೆ ನಾಟುವಂತೆ ಹೇಳುತ್ತಾನೆ. ಆದ್ದರಿಂದಲೇ ಇವನ ತ್ರಿಪದಿಗಳು ಗಾದೆಗಳಂತೆ ಕನ್ನಡಿಗರಲ್ಲಿ ಮನೆ ಮಾತಾಗಿದೆ. ಸರ್ವಜ್ಞ ಜನತೆಯ ಕವಿಯಾಗಿ ಕನ್ನಡ ಸಾಹಿತ್ಯದಲ್ಲಿ ವಿಶಿಷ್ಟ ಸ್ಥಾನ ಗಳಿಸಿದ್ದಾನೆ.

ಶ್ರೀಶಾರದಾ ದೇವಿ

ಪ್ರಸ್ತಾವನೆ

ಶ್ರೀರಾಮಕೃಷ್ಣಧಾರೆ ಹಾಗೂ ಶ್ರೀ ವಿವೇಕಾನಂದಧಾರೆ ಸಂಗಮಿಸುವಲ್ಲಿ ತ್ರಿವೇಣಿಧಾರೆಯಾಗಿ ಸಂಗಮಿಸಿದವರು ಶ್ರೀಶಾರದಾ ದೇವಿ. ಶ್ರೀ ರಾಮಕೃಷ್ಣರ ಅಪೂರ್ವ ತಪೋಶಕ್ತಿ ಮತ್ತು ಶ್ರೀ ವಿವೇಕಾನಂದರ ಲೋಕೋದ್ಧಾರದ, ಧರ್ಮ ಸಂಸ್ಥಾಪನೆ ನಿರ್ಮಿಸುವಲ್ಲಿ ಶಕ್ತಿಯಾದವರು ಶ್ರೀಶಾರದಾ ದೇವಿ. ದಕ್ಷಿಣೇಶ್ವರ ಕ್ಷೇತ್ರವನ್ನು ತಮ್ಮ ಕಠೋರ ತಪೋಸಾಧನೆಯ ಮೂಲಕ ಕಾಳೀದೇವಿಯನ್ನು ಜಾಗೃತಮೂರ್ತಿಯಾಗಿಸಿದ್ದವರು ಶ್ರೀರಾಮಕೃಷ್ಣರು. ಅವರ ಲೋಕೋದ್ಧಾರದ ಕಾರ್ಯಕ್ಕೆ ಸಹಭಾಗಿನಿಯಾಗಿ ಜೊತೆಗೂಡಿದವರು ಶ್ರೀಶಾರದಾ ದೇವಿ.

ಐದನೆಯ ವರುಷದ ಎಳೆಯ ಬಾಲ್ಯದಲ್ಲೇ ಮದುವೆಯೆಂಬ ಲೋಕನಾಟಕದಲ್ಲಿ ಶ್ರೀರಾಮಕೃಷ್ಣರಿಗೆ ಮಾತೆ ಶ್ರೀಶಾರದಾ ದೇವಿ ಸತಿಯಾದರು. ಸತಿಯಾದ ಬಳಿಕ ತವರು ಮನೆಯಲ್ಲಿದ್ದರು. ತನ್ನ ಹತ್ತೊಂಬತ್ತರ ತಾರುಣ್ಯದಲ್ಲಿ ದಕ್ಷಿಣೇಶ್ವರಕ್ಕೆ ಆಗಮಿಸಿ ಶ್ರೀರಾಮಕೃಷ್ಣರ

ಎದುರು ನಿಂತು ಶಿರಬಾಗಿ ವಂದಿಸಿದರು. ಆಗ ರಾಮಕೃಷ್ಣರು ಹೇಳಿದರು: 'ನಾನು ಸ್ತ್ರೀಯರನ್ನೆಲ್ಲಾ ಜಗನ್ಮಾತಾ ಸ್ವರೂಪಿಣಿಯರೆಂದು ನೋಡುತ್ತಿರುವೆ. ನಿಮ್ಮನ್ನೂ ಅದೇ ದೃಷ್ಟಿಯಿಂದಲ್ಲದೇ ಬೇರೆ ರೀತಿಯಿಂದ ನೋಡಲಾರೆ. ಆದರೆ ನೀವು ನನ್ನನ್ನು ಲೌಕಿಕ ಮಾಯೆಗೆ ಎಳೆಯಲಾಶಿಸಿದರೆ ವಿವಾಹ ಧರ್ಮಕ್ಕೆ ಅನುಗುಣವಾಗಿ ನಿಮ್ಮಿಚ್ಛೆಯಂತೆ ನಡೆಯಲು ಸಿದ್ಧನಿದ್ದೇನೆ'.

'ನಾನು ನಿಮ್ಮ ಸಹಧರ್ಮಿಣಿ' ಎಂದು ಶ್ರೀಶಾರದಾ ದೇವಿ ನುಡಿದರು. 'ನಿಮ್ಮ ಧರ್ಮಜೀವನಕ್ಕೆ ಅನುಕೂಲೆಯಾಗುವುದೇ ನನ್ನ ಪರಮಕರ್ತವ್ಯ. ನಿಮ್ಮ ಮಹಾದರ್ಶನವೇ ನನ್ನ ಆದರ್ಶ. ನಿಮ್ಮನ್ನು ಮಾಯೆಗೆಳೆಯಲು ನಾನೆಂದೂ ಬಯಸೆನು. ನಾನು ಕೂಡ ಮಾಯೆಯನ್ನು ದಾಟುವಂತೆ ಅನುಗ್ರಹಿಸಬೇಕೆಂದು ಬೇಡುತ್ತೇನೆ. ನಿಮ್ಮ ಸೇವೆಯೇ ನನ್ನ ಜೀವನದ ಪೂಜೆಯಾಗಲಿ!'.

'ನಿಮ್ಮಿಚ್ಛೆಯಂತೆ ನಡೆಯಲು ಸಿದ್ಧನಿರುವೆ' ಎಂದ ಶ್ರೀರಾಮಕೃಷ್ಣರಿಗೆ 'ನಿಮ್ಮಿಚ್ಛೆಯಂತೆಯೇ ನಡೆಯುವೆ' ಎಂದು ವಿನಮ್ರಭಾವದಿಂದ ಉತ್ತರಿಸಿದರು. ತ್ಯಾಗಕ್ಕೆ ಮರುತ್ಯಾಗವನ್ನಿತ್ತು ಪತಿದೇವರನ್ನು ಮಾಯೆಗೆಳೆಯಲು ಕೆಳಸ್ತರಕ್ಕಿಳಿಯದೆ, 'ನಿಮ್ಮ ಸೇವೆಯೇ ನನ್ನ ಜೀವನದ ಪೂಜೆ' ಎಂಬ ಆದರ್ಶದಲ್ಲಿ ಮುಳುಗಿದರು ಶ್ರೀಶಾರದಾ ದೇವಿ.

1. ದೈವಿಕ ಸಂಬಂಧ

ಶ್ರೀಶಾರದಾ ದೇವಿಯವರು ಈ ಭೂಮಿಗೆ ಅವತರಿಸಿದ್ದು **ಜಯರಾಮಬಾಟಿ** ಎಂಬ ಒಂದುನೂರು ಮನೆಗಳ ಚಿಕ್ಕ ಹಳ್ಳಿ. ಇದು ಬಾಂಕುರ ಜಿಲ್ಲೆಯಲ್ಲಿರುವ ಹಳ್ಳಿ. ಕೋಲ್ಕತ್ತದ (ಬಂಗಾಲದ) ಪಶ್ಚಿಮಕ್ಕೆ ಆರವತ್ತು ಮೈಲಿ ದೂರದಲ್ಲಿದೆ. ಈ ಜಯರಾಮಬಾಟಿ ಶ್ರೀರಾಮಕೃಷ್ಣರ ಅವತರಣದ **ಕಾಮರಪುಕುರ** ಇಲ್ಲಿಗೆ ಐದು ಮೈಲಿ ದೂರದ ಹಳ್ಳಿ, ನಗರದೊಂದಿಗೆ ಸಂಪರ್ಕವಿಲ್ಲದ ಹಳ್ಳಿಗಳಲ್ಲಿ ನೆಲೆಸುವ ಪ್ರಶಾಂತತೆ, ಮುಗ್ಧತೆ ಈ ಹಳ್ಳಿಯಲ್ಲೂ ಕಂಡುಬರುತ್ತಿತ್ತು. ಆಗ ಸುತ್ತಲಿನ ಗ್ರಾಮಗಳಲ್ಲಿ ಕಾಣದಿದ್ದ ಸಮೃದ್ಧತೆ ಈ ಹಳ್ಳಿಯಲ್ಲಿತ್ತು. ಹದಿನೆಂಟರ ಶತಮಾನದ ಮಧ್ಯಭಾಗದ ಆ ಕಾಲಾವಧಿಯಲ್ಲಿ ಪಶ್ಚಿಮದ ಸಂಸ್ಕೃತಿ ಭಾರತದ ನಗರಗಳಲ್ಲಿ ಬೇರೂರುತ್ತಿತ್ತು. ಕೋಲ್ಕತ್ತದಲ್ಲಿ ಪಶ್ಚಿಮ ವಿದ್ಯಾಭ್ಯಾಸದ ಶಾಲಾಕಾಲೇಜುಗಳು ಅದಾಗಲೇ ಆರಂಭವಾಗಿ ಪರಿವರ್ತನೆಗೆ ನಾಂದಿ ಹಾಡುತ್ತಿದ್ದವು. ಗ್ರಾಮಗಳು ಮಾತ್ರ ಇಂತಹ ಪರಿವರ್ತನೆಗೆ ಸಿಲುಕಿ ದೂರವೇ ಉಳಿದಿದ್ದವು.

ಮುಖರ್ಜಿ ಹಾಗೂ ಬ್ಯಾನರ್ಜಿ ಎಂಬ ಎರಡು ಕುಟುಂಬಗಳು ಆಗ ಜಯರಾಮಬಾಟಿಯಲ್ಲಿದ್ದವು. ರಾಮಚಂದ್ರ ಮುಖರ್ಜಿಯವರ ವಿವಾಹ

ಜಯರಾಮಬಾಟಿಗೆ ಸಮೀಪದ ಶಿರೋಹಿಯ ಮಜುಮದಾರ ಮನೆತನದ ಶ್ಯಾಮಾಸುಂದರಿದೇವಿ ಅವರೊಂದಿಗೆ ಜರುಗಿತ್ತು. ಈ **ರಾಮಚಂದ್ರ ಮುಖರ್ಜಿ–ಶ್ಯಾಮಾಸುಂದರಿದೇವಿ** ದಂಪತಿಗಳೇ ಶ್ರೀಶಾರದಾ ದೇವಿಯವರನ್ನು ಈ ಲೋಕಕ್ಕೆ ಕರೆತಂದ ಭಾಗ್ಯವಂತರು.

ರಾಮಚಂದ್ರ ಮುಖರ್ಜಿಯವರು ಪೌರೋಹಿತ್ಯ ವೃತ್ತಿಯೊಂದಿಗೆ ಒಂದಿಷ್ಟು ಭೂಮಿಯನ್ನು ಹೊಂದಿದ್ದರು. ಯಜ್ಞೋಪವೀತಗಳನ್ನು ಸಿದ್ಧಗೊಳಿಸಿ ಮಾರುವ ಕಾರ್ಯದಲ್ಲಿ ತೊಡಗಿ, ಧರ್ಮಾಚರಣೆಗಳಿಗೆ ಚ್ಯುತಿ ತಂದುಕೊಳ್ಳದೆ ಬಾಳ್ವೆ ನಡೆಸುತ್ತಿದ್ದರು. ಇಂಥ ದೈವೀಭಕ್ತ ದಂಪತಿಗಳ ಚೊಚ್ಚಲ ಹಿರಿಮಗಳು ಶ್ರೀಶಾರದಾ ದೇವಿ. ಶ್ರೀಶಾರದಾ ದೇವಿ ಕ್ರಿ.ಶ. 1853ರ ಡಿಸೆಂಬರ್ 22ರಂದು ಜನಿಸಿದರು.

ಗ್ರಾಮೀಣ ಪ್ರದೇಶದ ಸರಳ ಬಾಳುವೆಯಲ್ಲಿ ಶ್ರೀಶಾರದಾ ದೇವಿಯ ಬಾಲ್ಯ ಸಾಗುತ್ತಿತ್ತು. ಮೂರು ವರುಷದ ಬಾಲಕಿಯನ್ನು ತಮ್ಮ ತವರೂರಾದ ಶಿಹೋರ್‌ನ ಶಾಂತಿನಾಥ ದೇವರ ಯಾತ್ರೆಗೆ ಶ್ಯಾಮಾಸುಂದರಿದೇವಿ ಕರೆದುಕೊಂಡು ಹೋಗಿದ್ದರು. ಶ್ರೀರಾಮಕೃಷ್ಣರ ಸೋದರಳಿಯ ಹೃದಯರಾಮ ಇದೇ ಊರಿನವರು. ಆ ಜಾತ್ರೆಗೆ ಶ್ರೀರಾಮಕೃಷ್ಣರೂ ಬಂದಿದ್ದರು. ಹೆಂಗಸರ ಗುಂಪಿನಲ್ಲಿದ್ದವರು ಪುಟ್ಟಬಾಲೆ ಶಾರದೆಯನ್ನು 'ನೀ ಯಾರನ್ನು ಮದುವೆಯಾಗುತ್ತೀ?' ಎಂದು ಹಾಸ್ಯದಲ್ಲಿ ಕೇಳಿದ್ದರು. ಮಗು ಶಾರದೆ ಶ್ರೀರಾಮಕೃಷ್ಣರತ್ತ ಬೊಟ್ಟುಮಾಡಿ ತೋರಿಸುತ್ತ 'ಅವರನ್ನು' ಎಂದು ಮುಗ್ಧವಾಗಿ ಉಸುರಿತ್ತು. ಮೂರು ವರ್ಷದ ಬಾಲೆಗೆ ಇಪ್ಪತ್ತೊಂದರ ಪ್ರಾಯದ ಶ್ರೀರಾಮಕೃಷ್ಣರೇ ತನ್ನ ಬಾಳಸಂಗಾತಿ ಎನ್ನುವುದು ಆಗಲೇ ಅರಿವಿತ್ತು. ಹೀಗೆ ಸೂಚಿಸಿದ್ದು ಮುಂದೆ ಎರಡು ವರ್ಷಗಳ ನಂತರ ದಿಟವಾಗಿತ್ತು.

ಶ್ರೀರಾಮಕೃಷ್ಣರು ಆಗ ದಕ್ಷಿಣೇಶ್ವರದಲ್ಲಿ ಕಠೋರ ಯೋಗಸಾಧನೆಯಲ್ಲಿ ಮುಳುಗಿದ್ದರು. ಆ ದೈವೋನ್ಮಾದದ ಸಾಧನೆಯ ತೀವ್ರತೆ ಅದೆಷ್ಟು ಗಾಢವಾಗಿತ್ತೆಂದರೆ ಅವರ ವರ್ತನೆ 'ಹುಚ್ಚು' ಎಂದು ಜನ ಕರೆಯುವ ಹಂತ ತಲುಪಿತ್ತು. ತಮ್ಮ ಮಗನ ಬಗ್ಗೆ ಕೇಳಿ ಬರುವ ಸುದ್ದಿಗಳಿಂದ ಆತಂಕದಲ್ಲಿ ಮುಳುಗಿದ್ದ ತಾಯಿ ಚಂದ್ರಮಣಿದೇವಿಯವರು ಕಾಮಾರಪುಕುರಕ್ಕೆ ಶ್ರೀರಾಮಕೃಷ್ಣರನ್ನು ಕರೆಸಿಕೊಂಡಿದ್ದರು. ಮದುವೆ ಮಾಡಿದರೆ ಈ ಹುಚ್ಚು ಇಳಿಯುತ್ತದೆ ಎಂಬ ಹಲವರ ಸಲಹೆಯಂತೆ ವಿವಾಹದ ಯತ್ನ ನಡೆಸಿದರು. ಎಲ್ಲೂ ಸೂಕ್ತ ಕನ್ಯೆ ಸಿಕ್ಕದೆ ಎಲ್ಲರೂ ಚಿಂತೆಯಲ್ಲಿರುವುದನ್ನು ಕಂಡು ಶ್ರೀರಾಮಕೃಷ್ಣರೇ ಹೇಳಿದ್ದರು. 'ಎಲ್ಲೆಲ್ಲೋ ಹುಡುಕಿದರೆ ಸಿಕ್ಕುವುದೇ! ಜಯರಾಮಬಾಟಿಯ ರಾಮಚಂದ್ರ ಮುಖರ್ಜಿ ಮನೆಯಲ್ಲಿ ವಿಚಾರಿಸಿ.

ವಿಧಿ ನನಗಾಗಿ ಮೀಸಲಾಗಿರಿಸಿರುವ ಹುಡುಗಿ ಆ ಮನೆಯಲ್ಲಿದ್ದಾಳೆ!' ಅನುಮಾನಿಸುತ್ತಲೇ ವಿಚಾರಿಸಿದಾಗ ಐದು ವರುಷದ ಬಾಲೆ ಆ ಮನೆಯಲ್ಲಿರುವುದು ಕಂಡಿತ್ತು. ಎರಡು ವರುಷದ ಹಿಂದೆ ಶಿಹೋರಿನ ಜಾತ್ರೆಯಲ್ಲಿ ಪುಟ್ಟಬಾಲೆ ನಡೆದದ್ದು, ವಿಧಿ ಮೀಸಲಿರಿಸಿದ ಸಂಬಂಧವನ್ನು ಕೂಡಿಸಿತ್ತು. ವಿವಾಹ ಕಾರ್ಯ ಜರುಗಲು ಮಾತುಕತೆ ನಡೆದವು.

ಆಗ ಇಂಥ ವಿವಾಹಗಳು ಸಹಜವಾಗಿದ್ದುವು, ಇಪ್ಪತ್ತಮೂರರ ಪ್ರಾಯದ ಶ್ರೀರಾಮಕೃಷ್ಣರಿಗೆ ಐದು ವರುಷದ ಪುಟ್ಟ ಬಾಲೆ ಶಾರದೆಯೊಂದಿಗೆ ಕಾಮಾರಪುಕುರದಲ್ಲಿ ವಿವಾಹ ನೆರವೇರಿತು. ಮುನ್ನೂರು ರೂಪಾಯಿಗಳ ಕನ್ಯಾ ತೆರವನ್ನು ರಾಮಚಂದ್ರ ಮುಖರ್ಜಿಯವರಿಗೆ ಶ್ರೀರಾಮಕೃಷ್ಣರ ಮನೆಯವರು ಆಗಿನ ದಿನಗಳ ಸಂಪ್ರದಾಯದಂತೆ ನೀಡಿದ್ದರು.

ಹೀಗೆ ಕ್ರಿ.ಶ. 1859ರ ಮೇ ತಿಂಗಳಲ್ಲಿ ಶ್ರೀರಾಮಕೃಷ್ಣರೊಂದಿಗೆ ಶ್ರೀಶಾರದಾ ದೇವಿಯವರು ಲೋಕಬಾಳುವೆಯ ಸತಿಪತಿ ಸಂಬಂಧ ಪಡೆದರು. ಇದೊಂದು ದೇಹಭಾವ ಅಳಿದ ದೈವೀಸಂಬಂಧದ ಅಪರೂಪದ ದಾಂಪತ್ಯವಾಗಿತ್ತು.

2. ದಕ್ಷಿಣೇಶ್ವರದ ದಾರಿಯಲ್ಲಿ

ಶ್ರೀಶಾರದಾ ದೇವಿಯವರು ನವವಧುವಾಗಿ ಪತಿಯ ಮನೆಯಲ್ಲಿ ನಿದ್ರೆಯಲ್ಲಿ ಮುಳುಗಿದ್ದರು. ಮೈಮೇಲೆ ವಿವಾಹಕ್ಕೆಂದು ತೊಡಿಸಿದ್ದ ಆಭರಣಗಳನ್ನು ಶ್ರೀರಾಮಕೃಷ್ಣರು ಆಕೆಯ ನಿದ್ರೆಗೆ ಭಂಗಬಾರದಂತೆ ತೆಗೆದು ತಾಯಿಗೆ ನೀಡಿದ್ದರು. ಲಾಹಾ ಮನೆಯವರಿಂದ ವಿವಾಹದಲ್ಲಿ ವಧುವಿಗೆಂದು ತತ್ಕಾಲಕ್ಕೆ ತಂದ ಆಭರಣಗಳನ್ನು ತೆಗೆದು ಮರಳಿಸಿದ್ದರು. ನಿದ್ರೆಯಿಂದ ಎಚ್ಚೆತ್ತ ವಧು ಶ್ರೀಶಾರದಾ ದೇವಿ ಮೈಮೇಲಿನ ಆಭರಣಗಳು ಇಲ್ಲದ್ದನ್ನು ಕಂಡು 'ಸರ...ಒಡವೆ...ಏನಾದವು?' ಎಂದು ಮೈ ತಡವಿಕೊಂಡಿದ್ದರು. 'ಇವಕ್ಕಿಂತ ಒಳ್ಳೆ ಒಡವೆಗಳನ್ನು ಗದಾಯ್ ತಂದು ಕೊಡುತ್ತಾನೆ' ಎಂದು ಕಂಬನಿದುಂಬಿದ ಬಾಲಕಿಯನ್ನು ಸಮಾಧಾನ ಮಾಡಿದ್ದರು. ಗದಾಧರ ಎನ್ನುವುದು ಶ್ರೀರಾಮಕೃಷ್ಣರ ಮೊದಲ ಹೆಸರು. 'ಗದಾಯ್' ಎಂದು ಊರಿನವರು ಕರೆಯುತ್ತಿದ್ದರು. ಪತಿಯ ಮನೆಯ ಮೊದಲ ಅನುಭವವಿದು ಶ್ರೀಶಾರದೆಗೆ. ಆಭರಣಗಳ ಸಿರಿವಂತಿಕೆಯ ಪ್ರದರ್ಶನ ಯೋಗ ಬಾಳಿಗಿಲ್ಲ ಎನ್ನುವುದು ಹೀಗೆ ಸ್ಥಿರವಾಗಿತ್ತು. ಮರುದಿನ ಬಂದಿದ್ದ ಚಿಕ್ಕಪ್ಪ ಈಶ್ವರ ಮುಖರ್ಜಿ ಈ ವಿಚಾರ ತಿಳಿದು ಶ್ರೀಶಾರದಾ ದೇವಿಯವರನ್ನು ಜಯರಾಮಬಾಟಿಗೆ ಕರೆದೊಯ್ದರು. ಚಂದ್ರಮಣಿದೇವಿ ಕಳವಳದಲ್ಲಿ ಮುಳುಗಿದಾಗ ಶ್ರೀರಾಮಕೃಷ್ಣರು 'ಮದುವೆ ನಡೆಯಿತಲ್ಲಾ, ಅದನ್ನು ಬದಲಾಯಿಸಲಾಗುತ್ತದೆಯೇ?' ಎಂದು ಸಮಾಧಾನ ಮಾಡಿದ್ದರು.

ಶ್ರೀಶಾರದಾ ದೇವಿಯವರಿಗೆ ಓದುವುದನ್ನು ಕಲಿಯಬೇಕೆಂಬ ಇಚ್ಛೆಯಿದ್ದರೂ ಅವಕಾಶವಿರಲಿಲ್ಲ. ಶ್ರೀರಾಮಕೃಷ್ಣರ ಎರಡನೇ ಅಣ್ಣ ರಾಮೇಶ್ವರನ ಮಗಳು ಲಕ್ಷ್ಮಿ ಆಗ ಶಾಲೆಗೆ ಹೋಗುತ್ತಿದ್ದಳು. ಅವಳೊಡನೆ ಕಾಗುಣಿತದ ಅಭ್ಯಾಸವನ್ನು ನಡೆಸುತ್ತಿದ್ದರು. ಇದು ಶ್ರೀರಾಮಕೃಷ್ಣರ ಸೋದರಳಿಯ ಹೃದಯರಾಮನ ದೃಷ್ಟಿಗೆ ಬಿದ್ದಿತ್ತು. 'ಇದೇನು? ಹೆಂಗಸರು ಓದು ಬರಹ ಕಲಿಯಬಾರದು, ಮುಂದೆ ನೀವು ಕತೆಕಾದಂಬರಿ ಓದಲಾರಂಭಿಸುತ್ತೀರಿ' ಎಂದು ಆತ ಪುಸ್ತಕ ಕಿತ್ತುಕೊಂಡಿದ್ದ. ಮನೆಮಗಳಾದ ಲಕ್ಷ್ಮಿ ಹಠ ಹಿಡಿದು ಪುಸ್ತಕವನ್ನು ಮರಳಿ ಪಡೆದಿದ್ದಳು.

ಆ ದಿನಗಳಲ್ಲಿ ಸ್ತ್ರೀಯರ ವಿದ್ಯಾಭ್ಯಾಸದ ಬಗೆಗೆ ಇಂಥ ಭಾವನೆ ತುಂಬಿತ್ತು. ಆದರೂ ಲಕ್ಷ್ಮಿಯೊಂದಿಗೆ ಓದು ಕಲಿಯುವ ಶ್ರೀಶಾರದಾ ದೇವಿಯವರ ಯತ್ನ ಸಾಗಿತ್ತು. ಆ ದಿನಗಳಲ್ಲಿ ಪ್ರಚಲಿತವಿದ್ದ ಹರಿಕಥೆಗಳಿಗೆ, ಭಕ್ತಿಪ್ರಧಾನ ನಾಟಕಗಳಿಗೆ ತಂದೆಯವರೊಂದಿಗೆ ಹೋಗುತ್ತ ರಾಮಾಯಣ ಮಹಾಭಾರತದ ಕಥೆಗಳನ್ನು ಶ್ರೀಶಾರದಾ ದೇವಿಯವರು ತಿಳಿಯುತ್ತಿದ್ದರು.

ದಕ್ಷಿಣೇಶ್ವರದಿಂದ ಅಪರೂಪಕ್ಕೆ ಬರುತ್ತಿದ್ದ ಶ್ರೀರಾಮಕೃಷ್ಣರು ತಾವು ತಂಗಿರುತ್ತಿದ್ದ ಅಲ್ಪಾವಧಿಯಲ್ಲಿಯೂ ಶ್ರೀಶಾರದಾ ದೇವಿಯವರಿಗೆ ತಾಂಬೂಲ ಸಿದ್ಧಗೊಳಿಸುವ, ದೀಪ ಹಚ್ಚುವ ಮುನ್ನ ಬತ್ತಿ ಪುಟಗೊಳಿಸುವ, ಸಾಂಬಾರ ಪದಾರ್ಥಗಳನ್ನು ಹಿತವಾಗಿ ಅಡುಗೆಗೆ ಬಳಸುವಂಥ ಸಣ್ಣಪುಟ್ಟ ವಿಚಾರಗಳನ್ನು ಸೂಕ್ಷ್ಮವಾಗಿ ತಿಳಿಹೇಳುತ್ತಿದ್ದರು.

ಹೀಗೆ ತವರುಮನೆ–ಪತಿ ಗೃಹ ಎಂದು ಆಗಾಗ ಓಡಾಡುತ್ತ ತವರಿನಲ್ಲಿಯೇ ಬಾಲ್ಯಾವಸ್ಥೆ ಕಳೆದು ಯೌವನದಲ್ಲಿ ಕಳೆಗೊಂಡ ಶ್ರೀಶಾರದಾ ದೇವಿಯವರಿಗೆ ತಮ್ಮ ಬಾಳು ಇನ್ನು ಮುಂದೆ ಪತಿಯೊಂದಿಗೆ ಸಾಗಬೇಕು ಎನ್ನಿಸುತ್ತಿತ್ತು. ಶ್ರೀರಾಮಕೃಷ್ಣರು ಈ ಅವಧಿಯಲ್ಲಿ ತಮ್ಮ ಯೋಗಸಾಧನೆಯ ಹಲವು ಹಂತಗಳಲ್ಲಿ ಈವರೆಗೆ ಯಾವ ಯೋಗಿಯೂ ಸಾಧಿಸಿರದಿದ್ದ ಅಪೂರ್ವ ಯೋಗ ಭೂಮಿಕೆಗಳಲ್ಲಿ ವಿಹರಿಸುತ್ತಿದ್ದರು. ಯೋಗಸಾಧನೆಯ ಪರಿಪೂರ್ಣತೆಗೆ. ಅವರು ನಡೆಸಬೇಕೆಂದಿದ್ದ ಮತ್ತೊಂದು ಕ್ರಿಯೆಯೆಂದರೆ ಷೋಡಶೀಪೂಜೆ.

ಕ್ರಿ.ಶ. 1872ರ ಜೂನ್ 5ರ ಜೇಷ್ಠ ಬಹುಳ ಅಮವಾಸ್ಯೆಯ ರಾತ್ರಿ ಫಲಹಾರಿಣಿ ಕಾಳೀಪೂಜೆಗೆ ಸಿದ್ಧತೆ ನಡೆದವು. ತಮ್ಮ ಕೊಠಡಿಯಲ್ಲಿ ಎಲ್ಲ ವ್ಯವಸ್ಥೆ ಮಾಡಿಕೊಂಡ ಶ್ರೀರಾಮಕೃಷ್ಣರು ಪೂಜಾವಿಧಿಗಳಲ್ಲಿ ಮುಳುಗಿದರು. ಪೂಜೆಗೆ ಬರಲು ಸೂಚಿಸಿದ್ದ ಶ್ರೀಶಾರದಾ ದೇವಿಯವರನ್ನು ದೇವಿಪೀಠದಲ್ಲಿ ಕೂರಲು ಸೂಚಿಸಿದರು. ಪೂಜೆ ಆರಂಭವಾದಾಗಲೇ ಭಾವಾವಿಷ್ಟರಾಗಿದ್ದ ಶ್ರೀಶಾರದಾ ದೇವಿಯವರು ದೇವೀಪೀಠದಲ್ಲಿ ಆಸೀನರಾದರು.

ಶ್ರೀರಾಮಕೃಷ್ಣರು ಮಂತ್ರಜಲ ಪ್ರೋಕ್ಷಿಸುತ್ತ ಶ್ರೀಶಾರದಾ ದೇವಿಯವರಲ್ಲಿ ಜಗನ್ಮಾತೆಯನ್ನು ಆವಾಹನೆ ಮಾಡಿ ಷೋಡಶೋಪಚಾರ ಪೂಜಾದಿಗಳನ್ನು ವಿಧಿಬದ್ಧವಾಗಿ ನೆರವೇರಿಸಿದರು. ವಿಗ್ರಹಕ್ಕೆಂತೋ ಹಾಗೆ ಜೀವಂತಮೂರ್ತಿಗೆ ಪೂಜಾದಿಗಳು ಸಾಂಗವಾಗಿ ಸಂದಿದ್ದವು. ನೈವೇದ್ಯ ನಿವೇದಿಸಿ ತಮ್ಮ ಹಸ್ತದಿಂದಲೇ ಶ್ರೀಶಾರದಾ ದೇವಿಯವರಿಗೆ ಅಲ್ಪ ಪ್ರಸಾದ ಉಣಿಸಿದರು. ಶ್ರೀಶಾರದಾ ದೇವಿ ಸಮಾಧಿಸ್ಥರಾಗಿ ನಿಶ್ಚಲಗೊಂಡಿದ್ದರು. ಶ್ರೀರಾಮಕೃಷ್ಣರೂ ಮಂತ್ರೋಚ್ಚಾರಗಳ ಗಾಢ ಸಮಾಧಿಯಲ್ಲಿ ಮುಳುಗಿದ್ದರು. ಪೂಜ್ಯ-ಪೂಜಕ-ಪೂಜಿತಭಾವ ಲಯಗೊಂಡಿತ್ತು. ತಂತ್ರಗಳಲ್ಲಿ ವರ್ಣಿತಗೊಂಡಿರುವ ಷೋಡಶೀಪೂಜೆ ಆಧ್ಯಾತ್ಮಲೋಕದ ಚಾರಿತ್ರಾರ್ಹ ಘಟನೆಯಾಗಿ ನೆರವೇರಿತ್ತು. ಮರಳಿ ಬಾಹ್ಯ ಜಗತ್ತಿಗೆ ಸಮಾಧಿಯಿಂದಿಳಿದ ಶ್ರೀರಾಮಕೃಷ್ಣರು ತಮ್ಮ ತಪೋಸಾಧನೆಯ ಸರ್ವಫಲವನ್ನು ಪೀಠದಲ್ಲಿ ತಮ್ಮೆದುರು ಮಂಡಿಸಿದ್ದ ಜಗನ್ಮಾತೆಯಡಿಗೆ ಅರ್ಪಿಸಿ ಪ್ರಣಾಮಗೈದು ಪ್ರಾರ್ಥಿಸುತ್ತಿದ್ದರು!

ಸರ್ವಮಂಗಳ ಮಾಂಗಲ್ಯೇ ಶಿವೇ ಸರ್ವಾರ್ಥ ಸಾಧಿಕೇ ।
ಶರಣ್ಯೆ ತ್ರ್ಯಂಬಕೇ ಗೌರಿ ನಾರಾಯಣಿ ನಮಸ್ತುತೇ ॥

‘ಓ ಸರ್ವಮಂಗಳಗಳಿಗೆ ಮೂಲರೂಪಿಣಿಯೇ, ಶಿವಸ್ವರೂಪಿಣಿಯೇ, ಸರ್ವ ಪುರುಷಾರ್ಥಪ್ರದಳೇ, ಆಶ್ರಯದಾಳೇ, ಜ್ಞಾನನೇತ್ರಳೇ, ಪ್ರಕಾಶಮಯಿ ನಾರಾಯಣಿಯೇ ನಿನಗೆ ನಮಿಸುವೆ.’

3. ತಪಸ್ಯೆಯ ಅಗ್ನಿಕುಂಡದೊಳಗೆ

ಪತಿದೇವರೇ ಸರ್ವದೇವದೇವೀ ಸ್ವರೂಪರು ಎಂಬುದನ್ನು ಅರಿತ್ತಿದ್ದ ಶ್ರೀಶಾರದಾ ದೇವಿಯವರು ಶ್ರೀರಾಮಕೃಷ್ಣರ ಪಾದಗಳನ್ನು ಒತ್ತುತ್ತಾ ಒಮ್ಮೆ ಕೇಳಿದ್ದರು: ‘ನೀವು ನನ್ನನ್ನು ಯಾವ ದೃಷ್ಟಿಯಿಂದ ನೋಡುವಿರಿ?’

‘ಯಾವ ಮಾತೆಯನ್ನು ನಿತ್ಯವೂ ದೇವಾಲಯದಲ್ಲಿ ನಾನು ಪೂಜಿಸುತ್ತೇನೋ ಆ ಮಾತೆಯೇ ಈ ಶರೀರಕ್ಕೆ ಜನ್ಮವಿತ್ತಳು. ಈ ಮಾತೆಯೇ ನಹಬತ್ ಖಾನೆಯಲ್ಲಿ ವಾಸವಾಗಿದ್ದಾಳೆ. ಅದೇ ಮಾತೆಯೇ ಈಗ ಚರಣಶುಶ್ರೂಷೆಯಲ್ಲಿ ಮುಳುಗಿದ್ದಾಳೆ. ನೀವು ಆನಂದಮಯಿ ಜಗನ್ಮಾತೆಯ ಪ್ರತ್ಯಕ್ಷ ಪ್ರತಿನಿಧಿಯೆಂದು ಸದಾಕಾಲ ಭಾವಿಸುತ್ತೇನೆ.’

ದೇವಾಲಯದ ಕಾಳೀಮೂರ್ತಿ, ಜನ್ಮವಿತ್ತಿರುವ ತಾಯಿ ಹಾಗೂ ಸತಿಯಾಗಿರುವ ಶಾರದಾ ದೇವಿಯವರು ಆ ಜಗನ್ಮಯಿ ರೂಪವೇ ಎನ್ನುವುದನ್ನು ಶ್ರೀರಾಮಕೃಷ್ಣರು ಕಂಡಿದ್ದರು. ‘ಸ್ತ್ರಿಯಃ ಸಮಸ್ತಾಃ ಸಕಲಾಜಗತ್ಸು’-ಜಗತ್ತಿನ ಸ್ತ್ರೀಯರೆಲ್ಲ ದೇವಿ ಸ್ವರೂಪರು ಎನ್ನುವ ‘ಶ್ರೀದುರ್ಗಾಸಪ್ತಶತೀ’ಯೊಳಗಿನ

ನುಡಿಯನ್ನು ತಮ್ಮ ದರ್ಶನದಲ್ಲಿ ಕಂಡು ಸದಾಕಾಲ ಆ ಎತ್ತರದಲ್ಲಿಯೇ ನೆಲೆಗೊಂಡಿರುವುದು ಅವರಿಗೆ ಸಾಧ್ಯವಾಗಿತ್ತು. ಅವರು ಜಗನ್ಮಾತೆಯಾಗಿ ಪೂಜಿಸಿದ ಶ್ರೀಶಾರದಾ ದೇವಿಯವರಲ್ಲಿ ಆ ಜಗನ್ಮಾತೃತ್ವಭಾವ ನೆಲೆಗೊಂಡು ಶ್ರೀರಾಮಕೃಷ್ಣರ ಯೋಗಜೀವನದೊಂದಿಗೆ ಸಮರಸಗೊಳ್ಳಲು ಆರಂಭಿಸಿತ್ತು. ಆಗ ಶ್ರೀಮಾತೆಯವರು ತಂಗಲು ನಹಬತ್ ಖಾನೆಯಲ್ಲಿ ವ್ಯವಸ್ಥೆಯಾಗಿತ್ತು. ಶ್ರೀರಾಮಕೃಷ್ಣರ ಕೊಠಡಿಗೆ ಸಮೀಪದಲ್ಲಿಯೇ ವಾಸವಿದ್ದರೂ ಅವರನ್ನು ದಿನವೂ ನೋಡಲಾಗುತ್ತಿರಲಿಲ್ಲ. ಕೆಲವು ತಿಂಗಳಿಗೊಮ್ಮೆ ಶ್ರೀರಾಮಕೃಷ್ಣರ ದರ್ಶನ ಮಾತೆಯವರಿಗೆ ಆಗುತ್ತಿತ್ತು. ತಾವು ನೆಲೆಸಿದ್ದ ಕೋಣೆಯ ಬಾಗಿಲಿಗೆ ಕಿಂಡಿಯೊಂದನ್ನು ಮಾಡಿಕೊಂಡು, ಆ ಕಿಂಡಿಯಿಂದ ಶ್ರೀರಾಮಕೃಷ್ಣರ ದರ್ಶನಕ್ಕೆ ನಿಲ್ಲುವುದು ಶ್ರೀಮಾತೆಯವರಿಗೆ ತಪಸ್ಸಿನಂತಾಗಿತ್ತು. ಶ್ರೀಮಾತೆಯವರು ಅಲ್ಲಿ ವಾಸವಿರುವುದು ಅಲ್ಲಿಯ ಬಹಳಷ್ಟು ಜನರಿಗೇ ತಿಳಿಯದಂತಿತ್ತು.

ನಹಬತ್ ಖಾನೆಯ ಈ ಚಿಕ್ಕ ಕೊಠಡಿಯಲ್ಲಿಯೇ ಅವರು ಅಡುಗೆ, ಪೂಜೆ, ಜಪಧ್ಯಾನ ಮಾಡುತ್ತ ರಾತ್ರಿ ಅಲ್ಲಿಯೇ ಮಲಗುತ್ತಿದ್ದರು. ತಮ್ಮ ಈ ತಪೋಜೀವನವನ್ನು ಅವರು ಹೀಗೆ ಹೇಳಿಕೊಂಡಿದ್ದಾರೆ: 'ಠಾಕೂರರ (ಶ್ರೀರಾಮಕೃಷ್ಣರ) ಸೇವಾರ್ಥವಾಗಿ ನಾನು ನಹಬತ್ ಖಾನೆಯಲ್ಲಿದ್ದಾಗ ಆ ಚಿಕ್ಕ ಕೋಣೆಯಲ್ಲಿರುತ್ತಿದ್ದ ಕಷ್ಟ ಎಂಥಹುದಾಗಿತ್ತು! ಅದರೊಳಗೆ ಎಷ್ಟೊಂದು ಸಾಮಾನುಗಳು! ಕೆಲವು ಸಲ ಒಬ್ಬಳೇ ಇರಬೇಕಿತ್ತು. ಆ ಚಿಕ್ಕ ಕೋಣೆಯೊಳಗೆ ಎಲ್ಲವೂ ನಡೆಯಬೇಕು. ಅದೇ ಅಡುಗೆ ಮನೆ, ಊಟದ ಮನೆ, ಮಲಗುವ ಕೋಣೆ ಎಲ್ಲವೂ ಅದೇ. ಠಾಕೂರರಿಗೆ ಅಲ್ಲಿಯೇ ಅಡುಗೆ ಮಾಡುತ್ತಿದ್ದೆ. ಅವರ ಹೊಟ್ಟೆ ಸರಿಯಿಲ್ಲದ್ದರಿಂದ ದೇವಸ್ಥಾನದ ಪ್ರಸಾದ ಸೇವಿಸಲು ಅವರಿಗೆ ಆಗುತ್ತಿರಲಿಲ್ಲ. ಬೇರೆ ಭಕ್ತರಿಗೂ ಆಗ ಅಡುಗೆ ಮಾಡುತ್ತಿದ್ದೆ. ಮೊದಮೊದಲು ಆ ಕೋಣೆಯನ್ನು ಪ್ರವೇಶಿಸುವಾಗ ಬಾಗಿಲಿಗೆ ತಲೆ ಹೊಡೆಯುತ್ತಿತ್ತು. ಒಮ್ಮೆ ಜೋರಾಗಿ ಹೊಡೆದು ಚರ್ಮ ಕಿತ್ತು ಹೋಯಿತು. ಆಮೇಲೆ ಅಭ್ಯಾಸವಾಗಿ ಬಾಗಿಲಿನ ಹತ್ತಿರ ಹೋದಾಗ ತಲೆ ತಾನಾಗಿಯೇ ಬಾಗುತ್ತಿತ್ತು. ಆಗ ಬೆಳಗ್ಗೆ ನಾಲ್ಕು ಗಂಟೆಯ ಹೊತ್ತಿಗೆ ಸ್ನಾನ ಮಾಡುತ್ತಿದ್ದೆ. ಹಗಲು ಬಿಸಿಲಿದ್ದಾಗ ಮೆಟ್ಟಲಿನ ಮೇಲೆ ಕುಳಿತು ಕೂದಲು ಒಣಗಿಸಿಕೊಳ್ಳುತ್ತಿದ್ದೆ. ಆಗ ತಲೆಯ ತುಂಬಾ ಕೂದಲಿತ್ತು. ಎಲ್ಲಕ್ಕಿಂತ ಹೆಚ್ಚಿನ ತೊಂದರೆಯೆಂದರೆ ಶೌಚ ಮತ್ತು ಸ್ನಾನದ ಮನೆ ಇಲ್ಲದಿದ್ದುದು. ಬಲಾತ್ಕಾರವಾಗಿ ಮಲವಿಸರ್ಜನೆಯನ್ನು ತಡೆಯುತ್ತಾ ಹೊಟ್ಟೆ ಕಟ್ಟಿಹೋಯಿತು.' ಆ ದಿನಗಳ ಶ್ರೀಮಾತೆಯವರ ಜೀವಿತ ಕಳೆದದ್ದು ಹೀಗೆ.

ಮಾಸಿಕದ ಮೂರು ದಿನಗಳಲ್ಲಿ ತಿಂಗಳಿಗೊಮ್ಮೆ ಅಡುಗೆ ಮಾಡದೇ ಶ್ರೀಮಾತೆಯವರು ತಮ್ಮ ರೂಢಿಯಂತೆ ಇರುವಾಗ ದೇವಸ್ಥಾನದ

ಪ್ರಸಾದವನ್ನು ಶ್ರೀರಾಮಕೃಷ್ಣರು ಅನಿವಾರ್ಯವಾಗಿ ಸೇವಿಸಬೇಕಾಗಿತ್ತು. ಅವರ ಜೀರ್ಣಕ್ರಿಯೆ ಸರಿಯಿಲ್ಲದೆ ಆರೋಗ್ಯ ಏರುಪೇರಾಗುತ್ತಿತ್ತು. ಇದನ್ನು ಕೆಲವು ದಿನ ಸಹಿಸಿಕೊಂಡ ಶ್ರೀರಾಮಕೃಷ್ಣರು ಅನಂತರ ಶ್ರೀಮಾತೆಯವರಿಗೆ ಹೇಳಿದ್ದರು:

'ನೋಡಿ, ನೀವು ಅಡಿಗೆ ಮಾಡದಿರುವುದರಿಂದ ನನ್ನ ರೋಗ ಹೆಚ್ಚುತ್ತಿದೆ. ನೀವೇಕೆ ಈ ದಿನಗಳಲ್ಲೂ ಅಡಿಗೆ ಮಾಡಬಾರದು?' ಆಗ ಶ್ರೀಮಾತೆ 'ಮಾಸಿಕ ದಿನಗಳಲ್ಲಿ ಸ್ತ್ರೀಯರು ಯಾರಿಗೂ ಅಡಿಗೆ ಮಾಡಬಾರದಲ್ಲವೇ?' 'ಮಾಡಬಾರದೆಂದು ಯಾರು ಹೇಳಿದ್ದಾರೆ? ನೀವು ನನಗೆ ಅಡಿಗೆ ಮಾಡಿ. ಅದರಲ್ಲಿ ಯಾವ ದೋಷವೂ ಇಲ್ಲ. ಶುಚಿ-ಅಶುಚಿಯೆಲ್ಲ ಮನಸ್ಸಿನದು. ಅಶುಚಿಯೆಂಬುದಾವುದೂ ಇಲ್ಲ. ಜಗನ್ಮಾತೆಯಾಗಿ ಪೂಜೆಗೊಂಡಿರುವ ಶ್ರೀಮಾತೆಯವರ ಶರೀರ ಲೋಕಬಾಳಿನೊಳಗೆ ಇರುವವರಂತಿಲ್ಲ. ಮಡಿಮೈಲಿಗೆಗಳ ಪರಿಧಿ ಹರಿದುಹೋಗಿದೆ. ಶಿಲಾಮೂರ್ತಿಯೊಂದು ಸಂಸ್ಕಾರಗೊಂಡು ಪೂಜೆಯಲ್ಲಿ ತನ್ನ ಶಿಲೆತನ ಅಳಿದುಕೊಂಡು ಪವಿತ್ರವಾದ ಮೇಲೆಯೂ ಅದನ್ನು ಶಿಲೆಯಾಗಿ ನೋಡುವುದೇ? ದೈವೀಕಳೆ ನೆಲೆಗೊಂಡ ಮೂರ್ತಿ ದೇವಮೂರ್ತಿಯಾಗುತ್ತದೆ?'

ಶ್ರೀರಾಮಕೃಷ್ಣರ ಸೇವೆಯೊಂದಿಗೆ ಸಾಗುತ್ತಿದ್ದ ಈ ದಿನಗಳು ಕ್ರಿ.ಶ. 1885ರ ವೇಳೆಗೆ ಹೊಯ್ದಾಟಕ್ಕೆ ಸಿಲುಕಿದುವು. ಶ್ರೀರಾಮಕೃಷ್ಣರಿಗೆ ತಗುಲಿದ್ದ ವ್ಯಾಧಿ ತೀವ್ರವಾಗಿ ಉಲ್ಬಣಿಸಿ ಚಿಕಿತ್ಸೆಗೆಂದು ಅವರನ್ನು ಕೋಲ್ಕತ್ತಗೆ ಕರೆದೊಯ್ದರು. ಅನಂತರ ಕಾಶೀಪುರದಲ್ಲಿ ಒಂದು ಬಂಗಲೆ ವ್ಯವಸ್ಥೆಮಾಡಿ ಶ್ರೀರಾಮಕೃಷ್ಣರನ್ನು ಅಲ್ಲಿಗೆ ಕರೆತಂದರು. ತಮ್ಮ ಸೇವೆಯ ಅಡುಗೆ ಮಾಡಲು ಶ್ರೀಮಾತೆಯವರೂ ಕಾಶೀಪುರದ ಬಂಗಲೆಗೆ ಹೋದರು. ಇಲ್ಲಿಯೂ ಅವರು ದಕ್ಷಿಣೇಶ್ವರದಲ್ಲಿದ್ದಂತೆ ಯಾರ ಕಣ್ಣಿಗೂ ಗೋಚರಿಸದಂತೆ ತಮ್ಮ ಸೇವಾಕಾರ್ಯದಲ್ಲಿ ಮುಳುಗಿದರು. ತಮ್ಮ ದೇಹಾವತಾರದ ಅವಸಾನ ಕಾಲ ಸಮೀಪಿಸಿರುವುದು ಅರಿವಿದ್ದ ಶ್ರೀರಾಮಕೃಷ್ಣರು ತಮ್ಮ ಶಿಷ್ಯರಿಗೆ, ಭಕ್ತರಿಗೆ ಯಾರ್ಯಾರಿಗೆ ಏನೇನು ತಿಳಿಸಬೇಕೋ ಅದನೆಲ್ಲಾ ತಿಳಿಸಿದ್ದರು.

ಶ್ರೀಮಾತೆಯವರು ಒಮ್ಮೆ ಊಟಮಾಡಿ ತೆಗೆದುಕೊಂಡು ಹೋದಾಗ ಶ್ರೀರಾಮಕೃಷ್ಣರು ಶ್ರೀಮಾತೆಯವರನ್ನೇ ದಿಟ್ಟಿಸಿ ನೋಡಲಾರಂಭಿಸಿದರು. 'ಏನಾದರೂ ಹೇಳಬೇಕೆಂದಿದ್ದರೆ ಹೇಳಿ' ಎಂದರು ಶ್ರೀಮಾತೆ. 'ನೀವೇನೂ ಮಾಡುವುದಿಲ್ಲವೇ?' ಎಂದು ತಮ್ಮ ದೇಹದತ್ತ ಕೈತೋರಿಸಿ, 'ಇದೇ ಎಲ್ಲ ಮಾಡಬೇಕೇನು?' ಎಂದರು ಶ್ರೀರಾಮಕೃಷ್ಣರು. 'ನಾನು ಹೆಂಗಸು, ನಾನೇನು ಮಾಡಬಲ್ಲೆ?' ಕೇಳಿದರು ಶ್ರೀಮಾತೆ. 'ನೀವು ಬಹಳ ಕೆಲಸ ಮಾಡಬೇಕಿದೆ'

ಎಂದು ಭವಿಷ್ಯದಲ್ಲಿ ಶ್ರೀಮಾತೆಯವರು ನಡೆಸಬೇಕಿರುವ ಕಾರ್ಯಗಳನ್ನು ಕಂಡಿರುವಂತೆ ಶ್ರೀರಾಮಕೃಷ್ಣರು ವಿವರಿಸಿದರು. ಮತ್ತೊಂದು ದಿನ, 'ನೋಡಿ, ಕೋಲ್ಕತ್ತದ ಜನ ಅಂಧಕಾರದಲ್ಲಿ ಹುಳುವಿನಂತೆ ವಿಲಿವಿಲಿ ಒದ್ದಾಡುತ್ತಿದ್ದಾರೆ. ಅವರನ್ನು ನೋಡಿಕೊಳ್ಳಿ' ಎಂದು ಸೂಚಿಸಿದರು. 'ಹೆಂಗಸು, ನಾನೇನು ಮಾಡಲಿ?' ಎಂದು ಶ್ರೀಮಾತೆ ಹಿಂಜರಿಕೆ ತೋರಿಸಿದಾಗ ಶ್ರೀರಾಮಕೃಷ್ಣರು 'ಇದೇನು ಮಾಡಿರುವುದೋ ಅದಕ್ಕಿಂತ ಹೆಚ್ಚು ಕಾರ್ಯಗಳನ್ನು ನೀವು ಮಾಡಬೇಕಿದೆ,' ಎಂದು ತಮ್ಮ ಶರೀರದತ್ತ ಬೊಟ್ಟು ಮಾಡಿ ತೋರಿದ್ದರು. ಹೀಗೆ ತಮ್ಮ ಕಾರ್ಯದ ಮುಂದಿನ ಅಧಿಕಾರಿ ಶ್ರೀಮಾತೆಯವರು ಎಂದು ಸೂಚಿಸಿ ಕ್ರಿ.ಶ. 1886ರ ಆಗಸ್ಟ್ 16ರಂದು ಶ್ರೀರಾಮಕೃಷ್ಣರು ಜಗದಂಬೆಯ ನಾಮ ಉಚ್ಚರಿಸಿ ಮಹಾಸಮಾಧಿಯಲ್ಲಿ ತಮ್ಮ ಲೋಕಜೀವಿತಕ್ಕೆ ಮಂಗಳ ಹಾಡಿದರು. ಅವರು ತಮ್ಮ ಶಿಷ್ಯಭಕ್ತ ಬಳಗವನ್ನು ಶ್ರೀಮಾತೆಯವರ ಮಡಿಲಿನಲ್ಲಿರಿಸಿದ್ದರು. ಅವರು ಮಹಾತ್ಯಾಗ ಮಾಡಿದನಂತರ ತಮ್ಮ ಕೋಣೆಗೆ ಮರಳಿದ ಶ್ರೀಮಾತೆಯವರು, 'ತಾಯಿ ಕಾಳಿ, ನಾನು ಏನು ತಪ್ಪು ಮಾಡಿದೆ ಎಂದು ನನ್ನನ್ನು ಬಿಟ್ಟು ಹೋದೆ?' ಎಂದು ಕಂಬನಿ ಹರಿಸಿದರು.

4. ವರದಾಯಿನಿ

ಶ್ರೀಶಾರದಾಮಾತೆಯವರ ಲೋಕಬಾಳುವೆಯ ಒಂದು ಹಂತ ಮುಗಿದಿತ್ತು. ಶ್ರೀಮಾತೆಯಾಗಿ, ಜಗನ್ಮಾತೆಯಾಗಿ ತಮ್ಮ ಪಾತ್ರವನ್ನು ಮುಂದೆ ನಡೆಸಲು ಭೂಮಿಕೆ ಸಿದ್ಧಗೊಂಡಿತ್ತು. ಶ್ರೀರಾಮಕೃಷ್ಣರು ಬಹಳಷ್ಟು ಸೂಚನೆಗಳನ್ನು ಶ್ರೀಮಾತೆಯವರಿಗೆ ನೀಡಿದ್ದರು. 'ನಿನಗೇನೂ ಚಿಂತೆಯಿಲ್ಲ. ಈಗ ಹೇಗಿರುವಿಯೋ ಹಾಗೆಯೇ ಇರು. ನರೇಂದ್ರ ಮೊದಲಾದವರು ನಿಮ್ಮನ್ನು ನೋಡಿಕೊಳ್ಳುತ್ತಾರೆ. ನನ್ನನ್ನು ಉಪಚರಿಸಿದಂತೆ ನಿಮ್ಮನ್ನೂ ಉಪಚರಿಸುತ್ತಾರೆ' ಎಂದಿದ್ದರು.

ಶ್ರೀರಾಮಕೃಷ್ಣರು ದೇಹ ಬಿಟ್ಟ ಸಂಜೆ ತಮ್ಮ ಮೈಮೇಲಿನ ಆಭರಣಗಳನ್ನು ತೆಗೆಯಲಾರಂಭಿಸಿದಾಗ ಶ್ರೀರಾಮಕೃಷ್ಣರು ಕಂಡುಬಂದು 'ನಾನು ಸತ್ತಿರುವೆನೆಂದು ಕೊಂಡಿರುವಿರೇ? ಸುಮಂಗಲಿಯರ ಚಿಹ್ನೆಗಳ ತೆಗೆದು ಹಾಕುತ್ತಿರುವುದೇಕೆ? ಗೌರಿದಾಸಿಯೊಂದಿಗೆ ಚರ್ಚಿಸಿರಿ' ಎಂದರು. ವಿಧವೆಯರು ಉಡುವ ಅಂಚಿರದ ಬಿಳಿಸೀರೆಯೊಂದನ್ನು ಬಲರಾಮ ಬಸು ಶ್ರೀಮಾತೆಯವರಿಗೆ ತಲಪಿಸಿದ. ಬೃಂದಾವನದಲ್ಲಿದ್ದ ಗೌರಿಮಾರೊಂದಿಗೆ ಚರ್ಚಿಸಿದಾಗ 'ಶ್ರೀರಾಮಕೃಷ್ಣರು ನಿರಂತರ ಹಾಗೂ ಚಿರಂತವಾಗಿ ಇರುವ ಚೇತನ. ನೀವು ದೇವಿ ಲಕ್ಷ್ಮಿಯಲ್ಲದೆ ಬೇರೆಯಲ್ಲ. ಕೃಷ್ಣನೇ ಪತಿ ಎಂದು ಭಾವಿಸಿಕೊಂಡವರು ವಿಧವೆಯಾಗಲಾರರು' ಎಂದು ಹೇಳಿದರು. ತಂತ್ರಗಳ

ಜ್ಞಾನವಿದ್ದ ಗೌರಿಮಾ ಅವರ ನುಡಿ ಕೇಳಿದ ಮೇಲೆ ಶ್ರೀಮಾತೆಯವರಿಗೆ ಹೊಯ್ದಾಟ ನಿಂತಿತ್ತು.

ಶ್ರೀರಾಮಕೃಷ್ಣರು ಮಹಾಸಮಾಧಿಗೊಂಡ ಹದಿನೈದು ದಿನಗಳ ನಂತರ ವೈದ್ಯನಾಥ, ಕಾಶೀ, ಅಯೋಧ್ಯೆ, ಬೃಂದಾವನ ಕ್ಷೇತ್ರಗಳಿಗೆ ಯಾತ್ರೆ ಹೋದ ಶ್ರೀಮಾತೆಯವರು ಬೃಂದಾವನದಲ್ಲಿದ್ದ ಗೌರಿಮಾರೊಂದಿಗೆ ಅಂತರಂಗದ ಅಳಲನ್ನು ಹಂಚಿಕೊಂಡ ಮೇಲೆ ಸಮಾಧಾನ ಪಡೆದುಕೊಂಡರು. ತಮ್ಮ ಜೊತೆಗೂಡಿ ಬಂದವರಿಂದ ಒಬ್ಬರೇ ದೂರವಾಗಿ ಯಮುನಾ ತಟದಲ್ಲಿ ಕುಳಿತು ಶ್ರೀರಾಮಕೃಷ್ಣರೊಂದಿಗೆ ತಾದಾತ್ಮ್ಯ ಹೊಂದಿ ಸಮಾಧಿಯಲ್ಲಿ ಮುಳುಗುತ್ತಿದ್ದರು. ಹೀಗೆ ಒಂದು ವರ್ಷದವರೆಗೆ ಬೃಂದಾವನದ ಹಲವು ದೇವಸ್ಥಾನಗಳಿಗೆ ಹೋಗುತ್ತ ಧ್ಯಾನ-ಜಪದಲ್ಲಿ ಮುಳುಗುತ್ತ ಕೊನೆಗೆ ಹದಿನೈದು ದಿನಗಳವರೆಗೆ ಬೃಂದಾವನ ಪರಿಕ್ರಮವನ್ನು ಮಾಡಿದರು. ಇಲ್ಲಿ ಶ್ರೀಮಾತೆಯವರಿಗೆ ಬಹಳಷ್ಟು ದರ್ಶನವಾಗುತ್ತಿದ್ದವು.

'ನೀವು ಯೋಗೇನನಿಗೆ (ಯೋಗಾನಂದರಿಗೆ) ಈ ಮಂತ್ರ ನೀಡಿ ಎಂದು ಶ್ರೀರಾಮಕೃಷ್ಣರು ಹೇಳಿದಾಗ ಶ್ರೀಮಾತೆಯವರು ಅಳುಕುತ್ತಲೇ ಎರಡು ದಿನ ಉರುಳಿದಾಗ ಮತ್ತೆ ಶ್ರೀರಾಮಕೃಷ್ಣರು ಒತ್ತಾಯಿಸಿದ್ದರು. ಆಗ ಶ್ರೀಮಾತೆ ಆಕ್ಷೇಪಿಸಿದರು. 'ನಾವು ಅವರೊಡನೆ ಮಾತನಾಡುವುದೇ ಇಲ್ಲ. ಹೇಗೆ ಮಂತ್ರ ಕೊಡಲಿ?' ಯೋಗಾನಂದರೂ ಮಂತ್ರದೀಕ್ಷೆ ಪಡೆಯಲು ಸೂಚಿಸಿದ್ದರೂ ಸಂಕೋಚದಿಂದ ಕೇಳಲಿಲ್ಲ. ಅನಂತರ ಮಂತ್ರದೀಕ್ಷೆಗೆ ಏರ್ಪಾಟಾಗಿ ಶ್ರೀರಾಮಕೃಷ್ಣರ ಪೂಜೆಯಲ್ಲಿ ಭಾವಾವೇಶದಲ್ಲಿ ಮುಳುಗಿದ ಶ್ರೀಮಾತೆಯವರು ಆ ತೀವ್ರಭಾವಪರವಶತೆಯಲ್ಲಿಯೇ ಸ್ವಾಮಿ ಯೋಗಾನಂದರಿಗೆ ಮಂತ್ರದೀಕ್ಷೆ ಕರುಣಿಸಿದರು. ಹೀಗೆ ತಮ್ಮ ಪ್ರಥಮ ಶಿಷ್ಯರನ್ನು ಪಡೆದ ಶ್ರೀಮಾತೆಯವರು ಮುಂದೆ ಬೃಂದಾವನದಲ್ಲಿ ವ್ಯಾಪಕವಾಗಿ ದೀಕ್ಷೆ ಕರುಣಿಸಲು ಪ್ರಾರಂಭಿಸಿದರು.

ಬೃಂದಾವನದಿಂದ ಹರಿದ್ವಾರ, ಜಯಪುರ, ಪುಷ್ಕರ, ಪ್ರಯಾಗಗಳ ಯಾತ್ರೆ ಪೂರೈಸಿಕೊಂಡು ಕೋಲ್ಕತ್ತ ತಲಪಿದರು. ತಮ್ಮ ಕಾಲಾನಂತರ ಕಾಮಾರಪುಕುರಕ್ಕೆ ಹೋಗಿ ಅಲ್ಲಿರಲು ಶ್ರೀರಾಮಕೃಷ್ಣರು ಶ್ರೀಮಾತೆಯವರಿಗೆ ಸೂಚಿಸಿದ್ದರು. ಈ ಆದೇಶದಂತೆ ಕಾಮಾರಪುಕುರಕ್ಕೆ ಹೋಗಿದ್ದರು. 'ತಾವು ಕಾಮಾರಪುಕುರದಲ್ಲಿ ಅಡಿಗೆ ಸೊಪ್ಪನ್ನು (ತರಕಾರಿಯನ್ನು) ಬೆಳೆಯುವುದು. ಅದರ ಜೊತೆ ಅನ್ನ ಸೇವಿಸಬೇಕು. ಹರಿನಾಮ ಉಚ್ಚರಿಸಬೇಕು' ಎಂದು ಶ್ರೀರಾಮಕೃಷ್ಣರು ಆದೇಶವಿತ್ತರು. ದಿನಗಳು ಉರುಳಿದಂತೆ ಶ್ರೀಮಾತೆಯವರಿಗೆ ಅನ್ನಕ್ಕೆ ಉಪ್ಪು ಹಾಕಿಕೊಳ್ಳದ ಪರಿಸ್ಥಿತಿ ಒದಗಿದ್ದರೂ ಯಾರಲ್ಲಿಯೂ ಹೇಳಿಕೊಳ್ಳದೆ ಮೌನದಲ್ಲಿ ಸಹನೆಯಿಂದಿದ್ದರು. ಆ ದಿನಗಳು ಶ್ರೀಮಾತೆಯವರಿಗೆ ಪರೀಕ್ಷೆಯ ಕಾಲ.

ಇಲ್ಲಿನ ಹಲವರು ಶ್ರೀಮಾತೆಯವರಿಗೆ ಸಹಾನುಭೂತಿಯೊಂದಿಗೆ ಒಡನಾಟ ಇರಿಸಿಕೊಂಡಿದ್ದರು. ಸೊಪ್ಪು ಬೆಳೆಯುವುದು, ಮಡಿ ಮಾಡುವುದು, ನೆಲ ಅಗೆಯುವುದು, ಭತ್ತ ಕುಟ್ಟುವುದು ಹೀಗೆ ತಮ್ಮ ಕೆಲಸಗಳನ್ನು ಮಾಡಿಕೊಳ್ಳುತ್ತ ಚಿಂದಿಬಟ್ಟೆಯಲ್ಲಿಯೇ ದಿನದೂಡುತ್ತ, ನೀರಸ ಆಹಾರ ಸೇವನೆಯಲ್ಲಿರುತ್ತಿದ್ದರೂ ಆಗಾಗ ದರ್ಶನಕೊಡುತ್ತಿದ್ದ ಶ್ರೀರಾಮಕೃಷ್ಣರ ಅಭಯದಲ್ಲಿ ಶ್ರೀಮಾತೆ ದಿನಗಳೆಯುತ್ತಿದ್ದರು.

ಒಂದು ದಿನ 'ನನಗೆ ಮಕ್ಕಳುಮರಿಯೆಂಬುವರಿಲ್ಲ. ನನ್ನವರೆನ್ನುವವರು ಪ್ರಪಂಚದಲ್ಲಿರದ ನನ್ನ ಗತಿಯೇನು?' ಎಂದು ಶ್ರೀಮಾತೆಯವರು ಆಲೋಚಿಸುತ್ತಿದ್ದಾಗ ಶ್ರೀರಾಮಕೃಷ್ಣರು ದರ್ಶನವಿತ್ತು ಹೇಳಿದ್ದರು: 'ನೀವು ಮಕ್ಕಳ ಬಗ್ಗೆ ಚಿಂತಿಸುತ್ತಿದ್ದಿರಿ. ರತ್ನದಂತಹ ಮಕ್ಕಳನ್ನು ನಿಮಗಾಗಿ ಬಿಟ್ಟಿರುವೆ. ಮುಂದೊಂದು ಕಾಲದಲ್ಲಿ ಬಹಳಷ್ಟು ಜನ ನಿಮ್ಮನ್ನು ಅಮ್ಮ ಎಂದು ಕರೆಯುತ್ತಾರೆ.'

ಶ್ರೀರಾಮಕೃಷ್ಣರ ಅಸ್ಥಿಕುಂಡ ಇರಿಸಿಕೊಂಡು ಶ್ರೀರಾಮಕೃಷ್ಣ ಮಹಾಸಂಘವನ್ನು ಸ್ಥಾಪಿಸುವ ಸಾಧನಾಮಾರ್ಗದಲ್ಲಿದ್ದರು. ಸ್ವಾಮಿ ವಿವೇಕಾನಂದರು ದೇಶ ಪರ್ಯಟನೆ ಕೈಗೊಂಡು ನಂತರ ಶಿಕಾಗೋ ಸರ್ವಧರ್ಮ ಸಮ್ಮೇಳನದಲ್ಲಿ ಭಾರತದ ಪರ ಭಾಗವಹಿಸಬೇಕೆಂದು ಅವರ ಶಿಷ್ಯರು, ಅಭಿಮಾನಿಗಳು ಕೇಳಿಕೊಂಡಾಗ ಅದಕ್ಕೆ ಒಪ್ಪಿ ಈ ನಿಟ್ಟಿನಲ್ಲಿ ಶ್ರೀಮಾತೆಯವರ ಅನುಗ್ರಹಪಡೆದು ಯಾತ್ರೆಗೆ ಹೊರಟರು.

ಕ್ರಿ.ಶ. 1893ರಲ್ಲಿ ನಡೆದ ಈ ಸಮ್ಮೇಳನದಲ್ಲಿ ಚಾರಿತ್ರಾರ್ಹ ಘಟನೆಯೆಂಬಂತೆ ಸ್ವಾಮಿ ವಿವೇಕಾನಂದರ ಮಹಾವಾಣಿಯು ಮೊಳಗಿ ಜಗತ್ತಿನಾದ್ಯಂತ ಪಸರಿಸಿತು. ಐದು ವರುಷಗಳವರೆಗೆ ಯುರೋಪ್, ಪಶ್ಚಿಮ ದೇಶಗಳಲ್ಲಿ ಸಂಚರಿಸಿ ಮರಳಿದ ಅವರು **ಶ್ರೀರಾಮಕೃಷ್ಣ ಮಹಾಸಂಘ** ಸ್ಥಾಪನೆಗೆ ಬೇಲೂರಿನಲ್ಲಿ ಸ್ಥಳ ಆಯ್ದು ಅಲ್ಲಿಗೆ ಶ್ರೀಮಾತೆಯವರನ್ನು ಕರೆದುಕೊಂಡು ಹೋಗಿ ಅದನ್ನು ಪರಿಚಯಿಸಿ, ಸಾಷ್ಟಾಂಗ ಪ್ರಣಾಮಮಾಡಿ ಕಣ್ಣೀರು ಹರಿಸುತ್ತ ಕೈಜೋಡಿಸಿ ನಿವೇದಿಸಿಕೊಂಡರು: 'ಅಮ್ಮ, ಇಷ್ಟು ದಿನಗಳಾದ ಮೇಲೆ ನನ್ನ ಮನಸ್ಸಿನಲ್ಲಿದ್ದ ಉತ್ಕಟ ಆಕಾಂಕ್ಷೆ ಸಾಕಾರವಾಗಿದೆ. ನಿಮಗೆ ನಿಮ್ಮದೇ ಆದ ಜಾಗವನ್ನು ಸಂಪಾದಿಸಿಕೊಡಬೇಕೆಂಬ ಆಶಯವು ಈಡೇರಿದೆ. ಈಗ ನೀವು ನಿಸ್ಸಂಕೋಚವಾಗಿ ಈ ಜಮೀನಿನುದ್ದಕ್ಕೂ ಸುತ್ತಾಡಿರಿ.'

ಹೀಗೆ ಶ್ರೀರಾಮಕೃಷ್ಣ ಮಹಾಸಂಘದ ಕಾರ್ಯಕ್ಕೆ ಶ್ರೀಮಾತೆ ಅನುಗ್ರಹ ತೋರಿದ್ದು ಮುಂದೆ ಇದರ ಕಾರ್ಯವ್ಯಾಪ್ತಿ ಜಗತ್ತಿನೆಲ್ಲೆಡೆ ಹರಡಿಕೊಳ್ಳಲು ಕಾರಣವಾಯಿತು. ಕಾಮಾರಪುಕುರ, ಜಯರಾಮಬಾಟಿ, ಕೋಲ್ಕತ್ತ ಮೊದಲಾದ

ಹಲವೆಡೆ ಸಾಗುತ್ತಿದ್ದ ಶ್ರೀಮಾತೆಯವರ ಪರ್ಯಟನೆಯು ಆ ವೇಳೆಗೆ ಅವರಿಗೆ ಸಾಕಷ್ಟು ಶಿಷ್ಯಬಳಗಗಳನ್ನು ನಿರ್ಮಿಸಿತ್ತು.

ಸ್ವಾಮಿ ವಿವೇಕಾನಂದರು 1908ರಲ್ಲಿ ದೇಹತ್ಯಾಗ ಮಾಡಿದರೂ ಅವರ ಆಶಯದಂತೆಯೇ ಅವರ ಗುರುಭಾಯಿ ಬಳಗದವರು ಮಹಾಸಾಂಘದ ಕಾರ್ಯಗಳನ್ನು ಬಹು ನಿಷ್ಠೆಯಿಂದ ನಡೆಸಿಕೊಂಡು ಹೋಗತೊಡಗಿದರು. ಸ್ವಾಮಿ ಶಾರದಾನಂದರು ಈ ವೇಳೆಗೆ ಶ್ರೀಮಾತೆಯವರಿಗೆ ಒಂದೆಡೆ ನೆಲೆ ಕಲ್ಪಿಸಬೇಕು ಎಂದು ಆಲೋಚಿಸಿದರು. ಆಗ **ಉದ್ಭೋಧನ್** ಎಂಬ ಮಹಾಸಂಘದ ಪತ್ರಿಕೆಯು ಪ್ರಕಟವಾಗುತ್ತಿತ್ತು. ಅದರ ಕಚೇರಿ ಮತ್ತು ಮುದ್ರಣಾಲಯದ ಸಲುವಾಗಿ ಕೋಲ್ಕತ್ತದ ಜಾಘ್‌ಬಜಾರಿನಲ್ಲಿ ಅವರು ಒಂದು ಕಟ್ಟಡ ನಿರ್ಮಿಸಿದರು. ಈ ಕಟ್ಟಡದ ಮಹಡಿ ಶ್ರೀಮಾತೆಯವರ ನಿವಾಸವಾಯಿತು. ಶ್ರೀಮಾತೆಯವರು ಕ್ರಿ.ಶ. 1909ರ ಮೇ 23ರಂದು ಹೀಗೆ **ಉದ್ಭೋದನ್** ಕಟ್ಟಡಕ್ಕೆ ಬಂದರು. ಮುಂದೆ ಶ್ರೀಮಾತೆಯವರ ದೇಹತ್ಯಾಗದವರೆಗೆ ಇದೇ ಅವರ ನಿವಾಸವಾಗಿತ್ತು.

ಶ್ರೀಮಾತೆಯವರು ಸ್ವಾಮಿ ವಿವೇಕಾನಂದರರೊಂದಿಗೆ ಬಂದ ಪಾಶ್ಚಾತ್ಯ ಶಿಷ್ಯೆಯರಾದ **ಕುಮಾರಿ ಮಾರ್ಗರೇಟ್ ನೊಬೆಲ್** (ನಿವೇದಿತಾ), ಶ್ರೀಮತಿ ಸಾರಾಬುಲ್ ಹಾಗೂ ಮಿಸ್ ಮೆಕ್‌ಲಾಡ್‌ರಂಥವರನ್ನು ತನ್ನ ಮಕ್ಕಳಂತೆಯೇ ಪ್ರೀತ್ಯಾದರದಿಂದ ಕಂಡರು. ಆ ಆತ್ಮೀಯತೆ ನಿವೇದಿತಾರಲ್ಲಿ ಸಂತೋಷಭರಿತ ಅಚ್ಚರಿಯನ್ನೇ ತಂದಿತ್ತು. ಬಂಗಾಳಿ ಬಿಟ್ಟು ಬೇರೆ ಭಾಷೆ ಬಾರದಿದ್ದ ಶ್ರೀಮಾತೆಯವರಲ್ಲಿ ಪಶ್ಚಿಮ ಸಂಸ್ಕೃತಿಯಿಂದ ಬಂದವರನ್ನೂ ತಮ್ಮ ಹೃದಯದಿಂದ ಮುಕ್ತವಾಗಿ ಸ್ವೀಕರಿಸುವ ಮಾತೃತ್ವ ಭಾವವಿತ್ತು.

5. ಲೋಕಮಂಗಳೆ

ಶ್ರೀಶಾರದಾ ಮಾತೆಯವರ ವಿವೇಚನೆಯು ದೂರದೃಷ್ಟಿಯಿಂದ ಕೂಡಿರುತ್ತಿತ್ತು, ದಂಗು ಬಡಿಯುತ್ತಿತ್ತು. ಇಂಥ ವಿವೇಚನೆಗೆ ಸಂಬಂಧಿಸಿದ ಕೆಲವು ನಿದರ್ಶನಗಳನ್ನು ಇಲ್ಲಿ ಕೊಡಲಾಗಿದೆ. ಹಾಗೆಯೇ ಶ್ರೀಮಾತೆಯವರ ಜೀವನದ ಮುಖ್ಯ ಘಟನೆಗಳನ್ನು ಕೊಡಲಾಗಿದೆ.

ಪ್ರಾಣಿಬಲಿ ಕೊಡುವುದು ಬೇಡ: ಸ್ವಾಮಿ ವಿವೇಕಾನಂದರು ಬೇಲೂರು ಮಠದಲ್ಲಿ ಕ್ರಿ.ಶ. 1901ರಲ್ಲಿ ದುರ್ಗಾ ಪೂಜೆ ಆರಂಭಿಸಿದರು. ಪೂಜೆಯ ಸಂಕಲ್ಪವನ್ನು ಶ್ರೀಮಾತೆಯವರ ಹೆಸರಿನಲ್ಲಿಯೇ ಮಾಡಿಸಿದ್ದರು. ಆ ಪ್ರಾಂತ್ಯದ ಸಂಪ್ರದಾಯದಂತೆ ನವಮಿಯಂದು ಪ್ರಾಣಿಬಲಿ ನೀಡಬೇಕೆಂದು ಸ್ವಾಮೀಜಿಯವರು ಯೋಚಿಸಿದರು. ಆದರೆ ಶ್ರೀಮಾತೆ ಇದಕ್ಕೆ ಸಮ್ಮತಿಸಲಿಲ್ಲ. 'ಮಗು, ಮಠದಲ್ಲಿ ದುರ್ಗಾಪೂಜೆ ಮಾಡಿ ಶಕ್ತಿ ಆರಾಧನೆ ನಡೆಸಬೇಕೆನ್ನುವುದು

ಸರಿಯಾದುದೇ, ಶಕ್ತಿ ಆರಾಧನೆ ಮಾಡದೆ ಜಗತ್ತಿನಲ್ಲಿ ಯಾವ ಕಾರ್ಯ ತಾನೆ ಸಂಪನ್ನವಾಗುತ್ತದೆ? ಆದರೆ ಬಲಿಕೊಡುವುದು ಬೇಡ. ಪ್ರಾಣಿಹತ್ಯೆ ಮಾಡುವುದು ಬೇಡ' ಎಂದ ಶ್ರೀಮಾತೆಯವರಿಗೆ ಸ್ವಾಮೀಜಿ ಎದುರಾಡಲಿಲ್ಲ. ಶ್ರೀರಾಮಕೃಷ್ಣರೊಂದಿಗೆ ವಾದದಲ್ಲಿ ಮುಳುಗುತ್ತಿದ್ದ ಸ್ವಾಮೀಜಿ ಶ್ರೀಮಾತೆಯವರ ಆದೇಶ ಪಾಲನೆಗೆ ತಮ್ಮನ್ನು ಸಮರ್ಪಿಸಿಕೊಳ್ಳುತ್ತಿದ್ದರು.

ಕೋಲ್ಕತ್ತದ ಪ್ಲೇಗು ಮತ್ತು ಹಣದ ಮುಗ್ಗಟ್ಟು: ಕೋಲ್ಕತ್ತ ನಗರವು ಪ್ಲೇಗು ಪಿಡುಗಿನಲ್ಲಿ ಮುಳುಗಿದಾಗ ರಾಮಕೃಷ್ಣ ಮಿಷನ್ ನಡೆಸಿದ ಪರಿಹಾರ ಕಾರ್ಯ ಎಲ್ಲರ ಮೆಚ್ಚುಗೆ ಪಡೆದರೂ ಹಣದ ಮುಗ್ಗಟ್ಟು ತೀವ್ರವಾಗಿ ತೊಡಗಿ ಬಿಕ್ಕಟ್ಟು ತಲೆದೋರಿತು. ಬೇಲೂರು ಮಠದ ಸ್ಥಳವನ್ನು ಮಾರಾಟ ಮಾಡಿಯಾದರೂ ಪರಿಹಾರ ಕಾರ್ಯಕ್ಕೆ ಹಣ ಹೊಂದಿಸುವ ಕಠೋರ ನಿರ್ಧಾರಕ್ಕೆ ಸ್ವಾಮಿ ವಿವೇಕಾನಂದರು ಬಂದಿದ್ದರು. ಆಗ ಶ್ರೀಮಾತೆ ಹೇಳಿದ್ದರು: 'ಇದೇನು ಮಗು, ಬೇಲೂರು ಮಠದ ಮಾರಾಟ ಮಾಡುತ್ತಿಯೇನು? ಮಠ ಸ್ಥಾಪನೆ ಸಂದರ್ಭದಲ್ಲಿ ಸಂಕಲ್ಪ ನನ್ನ ಹೆಸರಲ್ಲಿ ನಡೆದಿದೆ. ಶ್ರೀರಾಮಕೃಷ್ಣರ ಹೆಸರಿನಲ್ಲಿ ಪರಿಹಾರ ಕಾರ್ಯ ನಡೆಯುತ್ತಿದೆ. ಹೀಗಿರುವಾಗ ಈ ಜಾಗ ಮಾರಾಟ ಮಾಡುವ ಅಧಿಕಾರ ನಿನಗೆಲ್ಲಿದೆ?' ಲೋಕಕಲ್ಯಾಣ ಕಾರ್ಯ ನಡೆಸಲು ಒಂದು ಸ್ಥಳವಿರಬೇಕು, ಆ ನಿಟ್ಟಿನಲ್ಲಿ ಸ್ಥಾಪಿತವಾಗಿರುವ ಮಠ ಆಪತ್ಕಾಲದಲ್ಲಿ ಕೈತಪ್ಪಿ ಹೋಗುವಂಥ ದುಡುಕಿಗೊಳಗಾಗಬಾರದು ಎಂದು ಶ್ರೀಮಾತೆ ಹೀಗೆ ಹೇಳಿದ್ದರು. ಮುಂದೆ ಪರಿಹಾರ ಕಾರ್ಯಕ್ಕೆ ಎಲ್ಲ ರೀತಿಯ ನೆರವು ಬಂದು ಸ್ಥಳ ವಿಕ್ರಯದ ಆಲೋಚನೆ ದೂರವಾಗಿತ್ತು.

ಕರ್ಮಯೋಗಕ್ಕೆ ಪ್ರಾಶಸ್ತ್ಯ: ಶ್ರೀರಾಮಕೃಷ್ಣ ಮಹಾಸಂಘ ಸ್ಥಾಪನೆಗೊಂಡಾಗ ಸ್ವಾಮಿ ವಿವೇಕಾನಂದರು ಕರ್ಮಯೋಗಕ್ಕೆ ಪ್ರಾಶಸ್ತ್ಯವಿತ್ತರು. ಇದಕ್ಕೆ ಸಹಮತ ತೋರದೆ ಧ್ಯಾನ, ಜಪದಲ್ಲಿ ಮುಳುಗಬೇಕೆಂದು ಕೆಲವರು ಆಕ್ಷೇಪಿಸಿದ್ದರು. ಆಗ ಶ್ರೀಮಾತೆ ಹೇಳಿದರು: 'ನೀವು ದಿನದ ಇಪ್ಪತ್ತನಾಲ್ಕು ಗಂಟೆಯೂ ಧ್ಯಾನದಲ್ಲಿರಲು ಸಾಧ್ಯವೇ? ಕೆಲಸ ಮಾಡಿದರೆ ಮನಸ್ಸು ಚುರುಕಾಗಿರುತ್ತದೆ. ಅದಕ್ಕೆಂದೇ ನರೇಂದ್ರ ಈ ಆಶ್ರಮಗಳನ್ನು ನಿರ್ಮಿಸಿ ಚಟುವಟಿಕೆಯಲ್ಲಿರಲು ದಾರಿ ಮಾಡಿದ್ದಾರೆ. ಇಷ್ಟಕ್ಕೂ ನೀವು ಮಾಡುವ ಕ್ರಿಯೆಗಳು ಶ್ರೀಗುರುದೇವರ ಕಾರ್ಯಗಳೇ ಅಲ್ಲವೇನು?' ಶ್ರೀಮಾತೆಯವರು ಹೀಗೆ ಶ್ರೀರಾಮಕೃಷ್ಣ ಮಹಾಸಂಘದ ಆರಂಭಿಕ ಘಟ್ಟದಲ್ಲಿ ಹೆಜ್ಜೆಹೆಜ್ಜೆಗೂ ಮಾರ್ಗದರ್ಶನ ನೀಡುತ್ತ ಅನುಗ್ರಹವೀಯುತ್ತಿದ್ದರು.

ಶ್ರೀರಾಮಕೃಷ್ಣರ ಭಾವಚಿತ್ರದ ಪೂಜೆ ಆರಂಭಗೊಂಡದ್ದೂ ಶ್ರೀ ಮಾತೆಯವರಿಂದಲೇ. ಧ್ಯಾನಸ್ಥ ಶ್ರೀರಾಮಕೃಷ್ಣರ ಚಿತ್ರ ಮೊದಲು ಕಪ್ಪಾಗಿತ್ತು. ಒಮ್ಮೆ ಬ್ರಾಹ್ಮಣ ಇದನ್ನು ತನ್ನಲ್ಲಿರಿಸಿಕೊಂಡು ಊರು ಬಿಡುವಾಗ

ನಹಬತ್‌ನಲ್ಲಿ ಇರಿಸಿಹೋಗಿದ್ದ. ಶ್ರೀಮಾತೆ ಈ ಚಿತ್ರವನ್ನು ತಾವು ಪೂಜಿಸುವ ದೇವತೆಗಳ ಜೊತೆ ಇರಿಸಿ ಪೂಜಿಸಲಾರಂಭಿಸಿದ್ದರು. ಶ್ರೀರಾಮಕೃಷ್ಣರು ಒಮ್ಮೆ ನಹಬತಿಗೆ ಹೋದಾಗ ಇದನ್ನು ಕಂಡು ತನ್ನ ಭಾವಚಿತ್ರಕ್ಕೆ ಹೂ-ಬಿಲ್ವಪತ್ರೆ ಅರ್ಪಿಸಿದ್ದರು. ಅಡುಗೆ ಮಾಡುತ್ತಿದ್ದ ಶ್ರೀಮಾತೆ ಇದನ್ನು ಕಂಡು ಆನಂದಗೊಂಡರು. ಅವರು ಎಲ್ಲಿ ಹೋದರೂ ಆ ಚಿತ್ರವನ್ನು ಒಯ್ಯುತ್ತ ಅದರಲ್ಲೇ ಶ್ರೀರಾಮಕೃಷ್ಣರನ್ನು ಪ್ರತ್ಯಕ್ಷವಾಗಿ ಕಾಣುತಿದ್ದರು. ಶ್ರೀಮಾತೆಯವರು ಪೂಜಿಸಲು ಆರಂಭಿಸಿದ ಶ್ರೀರಾಮಕೃಷ್ಣರ ಭಾವಚಿತ್ರವೇ ಈಗ ಎಲ್ಲ ಕಡೆ ಪೂಜೆಗೊಳ್ಳುತ್ತಿದೆ.

ಶ್ರೀಮಾತೆಯವರ ಬಗ್ಗೆ ಸಂದೇಹ ನಿವಾರಣೆ: ಶ್ರೀರಾಮಕೃಷ್ಣರು ತನ್ನ ದೇಹದ ಮೂಲಕ ಹಲವರಿಗೆ ಅವರವರ ಇಷ್ಟದೈವದ ದರ್ಶನ ನೀಡಿದ್ದರು. ಶ್ರೀಮಾತೆಯವರಲ್ಲಿಯೂ ಇಂಥ ದೈವೀಶಕ್ತಿ ಇದೆಯೇ ಎಂದು ಸುರೇಂದ್ರನಾಥನಿಗೆ ಅನುಮಾನ ಮೂಡಿ ಶ್ರೀಮಾತೆಯವರಲ್ಲಿಗೆ ಬಂದಿದ್ದ. ಆಗ ಶ್ರೀಮಾತೆ ಉತ್ತರೀಯದಿಂದ ದೇಹವನ್ನು ಮುಚ್ಚಿಕೊಂಡಿದ್ದರು. ಅವರ ಪಾದ ಮುಖವಷ್ಟೇ ಕಾಣುತ್ತಿತ್ತು. ಪಾದಗಳಿಗೆ ಮಣಿದ ಸುರೇಂದ್ರನಾಥ ತಲೆ ಎತ್ತಿ ದೃಷ್ಟಿಸಿದಾಗ ಶ್ರೀಮಾತೆಯವರ ಅರ್ಧಶರೀರದಲ್ಲಿ ಕಾಳೀರೂಪ ಕಂಡಿತ್ತು. ಈ ದರ್ಶನ ಅವರ ಗಂಟಲನ್ನೇ ಒಣಗಿಸಿ ತಬ್ಬಿಬ್ಬಿನಲ್ಲಿ ಮುಳುಗಿದ. ಚೇತರಿಸಿಕೊಂಡ ನಂತರ, 'ತಾಯಿ, ನಾನೆಂಥ ನೀಚ. ಬ್ರಹ್ಮಮಯಿ ಶಕ್ತಿಯಲ್ಲಿ ಸಂದೇಹ ತಾಳಿದ್ದೆ. ತಮ್ಮ ಕೃಪೆಯಿಂದ ಇಂದು ನನ್ನ ಸಂದೇಹ ನಿವಾರಣೆಯಾಯಿತು' ಎಂದು ತಾನು ಮಾಡಿದ ತಪ್ಪಿಗಾಗಿ ಪರಿತಪಿಸಿದ್ದ.

ದೀಕ್ಷೆ: ದೀಕ್ಷೆ ಕರುಣಿಸಲು ಆರಂಭಿಸಿದ ನಂತರ ಶ್ರೀಮಾತೆಯವರಲ್ಲಿಗೆ ಬರುವವರು ಹೆಚ್ಚಿದ್ದರು. ಶ್ರೀಮಾತೆಯವರು ಎಲ್ಲಿ ತಂಗಿದ್ದರೂ ದೀಕ್ಷಾರ್ಥಿಗಳು ಬರುತ್ತಲೇ ಇದ್ದರು. ಕೆಲವರಿಗೆ ಕನಸಿನಲ್ಲಿ ದೇವಿ ದರ್ಶನವಾಗಿ ಶ್ರೀಮಾತೆಯವರು ದೇವಿ ರೂಪದಲ್ಲಿ ಕಂಡ ಅನುಭವಗಳಾಗುತ್ತಿದ್ದವು. ಕನಸಿನಲ್ಲಿ ಮಂತ್ರ ನೀಡುವ ಅನುಭವಗಳೂ ಇದ್ದುವು. ಸುರೇಂದ್ರನಾಥಸೇನನಿಗೆ ಸ್ವಾಮಿ ವಿವೇಕಾನಂದರು ದೀಕ್ಷೆ ನೀಡಲು ಕುಳಿತು, 'ನನಗಿಂತ ಶ್ರೇಷ್ಠ ಗುರುವಿನಿಂದ ನೀನು ದೀಕ್ಷಿತನಾಗುವೆ,' ಎಂದಿದ್ದರು. ಅನಂತರ ಶ್ರೀರಾಮಕೃಷ್ಣರ ತೊಡೆಯಲ್ಲಿ ತಾನು ಕುಳಿತಿರುವುದೂ ಸ್ವರ್ಗೀಯ ಸೌಂದರ್ಯದ ಸ್ತ್ರೀಯೋರ್ವಳು ತನಗೆ ಮಂತ್ರದೀಕ್ಷೆ ನೀಡುವಂಥ ಕನಸು ಸುರೇಂದ್ರನಾಥನಿಗೆ ಕಂಡಿತು. ಮುಂದೆ ಕ್ರಿ.ಶ. 1911ರಲ್ಲಿ ಜಯರಾಮಬಾಟಿಯ ದುರ್ಗಾಪೂಜೆಗೆ ಈತ ಹೋದಾಗ ಶ್ರೀಮಾತೆಯವರಿಂದ ದೀಕ್ಷೆ ಪಡೆದಿದ್ದ. ಕನಸಿನಲ್ಲಿ ನೀಡಿದ್ದ ಮಂತ್ರವನ್ನೇ ಈಗಲೂ ಉಪದೇಶಿಸಲಾಗಿತ್ತು. ಆನಂದಾತೀತದಲ್ಲಿದ್ದ ಸುರೇಂದ್ರನಾಥನಿಗೆ ಬಾಹ್ಯಪ್ರಜ್ಞೆಯೇ ಅಳಿದಿತ್ತು.

ಸಮಭಾವ: ಶ್ರೀಮಾತೆಯವರಲ್ಲಿಗೆ ಎಲ್ಲ ಜನಾಂಗದವರೂ ಬರುತ್ತಿದ್ದರು. ಇಂಥವರಲ್ಲಿ ಅಬ್ದುಲ್ಲನೂ ಒಬ್ಬ. ಸೆರೆವಾಸ ಮುಗಿಸಿ ಬಂದಿದ್ದ ಈತನನ್ನು ಬೇರೆಲ್ಲರೂ ಕೀಳು ದೃಷ್ಟಿಯಿಂದ ನೋಡುತ್ತಿದ್ದರೂ ಶ್ರೀಮಾತೆ ತಮ್ಮಲ್ಲಿಗೆ ಬರುವ ಸರ್ವರನ್ನು ಕಾಣುವ ಸಮಭಾವದಲ್ಲಿಯೇ ಈತನನ್ನು ಕಾಣುತ್ತಿದ್ದರು. ಅಬ್ದುಲ್ಲನಿಗೆ ಒಮ್ಮೆ ಊಟಕ್ಕೆ ಬಡಿಸಲು ತಮ್ಮೊಂದಿಗಿದ್ದ ನಳಿನಿಗೆ ಹೇಳಿದಾಗ ಮಡಿಯ ಆಚರಣೆಯ ಕಟ್ಟುನಿಟ್ಟಿನಲ್ಲಿದ್ದ ಈಕೆ ದೂರದಿಂದ ಬಿಸಾಡಿದಂತೆ ಅಬ್ದುಲ್ಲನಿಗೆ ಬಡಿಸಿದ್ದಳು. ಇದನ್ನು ಕಂಡ ಶ್ರೀಮಾತೆ ತಾವೇ ಅಬ್ದುಲ್ಲನಿಗೆ ಬಡಿಸಲು ಮುಂದಾಗಿದ್ದರಲ್ಲದೆ 'ಶಾರದಾನಂದ ಹೇಗೆ ನನ್ನ ಮಗನೋ ಹಾಗೆ ಈ ಅಬ್ದುಲ್ಲನೂ ನನ್ನ ಮಗ' ಎಂದಿದ್ದರು.

ದಕ್ಷಿಣ ಭಾರತದ ಯಾತ್ರೆ: ಶ್ರೀಮಾತೆಯವರ ಯಾತ್ರೆಗಳಲ್ಲಿ ಅವರ ದಕ್ಷಿಣ ಭಾರತದ ಯಾತ್ರೆ ಪ್ರಮುಖವಾಗಿದೆ. ಕ್ರಿ.ಶ. 1910ರ ಡಿಸೆಂಬರ್‌ನಲ್ಲಿ **ಒಡಿಸದ** ಬಲರಾಮ ಬಸು ಅವರ ಕೋಥಾರ್‌ನ ತೋಟಕ್ಕೆ ಮೊದಲು ಪ್ರಯಾಣ ಮಾಡಿದ. ಶ್ರೀಮಾತೆ ಅಲ್ಲಿಂದ **ಮದರಾಸಿಗೆ** (ಈಗಿನ ಚೆನ್ನೈ) ಬಂದಿದ್ದರು. ಇಲ್ಲಿ ಭಕ್ತರಿಗೆ ದರ್ಶನದೀಕ್ಷೆಗಳೊಂದಿಗೆ ಅನುಗ್ರಹ ತೋರಿದ ಶ್ರೀಮಾತೆ ಮಧುರೆಯ ಪ್ರಸಿದ್ಧ ಮೀನಾಕ್ಷಿ ಸುಂದರೇಶ್ವರ ದೇವಾಲಯ ದರ್ಶನಮಾಡಿಕೊಂಡು ಅನಂತರ **ರಾಮೇಶ್ವರ** ತಲುಪಿದ್ದರು. ಸ್ವಾಮಿ ವಿವೇಕಾನಂದರ ಭಕ್ತರಾಗಿದ್ದ ರಾಮನಾಡಿನ ರಾಜರ ಅಧೀನದಲ್ಲಿ ರಾಮೇಶ್ವರ ದೇವಾಲಯವಿತ್ತು. ಎಲ್ಲ ರೀತಿಯ ಅನುಕೂಲ ಮಾಡಿಕೊಡಲು ರಾಜರು ಸೂಚಿಸಿದ್ದರಿಂದ ದೇವಾಲಯದ ಗರ್ಭಗುಡಿಯಲ್ಲಿ ಶ್ರೀಮಾತೆ ಪ್ರವೇಶಿಸಲು ಅನುಕೂಲವಾಗಿತ್ತು. ಗಂಗಾಜಲ ಪುಷ್ಪಗಳಿಂದ ಮನದುಂಬಿ ರಾಮೇಶ್ವರ ಲಿಂಗ ಶ್ರೀಮಾತೆ ಪೂಜಿಸಿದರು.

ರಾಮೇಶ್ವರದಿಂದ ಮದರಾಸಿಗೆ ಮರಳಿದ ಶ್ರೀಮಾತೆ ಅನಂತರ **ಬೆಂಗಳೂರಿಗೆ** ಭೇಟಿ ನೀಡಿದ್ದರು. ಮದರಾಸು ಹಾಗೂ ಬೆಂಗಳೂರಿನ ಶ್ರೀರಾಮಕೃಷ್ಣಾಶ್ರಮ ನಿರ್ಮಾಣದಲ್ಲಿ ಶ್ರಮಿಸಿದ್ದ ಸ್ವಾಮಿ ವಿವೇಕಾನಂದರ ಗುರುಭಾಯಿಗಳಾದ ಸ್ವಾಮಿ ರಾಮಕೃಷ್ಣಾನಂದರು ಶ್ರೀಮಾತೆಯವರ ತಂಡದ ಜೊತೆಗೂಡಿ ಆಗಮಿಸಿದ್ದರು. ಕ್ರಿ.ಶ. 1911ರ ಮಾರ್ಚ್ 24ರಂದು ಬೆಂಗಳೂರು ತಲಪಿದ ಶ್ರೀಮಾತೆಯವರನ್ನು ರೈಲು ನಿಲ್ದಾಣದಲ್ಲಿ ಭಕ್ತರು ಅತ್ಯುತ್ಸಾಹದಿಂದ ಸ್ವಾಗತಿಸಿ ಪುಷ್ಪವೃಷ್ಟಿಗೆರೆದಿದ್ದರು. ಆಗ ರಾಮಕೃಷ್ಣಾಶ್ರಮ ಬೆಂಗಳೂರಿನ ಹೊರವಲಯದಲ್ಲಿತ್ತು. ಮರಗಿಡಗಳ ನಡುವಿನ ಪ್ರಶಾಂತ ವಾತಾವರಣದಲ್ಲಿದ್ದ ಆಶ್ರಮ ಕಂಡು ಶ್ರೀಮಾತೆ ಆನಂದಗೊಂಡಿದ್ದರು. ಶ್ರೀಮಾತೆಯವರು ಬೆಂಗಳೂರಿನಲ್ಲಿಯೂ ಹಲವರಿಗೆ ದೀಕ್ಷೆ ಕರುಣಿಸಿದರು. ಆಶ್ರಮಕ್ಕೆ ಸಮೀಪದ ಬೆಂಗಳೂರಿನ ಗವಿ ಗಂಗಾಧರೇಶ್ವರ ದೇವಾಲಯ

ದರ್ಶಿಸಿದ್ದರು. ಆಗ ಆಶ್ರಮದ ಹಿಂಭಾಗದಲ್ಲಿ ಚಿಕ್ಕ ಬೆಟ್ಟದಂತಿದ್ದ ಕಲ್ಲು ಬಂಡೆಯ ಮೇಲೆ ಒಂದು ಸಂಜೆ ಕುಳಿತು, ಪಶ್ಚಿಮದ ಸೂರ್ಯಾಸ್ತ ವೀಕ್ಷಿಸುತ್ತ ಆ ಸೌಂದರ್ಯ ದರ್ಶನದಲ್ಲಿ ತನ್ಮಯರಾಗಿದ್ದ ಶ್ರೀಮಾತೆಯವರ ಪಾದಗಳಲ್ಲಿ ಶಿರವಿಟ್ಟು ಮಣಿದ ಶ್ರೀ ರಾಮಕೃಷ್ಣಾನಂದರು 'ಸರ್ವಮಂಗಳ ಮಾಂಗಲ್ಯೇ ಶಿವೇ ಸರ್ವಾರ್ಥ ಸಾಧಿಕೇ, ಶರಣ್ಯೆ ತ್ರ್ಯಂಬಕೇ ಗೌರಿ ನಾರಾಯಣಿ ನಮೋಸ್ತುತೇ' ಎಂದು ಶ್ರೀ ಶ್ರೀಚಂಡಿಯ ಸ್ತುತಿಗಳಿಂದ ಆನಂದಗೊಂಡು ಸ್ತುತಿಸಿದರು. ಅಂದಿನ ಶ್ರೀಮಾತೆಯವರ ಆ ಸೂರ್ಯಾಸ್ತ ದರ್ಶನ ಪೀಠ ಈಗ ಶ್ರೀರಾಮಕೃಷ್ಣ ಮಠದಲ್ಲಿ 'ಶ್ರೀಮಾತೆಯವರ ಶಿಲಾಸನ' ಎಂದು ಕರೆಸಿಕೊಳ್ಳುತ್ತ ಚಿಕ್ಕಮಂಟಪದೊಂದಿಗೆ ಭಕ್ತರ ದರ್ಶನೀಯ ಸ್ಥಳವಾಗಿದೆ. ಶ್ರೀಮಾತೆಯವರು ಜಪದಲ್ಲಿ ಮುಳುಗಿದ್ದ ಈ ಸ್ಥಾನದ ಪಾವಿತ್ರ್ಯತೆಯನ್ನು ಕಾಯ್ದುಕೊಳ್ಳಲಾಗಿದೆ. ಈ ದಕ್ಷಿಣ ಭಾರತ ಯಾತ್ರೆಯಿಂದ ಕೋಲ್ಕತೆಗೆ ಮರಳಿದ ಶ್ರೀಮಾತೆ ಕೆಲದಿನಗಳ ನಂತರ ಜಯರಾಮಬಾಟಿಗೆ ಹೋಗಿದ್ದರು.

ಮಹಾಸಮಾಧಿ: ಶ್ರೀಮಾತೆಯವರ ಜೀವಿತದಲ್ಲಿ ಒಂದೆಡೆ ಭಕ್ತೋದ್ಧಾರದ ಕಾರ್ಯಗಳಿಗೆ, ದೇಶದ ಒಳ್ಳೆಯ ವಿದ್ಯಮಾನಗಳಿಗೆ ಯೋಗಶಕ್ತಿ ಪ್ರದಾನ ಮಾಡುತ್ತ ಅವನ್ನು ಲೋಕಕಲ್ಯಾಣದತ್ತ ದೇಶ ಸಾಗುವಂತೆ ದೃಷ್ಟಿ ಹರಿಸುವುದು, ಶ್ರೀರಾಮಕೃಷ್ಣ ಮಹಾಸಂಘದ ಕಾರ್ಯಗಳು ಮಹದೋದ್ಧೇಶದಲ್ಲಿಯೇ ಸಾಗಬೇಕೆನ್ನುವ ಆಶಯ ಮೊದಲಾದ ವಿಚಾರಗಳು ಅನನ್ಯವಾಗಿ ಗೋಚರಿಸುತ್ತವೆ. ತಮ್ಮ ಅವತರಣ ಸಾರ್ಥಕತೆಯತ್ತ ಸಾಗುತ್ತಿರಬೇಕು ಎನ್ನುವುದೇ ಅವರು ತಮ್ಮ ಬಾಳಿನೊಳಗೆ ತೋರುತ್ತಿದ್ದರು.

ಜೀರ್ಣಗೊಳ್ಳುತ್ತಿದ್ದ ತಮ್ಮ ದೇಹದ ಅವಸಾನ ಕಾಲವನ್ನು ಅರಿತು ಅದಕ್ಕೆ ಸಿದ್ಧರಾಗಿದ್ದರು. ದೇಹ ತಾಳಿದ ಸರ್ವರೂ ಯೋಗಿಯಾಗಲಿ, ಸಾಮಾನ್ಯರಾಗಲಿ ದೇಹವನ್ನು ಪಂಚಭೂತಗಳಲ್ಲಿ ವಿಲೀನಗೊಳ್ಳುವುದು ಖಚಿತ.

ಶ್ರೀಮಾತೆಯವರ ಜನ್ಮದಿನವನ್ನು ಜಯರಾಮಬಾಟಿಯಲ್ಲಿ ಸಂಭ್ರಮದಿಂದ ಭಕ್ತ ಶಿಷ್ಯರು ಆಚರಿಸಿದರು. ಅಂದು ಮಾತೆಯವರ ರೂಪವನ್ನು ದರ್ಶಿಸಿದವರಿಗೆ ರೋಮಾಂಚನವಾಗಿತ್ತು. ಪೂಜೆಯ ನಂತರ ಪ್ರಸಾದ ವಿತರಿಸಿ ಕಾರ್ಯಕ್ರಮ ಮುಗಿದಿತ್ತು. ಅಂದು ಸಂಜೆ ಕಂಡ ಜ್ವರ ಶ್ರೀಮಾತೆಯವರನ್ನು ದಿನದಿನಕ್ಕೂ ಹೆಚ್ಚು ಅಸ್ವಸ್ಥತೆಯಲ್ಲಿ ಮುಳುಗಿಸತೊಡಗಿತು. ಕೋಲ್ಕತ್ತದಲ್ಲಿ ಚಿಕಿತ್ಸೆಗೆ ಎಲ್ಲ ವ್ಯವಸ್ಥೆ ಮಾಡಿದರು. ತನ್ನ ಜನ್ಮಸ್ಥಳದ ಸರ್ವಕ್ಷೇತ್ರಗಳಿಗೆ ಅಂತಿಮ ವಿದಾಯ ಹೇಳಿ ಶ್ರೀಮಾತೆ ಕೋಲ್ಕತೆಗೆ ಆಗಮಿಸಿದರು. ಡಾ. ಪ್ರಾಣಧನ್ ಬೋಸ್‌ರ ಚಿಕಿತ್ಸೆ ಪರಿಣಾಮ ನೀಡಲಾರಂಭಿಸಿತ್ತು. ಸ್ವಾಮಿ ಶಾರದಾನಂದರು ಎಲ್ಲ ವ್ಯವಸ್ಥೆಯನ್ನು ಭಕ್ತಿಗೂಡಿ ನಿಷ್ಠೆಯಿಂದ ನಡೆಸುತ್ತಿದ್ದರು. ತಾನು ಚಿಕಿತ್ಸೆ ನೀಡುತ್ತಿರುವುದು ಯಾರಿಗೆ ಎನ್ನುವುದು ಡಾ. ಪ್ರಾಣಧನ್

ಅವರಿಗೆ ಮೊದಲು ತಿಳಿದಿರಲಿಲ್ಲ. ಶ್ರೀಮಾತೆಯವರು ಶ್ರೀರಾಮಕೃಷ್ಣರ ಶಕ್ತಿಸ್ವರೂಪಿಣಿ ಎಂದು ತಿಳಿದ ನಂತರ ಚಿಕಿತ್ಸಾ ಶುಲ್ಕ ಪಡೆಯದೆ ಚಿಕಿತ್ಸೆ ನೀಡಲಾರಂಭಿಸಿದರು.

ದರ್ಶನಕ್ಕೆ ಬಂದು ಕಂಗಳಲ್ಲಿ ಹನಿದುಂಬುತ್ತ ನಿಂತಿದ್ದ ಭಕ್ತ ಶಿಷ್ಯರನ್ನು ದೃಷ್ಟಿಸಿ, 'ಇವರನ್ನೆಲ್ಲ ನಿನ್ನ ವಶಕ್ಕೆ ಬಿಟ್ಟು ಹೋಗುತ್ತಿದ್ದೇನೆ' ಎಂದು ಸ್ವಾಮಿ ಶಾರದಾನಂದರಿಗೆ ಹೇಳಿದರು.

1920ರ ಜುಲೈ 20ರ ರಾತ್ರಿ 1.30ಕ್ಕೆ ಶ್ರೀಶಾರದಾ ದೇವಿಯವರ ಮಹಾಚೇತನ ದೀರ್ಘ ನಿಶ್ವಾಸದೊಂದಿಗೆ ಅನಂತದಲ್ಲಿ ವಿಲೀನವಾಯಿತು. ಶಕ್ತಿ ರೂಪಿಣಿ ಶಿವೆ ಶಿವದಲ್ಲಿ ಬೆರೆತ್ತಿದ್ದರು. ಶ್ರೀಮಾತೆ ಭುವಿಯವತರಣದ ತಮ್ಮ ದೇಹ ತ್ಯಜಿಸಿದ್ದರು. ಮುಖದಲ್ಲಿ ಅಲೌಕಿಕ ಜ್ಯೋತಿ ಬೆಳಗಿತ್ತು. ಗಂಧಪುಷ್ಪಾದಿಗಳಿಂದ ಅಲಂಕರಿಸಿ ಮರುದಿನ ಶ್ರೀಮಾತೆಯವರ ಮಂಗಳಕಾಯದ ಯಾತ್ರೆ ಬೇಲೂರು ಮಠ ತಲುಪಿತ್ತು. ನೆರೆದಿದ್ದ ಅಸಂಖ್ಯ ಭಕ್ತರು ದರ್ಶನ ಪಡೆದಿದ್ದರು.

ಆತ್ಮಜ್ಞಾನಿಗಳಾದ ಸಂತ ಮಹಾತ್ಮರ ಮಹಾಚೇತನ ದೇಹತ್ಯಾಗದ ನಂತರ ಮರುಹುಟ್ಟಿಗೆ ನಿಲುಕದ ಅನಂತದೊಳಗೆ ವಿಲೀನಗೊಂಡು ಚೈತನ್ಯಕಾರ್ಯವನ್ನು, ಲೋಕಕಾರ್ಯವನ್ನು ಸೂಕ್ಷ್ಮವಾಗಿಯೇ ನಡೆಸುತ್ತದೆ. ಪ್ರಾಚೀನ ಕಾಲದಿಂದಲೂ ಈ ಚೈತನ್ಯಕಾರ್ಯ ಉಳ್ಳವರಿಂದ ಅಗೋಚರ ಕಾರ್ಯಗಳು ಜರುಗುತ್ತಲೇ ಇವೆ. ಶ್ರೀಮಾತೆಯವರು ಈಗ ಚೈತನ್ಯಕಾರ್ಯದಲ್ಲಿ, ಕರುಣೆಯ ಕಂದಮ್ಮಗಳ ಉದ್ಧಾರ ಕಾರ್ಯದಲ್ಲಿ ಆತ್ಮಧಾರಿಗಳಾಗಿ ಲೀಲಾತ್ಮಕ ಕಾರ್ಯ ನಡೆಸುತ್ತಲಿದ್ದಾರೆ.

6. ಶ್ರೀಮಾತಾ ಚರಿತಾವಲೋಕನ

ಶ್ರೀಮಾತೆಯವರು ದೀಕ್ಷೆ ನೀಡಲು ವಯಸ್ಸು ಅಡ್ಡಿ ಎಂದು ಪರಿಗಣಿಸುತ್ತಿರಲಿಲ್ಲ. ಕೋಯಲಪಾರಾ ಆಶ್ರಮದ ಹದಿಮೂರು ವರ್ಷದ ಚಿಕ್ಕ ಹುಡುಗನೊಬ್ಬ ಮಂತ್ರದೀಕ್ಷೆ ಕರುಣಿಸುವಂತೆ ಕೇಳಿಕೊಂಡ. ಬಾಲ್ಯದಲ್ಲಿಯೇ ಮನೆ ಬಿಟ್ಟು ಆಶ್ರಮ ಸೇರಿದ್ದ ಈ ಪುಟ್ಟ ಬ್ರಹ್ಮಚಾರಿ ಶ್ರೀಮಾತೆಯವರಿಗೆ ಮೆಚ್ಚಿನವನಾಗಿದ್ದ. ಆ ಬಾಲಕನ ಪ್ರಾರ್ಥನೆಯ ಮನ್ನಿಸಿ ಆತನಿಗೆ ದೀಕ್ಷೆ ಕರುಣಿಸಿದ್ದರು.

ಕೆಳವರ್ಗದ ಕೆಲವು ದಲಿತಭಕ್ತರು ತಾವು ಹೆಣೆದ ಬುಟ್ಟಿಗಳೊಂದಿಗೆ ಶ್ರೀಮಾತೆಯವರಲ್ಲಿಗೆ ಬಂದಿದ್ದರು. ಅವರನ್ನು ಒಳಗೆ ಕರೆದ ಶ್ರೀಮಾತೆ ಬುಟ್ಟಿಗಳನ್ನು ಮೂಲೆಯಲ್ಲಿರಿಸಲು ಹೇಳಿದರು. ಅವರು ಒಳಗೆ ಬಂದದ್ದನ್ನು ಕಂಡ ನಳಿನಿ, 'ಹೊಲೆಯರಾಗಿ ಒಳಗೆ ಬಂದಿರಲ್ಲಾ, ನಿಮಗೆಷ್ಟು ಧೈರ್ಯ'

ಎಂದು ಸಿಟ್ಟಿನಿಂದ ಆ ಬುಟ್ಟಿಗಳನ್ನು ಹೊರಗೆಸೆದಳು. ಶ್ರೀಮಾತೆಯವರು ಈ ಭಕ್ತರಿಗೆ ಸಮಾಧಾನಮಾಡಿ ಒಳಗೆ ಬಂದಿದ್ದರಿಂದ ಯಾವ ಪಾಪವೂ ಬರುವುದಿಲ್ಲ ಎಂದು ಧೈರ್ಯ ಹೇಳಿ ಅವರಿಗೆ ಊಟ ಮಾಡಿಸಿ ಕಳುಹಿಸಿಕೊಟ್ಟರು.

ಸೋದರಿ ನಿವೇದಿತಾ ತಾನೇ ಅಡಿಗೆ ಮಾಡಿ ಶ್ರೀರಾಮಕೃಷ್ಣರಿಗೆ ನಿವೇದಿಸಿದ್ದ ಪ್ರಸಾದವನ್ನು ಶ್ರೀಮಾತೆಯವರಿಗೆ ತಂದುಕೊಟ್ಟಳು. ಶ್ರೀಮಾತೆ ಈ ಪ್ರಸಾದವನ್ನು ತುಂಬ ಆನಂದದಿಂದ ಸ್ವೀಕರಿಸಿದರು. ಇದನ್ನು ಕಂಡ ಮಡಿವಂತ ಮಹಿಳೆಯರಿಗೆ ಇರಸುಮುರಸಾಗಿತ್ತು. ಶ್ರೀಮಾತೆಯವರು ಹೀಗೆ ನಿವೇದಿತಾ ತಂದಿತ್ತ ಪ್ರಸಾದವನ್ನು ಸ್ವೀಕರಿಸಬಾರದಿತ್ತು ಎಂದು ಟೀಕಿಸಿದರು. ಶ್ರೀಮಾತೆ ಬೇಸರದಿಂದ ಹೇಳಿದರು: 'ನಿವೇದಿತಾ ನನ್ನವಳು. ಅಡಿಗೆ ಮಾಡಿ ಶ್ರೀರಾಮಕೃಷ್ಣರಿಗೆ ಅನ್ನ ನೈವೇದ್ಯ ಮಾಡುವ ಅಧಿಕಾರ ಅವಳಿಗಿದೆ. ಅವಳು ನೀಡಿದ ಪ್ರಸಾದವನ್ನು ನಾನು ಪರಮಾನಂದದಿಂದ ಯಾವ ಅಳುಕೂ ಇಲ್ಲದೆ ಸ್ವೀಕರಿಸುತ್ತೇನೆ. ಈ ವಿಚಾರದಲ್ಲಿ ಯಾರಿಗಾದರೂ ವಿರೋಧವಿದ್ದರೆ ಅವರು ತಮ್ಮ ಪಾಡಿಗೆ ತಾವಿರಬಹುದು.'

ಶ್ರೀಮಾತೆಯವರು ಉದ್ಬೋಧನದಲ್ಲಿ ತಂಗಿದ್ದಾಗ ಹಲವಾರು ಕಾಲೇಜು ವಿದ್ಯಾರ್ಥಿಗಳು ಆಗಾಗ ಬಂದು ಶ್ರೀಮಾತೆಯವರಿಗೆ ಪ್ರಣಾಮ ಮಾಡಿ ಆಶೀರ್ವಾದ ಪಡೆದು ಹೋಗುತ್ತಿದ್ದರು. ಕಾಲೇಜಿನಲ್ಲಿರುವುದರಿಂದ ಹಲವು ರೀತಿಯ ವ್ಯಕ್ತಿಗಳ ಒಡನಾಟ ತನಗಿದೆ, ತಾನು ಒಳ್ಳೆಯ ವ್ಯಕ್ತಿಯಲ್ಲ ಎಂದು ಒಬ್ಬನಿಗೆ ಅನ್ನಿಸಿತು. ಶ್ರೀಮಾತೆಯವರಲ್ಲಿಗೆ ಬಂದು ನಮಸ್ಕರಿಸಿದ ಆತ ಹೇಳಿದ: "ಅಮ್ಮ, ಮತ್ತೆ ನಾನು ಇಲ್ಲಿಗೆ ಬರಲಾರೆ. ಇಂಥ ಸ್ಥಳಕ್ಕೆ ಬರಲು ನಾನು ಯೋಗ್ಯನಲ್ಲ. ನಾನು ಅಯೋಗ್ಯ." ತನ್ನೊಳಗಿನ ಭಾವ ತುಮುಲವನ್ನು ಶ್ರೀಮಾತೆಯವರಲ್ಲಿಗೆ ಹೀಗೆ ನಿವೇದಿಸಿಕೊಂಡವನೇ ಆತ ಓಡಲಾರಂಭಿಸಿದ. ತಕ್ಷಣ ಶ್ರೀಮಾತೆಯವರೂ ಅವನ ಹಿಂದೆ ಓಡಿ ಅವನ ಅಂಗಿ ಹಿಡಿದು ಆತನನ್ನು ತಮ್ಮ ಕಡೆಗೆ ತಿರುಗಿಸಿಕೊಂಡರು. ಅವನ ಹೆಗಲಿನಲ್ಲಿ ತಮ್ಮ ಅಮೃತಹಸ್ತವಿರಿಸಿ ಆತನ ಕಂಗಳಲ್ಲಿ ದೃಷ್ಟಿ ನೆಟ್ಟು ಹೇಳಿದರು: "ನಿನ್ನ ಮನಸ್ಸಿನಲ್ಲಿ ಕೆಟ್ಟ ಆಲೋಚನೆಗಳು ಬಂದಾಗಲೆಲ್ಲ ನನ್ನನ್ನು ಸ್ಮರಿಸಿಕೋ." ಈ ಮಾತುಗಳು ಆ ಹುಡುಗನ ಹೃದಯಕ್ಕೆ ನಾಟಿದವು. 'ನನ್ನನ್ನು ಸ್ಮರಿಸಿಕೋ' ಎಂಬ ಶ್ರೀಮಾತೆಯವರ ಉಪದೇಶವನ್ನು ಹೊತ್ತು ಅವನು ಮನೆಗೆ ಮರಳಿದ್ದ.

ತನ್ನ ಜೀವಿತ ಕಾಲದಲ್ಲಿ ಶ್ರೀರಾಮಕೃಷ್ಣರು ಹೇಳಿರುವ ನರನಾರಾಯಣರ, ದೀನದರಿದ್ರರ ಸೇವೆಗೆ ಮುಡಿಪಾಗಬೇಕೆನ್ನುವ ಭಾವನೆ ಅವನಲ್ಲಿ ತೀವ್ರವಾಗಿ ಮೂಡಿತ್ತು. ಬೇಲೂರು ಮಠ ಸೇರಿ ಸ್ವಾಮಿ ವಿವೇಕಾನಂದರಿಂದ ಅವರ

ಶಿಷ್ಯನಾಗಿ ಸನ್ಯಾಸ ದೀಕ್ಷೆ ಸ್ವೀಕರಿಸಿ 'ಸ್ವಾಮಿ ಕಲ್ಯಾಣಾನಂದ' ಎಂಬ ಹೆಸರು ಪಡೆದ ಈ ಯುವಕ ಆನಂತರ ಸ್ವಾಮಿ ವಿವೇಕಾನಂದರ ಆಣತಿಯಂತೆ ಹರಿದ್ವಾರದ ಸಮೀಪದ ಕನಖಲ್‌ನಲ್ಲಿ ಒಂದು ಆಸ್ಪತ್ರೆ ತೆರೆದು ತಮ್ಮ ಇಡೀ ಬಾಳನ್ನು ರೋಗಿಗಳ ಸೇವೆಯಲ್ಲಿ, ಅತಿಥಿಗಳಾಗಿ ಬರುವವರ ಸತ್ಕಾರದಲ್ಲಿ ಕಳೆದರು. "ತಾಯಿಯ ಕೃಪೆ, ಎಲ್ಲವೂ ಮಾತೆಯ ಕೃಪೆ" ಎನ್ನುತ್ತಿದ್ದ ಸ್ವಾಮಿ ಕಲ್ಯಾಣನಂದರ ಇಹಬಾಳುವೆಗೆ ಶ್ರೀಮಾತೆಯವರು ನೀಡಿದ ಅನುಗ್ರಹ ಅವರ ಜೀವಿತವನ್ನೇ ಸಾರ್ಥಕಗೊಳಿಸುವತ್ತ ಮುನ್ನಡೆಸಿತು.

ಶ್ರೀಮಾತೆಯವರ ಚಿಕ್ಕಪ್ಪ ನೀಲಮಾಧವನೆಂದು. ತನ್ನ ಕೊನೆಗಾಲದಲ್ಲಿ ಅಸ್ತಮಾ ರೋಗಕ್ಕೆ ಬಲಿಯಾದ ನೀಲಮಾಧವ ಜಯರಾಮಬಾಟಿಯಲ್ಲಿ ಶ್ರೀಮಾತೆ ತಂಗಿದ್ದಾಗ ದೇಹಬಿಟ್ಟರು. ಆಗ ಪುಟ್ಟ ಬಾಲಕಿಯಂತೆ ದುಃಖದಲ್ಲಿ ಕಣ್ಣೀರು ಹರಿಸಿ ಪೂಜಾಗೃಹದಿಂದ ಶ್ರೀರಾಮಕೃಷ್ಣರಿಗೆ ಅರ್ಪಿಸಿದ್ದ ನಿರ್ಮಾಲ್ಯ ತಂದು ಮೃತದೇಹದ ಎದೆ-ತಲೆಗೆ ಮುಟ್ಟಿಸಿ ಜಪಮಾಡಿದ್ದರು. ಶವವನ್ನು ಅಂತ್ಯ ಸಂಸ್ಕಾರಕ್ಕೆ ಸ್ಮಶಾನಕ್ಕೆ ಒಯ್ಯಲು ಸಿದ್ಧಗೊಳಿಸಿದಾಗ ಮೂವರು ಬ್ರಾಹ್ಮಣರೊಂದಿಗೆ ಒಬ್ಬ ಶೂದ್ರ ಹೆಗಲುಗೊಟ್ಟಿದ್ದ. ಇದನ್ನು ಕಂಡ ಗೋಲಪ್‌ಮಾ 'ಬ್ರಾಹ್ಮಣನ ಶರೀರವನ್ನು ಈ ಶೂದ್ರ ಮುಟ್ಟುವುದೇಕೆ?' ಎಂದು ರಾಗವೆಳೆದಿದ್ದಳು. ತಕ್ಷಣ ಶ್ರೀಮಾತೆ 'ಭಕ್ತರಿಗೆ ಯಾವ ಜಾತಿಯೂ ಇಲ್ಲ!' ಎಂದಿದ್ದರು. ಮಡಿಮೈಲಿಗೆಯ ವಿಚಾರಗಳು ಆಗಿನ ದಿನಗಳಲ್ಲಿ ತರುತ್ತಿದ್ದ ಕಿರಿಕಿರಿಯನ್ನು ಶ್ರೀಮಾತೆ ಆಕ್ಷಣವೇ ಹೀಗೆ ನಿವಾರಿಸುತ್ತಿದ್ದರು.

ರಾತ್ರಿ ಒಂಬತ್ತು ಗಂಟೆ ಸಮಯದಲ್ಲಿ ಶ್ರೀಮಾತೆಯವರ ಅಡಿಗೆ ಮನೆ ಹೆಂಗಸನ್ನು ನಾಯಿ ಮುಟ್ಟಿತು. ಸಂಪ್ರದಾಯಸ್ಥಳಾದ ಆಕೆ 'ನಾಯಿ ಮುಟ್ಟಿದ ಮೇಲೆ ಸ್ನಾನಮಾಡಬೇಕು, ರಾತ್ರಿಯೊಂದಿಗೆ ಚಳಿಗಾಲ ಬೇರೆ' ಎಂದುಕೊಳ್ಳುತ್ತಲೇ ಕೆರೆಸ್ನಾನಕ್ಕೆ ಹೊರಟಿದ್ದಳು. "ಈ ಚಳಿರಾತ್ರಿ ಸ್ನಾನವೇಕಮ್ಮ? ಕೈಕಾಲು ತೊಳೆದುಕೊಂಡು ಮಡಿಸೀರೆ ಉಟ್ಟುಕೋ" ಎಂದರು ಶ್ರೀಮಾತೆ. "ಅಷ್ಟು ಮಾಡಿದರೆ ಮಡಿಯಾಗುತ್ತದೆಯೇ?" ಎಂದಳು ಆಕೆ. "ಹಾಗಿದ್ದರೆ ಒಂದು ಗುಟುಕು ಗಂಗಾಜಲ ಕುಡಿ" ಎಂದರು ಶ್ರೀಮಾತೆ. ಗಂಗಾಜಲ ಕುಡಿದರೂ ಮಡಿಯಾಗುವೆನೇ ಎಂದು ಆಕೆಗೆ ಸಂಶಯ. "ಹಾಗಾದರೆ ನನ್ನನ್ನು ಮುಟ್ಟು" ಎಂದರು ಶ್ರೀಮಾತೆ. ಆಕೆ ಶ್ರೀಮಾತೆಯವರನ್ನು ಮುಟ್ಟಿದಾಗ ಆಕೆಯ ಮೈಲಿಗೆ ಭಾವ ಅಳಿದಿತ್ತು.

ಶ್ರೀಮಾತೆ ಜಯರಾಮಬಾಟಿಯಲ್ಲಿ ಒಮ್ಮೆ ಕಾಯಿಲೆಯಿಂದ ಗುಣಮುಖರಾದ ನಂತರ ಗ್ರಾಮಸ್ಥರೆಲ್ಲ ದೇವಿ ಸಿಂಹವಾಹಿನಿಗೆ ಒಂದು ಆಡನ್ನು ಬಲಿಕೊಡಬೇಕು ಎಂದು ತೀರ್ಮಾನಿಸಿದ್ದರು. ಇದಕ್ಕೆ ಶ್ರೀಮಾತೆಯವರು ಒಪ್ಪದೆ

ರಸಗುಲ್ಲವನ್ನು ತರಿಸಿ ಸಿಂಹವಾಹಿನಿಗೆ ನೈವೇದ್ಯ ಮಾಡಿಸಿ ಹಳ್ಳಿಯವರಿಗೆಲ್ಲ ಹಂಚಿದ್ದರು. ಸಾಧುಗಳಿಂದ ರಸಗುಲ್ಲ ಪ್ರಸಾದವನ್ನು ಪಡೆದು ಸೇವಿಸುತ್ತಿದ್ದ ಎಲ್ಲರನ್ನು ಕಂಡು ಶ್ರೀಮಾತೆ ಆನಂದದಲ್ಲಿ ಮುಳುಗಿದರು.

ಶ್ರೀರಾಮಕೃಷ್ಣರು ಅವರ ಭಾವಚಿತ್ರದಲ್ಲಿ ನೆಲೆಗೊಂಡಿರುವುದನ್ನು ಶ್ರೀಮಾತೆ ಪ್ರತ್ಯಕ್ಷವಾಗಿ ಕಾಣುತ್ತಿದ್ದರು. 'ಛಾಯಾ ಕಾಯಾಸಮಾನ್'– ನೆರಳು ಶರೀರಕ್ಕೆ ಸಮಾನ ಎನ್ನುತ್ತಿದ್ದರು. ಶ್ರೀರಾಮಕೃಷ್ಣರ ಭಾವಚಿತ್ರಕ್ಕೆ ಪೂಜೆ ಸಲ್ಲಿಸಿ ನಿವೇದಿಸುವ ನೈವೇದ್ಯವನ್ನು ಅವರು ಸ್ವೀಕರಿಸುವುದನ್ನು ಶ್ರೀಮಾತೆ ಕಾಣುತ್ತಿದ್ದರು. ಹಲವು ಭಕ್ತರು ತಾವು ನಿವೇದಿಸುವುದನ್ನೂ ಹೀಗೆಯೇ ಶ್ರೀರಾಮಕೃಷ್ಣರು ಸ್ವೀಕರಿಸುತ್ತಾರೆಯೇ ಎಂದು ಕೇಳುತ್ತಿದ್ದರು. ಆಗೊಮ್ಮೆ ಶ್ರೀಮಾತೆ ಹೇಳಿದ್ದರು: 'ಶ್ರೀ ರಾಮಕೃಷ್ಣರ ಕಣ್ಣುಗಳಿಂದ ಒಂದು ಜ್ಯೋತಿ ಹೊರಹೊಮ್ಮಿ ಬಂದು ನೈವೇದ್ಯಕ್ಕೆ ಅವರ ಸ್ಪರ್ಶವಾದ್ದರಿಂದ ನೈವೇದ್ಯದ ಪದಾರ್ಥಗಳೇನೂ ಕಡಿಮೆಯಾಗುವುದಿಲ್ಲ. ಅವು ಹಾಗೆಯೇ ತುಂಬಿಕೊಂಡಿರುತ್ತವೆ. ಭಗವಂತ ತನ್ನ ಅತ್ಯುನ್ನತ ಸ್ಥಾನದಿಂದ ಇಳಿದು ಭಕ್ತರು ಕರೆದಲ್ಲಿಗೆ ಬಂದುಬಿಡುತ್ತಾನೆ. ಭಕ್ತರ ತೃಪ್ತಿಗೋಸ್ಕರ ಅವರು ನೀಡಿದ್ದನ್ನು ಸ್ವೀಕರಿಸುತ್ತಾನೆ. ಆ ಪ್ರಸಾದವನ್ನು ಸೇವಿಸುವುದರಿಂದ ನಮ್ಮ ಮನಸ್ಸು ಪರಿಶುದ್ಧವಾಗುತ್ತದೆ. ಪ್ರಸಾದವಲ್ಲದ ಆಹಾರ ಸೇವಿಸುವುದರಿಂದ ಮನಸ್ಸು ಮಲಿನವಾಗುತ್ತದೆ.'

ಶ್ರೀಮಾತೆಯವರಿಗೆ ತನ್ನ ಮನೆಯಿಂದ ತಾನು ಸಿದ್ಧಗೊಳಿಸಿದ ತಿನಿಸುಗಳನ್ನು ತಂದು ಅರ್ಪಿಸಬೇಕು, ಅವರು ಅದನ್ನು ಸೇವಿಸಬೇಕು ಎಂಬ ಹಂಬಲದಲ್ಲಿ ಕೆಳಜಾತಿಯ ಭಕ್ತಳೊಬ್ಬಳು ಕೇಳಿಕೊಂಡಳು. ಶ್ರೀಮಾತೆ ಅನುಮತಿಯಿತ್ತ ಮೇಲೆ ಸಂತೋಷಗೊಂಡು ಹಲವು ಬಗೆಯ ತಿನಿಸುಗಳನ್ನು ಮನೆಯಲ್ಲಿ ಸಿದ್ಧಗೊಳಿಸಿ ತಂದಳು. ಆ ತಿಂಡಿ–ತಿನಿಸು ಕಂಡ ಶ್ರೀಮಾತೆ 'ಎಷ್ಟು ಕಷ್ಟಪಟ್ಟು ಮಾಡಿಕೊಂಡು ಬಂದಿದ್ದಾಳೆ. ಆಹಾ!' ಎಂದು ಪ್ರಶಂಸೆಯೊಂದಿಗೆ ಉದ್ಗರಿಸಿದರು. ಮಡಿಮೈಲಿಗೆಯ ವಿಚಾರದಲ್ಲಿ ಸದಾ ಕೊಂಕುತ್ತಿದ್ದ ನಳಿನಿ ತಕ್ಷಣ "ನೀನು ತರೋದಕ್ಕೆ ಹೇಳಿದ್ದೆ. ತಂದಿದ್ದಾಳೆ!" ಎಂದಿದ್ದಳು. "ಅವಳೂ ನನ್ನ ಮಗಳೇ, ಅವಳಿಗಲ್ಲದೆ ಇನ್ಯಾರಿಗೆ ಹೇಳಲಿ?" ಎಂದಿದ್ದರು ಶ್ರೀಮಾತೆ. ರಾತ್ರಿ ಊಟಕ್ಕೆ ಆ ತಿಂಡಿಯನ್ನು ಎಲ್ಲರಿಗೂ ಬಡಿಸಿದಾಗ ಶ್ರೀಮಾತೆ ಒಂದೊಂದು ತಿನಿಸಿನ ರುಚಿಯನ್ನೂ ಆಸ್ವಾದಿಸಿ ಸಂತೋಷದಲ್ಲಿ ಮುಳುಗಿದ್ದರು. ಇಂಥ ಸಂದರ್ಭಗಳಲ್ಲಿ ಕೊಂಕು ನುಡಿಯುತ್ತಿದ್ದ ನಳಿನಿ ಕೂಡ "ನನಗೆ ಯಾರು ಮಾಡಿದ ಅಡುಗೆಯೂ ಇಷ್ಟವಾಗೊಲ್ಲ. ಈ ತಿಂಡಿ ತಿನ್ನೋದಕ್ಕೆ ನನಗೆ ಜಿಗುಪ್ಸೆಯಾಗ್ತಿಲ್ಲ, ಪರವಾಗಿಲ್ವೇ?" ಎಂದು ಉದ್ಗರಿಸಿದ್ದಳು. ಶ್ರೀಮಾತೆ ಆಗ ಹೇಳಿದ್ದರು: "ಅದನ್ನು ಮಾಡಿಕೊಂಡು ಬಂದವಳು ನನ್ನ

ಮಗಳು!" ಭಕ್ತಿಯಿಂದ ಸಿದ್ಧಗೊಳಿಸಿಕೊಂಡು ತಂದ ಆ ತಿನಿಸಿನಲ್ಲಿ ಆ ದ್ರವ್ಯದ ಗುಣಧರ್ಮದೊಂದಿಗೆ ಭಕ್ತರಸವೂ ಅವ್ಯಕ್ತವಾಗಿ ಮಿಳಿತವಾಗಿದ್ದುದರಿಂದ ಅದರ ಸ್ವಾದ ಇಮ್ಮಡಿಸಿ ಮಡಿ ಗೀಳಿನ ನಳಿನಿಯಂಥವಳ ನಾಲಿಗೆಯಲ್ಲೂ ಆ ಕ್ಷಣದಲ್ಲಿ ಜಾತಿಯಭಾವ ಅಳಿಸಿತ್ತು. ಶ್ರೀಮಾತೆ ಜಾತಿಯ ಕಟ್ಟಳೆ ಹರಿದು ಭಕ್ತರೆಲ್ಲ ಒಂದೇ ಎಂಬ ಭಾವ ತಾಳಿದ್ದರು.

7. ಶ್ರೀಶಾರದಾ ದೇವಿ ಅಮೃತೋಕ್ತಿಗಳು

- ಭುಮಿಯಂತೆ ಸಹನೆಯಿರಬೇಕು. ಭೂಮಿಯ ಮೇಲೆ ಎಂಥೆಂಥ ಕೆಟ್ಟ ಕೆಲಸ ನಡೆಯುತ್ತವೆ. ಆದರೂ ಭೂತಾಯಿ ಅವನ್ನೆಲ್ಲ ಮೌನವಾಗಿ ಸಹಿಸಿಕೊಳ್ಳುತ್ತಾಳೆ. ಮನುಷ್ಯನೂ ಹಾಗೆಯೇ ಇರಬೇಕು.
- ಶ್ರೀರಾಮಕೃಷ್ಣರು ಎಲ್ಲ ಜೀವಿಗಳನ್ನು ಜಗನ್ಮಾತೆಯ ವಿವಿಧ ರೂಪಗಳೆಂದು ಪರಿಗಣಿಸುತ್ತಿದ್ದರು. ಭಗವಂತನ ತಾಯ್ತನವನ್ನು ತೋರಿಸಿಕೊಡುವುದಕ್ಕಾಗಿ ಅವರು ನನ್ನನ್ನು ಬಿಟ್ಟುಹೋಗಿದ್ದಾರೆ.
- ಈ ಪ್ರಪಂಚ ಆಳವಾದ ಒಂದು ಜೌಗು ನೆಲದಂತೆ. ಮನುಷ್ಯ ಇದರಲ್ಲಿ ಒಮ್ಮೆ ಸಿಲುಕಿಕೊಂಡರೆ ಮತ್ತೆ ಮೇಲೆದ್ದು ಬರುವುದು ಕಷ್ಟ. ಭಗವಂತನ ನಾಮ ಜಪಿಸುತ್ತಿರು. ಹಾಗೆ ಮಾಡಿದರೆ ಭಗವಂತ ಒಂದು ದಿನ ನಿನ್ನ ಎಲ್ಲ ಬಂಧನಗಳನ್ನು ತೆಗೆದುಹಾಕುತ್ತಾನೆ. ಮಗು, ಸ್ವತಃ ಭಗವಂತನೇ ಬಂಧನ ತೆಗೆದು ಹಾಕದಿದ್ದರೆ ಯಾರಿಗಾದರೂ ಮುಕ್ತಿ ಸಿಗಲು ಸಾಧ್ಯವೇ?
- ನೀನು ತುಂಬ ಪುಣ್ಯಮಾಡಿರುವುದರಿಂದ ನಿನಗೆ ಈ ಮನುಷ್ಯ ಜನ್ಮ ಸಿಕ್ಕಿದೆ. ದೇವರಲ್ಲಿ ಭಕ್ತಿಯಿಡು, ಕಷ್ಟಪಟ್ಟು ಕೆಲಸಮಾಡು. ಪ್ರಯತ್ನಿಸದೆ ಏನನ್ನಾದರೂ ಸಾಧಿಸಲು ಸಾಧ್ಯವೇ? ಮನೆಯ ಕೆಲಸ-ಕಾರ್ಯಗಳ ಮಧ್ಯದಲ್ಲೂ ಸ್ವಲ್ಪ ಸಮಯವನ್ನು ಪ್ರಾರ್ಥನೆಗೆಂದು ಮೀಸಲಿಡು.
- ತನ್ನ ಕರ್ಮದಿಂದಲೇ ಮನುಷ್ಯ ಕಷ್ಟಗಳನ್ನನುಭವಿಸುವುದು. ತನ್ನ ಕಷ್ಟಗಳಿಗೆ ಬೇರೆಯವರನ್ನು ದೂರಬಾರದು. ಭಗವಂತನನ್ನು ಪ್ರಾರ್ಥಿಸುತ್ತ ಅವನ ಕೃಪೆಯನ್ನೇ ಅವಲಂಬಿಸಿಕೊಂಡಿರಬೇಕು. ತಾಳ್ಮೆಯಿಂದ ಕಷ್ಟಗಳನ್ನು ಸಹಿಸಿಕೊಳ್ಳಲು ಕಲಿಯಬೇಕು.
- ಜಪ-ಧ್ಯಾನ ಮಾಡದಿದ್ದರೆ ಹೇಗೆ? ಅವನ್ನೂ ಮಾಡಲೇಬೇಕು. ಸೋಮಾರಿತನ ಬಿಟ್ಟು ಜಪಧ್ಯಾನಗಳನ್ನು ಸರಿಯಾಗಿ ಮಾಡಿಕೊಂಡು ಬರಬೇಕು.
- ದಯೆಯಿಲ್ಲದ ವ್ಯಕ್ತಿಯನ್ನು ಮಾನವನೆಂದು ಕರೆಯಲಾದೀತೆ?

- ಮಾತಿನಿಂದಲೂ ಒಬ್ಬರನ್ನು ನೋಯಿಸಕೂಡದು. ಅನಾವಶ್ಯಕವಾಗಿ ಕಹಿಯಾದ ಸತ್ಯವನ್ನು ಹೇಳಕೂಡದು. ಅಂತಹ ಒರಟು ಮಾತನ್ನಾಡುತ್ತಿದ್ದರೆ ಒಬ್ಬನ ಸ್ವಭಾವವೂ ಹಾಗೆಯೇ ಆಗುವುದು. ಮಾತಿನ ಮೇಲೆ ನಿಗ್ರಹ ಇಲ್ಲದಿದ್ದರೆ ಮಾಧುರ್ಯ ಕಳೆದುಕೊಳ್ಳುವನು. ಶ್ರೀರಾಮಕೃಷ್ಣರು ಕುಂಟನನ್ನು ಅವನು ಹೇಗೆ ಕುಂಟನಾದ ಎಂದು ಕೇಳಕೂಡದು ಎನ್ನುತ್ತಿದ್ದರು.
- ನಾನು ದುಷ್ಟರಿಗೂ ತಾಯಿ, ಗುಣವಂತರಿಗೂ ತಾಯಿ, ಹೆದರಬೇಡ. ಕಷ್ಟದಲ್ಲಿದ್ದಾಗಲೆಲ್ಲ ನಿನ್ನಷ್ಟಕ್ಕೆ ಹೇಳಿಕೋ, "ನನಗೊಬ್ಬಳು ತಾಯಿ ಇದ್ದಾಳೆ" ಎಂದು.
- ಸಂತೃಪ್ತಿಗೆ ಸಮನಾದ ಸಂಪತ್ತಿಲ್ಲ. ಸಹನೆಗೆ ಸಮನಾದ ಸದ್ಗುಣವಿಲ್ಲ.
- ಸನ್ಯಾಸಿ ಶಿಷ್ಯನ ತಾಯಿಯೊಬ್ಬಳು ಶ್ರೀಮಾತೆಯವರಿಗೆ, "ಆ ಸನ್ಯಾಸಿಯು ಮನೆಗೆ ಹೋಗುವಂತೆ ಮಾಡಿ" ಎಂದು ಕೇಳಿಕೊಂಡಳು. ಆಗ ಶ್ರೀಮಾತೆ ಹೇಳಿದರು" "ಸನ್ಯಾಸಿಯ ತಾಯಿಯಾಗುವುದು ಬಹಳ ಅಪರೂಪದ ಭಾಗ್ಯ. ಒಂದು ಕಂಚಿನ ಪಾತ್ರೆಯ ಮೇಲಿನ ವ್ಯಾಮೋಹವನ್ನು ಬಿಡುವುದು ಕೂಡ ಕಷ್ಟವೇ. ಪ್ರಪಂಚದ ಸುಖ ತ್ಯಜಿಸುವುದು ಅಷ್ಟು ಸುಲಭವೇ? ನೀನು ಅವನ ತಾಯಿ. ನೀನೇಕೆ ಕಾತರಳಾಗುವೆ. ಅವನು ಸನ್ಯಾಸಿಯಾದರೂ ನಿನ್ನನ್ನು ನೋಡಿಕೊಳ್ಳುವನು."
- ಶಿಷ್ಯ: "ನಾನು ಉತ್ಸಾಹದಿಂದ ಮತ್ತೆ ಮತ್ತೆ ನಿಮ್ಮಲ್ಲಿಗೆ ಬರುತ್ತಿದ್ದೇನೆ. ನಿಮ್ಮ ಆಶೀರ್ವಾದವೂ ಲಭಿಸಿದೆ. ಆದರೂ ನನಗೆ ಯಾವ ಆಧ್ಯಾತ್ಮಿಕ ಅನುಭವವೂ ಆಗಿಲ್ಲ. ಹಿಂದಿದ್ದಂತೆಯೇ ಇದ್ದೇನೆ."
- ಶ್ರೀಮಾತೆ: "ಮಗು, ನೀನು ಮಲಗಿರುವಾಗ ನಿನ್ನನ್ನು ಹಾಸಿಗೆ ಸಮೇತ ಬೇರೆಡೆಗೆ ಇಟ್ಟರೆ, ಬೇರೆ ಸ್ಥಳದಲ್ಲಿರುವೆ ಎಂದು ಗೊತ್ತಾಗುವುದೇ? ನಿದ್ರೆಯ ಜೊಂಪು ಅಳಿದಮೇಲಷ್ಟೇ ಬೇರೆಡೆ ಇರುವುದು ತಿಳಿಯುತ್ತದೆ.
- ಮುಕ್ತಿಯನ್ನು ದೇವರು ಯವ ಲಕ್ಷಣದಲ್ಲಿ ಬೇಕಾದರೂ ಕೊಡಬಲ್ಲ. ಆದರೆ ಭಕ್ತಿಯನ್ನು ಅಷ್ಟು ಸುಲಭವಾಗಿ ಕೊಡುವುದಿಲ್ಲ.
- ಕೆಲಸದೊಂದಿಗೆ ಪ್ರತಿದಿನ ಬೆಳಿಗ್ಗೆ ಮತ್ತು ಸಂಜೆ ಧ್ಯಾನ ಮಾಡದಿದ್ದರೆ ನೀನು ನಿಜಕ್ಕೂ ಏನು ಮಾಡುತ್ತಿರುವೆ ಎಂಬುದು ನಿನಗೆ ತಿಳಿಯುವುದಾದರೂ ಹೇಗೆ?
- ಸಂಕುಚಿತವಾದ ಸ್ಥಳ ಮನಸ್ಸನ್ನೂ ಸಂಕುಚಿತಗೊಳಿಸುತ್ತದೆ. ವಿಶಾಲವಾದ ಸ್ಥಳದಲ್ಲಿದ್ದರೆ ಮನಸ್ಸು ವಿಶಾಲವಾಗುತ್ತದೆ.

- ಹೆಂಗಸರು ಸುಲಭವಾಗಿ ಕೋಪಗೊಳ್ಳಬಾರದು, ತಾಳ್ಮೆಯಿಂದಿರಬೇಕು. ಬಾಲ್ಯದಲ್ಲಿ ಅವರ ತಂದೆ ತಾಯಿ, ಯೌವ್ವನದಲ್ಲಿ ಪತಿ ಅವರಿಗೆ ಆಶ್ರಯದಾತರು. ಹೆಂಗಸರ ಸ್ವಭಾವವೇ ತುಂಬಾ ಮೃದು. ಒಂದು ಮಾತು ಸಾಕು ಅವರ ಅಶಾಂತಿಗೆ. ಈಗಿನ ಕಾಲದಲ್ಲಿ ಮಾತಿಗೆ ಬೆಲೆಯೇ ಇಲ್ಲ. ಶಾಂತಿಯಿಂದ ತಂದೆ-ತಾಯಿ-ಪತಿ ಇವರಿಂದ ಎಷ್ಟೇ ಕಷ್ಟವಾದರೂ ಅನಾನುಕೂಲಗಳನ್ನು ಸಹಿಸಬೇಕು.
- ಅನೇಕರು ಪ್ರಪಂಚದ ಪೆಟ್ಟಿನಿಂದ ನೊಂದಾದ ಮೇಲೆ ದೇವರ ಕಡೆ ತಿರುಗಬಹುದು. ಆದರೆ ಯಾರು ಬಾಲ್ಯದಿಂದಲೂ ಅವನನ್ನು ಕುರಿತು ಚಿಂತಿಸುವರೋ ಅವರೇ ಧನ್ಯರು.
- ಸೃಷ್ಟಿಯ ಪ್ರಾರಂಭದಲ್ಲಿ ಜನ ಸಾತ್ವಿಕರಾಗಿದ್ದರು. ಬಾಲ್ಯದಿಂದಲೇ ಜ್ಞಾನವಿರುತ್ತಿತ್ತು. ಪ್ರಪಂಚ ಸುಳ್ಳೆಂದು ಮೊದಲೇ ಗೊತ್ತಾಗುತ್ತಿತ್ತು. ಪ್ರಪಂಚವನ್ನು ತ್ಯಜಿಸಿ ತಪಸ್ಸಿನಲ್ಲಿ ನಿರತರಾದರು. ಬೇಗ ಮುಕ್ತರಾದರು. ಬ್ರಹ್ಮ ತನ್ನ ಸೃಷ್ಟಿ ಇದರಿಂದ ಮುಂದೆ ಸಾಗುವುದಿಲ್ಲ ಎಂದು ಕಂಡ. ಮುಕ್ತ ಜೀವಿಗಳಿಂದ ಪ್ರಪಂಚದ ಆಟಕ್ಕೆ ಪ್ರಯೋಜನವಾಗಲಿಲ್ಲ. ಪುನಃ ಸತ್ವದೊಂದಿಗೆ ರಜಸ್ಸು-ತಮಸ್ಸನ್ನು ಮಿಶ್ರಮಾಡಿ ಪ್ರಜೆಗಳನ್ನು ಸೃಷ್ಟಿಸಿದ. ಇದರಿಂದ ಅವನ ಇಚ್ಛೆ ಈಡೇರಿತ್ತು. ಬಾಲ್ಯದಲ್ಲಿ ಹಳ್ಳಿ ನಾಟಕದಿಂದ ಇದನ್ನು ಕಲಿಯುತ್ತಿದ್ದೆವು. ಈಗ ಅವೆಲ್ಲ ಅಪರೂಪವಾಗಿದೆ.
- ಗಂಡ, ಹೆಂಡತಿ, ದೇಹ ಎಲ್ಲಾ ಮಾಯೆ, ಇವೆಲ್ಲಾ ಭ್ರಾಂತಿ ಸರಪಳಿ, ನೀನು ಇವುಗಳಿಂದ ಪಾರಾಗದೆ ಆಚೆ ಕಡೆ ಹೋಗಲಾರೆ. 'ನಾನು', 'ದೇಹ' ಎನ್ನುವ ಭ್ರಾಂತಿ ಹೋಗಬೇಕು. ಈ ದೇಹವೆಂದರೇನು? ಸುಟ್ಟರೆ ಮೂರು ಬೊಗಸೆಯಾಗುವ ಬೂದಿಯಲ್ಲದೆ ಮತ್ತೇನು? ಇದಕ್ಕಾಗಿ ಅಷ್ಟೊಂದು ಆಸೆ ಏತಕ್ಕೆ? ದೇಹ ಎಷ್ಟೇ ಸುಂದರವಾಗಿರಲಿ, ಬಲವಾಗಿರಲಿ ಕೊನೆಗೆ ಮೂರು ಬೊಗಸೆ ಬೂದಿ. ಆದರೂ ಜನರಿಗೆ ದೇಹದ ಮೇಲೆ ಅಷ್ಟು ಮಮತೆ.
- ಬೇರೆಯವರಿಗೆ ಕಟುವಾದ ಮಾತುಗಳನ್ನು ಆಡುವುದಾಗಲೀ, ಇನ್ನೊಬ್ಬರ ನೋವಿಗೆ ಕಾರಣವಾಗುವುದಾಗಲೀ ಒಳ್ಳೆಯದಲ್ಲ. ಇತರರಿಗೆ ಆನಂದವನ್ನು ಕೊಡಲು ಸಾಧ್ಯವಾದಾಗ ಮಾತ್ರ ಮಾನವ ಜೀವನ ಸಾರ್ಥಕವಾಗುತ್ತದೆ.
- ಶ್ರೀರಾಮಕೃಷ್ಣರು ಮಾಡಿದ್ದೆಲ್ಲಾ ದೇವರಿಗಾಗಿ. ಒಂದು ಸಲ ನನಗೆ ಷೋಡಶೀಪೂಜೆ ಮಾಡಿದರು. ಆಗ ನನಗೆ ಕೊಟ್ಟ "ಬಳೆ, ಬಟ್ಟೆ, ಪೂಜಾದ್ರವ್ಯ ಇವನ್ನು ಏನು ಮಾಡಲಿ?" ಎಂದೆ. ಅವನ್ನೆಲ್ಲಾ ನಿನ್ನ

ತಾಯಿಗೆ ಕೊಡಬಹುದು ಎಂದರು. ಆಗ ನಮ್ಮ ತಾಯಿ ಬದುಕಿದ್ದರು. "ನೀನು ತಾಯಿಗೆ ಕೊಡುವಾಗ ಆಕೆಯನ್ನು ಸಾಧಾರಣ ಸ್ತ್ರೀಯಂತೆ ನೋಡಬೇಡ. ಆಕೆಯನ್ನು ಜಗನ್ಮಾತೆಯ ಅವಿರ್ಭಾವವಾಗಿ ನೋಡು" ಎಂದರು. ನಾನು ಹಾಗೆಯೇ ಮಾಡಿದ.

- ಓ! ಶ್ರೀರಾಮಕೃಷ್ಣರು ಎಷ್ಟೊಂದು ದಯೆಯಲ್ಲಿ ನನ್ನನ್ನು ಕಂಡರು. ಒಂದು ದಿನವೂ ನನಗೆ ವ್ಯಥೆಯಾಗುವ ಮಾತನ್ನು ಆಡಲಿಲ್ಲ. "ಯಾವಾಗಲೂ ಕೆಲಸ ಮಾಡುತ್ತಿರಬೇಕು. ಸೋಮಾರಿಯಾಗಿದ್ದರೆ ಮನಸ್ಸಿನಲ್ಲಿ ಯಾವಾಗಲೂ ಕೆಲಸಕ್ಕೆ ಬಾರದ ಹೀನ ಆಲೋಚನೆಗಳು ನೆರೆಯುವವು" ಎನ್ನುತ್ತಿದ್ದರು.
- ಭಗವಂತ ನಮ್ಮವನೇ. ಅವನೊಂದಿಗೆ ನಮ್ಮದು ಶಾಶ್ವತವಾದ ಸಂಬಂಧ. ಅವನು ಎಲ್ಲರಿಗೂ ಸೇರಿದವನು. ವ್ಯಕ್ತಿಯು ತನ್ನ ಹಂಬಲಕ್ಕೆ ತಕ್ಕಂತೆ ಅವನನ್ನು ಕಂಡುಕೊಳ್ಳುತ್ತಾನೆ.

8. ನಡೆದು ಬಂದ ದಾರಿ

1853 ಡಿಸೆಂಬರ್ 22	ಜಯರಾಮಬಾಟಿಯಲ್ಲಿ ಜನನ. ತಂದೆ: ಶ್ರೀರಾಮಚಂದ್ರ ಮುಖರ್ಜಿ. ತಾಯಿ: ಶ್ರೀಮತಿ ಶ್ಯಾಮಾಸುಂದರೀದೇವಿ.
1859 ಮೇ	ಶ್ರೀರಾಮಕೃಷ್ಣರೊಂದಿಗೆ ವಿವಾಹ.
1872 ಮಾರ್ಚ್	ದಕ್ಷಿಣೇಶ್ವರಕ್ಕೆ ಶ್ರೀರಾಮಕೃಷ್ಣರಲ್ಲಿಗೆ ಬಂದದ್ದು.
1872 ಜೂನ್ 5	ಶ್ರೀರಾಮಕೃಷ್ಣರಿಂದ ಶ್ರೀಶಾರದಾ ದೇವಿಯವರನ್ನು ದೇವೀಪೀಠದಲ್ಲಿ ಕೂರಿಸಿ ಕುಮಾರಿಕಾ–ಷೋಡಶೀ ಪೂಜೆ.
1886 ಆಗಸ್ಟ್ 16	ಶ್ರೀರಾಮಕೃಷ್ಣ ಪರಮಹಂಸರು ಮಹಾಸಮಾಧಿಯಲ್ಲಿ ನೆಲೆಗೊಂಡದ್ದು.
1886 ಆಗಸ್ಟ್ 30	ವೈದ್ಯನಾಥ್, ಕಾಶೀ, ಅಯೋಧ್ಯೆ ಹಾಗೂ ಬೃಂದಾವನ ಯಾತ್ರೆಗೆ ಹೊರಟದ್ದು.
1887 ಆಗಸ್ಟ್	ತೀರ್ಥಯಾತ್ರೆಯಿಂದ ಕೋಲ್ಕತ್ತಗೆ ಮರಳಿದ್ದು, ಕುಮಾರಪುಕುರ್‌ಗೆ ಹೋದದ್ದು.
1888	ಕಾಮರಪುಕುರ್‌ನಿಂದ ಕೋಲ್ಕತ್ತಗೆ ಬಂದದ್ದು.
1888 ಏಪ್ರಿಲ್	ಗಯಾಯಾತ್ರೆ.
1888 ಡಿಸೆಂಬರ್	ಪುರಿ–ಜಗನ್ನಾಥ ಯಾತ್ರೆ.

1893	ಪಂಚಾಗ್ನಿ ಸಾಧನೆ.
1894	ಕಾಶೀ–ಬೃಂದಾವನಕ್ಕೆ ಎರಡನೇ ಯಾತ್ರೆ.
1901	ಕಾಶೀ–ಬೃಂದಾವನಕ್ಕೆ ಮೂರನೇ ಯಾತ್ರೆ.
1910–11	ರಾಮೇಶ್ವರ ಯಾತ್ರೆ, ಬೆಂಗಳೂರಿನ ಶ್ರೀರಾಮಕೃಷ್ಣಾಶ್ರಮದಲ್ಲಿ ತಂಗಿದ್ದು.
1912 ನವೆಂಬರ್	ನಾಲ್ಕನೆ ಬಾರಿ ಕಾಶಿಗೆ ಹೋಗಿ ಬಂದದ್ದು.
1913 ಜನವರಿ	ಕಾಶಿಯಿಂದ ಕೋಲ್ಕತ್ತಗೆ ಮರಳಿದ್ದು.
1920 ಜುಲೈ 20	ರಾತ್ರಿ ಮಹಾಸಮಾಧಿ.

ಸ್ವಾಮಿ ವಿವೇಕಾನಂದ

1. ಬಾಲ್ಯ, ಯೌವನ

ವಿಶ್ವನಾಥದತ್ತ ಮತ್ತು **ಭುವನೇಶ್ವರಿ** ದೇವಿ ಎಂಬ ದಂಪತಿಗಳು ತಮಗೆ ಹುಟ್ಟಿದ ಮೊದಲ ಗಂಡು ಮಗುವಿಗೆ ಮನೆದೇವರಾದ ವಿಶ್ವೇಶ್ವರ ಎಂಬ ಹೆಸರನ್ನಿಟ್ಟರು. ಅವರಿಗೆ ಈ ಮೊದಲೇ ಇಬ್ಬರು ಹೆಣ್ಣು ಮಕ್ಕಳಿದ್ದರು. ಜೊತೆಗೆ ವ್ಯಾವಹಾರಿಕ ನಾಮವಾಗಿ ನರೇಂದ್ರ ಎಂಬ ಹೆಸರೂ ಬಳಕೆಗೆ ಬಂತು.

ನರೇನ್‌ನಲ್ಲಿ ಹುಟ್ಟಿನಿಂದಲೇ ತುಂಟತನ ಹೇಗೋ ಹಾಗೆ ಗಾಂಭೀರ್ಯವೂ ಇತ್ತು. ಅವನು ಅಕ್ಕಂದಿರನ್ನು ಗೋಳು ಹೊಯ್ದುಕೊಳ್ಳುವುದರಲ್ಲಿ ನಿಸ್ಸೀಮ. ಅವನನ್ನು ಅಪ್ಪ, ಅಮ್ಮ, ಅಕ್ಕಂದಿರು, ನೆಂಟರಿಷ್ಟರು ಹೇಗೋ ಹಾಗೆ ನೆರೆಹೊರೆಯವರೂ ಪ್ರೀತಿಯಿಂದ ಮುದ್ದಾಡುತ್ತಿದ್ದರು. ನರೇನ್ ಬೆಳೆಯುತ್ತಿದ್ದಂತೆ ಆಟಪಾಠಗಳಲ್ಲಿ ಎಷ್ಟು ಚುರುಕಾಗಿದ್ದನೋ ಅದಕ್ಕಿಂತಲೂ ಅಧಿಕವಾಗಿ ಆಟಕ್ಕೆಂದು ಪೂಜೆಗೂ ಧ್ಯಾನಕ್ಕೋ ಕೂತಾಗ ಕೂಡ ಅವನಿಗೆ ಅದರಲ್ಲೇ ತಲ್ಲೀನನಾಗಿಬಿಡುತ್ತಿದ್ದ.

1877 ವಿಶ್ವನಾಥದತ್ತರಿಗೆ ರಾಯಪುರದಲ್ಲಿ ನೌಕರಿ ದೊರೆತು, ಅವರು ಕೋಲ್ಕತ್ತದಿಂದ ಹೊರಟು ಅಲ್ಲಿಯೇ ಕೆಲವು ವರ್ಷ ನೆಲೆಸಬೇಕಾಯಿತು. ಅವರು ಕೂಡಲೇ ನರೇನ್‌ನನ್ನು ಶಾಲೆಗೆ ಸೇರಿಸಲಾಗಲಿಲ್ಲ. ಅವರೇ ಸ್ವತಃ ಅನೇಕ ವಿಷಯಗಳನ್ನು ಬೋಧಿಸುತ್ತಿದ್ದರು. ಅವರ ಮನೆಗೆ ಅನೇಕ ಮಂದಿ ವಿದ್ಯಾವಂತ ಸ್ನೇಹಿತರೂ ಸಾಹಿತಿಗಳೂ ಬರುತ್ತಿದ್ದರು. ಅವರ ಒಡನಾಟದಿಂದ ಬಾಲಕನ ಜ್ಞಾನದಾಹ ತಣಿಯುತ್ತಿತ್ತು. ಓರಗೆಯವರಾಗಲಿ, ದೊಡ್ಡವರಿರಲಿ, ಅಪರಿಚಿತರಿರಲಿ ಎಲ್ಲರೊಡನೆ, ಸನ್ನಿವೇಶಕ್ಕೆ ತಕ್ಕಂತೆ ಹಿತಮಿತವಾಗಿ ನುಡಿಯುತ್ತಿದ್ದರು. ಕಾಲೇಜಿಗೆ ಸೇರಿದ ಮೇಲಂತೂ ಅವನ ಸರ್ವಾಂಗೀಣ ಬೆಳವಣಿಗೆ ಇನ್ನಷ್ಟು ವಿಸ್ತಾರವಾಯಿತು. ಚರ್ಚಾಕೂಟಗಳಲ್ಲಿ ವಿಷಯ ಮಂಡನೆಯಲ್ಲಿ ವಾಕ್ಪಟುತ್ವ, ಸಭೆ ಸಮಾರಂಭಗಳಲ್ಲಿ ಒಳ್ಳೆಯ ವಾಗ್ಮಿ. ಶಿಕ್ಷಕರು ಒಮ್ಮೆ ಪಾಠ ಮಾಡಿದರೆ ಸಾಕು, ಅವನು ಎಂದಿಗೂ ಮರೆಯುವಂತಿರಲಿಲ್ಲ.

ಅವನ ಪ್ರಚಂಡ ಪ್ರತಿಭೆಯನ್ನು ಗಮನಿಸಿದ ಅವನು ವ್ಯಾಸಂಗ ಮಾಡುತ್ತಿದ್ದ ಸ್ಕಾಟಿಷ್ ಚರ್ಚ್ ಕಾಲೇಜಿನ ಪ್ರಾಂಶುಪಾಲ ವಿಲಿಯಂ ಹೇಸ್ಟಿ ಹೀಗೆ ಹೇಳಿದ್ದುಂಟು: 'ನರೇಂದ್ರನದು ನಿಜವಾಗಿಯೂ ಅದ್ಭುತ ಪ್ರತಿಭೆ. ನಾನು ಜಗತ್ತಿನಲ್ಲಿ ಬೇಕಾದಷ್ಟು ಸಂಚರಿಸಿದ್ದೇನೆ. ಜರ್ಮನಿಯ ವಿಶ್ವವಿದ್ಯಾನಿಲಯಗಳಲ್ಲಿ ತತ್ತ್ವಜ್ಞಾನ ಅಧ್ಯಯನದ ವಿದ್ಯಾರ್ಥಿಗಳಲ್ಲಿ ಕೂಡ ಇಷ್ಟೊಂದು ಬುದ್ಧಿಮತ್ತೆಯಿರುವ ವಿದ್ಯಾರ್ಥಿಯನ್ನು ಕಂಡಿಲ್ಲ. ನರೇಂದ್ರ ಮುಂದೆ ಖ್ಯಾತಿಯನ್ನು ಗಳಿಸುವುದರಲ್ಲಿ ನನಗಂತೂ ಸಂದೇಹವೇ ಇಲ್ಲ'. ವಿಲಿಯಂ ಹೆಸ್ಟಿಯವರಿಂದಲೇ ಶ್ರೀರಾಮಕೃಷ್ಣರ ಹೆಸರನ್ನು ನರೇನ್ ಮೊತ್ತಮೊದಲ ಬಾರಿಗೆ ಕೇಳುವುದಕ್ಕೆ ಕಾರಣರಾದರು.

ಮುಂದೆ ನರೇನ್ ಮೊದಲ ಬಾರಿಗೆ ಶ್ರೀರಾಮಕೃಷ್ಣರನ್ನು ನೋಡುವ ಸುಸಮಯ ಒದಗಿ ಬಂತು. ಶ್ರೀ ಸುರೇಂದ್ರಮಿತ್ರ ಎಂಬವರು ಆಗಾಗ ತಮ್ಮ ಮನೆಯಲ್ಲಿ ಸತ್ಸಂಗ ಏರ್ಪಡಿಸುತ್ತಿದ್ದರು. 1881ರ ನವೆಂಬರ್ ತಿಂಗಳಲ್ಲೊಂದು ದಿನ ಅಂಥ ಸತ್ಸಂಗ ನಡೆಯಿತು. ಅಂದು ಶ್ರೀರಾಮಕೃಷ್ಣರನ್ನು ವಿಶೇಷವಾಗಿ ಆಮಂತ್ರಿಸಲಾಗಿತ್ತು. ನರೇನ್ ಒಳ್ಳೆ ಹಾಡುಗಾರನೆಂದು ತಿಳಿದಿದ್ದ ಸುರೇಂದ್ರರು ಅವನನ್ನು ಹಾಡಲು ಹೇಳಿದಾಗ ಅವನು ಹಲವು ಹಾಡುಗಳನ್ನು ಸುಶ್ರಾವ್ಯವಾಗಿ ಹಾಡಿದ. ಇವನ್ನು ಆಲಿಸಿದ ಶ್ರೀರಾಮಕೃಷ್ಣರು ಸಂತುಷ್ಟಗೊಂಡರು. ಆತನ ಬಗ್ಗೆ ಅಕ್ಕಪಕ್ಕದವರನ್ನು ಕೇಳಿ ವಿಚಾರಿಸಿಕೊಂಡರು. ಹಾಡುಗಾರಿಕೆಯ ನಂತರ ಆತನನ್ನು ಮಾತನಾಡಿಸುತ್ತ ತಮ್ಮ ಸೂಕ್ಷ್ಮ ದೃಷ್ಟಿಯಿಂದ ಪರೀಕ್ಷಿಸಿದರು. ಅವನ ಗುಣ ಲಕ್ಷಣಗಳಿಂದ ಆಕರ್ಷಿತರಾಗಿ ದಕ್ಷಿಣೇಶ್ವರಕ್ಕೊಮ್ಮೆ ಬರುವಂತೆ ಕರೆದರು. ಆಗಲೆಂದು ಹೇಳಿದರೂ ಅವನು ತನ್ನ ವ್ಯಾಸಂಗ, ಪರೀಕ್ಷೆ ಇವುಗಳಿಂದಾಗಿ

ಕೂಡಲೇ ಹೋಗಲಾಗಲಿಲ್ಲ. ತನ್ನ ಸುತ್ತಮುತ್ತ ದಿನವೂ ನೋಡುತ್ತಿದ್ದ ಸಾಧುಸಂತರಂತೆ ಇವರೂ ಒಬ್ಬರಾಗಿರಬಹುದೆಂದು ಸುಮ್ಮನಾದರು.

ಕಾಲೇಜಿಗೆ ಸೇರುವ ಹೊತ್ತಿಗೆ ಅವನು ತೀವ್ರ ಹುಡುಕಾಟದ ಹಾದಿ ಹಿಡಿದಿದ್ದ. ದೈವದ, ಆತ್ಮದ ಸಾಕ್ಷಾತ್ಕಾರದತ್ತ ತುಡಿಯುವ ಮನಸ್ಸು, ಅದು ಆತನನ್ನು ಆಗ ಪ್ರಸಿದ್ಧವಾಗಿದ್ದ ಬ್ರಹ್ಮಸಮಾಜದ ಸದಸ್ಯನಾಗುವಂತೆ ಪ್ರೇರೇಪಿಸಿತು. ಬ್ರಹ್ಮಸಮಾಜವನ್ನು ಬಂಗಾಳದಲ್ಲಿ ಸ್ಥಾಪಿಸಿದವರು ರಾಜಾರಾಮ್ ಮೋಹನ್ ರಾಯ್. ಅಲ್ಲಿ ಉಪನಿಷತ್ತಿನ ತತ್ತ್ವಾಧಾರಿ ನಿರಾಕಾರ ಪೂಜೆ, ಮೂರ್ತಿ ಪೂಜೆ, ಅವತಾರಗಳು, ಗುರುಗಳು, ವರ್ಣಾಶ್ರಮ ಧರ್ಮ ಇವು ಯಾವುದಕ್ಕೂ ಅಲ್ಲಿ ಅವಕಾಶವಿಲ್ಲ. ನರೇನ್ ಆ ಸಮಾಜವನ್ನು ಸೇರುವ ವೇಳೆಗೆ ಸಂಸ್ಥೆಯ ಸದಸ್ಯರಲ್ಲಿ ಭಿನ್ನಾಭಿಪ್ರಾಯ ಮೂಡಿ ಇಬ್ಭಾಗವಾಗಿತ್ತು. ಒಂದಕ್ಕೆ ಶ್ರೀಕೇಶವ ಚಂದ್ರಸೇನರೆಂಬ ಅಪ್ರತಿಮ ವಾಗ್ಮಿಯೂ ಇನ್ನೊಂದಕ್ಕೆ ಶ್ರೀವಿಜಯಕೃಷ್ಣ ಗೋಸ್ವಾಮಿಯೆಂಬ ದೊಡ್ಡ ವಿದ್ವಾಂಸರೂ ಮುಖ್ಯಸ್ಥರಾಗಿದ್ದರು. ನರೇನ್ ಸೇರಿದ ಕೇಶವ ಚಂದ್ರಸೇನರ ಸಂಸ್ಥೆಗೆ.

ದೇವೇಂದ್ರನಾಥ ಠಾಕೂರರು ರಾಜಾರಾಮ ಮೋಹನರಾಯ್ ನಂತರ ಬ್ರಹ್ಮಸಮಾಜದ ಅಧ್ಯಕ್ಷರಾಗಿದ್ದರು. ನರೇನ್ ಇವರ ಬಳಿ ಬಂದು ನೇರವಾಗಿ ಕೇಳಿದ: 'ನೀವು ಭಗವಂತನನ್ನು ಕಂಡಿದ್ದೀರಾ?' ಅವರು ಆವರೆಗೆ ಇಂಥ ಪ್ರಶ್ನೆಯನ್ನು ಎದುರಿಸಿರಲಿಲ್ಲ. ಅವರಿಗೆ ಅತ್ಯಾನಂದ, ಅಚ್ಚರಿ ಎರಡೂ ಉಂಟಾದುವು. ಕ್ಷಣಕಾಲ ಸುಮ್ಮನೆ ಆ ವರ್ಚಸ್ವೀ ಯುವಕನ ಕಂಗಳನ್ನು ತದೇಕದೃಷ್ಟಿಯಿಂದ ಅವಲೋಕಿಸಿದರು. ಅವರಿಗೆ 'ಕಂದಾ, ನಿನಗೆ ಯೋಗಿಯ ಕಣ್ಣುಗಳಿವೆ' ಎಂದಷ್ಟೇ ಹೇಳಲು ಸಾಧ್ಯವಾಯಿತು.

2. ಗುರು ಸಾಕ್ಷಾತ್ ಪರಬ್ರಹ್ಮ

ಜಗತ್ತು ಅತ್ಯಂತ ಕೆಳಮಟ್ಟಕ್ಕಿಳಿದಾಗ ಅಗೋಚರ ಶಕ್ತಿಯೊಂದು ಪ್ರವೇಶಿಸುತ್ತದೆ. 1836ನೇ ಇಸವಿ ಮಾರ್ಚ್ ತಿಂಗಳು 18ನೇ ತೇದಿ ಗದಾಧರ ಎಂಬ ಹೆಸರಿನಲ್ಲಿ ಅಂಥ ಮಹಾಚೈತನ್ಯವೊಂದರ ಪುಣ್ಯೋದಯವಾಯಿತು. ಆ ಮಗುವೇ ಮುಂದೆ ಮಹಾನುಭಾವರಾಗಿ ಜಗತ್ಪ್ರಸಿದ್ಧರಾದ ಶ್ರೀರಾಮಕೃಷ್ಣ ಪರಮಹಂಸರು. ತಂದೆತಾಯಿಯವರು ಬ್ರಾಹ್ಮಣ ದಂಪತಿಗಳಾದ ಕ್ಷುದೀರಾಮ ಚಟ್ಟೋಪಾಧ್ಯಾಯ ಮತ್ತು ಚಂದ್ರಮಣೀ ದೇವಿ. ವಾಸವಿದ್ದುದು ಕಾಮಾರಪುಕುರವೆಂಬ ಗ್ರಾಮ. ಬಂಗಾಳದ ಹೂಗ್ಲಿ ಜಿಲ್ಲೆಯಲ್ಲಿತ್ತು. ಕೋಲ್ಕತ್ತಗೆ ಸುಮಾರು ಐವತ್ತು ಮೈಲಿ ದೂರ. ಅವರದು ಬಡಕುಟುಂಬವಾಗಿತ್ತು. ಈ ದಂಪತಿಗೆ ಆ ಮೊದಲೆ ರಾಮಕುಮಾರ, ರಾಮೇಶ್ವರರೆಂಬ ಇಬ್ಬರು ಗಂಡು ಮಕ್ಕಳೂ, ಕಾತ್ಯಾಯಿನಿ ಎಂಬ ಹೆಣ್ಣು ಮಗಳೂ ಇದ್ದರು.

ಕ್ಷುದೀರಾಮ ನ್ಯಾಯಪರತೆ, ಸತ್ಯ ಪರಿಪಾಲನೆ, ಭಗವಂತನಲ್ಲಿ ಅಚಲ ನಂಬಿಕೆ ಇಂಥ ಸದ್ಗುಣಗಳ ಗಣಿಯಾಗಿದ್ದರು. ಪತ್ನಿ ಚಂದ್ರಮಣೀದೇವಿ ಮಹಾಸಾಧ್ವಿ, ಗದಾಧರ ಹುಟ್ಟಿದ ಶುಭಘಳಿಗೆಯನ್ನು ಪರಿಶೀಲಿಸಿದ ಜ್ಯೋತಿಷಿಗಳು ಈತನು ಹೊಸಧರ್ಮ ಪ್ರವರ್ತಕನಾಗಿ, ನಾರಾಯಣಾಂಶ ಸಂಭೂತನೆಂದು ಲೋಕಪ್ರಸಿದ್ಧನಾಗಿ ಎಲ್ಲರಿಂದ ಪೂಜಿಸಲ್ಪಡುವನು ಎಂದು ನುಡಿದಿದ್ದರು.

ಗದಾಧರನಿಗೆ ಏಳು ವರ್ಷ. ತಂದೆ ಕ್ಷುಧೀರಾಮರು ದೈವಾಧೀನರಾದರು. ಕುಳಿತ ಭಂಗಿಯಲ್ಲಿ ಶ್ರೀರಘುವೀರನ ಸ್ಮರಣೆಯನ್ನು ಮೂರು ಬಾರಿ ಉಚ್ಚರಿಸಿ ಕಾಯವನ್ನು ತ್ಯಜಿಸಿದ ಕರ್ಮಯೋಗಿ.

ಕಾಲಕಳೆದಂತೆ ಸಂಸಾರ ನಿರ್ವಹಣೆ ಕಠಿಣವಾಗತೊಡಗಿತು. ಇದಕ್ಕಾಗಿ ಗದಾಧರನ ದೊಡ್ಡಣ್ಣ ರಾಮಕುಮಾರ ಕೋಲ್ಕತ್ತ ನಗರಕ್ಕೆ ಬಂದು ಸಂಸ್ಕೃತ ಶಾಲೆಯೊಂದನ್ನು ತೆರೆದ. ಆತ ಸಂಸ್ಕೃತದಲ್ಲಿ ಒಳ್ಳೆಯ ವಿದ್ವಾಂಸ ಮತ್ತು ವೇದಾಧ್ಯಯನ ಸಂಪನ್ನ. ಅನಂತರ ಗದಾಧರನನ್ನೂ ಕರೆತಂದ. ತನ್ನ ಸಹಾಯಕ್ಕಾಗಿ ಮತ್ತು ಆತನನ್ನು ವಿದ್ಯಾವಂತನನ್ನಾಗಿಸುವ ಉದ್ದೇಶದಿಂದ. ಆದರೆ ಗದಾಧರ ಲೌಕಿಕ ವಿದ್ಯಾಭ್ಯಾಸ ಪಡೆಯಲು ಬಿಲ್‌ಕುಲ್ ಒಪ್ಪಲಿಲ್ಲ. ಕೆಲವು ಮನೆಗಳಲ್ಲಿ ದೇವರ ಪೂಜೆ ನಡೆಸುವುದಕ್ಕೆ ಮಾತ್ರ ಒಪ್ಪಿಗೆಯಿತ್ತ.

ಕೋಲ್ಕತ್ತದ ದಕ್ಷಿಣಕ್ಕೆ ಜನಬಜಾರ್ ಎಂಬಲ್ಲಿ ಮಹಾಕಾಳಿಕಾಂಬೆಯ ಅನನ್ಯ ಭಕ್ತೆಯಾದ ರಾಣಿ ರಾಸಮಣಿ ಎಂಬ ಶ್ರೀಮಂತೆಯಿದ್ದರು. ದೈವಪ್ರೇರಣೆಯಿಂದ ಆಕೆ ಕೋಲ್ಕತ್ತದ ಉತ್ತರ ಭಾಗದಲ್ಲಿ ಗಂಗಾತೀರದ ದಕ್ಷಿಣೇಶ್ವರ ಎಂಬ ಹಳ್ಳಿಯಲ್ಲಿ ಶ್ರೀ ಕಾಳಿಮಾತೆಗೆ ಗುಡಿಸಲೊಂದನ್ನು ಕಟ್ಟಿಸಿದರು. ಧರ್ಮಕಾರ್ಯ ಸಂಯೋಗದಿಂದ ರಾಮಕುಮಾರನು (ಸ್ವಾಮಿ ವಿವೇಕಾನಂದರ ಅಣ್ಣ) ದೇವಿಯ ಅರ್ಚಕನಾದ. ಮುಂದೆ ಗದಾಧರ ಯುಗಪುರುಷನಾಗುವುದಕ್ಕೆ ವೇದಿಕೆಯನ್ನು ಸಿದ್ಧಗೊಳಿಸಿದ ರಾಣಿ ರಾಸಮಣಿಯ ಭಾಗ್ಯಕ್ಕೆ ಎಣೆಯುಂಟೆ?

ರಾಮಕುಮಾರ ದಕ್ಷಿಣೇಶ್ವರ ಶ್ರೀಕಾಳಿದೇವಿಯ ಅರ್ಚಕನಾಗಿ ಒಂದು ವರ್ಷ ಕಳೆಯುತ್ತಿದ್ದಂತೆಯೇ ದೇವಿಪಾದ ಸೇರಿಬಿಟ್ಟ. ಎಳೆವೆಯಲ್ಲೇ ತಂದೆಯನ್ನು ಕಳೆದುಕೊಂಡಾಗ, ತಂದೆಯ ಸ್ಥಾನದಲ್ಲಿ ನಿಂತು ತನ್ನನ್ನು ಕಾಪಾಡಿಕೊಂಡು ಬೆಳೆಸಿಕೊಂಡು ಬಂದಿದ್ದ ಅಣ್ಣನ ಅಗಲಿಕೆ ಗದಾಧರನಿಗೆ ಬರಸಿಡಿಲಿನಂತೆ ಎರಗಿತು. ಅಣ್ಣನ ಸಾವಿನಿಂದ ಸಂಸಾರದ ನಿಸ್ಸಾರತೆ ನಿಚ್ಚಳವಾಗಿ ಗೋಚರಿಸಿ ಅವನಲ್ಲಿನ ವೈರಾಗ್ಯಭಾವವನ್ನು ಇನ್ನಷ್ಟು ಗಟ್ಟಿಗೊಳಿಸಿತು. ದೇವೀ ಆರಾಧನೆ ಅವನನ್ನು ಸಂಪೂರ್ಣವಾಗಿ ಆವರಿಸಿಕೊಂಡುಬಿಟ್ಟಿತ್ತು.

ದಿನಗಳೆದಂತೆ ದೈವೀ ಸಾಕ್ಷಾತ್ಕಾರದತ್ತ ವ್ಯಾಕುಲತೆಯ ತೀವ್ರತೆ ಹೆಚ್ಚಾಗತೊಡಗಿತು. ಕ್ರಮೇಣ ಕ್ಷಣಕ್ಷಣವೂ ಸಾಕ್ಷಾತ್ಕಾರದ ಹಂಬಲದಲ್ಲಿ

ಮೈಮರೆಯತೊಡಗಿದ. ಒಂದು ದಿನ ಇನ್ನೂ ದೇವರ ದರ್ಶನವಾಗಲಿಲ್ಲವಲ್ಲ ಎಂಬ ಸಂಕಟ ಪರಾಕಾಷ್ಠೆಯನ್ನು ತಲಪಿ, ಕಣ್ಮುಂದೆ ಕಾಣುತ್ತಿದ್ದ ಕತ್ತಿಯನ್ನು ತೆಗೆದುಕೊಂಡು ತಲೆದಂಡವನ್ನು ಕೊಟ್ಟುಬಿಡುವುದೆಂದೇ ನಿರ್ಧರಿಸಿಬಿಟ್ಟ. ಆ ಕ್ಷಣದಲ್ಲಿ ಜಗದಂಬೆಯ ದರ್ಶನವಾಗಿಬಿಟ್ಟಿತು. ಈ ದಿವ್ಯಜ್ಯೋತಿಯ ಸಾಗರ ಗದಾಧರನನ್ನು ಮುಳುಗಿಸಿ ತೇಲಿಸಿಬಿಟ್ಟಿತು. ಈಗ ಗದಾಧರನನ್ನು ಶ್ರೀರಾಮಕೃಷ್ಣರನ್ನಾಗಿಸಿದ ಜಗನ್ಮಾತೆಯೇ ಅವರ ಯೋಗಕ್ಷೇಮವನ್ನೂ ವಹಿಸಿಕೊಂಡಂತಾಯಿತು. ಹಾಗೆಯೇ ಆಕೆ ಅವರನ್ನು ಜಗತ್ಕಲ್ಯಾಣ ಕಾರ್ಯಕ್ಕೆ ಅಣಿಗೊಳಿಸತೊಡಗಿದಳು.

ಈ ಮಧ್ಯೆ ಶ್ರೀರಾಮಕೃಷ್ಣರಿಗೆ ಅವರ 23ನೇ ವರ್ಷದಲ್ಲಿ ಜಯರಾಮವಟಿ ಗ್ರಾಮದ ಮುಗ್ಧ ಬಾಲಿಕೆ ಶ್ರೀಶಾರದಾ ದೇವಿಯವರೊಂದಿಗೆ ಮಂಗಳಕರ ಮದುವೆ ನೆರವೇರಿತ್ತು. 1833ರ ಮೇ 25ರಂದು ಫಲಹಾರಿಣೀ ಕಾಳೀಪೂಜೆಯ ಪವಿತ್ರ ದಿನ. ಶಾರದಾ ದೇವಿಯವರನ್ನೂ ದೇವೀಪೀಠದಲ್ಲಿ ಕೂರಿಸಿದರು. ಷೋಡಶ ಪೂಜೆಗೈದರು. ಈರ್ವರೂ ಸಹಜ ಸಮಾಧಿಸ್ಥಿತಿಯನ್ನು ಹೊಂದಿದರು. ಆತ್ಮೈಕ್ಯ ಭಾವಸಾಗರದಲ್ಲಿ ಮುಳುಗಿದರು. ಕಾಮಾರಪುಕುರದಲ್ಲಿ ಗದಾಧರನಾಗಿ ಹುಟ್ಟಿ, ದಕ್ಷಿಣೇಶ್ವರ ಮಹಾಕಾಳೀ ಮಾತೆಯ ಮಡಿಲಲ್ಲಿ ಶ್ರೀರಾಮಕೃಷ್ಣರಾಗಿ, ಪರಮಹಂಸತ್ವದ ಪರಾಕಾಷ್ಠೆಯನ್ನು ಪಡೆದರು. ಅವರ ಹೃದಯದ ಕಳಸವೀಗ ಸರ್ವಧರ್ಮದ ಸಾರ ತುಂಬಿ ತುಳುಕಲು ಸಿದ್ಧವಾಗಿತ್ತು. ಈ ಸರ್ವಧರ್ಮದ ಸಾರವನ್ನು ದೇಶವಿದೇಶಗಳಲ್ಲಿ ಪ್ರಚಾರ ಮಾಡುವಂಥ ಸತ್ಪಾತ್ರರಿಗಾಗಿ ಅವರು ಕಾತರದಿಂದ ಕಾಯುತ್ತಿದ್ದರು. ಅಂಥ ಸಂದರ್ಭದಲ್ಲಿ ನರೇಂದ್ರನಾಥ ದತ್ತನ ಆಗಮನವಾಯಿತು.

3. ಮಹಾಸಂಗಮ

ಶ್ರೀರಾಮಕೃಷ್ಣರು ಸನಾತನ ಧರ್ಮದ ಋಷಿ ಪರಂಪರೆಯ ಸಾಕಾರಮೂರ್ತಿ. ಇವರ ಬಳಿಗೆ ನರೇನ್ ಮತ್ತು ಅವನ ಗೆಳೆಯರಲ್ಲಿ ಕೆಲವರು ಬರಲಾರಂಭಿಸಿದರು. ಬಹುಮಟ್ಟಿಗೆ ಅವರೆಲ್ಲರೂ ಪಡುವಣ ರೀತಿಯ ವಿದ್ಯಾಭ್ಯಾಸಕ್ಕೆ ತೆರೆದುಕೊಂಡಿದ್ದರು. ನರೇನ್ ಮತ್ತು ಅವನ ತರುಣ ಮಿತ್ರರು ಬ್ರಹ್ಮಸಮಾಜದ ಸದಸ್ಯತ್ವವನ್ನೂ ಹೊಂದಿದವರಾಗಿದ್ದರು.

ನರೇನನು ಶ್ರೀರಾಮಕೃಷ್ಣರ ಹೆಸರನ್ನು ಮೊದಲು ಕೇಳಿದ್ದು ಕಾಲೇಜಿನ ಪ್ರಿನ್ಸಿಪಲ್ ಹೇಸ್ಟಿಯವರಿಂದ. ಅವರು ಶ್ರೀರಾಮಕೃಷ್ಣರ ಮೊದಲ ನೋಟದ ಭಕ್ತರಾಗಿದ್ದರು.

ನರೇನನಿಗೆ ಆಧ್ಯಾತ್ಮ ಸಾಧನೆಯಲ್ಲಿ ತೀವ್ರ ಆಸಕ್ತಿಯಿದ್ದುದನ್ನು ಅರಿತಿದ್ದ ಅವನ ಬಂಧುವಾಗಿದ್ದ ರಾಮಚಂದ್ರ ದತ್ತ ಎಂಬವನು ಶ್ರೀರಾಮಕೃಷ್ಣರ ಬಳಿ

ಹೋಗಲು ಸೂಚಿಸಿದರು. ಕೂಡಲೇ ಒಬ್ಬಿಬ್ಬರು ಗೆಳೆಯರನ್ನು ಕೂಡಿಕೊಂಡು ದಕ್ಷಿಣೇಶ್ವರಕ್ಕೆ ಧಾವಿಸಿದ. ಶ್ರೀರಾಮಕೃಷ್ಣರು ನರೇನನಿಗೆ ಹಾಸಿದ್ದ ಚಾಪೆಯ ಮೇಲೆ ಕೂರಲು ಹೇಳಿ ಸೌಜನ್ಯದ ಒಂದೆರಡು ಮಾತುಗಳನ್ನಾಡಿದರು. ಆಮೇಲೆ ಒಂದು ಹಾಡನ್ನು ಹೇಳು ಎಂದರು. ಆಗ ನರೇನನು ಹಾಡಿದ್ದು ಒಂದು ಬಂಗಾಳಿ ಹಾಡು. ಆ ಹಾಡಿನ ಮೊದಲ ಸಾಲಿನ ಅರ್ಥ ಹೀಗಿತ್ತು. 'ನಡೆಯಿರೋ ಹೋಗೋಣ ನಮ್ಮ ನೆಲೆಗೆ! ಎಲ್ಲಿಂದ ಬಂದವೋ ಅತ್ತ ಕಡೆಗೆ!'.

ನರೇನನ ಇನಿದನಿಯ ಭಾವಪೂರ್ಣ ಲಹರಿ ಶ್ರೀರಾಮಕೃಷ್ಣರ ಕಿವಿ ಹೊಕ್ಕಂತೆಯೇ ಅವರು ಭಾವಸಮಾಧಿ ಹೊಂದಿಬಿಟ್ಟರು. ಅನಂತರ ಅವನನ್ನೂ ಇನ್ನೊಂದು ಕೊಠಡಿಗೆ ಕರೆದೊಯ್ದು ಏಕಾಂತವಾಗಿ ಮಾತಿಗಿಳಿದರು: ಏಕಿಷ್ಟು ತಡಮಾಡಿ ಬಂದೆ ಮಗು? ಇಲ್ಲಿಯ ತನಕ ನೆನಪಾಗಲಿಲ್ಲವೇ? ಯಾರು ಯಾರೋ ಬಂದು ಆಡುವ ಕೆಲಸಕ್ಕೆ ಬಾರದ ಮಾತುಗಳನ್ನು ಕೇಳಿ ಸಾಕಾಗಿ ಹೋಗಿದೆ. ನನ್ನಲ್ಲಿ ಕೂಡಿಟ್ಟುಕೊಂಡಿರುವ ಅಮೃತಬಿಂದುಗಳನ್ನು ಕೊಡಲಾಗದೆ ಕಂಗೆಟ್ಟಿದ್ದೇನೆ' ಎಂದು ಹೇಳುತ್ತಾ ಕಂಬನಿಗರೆದರು. ಅವರ ವರ್ತನೆ ನೋಡಿದ ನರೇಂದ್ರನಾಥ ಮೂಕವಿಸ್ಮಿತನಾಗಿ ನಿಂತುಬಿಟ್ಟ. ಅವನಿಗೆ ಇವರಿಗೇನಾದರೂ ಹುಚ್ಚು ಹಿಡಿದಿದೆಯೇ ಎಂದು ಕೂಡ ಅನ್ನಿಸಿದ್ದುಂಟು. ಆಮೇಲೆ ಶ್ರೀರಾಮಕೃಷ್ಣರು ಒಂದಷ್ಟು ಸಿಹಿತಿಂಡಿಗಳನ್ನು ತಾವೇ ಕೈಯಾರೆ ತಿನಿಸಿದರು. ಕೈಹಿಡಿದುಕೊಂಡು, 'ಇನ್ನೊಮ್ಮೆ ಬಾ' ಒಬ್ಬನೆ ಬರಬೇಕು; ಎಂದು ಭಾವಪೂರ್ಣವಾಗಿ, ಒತ್ತಾಯಪೂರ್ವಕವಾಗಿ ಕೇಳಿಕೊಂಡರು. 'ಆಗಲಿ ಬರುತ್ತೇನೆ' ಎಂದು ಹೇಳಿದ ನರೇನ್.

ಇನ್ನೊಂದು ದಿನ ನರೇನ್ ಶ್ರೀರಾಮಕೃಷ್ಣರನ್ನು ಕಂಡಾಗ, ಅವನಲ್ಲಿ ಒಳಗೊಳಗೆ ಕಾಡುತ್ತಿದ್ದ ಪ್ರಶ್ನೆ ಮೇಲೆದ್ದು ಬಂತು. 'ಮಹಾಶಯರೇ, ತಾವು ಭಗವಂತನನ್ನು ಕಂಡಿದ್ದೀರಾ?' ಎಂದು ಕೇಳಿದ. ಥಟ್ಟನೆ ಉತ್ತರ ಬಂತು ಬಾಣದಂತೆ: ಹೌದಪ್ಪಾ, ಕಂಡಿದ್ದೇನೆ. ಎಷ್ಟು ಸ್ಪಷ್ಟ ಅಂತಿಯಾ? ಈಗ ನಿನ್ನನ್ನು ಹೇಗೆ ನೋಡುತ್ತಿದ್ದೆನೋ ಇದಕ್ಕಿಂತಲೂ ಹೆಚ್ಚು ಸ್ಪಷ್ಟವಾಗಿ. ನೀನೂ ನೋಡಬಹುದು. ಅವನ ಜೊತೆ ನಾನು ನೀನು ಮಾತನಾಡುತ್ತಿರುವಂತೆ ಮಾತಾಡಬಹುದು. ಜನರಿಗೆ ದೇವರು ಬೇಕಾಗಿದ್ದಾನೆಯೇ? ಅವನು ಬೇಕೆಂದು ಕೊಡಗಟ್ಟಲೆ ಕಣ್ಣೀರ್ಗರೆಯುತ್ತಾರೆಯೇ ಅವರು? ದೇವಾ, ನಿನ್ನ ದರ್ಶನವಾದರೆ ಸಾಕೆನಗೆ ಎಂದು ತೀವ್ರ ವ್ಯಾಕ್ಯಲತೆಯಿಂದ ಮೊರೆಯಿಡುವವರಾರು?

ಈಗ ನರೇಶನಿಗೆ ತನ್ನ ನಿಜ ಗುರಿಯತ್ತ ಮುನ್ನಡೆಸುವ ಗುರುವಿನ ದರ್ಶನವಾಯಿತು. ಹೀಗೆ ಸಿದ್ಧಗುರುವಿನ, ಸಾಧಕಶಿಷ್ಯರ ಹೃದಯಗಳ ಮೊದಲ ಮಿಲನವಾಯಿತು. ಮೊದಲು ಶ್ರೀರಾಮಕೃಷ್ಣರ ಶಿಶುಸಹಜ ಮುಗ್ಧತೆಯಿಂದ, ಸರಳ, ಸಹಜ ಹಾಗೂ ಅನುಭವದ ಮಾತುಗಳಿಂದ

ಪ್ರಭಾವಿತನಾಗಿದ್ದ ನರೇಂದ್ರನಿಗೆ ಅವರ ಕೆಲವು ವಿಚಿತ್ರ ನಡೆವಳಿಕೆಯನ್ನೂ ಒಮ್ಮೊಮ್ಮೆ ವ್ಯಾಖ್ಯಾನಕ್ಕೆ ನಿಲುಕದ ವಾಕ್ಯಸರಣಿಯನ್ನೂ ನೋಡಿದಾಗ ಅವರು ಅರೆಹುಚ್ಚರೇ ಎಂದು ಅನ್ನಿಸಿದ್ದುಂಟು. ಆದರೆ ಅವರನ್ನೊಮ್ಮೆ ನೋಡಿದ್ದೆ. ಮತ್ತೆ ಮತ್ತೆ ನೋಡಬೇಕೆನಿಸಿ, ಮನಸ್ಸು ಗೊಂದಲಕ್ಕೆ ಒಳಗಾಗುತ್ತಿತ್ತು. ಮೂರು ಸಲ ಭೇಟಿಯಾಯಿತು. ಆಮೇಲೆ ತಿರುಗಿ ನೋಡಲಿಲ್ಲ. ಅವಮಾನ ಮಾಯವಾಯಿತು. ಶ್ರೀರಾಮಕೃಷ್ಣರೇ ತನ್ನ ಶ್ರೀಗುರುಮಹಾರಾಜರೆಂದು ದೃಢವಾಗಿ ನಿಶ್ಚಯಿಸಿದ. ಆದರೂ ತಾನು ಅದುವರೆಗೂ ಬುದ್ಧಿಪೂರ್ವಕವಾಗಿ ಅನುಸರಿಸಿಕೊಂಡು ಬಂದಿದ್ದ ವಿಚಾರಶೀಲತೆ ಅವರು ಹೇಳಿದ್ದನ್ನೆಲ್ಲ ಕಣ್ಮುಚ್ಚಿ ಒಪ್ಪಿಕೊಂಡುಬಿಡುವಂತೆ ಮಾಡುತ್ತಿರಲಿಲ್ಲ. ಸಮಯ ಬಂದಾಗಲೆಲ್ಲ ಬೇರೆ ಬೇರೆ ರೀತಿ ಪರೀಕ್ಷಿಸಿ ನೋಡಲೂ ಹಿಂಜರಿಯುತ್ತಿರಲಿಲ್ಲ. ಬಾಲ್ಯದಿಂದಲೇ ಅವನು ಧ್ಯಾನಲೀನನಾಗಿದ್ದನಷ್ಟೆ. ಹಾಗೆ ಧ್ಯಾನಲೀನವಾಗಿದ್ದಾಗ ದಿನವೂ ಅವನಿಗೆ ಜ್ಯೋತಿಯೊಂದರ ದರ್ಶನವಾಗುತ್ತಿತ್ತು.

ನರೇಂದ್ರನು ಸಾಧನಾಪರ್ವದಲ್ಲಿಯೂ ಕಾಲೇಜಿನ ವ್ಯಾಸಂಗದಲ್ಲಿಯೂ ಸಮರ್ಥವಾಗಿ ಮುಂದುವರಿಯುತ್ತಿದ್ದ. 1881ರಲ್ಲಿ ಎಫ್.ಎ. ಪರೀಕ್ಷೆ ಮುಗಿಯುತ್ತಿದ್ದಂತೆಯೇ ಪಾಶ್ಚಿಮಾತ್ಯ ತತ್ತ್ವಶಾಸ್ತ್ರ, ವಿಜ್ಞಾನ, ಮನಃಶಾಸ್ತ್ರ ಇವುಗಳೆಲ್ಲದರ ತಲಸ್ಪರ್ಶಿ ಅಧ್ಯಯನ ಕೈಗೊಂಡುದಲ್ಲದೆ ಶಾರೀರಿಕ ವ್ಯಾಪಾರವನ್ನು ವ್ಯಾಪಕವಾಗಿ ತಿಳಿದುಕೊಳ್ಳಬೇಕೆಂದು ವೈದ್ಯವಿಜ್ಞಾನದ ಪ್ರಾಧ್ಯಾಪಕರೊಂದಿಗೆ ವಿಚಾರವಿನಿಮಯವನ್ನೂ ಮಾಡಿಕೊಳ್ಳತೊಡಗಿದ. ಇವೆಲ್ಲವುಗಳ ಯಥಾರ್ಥ ಜ್ಞಾನವನ್ನು ಪಡೆದುಕೊಳ್ಳುತ್ತಿದ್ದಂತೆಯೇ, ಜ್ಞಾನೇಂದ್ರಿಯ, ಕರ್ಮೇಂದ್ರಿಯಗಳ ಮೂಲಕ ಈ ಬ್ರಹ್ಮಾಂಡದ ರಹಸ್ಯವನ್ನು ತಿಳಿಯಲು ಸಾಧ್ಯವಿಲ್ಲವೆಂಬ ನಿರ್ಣಯಕ್ಕೂ ಬಂದ. ಇದೀಗ ಅವನಿಗೆ ಶ್ರೀರಾಮಕೃಷ್ಣರ ಸತ್ಸಂಗ, ಸಕಾಲಿಕ ಮಾರ್ಗದರ್ಶನ, ಅವರ ಬಳಿ ಬರುತ್ತಿದ್ದ ಕಿರಿಯರ ತಂಡ ಮತ್ತು ಹಿರಿಯರೊಡನೆಯೂ ಮಾತುಕತೆ, ಚರ್ಚೆಗಳು ಉದ್ಬೋಧಕವಾಗಿಯೂ ಉಪಯುಕ್ತವಾಗಿಯೂ ಇದ್ದುವು.

ನರೇಂದ್ರನು ಬಾಲ್ಯದಿಂದಲೇ ಧ್ಯಾನಸಿದ್ಧನಾಗಿದ್ದನಲ್ಲವೆ? ಈಗ ಧ್ಯಾನಕ್ಕೊಂದು ಹೊಸ ಆಯಾಮವೂ ದೊರೆತಂತಾಯಿತು. ಧ್ಯಾನಚಿಂತನೆ ಬೇರೆ ಬೇರೆ ಸ್ವರೂಪ ಪಡೆಯುತ್ತಿತ್ತು. ಧ್ಯಾನಾವಸ್ಥೆ ಮನೋಮಯ ಕೋಶವನ್ನು ಮೀರಿ ಹೋಗುತ್ತಿತ್ತು. ವೈವಿಧ್ಯಮಯ ದರ್ಶನಗಳಾಗುತ್ತಿದ್ದವು. ಇವೆಲ್ಲವುಗಳ ಫಲವಾಗಿ ಪ್ರಖರ ಜ್ಞಾನದ ಕಾರುಣ್ಯ ಮೂರ್ತಿಯಾಗಿ ರೂಪುಗೊಳ್ಳುತ್ತಿದ್ದ. ಈ ದಿಸೆಯಲ್ಲಿ ಅವನು ತನ್ನ ಪರಮಗುರು ನಿರ್ವಹಿಸಿದ ಪಾತ್ರ ಮುಂದೊಂದು ಸಂದರ್ಭದಲ್ಲಿ ಹೀಗೆ ಹೇಳಿದ್ದುಂಟು. 'ಶ್ರೀರಾಮಕೃಷ್ಣರೊಡನೆ ಎಷ್ಟು ಆನಂದದಿಂದ ದಿನ ಕಳೆದೆನೆಂದು ತಿಳಿಸಿಕೊಡುವುದು ದುಸ್ತರ. ಆಟ, ಹಾಸ್ಯ

ಮುಂತಾದ ದೈನಂದಿನ ಸಾಮಾನ್ಯ ಕ್ರಿಯೆಗಳ ಮೂಲಕವೂ ನಿರಂತರವಾಗಿ ಉತ್ತಮ ಶಿಕ್ಷಣವನ್ನು ನೀಡುತ್ತ ನಮಗರಿವಿಲ್ಲದಂತೆಯೇ ಆಧ್ಯಾತ್ಮಿಕ ಜೀವನವನ್ನು ರೂಪಿಸಿದರು. ಈಗ ಅದನ್ನು ನೆನೆಸಿಕೊಂಡರೆ ನನ್ನ ಆಶ್ಚರ್ಯಕ್ಕೆ ಮಿತಿಯೇ ಇಲ್ಲ'.

ಒಂದು ಮಧ್ಯರಾತ್ರಿಯ ಹೊತ್ತಿಗೆ ವಿಶ್ವನಾಥ ದತ್ತರು ವಿಧಿವಶರಾದರು. ಸಂಸಾರ ಸಾಲದ ಸುಳಿಯಲ್ಲಿ ಸಿಲುಕಿತು. ಮನೆಯಲ್ಲಿ ತಾಯಿ, ಅಕ್ಕತಂಗಿಯರು ಸೇರಿ ಏಳೆಂಟು ಮಂದಿಯ ಬಾಳನೌಕೆ ಸಾಗಬೇಕು. ಸೂತಕ ಮುಗಿಯುವ ಮುನ್ನವೇ ನರೇನ್ ಕೆಲಸದ ಬೇಟೆ ಪ್ರಾರಂಭಿಸಿದ. ಸುಮ್ಮನೆ ಅಲೆಯುವುದಾಯಿತು. ಉದ್ಯೋಗ ದೊರಕುವ ಸೂಚನೆ ಕಂಡುಬರಲಿಲ್ಲ. ಇಷ್ಟಾದರೂ ಅವನಿಗೆ ಭಗವಂತನಲ್ಲಿದ್ದ ದೃಢವಿಶ್ವಾಸ ಸಡಿಲಗೊಳ್ಳಲಿಲ್ಲ. ಒಂದೆರಡು ಸಿರಿವಂತ ಮನೆತನದವರಿಂದ, ವಿಲಾಸಿ ಹೆಣ್ಣುಗಳಿಂದ ಮದುವೆಗೆ ಪ್ರಸ್ತಾಪದ ಕರೆ ಬಂದರೂ ಅವನು ಆಸ್ತಿಪಾಸ್ತಿಯ, ದೈಹಿಕ ಆಕರ್ಷಣೆಯ ಯಾವ ಮೋಹಕ ಬಲೆಗೂ ಬೀಳಲಿಲ್ಲ. ನಿರುದ್ಯೋಗದಿಂದಾಗಿ ಮನೆಯವರ ಸಂಕಟ, ಹಸಿದ ಹೊಟ್ಟೆಯಿಂದಲೇ ಅಲೆದಾಟ ಇವುಗಳಿಂದ ಒಮ್ಮೊಮ್ಮೆ ಕಂಗೆಟ್ಟು ದೇವರ ಅಸ್ತಿತ್ತ್ವದಲ್ಲಿ ನಂಬಿಕೆ ಕಳೆದುಕೊಳ್ಳುತ್ತಿದ್ದುದುಂಟು. ಆಗಾಗ ದೇವರನ್ನು ನಂಬಿ ಪೂಜೆ ಪುರಸ್ಕಾರಗಳನ್ನು ಮಾಡುವುದೇ ವ್ಯರ್ಥವೆಂದು ಬಡಬಡಿಸುತ್ತಿದ್ದ. ಇದರಲ್ಲಿ ಮುಳುಗಿ ಒದ್ದಾಡುವುದು ಬೇಡ ಎನ್ನಿಸಿತು. ಮನೆತೊರೆದು ಹೊರಟು ಬಿಡುವ ನಿರ್ಧಾರಕ್ಕೆ ಬಂದು, ಅದರತ್ತ ಸಿದ್ಧತೆ ಮಾಡಿಕೊಳ್ಳತೊಡಗಿದ. ಆದರೆ ಇದಕ್ಕೆ ಶ್ರೀರಾಮಕೃಷ್ಣರ ಅನುಮತಿಯಿರಲಿಲ್ಲ. 'ನರೇಂದ್ರ, ನೀನು ಹುಟ್ಟಿ ಬಂದಿರುವುದು ಪ್ರಾಪಂಚಿಕ ಸುಖವನ್ನು ಅನುಭವಿಸುವುದಕ್ಕಲ್ಲ; ನೀನು ಜೀವನದ, ಈ ಜಗತ್ತಿನ ಕಲ್ಯಾಣಕ್ಕಾಗಿ ಮೀಸಲಾಗಿರುವವನು; ನಾನು ಬದುಕಿರುವವರೆಗೂ ನನಗಾಗಿ ನೀನು ಮನೆಯನ್ನು ತೊರೆಯಬಾರದು' ಎಂದು ಅನುನಯದ ಮಾತುಗಳನ್ನಾಡಿ ಅವನನ್ನು ಒಪ್ಪಿಸಿದನು.

ಒಂದೆರಡು ದಿನದಲ್ಲಿ ನರೇಂದ್ರನಿಗೆ ಉದ್ಯೋಗವೊಂದು ದೊರೆತು, ಮನೆಯ ಕನಿಷ್ಠ ಅಗತ್ಯಗಳಿಗೆ ಸಾಕಾಗುವಷ್ಟು ಆದಾಯ ಬರುವಂತಾಯಿತು. ಈಗ ಅವನಿಗೊಂದು ಆಲೋಚನೆ ಬಂತು. ತನ್ನ ಮನೆಯ ಪರಿಸ್ಥಿತಿಯನ್ನು ಅರಿತಿರುವ ಶ್ರೀರಾಮಕೃಷ್ಣರು ಕಾಳೀಮಾತೆಯನ್ನು ಪ್ರಾರ್ಥಿಸಿ ಮನೆಯಲ್ಲಿ ಮುಂದೆಂದೂ ಅಗತ್ಯಗಳಿಗೆ ಕೊರತೆಯಾಗದಂತೆ ನೋಡಿಕೊಳ್ಳುವಂತೆ ಯಾಕೆ ಹೇಳಬಾರದು ಅಂತ ಶ್ರೀರಾಮಕೃಷ್ಣರನ್ನು ಕೇಳಿಕೊಂಡ. ಅದಕ್ಕವರು, 'ನಾನು ಹಾಗೆ ಪ್ರಾರ್ಥಿಸಲಾಗುವುದಿಲ್ಲ. ನೀನೇ ಏಕೆ ತಾಯಿಯಲ್ಲಿ ಪ್ರಾರ್ಥಿಸಬಾರದು?' ಎಂದು ಹೇಳಿದರು. ಜೊತೆಗೆ, 'ನೀನು ಇದುವರೆಗೂ ಜಗನ್ಮಾತೆಯ ಅಸ್ತಿತ್ವವನ್ನು ಒಪ್ಪಿಕೊಂಡಿಲ್ಲ. ಅದೇ ನಿನ್ನ ಕಷ್ಟಕ್ಕೆಲ್ಲ ಕಾರಣ. ಕಷ್ಟ ನಿವಾರಣೆಯಾಗಬೇಕಾದರೆ

ನೀನೇ ಪ್ರಾರ್ಥಿಸಬೇಕು. ಈ ಜಗತ್ತಿನ ಸೃಷ್ಟಿಕರ್ತೆಯಾಗಿರುವ ಆಕೆ ನಿಜಕ್ಕೂ ನಿನ್ನ ಅಪೇಕ್ಷೆಯನ್ನು ಪೂರೈಸುತ್ತಾಳೆ' ಎಂದೂ ತಿಳಿಹೇಳಿದರು. ಹಾಗೆ ಹೇಳಿದವರೇ ಅದೇ ರಾತ್ರಿ ಕಾಳೀಗುಡಿಗೆ ಹೋಗುವಂತೆ ಅವನಿಗೆ ಸೂಚಿಸಿದರು. ಅದರಂತೆ ನರೇನ್ ಕಾಳೀ ದೇಗುಲದ ಗರ್ಭಗುಡಿಯನ್ನು ಪ್ರವೇಶಿಸಿದ. ದೇವಿಯ ಮುಂದೆ ಅಂಜಲೀ ಬದ್ಧನಾಗಿ ನಿಂತುಕೊಂಡು ಅದುವರೆಗೂ ಅವನು ವಿರೋಧಿಸುತ್ತಿದ್ದ ವಿಗ್ರಹಾರಾಧನೆಯಲ್ಲಿ ಇದ್ದಕ್ಕಿದ್ದಂತೆ ನಂಬಿಕೆ ಹುಟ್ಟಿತು. ತಾಯಿ ಪ್ರಸನ್ನವದನಳಾಗಿ ಅಭಯಹಸ್ತ ನೀಡುತ್ತ ಪ್ರತ್ಯಕ್ಷಳಾದಳು. ಆನಂದ ತುಂದಿಲನಾದ ನರೇನ್ ಜ್ಞಾನ ಭಕ್ತಿ ವೈರಾಗ್ಯವನ್ನು ಕರುಣಿಸೆಂದು ಕೇಳಲಿಕ್ಕಷ್ಟೇ ಸಾಧ್ಯವಾಯಿತು. ಶ್ರೀರಾಮಕೃಷ್ಣರು ಮತ್ತೆರಡು ಸಲ ತಾಯಿಯನ್ನು ಪ್ರಾರ್ಥಿಸುವಂತೆ ಹೇಳಿದರು. ಮತ್ತೆರಡು ಸಲವೂ ಮೊದಲಿನ ಪುನರಾವರ್ತನೆಯೇ. ನರೇನ್ ಹತಾಶನಾಗಿ ಮತ್ತೆ ಶ್ರೀರಾಮಕೃಷ್ಣರಿಗೆ ಮೊರೆಹೋದ. ತನ್ನ ಮನೆಯವರಿಗೆ ಏನೂ ಕೊರತೆಯಾಗದಂತೆ ನೋಡಿಕೊಳ್ಳಬೇಕೆಂದು ಕಾಳೀಮಾತೆಯನ್ನು ಕೇಳಿಕೊಂಡ. ಅವಳ ಹೃದಯ ಕರಗದಿದ್ದೀತೆ? ತಾಯಿ ಅನುಗ್ರಹಿಸಿದಳು.

ಶ್ರೀ ಈಶ್ವರಚಂದ್ರ ವಿದ್ಯಾಸಾಗರರು ಶ್ರೀರಾಮಕೃಷ್ಣರ ಅಭಿಮಾನಿಯಾಗಿದ್ದರು. ಕೋಲ್ಕತ್ತದಲ್ಲಿ ಅವರು ಆಗಷ್ಟೇ ಸ್ಥಾಪಿಸಿದ್ದ ಮೆಟ್ರೋಪಾಲಿಟನ್ ವಿದ್ಯಾಲಯದ ಒಂದು ಹೊಸ ಶಾಖೆಯನ್ನು ತೆರೆದಿದ್ದರು. ಅವರ ಶಿಫಾರಸಿನಂತೆ 1885ರಲ್ಲಿ ನರೇನನಿಗೆ ಶಿಕ್ಷಕ ವೃತ್ತಿ ಲಭಿಸಿತು. ಅದರಿಂದ ಅವನ ಮನೆಯ ಸ್ಥಿತಿ ಉತ್ತಮವಾಗತೊಡಗಿತು.

ಶ್ರೀರಾಮಕೃಷ್ಣರು ನರೇನನನ್ನು ಜ್ಞಾನ-ಶಕ್ತಿ-ಕರ್ಮಯೋಗಗಳಲ್ಲಿ ಸಾಧನೆಗೆ ತೊಡಗಿಸಿದರು. ಅವರು ಕತೆಗಳನ್ನು ಹೇಳುವ ಮೂಲಕ, ಪರಿಹಾಸ್ಯ ಮಾಡುವ ಮೂಲಕ ಕಲಿಯುಗದಲ್ಲಿ ನಾರದೀಯ ಭಕ್ತಿಯೇ ಉತ್ತಮ ಮಾರ್ಗವೆಂದು ತಿಳಿಸಿದರು. ಜನರು ಅನ್ನಗತ ಪ್ರಾಣರು. ಅಲ್ಪಾಯುಗಳು ಮತ್ತು ದುರ್ಬಲರು. ಹಾಗಾಗಿ ಸಾಮಾನ್ಯ ಜನರಿಗೆ ಆಧ್ಯಾತ್ಮಿಕ ಸಾಧನೆಗೆ ಸುಲಭ ಮಾರ್ಗ ಭಕ್ತಿಯೆಂದೂ ಹೇಳಿದರು. ಅದೇ ರೀತಿಯಲ್ಲಿ ಜ್ಞಾನಮಾರ್ಗದ ಬಗೆಗೆ ಉಪಯುಕ್ತ ಉಪದೇಶಗಳನ್ನಿತ್ತರು. ಜೊತೆಗೆ ಜ್ಞಾನಮಾರ್ಗದಲ್ಲಿ ಸಾಗಿ, ಜೀವನ್ಮುಕ್ತ ಸ್ಥಿತಿಯಲ್ಲಿರುವ ಬಗೆಯನ್ನು ಸೂಚ್ಯವಾಗಿ ಹೇಳಿದರು.

ಈಗ ನರೇಂದ್ರನಾಥನ ಮನೆಯ ಸ್ಥಿತಿಗತಿ ಸುಧಾರಿಸುತ್ತಿತ್ತು, ನಿಜ. ಅವನು ಪಿತ್ರಾರ್ಜಿತ ಆಸ್ತಿಯ ಮನೆಗಳನ್ನು ಕಳೆದುಕೊಳ್ಳಬೇಕಾಯಿತು. ಅದಕ್ಕೆ ಹೈಕೋರ್ಟಿನಲ್ಲಿ ದಾವೆ ಹೂಡಬೇಕಾಯಿತು. ಕೋರ್ಟಿಗೆ ಅಲೆದಾಟ, ಕಾನೂನು ವ್ಯಾಸಂಗ, ಎಲ್ಲಕ್ಕಿಂತ ಮಿಗಿಲಾಗಿ ಶ್ರೀರಾಮಕೃಷ್ಣರು ಗಂಟಲು ಬೇನೆಯಿಂದ ಬಳಲುತ್ತಿದ್ದರು. ಅವರ ಸೇವೆ ಮಾಡಬೇಕಿತ್ತು. ಇದೆಲ್ಲವನ್ನೂ ನಿಭಾಯಿಸಲು ಸಮಯ ಸಾಲದೇ ನರೇಂದ್ರ ತನ್ನ ಶಿಕ್ಷಕ ವೃತ್ತಿಗೆ ತಿಲಾಂಜಲಿಯಿತ್ತ.

ಶ್ರೀರಾಮಕೃಷ್ಣರನ್ನು ಚಿಕಿತ್ಸೆಗಾಗಿ, ವಿಶ್ರಾಂತಿಗಾಗಿ ಕೋಲ್ಕತ್ತದ ಸಮೀಪದ ತೋಟದ ಮನೆಯೊಂದಕ್ಕೆ ಕರೆತರಲಾಯಿತು. ಇವು ಶ್ರೀರಾಮಕೃಷ್ಣರ ಕೊನೆಯ ದಿನಗಳು.

ಅದೇ ಅವಧಿಯಲ್ಲಿ ಗಮನಾರ್ಹ ಸಂಗತಿಯೊಂದು ನಡೆಯಿತು. ಅವರ ನಾಲ್ಕೈದು ಮಿತ್ರರು ಕೂಡ ಎಚ್ಚರವಾಗಿಯೇ ಇದ್ದರು. ಎಲ್ಲರೂ ಪರಸ್ಪರ ಮಾತನಾಡುತ್ತ ತೋಟದಲ್ಲಿ ಸ್ವಲ್ಪಹೊತ್ತು ಅಡ್ಡಾಡಲೆಂದು ಹೋದರು. ನರೇಂದ್ರನಿಗೆ ಶ್ರೀರಾಮಕೃಷ್ಣರು ಇನ್ನೇನು ದೇಹತ್ಯಾಗ ಮಾಡಿಬಿಡಬಹುದೆಂದೂ ಇರುವ ಅಲ್ಪ ಸಮಯವನ್ನು ತೀವ್ರ ಸಾಧನೆಗಾಗಿ ಸದುಪಯೋಗಪಡಿಸಿಕೊಳ್ಳಬೇಕೆಂದು ಅನ್ನಿಸಿತು.

ಶುಭಸ್ಯ ಶೀಘ್ರಮ್ ಎಂದುಕೊಂಡ ಅವನು ಆ ದೆಸೆಯಲ್ಲಿ ತನಗನಿಸಿದ್ದನ್ನು ಮಿತ್ರರಿಗೆ ಹೇಳಿ ತನಗೆ ಹೊಳೆದ ಉಪಾಯವನ್ನು ತಿಳಿಸಿದ. ಸನಿಹದಲ್ಲೇ ಒಂದು ಮರವೂ ಇತ್ತು. ಹುಲ್ಲಿನ ರಾಶಿಗೆ ಬೆಂಕಿಹಚ್ಚಿ, ಅಂದರೆ ಧುನಿಹಚ್ಚಿ, ಕಟ್ಟಿಗೆಗಳನ್ನು ಆಹುತಿಯಾಗಿ ನೀಡುತ್ತ ತಮ್ಮಲ್ಲಿ ಮನೆಮಾಡಿದ್ದ ಆಸೆಗಳನ್ನು ಆಹುತಿಯಾಗಿ ಅರ್ಪಿಸುತ್ತಿದ್ದೇವೆಂದು ಸಂಕಲ್ಪಿಸಿದರು. ಆಗವರ ಆನಂದಕ್ಕೆ ಪಾರವೇ ಇರಲಿಲ್ಲ. ಭಗವತ್ಸ್ವರೂಪಿ ಗುರುವರ್ಯರ ಸಾಮೀಪ್ಯದಲ್ಲಿ ಅವರೆಲ್ಲರೂ ಅಗ್ನಿಸಾಕ್ಷಿಯಾಗಿ ಸಂಕಲ್ಪ ತೊಟ್ಟಿದರು.

1886ರ ಆಗಸ್ಟ್ ತಿಂಗಳ 15ನೇ ದಿನಾಂಕ. ಶ್ರೀರಾಮಕೃಷ್ಣ ಪರಮಹಂಸರ ಶರೀರ ಸಚ್ಚಿದಾನಂದಸ್ವರೂಪಿಣಿ ಮಹಾಕಾಳಿ ಮಾತೆಯ ಮಡಿಲು ಸೇರಿತು. ಮಾರನೆಯ ಬೆಳಗ್ಗೆ ಬಂದ ವೈದ್ಯರು ಶ್ರೀರಾಮಕೃಷ್ಣರು ದೇಹತ್ಯಾಗ ಮಾಡಿರುವರೆಂದು ಖಚಿತಪಡಿಸಿದರು. ನರೇಂದ್ರನಾಥ ಮತ್ತು ಇತರ ಗುರುಭಾಯಿಗಳಿಗೆ ಹಾಗೂ ಭಕ್ತ ಸಮೂಹಕ್ಕೆ ದುಃಖವುಮ್ಮಳಿಸಿ ಬಂದು ಎಲ್ಲರ ಕಂಗಳೂ ಕಂಬನಿದುಂಬಿದವು. ಅವರೆಲ್ಲರೂ ಶ್ರೀರಾಮಕೃಷ್ಣರ ಶಿಷ್ಯರಾಗಿದ್ದವರೇ ಅಲ್ಲವೆ? ಸುಮ್ಮನೆ ಅಳುತ್ತ ತಲೆಗೆ ಕೈಹೊತ್ತು ಕುಳಿತುಕೊಳ್ಳಲಿಲ್ಲ. ಪವಿತ್ರ ದೇಹದ ಅಂತ್ಯ ಸಂಸ್ಕಾರಕ್ಕೆ ಅಣಿಯಾದರು. ಶ್ರೀರಾಮಕೃಷ್ಣ ಭಗವಾನರ ದೇಹವನ್ನು ಬಾರಾನಗರದ ಮಸಣಕ್ಕೆ ಕೊಂಡೊಯ್ದರು; ಅಗ್ನಿಸ್ಪರ್ಶ ಮಾಡಿದರು. ಅನಂತರ ಚಿತಾಭಸ್ಮವನ್ನು ಒಂದು ಸಂಪುಟದಲ್ಲಿ ಕಾಪಿಟ್ಟರು. ಶ್ರೀರಾಮಕೃಷ್ಣರ ಪಟ್ಟ ಶಿಷ್ಯರು, ಭಕ್ತರು ತನ್ನ ಜೀವನಾದ್ಯಂತ ಅವರು ಅರುಹಿದ ಮಂತ್ರಮಯ ವಾಕ್ಕುಗಳನ್ನು ಜಗದ ನಾಲ್ಕು ದಿಸೆಗಳಲ್ಲಿ ಪಸರಿಸುವ ವಾಹಕವಾದರು.

4. ಪರಿವ್ರಾಜಕನ ಭಾರತ ಪರ್ಯಟನೆ

ಶ್ರೀರಾಮಕೃಷ್ಣರ ನಿರ್ಯಾಣದ ನಂತರ ಅವರ ಗೃಹಸ್ಥಭಕ್ತರಾಗಿದ್ದ ಬಾಬುರಾಮರ ತಾಯಿ ಈ ಯುವ ಶಿಷ್ಯರನ್ನೆಲ್ಲಾ ತಮ್ಮ ಊರು ಆ್ಯಂಟ್‌ಪುರಕ್ಕೆ

ಕರೆಯಿಸಿಕೊಂಡರು. ಅವರಿಗೆಲ್ಲ ಅಲ್ಲಿಯ ವಾತಾವರಣ ವೈರಾಗ್ಯಕ್ಕೆ ಪೂರಕವಾಗಿತ್ತು. ಒಂದು ದಿನ ಧುನಿ ಹಚ್ಚಿದರು; ತಮ್ಮ ಮುಕ್ತಿಗಾಗಿ ಮತ್ತು ಜಗತ್ತಿನ ಹಿತಕ್ಕಾಗಿ ಸಂನ್ಯಾಸ ವ್ರತ ಸಂಕಲ್ಪ ಕೈಗೊಂಡರು. ಬಾರಾನಗರಕ್ಕೆ ಹಿಂದಿರುಗಿದ ಮೇಲೆ ಒಂದು ದಿನ ವಿರಜಾ ಹೋಮವನ್ನು ಮಾಡಿ ಕ್ರಮಬದ್ಧರಾಗಿ ಸನ್ಯಾಸಾಶ್ರಮ ಸ್ವೀಕರಿಸಿದರು. ಆಗ ನರೇಂದ್ರನಾಥ ತಮ್ಮನ್ನು **ವಿವಿಧೀಶಾನಂದ** ಎಂದು ಕರೆದುಕೊಂಡರು. ಆದರೆ ಆ ಹೆಸರನ್ನವರು ಹೆಚ್ಚಾಗಿ ಉಪಯೋಗಿಸಲಿಲ್ಲ. ಪರಿವ್ರಾಜಕರಾಗಿದ್ದಾಗ ಬಹುಮಟ್ಟಿಗೆ ಅವರು **ಸಚ್ಚಿದಾನಂದ**ರೆಂದು ಮತ್ತು **ವಿವೇಕಾನಂದ**ರೆಂದು ಹೇಳಿಕೊಳ್ಳುತ್ತಿದ್ದರು. ಸರ್ವಧರ್ಮ ಸಮ್ಮೇಳನಕ್ಕಾಗಿ ಅಮೇರಿಕೆಗೆ ಹೊರಡುವ ಮುನ್ನ ಅವರ ಕಟ್ಟಾಭಿಮಾನಿಯೂ ಶಿಷ್ಯರೂ ಆದ **ಖೇತ್ರಿ** ಮಹಾರಾಜರ ಆಶಯದಂತೆ ಅವರು **ವಿವೇಕಾನಂದರೆಂಬ** ಹೆಸರನ್ನು ಬಳಸತೊಡಗಿದರು. ಮುಂದೆ ಸ್ವಾಮಿ ವಿವೇಕಾನಂದರೆಂದೇ ಅವರು ವಿಶ್ವವಿಖ್ಯಾತರಾದರು.

ಬೆಳಗ್ಗೆ ಬ್ರಾಹ್ಮೀ ಮುಹೂರ್ತದಲ್ಲಿ ಮೊದಲಿಗೆ ಏಳುತ್ತಿದ್ದ ನರೇಂದ್ರ ತಮ್ಮ ಕಂಚಿನ ಕಂಠದಿಂದ ಉಪನಿಷದ್ವಾಕ್ಯವೊಂದನ್ನು ಮಧುರವಾಗಿ, ತಾರಸ್ಥಾಯಿಯಲ್ಲಿ ಘೋಷಿಸುತ್ತ ಎಲ್ಲರನ್ನೂ ಎಚ್ಚರಗೊಳಿಸುತ್ತಿದ್ದರು. ಶ್ರೀರಾಮಕೃಷ್ಣರ ಭಾವಚಿತ್ರಕ್ಕೂ ಅವರ ಅವಶೇಷಗಳಿದ್ದ ಸಂಪುಟಕ್ಕೂ ಪೂಜೆ ಸಲ್ಲಿಸಿ ನೈವೇದ್ಯ ಮಂಗಳಾರತಿ ಬೆಳಗಿ, ಸಾಧನಾಮಗ್ನರಾದ ಸತೀರ್ಥರನ್ನೆಲ್ಲ ಬಾಹ್ಯಲೋಕಕ್ಕೆ ಕರೆತಂದು ಪ್ರೀತಿಯಿಂದ ಅವರಿಗೆ ಉಣಬಡಿಸುತ್ತಿದ್ದರು. ಇದೇ ಅವರಿಗೀಗ ಮುಖ್ಯ ಸಾಧನೆ–ತಪಸ್ಸು. ನರೇಂದ್ರನಾಥರು ಈಗ ಹೆಚ್ಚೂಕಡಿಮೆ ಶ್ರೀರಾಮಕೃಷ್ಣರ ಸ್ಥಾನವನ್ನು ತೆಗೆದುಕೊಂಡಿದ್ದರೆಂದರೆ ತಪ್ಪಾಗಲಿಕ್ಕಿಲ್ಲ. ಗುರುಭಾಯಿಗಳ ಸಂದೇಹ ಸಮಸ್ಯೆಗಳನ್ನೆಲ್ಲ ಅವರು ಸಮರ್ಪಕವಾಗಿ ನಿವಾರಿಸಿಬಿಡುತ್ತಿದ್ದರು. ಶ್ರೀ ಗುರುಗಳು ಹೊರೆಸಿದ್ದ ಹೊಣೆಗಾರಿಕೆ ಚಾಚೂ ತಪ್ಪದಂತೆ ನೆರವೇರುತ್ತಿತ್ತು.

ಇಲ್ಲಿಂದಲೆ ಸ್ವಾಮಿ ವಿವೇಕಾನಂದರು ಪರಿವ್ರಾಜಕರಾಗಿ ಭಾರತ ಪರ್ಯಟನೆ ಕೈಗೊಳ್ಳಲು ನಿರ್ಧರಿಸಿದ್ದು. ಹೊರಡುವ ಮೊದಲು ಶ್ರೀಮಾತೆ ಶಾರದಾ ದೇವಿಯವರನ್ನು ದರ್ಶಿಸಿ, ಅವರ ಅನುಗ್ರಹ ಪಡೆದು ಮುನ್ನಡಿಯಿಟ್ಟರು. ಏಕಾಂಗಿಯಾಗಿ ಹೊರಟರೂ ಒಮ್ಮೊಮ್ಮೆ ಒಬ್ಬಿಬ್ಬರು ಗುರುಭಾಯಿಗಳೊಡನೆ ಸಂಚರಿಸುತ್ತಿದ್ದರು. ಸುಮಾರು 1887ರಿಂದ ಭಾರತ ಬಿಟ್ಟು ಅಮೇರಿಕೆಗೆ ತೆರಳುವ ಸಲುವಾಗಿ ಹಡುಗು ಹತ್ತುವವರೆಗೂ ಭರತ ಖಂಡದ ಉತ್ತರದಿಂದ ದಕ್ಷಿಣದವರೆಗೆ ಚುಂಬಕಗಾಳಿಯಂತೆ ಸುತ್ತಾಡಿದರು. ಈ ಪ್ರವಾಸಗಳ ಮಧ್ಯೆ 1889ರ ಬೇಸಿಗೆಯಿಂದ ಒಂದು ವರ್ಷ ಕಾಲ ಬಾರಾನಗರ ಮಠದಲ್ಲೇ ಉಳಿದರು. ಈ ಅವಧಿಯಲ್ಲಿ ಗ್ರಂಥಾಧ್ಯಯನ, ಸತೀರ್ಥರೊಂದಿಗೆ

ಹರಟೆ–ಚರ್ಚೆ, ಅವಶ್ಯಕತೆಯಂತೆ ಅವರುಗಳಿಗೆ ಮಾರ್ಗದರ್ಶನ– ಇವುಗಳಲ್ಲಿ ತಮ್ಮನ್ನು ತೊಡಗಿಸಿಕೊಂಡರು. ಜೊತೆಗೆ ಶ್ರೀರಾಮಕೃಷ್ಣರ ಅಮೃತ ವಾಕ್ಕುಗಳನ್ನು ಮೆಲುಕುಹಾಕುತ್ತ ಧ್ಯಾನಾನುಸಂಧಾನ ತಪಸ್ಸುಗಳಲ್ಲಿ ತಲ್ಲೀನರಾಗುತ್ತಿದ್ದರು. ಆಮೇಲೆ ಪುನಃ ಜಂಗಮತ್ವ, ಇದು ಬಹುಮಟ್ಟಿಗೆ ಸ್ವಾಮೀಜಿಯವರು ಮಹಾಸಮಾಧಿಯಾಗುವವರೆಗೂ ಮುಂದುವರೆಯಿತು. ಇಲ್ಲಿ ಹಲವು ಘಟ್ಟಗಳನ್ನು ಗುರುತಿಸಬಹುದು. ಮೊದಲ ಘಟ್ಟ ಉತ್ತರದಿಂದ ದಕ್ಷಿಣ ತುದಿಯವರೆಗಿನ ಕನ್ಯಾಕುಮಾರಿಯವರೆಗೆ. ಎರಡನೆಯದು ಮೊದಲ ವಿದೇಶಯಾತ್ರೆ. ಮೂರನೆಯದು ವಿದೇಶದಿಂದ ಸ್ವದೇಶಕ್ಕೆ ಮರಳಿ "ಕೊಲಂಬೋದಿಂದ ಆಲ್ಮೋರಕೆ' ಎಂದು ಹೆಸರಾಗಿರುವ ವಿಶ್ವವಂದ್ಯ ವಿವೇಕಾನಂದರ ವಿಜಯೋತ್ಸವ ಮತ್ತು ಎರಡನೆಯ ವಿದೇಶಯಾತ್ರೆ. ಈ ವಿವಿಧ ಘಟ್ಟಗಳ ತಿರುಗಾಟದಲ್ಲಿ ಘಟಿಸಿದ ಕೆಲವು ಗಮನಾರ್ಹ, ಸ್ವಾರಸ್ಯಕರ ಸಂಗತಿಗಳು ಹೀಗಿವೆ.

ಸ್ವಾಮೀಜಿ ಬೃಂದಾವನದಿಂದ ಹೃಷೀಕೇಶಕ್ಕೆ ರೈಲಿನಲ್ಲಿ ಹೊರಟಿದ್ದರು. ಆದರೆ ಏಕೋ ಏನೋ ಮಾರ್ಗಮಧ್ಯದಲ್ಲಿರುವ ಹತ್ರಾಸ್ ಎಂಬ ನಿಲ್ದಾಣದಲ್ಲಿಳಿದು ಬೆಂಚೊಂದರ ಮುಂದೆ ಕುಳಿತರು. ಅಲ್ಲಿಯ ಸ್ಟೇಷನ್ ಮಾಸ್ಟರನ ದೃಷ್ಟಿ ಸ್ವಾಮೀಜಿಯವರತ್ತ ಹರಿಯಿತು. ಅವರ ಭವ್ಯ ವ್ಯಕ್ತಿತ್ವ, ಹೊಳೆಯುವ ಕಂಗಳು ಆತನ ಚಿತ್ತವನ್ನು ಚಿತ್ತಾಗಿಸಿದುವು. ಅವರಿಗೆ ಅಲ್ಲಿಯೇ ಸಂಪೂರ್ಣವಾಗಿ ಶರಣಾಗುವಂತಾಯಿತು. ಆತ ನಿಂತ ನಿಲುವಿನಲ್ಲಿಯೇ ತನ್ನ ಹುದ್ದೆಗೆ ರಾಜೀನಾಮೆ ಕೊಟ್ಟು, ಸಂಸಾರದ ಹಂಗನ್ನೂ ತೊರೆದು ಸ್ವಾಮೀಜಿಯವರನ್ನು ಹಿಂಬಾಲಿಸಿದ. ಆತನೇ ಶುದ್ಧ ಸತ್ವಯುತ ತರುಣ್ ಶರತ್ಚಂದ್ರ ಗುಪ್ತ; ಸ್ವಾಮೀಜಿಯವರ ಮೊಟ್ಟಮೊದಲ ಸಂನ್ಯಾಸಿ ಶಿಷ್ಯ. ಮುಂದೆ ಸ್ವಾಮೀಜಿಯವರಿಂದಲೇ ಸಂನ್ಯಾಸ ದೀಕ್ಷೆ ಪಡೆದು ಸ್ವಾಮಿ ಸದಾನಂದರೆಂದು ಹೆಸರಾದ.

ಮುಂದೊಂದು ದಿನ ಸ್ವಾಮೀಜಿ ಒಂದು ದಿನ ರೈಲಿನಲ್ಲಿ ಪ್ರಯಾಣಿಸುತ್ತಿದ್ದರು, ರಾಜಾಸ್ಥಾನದಲ್ಲಿ ಅದೇ ಬೋಗಿಯಲ್ಲಿ ಆಂಗ್ಲರಿಬ್ಬರಿಗೆ ಅವರು ಒಬ್ಬ ಸಧಾರಣ ಭೈರಾಗಿಯಂತೆ ಕಂಡರು. ಸ್ವಾಮೀಜಿಯವರಿಗೆ ಇಂಗ್ಲೀಷ್ ಬಾರದೆಂದು ಭಾವಿಸಿದ ಅವರು ತಮ್ಮ ಮನಸ್ಸಿಗೆ ಬಂದಂತೆ, ಆಡಿಕೊಳ್ಳತೊಡಗಿದರು. ಒಂದು ನಿಲ್ದಾಣದಲ್ಲಿ ಸ್ವಾಮೀಜಿಯವರಿಗೆ ಬಾಯಾರಿಕೆಯಾಗಿ ಅವರು ಬಳಿಯಿದ್ದ ಸ್ಟೇಷನ್ ಮಾಸ್ತರಿಗೆ ಕುಡಿಯಲು ನೀರು ಬೇಕೆಂದು ಇಂಗ್ಲಿಷಿನಲ್ಲಿ ಕೇಳಿದರು. ಆಗ ಆ ದುರಹಂಕಾರದ ಆಂಗ್ಲಭೂಪರು ಅವಕ್ಕಾಗಿ, "ನಾವು ಇಂಗ್ಲಿಷಿನಲ್ಲಿ ತೆಗಳಿಕೆಯ ಮಾತುಗಳನ್ನಾಡುತ್ತಿದ್ದರೂ ತಾವೇಕೆ ಸುಮ್ಮನಿದ್ದೀರಿ?" ಎಂದು ಕೇಳಿದರು. ಅದಕ್ಕೆ ಸ್ವಾಮೀಜಿ "ನಾನು

ಇದೇ ಮೊದಲಲ್ಲ ನಿಮ್ಮಂಥ ಮೂರ್ಖರನ್ನು ನೋಡುತ್ತಿರುವುದು" ಎಂದು ಮರುತ್ತರ ನೀಡಿದರು!

ಮೇಜರ್ ರಾಮಚಂದ್ರಜೀ ಎಂಬುವವರು ಸ್ವಾಮೀಜಿಯವರನ್ನು ರಾಜಾಸ್ಥಾನದ ಆಳ್ವಾರ್ ಮಹಾರಾಜರ ಬಳಿಗೆ ಕರೆದುಕೊಂಡು ಹೋದರು. ಅವರು ಸಂಪೂರ್ಣವಾಗಿ ಪಾಶ್ಚಿಮಾತ್ಯ ರೀತಿನೀತಿಗಳನ್ನು ಅಳವಡಿಸಿಕೊಂಡಿದ್ದ ಮಹಾರಾಜರು. ಜೊತೆಗೆ ಶುದ್ಧ ನಾಸ್ತಿಕರು ಬೇರೆ. ಅವರು ಸ್ವಾಮೀಜಿಯವರೊಡನೆ ಮಾತನಾಡುತ್ತ 'ನೀವು ದೊಡ್ಡ ವಿದ್ಯಾವಂತರು; ವಿದ್ವಾಂಸರೂ ಹೌದು. ಸುಲಭವಾಗಿಯೇ ತುಂಬಾ ಸಂಪಾದಿಸಬಹುದಾದ ನೀವು ಹೀಗೇಕೆ ಅಲೆದಾಡಿ ಭಿಕ್ಷೆ ಬೇಡಬೇಕು?' ಎಂದು ಪ್ರಶ್ನಿಸಿದರು.

"ಮಹಾರಾಜರೇ, ನೀವು ರಾಜ್ಯಾಡಳಿತ ಕರ್ತವ್ಯಗಳನ್ನು ಬದಿಗೊತ್ತಿ, ಬಹುಮಟ್ಟಿಗೆ ವಿದೇಶೀಯರ ಸಂಗದಲ್ಲೇ ಇರುತ್ತೀರಿ, ಬೇಟೆ ಮೊದಲಾದ ವಿನೋದ ವಿಹಾರಗಳಲ್ಲೇ ಕಾಲಕಳೆಯುತ್ತೀರಿ. ನಾನು ಏಕೆಂದು ಕೇಳಬಹುದೇ?" ಎಂದು ತುಸು ಖಾರವಾಗಿಯೇ ಮರುಪ್ರಶ್ನಿಸಿದರು ಸ್ವಾಮೀಜಿ. ಆಸ್ಥಾನದಲ್ಲಿದ್ದವರೆಲ್ಲ ದಂಗಾದರು. ಎಂಥ ಧೈರ್ಯ ಈ ಸಾಧುವಿಗೆ! ಮಹಾರಾಜರಿಂದ ಇವರಿಗೆ ತಕ್ಕ ಶಾಸ್ತಿಯಾಗುತ್ತದೆ ಎಂದುಕೊಂಡರು. ಮಹಾರಾಜರು ಒಂದು ಕ್ಷಣ ತಬ್ಬಿಬ್ಬಾದರೂ, ಒಂದೆರಡು ನಿಮಿಷದ ನಂತರ, "ಏಕೆಂದು ಹೇಳಲಾರೆ. ಬಹುಶಃ ನಾನದನ್ನು ಇಷ್ಟಪಡುತ್ತೇನೆಂದು ಹೇಳಬಹುದೇನೋ" ಎಂದು ತಣ್ಣಗೆ ಉತ್ತರಿಸಿದರು. ಸ್ವಾಮೀಜಿಯವರು ಕೂಡ ಪ್ರಸನ್ನರಾಗಿಯೆ, "ನಾನೂ ಅದೇ ಕಾರಣದಿಂದಲೇ ಜಂಗಮನಾಗಿ ಭಿಕ್ಷೆ ಬೇಡುತ್ತೇನೆ" ಎಂದರು. ಮುಂದುವರಿದು ತುಸು ನಾಟಕೀಯವಾಗಿ, ದೀರ್ಘವಾಗಿ ಉಪದೇಶವಿತ್ತು ಮೂರ್ತಿಪೂಜೆಯ ಅವಶ್ಯಕತೆಯನ್ನು ಮನದಟ್ಟುಮಾಡಿಕೊಟ್ಟರು.

ಅದೇ ಆಳ್ವಾರಿನಲ್ಲಿಯೇ ಸ್ವಾಮೀಜಿಯವರು ಮುಂದೆ ಇಡೀ ದೇಶಕ್ಕೆ ಕೊಟ್ಟ ಸಂದೇಶದ ಮುನ್ಸೂಚನೆ ಬೀಜರೂಪದಲ್ಲಿ ವ್ಯಕ್ತವಾಯಿತು. ಅವರು ತಮ್ಮನ್ನು ನೋಡಬಂದ ಯುವಕರಿಗೆ ಗೀತೋಪದೇಶವನ್ನು ನೆನಪಿಸಿ, ಪೌರುಷವಂತರಾಗಲು ಕರೆಕೊಟ್ಟರು. ಸಂಸ್ಕೃತವನ್ನು ಅಧ್ಯಯನ ಮಾಡಬೇಕು, ಜೊತೆಗೆ ಪಡುವಣದ ವಿಜ್ಞಾನವನ್ನೂ ಕಲಿಯಬೇಕು, ಭಾರತೀಯರೇ ಭಾರತ ಇತಿಹಾಸವನ್ನು ಬರೆಯುವಂತಾಗಬೇಕು, ಇದೇ ಮುಂದಿನ ರಾಷ್ಟ್ರೀಯ ಶಿಕ್ಷಣ, ಇದರಿಂದಲೇ ರಾಷ್ಟ್ರೀಯತೆಯ ಉದ್ದೀಪನ ರಾಷ್ಟ್ರಾಭಿವೃದ್ಧಿ ಎಂದು ಅವರಿಗೆ ಮನಗಾಣಿಸಿಕೊಟ್ಟರು. ಅವರ ಮಾತು ಅದೆಷ್ಟು ಪರಿಣಾಮಕಾರಿಯಾಗಿತ್ತೆಂದರೆ, ಅನೇಕ ಮಂದಿ ಯುವಕರು ಕೂಡಲೇ ಸಂಸ್ಕೃತಾಧ್ಯಯನದಲ್ಲಿ ತೊಡಗಿಕೊಂಡರು. ಆ ಕಾಲದಲ್ಲಿ ಬಡಬ್ರಾಹ್ಮಣ

ಬಾಲಕನೊಬ್ಬ ಸ್ವಾಮೀಜಿಯವರನ್ನು ನೋಡಲು ಬರುತ್ತಿದ್ದ; ಅವರನ್ನು ಗುರುಭಾವದಿಂದ ನೋಡುತ್ತಿದ್ದ. ಆದರೆ ವಯಸ್ಸಿಗೆ ಬಂದಿದ್ದರೂ ಅವನಿಗೆ ಉಪನಯನವಾಗಿರಲಿಲ್ಲ. ಸ್ವಾಮೀಜಿಯವರಿಗೆ ಸಹಜವಾಗಿಯೇ ಮನಕರಗಿತು. ಅವರು ತಮ್ಮ ಬಳಿಗೆ ಬರುತ್ತಿದ್ದ ಕೆಲವು ಅನುಕೂಲಸ್ಥರಿಗೆ ಆ ವಿಷಯ ತಿಳಿಸಿ, ಅವರು ಆತನ ಉಪನಯನವನ್ನು ನೆರವೇರಿಸಬೇಕೆಂದು ಆಶಿಸಿದರು.

ಸ್ವಾಮೀಜಿಯವರು ಭಾರತದ ಸರ್ವಾಂಗೀಣ ಉನ್ನತಿಗಾಗಿ ಹೇಗೆಲ್ಲ ಚಿಂತಿಸಿ, ಪರಿಹಾರ ಸೂಚಿಸಿದರೆಂಬುದನ್ನು ಒಂದು ಪ್ರಸಂಗದಿಂದ ತಿಳಿದುಕೊಳ್ಳಬಹುದು. ಒಮ್ಮೆ ಮಾತನಾಡುತ್ತ ಅವರು ಜನಕ ಮಹಾರಾಜನ ಉದಾಹರಣೆ ನೀಡಿ ಬೇಸಾಯ ವೃತ್ತಿಯ ಬಗೆಗೆ, ಬೇಸಾಯಗಾರರ ಬಗೆಗೆ ಹೀಗೆಂದರು: "ಜನಕ ಮಹಾರಾಜ ಒಂದು ಕೈಯಲ್ಲಿ ನೇಗಿಲನ್ನೂ ಇನ್ನೊಂದರಲ್ಲಿ ವೇದವನ್ನೂ ಹಿಡಿದಿದ್ದ. ನಮ್ಮ ಹಿಂದಿನ ಋಷಿಗಳು ಕೃಷಿಕರೂ ಆಗಿದ್ದರು. ಈಗಲೂ ಅಷ್ಟೆ. ಅಮೇರಿಕನ್ನರನ್ನೇ ನೋಡಿ. ಅವರು ಮುಂದುವರೆದಿರುವುದು ಕೃಷಿಯ ಅಭಿವೃದ್ಧಿಯಿಂದಲೇ. ಎಂದರೆ ನಮ್ಮ ರೈತರು ಅವಿದ್ಯಾವಂತರಾಗಿಯೇ ಬೇಸಾಯಗಾರರಾಗಿರಬೇಕಿಲ್ಲ. ಅವರೂ ವಿದ್ಯಾವಂತರಾಗಬೇಕು. ಕೃಷಿಕ್ಷೇತ್ರದ ಅಧ್ಯಯನದಲ್ಲಿ ಪರಿಣತಿ ಪಡೆದು, ವೈಜ್ಞಾನಿಕ ರೀತಿಗಳನ್ನು ಅಳವಡಿಸಿಕೊಳ್ಳಬೇಕು. ಈಗೇನೋ ಅವರು ಅಲ್ಪಸ್ವಲ್ಪ ಓದಿಬಿಡುತ್ತಾರೆ. ನಂತರ ನಗರದ ವಿಲಾಸೀ ಜೀವನ ಅವರ ಮೈಮರೆಸುತ್ತದೆ. ಹಾಗಾಗಿ ಯಾವುದೋ ವೃತ್ತಿಯನ್ನು ಕೈಗೊಂಡುಬಿಡುತ್ತಾರೆ; ತಮ್ಮ ಪರಂಪರಾಗತ ಬೇಸಾಯವನ್ನು ತೊರೆದುಬಿಡುತ್ತಾರೆ. ವಿದ್ಯಾವಂತ ಯುವಕರು ಗ್ರಾಮಗಳಲ್ಲಿಯೇ ನೆಲಸಿದರೆ ಚೆನ್ನಾಗಿ ಅಭಿವೃದ್ಧಿಯಾಗುವುದರಲ್ಲಿ ಸಂದೇಹವಿಲ್ಲ. ವೈಜ್ಞಾನಿಕ ಕೃಷಿಯಿಂದ ಹೆಚ್ಚಿನ ಇಳುವರಿ ಸಾಧ್ಯ. ಅದರಿಂದ ರೈತರ ಕರ್ತವ್ಯಪಾಲನೆ ಜಾಗೃತಗೊಳ್ಳುತ್ತದೆ. ಅವರ ಬೌದ್ಧಿಕ ಬೆಳವಣಿಗೆಯಾಗುತ್ತದೆ. ತತ್ಪರಿಣಾಮವಾಗಿ ರಾಷ್ಟ್ರದ ಉದ್ಧಾರವೂ ಸಾಧಿತವಾಗುತ್ತದೆ. ರಾಷ್ಟ್ರದ ಉದ್ಧಾರವಾದರೆ ಸರ್ವ ಜನರಲ್ಲೂ ಸಮಾನತೆ ಸಾಧ್ಯವಾಗುತ್ತದೆ. ಇದು ಸಾಧ್ಯವಾಗುವುದು ವಿದ್ಯಾವಂತರು ಗ್ರಾಮೀಣ ಜನರಲ್ಲಿ ಸಾಮರಸ್ಯದಿಂದ ಬೆರೆತಾಗ ಮಾತ್ರ. ಆಗ ಮೇಲುಕೀಳುಗಳು ತಮ್ಮಷ್ಟಕ್ಕೆ ಮಾಯವಾಗುತ್ತವೆ. ಈ ಕ್ರಮದಿಂದ ನಾವು ಸಾವಿರ ವರ್ಷಗಳಲ್ಲಿ ಸಾಧಿಸಬಹುದಾದುದನ್ನು ಹತ್ತೇ ವರ್ಷಗಳಲ್ಲಿ ಸಾಧಿಸಿಬಿಡಬಹುದೆಂದ". ಹೀಗೆ ಸ್ವಾಮೀಜಿಯವರು ಭವ್ಯಭಾರತದ ಭವಿಷ್ಯವನ್ನು ಕಂಡರಸಿದ್ದುಂಟು.

ಒಮ್ಮೆ ಅವರು ಅಬು ಬೆಟ್ಟದ ತಪ್ಪಲಲ್ಲಿ ಮುಸ್ಲಿಂ ವಕೀಲನೊಬ್ಬನ ಮನೆಯಲ್ಲಿ ತಂಗಿದ್ದರು. ಅಲ್ಲಿಯೇ ಖೇತ್ರಿ ಮಹಾರಾಜರ ಆಪ್ತಕಾರ್ಯದರ್ಶಿ ಮುನ್ಷಿ ಜಗಮೋಹನಲಾಲ್ ಬೇಟಿಯಾಗಿದ್ದು. ಅನಂತರ ಖೇತ್ರಿಯ ಮಹಾರಾಜರ

ಅರಮನೆಗೆ ಹೋಗಿದ್ದರು. ಪರಿಚಯವಾಗುತ್ತಿದ್ದ ಹಾಗೆ ಜಗಮೋಹನಲಾಲರು, "ನೀವು ಹಿಂದೂ ಯತಿಗಳು, ಮುಸ್ಲಿಮರೊಂದಿಗಿದ್ದೀರಲ್ಲ? ನೀವು ಸೇವಿಸುವ ಆಹಾರವನ್ನು ಆತ ಆಕಸ್ಮಿಕವಾಗಿ ಮುಟ್ಟಿರಲೂಬಹುದಲ್ಲವೆ?" ಎಂದು ಕೇಳಿದರು. ತಕ್ಷಣ ಸ್ವಾಮೀಜಿಯವರ ನುಡಿಯ ಕಿಡಿ ಸಿಡಿಯಿತು, "ಏನೆಂದಿರಿ? ನಾನೊಬ್ಬ ಸಂನ್ಯಾಸಿ. ಸಾಮಾಜಿಕ ಕಟ್ಟುಪಾಡುಗಳನ್ನು ಮೀರಿದವನು. ಒಬ್ಬ ಭಂಗಿಯೊಡನೆ ಬೇಕಾದರೂ ನಾನು ಉಣ್ಣಬಲ್ಲೆ. ನಾನೇನೂ ದೇವರಿಗೆ ಹೆದರುವವನಲ್ಲ. ಆತನೇ ನನಗೆ ಅನುಮತಿ ಕೊಟ್ಟಿದ್ದಾನೆ. ಮತ್ತೆ ನಿಮ್ಮ ಶಾಸ್ತ್ರಗಳಿಗೂ ನಾನು ಭಯಪಡಲಾರೆ. ಯಾಕೆಂದರೆ ನನಗೆ ಶಾಸ್ತ್ರಗಳ ಸಮ್ಮತಿಯೂ ಇದೆ. ಆದರೆ ನೀವು, ನಿಮ್ಮ ಸಮಾಜಕ್ಕೆ ಅಂಜಬೇಕಾಗಿದೆ. ನಿಮಗೆ ಶಾಸ್ತ್ರಗಳ ಬಗೆಗೆ ಏನೇನೂ ಗೊತ್ತಿಲ್ಲ. ನಾನು ಎಲ್ಲೆಲ್ಲೂ ಬ್ರಹ್ಮನನ್ನು ಕಾಣುತ್ತೇನೆ, ಕನಿಷ್ಠವೆನಿಸಿದ ಕೀಟದಲ್ಲಿ ಕೂಡ ಅವನ ಅಭಿವ್ಯಕ್ತಿಯನ್ನು ಕಾಣುತ್ತೇನೆ, ನನಗೆ ಯಾವ ಮೇಲುಕೀಳೂ ಇಲ್ಲ. ಶಿವ ಶಿವಾ!" ಜಗಮೋಹನಲಾಲರು ತೆಪ್ಪಗಾದರು. ಸ್ವಾಮೀಜಿಯವರು ಆ ವಕೀಲರ ಕೋರಿಕೆಯಂತೆ ಆಗ ಅಲ್ಲಿಯೇ ಬೇಸಿಗೆ ಅರಮನೆಯಲ್ಲಿ ತಂಗಿದ್ದ ರಾಜ ಅಜಿತಸಿಂಹರನ್ನು ಭೇಟಿಯಾದರು. ಅವರು ಮೊದಲ ದರ್ಶನದಲ್ಲಿ ಸಂಪೂರ್ಣ ಪರವಶರಾದರು. ಮುಂದೆ ಅವರ ಕಳಕಳಿಯ ಕೋರಿಕೆಯನ್ನು ನಿರಾಕರಿಸಲಾರದೆ ಸ್ವಾಮೀಜಿಯವರು ಖೇತ್ರಿ ಸಂಸ್ಥಾನಕ್ಕೂ ಹೋದರು. ಅಲ್ಲಿ ಮಹಾರಾಜರು ಸ್ವಾಮೀಜಿಯವರಿಂದ ಮಂತ್ರೋಪದೇಶವನ್ನು ಪಡೆದು ಅವರ ಪರಮಾಪ್ತ ಶಿಷ್ಯರಲ್ಲೊಬ್ಬರಾದರು. ಸ್ವಾಮೀಜಿಯವರು ಅಲ್ಲಿನ ರಾಜೋಪಚಾರದಿಂದ ಮೈಮರೆಯಲಿಲ್ಲ. ಬದಲಿಗೆ ಅರಮನೆಯಿಂದ ಹೊರಬಂದು ಸಾಮಾನ್ಯ ಜನರೊಡನೆ ಬೆರೆಯುತ್ತಿದ್ದರು.

ಸ್ವಾಮೀಜಿಯವರು ಲಿಂಬ್ಡಿ ಎಂಬ ಚಿಕ್ಕ ಸಂಸ್ಥಾನದಲ್ಲಿದ್ದಾಗ ಅವರಲ್ಲಿ ವೇದಾಂತ ಬೋಧನೆಗಾಗಿ ಪಡುವಣ ದೇಶಗಳಿಗೆ ಹೋಗುವ ಆಕಾಂಕ್ಷೆ ಅಂಕುರಿಸಿತು. ಆ ಸಂಸ್ಥಾನದ ರಾಜರು ಸ್ವಾಮೀಜಿಯವರೇಕೆ ಪಾಶ್ಚಿಮಾತ್ಯ ದೇಶಗಳಿಗೆ ಹೋಗಿ ಸನಾತನ ಧರ್ಮದ ಬಗ್ಗೆ ಪ್ರಚಾರಮಾಡಬಾರದೆಂದು ಕೇಳಿದ್ದರು. ಸ್ವಾಮೀಜಿಯವರು ಮಧ್ಯ ಪ್ರದೇಶದ ಖಾಂಡ್ಯ ಎಂಬಲ್ಲಿದ್ದಾಗ ಮೊಟ್ಟಮೊದಲ ಬಾರಿಗೆ ಅಮೇರಿಕದ ಷಿಕಾಗೋ ನಗರಕ್ಕೆ ಹೋಗಲು ತಗಲುವ ವೆಚ್ಚವನ್ನು ಭರಿಸಿದರೆ, ತಾವು ಖಂಡಿತ ಹೋಗುವುದಾಗಿಯೂ ಅದರಿಂದ ಎಲ್ಲ ರೀತಿಯಿಂದಲೂ ಒಳಿತಾಗುವುದೆಂದೂ ಉದ್ಗರಿಸಿದ್ದರು. ಮುಂಬಯಿಯಿಂದ ಪೂನಾಕ್ಕೆ ಪಯಣಿಸುವಾಗ, 'ಸ್ವಾತಂತ್ರ್ಯ ನನ್ನ ಜನ್ಮಸಿದ್ಧ ಹಕ್ಕು' ಎಂಬ ಸಿಂಹವಾಣಿಯನ್ನು ಮೊಳಗಿಸಿದ್ದ ಬಾಲಗಂಗಾಧರ ತಿಲಕರು ಹಾಗೂ ಸ್ವಾಮಿ ವಿವೇಕಾನಂದರು ಪರಸ್ಪರ ಪರಿಚಿತರಾದರು. ತಿಲಕರ ಮುಂದೆ ನಾನೊಬ್ಬ ಸಂನ್ಯಾಸಿಯಷ್ಟೆ ಎಂದೂ ಅವರು ಹೇಳಿಕೊಂಡಿದ್ದರು.

ಸ್ವಾಮೀಜಿಯವರು ತಮ್ಮ ತಿರುಗಾಟದುದ್ದಕ್ಕೂ ಅರಮನೆಗಳಲ್ಲಿ ಹೇಗೋ ಹಾಗೆ ಸಾಮಾನ್ಯರ ಮನೆಗಳಲ್ಲಿ ಕೂಡ ತಂಗಿದ್ದುಂಟು. ಎಲ್ಲ ಕಡೆಯೂ ಆಧ್ಯಾತ್ಮದ, ದೇಶಾಭಿಮಾನದ ಕಿಡಿಯನ್ನು ಹೊತ್ತಿಸಬಲ್ಲ, ಭಾರತ ಭಾಗ್ಯೋದಯದ ಭವ್ಯತಮ ಕನಸನ್ನು ಬಿತ್ತುತ್ತಿದ್ದರು. ಕೆಲವರು ಸ್ವಾಮೀಜಿ ರಾಜಮಹಾರಾಜರ ಅರಮನೆಗಳಲ್ಲಿ, ದಿವಾನರ ಮಹಲುಗಳಲ್ಲಿ ತಂಗುತ್ತಿದ್ದರೆಂದು ಅವರನ್ನು ಆಕ್ಷೇಪಿಸುತ್ತಿದ್ದುದುಂಟು. ಅದಕ್ಕೆ ಸ್ವಾಮೀಜಿಯವರ ಮಾರ್ಮಿಕ ಉತ್ತರ: “ಸಾವಿರಾರು ಜನರ ಯೋಗಕ್ಷೇಮದ ಹೊಣೆ ಈ ರಾಜರ ಹೆಗಲ ಮೇಲಿದೆ. ಸಂಪತ್ತಿನ ಮತ್ತು ಆಡಳಿತದ ಸೂತ್ರಾಧಿಕಾರವಿದೆ. ನನ್ನ ಆಲೋಚನೆಗಳತ್ತ ಅವರ ಮನವನ್ನು ಒಲಿಸಿಕೊಳ್ಳಲು ಸಾಧ್ಯವಾಗಿಬಿಟ್ಟರೆ ನನ್ನ ಕನಸೆಲ್ಲಾ ಸಾಕಾರವಾದಂತೆಯೆ. ಒಬ್ಬ ರಾಜ ಪ್ರಭಾವಿತನಾದರೆ, ಪರೋಕ್ಷವಾಗಿ ಸಾವಿರ ಸಾವಿರ ಜನಬಾಹುಳ್ಯದ ಫಲ ಸಿಕ್ಕಂತಾಗುತ್ತದೆ”.

ಈ ಅವಧಿಯಲ್ಲಿ ಸ್ವಾಮೀಜಿಯವರ ಪ್ರವಾಸ ಬೆಳಗಾವಿಯ ಮೂಲಕ ಈಗ ಕರ್ನಾಟಕವೆಂದಾಗಿರುವ ಪ್ರದೇಶವನ್ನು ಪ್ರವೇಶಿಸುವುದರಿಂದ ಮೊದಲಾಗುತ್ತದೆ. ಅಲ್ಲಿ ಅವರು ಶ್ರೀ ಭಾಟೆ ಮತ್ತು ಬೆಂಗಾಳಿಯೇ ಆಗಿದ್ದ ಹರಿಪಾದ ಮಿತ್ರ ಎಂಬುವವರ ಮನೆಯಲ್ಲಿ ತಂಗುತ್ತಾರೆ. ಅವರ ಪ್ರೀತಿಪೂರ್ವಕ, ಭಕ್ತಿಪೂರ್ವಕ ಒತ್ತಾಯದ ಮೇರೆಗೆ, ಸ್ವಾಮೀಜಿಯವರ ಜೊತೆ ಮಾತುಕತೆಗಾಗಿ, ಪ್ರವಚನಕ್ಕಾಗಿ ಅವರ ಮನೆಗಳಿಗೆ ಬರುತ್ತಿದ್ದ ಜನರ ಅಪೇಕ್ಷೆಯ ಮೇರೆಗೆ ಅವರು ಅಂದುಕೊಂಡದಕ್ಕಿಂತ ಹೆಚ್ಚು ದಿನ ಬೆಳಗಾವಿಯಲ್ಲಿ ಉಳಿಯುತ್ತಾರೆ. ಅವರ ಪಾದಸ್ಪರ್ಶದ ಫಲಗಳಲ್ಲಿ ಒಂದಾಗಿ ಕೆಲವು ವರ್ಷಗಳ ಹಿಂದೆ ಅಲ್ಲಿ ರಾಮಕೃಷ್ಣಾಶ್ರಮದ ಶಾಖೆಯೊಂದು ಸ್ಥಾಪಿಸಲ್ಪಟ್ಟಿತು.

ಮರ್ಮಗೋವಾದ ಬಳಿಯಿರುವ ರಾಚೋಲ್ ಸೆಮಿನೆರಿಯಲ್ಲಿ ಭಾರತದಲ್ಲಿ ಇನ್ನೆಲ್ಲೂ ಲಭ್ಯವಾಗದ ಕ್ರೈಸ್ತ ಧರ್ಮವನ್ನು ಕುರಿತ ಲ್ಯಾಟಿನ್ ಗ್ರಂಥಗಳೂ ಕೆಲವು ಹಸ್ತಪ್ರತಿಗಳೂ ಇದ್ದುವು. ಆ ಬಗ್ಗೆ ತಿಳಿದಿದ್ದ ಸ್ವಾಮೀಜಿಯವರು ಸ್ನೇಹಿತರ ನೆರವಿನಿಂದ ಅಲ್ಲಿಗೆ ಹೋಗಿ, ಕೇವಲ ಮೂರು ದಿನಗಳಲ್ಲಿ ಅಲ್ಲಿ ದೊರೆತ ಗ್ರಂಥಗಳನ್ನೆಲ್ಲ ಅವಲೋಕಿಸಿ ಅವುಗಳ ಸಾರಸರ್ವಸ್ವವನ್ನೂ ಕರಗತ ಮಾಡಿಕೊಂಡರು.

ಆಮೇಲೆ ಧಾರವಾಡದ ಮುಖಾಂತರ ಬೆಂಗಳೂರಿಗೆ ಬಂದರು. ಇಲ್ಲಿ ಮೈಸೂರು ಸಂಸ್ಥಾನದ ದಿವಾನರಾಗಿದ್ದ ಶೇಷಾದ್ರಿ ಅಯ್ಯರ್ ಅವರ ಪರಿಚಯವಾಯಿತು. ಅವರು ಸ್ವಾಮೀಜಿಯವರನ್ನು ತಮ್ಮೊಡನೆ ಮೈಸೂರಿಗೆ ಕರೆದುಕೊಂಡು ಹೋಗಿ ಮಹಾರಾಜರಿಗೆ ಪರಿಚಯಿಸಿದರು. ಮೈಸೂರಿನಲ್ಲಿ ಸ್ವಾಮೀಜಿ ಮೊದಲು ದಿವಾನರ ಮನೆಯ ಬಳಿ ಇರುವ ನಿರಂಜನ ಮಠದ ಕೋಣೆಯೊಂದರಲ್ಲಿದ್ದರು. ನಂತರ ಕೆಲವು ದಿನ ದಿವಾನರ

ಅತಿಥಿಗಳಾಗಿದ್ದರು. ಅನಂತರ ಮಹಾರಾಜರ ಅತಿಥಿಯಾಗಿ ಅರಮನೆಯಲ್ಲೂ ತಂಗಿದ್ದರು. ಮೈಸೂರಿನಲ್ಲಿ ಸುಮಾರು ಎರಡು ವಾರಗಳಿದ್ದರು. ಮಹಾರಾಜ ಚಾಮರಾಜೇಂದ್ರ ಒಡೆಯರ್ ಸ್ವಾಮೀಜಿಯವರ ಸಮಾನವಯಸ್ಕರೇ ಆಗಿದ್ದವರು. ಸ್ವಾಮೀಜಿಯ ಧೀಮಂತ ನಿಲುವು, ದೇಹಕಾಂತಿ, ಕಂಗಳ ಹೊಳಪು ಮೊದಲ ನೋಟದಲ್ಲೇ ಅವರನ್ನು ಪರವಶರನ್ನಾಗಿಸಿಬಿಟ್ಟವು. ಸ್ವಾಮೀಜಿಯವರ ಕೆಲವೇ ವಾಕ್ಕುಗಳಲ್ಲಿ ಪ್ರಕಟವಾಗುತ್ತಿದ್ದ ವಿದ್ವತ್ತಿನ ಹರವು, ಧರ್ಮದ ತಿಳಿವು, ಸರಳ ಹಾಗೂ ಪರಿಣಾಮಕಾರಿ ನಿರೂಪಣೆ ಇವುಗಳಂತೂ ಅವರ ಹೃನ್ಮನಗಳನ್ನೆಲ್ಲ ಅಪಹರಿಸಿಬಿಟ್ಟಿದ್ದವು. ರಾಜಸಭೆಯಲ್ಲೊಮ್ಮೆ ಅವರಾಡಿದ ಮಾತುಗಳು ಮುಂದೆ ಅವರು ದೇಶವಿದೇಶಗಳಲ್ಲಿ ಸಾರಿದ ಸಂದೇಶಗಳೆಲ್ಲದರ ಸಾರಸಂಗ್ರಹವಾಗಿತ್ತು. ಮಹಾರಾಜರು ಸ್ವಾಮೀಜಿಯವರು ಏನು ಸಹಾಯ ಕೇಳಿದರೂ ಕೊಡಲು ಸಿದ್ಧವಾಗಿದ್ದರು. ಸ್ವಾಮೀಜಿಯವರು ಅಮೇರಿಕೆಗೆ ಹೋಗಬಯಸಿದ್ದಾರೆಂದು ತಿಳಿದಿದ್ದೇ ಅದಕ್ಕೆ ತಗಲುವ ವೆಚ್ಚವೆಲ್ಲವನ್ನೂ ಕೊಡುವುದಾಗಿ ಹೇಳಿದರು. ಕೂಡಲೇ ಹಣ ತೆಗೆದುಕೊಳ್ಳದ ಸ್ವಾಮೀಜಿ, ಮುಂದೆ ಸಮಯ ಬಂದಾಗ ಸ್ವೀಕರಿಸುವುದಾಗಿ ತಿಳಿಸಿದರು. ಕಾಲಕ್ರಮದಲ್ಲಿ ಮಹಾರಾಜರು ಸ್ವಾಮೀಜಿಯವರ ಅಮೇರಿಕಾ ಪ್ರಯಾಣದ ವೆಚ್ಚಕ್ಕಾಗಿ ತಮ್ಮ ಉದಾರ ದೇಣಿಗೆಯನ್ನು ನೀಡಿದ್ದುಂಟು. ಆದರೆ ದುರದೃಷ್ಟವಶಾತ್ ಮಹಾರಾಜರು ಅಕಾಲಿಕ ಮರಣ ಹೊಂದಿದರು (19-12-1894). ಅವರ ದುರ್ಮರಣಕ್ಕೆ ಕೇವಲ ಆರು ತಿಂಗಳ ಮುಂಚೆ ಸ್ವಾಮೀಜಿಯವರು ಅಮೇರಿಕೆಯಿಂದ ಅವರಿಗೊಂದು ಪತ್ರ ಬರೆದಿದ್ದರು. ಅದರಲ್ಲವರು "ನನ್ನ ಉದಾತ್ತ ರಾಜರೆ, ಈ ಜೀವನ ಕ್ಷಣಿಕ; ಪ್ರಾಪಂಚಿಕ ಪ್ರತಿಷ್ಠೆಗಳೆಲ್ಲ ಅಸ್ಥಿರ. ಯಾರು ಪರಹಿತಕ್ಕಾಗಿ ಬದುಕುವರೋ ಅವರೇ ಜೀವಂತಿಕೆಯುಳ್ಳವರು. ಉಳಿದವರು ಇದ್ದರೂ ಸತ್ತಂತೆಯೆ. ತಮ್ಮಂಥ ಉದಾರಮನಸ್ಕ ರಾಜರೊಬ್ಬರು ಅಧೋಗತಿಗಿಳಿದಿರುವ ಭಾರತವನ್ನು ಉದ್ಧರಿಸಲು ಎಷ್ಟೋ ನೆರವಾಗಬಹುದು. ಮುಂದಿನ ಪೀಳಿಗೆ ನಿಮ್ಮನ್ನು ಸ್ಮರಿಸುವಂಥ ಕೀರ್ತಿಗೆ ಪಾತ್ರರಾಗಬಹುದು. ಕತ್ತಲಲ್ಲಿ ನರಳುತ್ತಿರುವ ಕೋಟಿಕೋಟಿ ದೇಶಬಾಂಧವರಿಗಾಗಿ ತಮ್ಮ ಹೃದಯ ಕರಗುವಂತಾಗಲೆಂಬುದೇ ಭಗವಂತನಲ್ಲಿ ನನ್ನ ಪ್ರಾರ್ಥನೆ" ಎಂದು ತಿಳಿಸಿದ್ದರು.

ಮುಂದೆ ಸ್ವಾಮೀಜಿಯವರ ಈ ಚರಿತ್ರಾರ್ಹ ಭೇಟಿಯ ಫಲವಾಗಿ ಮತ್ತು ಶ್ರೀರಾಮಕೃಷ್ಣ-ವಿವೇಕಾನಂದ ಆಂದೋಲನದ ದ್ಯೋತಕವಾಗಿ ಇಂದು ಮೈಸೂರಿನಲ್ಲಿ ರಾಮಕೃಷ್ಣಾಶ್ರಮದ ಶಾಖೆಯೊಂದು ಸ್ಥಾಪಿತವಾಗಿದ್ದು ಅಲ್ಲಿ ಬಹುಮುಖೀ ಜ್ಞಾನ ಪ್ರಸಾರ ಕಾರ್ಯ ಪರಿಣಾಮಕಾರಿಯಾಗಿ ನಡೆಯುತ್ತಿದೆ.

1892ರ ಡಿಸೆಂಬರ್ ತಿಂಗಳ ಕೊನೆಯಲ್ಲಿ ಸ್ವಾಮೀಜಿಯವರು ಕನ್ಯಾಕುಮಾರಿಗೆ ಹೋದರು. ಭಾರತದ ತುತ್ತತುದಿಯ ನೆಲವದು. ಅವರು ಕನ್ಯಾಕುಮಾರಿಯಾಗಿ ನೆಲೆಸಿರುವ ಜಗನ್ಮಾತೆಯ ಗುಡಿಯನ್ನು ಪ್ರವೇಶಿಸಿ, ದೇವಿಗೆ ಪ್ರಣಾಮ ಸಲ್ಲಿಸಿ ಹೊರಬಂದರು. ಸಮುದ್ರ ತಡಿಯಲ್ಲಿ ನಿಂತು ಜಲರಾಶಿಯನ್ನು ಅವಲೋಕಿಸಿದರು. ಮಧ್ಯದಲ್ಲಿ ಎರಡು ಬಂಡೆಗಳಿದ್ದುವು. ಅವುಗಳಲ್ಲಿ ದೊಡ್ಡ ಬಂಡೆಯ ಮೇಲೆ ಧ್ಯಾನಸ್ಥರಾಗಬೇಕೆಂದಿನಿಸಿತು. ಏನು ಆದೇಶ ಹೊಕ್ಕಿತೋ? ಅಂಜದೆ ಅಳುಕದೆ ಶಿವಶಿವಾ ಎನ್ನುತ್ತ ಧುಮುಕಿದರು; ಈಜಿ ಆ ಹೆಬ್ಬಂಡೆ ತಲುಪಿ ಧ್ಯಾನಕ್ಕೆ ಕುಳಿತರು. ಮೂರು ದಿನ ನಿರಂತರ ಧ್ಯಾನಲೀನ. ಒಳಗಣ್ಣಿನಲ್ಲಿ ಹಿಂದಿನ ಭವ್ಯಭಾರತ, ಇಂದಿನ ದುಃಸ್ಥಿತಿ ಹಾಯ್ದು ನಿಟ್ಟುಸಿರು. ವಿದೇಶಿಯರ ಆಕ್ರಮಣ, ಗುಲಾಮೀತನ. ಭಾರತೀಯರದು ಎಂಥ ಹೀನ ಬಾಳು. ದೇಶ ತನ್ನತನವನ್ನು ಕಳೆದುಕೊಂಡುಬಿಟ್ಟಿದೆ. ಆತ್ಮವಿಸ್ಮೃತಿಯಲ್ಲಿ ಬದುಕಿದ್ದೂ ಸತ್ತಂತಿದೆ. 'ಮೂವತ್ತುಮೂರು ಕೋಟಿ' ಜನರ ಜಾಗ್ರತಿಯಾಗಬೇಕಿದೆ. ಹೀಗೆ ಇಲ್ಲಿ ಮೂಡಣದಲ್ಲಿ ಅನ್ನ, ಅರಿವೆಯ ಕೊರತೆ, ಜ್ಞಾನವಿಜ್ಞಾನದ ಕೊರತೆ. ಅಲ್ಲಿ ಪಡುವಣದವರಿಗೆ ಪ್ರಾಪಂಚಿಕ ಸುಖದ ಲೋಲುಪತೆ. ಇಲ್ಲಿಂದ ಅಲ್ಲಿಗೆ ಅನುಭಾವದರಿವಿನ ಹರಿವು; ಅಲ್ಲಿಂದ ಇಲ್ಲಿಗೆ ವಿಜ್ಞಾನ-ತಾಂತ್ರಿಕತೆಗಳ ಸಂಪತ್ತಿನ ಹರಿವು. ಈಗವರ ಮುಂದಿನ ಯೋಜನೆ ಸ್ಪಷ್ಟರೂಪ ತಳೆದಿತ್ತು.

ಸ್ವಾಮೀಜಿಯವರಿಗೆ ರಾಮೇಶ್ವರದಲ್ಲಾದ ಶಿವದರ್ಶನದಿಂದ ಅವರ ಯಾತ್ರಾ ಸಂಕಲ್ಪ ಪೂರ್ಣವಾಯಿತು. ಆಂಜನೇಯನು ಸೀತಾನ್ವೇಷಣೆಗಾಗಿ ಅಲ್ಲಿಂದಲೇ ಅಲ್ಲವೇ ಲಂಕೆಗೆ ಹಾರಿ ಸೀತಾಮಾತೆಯನ್ನು ದರ್ಶಿಸಿ ಶ್ರೀರಾಮನಿಗೆ ಶುಭವಾರ್ತೆಯನ್ನು ತಂದಿತ್ತಿದ್ದು? ಸ್ವಾಮೀಜಿ ಅಲ್ಲಿ ಆ ಮಹಾವೀರನ ತೇಜಸ್ಸನ್ನು ಆವಾಹಿಸಿಕೊಂಡು ಕಾಲು ನಡಿಗೆಯಿಂದಲೇ ಮದರಾಸಿಗೆ ಹೋದರು.

ಮದರಾಸಿನಲ್ಲಿ (ಇಂದಿನ ಚೆನ್ನೈಯಲ್ಲಿ) ಯುವ ಬಳಗವೊಂದಿತ್ತು. ಅದರಲ್ಲಿ ಬಹುತೇಕ ಮಂದಿ ಆಧುನಿಕ ವಿದ್ಯಾಭ್ಯಾಸ ಪಡೆದಿದ್ದು ವಿವಿಧ ಉದ್ಯೋಗಗಳಲ್ಲಿದ್ದರು. ಆದರೂ ಅವರಿಗೆ ಭಾರತೀಯ ಧರ್ಮದಲ್ಲಿ, ಸಂಸ್ಕೃತಿಯಲ್ಲಿ ನಂಬಿಕೆಯಿತ್ತು; ಭಾರತದ ಹಾಗೂ ಸಾಮಾನ್ಯ ಜನರ ಅಭಿವೃದ್ಧಿಯ ಬಗೆಗೆ ತುಡಿತವಿತ್ತು. ಅವರು ಸರಿಯಾದ ಮಾರ್ಗದ, ಸಮರ್ಥ ಮಾರ್ಗದರ್ಶಕನ ನಿರೀಕ್ಷೆಯಲ್ಲಿದ್ದರು. ಸ್ವಾಮೀಜಿಯವರು ಅವರ ನಿರೀಕ್ಷೆಗೂ ಮೀರಿದ ಮಹಾವೀರನಾಗಿ ಕಂಡುಬಂದರು. ಅವರಲ್ಲಿ ಸ್ವಾಮೀಜಿಯವರನ್ನು ಮೊದಲ ನೋಟದಲ್ಲೇ ತಮ್ಮ ಪರಮಗುರುವೆಂದೂ ಆರಾಧ್ಯದೈವವೆಂದೂ ಪರಿಗಣಿಸಿ ಅವರ ಆಪ್ತ ಶಿಷ್ಯರಾದವರು ಶ್ರೀ ಆಳಸಿಂಗ ಪೆರುಮಾಳ್. ಪಚ್ಚೆಯಪ್ಪ

ಶಾಲೆಯಲ್ಲಿ ಶಿಕ್ಷಕರಾಗಿ ಸೇವೆ ಸಲ್ಲಿಸುತ್ತಿದ್ದ ಅವರು ಸ್ವಾಮೀಜಿಯವರು ಹೇಳಿದ್ದೆಲ್ಲವನ್ನೂ ಶಿರಸಾವಹಿಸಿ ನೆರವೇರಿಸಲು ಕಂಕಣಬದ್ಧರಾದರು. ಅವರ ನಾಯಕತ್ವದಲ್ಲಿ ಮಿಕ್ಕೆಲ್ಲ ಗೆಳೆಯರೂ ಕೂಡಿಕೊಂಡು ಸ್ವಾಮೀಜಿಯವರ ಮಾರ್ಗದರ್ಶನದಲ್ಲಿ ದೇಶಸೇವೆಗೂ ಈಶಸೇವೆಗೂ ಸರ್ವಸನ್ನದ್ಧರಾದರು.

ಸ್ವಾಮೀಜಿಯವರ ಚುಂಬಕ ಶಕ್ತಿ ಅವರು ಭಾರತಾದ್ಯಂತ ಸಂಚರಿಸಿದ ಕಾಲದಲ್ಲಿ ಎಲ್ಲೆಲ್ಲೂ ನಡೆಯುತ್ತಿದ್ದ ವಿದ್ಯಮಾನ. ಇದು ಚೆನ್ನೈಯಲ್ಲಿ ಶೃಂಗದೆತ್ತರ ತಲುಪಿತು. ದಿನಕಳೆದಂತೆ ಚೆನ್ನೈನ ಜನಸಾಗರ ಇವರತ್ತ ಧಾವಿಸುತ್ತಿತ್ತು. ಜನರು ಈ ಸರ್ವಸಂಗ ಪರಿತ್ಯಾಗಿ ಸಿದ್ಧಪುರುಷ ತಮ್ಮನ್ನು ಪರದಾಸ್ಯದ ಪರಿತಾಪದಿಂದ ಪಾರುಗೊಳಿಸುವ ಉದ್ಧಾರಕನಾಗಿ ಆಗಮಿಸಿದ್ದಾರೆಂದು ಭಾವಿಸಿದರು. ಸ್ವಾಮೀಜಿಯವರು ಮಾತನಾಡುತ್ತಿದ್ದಾಗ ಅವರ ದೇಶಪ್ರೇಮ ಪದಪದಗಳಲ್ಲೂ ಪ್ರತಿಧ್ವನಿಸುತ್ತಿತ್ತು; ಬಳಿಯಿದ್ದವರ ಮೈನವಿರೇಳಿಸಿ ಆ ದಿಸೆಯಲ್ಲಿ ಮುಂದಡಿಯಿಡುವಂತೆ ಪ್ರೇರೇಪಿಸುತ್ತಿತ್ತು. ಅಳಸಿಂಗ ಮತ್ತವರ ಆಪ್ತಗೆಳೆಯರು ಸ್ವಾಮೀಜಿಯವರ ಸವಾಲನ್ನು ಸ್ವೀಕರಿಸಿ ಟೊಂಕಕಟ್ಟಿ ನಿಂತರು. ಷಿಕಾಗೋದಲ್ಲಿ ನಡೆಯಲಿದ್ದ ಸರ್ವಧರ್ಮ ಸಮ್ಮೇಳನದಲ್ಲಿ ಭಾಗವಹಿಸಬೇಕೆಂಬ ಇಚ್ಛೆ ಸ್ವಾಮೀಜಿಯವರಿಗಿತ್ತು. ಅದನ್ನು ತಿಳಿದ ಆ ತರುಣರು ಕೂಡಲೇ ಕಾರ್ಯೋನ್ಮುಖರಾದರು; ಅದಕ್ಕಾಗಿ ಹಣ ಸಂಗ್ರಹಿಸತೊಡಗಿದರು. ಸಾಮಾನ್ಯ ಜನರಿಂದಲೇ ಹಣ ಸಂಗ್ರಹಿಸಬೇಕೆಂಬುದು ಸ್ವಾಮೀಜಿಯವರ ಅಪೇಕ್ಷೆ. ಆದರೂ ಅವರು ತಮಗೆ ತುಂಬಾ ಆತ್ಮೀಯರಾಗಿದ್ದ ಇಬ್ಬರು ಮೂವರು ರಾಜಮಹಾರಾಜರಿಂದ ಹಣ ಪಡೆಯಲು ಒಪ್ಪಿದರು.

ಈ ಮಧ್ಯೆ ಹೈದರಾಬಾದಿನಲ್ಲಿದ್ದ ಕೆಲವರು ಗೆಳೆಯರು ಅಳಸಿಂಗರ ಮೂಲಕ ಸ್ವಾಮೀಜಿಯವರ ಬಗ್ಗೆ ತಿಳಿದುಕೊಂಡು ಅವರನ್ನು ತಮ್ಮಲ್ಲಿಗೂ ಕಳುಹಿಸಿಕೊಡಬೇಕೆಂದು ಒತ್ತಾಯಿಸಿದರು. ಸ್ವಾಮೀಜಿಯವರು ಅದಕ್ಕೊಪ್ಪಿ ಹೈದರಾಬಾದಿಗೆ ಹೋದರು. ಎಂದಿನಂತೆ ಅಲ್ಲಿಯೂ ಜನರು ಸ್ವಾಮೀಜಿಯವರ ವ್ಯಕ್ತಿತ್ವಕ್ಕೆ, ಅವರ ಮಾತುಗಳಿಗೆ ಮಾರುಹೋದರು. ಹೈದರಾಬಾದ್ ನಿಜಾಮರಿಂದ ಕರೆಬಂತು. ಸ್ವಾಮೀಜಿಯವರು ಅವರೊಂದಿಗೆ ಮಾತನಾಡುತ್ತ ಸನಾತನ ಧರ್ಮವೇ ಅಲ್ಲದೆ ಇಸ್ಲಾಂ, ಕ್ರಿಶ್ಚಿಯನ್ ಧರ್ಮಗಳ ತಿರುಳನ್ನು ಕೂಡ ಅದೆಷ್ಟು ಪ್ರಭಾವಶಾಲಿಯಾಗಿ ನಿರೂಪಿಸಿದರೆಂದರೆ ನಿಜಾಮರ ಆಸ್ಥಾನದ ಸಭಿಕರೆಲ್ಲರೂ ತಲೆದೂಗುವಂತಾಯಿತು. ಅಮೇಲೆ ಮೆಹಬೂಬ್ ಕಾಲೇಜಿನಲ್ಲಿ ಸಾರ್ವಜನಿಕ ಭಾಷಣವೊಂದನ್ನು ಮಾಡಿದರು. ಆಗ ವಿದೇಶಯಾತ್ರೆಯ ಖಚಿತತೆಯ ಬಗ್ಗೆ ಅವರ ದೃಢವಿಶ್ವಾಸ ಪ್ರಕಟವಾಯಿತು. ಅವರು ನಮ್ಮ ಧರ್ಮ, ಸಂಸ್ಕೃತಿಗಳ ಹಿರಿಮೆಯ ಬಗ್ಗೆ ಪರಿಣಾಮಕಾರಿಯಾಗಿ ಮಾತನಾಡಿದ್ದಲ್ಲದೆ, ತಾಯ್ನಾಡಿನ ಪುನರುಜ್ಜೀವನವೇ ತಮ್ಮ ಪರಮೋದ್ದೇಶವೆಂದು ಸ್ಪಷ್ಟವಾಗಿ ಸಾರಿ

ಹೇಳಿದರು. ಜೊತೆಗೆ ಭಾರತದ ರಾಯಭಾರಿಯಾಗಿ ತಾವು ವೇದವೇದಾಂತದ ವೈಭವವನ್ನು ತೋರಿಸಿಕೊಡುವುದಕ್ಕಾಗಿಯೇ ವಿದೇಶಕ್ಕೆ ಹೋಗಲಿರುವುದಾಗಿ ಘೋಷಿಸಿದರು. ಸಭಿಕರಲ್ಲಿ ಅನೇಕ ಐರೋಪ್ಯರೂ ಇದ್ದರು.

ಸ್ವಾಮೀಜಿಯವರ ಪ್ರಯಾಣಕ್ಕೆ ಸಕಲ ಸಿದ್ಧತೆಗಳೂ ಭರದಿಂದ ಸಾಗುತ್ತಿದ್ದುವು. ಆ ಸಮಯದಲ್ಲಿ ಅವರು ಖೇತ್ರಿಗೆ ಹೋಗಲೇಬೇಕಾದ ಪ್ರಸಂಗ ಒದಗಿತು. ಸ್ವಾಮೀಜಿಯವರ ಅನುಗ್ರಹದಿಂದ ಖೇತ್ರಿಯ ಮಹಾರಾಜರಿಗೆ ಪುತ್ರಸಂತಾನಭಾಗ್ಯ ದೊರಕಿತ್ತು. ಆ ಮಗುವಿನ ನಾಮಕರಣೋತ್ಸವಕ್ಕೆ ಬರಲೇಬೇಕೆಂದು ಅವರು ದಿವಾನರ ಮೂಲಕ ಹೇಳಿಕಳುಹಿಸಿದ್ದರು. ಸ್ವಾಮೀಜಿಯವರು ತಮ್ಮ ಮಿತ್ರರೊಡನೆ ಚರ್ಚಿಸಿ ಖೇತ್ರಿಗೆ ಹೋಗುವುದೆಂದು ನಿರ್ಧರಿಸಿದರು. ಅವರು ಖೇತ್ರಿಯಲ್ಲಿ ನಾಮಕರಣೋತ್ಸವವನ್ನು ಮುಗಿಸಿಕೊಂಡು ಅಲ್ಲಿಂದ ನೇರವಾಗಿ ಮುಂಬಯಿಗೆ ಹೋಗುವುದೆಂದೂ ಆ ವೇಳೆಗೆ ಅಳಸಿಂಗರು ಅಲ್ಲಿಗೇ ಬರುವುದೆಂದೂ ತೀರ್ಮಾನಿಸಲಾಯಿತು. ಅದರಂತೆ ದಿವಾನ ಜಗಮೋಹನಲಾಲರೊಡನೆ ಮುಂಬಯಿಯನ್ನು ತಲುಪಿದರು. ಅದಕ್ಕೆ ಒಂದೆರಡು ದಿನ ಮುಂಚೆಯೇ ಅಳಸಿಂಗರು ಅಗತ್ಯವಾದ ಸರಕು ಸರಂಜಾಮನ್ನೂ ಪ್ರಯಾಣದ ವೆಚ್ಚವನ್ನೂ ಮೇಲುಖರ್ಚಿಗೆ ಒಂದಿಷ್ಟು ಹಣವನ್ನೂ ಹೊಂದಿಸಿಕೊಂಡು ಬಂದರು. ತಕ್ಷಣ ಪೆನಿನ್ಸುಲಾರ್ ಮತ್ತು ಓರಿಯೆಂಟ್ ಕಂಪೆನಿಯವರ ಸ್ಟೀಮರಿನಲ್ಲಿ ಪ್ರಯಾಣಿಸಲು ಒಂದು ಟಿಕೆಟ್ ಕಾದಿರಿಸಿದರು. ಸಕಾಲದಲ್ಲಿ ಮುಂಬಯಿಯನ್ನು ತಲುಪಿದ ಸ್ವಾಮೀಜಿಯವರು 1893ರ ಮೇ 31ರಂದು ಹಡಗು ಹತ್ತಿದರು.

5. ವೇದಾಂತ ಭಾಸ್ಕರನ ಪಡುವಣ ಯಾತ್ರೆ

ಸ್ವಾಮಿ ವಿವೇಕಾನಂದರು ಹತ್ತಿದ ಹಡಗು ಮುಂಬಯಿಯ ಬಂದರಿನಿಂದ ಮೆಲ್ಲನೆ ಸಾಗರದ ಸುವಿಶಾಲ ಜಲರಾಶಿಯ ಮೇಲೆ ಹೊರಟಿತು. ಅವರು ಹಡಗುಕಟ್ಟೆಯ ಮೇಲೆ ನಿಂತಿದ್ದ ಅಳಸಿಂಗರಿಗೂ ಜಗಮೋಹನಲಾಲರಿಗೂ ಕೈಯೆತ್ತಿ ಆಶೀರ್ವದಿಸಿದರು. ಹಾಗೆಯೇ ಸ್ವಲ್ಪ ಹೊತ್ತು ನಿಂತು ತಾಯ್ನಾಡತ್ತ ದಿಟ್ಟಿಸಿದರು. ಭಾವಪರವಶತೆಯಿಂದಾಗಿ ಅವರ ಕಣ್ಣುಗಳು ಹನಿಗೂಡಿದ್ದುವು. ಹಡಗು ಕ್ರಮೇಣ ಚೀನಾ, ಜಪಾನ್ ದೇಶಗಳನ್ನು ಹಾದು ವಾಂಕೂವರನ್ನು ತಲಪಿತು. ಅಲ್ಲಿಂದ ಹೊರಟ ಸ್ವಾಮೀಜಿಯವರು ಜುಲೈ 30ರಂದು ಅಮೇರಿಕದ ಷಿಕಾಗೋ ನಗರವನ್ನು ತಲುಪಿದರು.

ಸ್ವಾಮೀಜಿಯವರು ಷಿಕಾಗೋಗೆ ಆಗಮಿಸಿದ ಮೇಲೆ ತಿಳಿಯಿತು, ಸಮ್ಮೇಳನ ಸೆಪ್ಟೆಂಬರ್ 11ರಂದು ಶುರುವಾಗುವುದೆಂದು. ಜೊತೆಗೆ ಸಮ್ಮೇಳನದಲ್ಲಿ ಭಾಗವಹಿಸುವವರ ಬಳಿ ಅವರವರ ದೇಶಗಳ ಸಂಘಸಂಸ್ಥೆಗಳ

ಪರಿಚಯ ಪತ್ರವಿರಬೇಕೆಂದೂ ತಿಳಿಯಿತು. ಅವರು ಗುರುದೇವರು ದಾರಿ ತೋರುವರೆಂದು ಸಮಾಧಾನದಿಂದಿದ್ದರು. ಮುಂದಿನ ಸಂಗತಿಗಳೆಲ್ಲ ಒಂದು ಪವಾಡದಂತೆ ನಡೆದುಹೋದುವು. ಷಿಕಾಗೋ ನಗರಕ್ಕಿಂತ ಕಡಿಮೆ ವೆಚ್ಚದ ಊರೆಂದು ಬಾಸ್ಟನ್ನಿಗೆ ಹೋದರು. ಅಲ್ಲಿ ಪ್ರೊ. ಜೆ. ರೈಟ್ ಎಂಬುವವರ ಪರಿಚಯವಾಯಿತು. ಅವರು ವಿದ್ವಾಂಸರೂ ಸುಸಂಸ್ಕೃತರೂ ಆಗಿದ್ದರು. ಅವರು ಸ್ವಾಮೀಜಿಯವರೊಡನೆ ನಡೆಸಿದ ಕೊಂಚ ಸಮಯದ ಮಾತುಕತೆಯಲ್ಲೇ ಅವರ ಪ್ರತಿಭೆ ಎಂತಹುದೆಂಬುದನ್ನು ಗ್ರಹಿಸಿದರು; ಅವರ ವಿಚಾರಧಾರೆಯನ್ನು ಇಡೀ ಅಮೇರಿಕ ಆಲಿಸಬೇಕೆಂಬ ಆಶಯವನ್ನು ವ್ಯಕ್ತಪಡಿಸಿದರು. ಸ್ವಾಮೀಜಿಯವರ ಬಳಿ ಪರಿಚಯ ಪತ್ರವಿಲ್ಲವೆಂದು ತಿಳಿದಾಗ "ನಿಮ್ಮನ್ನು ಪರಿಚಯ ಪತ್ರ ಕೇಳುವುದೆಂದರೆ, ಪ್ರಕಾಶವನ್ನು ಕೊಡಲು ನಿನಗೇನು ಹಕ್ಕಿದೆಯೆಂದು ಸೂರ್ಯನನ್ನೇ ಕೇಳಿದಂತೆ" ಎಂದು ಉದ್ಗರಿಸಿದರು. ಕೂಡಲೇ ಸಮ್ಮೇಳನದ ಸೂಕ್ತ ವ್ಯಕ್ತಿಯೊಬ್ಬರಿಗೆ ಪತ್ರವೊಂದನ್ನು ಬರೆದರು. ಅದರಲ್ಲಿ "ಇವರು ನಿಮ್ಮಲ್ಲಿರುವ ಒಟ್ಟು ಮೇಧಾವಿ ಪ್ರಾಧ್ಯಾಪಕರೆಲ್ಲರನ್ನೂ ಮೀರಿಸುವ ಮೇಧಾವಿ" ಎಂದು ಹೇಳಿದರು. ಹೀಗೆ ಅನೇಕ ಕಷ್ಟಕಾರ್ಪಣ್ಯಗಳನ್ನು ಎದುರಿಸಿ ಸರ್ವಧರ್ಮ ಸಮ್ಮೇಳನದ ಮೂಲಕ ಇಡೀ ಜಗತ್ತಿಗೆ ಬೆಳಕನ್ನೀಯುವ ವೇದಾಂತ ಸೂರ್ಯನಂತೆ ಸರ್ವಸನ್ನದ್ಧರಾದರು ಸ್ವಾಮಿ ವಿವೇಕಾನಂದರು. ಅಮೇರಿಕೆಗೆ ಬರುವ ಮುನ್ನ ಹಿಂದೊಮ್ಮೆ ಮಾತಿನ ಮಧ್ಯೆ, "ಷಿಕಾಗೋದಾಲ್ಲಿ ನಡೆಯಲಿರುವ ಸರ್ವಧರ್ಮ ಸಮ್ಮೇಳನ ನನ್ನ ನಿಮಿತ್ತವೆ ನಿಯೋಜಿತವಾಗಿದೆ" ಎಂದೂ ಅವರು ನುಡಿದದ್ದುಂಟು.

1893ರ ಸೆಪ್ಟೆಂಬರ್ 11ರಂದು ದೊಡ್ಡ ಸಭಾಂಗಣದಲ್ಲಿ ಸಭೆ ಪ್ರಾರಂಭವಾಗಿತ್ತು. ಪ್ರತಿನಿಧಿಗಳೆಲ್ಲರನ್ನೂ ಮೆರವಣಿಗೆಯಲ್ಲಿ ತಂದು ನಿಗದಿತ ಆಸನಗಳಲ್ಲಿ ಕೂರಿಸಲಾಗಿತ್ತು. ಸ್ವಾಮಿ ವಿವೇಕಾನಂದರು ಎಲ್ಲರ ಮಧ್ಯೆ ಎದ್ದುಕಾಣುತ್ತಿದ್ದರು. ಮಗುವಿನಂಥ ಮುಗ್ಧಮುಖದ, ಹೊಳೆಯುವ ಕಣ್ಣುಗಳ, ಬೆಳಕಿನುಂಡೆಯಂತೆ ಕಾಣುತ್ತಿದ್ದ ಮುಖಮಂಡಲದ ಕಾಂತಿಯುಕ್ತ ಕಾಯ, ಆ ಕಾಯವನ್ನು ಆವರಿಸಿದ್ದ ಆಕರ್ಷಕ ಮುಂಡಾಸು ಮತ್ತು ನಿಲುವಂಗಿ. ಸಭಿಕರೆಲ್ಲರೂ ಅವರನ್ನೇ ಎವೆಯಿಕ್ಕದೆ ನೋಡುತ್ತಿದ್ದರು.

ಸಮ್ಮೇಳನದಲ್ಲಿ ಒಬ್ಬೊಬ್ಬರನ್ನೇ ಕರೆದು, ಅವರನ್ನು ಪರಿಚಯಿಸಿ ಭಾಷಣ ಮಾಡುವಂತೆ ಕೇಳಿಕೊಳ್ಳಲಾಗುತ್ತಿತ್ತು. ಸ್ವಾಮೀಜಿಯವರ ಸರದಿ ಬಂತು. ಅವರು ಭಾಷಣ ಸಿದ್ಧಪಡಿಸಿಕೊಂಡು ಬಂದಿರಲಿಲ್ಲ. ನಂತರ ಮಾತನಾಡುತ್ತೇನೆಂದು ಹೇಳಿದರು. ಕೊನೆಗೆ ಮಾತನಾಡದೆ ವಿಧಿಯಿಲ್ಲದ ಘಳಿಗೆಯ ಸವಾಲು ಧುತ್ತೆಂದು ಎದುರಿಗೆ ಬಂತು. ಮುಂದೆ ಕುಳಿತಿದ್ದ ಸಭಿಕರನ್ನೊಮ್ಮೆ ಅವಲೋಕಿಸಿದರು. ಒಂದು ಕ್ಷಣ ಕಣ್ಮುಚ್ಚಿ ಶ್ರೀಗುರು, ಶ್ರೀಮಾತೆಯರನ್ನು

ಸ್ಮರಿಸಿದರು. ವಿದ್ಯಾಧಿದೇವತೆ ಸರಸ್ವತಿಯನ್ನು ಸ್ತುತಿಸಿದರು. 'ಮೂಕಂ ಕರೋತಿ ವಾಚಾಲಂ' (ಭಗವದ್ಕೃಪೆಯಿಂದ ಮೂಕನೂ ವಾಗ್ಮಿಯಾಗುತ್ತಾನೆ) ಎಂದು ಗೀತೆಯ ಧ್ಯಾನಶ್ಲೋಕವನ್ನು ಪಠಿಸಿದರು. ಆಮೇಲೆ ಮಾತನಾಡಲು ಎದ್ದುನಿಂತರು. ಸುಸ್ವರದಿಂದ ಹೊರಹೊಮ್ಮಿತ್ತು ಅವರ ಕಂಚಿನ ಕಂಠ.

"ಅಮೇರಿಕೆಯ ಸಹೋದರಿ ಸಹೋದರರೇ!" ಈ ಮಾತು ಮುಗಿಯುತ್ತಿದ್ದಂತೆ ಚಪ್ಪಾಳೆಯ ಸುರಿಮಳೆ. ಇಡೀ ಸಭೆಯೇ ಎದ್ದು ನಿಂತು ಒಂದೇ ಸಮನೆ ಚಪ್ಪಾಳೆ ತಟ್ಟುತ್ತಿದೆ. ಸುಮಾರು ಎರಡು ನಿಮಿಷ ಸ್ವಾಮೀಜಿಯವರು ಮಾತು ಮುಂದುವರಿಸಲು ಸಾಧ್ಯವಾಗಲೇ ಇಲ್ಲ. ಅನಂತರವಷ್ಟೆ ಅವರ ಅಮೃತಧಾರೆ ಹರಿಯಿತು.

"ನೀವು ನಮಗೆ ನೀಡಿರುವ ಆತ್ಮೀಯ ಸ್ವಾಗತಕ್ಕೆ ವಂದನೆಗಳನ್ನು ಸಲ್ಲಿಸುವ ಸಮಯವಿದು. ಅತ್ಯಂತ ಪ್ರಾಚೀನವಾದ ವಿರಾಗೀಗಣದ ಹಾಗೂ ವೈದಿಕ ಪರಂಪರೆಯ ಸನ್ಯಾಸಿಗಳ ಪರವಾಗಿ, ಜಾಗತಿಕ ಮಟ್ಟದಲ್ಲಿ ಕಿಶೋರಾವಸ್ಥೆಯಲ್ಲಿರುವ ನಿಮ್ಮ ನಾಡಿಗೆ ಕೃತಜ್ಞತೆಗಳನ್ನು ಅರ್ಪಿಸುತ್ತೇನೆ. ವಿವಿಧ ಮತಧರ್ಮಗಳಿಗೆಲ್ಲ ಮಾತೃ ಸ್ವರೂಪದಲ್ಲಿರುವ ಧರ್ಮದ ಪರವಾಗಿ ನಿಮಗೆ ಕೃತಜ್ಞತೆಗಳನ್ನರ್ಪಿಸುತ್ತೇನೆ. ಭಾರತೀಯ ಧರ್ಮದ ವಿವಿಧ ಮತ, ಪಂಗಡಗಳ ಕೋಟಿ ಕೋಟಿ ಜನಸಮುದಾಯದ ಪರವಾಗಿ ಕೃತಜ್ಞತೆಯನ್ನರ್ಪಿಸುತ್ತೇನೆ".

ಅದೇ ವೇದಿಕೆಯ ಮೇಲಿಂದ ಮೂಡಲ ದೇಶದಿಂದ ಬಂದಿದ್ದ ಪ್ರತಿನಿಧಿಗಳನ್ನು ಕುರಿತು ಹೀಗೆ ಹೇಳಿದರು: "ಬಹುದೂರದಿಂದ ಬಂದಿರುವ ಇವರು ಇತರ ದೇಶಗಳಿಗೆ ಧಾರ್ಮಿಕ ಸಹನೆಯ ಭಾವನೆಗಳನ್ನು ಒಯ್ಯುವ ಗೌರವಕ್ಕೆ ಪಾತ್ರವಾಗುವರು; ಇವರಿಗೂ ನನ್ನ ಕೃತಜ್ಞತೆಗಳನ್ನರ್ಪಿಸುತ್ತೇನೆ. ಧರ್ಮಸಹಿಷ್ಣುತೆ ಮತ್ತು ಎಲ್ಲ ಧರ್ಮಗಳೂ ಸ್ವೀಕಾರಾರ್ಹ ಎಂಬುದನ್ನು ತಿಳಿಹೇಳುವ ಧರ್ಮಕ್ಕೆ ಸೇರಿದವನು ನಾನು ಎಂಬುದೇ ನನ್ನ ಹೆಮ್ಮೆ. ನನಗೆ ಸಾರ್ವತ್ರಿಕ ಸಹಿಷ್ಣುತೆಯಲ್ಲಿ ನಂಬುಗೆಯಿರುವುದಲ್ಲದೆ, ನಾನು ಎಲ್ಲ ಧರ್ಮಗಳೂ ಸತ್ಯವೆಂದು ಸ್ವೀಕರಿಸುತ್ತೇನೆ. ಹೊರರಾಷ್ಟ್ರಗಳ ವಿವಿಧ ಧರ್ಮಗಳಲ್ಲಿ ಕಿರುಕುಳಕ್ಕೆ ಒಳಗಾದವರಿಗೆ, ನಿರಾಶ್ರಿತರಾದವರಿಗೆ ಆಶ್ರಯಕೊಟ್ಟ ದೇಶಕ್ಕೆ ಸೇರಿದವ ನಾನೆಂದು ಹೆಮ್ಮೆಪಡುತ್ತೇನೆ, ಯಹೂದರ ಪವಿತ್ರಗುಡಿ ಎಂದು ರೋಮನ್ನರ ಪಾಶವೀಕೃತ್ಯಕ್ಕೆ ಪಕ್ಕಾಗಿ ನಿರ್ನಾಮವಾಯಿತೋ ಅದೇ ವರ್ಷ ಅಳಿದುಳಿದ ಪರಿಶುದ್ಧ ಯಹೂದಿಗಳು ಆಶ್ರಯವನ್ನರಸಿ ದಕ್ಷಿಣ ಭಾರತಕ್ಕೆ ಬಂದರಲ್ಲ, ಅವರನ್ನು ಅಪ್ಪಿಕೊಂಡವರು ನಾವೆಂದು ನಿಮಗೆ ಹೇಳಲು ನನಗೆ ಹೆಮ್ಮೆ. ಘನತೆವೆತ್ತ ಜತುರಾಷ್ಟ್ರನ ರಾಷ್ಟ್ರದಿಂದ ಜೀವವುಳಿಸಿಕೊಂಡು ಬಂದ ನಿರಾಶ್ರಿತರಿಗೆ ಆಶ್ರಯ ಕೊಟ್ಟ, ಇನ್ನೂ ಪೋಷಿಸಿಕೊಂಡು ಬರುತ್ತಿರುವ ಧರ್ಮಕ್ಕೆ ಸೇರಿದವ ನಾನೆಂದು ನನಗೆ ಹೆಮ್ಮೆ.

"ಸಹೋದರರೆ, ನಾನೀಗ ಶ್ಲೋಕವೊಂದನ್ನು ಪಠಿಸುತ್ತೇನೆ. ನಾನಿದನ್ನು ಬಾಲ್ಯದಿಂದ ಪಠಿಸುತ್ತಿದ್ದೇನೆ. ಇಂದಿಗೂ ಕೋಟ್ಯಂತರ ಜನ ಪ್ರತಿದಿನ ಪಠಿಸಿಕೊಂಡು ಬರುತ್ತಿರುವ ಶ್ಲೋಕವಿದು: 'ಆಕಾಶಾತ್ಪತಿತಂ ತೋಯಂ ಯಥಾಗಚ್ಛತಿ ಸಾಗರಂ! ಸರ್ವದೇವ ನಮಸ್ಕಾರಃ ಕೇಶವಂ ಪ್ರತಿಗಚ್ಛತಿ'. ಬೇರೆ ಬೇರೆ ಮೂಲಗಳಲ್ಲಿ ಹುಟ್ಟಿ ಹರಿಯುವ ಹೊಳೆಗಳೆಲ್ಲವೂ ಸಾಗರ ಸೇರುತ್ತವೆ. ಅಂತೆಯೇ, ಹೇ ಭಗವಾನ್, ವಿವಿಧ ಪಂಥಗಳವರು ಅವರವರ ಸಂಸ್ಕಾರಕ್ಕೆ ತಕ್ಕಂತೆ ವಕ್ರಗತಿಯಲ್ಲೋ ನೇರವಾಗಿಯೋ ನಿನ್ನೆಡೆಗೆ ಬರುತ್ತಾರೆ. ಇಂದಿನ ಈ ಸಭೆ ಮಹತ್ವಪೂರ್ಣವಾದುದು. ಗೀತೆಯಲ್ಲಿ ಅದ್ಭುತ ಬೋಧನೆಯೊಂದಿದೆ. 'ಯಾರು ನನ್ನನ್ನು ಯಾವ ರೂಪದಲ್ಲಾದರೂ ಅರಸಿ ಬರಲಿ, ನಾನವರ ಬಳಿಯೇ ಬರುತ್ತೇನೆ. ಹತ್ತು ಹಲವು ದಾರಿಗಳಲ್ಲಿ ತಪಿಸುತ್ತಿರುವವರೆಲ್ಲರೂ ಕೊನೆಗೆ ನನ್ನಲ್ಲಿಗೇ ಬರುವರು' ಎಂದು. ಈ ಸತ್ಯಕ್ಕೆ ಈ ಸಭೆಯೇ ಸಾಕ್ಷಿ. ಸ್ವಮತಾಂಧತೆ, ಸ್ವಪ್ರತಿಷ್ಠೆ ಮತ್ತವುಗಳ ಶನಿಸಂತಾನವಾದ ದುರಭಿಮಾನ, ಇವುಗಳು ಈ ಸುಂದರ ಭೂಮಿಯನ್ನು ಆಕ್ರಮಿಸಿಕೊಂಡುಬಿಟ್ಟಿವೆ. ಅವು ಈ ವಸುಧೆಯನ್ನು ಹಿಂಸಿಸಿ ಹಿಂಡಿಬಿಟ್ಟಿವೆ. ಆಗಾಗ ಮಾನವರ ರಕ್ತದೋಕುಳಿಯಾಡಿಬಿಟ್ಟಿವೆ. ನಾಗರಿಕತೆಯನ್ನು ನಾಶಗೈದಿವೆ. ರಾಷ್ಟ್ರ ರಾಷ್ಟ್ರಗಳನ್ನೇ ಹತಾಶೆಯ ಮಡುವಿಗೆ ದಬ್ಬಿಬಿಟ್ಟಿವೆ. ಈ ದೈತ್ಯದಾನವರು ಹುಟ್ಟಿಲ್ಲದಿದ್ದರೆ, ಈ ಮನುಕುಲವು ಈಗಿರುವುದಕ್ಕಿಂತ ಉತ್ತಮ ಮಟ್ಟದಲ್ಲಿರುತ್ತಿತ್ತು. ಈಗವರ ಕಾಲ ಮುಗಿದಿದೆ. ಈ ಸಮ್ಮೇಳನದ ಮಂಗಳಾರಂಭದ ಮುನ್ಸೂಚನೆಯಾಗಿ ಮೊಳಗಿದ ಘಂಟಾನಾದವು ಎಲ್ಲ ಮತಾಂಧತೆಯ, ಯಾವುದೇ ಅಸ್ತ್ರ ಅಥವಾ ಲೇಖನಿಯ ದೆಸೆಯಿಂದುಂಟಾಗುವ ಎಲ್ಲ ಹಿಂಸಾಚಾರಗಳ, ಒಂದೇ ಗುರಿಯತ್ತ ಸಾಗುತ್ತಿರುವವರಲ್ಲಿ ಇರಬಹುದಾದ ಪರಸ್ಪರ ವೈಷಮ್ಯಗಳ ಅವಸಾನವಾಗಲೆಂಬುದೇ ನನ್ನ ಮನದಾಳದ ಆಶಯ".

ಅದೊಂದು ಪುಟ್ಟ ಪ್ರವಚನ. ಆದರೇನು? ಧರ್ಮದ ವಿಶ್ವರೂಪದರ್ಶನವನ್ನು ಅಂಗೈಯಲ್ಲಿ ಮಾಡಿಸಿಬಿಟ್ಟಿದ್ದರು. ಮಾತು ಮುಗಿಯುತ್ತಿದ್ದಂತೆಯೇ ತುಸು ಆಯಾಸಗೊಂಡವರಂತೆ ಕುಸಿದು ಕುಳಿತರು. ಇಡೀ ಸಭೆ ಹರ್ಷೋದ್ಗಾರದಿಂದ ತನ್ನ ಸಮ್ಮತಿಯನ್ನು, ಮೆಚ್ಚುಗೆಯನ್ನು ಸೂಚಿಸಿತು. ಪ್ರಾರಂಭದಲ್ಲಿ ಮತ್ತು ಮುಕ್ತಾಯದಲ್ಲಿ ದೊರೆತ ಚಪ್ಪಾಳೆಯ, ಹರ್ಷೋದ್ಗಾರದ ಸದ್ದು ಆ ಸಭಾಭವನಕ್ಕಷ್ಟೇ ಸೀಮಿತವಾಗಿರಲಿಲ್ಲ. ಅದು ಅಮೇರಿಕದಾದ್ಯಂತ ಅನುರಣಿಸಿತು. ಅದಕ್ಕೂ ಮಿಗಿಲಾಗಿ ಅದು ಈ ಯುಗಪುರುಷನಿಗೆ ಜನ್ಮವಿತ್ತ ಭಾರತಕ್ಕೆ ಮತ್ತಲ್ಲಿಯ ಸಹೋದರ ಸಹೋದರಿಯರಿಗೆ ಮುಂಬೆಳಗಿನ ಮಂಗಳ ಶಂಖಧ್ವನಿಯಾಗಿ ತೂರಿಬಂತು.

1893ರ ಸೆಪ್ಟೆಂಬರ್ 27ರಂದು ಸರ್ವಧರ್ಮ ಸಮ್ಮೇಳನದ ಸಮರೋಪ ಸಮಾವೇಶ. ನ್ಯೂಯಾರ್ಕ್ ಕಡಲಕಿನಾರೆಯಲ್ಲಿ ಸ್ವಾತಂತ್ರ್ಯದ ಸಂಕೇತವಾಗಿ ನಿಲ್ಲಿಸಿರುವ ಎತ್ತರದ ಲಿಬರ್ಟಿ ಸ್ಟ್ಯಾಚ್ಯೂ ಕೂಡ ತಲೆ ಮೇಲೆತ್ತಿ ತನ್ನನ್ನು ನೋಡುವಂತೆ ಸ್ವಾಮಿ ವಿವೇಕಾನಂದರು ಜನಪ್ರಜ್ಞಾ ಸಾಗರದ ತಡಿಯಲ್ಲಿ ವಿಶ್ವಮಾನ್ಯ ಸನಾತನಧರ್ಮದ ಕೀರ್ತಿ ಪತಾಕೆಯನ್ನು ಮುಗಿಲೆತ್ತರಕ್ಕೆ ಏರಿಸಿದರು. ಆ ಸಂದರ್ಭದಲ್ಲಿ ಅಮೇರಿಕೆಯ ಪ್ರಜ್ಞಾವಂತ ಶ್ರೋತೃಗಳಿಗೆ ಮನಸಾರೆ ವಂದಿಸಿ, ಅವರ ಶ್ರೇಯೋಭಿವೃದ್ಧಿಗಾಗಿ ಭಗವಂತನಲ್ಲಿ ಪ್ರಾರ್ಥಿಸಿ, ಮಾತು ಮುಂದುವರಿಸಿದರು:

"ಈ ಸರ್ವಧರ್ಮ ಸಮ್ಮೇಳನವು ಜಗತ್ತಿಗೇನನ್ನಾದರೂ ಪ್ರಕಾಶಪಡಿಸಿದ್ದರೆ, ಅದು ಇದೇ: ಪಾವಿತ್ರ್ಯ, ಪರಿಶುದ್ಧತೆ, ದಾನಧರ್ಮ, ದಯೆ ಮುಂತಾದುವೆಲ್ಲ ಯಾವುದೇ ಧರ್ಮವೊಂದಕ್ಕೆ ಮೀಸಲಾದ ಆಸ್ತಿಯಲ್ಲ. ಪ್ರತಿಯೊಂದು ಧರ್ಮವೂ ಮೇರುಸದೃಶ ಸ್ತ್ರೀಪುರುಷ ಮಹಾನುಭಾವರನ್ನು ಕೊಟ್ಟಿದೆ. ಇವೆಲ್ಲ ಕಣ್ಮುಂದೆ ರಾಚುವಂತಿದ್ದರೂ, ನನ್ನ ಧರ್ಮವೊಂದೇ ಉಳಿಯಬೇಕು, ಮಿಕ್ಕೆಲ್ಲ ಧರ್ಮಗಳು ಅಳಿದುಹೋಗಬೇಕು ಎಂದು ಯಾರಾದರೂ ಭ್ರಮಿಸುತ್ತಿದ್ದರೆ ನಾನು ಅವರಿಗಾಗಿ ನನ್ನ ಅಂತರಾಳದಿಂದ ಮರುಕಪಡುತ್ತೇನೆ..."

ಸ್ವಾಮೀಜಿಯವರು 'ಸೋದರಿ ಸೋದರರೇ' ಎಂದು ಆತ್ಮೀಯತೆಯಿಂದ, ಅಕ್ಕರೆಯಿಂದ ಮಾತನಾಡುವ ಮೂಲಕ ಎಲ್ಲರನ್ನೂ ಮಂತ್ರಮುಗ್ಧರನ್ನಾಗಿಸಿ, ಅದುವರೆಗೂ ಅನಾಮಧೇಯರಾಗಿದ್ದವರು, ಇದೀಗ ವಿಶ್ವಮಾನ್ಯರೆನಿಸಿ ವಿರಾಜಮಾನರಾಗಿಬಿಟ್ಟಿದ್ದರು. ಸಮ್ಮೇಳನದ ಕಾಲಾವಧಿಯಲ್ಲಿ ದಿನದಿನವೂ ನಡೆಯುತ್ತಿದ್ದ ಸಭೆಗಳಲ್ಲಿ ಸ್ವಾಮೀಜಿಯವರ ಆಶುಭಾಷಣಗಳಿರುತ್ತಿದ್ದವು. ಆ ಸಭೆಯಲ್ಲಿ ಉತ್ತಮ ವಾಗ್ಮಿಯನ್ನು ಕೊನೆಯಲ್ಲಿ ಮಾತನಾಡಿಸುವ ಯುಕ್ತಿ ಪ್ರಚಲಿತವಾಗಿತ್ತು. ಒಮ್ಮೊಮ್ಮೆ ನೀರಸ ಭಾಷಣಗಳನ್ನು ಕೇಳುತ್ತಾ ತಾಳ್ಮೆಗೆಡುತ್ತಿದ್ದ ಸಭಿಕರು ಎದ್ದುಹೋಗಲು ಪ್ರಾರಂಭಿಸುತ್ತಿದ್ದಂತೆ, ಅಧ್ಯಕ್ಷರು ಕೊನೆಯಲ್ಲಿ ಸ್ವಾಮೀಜಿಯವರು ಮಾತನಾಡುತ್ತಾರೆ ಎಂದು ಘೋಷಿಸುತ್ತಿದ್ದರು. ಸ್ವಾಮೀಜಿ ಕೇವಲ ಹತ್ತು ಹದಿನೈದು ನಿಮಿಷ ಮಾತನಾಡಿದರೂ ಸಾಕು, ಕೇಳೋಣ ಎಂದು ಕಾಯುತ್ತಿದ್ದರು ಸಭಿಕರು. ಸಮ್ಮೇಳನದ ವಿಶಾಲ ಕಟ್ಟಡದಲ್ಲಿ ಸ್ವಾಮೀಜಿಯವರು ಒಂದೆಡೆಯಿಂದ ಇನ್ನೊಂದೆಡೆಗೆ ಹೊರಟರೆ ಸಾಕು, ಜನರ ಗುಂಪು ಅವರನ್ನೇ ಹಿಂಬಾಲಿಸುತ್ತಿತ್ತು. ಜನರು ಅವರನ್ನೊಮ್ಮೆ ಹತ್ತಿರದಿಂದ ನೋಡಬೇಕು, ಅವರ ಕೈ ಕುಲುಕಬೇಕು ಎಂಬ ತವಕದಲ್ಲಿರುತ್ತಿದ್ದರು. ಮಹಿಳೆಯರಂತೂ ಅವರ ಹತ್ತಿರಕ್ಕೆ ಹೋಗಲು ಮುಗಿಬೀಳುತ್ತಿದ್ದರು.

ಸ್ವಾಮೀಜಿಯವರ ಹೆಸರು ಎಲ್ಲೆಲ್ಲೂ ಹರಿದಾಡಿತು. ಷಿಕಾಗೋ ನಗರದ ಬೀದಿಬೀದಿಗಳಲ್ಲಿ ಅವರ ಆಳೆತ್ತರದ ಚಿತ್ರಗಳು ರಾರಾಜಿಸಿದವು. ಅಮೇರಿಕೆಯ

'ನ್ಯೂಯಾರ್ಕ್ ಹೆರಾಲ್ಡ್'ನಂಥ ಹೆಸರಾಂತ ಪತ್ರಿಕೆಗಳಿಗೆ ಸ್ವಾಮೀಜಿಯವರನ್ನು ಎಷ್ಟು ಕೊಂಡಾಡಿದರೂ ತೃಪ್ತಿಯಿರಲಿಲ್ಲ. ಯಾಕೆಂದರೆ ಅವರದು ಎಲ್ಲ ಗುಣವಾಚಕಗಳನ್ನೂ ಮೀರಿದ ವೈಶಿಷ್ಟ್ಯಪೂರ್ಣ ಮೇರುವ್ಯಕ್ತಿತ್ವ.

ಸ್ವಾಮೀಜಿಯವರೀಗ ಪುರುಷೋತ್ತಮರಾಗಿ ಅದರೆಲ್ಲ ಆಯಾಮಗಳಿಂದ ಪ್ರಕಟಗೊಳ್ಳುತ್ತಿದ್ದರು. ಆಗಾಗ್ಗೆ ಅವರಿಗೆ ಸವಾಲೆಸೆಯುವಂಥ ಪ್ರಸಂಗಗಳು ಎದುರಾಗುತ್ತಿದ್ದುವು. ಅಂಥವನ್ನು ಬಹು ಸಮರ್ಥವಾಗಿ ನಿಭಾಯಿಸುತ್ತಿದ್ದರು. ಅವರ ಪ್ರವಚನವೊಂದನ್ನು ಕುರಿತು ಬಂದ ಕೆಲವು ಆಕ್ಷೇಪಣೆಗಳಿಗೆ ಪ್ರತಿಕ್ರಿಯೆಯಾಗಿ, ಒಂದು ಉಪನ್ಯಾಸದ ಮಧ್ಯೆ, ಸಭಿಕರನ್ನು ಉದ್ದೇಶಿಸಿ, ನಿಮ್ಮಲ್ಲಿ ಎಷ್ಟು ಮಂದಿ ಹಿಂದೂ ಪವಿತ್ರಗ್ರಂಥಗಳನ್ನು ಅಧ್ಯಯನ ಮಾಡಿ, ಹಿಂದೂಗಳ ಧರ್ಮವನ್ನು ನೇರವಾಗಿ ಅರಿತುಕೊಂಡಿದ್ದೀರಿ ಎಂದು ಕೇಳಿದರು. ಕೇವಲ ನಾಲ್ಕೈದು ಮಂದಿ ಮಾತ್ರ ಕೈಯೆತ್ತಿದರು. ಆ ಸಭೆಯಲ್ಲಿ ನೂರಾರು ಮಂದಿ ಧರ್ಮಶಾಸ್ತ್ರ ಪರಿಣತರು ಆಸೀನರಾಗಿದ್ದರು. ದಯಾದೃಷ್ಟಿಯ ಮುಗುಳ್ನಗೆ ಬೀರುತ್ತ ಸ್ವಾಮೀಜಿ, "ಇಷ್ಟಾದರೂ ನೀವು ನಮ್ಮ ಮೇಲೆ ಸವಾರಿ ಮಾಡಬಯಸುತ್ತೀರಲ್ಲ!" ಎಂದು ವ್ಯಂಗ್ಯವಾಗಿ ನುಡಿದರು.

ಅವರು 'ಹಿಂದೂಧರ್ಮ'ವನ್ನು ಕುರಿತು ಒಂದು ಲಿಖಿತ ಭಾಷಣ ಮಂಡಿಸುವ ಮುನ್ನ ಕೂಡ ಒಂದು ಪ್ರಸಂಗ ಜರುಗಿತು. ಇದು ಸೆಪ್ಟೆಂಬರ್ 20ರ 'ಷಿಕಾಗೋ ಟ್ರಿಬ್ಯೂನ್' ಪತ್ರಿಕೆಯಲ್ಲಿನ ವರದಿ. ಡಾ॥ ನೋಬಲ್ ಅವರು ಹಿಂದೂ ಸನ್ಯಾಸಿ ಸ್ವಾಮಿ ವಿವೇಕಾನಂದರನ್ನು ಪರಿಚಯಿಸಿದರು. ಸ್ವಾಮೀಜಿ ಸಾವಧಾನದಿಂದ ಹೆಜ್ಜೆಯಿಡುತ್ತ ವೇದಿಕೆಗೆ ಬರುತ್ತಿದ್ದಂತೆಯೇ ಜನ ಹರ್ಷೋದ್ಗಾರದಿಂದ ಅವರನ್ನು ಸ್ವಾಗತಿಸಿದರು. ಕಿತ್ತಲೆ ಬಣ್ಣದ ನಿಲುವಂಗಿಯಿಂದ, ತೆಳುಹಳದಿಯ ರುಮಾಲಿನಿಂದ ಶೋಭಿತರಾಗಿದ್ದರು ಸ್ವಾಮೀಜಿ. ಅವರ ಸುಂದರ ವದನಾರವಿಂದದಲ್ಲಿ ಎಂದಿನಂತೆ ಮೆಲುನಗೆ, ಕಂಗಳಲ್ಲಿ ಉಲ್ಲಾಸದ ಹೊಳಪು. "ಮೂಡಣದಿಂದ ಬಂದಿರುವ ನಾವು ಇಲ್ಲಿ ಪ್ರತಿದಿನವೂ ಸೇರುತ್ತಿದ್ದೇವೆ. ಕ್ರಿಶ್ಚಿಯನ್ ದೇಶಗಳು ಸಂಪದ್ಭರಿತವಾಗಿರುವುದರಿಂದ ನಾವೆಲ್ಲರೂ ಕ್ರಿಶ್ಚಿಯನ್ ಮತವನ್ನು ಒಪ್ಪಿಕೊಳ್ಳಬೇಕೆಂದು ಒಂದು ಬಗೆಯ ಏನೋ ಕೃಪಾಭಿಕ್ಷೆ ನೀಡುತ್ತಿರುವ ಹಾಗೆ ಇಲ್ಲಿ ಹೇಳಲಾಗುತ್ತಿದೆ. ನಮ್ಮೊಳಗನ್ನು ನಾವು ಅವಲೋಕಿಸಿಕೊಂಡಾಗ ನಮಗೆ ಭಾಸವಾಗುವುದಿದು: ಅತ್ಯಂತ ಶ್ರೀಮಂತ ರಾಷ್ಟ್ರವಾದ ಇಂಗ್ಲೆಂಡ್ ಏಷ್ಯಾದ 250,000,000 ಜನರ ಕುತ್ತಿಗೆಯನ್ನು ತುಳಿದು ನಿಂತಿದೆ. ಹಿಂದಿನ ಇತಿಹಾಸದ ಪುಟಗಳನ್ನು ತಿರುವಿದಾಗ ನಮಗೆ ಕ್ರಿಶ್ಚಿಯನ್ ಯೂರೋಪಿನ ಶ್ರೀಮಂತಿಕೆ ಸ್ಪೇನ್ನಿಂದ ಪ್ರಾರಂಭವಾಗಿದೆಯೆಂದು ತಿಳಿಯುತ್ತದೆ. ಸ್ಪೇನಿನ ಶ್ರೀಮಂತಿಕೆ

ವೃದ್ಧಿಯಾದದ್ದು ಮೆಕ್ಸಿಕೋ ಆಕ್ರಮಣದಿಂದ. ಕ್ರಿಶ್ಚಿಯನ್ನರ ಸಂಪತ್ತಿನ ಸಾಮ್ರಾಜ್ಯ ನೆರೆಹೊರೆಯವರ ಕತ್ತು ಹಿಸುಕಿ ಜಯಶಾಲಿಯಾಗಿದೆ. ಆದರೆ ಹಿಂದೂಗೆ ಆಯುಧ, ರಕ್ತ ಬೇಕಾಗಿಲ್ಲ. ಅವನ ಧರ್ಮ ಪ್ರೇಮದ ನೆಲೆಗಟ್ಟಿನ ಮೇಲೆ ನಿಂತಿದೆ" ಎಂದು ಅವರು ನುಡಿದದ್ದೇ ತಡ ಸಭಿಕರ ಸಮ್ಮತಿಯ ಕರತಾಡನ ಶುರುವಿಟ್ಟುಕೊಂಡಿತು. ನಂತರವಷ್ಟೇ ಅವರು ತಮ್ಮ ಲಿಖಿತ ಉಪನ್ಯಾಸವನ್ನು ಮಂಡಿಸಿದ್ದು.

ಸೆಪ್ಟೆಂಬರ್ 27ರಂದು ಸರ್ವಧರ್ಮ ಸಮ್ಮೇಳನಕ್ಕೆ ತೆರೆಬಿದ್ದಿತಷ್ಟೆ. ಸ್ವಾಮೀಜಿಯವರ ಕೀರ್ತಿ ಉತ್ತುಂಗಕ್ಕೇರಿದ ಸಮಯವದು. ಷಿಕಾಗೋದ ಅತ್ಯಂತ ಪ್ರತಿಷ್ಠಿತ ಬಡಾವಣೆ. ಅಲ್ಲಿ ತುಂಬಾ ಶ್ರೀಮಂತನಾಗಿದ್ದ ಒಬ್ಬ ಗೌರವಾನ್ವಿತ ವ್ಯಕ್ತಿ ಸ್ವಾಮೀಜಿಯವರನ್ನು ಅತ್ಯಂತ ಆದರದಿಂದ ತನ್ನ ಮನೆಗೆ ಆಹ್ವಾನಿಸಿದ. ಸ್ವಾಮೀಜಿಯವರಿಗೆ ರಾಜೋಪಚಾರವಾಯಿತು. ಅಲ್ಲಿ ಅವರಿಗಾಗಿ ನೀಡಲಾಗಿದ್ದ ಕೊಠಡಿಯಂತೂ ರಾಜಕುವರನಿಗೆ ತಕ್ಕುದಾಗಿತ್ತು. ಆದರೇನು? ಸ್ವಾಮೀಜಿಯವರಿಗೆ ಸುಖಲೋಲುಪತೆಯಲ್ಲಿ ಓಲಾಡುವ ಮನಸ್ಸಿಲ್ಲ. ಸಂಕಟದಿಂದ ಉರುಳಾಡಿದರು. ಹೆಸರು, ಕೀರ್ತಿ, ಸಾವಿರಾರು ಜನರ ಮೆಚ್ಚುಗೆ ಯಾವುದೂ ಅವರನ್ನು ಅಲುಗಿಸಲಿಲ್ಲ. ಅವರು ಮೊದಲಿನ ಭೈರಾಗಿಯೇ ಆಗಿದ್ದರು. ಅಂದು ರಾತ್ರಿ ಹಾಸಿಗೆಯ ಮೇಲೆ ಉರುಳುತ್ತಿದ್ದಂತೆಯೇ, ಒಂದು ಕಡೆ ಬಡತನದ ಬೇಗೆಯಲ್ಲಿರುವ ಭಾರತ ಇನ್ನೊಂದು ಕಡೆ ಅಮೇರಿಕದ ಅಪಾರ ಸಿರಿವಂತಿಕೆ ಕಣ್ಣಮುಂದೆ ಸುಳಿದು ಅವರ ನಿದ್ದೆಯನ್ನು ಕಸಿದುಕೊಂಡುವು. ಮಲಗಿದ್ದ ಸಂಪತ್ತಿಗೆ ಮುಳ್ಳಿನ ಹಾಸಿಗೆಯಾಯಿತು. ಕಿಟಕಿಯ ಹತ್ತಿರ ನಿಂತರು. ಮಬ್ಬುಗತ್ತಲೆಯತ್ತ ದೃಷ್ಟಿ ಹರಿಯುತ್ತಿದ್ದ ಹಾಗೆ ದುಃಖ ಉಮ್ಮಳಿಸಿ ಬಂದು ನೆಲಕ್ಕೊರಗಿದರು ಮತ್ತು ಜಗನ್ಮಾತೆಯಲ್ಲಿ ತಮ್ಮ ಅಳಲನ್ನು ತೋಡಿಕೊಂಡರು: "ಅಮ್ಮಾ, ನನ್ನ ತಾಯ್ನಾಡು ಬಡತನದಿಂದ ಪಾತಾಳ ಕಚ್ಚಿರುವಾಗ, ಈ ಹೆಸರು, ಕೀರ್ತಿ ನನಗೆ ಯಾವ ಲೆಕ್ಕಕ್ಕೂ ಇಲ್ಲ. ಕೋಟ್ಯಂತರ ಭಾರತೀಯರು ಒಂದು ತುತ್ತು ಕೂಳೂ ಇಲ್ಲದೆ ತತ್ತರಿಸುತ್ತಿದ್ದಾರೆ. ಆದರೆ ಇಲ್ಲಿಯೋ, ಜನರು ಕೋಟಿ ಕೋಟಿ ರೂಪಾಯಿಗಳನ್ನು ತಮ್ಮ ಸುಖಲೋಲುಪತೆಗಾಗಿ ವ್ಯಯಿಸುತ್ತಿದ್ದಾರೆ. ನನ್ನ ಭಾರತದ ಜನಸಮುದಾಯವನ್ನು ಮೇಲೆತ್ತುವವರಾರು ತಾಯೆ? ಅವರಿಗೆ ತುತ್ತನೀಯುವವರು ಯಾರು? ಅಮ್ಮಾ, ನಾನು ಹೇಗೆ ಅವರಿಗೆ ನೆರವಾಗಬಹುದೆಂದು ದಾರಿ ತೋರು". ಕತ್ತಲು ಕಳೆಯಿತು. ಮೂಡಲಿಂದ ಬೆಳಕು ಚೆಲ್ಲಿತು.

ಸ್ವಾಮೀಜಿಯವರೀಗ ತಮ್ಮ ಯೋಜನೆಗಳಿಗೆ ಹಣ ಹೊಂದಿಸಬೇಕೆಂದು ನಿರ್ಧರಿಸಿದರು. ಆದರೆ ವ್ಯಾವಹಾರಿಕವಾಗಿ ಅವರು ತೀರ ಮುಗ್ಧರಾಗಿದ್ದರು. ಹಾಗಾಗಿ ಹಲವು ತೊಡಕುಗಳನ್ನು ಎದುರಿಸಬೇಕಾಯಿತು. ಷಿಕಾಗೋದಲ್ಲಿ

ಹಲವಾರು ಕಡೆ ಭಾಷಣ ಮಾಡಿದರು, ಸಾಕಷ್ಟು ಹಣ ಗಳಿಸಿದರು. ಆದರೆ ಹಣ ಇಟ್ಟುಕೊಳ್ಳಲು ಅವರಲ್ಲಿ ಯಾವ ವ್ಯವಸ್ಥೆಯಿದ್ದೀತು? ಹೇಳಿ ಕೇಳಿ ಭೈರಾಗಿ. ಬಂದ ದುಡ್ಡನ್ನು ಒಂದು ಕರವಸ್ತ್ರದಲ್ಲಿ ಸುತ್ತಿಕೊಂಡು ತಮ್ಮ ನಿವಾಸಕ್ಕೆ ಹಿಂತಿರುಗಿದ ಕೂಡಲೇ ಅದನ್ನು ಹೆತ್ತ ತಾಯಿಯಂತೆ ತಮ್ಮನ್ನು ನೋಡಿಕೊಳ್ಳುತ್ತಿದ್ದ ಶ್ರೀಮತಿ ಲಯೋನ್ಸ್ ಅವರ ಕೈಗೆ ಕೊಟ್ಟುಬಿಡುತ್ತಿದ್ದರು. ಆಗ ಅವರು ಆಟವೊಂದರಲ್ಲಿ ಗೆದ್ದು ಹೆಮ್ಮೆಯಿಂದ ಬೀಗುತ್ತಿರುವ ಬಾಲಕನಂತೆ ಕಂಡುಬರುತ್ತಿದ್ದರು! ಒಂದು ದಿನ ನಗುತ್ತ ತಾನೊಂದು ದೊಡ್ಡ ವ್ಯಾಮೋಹದ ಬಲೆಗೆ ಬಿದ್ದುಬಿಟ್ಟಿರುವುದಾಗಿ ಆ ತಾಯಿಗೆ ತಿಳಿಸಿದರು. ತಕ್ಷಣ ಆಕೆ ತುಸು ಕೀಟಲೆಯ ದನಿಯಲ್ಲಿ "ಆ ಅದೃಷ್ಟದ ಹುಡುಗಿ ಯಾರು?" ಎಂದು ಕೇಳಿಬಿಡುವುದೇ! ಸ್ವಾಮೀಜಿ ಗಹಗಹಿಸಿ ನಗುತ್ತಾ, "ಯಾವ ಹುಡುಗಿಯೂ ಅಲ್ಲ, ಅದೊಂದು ಸಂಸ್ಥೆ" ಎಂದರು. ಅದು ಶ್ರೀರಾಮಕೃಷ್ಣರ ಹೆಸರಿನಲ್ಲಿ ಅವರು ಸ್ಥಾಪಿಸಬೇಕೆಂದಿದ್ದ ಸಂಸ್ಥೆ.

ಸ್ವಾಮೀಜಿ ಹೆಚ್ಚು ಕಡಿಮೆ ಅಮೇರಿಕದ್ಯಾಂತ ಸುತ್ತಿದ್ದರು. ಉತ್ತರದ ಕೆನಡಾ ಗಡಿಯಿಂದ ಹಿಡಿದು ದಕ್ಷಿಣ ತುದಿಯ ಟೆನಿಸಿಯ ಮೆಂಫಿಸ್ವರೆಗೆ ಸುತ್ತಿ ಅನೇಕ ಉಪನ್ಯಾಸಗಳನ್ನು ನೀಡಿದರು. ಆ ಉಪನ್ಯಾಸಗಳು ಎಷ್ಟು ಪರಿಣಾಮಕಾರಿಯಾಗಿದ್ದುವೆಂಬುದಕ್ಕೆ 1893ರ ಡಿಸೆಂಬರ್ 3ನೇ ದಿನಾಂಕದ 'ಅಯೋವ ಸ್ಟೇಟ್ ರಿಜಿಸ್ಟ್ರಿ' ಪತ್ರಿಕೆಯಲ್ಲಿ ಪ್ರಕಟವಾದ ಈ ವರದಿಯೇ ನಿದರ್ಶನ:

'ಹಿಂದೂ ಸನ್ಯಾಸಿ ಸ್ವಾಮಿ ವಿವೇಕಾನಂದರು ಡೆಸ್ ಮೊಯಿನ್‌ನಲ್ಲಿ ಮೂರು ಉಪನ್ಯಾಸಗಳನ್ನು ನೀಡಿದರು. ತುಂಬಾ ಸಂಪನ್ನ ಜನರು ಸಂದರ್ಶಿಸಿದರು. ಧಾರ್ಮಿಕ ಮತ್ತು ಆಧ್ಯಾತ್ಮಿಕ ಮಾತುಕತೆ ನಡೆಯಿತು. ಪ್ರಶ್ನೆಗಳನ್ನು ಕೇಳಿದವರು ತಮಗದು ಅವಿಸ್ಮರಣೀಯ ಕಾಲವಾಯಿತೆಂದು ತಿಳಿದರು. ತಮ್ಮ ನೆಲೆಯಲ್ಲೇ ನಿಂತಿದ್ದ ಸಂನ್ಯಾಸಿಯನ್ನು ಕೆಣಕಿದವನ ಪಾಡು ಬೇಡ. ಅವರ ಉತ್ತರಗಳು ಮಿಂಚಿನಂತೆ ಹಾರಿಬರುತ್ತಿದ್ದವು. ಆ ಭಾರತೀಯರ ಬುದ್ಧಿ ಪ್ರಖರತೆಯ ಮುಂದೆ ಪ್ರಶ್ನಿಸಲಿದ್ದ ಸಾಹಸಿ ಮಂಕಾಗಿಬಿಡುತ್ತಿದ್ದ. ಅವರಲ್ಲಿದ್ದ ಜ್ಞಾನಭಂಡಾರ, ಉತ್ತಮ ಶಿಕ್ಷಣದಿಂದ ಕೂಡಿದ ಅತ್ಯಂತ ಸೂಕ್ಷ್ಮ ಮತ್ತು ಪ್ರತಿಭಾಸಂಪನ್ನತೆ ಅನೇಕ ವೇಳೆ ಕೇಳುಗರನ್ನು ಕಕ್ಕಾಬಿಕ್ಕಿಯಾಗಿಸಿ ಬಿಡುತ್ತಿದ್ದುವು. ಅವರ ಮಾತಿನಲ್ಲಿ ಕಾಠಿಣ್ಯವಿರುತ್ತಿರಲಿಲ್ಲ'.

ಸ್ವಾಮೀಜಿಯವರ ಕೀರ್ತಿ ಹಬ್ಬುತ್ತಿದ್ದಂತೆ ಕ್ರಿಶ್ಚಿಯನ್ ಪಾದ್ರಿಗಳ ಹುಬ್ಬೇರಿದವು. ಅವರು ಅಸೂಯೆ, ಹತಾಶೆ, ಸಿಟ್ಟುಗಳಿಂದಾಗಿ ವಿಷಕಾರತೊಡಗಿದರು. ಅಪಪ್ರಚಾರ ಮಾಡಿದರು. ಸ್ವಾಮೀಜಿ ಅದಾವುದನ್ನೂ ಲೆಕ್ಕಿಸಲಿಲ್ಲ. ಅವರ ನಿಷ್ಕಳಂಕ, ಪರಿಶುದ್ಧ ಚಾರಿತ್ರ್ಯ, ಪಾಂಡಿತ್ಯ, ಪ್ರತಿಭೆ,

ತಿಳಿನಗೆಯ ಮಾತು, ಟೀಕಿಸುವಾಗ ಕೂಡ ತೋರಿಸುತ್ತಿದ್ದ ಅನುಕಂಪ, ಇವೆಲ್ಲವೂ ಅಮೇರಿಕದ ಪಂಡಿತ ಪಾಮರರ ಮನಸೂರೆಗೊಂಡಿದ್ದವು. ಸ್ಥಳೀಯ, ರಾಷ್ಟ್ರೀಯ, ಅಂತರಾಷ್ಟ್ರೀಯ ಪತ್ರಿಕೆಗಳು ಪ್ರಶಂಸೆಯ ಮಹಾಪೂರವನ್ನೇ ಹರಿಸಿ, ಇಂಥ ಮಹಾಪುರುಷರ ದೇಶಕ್ಕೆ ಕ್ರಿಶ್ಚಿಯನ್ ಮಿಷಿನರಿಗಳನ್ನು ಕಳುಹಿಸುವುದೇ ಮೂರ್ಖತನದ ಪರಮಾವಧಿ ಎಂದು ಬರೆದಿದ್ದುವು. ಸ್ವಾಮೀಜಿಯವರ ಉಪನ್ಯಾಸಗಳಿಗೆ ಜನರು ಕಿಕ್ಕಿರಿದು ನೆರೆಯುತ್ತಿದ್ದರು. ಆಧ್ಯಾತ್ಮದ ಹಸಿವಿದ್ದವರಿಗೆ ಒಳ್ಳೆಯ ರಸಗವಳ ಸಿಕ್ಕುತ್ತಿತ್ತು. ಕುತೂಹಲದಿಂದ ಬಂದವರಿಗೂ ಆಧ್ಯಾತ್ಮದ ಹಸಿವು ಶುರುವಾಗುತ್ತಿತ್ತು. ಪೂರ್ವಗ್ರಹಪೀಡಿತರು ಸ್ವಾಮೀಜಿಯವರ ಮಾತು ಕೇಳಿದ್ದೇ ಅವರ ಅಭಿಮಾನಿಗಳಾಗಿ ಬಿಡುತ್ತಿದ್ದರು. ಗಣ್ಯ ಮಹನೀಯರು, ಪ್ರಜ್ಞಾವಂತರು, ವಿಶ್ವವಿದ್ಯಾಲಯಗಳ ಪ್ರಾಧ್ಯಾಪಕರು, ಜ್ಞಾನಿಗಳು–ಹೀಗೆ ಎಲ್ಲರೂ ಅವರ ಆತ್ಮೀಯ ಸ್ನೇಹಿತರಾದರು. ಹಣ ಅಧಿಕಾರ ದರ್ಪ ಬಿಟ್ಟು ಬೇರಾವುದಕ್ಕೂ ತಲೆಕೆಡಿಸಿಕೊಳ್ಳದವನೊಬ್ಬ ಒಲ್ಲದ ಮನಸ್ಸಿನಿಂದ ಸ್ವಾಮೀಜಿಯವರನ್ನು ನೋಡಲು ಬಂದ. ಆತನೇ ಜಗತ್ತಿನ ದೊಡ್ಡ ಸಿರಿವಂತ ರಾಕ್‌ಫೆಲ್ಲರ್. ಸಂಪಾದಿಸಿದ ಗಣ ಸದ್ವಿನಿಯೋಗವಾಗಬೇಕೆಂಬ ಸ್ವಾಮೀಜಿಯವರ ಮಾತಿನಿಂದ ಪ್ರಭಾವಿತನಾದ ಆತ ಮೊಟ್ಟಮೊದಲು ಸಾರ್ವಜನಿಕ ಸಂಸ್ಥೆಯೊಂದಕ್ಕೆ ದೊಡ್ಡ ಮೊತ್ತವನ್ನು ದಾನಮಾಡಿದ.

ನ್ಯೂಯಾರ್ಕ್ ನಗರದ ಸಮೀಪ ಸೆಂಟ್ ಲಾರೆನ್ಸ್ ನದೀಪಾತ್ರದಲ್ಲಿ ಸಹಸ್ರದ್ವೀಪೋದ್ಯಾನವೆಂಬ ದ್ವೀಪಸಮೂಹವಿದೆ. ಅವುಗಳಲ್ಲಿ ಒಂದು ದ್ವೀಪದಲ್ಲಿನ ಮನೆಯಲ್ಲಿ ಸ್ವಾಮೀಜಿಯವರ ಶಿಷ್ಯರು ಅವರಿಗೆ ವಸತಿ ಏರ್ಪಡಿಸಿದರು. ನಿಸರ್ಗದ ಚೆಲುವಿನಿಂದ ಕೂಡಿದ್ದ ಆ ಪ್ರದೇಶ ಸ್ವಾಮೀಜಿಯವರ ಸಾನ್ನಿಧ್ಯದಿಂದಾಗಿ, ಅವರ ಸತ್ತ್ವಯುತ ಪ್ರವಚನಗಳಿಂದಾಗಿ ಒಂದು ಋಷ್ಯಾಶ್ರಮವಾಯಿತು. ಮುಂದೆ ಅಲ್ಲಿ ಉಗಮಿಸಿದ ಋಷಿ ವಾಣಿ 'ಸ್ಫೂರ್ತಿಯುತ ವಾಕ್ಕುಗಳು' ಎಂಬ ಹೆಸರಿನಲ್ಲಿ ಪ್ರಸಿದ್ಧವಾದುವು. ಸ್ವಾಮೀಜಿಯವರೀಗ ಒಂದು ಅಗಾಧಶಕ್ತಿಯ ಆಗರವಾಗಿ ಇಡೀ ಅಮೇರಿಕವನ್ನು ಸೂರೆಗೊಂಡುಬಿಟ್ಟಿದ್ದರು. ಈ ಮಧ್ಯೆ ಅವರಿಗೆ ಇಂಗ್ಲೆಂಡಿಗೆ ಬರುವಂತೆ ಆಹ್ವಾನಗಳು ಬರತೊಡಗಿದುವು. ಅವುಗಳನ್ನು ಒಂದು ದೈವೀ ಕರೆಯೆಂದೇ ಭಾವಿಸಿದ ಅವರು ಇಂಗ್ಲೆಂಡಿಗೆ ಹೊರಟರು. ಅಲ್ಲಿ ಅವರ ನಿಷ್ಠಾವಂತ ಶಿಷ್ಯರಾದವರಲ್ಲಿ ಮೂರು ನಾಲ್ಕು ಮಂದಿ ಸನ್ಯಾಸಿಯರಾಗಿ ಹೆಸರಾದರು. ಅವರಲ್ಲಿ ಮಿಸ್ ಮಾರ್ಗರೆಟ್ ನೋಬಲ್ ಎಂಬ ಹೆಸರಿನವರೂ ಒಬ್ಬರು. ಆಕೆಯೇ ಮುಂದೆ ಭಾರತದಲ್ಲಿ ಚಿರಪರಿಚಿತರಾದ ಸೋದರಿ ನಿವೇದಿತಾ. ಇಂಗ್ಲೆಂಡಿನ ಇನ್ನೋರ್ವ ಶಿಷ್ಯೋತ್ತಮನೆಂದರೆ ಜೆ.ಜೆ. ಗುಡ್ವಿನ್. ಸದಾ ಅವರ ಬಲಗೈ ಬಂಟನಾಗಿ ಇರುತ್ತಿದ್ದ ಆತನ ಲೇಖನಿಯಿಂದಲೇ

ಸ್ವಾಮಿ ವಿವೇಕಾನಂದರ ಸಾಹಿತ್ಯ ದೊರೆಯುವಂತಾಯಿತು. ಇಂಗ್ಲೆಂಡಿನ ಜನತೆ ಸ್ವಾಮೀಜಿಯವರ ಇನ್ನಷ್ಟು ಅಮೃತಧಾರೆಗೆ ಹಾತೊರೆಯುತ್ತಿರುವಾಗಲೇ ಅವರು ಅಮೇರಿಕೆಗೆ ಹಿಂದಿರುಗಬೇಕಾಯಿತು. 1895ರ ಡಿಸೆಂಬರ್ 6ರಂದು ನ್ಯೂಯಾರ್ಕಿಗೆ ಹೋದರು. ಈ ಬಾರಿಯೂ ಹಿಂದಿನಂತೆ ಹಲವಾರು ಸ್ಥಳಗಳಲ್ಲಿ, ವಿಶ್ವವಿದ್ಯಾಲಯಗಳಲ್ಲಿ ಉಪನ್ಯಾಸಗಳನ್ನು ಕೊಟ್ಟರು. ನ್ಯೂಯಾರ್ಕ್‌ನಲ್ಲಿ ವೇದಾಂತ ಸಂಘವನ್ನು ಸ್ಥಾಪಿಸಿದರು. ಅದಕ್ಕೆ ಯಾವುದೇ ಧರ್ಮದವರೂ ತಮ್ಮ ಧರ್ಮದಲ್ಲಿ ಇದ್ದುಕೊಂಡೇ ಸದಸ್ಯರಾಗಬಹುದಿತ್ತು. ಸ್ವಾಮೀಜಿ ಶಿಷ್ಯರಲ್ಲಿ ಅನೇಕರು ಆ ಸಂಘದ ಸದಸ್ಯರಾದರು. ಫ್ರಾನ್ಸಿಸ್ ಲೆಗೆಟ್ ಎಂಬುವವರು ಅಧ್ಯಕ್ಷರಾದರು. ಆನಂತರ 1896ರ ಏಪ್ರಿಲ್ 15ರಂದು ಸ್ವಾಮೀಜಿ ಮತ್ತೆ ಲಂಡನ್ನಿಗೆ ಹೋದರು. ಪುನಃ ಉಪನ್ಯಾಸಗಳ ಪ್ರವಾಹ. ಆ ಸಂದರ್ಭದಲ್ಲೇ ಅವರಿಗೆ ಸೇವಿಯರ್ಸ್ ದಂಪತಿಗಳು ಸಿಕ್ಕಿದ್ದು. ಅವರಿಗೆ ಸ್ವಾಮಿ ವಿವೇಕಾನಂದರಲ್ಲಿ ತಾವು ಹುಡುಕುತ್ತಿದ್ದ ಗುರು ಸಿಕ್ಕಂತಾಯಿತು. ಸ್ವಾಮೀಜಿಯವರು ಹಿಮಾಲಯದಲ್ಲಿ ಅದ್ವೈತಾಶ್ರಮ ಸ್ಥಾಪಿಸಲು ಅವರು ಉದಾರವಾಗಿ ಹಣ ನೀಡಿದರು. ಅಲ್ಲದೆ ಆ ಆಶ್ರಮದ ಅಡಿಗಲ್ಲಾಗಿ ಅಲ್ಲಿಯೇ ನೆಲೆಸಿ, ಸಾರ್ಥಕ ಜೀವನ ನಡೆಸಿ, ಕಡೆಗೆ ಅಸುನೀಗಿದರು.

ಆ ಹೊತ್ತಿಗೆ ಸ್ವಾಮೀಜಿಯವರು ಬಿಡುವಿಲ್ಲದ ದುಡಿಮೆಯಿಂದ ಆಯಾಸಗೊಂಡಿದ್ದರು. ಅವರ ಆಪ್ತಶಿಷ್ಯರ ಸಲಹೆಯಂತೆ ವಿಶ್ರಾಂತಿಗಾಗಿ ಯೂರೋಪು ಪ್ರವಾಸ ಕೈಗೊಳ್ಳುವುದೆಂದಾಯಿತು. ಯೂರೋಪಿನಲ್ಲಿ ಹಲವು ಪ್ರೇಕ್ಷಣೀಯವಾದ, ಪ್ರಕೃತಿ ಸೌಂದರ್ಯದ ಬೀಡುಗಳನ್ನು ನೋಡಿಕೊಂಡು 1896ರ ಸೆಪ್ಟೆಂಬರ್ ಮಧ್ಯದ ಹೊತ್ತಿಗೆ ಮತ್ತೆ ಇಂಗ್ಲೆಂಡಿಗೆ ವಾಪಸಾದರು. ಅವರ ಮನಸ್ಸೀಗ ತನ್ನ ಜನ್ಮಭೂಮಿಯ ಕಡೆ ತುಡಿಯುತ್ತಿತ್ತು. ಒಂದು ಬಗೆಯ ಸಂತೃಪ್ತ ಭಾವದಿಂದ ಅವರು ಡಿಸೆಂಬರ್ 16ರಂದು ತಾಯ್ನಾಡಿನತ್ತ ಹೊರಟರು.

6. ಮರಳಿ ಭಾರತಕ್ಕೆ

ಸ್ವಾಮಿ ವಿವೇಕಾನಂದರೀಗ ಹಕ್ಕಿಯಂತೆ ಹಗುರಾಗಿ ತಮ್ಮ ಗೂಡಿಗೆ ಹಾರಿಬರಲಿದ್ದರು. ಪಡುವಣದ ಪರಮಭೋಗಭೂಮಿಯಲ್ಲಿ ವೇದಾಂತ ಬೀಜವನ್ನು ಬಿತ್ತಿದ್ದ ಅವರಿಗೆ ಅದು ಮೊಳಕೆಯೊಡೆದು ವಿಶಾಲ ವೃಕ್ಷವಾಗಿ ಬೆಳೆಯುವುದೆಂಬುದರಲ್ಲಿ ತುಂಬ ಭರವಸೆಯಿತ್ತು. ಈಗವರ ತನು ಮನಗಳನ್ನು ಜನ್ಮಭೂಮಿಯಾದ ಭಾರತವೇ ವ್ಯಾಪಿಸಿಕೊಂಡುಬಿಟ್ಟಿತ್ತು. ಅವರು ಭಾರತ ಬಿಟ್ಟು ನಾಲ್ಕು ವರ್ಷಗಳು ಕಳೆದುಹೋಗಿದ್ದುವು.

ಸ್ವಾಮೀಜಿಯವರು ಪಯಣಿಸುತ್ತಿದ್ದ ಹಡಗು ಕೊಲಂಬೋವನ್ನು ತಲಪಿತು. ಅಂದಿನ ಸಿಂಹಳದ ವಿಧಾನ ಪರಿಷತ್ ಸದಸ್ಯರಾಗಿದ್ದ ಪಿ. ಕುಮಾರಸ್ವಾಮಿಯವರ ನೇತೃತ್ವದಲ್ಲಿ ಸಹಸ್ರಾರು ಜನ ಅವರನ್ನು ಸಂಭ್ರಮದಿಂದ, ಅದ್ದೂರಿಯಿಂದ ಸ್ವಾಗತಿಸಿದರು. ಸಿಂಹಳ ದ್ವೀಪದಲ್ಲೂ ಹಲವಾರು ಸ್ಥಳಗಳಿಗೆ ಭೇಟಿನೀಡಿದ ಮೇಲೆ ಅವರ ಪ್ರಯಾಣ ಮದರಾಸಿನತ್ತ ಸಾಗಿತು.

ಮದರಾಸಿನಲ್ಲಿ ಸ್ವಾಮೀಜಿಯವರನ್ನು ಹಿಂದೆಂದೂ ಯಾರಿಗೂ ನೀಡದಷ್ಟು ಗೌರವಾದರಗಳಿಂದ ಬರಮಾಡಿಕೊಳ್ಳಲಾಯಿತು. ಪ್ರತಿದಿವಸವೂ ನಾನಾ ಕಡೆ ಪ್ರವಚನ, ಸಂವಾದ ಕಾರ್ಯಕ್ರಮಗಳು. ಮೊದಲ ಸಾರ್ವಜನಿಕ ಸಭೆ ವಿಶೇಷವಾದುದಾಗಿತ್ತು. ಶ್ರೀಕೃಷ್ಣನಂತೆ ಶಂಖನಾದ ಮಾಡಿ ಪಂಥಾಹ್ವಾನ ನೀಡಿದರು.

"ಎಲ್ಲ ಸಮಾಜಗಳಲ್ಲೂ ಲೋಪದೋಷಗಳಿರುವುದು ಎಲ್ಲರಿಗೂ ಗೊತ್ತಿರುವಂಥದೇ. ಇಂದಿನ ಮಗುವೂ ಕೂಡ ವೇದಿಕೆಯ ಮೇಲೆ ನಿಂತು ಭಾರತೀಯ ಸಮಾಜದ ನ್ಯೂನಾತಿರೇಕದ ಮೇಲೆ ದೊಡ್ಡದೊಂದು ಭಾಷಣ ಬಿಗಿಯಬಲ್ಲುದು. ಜಗವನ್ನು ಸುತ್ತುವ ಅವಿದ್ಯಾವಂತ ವಿದೇಶೀಯನೂ ಭಾರತಕ್ಕೆ ಬಂದು, ರೈಲಿನಲ್ಲಿ ಕುಳಿತು, ಈ ದೇಶವನ್ನು ನೋಡಿ, ಇಲ್ಲಿನ ಭಯಾನಕ ದೋಷಗಳ ಮೇಲೆ ಪಾಂಡಿತ್ಯಪೂರ್ಣ ಪದಪುಂಜಗಳಿಂದ ಗಳುಹಬಲ್ಲ... ಉಪದೇಶಗಳು ಬೇಕಾದಷ್ಟಿವೆ; ಸಂಘಗಳು, ಪತ್ರಿಕೆಗಳು ಬೇಕಾದಷ್ಟಿವೆ. ಕೈಹಿಡಿದು ಉದ್ಧರಿಸುವವರು, ನಿಜವಾಗಿಯೂ ಪ್ರೀತಿಸುವವರು, ನೈಜ ಸಹಾನುಭೂತಿಯುಳ್ಳವರು ಯಾರಿದ್ದಾರೆ? ನಮಗೆ ಮೊದಲು ಬೇಕಾಗಿರುವವರು ಇಂಥವರು. ಸಮಾಜಸುಧಾರಕರಿಗೂ ನನಗೂ ಭಿನ್ನಾಭಿಪ್ರಾಯವಿರುವುದು ಇಲ್ಲಿಯೇ...

"ಜನಾಂಗವೇಕೆ ಜಾಗೃತವಾಗುತ್ತಿಲ್ಲ? ಮೊದಲು ಜನರಿಗೆ ವಿದ್ಯೆ ಕೊಡಿ. ನಿಮ್ಮದೇ ಶಾಸನಸಭೆ ರಚಿಸಿ. ಶಾಸನ ತಾನಾಗೇ ಹಿಂಬಾಲಿಸುವುದು... ಕಳೆದ ಶತಮಾನದಲ್ಲಿ ಜನರು ಬಯಸಿದ ಸುಧಾರಣೆಗಳೆಲ್ಲ ಕೇವಲ ಅಲಂಕಾರಗಳಂತೆ ಗೋಚರಿಸಿದವು. ಮೊದಲೆರಡು ವರ್ಣಗಳಿಗೆ ಮಾತ್ರ ಆ ಸುಧಾರಣೆಗಳೆಲ್ಲ ಅನ್ವಯಿಸುವಂಥವು. ವಿಧವಾ ವಿವಾಹ ಶೇಕಡ ಎಪ್ಪತ್ತು ಮಹಿಳೆಯರಿಗೆ ಅನ್ವಯವಾಗುವುದೇ ಇಲ್ಲ... ಇಂಥವು ಸಮಾಜಸುಧಾರಣೆಯಲ್ಲ. ಇದನ್ನೇ ನಾನು ಆಮೂಲಾಗ್ರ ಸುಧಾರಣೆಯೆನ್ನುವುದು. ಮೊದಲು ಅಲ್ಲಿ ಬೆಂಕಿಯಿಡಿ, ಹೊತ್ತಿ ಉರಿಯಲಿ. ಆಗ ಭಾರತ ರಾಷ್ಟ್ರ ನಿರ್ಮಾಣವಾಗುವುದು... ಸುಧಾರಣೆ ಅಷ್ಟು ಸುಲಭವಲ್ಲ. ಅವಸರ ಪಡಬೇಕಾಗಿಲ್ಲ. ನೂರಾರು ವರ್ಷಗಳಿಂದಿರುವ ಈ ಸಮಸ್ಯೆ ಎಲ್ಲರಿಗೂ ಗೊತ್ತಿರುವಂಥದ್ದೆ.

"ಇಂದು ವಿಶೇಷವಾಗಿ ದಕ್ಷಿಣದಲ್ಲಿ ಬೌದ್ಧಧರ್ಮದ, ಮತ್ತದರ ಆಜ್ಞೇಯತಾವಾದದ ಬಗೆಗೆ ಮಾತನಾಡುವುದು ಫ್ಯಾಷನ್ ಆಗಿಬಿಟ್ಟಿದೆ. ನಮ್ಮ ಇಂದಿನ ಅವನತಿಗೆ ಬೌದ್ಧರೇ ಬಹುಮಟ್ಟಿಗೆ ಕಾರಣರೆಂಬುದು ಜನರಿಗೆ ಗೊತ್ತೇ ಇಲ್ಲ. ಭಗವಾನ್ ಬುದ್ಧದೇವನ ಬಗ್ಗೆ ನನಗೆ ಭಕ್ತಿಗೌರವಗಳಿದ್ದೇ ಇವೆ. ಆದರೆ ಗಮನಿಸಿ, ಬೌದ್ಧಧರ್ಮ ಹರಡುವುದಕ್ಕೆ ಅದರ ಸಿದ್ಧಾಂತವಾಗಲೀ ಅದರ ಮೂಲಮಹಾಪುರುಷನ ವ್ಯಕ್ತಿತ್ವವಾಗಲೀ ಕಾರಣವಲ್ಲ. ಅದಕ್ಕೆ ಮುಖ್ಯ ಕಾರಣ ಬೌದ್ಧರು ಕಟ್ಟಿದ ವಿಹಾರಗಳು, ಕೆತ್ತಿದ ವಿಗ್ರಹಗಳು, ಜನರ ಮನಸೂರೆಗೊಳ್ಳುವ ಬಾಹ್ಯಾಚಾರಗಳು. ಭಾರತಧರ್ಮೀಯರ ಮನೆಗಳಲ್ಲಿ ಹವಿಸ್ಸನ್ನು ಕೊಡುವುದಕ್ಕಾಗಿ ನಿರ್ಮಿಸಿಕೊಂಡಿರುತ್ತಿದ್ದ ಯಜ್ಞವೇದಿಕೆಗಳಿಗೆ ಬೌದ್ಧರ ಅದ್ಭುತ ದೇಗುಲಗಳನ್ನು, ಅವರ ಆಕರ್ಷಣೀಯ ಬಾಹ್ಯಾಚಾರಗಳನ್ನು ಎದುರಿಸುವ ಬಲವಿರಲಿಲ್ಲ. ಕಾಲಕ್ರಮೇಣ ಬೌದ್ಧಧರ್ಮವೂ ಅಧೋಗತಿಗಿಳಿಯಿತು. ಅದು ಎಷ್ಟುಮಟ್ಟಿಗೆ ಅನಾಚಾರಗಳ ಆಗರವಾಯಿತೆಂದರೆ ಅದನ್ನು ಈ ಸಭೆಯಲ್ಲಿ ಹೇಳಲಿಕ್ಕಾಗದು. ಆ ಬಗ್ಗೆ ತಿಳಿಯಬಯಸುವವರು ದಕ್ಷಿಣಾಪಥದ ಗುಡಿಗಳಲ್ಲಿರುವ ಕೆತ್ತನೆಗಳನ್ನು ನೋಡಬೇಕು. ಅವೆಲ್ಲವೂ ನಮಗೆ ಬೌದ್ಧಧರ್ಮದ ಕೊಡುಗೆಯಾಗಿವೆ.

"ಭರತಖಂಡಕ್ಕೆ ಸುಧಾರಕರ ಬರಗಾಲವೆಂದಾದರು ಇತ್ತೆ? ಇಲ್ಲಿನ ಇತಿಹಾಸ ಓದಿದ್ದೀರೇನು? ರಾಮಾನುಜ, ಶಂಕರ, ನಾನಕ್, ಚೈತನ್ಯ, ಕಬೀರ ಇವರೆಲ್ಲ ಯಾರು? ಆಗಾಗ ಮೂಡಿಬಂದ ಶ್ರೇಷ್ಠ ತಾರಾಗಣದಂತೆ ಹೊಳೆಯುವ ಧರ್ಮಪ್ರಚಾರಕರಾರು? ರಾಮಾನುಜರು ಅಂತ್ಯಜರಿಗಾಗಿ ಮರುಗಲಿಲ್ಲವೇ? ಚಂಡಾಲರನ್ನೂ ಮಹಮ್ಮದೀಯರನ್ನೂ ತಮ್ಮ ಪಂಗಡಕ್ಕೆ ಸೇರಿಸಿಕೊಳ್ಳಲು ಯತ್ನಿಸಲಿಲ್ಲವೇ? ನಾನಕ್ ಹಿಂದೂಗಳೊಂದಿಗೆ ಮತ್ತು ಮಹಮ್ಮದೀಯರೊಂದಿಗೆ ಕಲೆತು ಹೊಸ ಸೌಹಾರ್ದಭಾವವನ್ನು ತರಲೆತ್ನಿಸಲಿಲ್ಲವೇ? ಅವರ ಪ್ರಯತ್ನ ಇಂದೂ ಸಾಗುತ್ತಿದೆ. ವ್ಯತ್ಯಾಸವಿಷ್ಟೆ. ಅವರಲ್ಲಿ ಇಂದಿನ ಸಮಾಜಸುಧಾರಕರ ಅಟ್ಟಹಾಸವಿರಲಿಲ್ಲ, ಬಾಯಿಯಿಂದ ಹೊರಸೂಸುವ ಬಿರುನುಡಿಗಳ ಸುರಿಮಳೆಯಿರಲಿಲ್ಲ. ಅಂದಿನ ಸುಧಾರಕರು ಯಾರನ್ನೂ ನಿಂದಿಸಲಿಲ್ಲ. ಎಲ್ಲರನ್ನೂ ಆಶೀರ್ವದಿಸಿದರು. ಜನಾಂಗವು ಸದಾ ಮುಂದುವರಿಯುತ್ತಿರಬೇಕೆಂದು ಆಶಿಸಿದರು. "ಹಿಂದೂಗಳೇ ನೋಡಿ, ನೀವು ಹಿಂದೆಲ್ಲ ಚೆನ್ನಾಗಿ ಬಾಳಿದ್ದೀರಿ. ಈಗ ಇನ್ನೂ ಚೆಂದವಾಗಿ ಬಾಳೋಣ' ಎನ್ನುತ್ತಿದ್ದರು. 'ನೀವು ದುಷ್ಟರು, ಈಗ ಒಳ್ಳೆಯವರಾಗಿ' ಎನ್ನುತ್ತಿರಲಿಲ್ಲ. ನಾನು ಇತರ ರಾಷ್ಟ್ರಗಳ ಸಾಮಾಜಿಕ ಸಂಸ್ಥೆಗಳನ್ನು ಅಲ್ಲಗಳೆಯುವುದಿಲ್ಲ. ಆ ಸಂಸ್ಥೆಗಳು ಅವರಿಗೆ ಒಳ್ಳೆಯವು, ನಮಗಲ್ಲ. ಅವರ ವೈಜ್ಞಾನಿಕ ಸಮಾಜದ ಸಂಸ್ಕಾರಕ್ಕೆ ತಕ್ಕಂತೆ ಅವರ ಆಚಾರವ್ಯವಹಾರಗಳಿವೆ.

ಸಹಸ್ರಾರು ವರ್ಷಗಳ ನಮ್ಮ ಜಾಯಮಾನಕ್ಕೆ ಅನುಗುಣವಾಗಿಯೇ ನಾವು ಬೆಳೆಯಬೇಕಾಗಿದೆ.

"ಪ್ರತಿಯೊಬ್ಬ ವ್ಯಕ್ತಿಗೂ ಇರುವಂತೆ ಪ್ರತಿಯೊಂದು ದೇಶಕ್ಕೂ ಒಂದು ಮಿಳಿತವಾಗಬೇಕು. ಅದೇ ಜೀವದ ಪರಮಸ್ವರ. ಉಳಿದ ಸ್ವರಗಳು ಅದರಲ್ಲಿ ಮಿಲಿತವಾಗಬೇಕು. ಇಂಗ್ಲೆಂಡಿನಲ್ಲಿ ರಾಜಕಾರಣವೇ ಅದರ ಜೀವಾಳ. ಮತ್ತೊಂದು ದೇಶದಲ್ಲಿ ಕಲಾಕೌಶಲ್ಯ ಜೀವಾಳವಾಗಿರುತ್ತದೆ. ಭಾರತದಲ್ಲಿ ಧರ್ಮವೇ ಅದರ ಕೇಂದ್ರ. ಯಾರಾದರೂ ಅದನ್ನು ಬದಲಿಸಲು ಯತ್ನಿಸಿ, ಜಯಶೀಲರೂ ಆಗಬಹುದು. ಆದರೆ ಅದರಿಂದ ರಾಷ್ಟ್ರವೇ ನಾಶವಾದಂತೆ. ಅದನ್ನು ತಡೆಯಲು ಧರ್ಮದ ತಳಹದಿಯ ಮೇಲೆಯೇ ಸರ್ವ ಪ್ರಯತ್ನವನ್ನು ಮಾಡಬೇಕು.

"ಆದ ಕಾರಣ ಸ್ನೇಹಿತರೇ, ನಮ್ಮ ಧರ್ಮವನ್ನು ಭಾರತದಲ್ಲಿ ಮತ್ತು ಹೊರಗೆ ಪ್ರಚುರಪಡಿಸುವಂಥ ಯುವಕರನ್ನು ತರಬೇತುಗೊಳಿಸುವ ಕೇಂದ್ರವೊಂದನ್ನು ತೆರೆಯಬೇಕೆಂಬುದೇ ನನ್ನ ಯೋಜನೆ. ವೀರ್ಯವಂತರಾದ, ತೇಜಸ್ವಿಗಳಾದ, ಶ್ರದ್ಧಾಸಂಪನ್ನರಾದ, ಕೊನೆಯವರೆಗೂ ನಿಷ್ಕಪಟಿಗಳಾದ ನೂರು ಜನ ಸಿಕ್ಕರೆ ಜಗತ್ತನ್ನೇ ಪರಿವರ್ತಿಸಬಹುದು. ಆಂಗ್ಲರಿಗೂ ನಿಮಗೂ ಇರುವ ವ್ಯತ್ಯಾಸವೇನು? ಆಂಗ್ಲನಿಗೆ ಆತ್ಮವಿಶ್ವಾಸವಿದೆ. ಆತನಲ್ಲಿರುವ ಆತ್ಮ ಅದನ್ನು ಹೊರಕ್ಕೆ ತರುತ್ತದೆ. ಹಾಗಾಗಿ ಅವನು ತನಗೆ ತೋರಿದುದನ್ನು ಸಾಧಿಸಬಲ್ಲ. ನಿಮಗೆ ಅಂಥ ಆತ್ಮವಿಶ್ವಾಸವಿಲ್ಲ. ಪ್ರತಿದಿನವೂ 'ನಿಮ್ಮಿಂದೇನೂ ಆಗುವುದಿಲ್ಲ; ನೀವೆಲ್ಲ ನಿಷ್ಪ್ರಯೋಜಕರು' ಎಂದೇ ನಿಮಗೆ ಬೊಧಿಸಲಾಗುತ್ತಿದೆ. ನಮಗಿಂದು ಬೇಕಾಗಿರುವುದು ಬಲ. ಅದಕ್ಕಾಗಿ ಆತ್ಮವಿಶ್ವಾಸವಿರಲಿ. ನಮಗಿಂದು ಬೇಕಾಗಿರುವುದು ಕಬ್ಬಿಣದಂಥ ಮಾಂಸಖಂಡಗಳು, ಉಕ್ಕಿನಂಥ ನರಗಳು. ನೀವು ನಿಮ್ಮ ಕಾಲ ಮೇಲೆ ನಿಂತು ಪುರುಷಸಿಂಹರಾಗಿ. ನಮಗಿಂದು ಸರ್ವತೋಮುಖವಾದ ಪುರುಷಸಿಂಹರನ್ನು ಬೆಳೆಸುವ ಧರ್ಮ ಅಗತ್ಯವಾಗಿದೆ. ಯಾವುದು ನಿಮ್ಮನ್ನು ದೈಹಿಕವಾಗಿ ಬೌದ್ಧಿಕವಾಗಿ ಆಧ್ಯಾತ್ಮಿಕವಾಗಿ ದುರ್ಬಲರನ್ನಾಗಿಮಾಡುವುದೋ ಅದನ್ನು ವಿಷದಂತೆ ಧಿಕ್ಕರಿಸಿ. ಅದು ಅಸತ್ಯ, ಅದರಲ್ಲಿ ಜೀವವಿಲ್ಲ. ಸತ್ಯವು ಪರಿಶುದ್ಧ, ಶಕ್ತಿವರ್ಧಕ. ನಾನು ಭರತಖಂಡವನ್ನೆಲ್ಲ ಸುತ್ತಿದ್ದೇನೆ. ಗುಹೆಗಳಲ್ಲಿ ಹುಡುಕಾಡಿದ್ದೇನೆ. ಹಿಮಾಲಯದಲ್ಲಿ ಸಂಚರಿಸಿದ್ದೇನೆ ಮತ್ತು ಜೀವನದಾದ್ಯಂತ ಅಲ್ಲಿಯೇ ಜೀವಿಸಿದ್ದ ಜನರನ್ನು ನೋಡಿದ್ದೇನೆ. ನಾನು ಪ್ರೀತಿಸುವುದು ನನ್ನ ದೇಶವನ್ನು. ನೀವು ಈಗಿರುವ ಸ್ಥಿತಿಗಿಂತ ಇನ್ನೂ ದುರ್ಬಲರಾಗುವುದನ್ನು, ಅಧೋಗತಿಗೆ ಇಳಿಯುವುದನ್ನು ಸಹಿಸಲಾರೆ. ನಿಮಗಾಗಿ ಮತ್ತು ಸತ್ಯಕ್ಕಾಗಿ ಅಧಃಪತನದತ್ತ ಜಾರುವ ಈ ಭಾರತವನ್ನು ತಡೆಯಲು ನಾನು ಕೂಗಬೇಕಾಗಿದೆ. "ನಿಲ್ಲಿ, ಇನ್ನೂ

ಜಾರಬೇಡಿ. ದುರ್ಬಲರನ್ನಾಗಿಸುವ ಗುಪ್ತವಿದ್ಯೆಯನ್ನು ತ್ಯಜಿಸಿ ಧೀಮಂತರಾಗಿ. ನಿಮ್ಮ ಉಪನಿಷತ್ತುಗಳಿಗೆ ಮೊರೆಹೋಗಿ. ನಿಮ್ಮ ಅಸ್ತಿತ್ವದಷ್ಟೇ ನಿಚ್ಚಳವಾದ ಉಪನಿಷತ್ತುಗಳ ಸಹಜ, ಸರಳ ಋತ ನಿಮ್ಮ ಮುಂದಿದೆ. ಅದನ್ನು ಸ್ವೀಕರಿಸಿ ಅನುಷ್ಠಾನಕ್ಕೆ ತನ್ನಿ. ಅದರಿಂದಲೇ ಭಾರತದ ಉದ್ಧಾರ.

"ಈಗ ದೇಶಭಕ್ತಿಯ ವಿಷಯವಾಗಿ ಮಾತನಾಡುವೆ. ನನಗೂ ದೇಶಭಕ್ತಿಯಲ್ಲಿ ವಿಶ್ವಾಸವಿದೆ. ಮಹತ್ಕಾರ್ಯ ಸಾಧನೆಗೆ ಮೂರು ವಿಷಯಗಳು ಅತ್ಯವಶ್ಯಕ. ಮೊದಲನೆಯದು ಹೃದಯವಂತಿಕೆ. ಭಾವೀ ದೇಶಭಕ್ತರೇ, ಸಮಾಜಸುಧಾರಕರೇ, ಮೊದಲು ದೇಶಭಕ್ತಿಯನ್ನು ಅನುಭವಿಸಿ. ಕೋಟ್ಯಾಂತರ ದೇವ–ಋಷಿಸಂತಾನರೀಗ ಪಶುಸಂತಾನರಾಗಿರುವರೆಂದು ನಿಮ್ಮ ಹೃದಯ ಮಿಡಿಯುತ್ತಿದೆಯೇ? ಕೋಟಿ ಕೋಟಿ ಜನ ಹಿಂದಿನಿಂದಲೂ, ಈಗಲೂ ಉಪವಾಸದಿಂದ ನರಳುತ್ತಿದ್ದಾರೆಂದು ಗೊತ್ತೇ? ಅಜ್ಞಾನವೆನ್ನುವುದು ಒಂದು ಕಾರ್ಮೋಡದಂತೆ ಭಾರತವನ್ನೆಲ್ಲ ಕವಿದಿರುವುದು ಗೊತ್ತೆ? ಈ ಸರ್ವನಾಶದ ದುಃಖ ನಿಮ್ಮನ್ನಾವರಿಸಿದಂತೆ ನೀವು ನಿಮ್ಮ ಕೀರ್ತಿ, ಯಶಸ್ಸು, ಹೆಂಡಿರು ಮಕ್ಕಳು, ಆಸ್ತಿ, ಅಷ್ಟೇ ಅಲ್ಲ, ನಿಮ್ಮ ದೇಹವನ್ನು ಕೂಡ ಮರೆಯಬಲ್ಲಿರಾ? ನೀವಿದನ್ನು ಮಾಡಬಲ್ಲಿರೇ? ದೇಶಭಕ್ತರಾಗುವುದಕ್ಕೆ ಇದೇ ಮೊದಲ ಹೆಜ್ಜೆ. ನಿಮ್ಮಲ್ಲನೇಕರು ತಿಳಿದಿರುವಂತೆ ನಾನು ವಿಶ್ವಧರ್ಮಸಮ್ಮೇಳನಕ್ಕಾಗಿ ಅಮೇರಿಕೆಗೆ ಹೋಗಲಿಲ್ಲ. ಈ ಭೀಮೋದ್ವೇಗ ನನ್ನ ಹೃದಯವನ್ನು ಹಿಂಡಿ ಪ್ರಚೋದಿಸುತಿತ್ತು. ಅದಕ್ಕಾಗಿ ಅಮೇರಿಕೆಗೆ ಹೋದೆ.

"ಬೆಟ್ಟದಂಥ ಆತಂಕಗಳನ್ನು ದಾಟಬಲ್ಲ ಇಚ್ಛಾಶಕ್ತಿ ನಿಮ್ಮಲ್ಲಿದೆಯೇ? ಇಡೀ ಜಗತ್ತು ಖಡ್ಗವನ್ನು ಹಿರಿದು ಎದುರಿಸಿದರೂ ಸರಿ ಎಂದು ನಿಮಗೆ ತೋರಿದುದನ್ನು ಸಾಧಿಸುವ ಕೆಚ್ಚೆದೆಯಿದೆಯೇ? ನಿಮ್ಮ ಹೆಂಡತಿ ಮಕ್ಕಳೇ ವಿರೋಧಿಸಲಿ, ಸಂಪತ್ತು ಹೋಗಲಿ, ಕೀರ್ತಿ ನಾಶವಾಗಲಿ, ಸಂಕಲ್ಪವನ್ನು ಕೈಬಿಡದೆ ಗುರಿಯೆಡೆಗೆ ಧಾವಿಸಬಲ್ಲಿರಾ ನೀವು?... ಇಂಥ ದೃಢತೆ ನಿಮ್ಮಲ್ಲಿದೆಯೇ? ನಿಮ್ಮಲ್ಲಿ ಈ ಮೂರು ಗುಣಗಳಿದ್ದರೆ ಪ್ರತಿಯೊಬ್ಬರೂ ಮಹಾದ್ಭುತ ಕಾರ್ಯವನ್ನು ಸಾಧಿಸಬಲ್ಲಿರಿ. ನೀವು ಪತ್ರಿಕೆಗಳಲ್ಲಿ ಬರೆಯಬೇಕಿಲ್ಲ. ಉಪನ್ಯಾಸ ಮಾಡಬೇಕಿಲ್ಲ. ನಿಮ್ಮ ಮುಖವೇ ಕಾಂತಿಯಿಂದ ಹೊಳೆಯುವುದು. ನೀವೊಂದು ಗುಹೆಯಲ್ಲಿ ವಾಸಿಸುತ್ತಿದ್ದರೂ ಕೂಡ ನಿಮ್ಮ ಆಲೋಚನೆಗಳು ಬಂಡೆಗಳನ್ನೂ ತೂರಿಕೊಂಡು, ವಿಶ್ವಾದ್ಯಂತ ವ್ಯಾಪಿಸಿ, ನೂರಾರು ವರ್ಷಗಳವರೆಗೆ ಸ್ಪಂದಿಸುವುವು. ಅವು ಸೂಕ್ತವ್ಯಕ್ತಿಯ ಆಶ್ರಯ ಸಿಕ್ಕಿ ಅವನ ಮೂಲಕ ಅನುಷ್ಠಾನಕ್ಕೆ ಬರುವವರೆಗೂ ಹರಡುತ್ತಿರುತ್ತವೆ. ಪರಿಶುದ್ಧ ಆಲೋಚನೆಯ ಮತ್ತು ನಿಷ್ಕಪಟ ಉದ್ದೇಶದ ಶಕ್ತಿಯೇ ಇದು".

ಸ್ವಾಮೀಜಿಯವರ ಎರಡನೆಯ ಸಾರ್ವಜನಿಕ ಉಪನ್ಯಾಸ ಫೆಬ್ರವರಿ 11ರಂದು ನಡೆಯಿತು. ಅದರಲ್ಲಿ 'ಭಾರತದ ಮಹಾನುಭಾವರು' ಎಂಬ ವಿಷಯ ಕುರಿತು ಸುದೀರ್ಘವಾಗಿ ಮಾತನಾಡಿದರು. ಶ್ರುತಿ–ಸ್ಮೃತಿ–ಪುರಾಣಗಳ ಮಹತ್ವವನ್ನು ವಿವರಿಸಿ, ಧರ್ಮೋದ್ಧಾರಕ್ಕಾಗಿ ಅವತಾರವೆತ್ತಿದ, ಧರ್ಮಸುಧಾರಣೆಗಾಗಿ, ಧರ್ಮದ ಪುನರುತ್ಥಾನಕ್ಕಾಗಿ ಜೀವನ ಸವೆಸಿದ ಮಹಾಪುರುಷರ, ಆಚಾರ್ಯರ ಅಸಾಧಾರಣ ಕಾರ್ಯಗಳತ್ತ ಒಂದು ವಿಹಂಗಮ ನೋಟ ಹರಿಸಿ, ಕೊನೆಯಲ್ಲಿ, ಪರಮಗುರು ಶ್ರೀರಾಮಕೃಷ್ಣ ಪರಮಹಂಸರನ್ನು ಅತೀವ ಭಕ್ತಿ–ಪ್ರೀತಿ ಗೌರವಗಳಿಂದ ಸ್ಮರಿಸಿ, "ನಾನೇನಾದರೂ ಒಂದು ಸತ್ಯವಾಕ್ಯವನ್ನು ನುಡಿದಿದ್ದರೆ ಅದು ಅವರೆಲ್ಲರ ವಾಕ್ಯ. ಯಾವುದೆಲ್ಲ ಅಸತ್ಯವಾಗಿರುವುದೋ, ಭ್ರಮೆಯಿಂದ ಕೂಡಿರುವುದೋ ಅಥವಾ ಮನುಕುಲಕ್ಕೆ ಹಿತಕಾರಿಯಲ್ಲವೋ ಅದೆಲ್ಲ ನನ್ನದು; ಅದರ ಜವಾಬ್ದಾರಿ ನನ್ನದು" ಎಂದು ಮಾತು ಮುಗಿಸಿದರು.

ಸ್ವಾಮೀಜಿಯವರು ಫೆಬ್ರುವರಿ 14ರಂದು ಭಾನುವಾರ ಮದರಾಸಿನಲ್ಲಿ 'ಭವಿಷ್ಯದ ಭಾರತ' ವಿಷಯ ಕುರಿತು ಉಪನ್ಯಾಸ ನೀಡಿದರು. ಪ್ರಾರಂಭದಲ್ಲಿ ಭಾರತದ ಗತವೈಭವವನ್ನು ಸ್ಮರಿಸಿಕೊಳ್ಳುವ ಅಗತ್ಯತೆಯನ್ನು ತಿಳಿಸಿ, ತಮ್ಮ ಕನಸಿನ ಭವ್ಯ ಭಾರತದ ಭವಿಷ್ಯವನ್ನು ಸಭಿಕರ ಹೃದಯಸಂಪುಟದಲ್ಲಿ ಮಂತ್ರಮಯ ಮಾತುಗಳಲ್ಲಿ ಹುದುಗಿಸಿದರು.

"ನಮ್ಮ ಶಾಸ್ತ್ರಗಳಲ್ಲಿ ಹುದುಗಿರುವ, ಮಠಗಳಲ್ಲಿ, ಅರಣ್ಯಗಳಲ್ಲಿ ಅಡಗಿರುವ, ಕೆಲವೇ ವ್ಯಕ್ತಿಗಳ ಸ್ವತ್ತಾಗಿರುವ ಆಧ್ಯಾತ್ಮಿಕ ರತ್ನಗಳನ್ನು ಬಯಲಿಗೆ ತರಬೇಕು. ಈ ಮಾರ್ಗದಲ್ಲಿರುವ ಮೊದಲ ಅಡಚಣೆಯೆಂದರೆ ನಮ್ಮ ಶ್ರೇಷ್ಠ ಸಂಸ್ಕೃತ ಭಾಷೆ. ಆದ ಕಾರಣವೇ ನಮ್ಮ ಭಾವನೆಗಳನ್ನು ದೇಶಭಾಷೆಗಳ ಮೂಲಕ ಜನರಿಗೆ ತಿಳಿಸಿಕೊಡಬೇಕು. ಜೊತೆಗೆ ಸಂಸ್ಕೃತ ವಿದ್ಯಾಭ್ಯಾಸವೂ ನಡೆಯಬೇಕು. ಯಾಕೆಂದರೆ ಸಂಸ್ಕೃತ ಭಾಷೋಚ್ಚಾರಣೆಯು ಜನರಿಗೆ ಗೌರವ, ಶಕ್ತಿ, ತೇಜಸ್ಸುಗಳನ್ನು ಕೊಡುತ್ತದೆ".

ಆಧುನಿಕ ವಿದ್ಯಾಭ್ಯಾಸದ ಬಗ್ಗೆ ಮಾತನಾಡುತ್ತ ಅವರು ಹೇಳಿದ್ದಿದು: ಇದು ಪುರುಷಸಿಂಹರನ್ನು ತಯಾರಿಸುವ ವಿದ್ಯಾಭ್ಯಾಸವಲ್ಲ. ಮಗುವನ್ನು ಶಾಲೆಗೆ ಕಳುಹಿಸುವರು. ಮೊದಲದು ಕಲಿಯುವುದೆ, ತಂದೆ ಮೂರ್ಖ ಎಂಬುದಾಗಿ; ಎರಡನೆಯದಾಗಿ ತಾತ ಹುಚ್ಚನೆನ್ನುವುದು; ಮೂರು, ಗುರುಗಳೆಲ್ಲ ಆಷಾಢಭೂತಿಗಳು; ನಾಲ್ಕು ಪವಿತ್ರಶಾಸ್ತ್ರಗಳೆಲ್ಲ ಸುಳ್ಳಿನ ಕಂತೆಯೆನ್ನುವುದು. ಹದಿನಾರು ವಯೋಮಾನದ ಹೊತ್ತಿಗೆ ನಿಷೇಧದ ಕಂತೆಯಾಗಿ ನಿಸ್ತೇಜನಾಗುವನು. ಜೀವನ ಕಟ್ಟಿಕೊಳ್ಳುವಂಥ ಪುರುಷಸಿಂಹರಾಗುವ, ಶೀಲ ಸಂಪತ್ತಿನ ಒಡೆಯರಾಗುವಂಥ,

ವಿಚಾರಗ್ರಾಹಿಗಳಾಗುವ ವಿದ್ಯಾಭ್ಯಾಸದ ಅಗತ್ಯವಿದೆ. ವಿದ್ಯಾಭ್ಯಾಸ ಕೇವಲ ವಿಷಯ ಸಂಗ್ರಹವೆಂತಾದರೆ, ಪುಸ್ತಕಭಂಡಾರವೇ ಮುನಿಗಳು, ವಿಶ್ವಕೋಶಗಳೇ ದೊಡ್ಡ ಋಷಿಗಳಾಗಿಬಿಡುತ್ತಾರೆ. ನಮ್ಮ ಆದರ್ಶ, ಪಾರಮಾರ್ಥಿಕ ಮತ್ತು ಲೌಕಿಕ ಶಿಕ್ಷಣಗಳೆರಡೂ ನಮ್ಮ ಅಧೀನವಾಗಬೇಕು. ಸಾಧ್ಯವಾದಷ್ಟುಮಟ್ಟಿಗೆ ಅವು ರಾಷ್ಟ್ರೀಯವಾಗಿರಬೇಕು, ರಾಷ್ಟ್ರೀಯ ಪದ್ಧತಿಯಲ್ಲಿರಬೇಕು".

ಸ್ವಾಮೀಜಿಯವರು ಕಡೆಗೆ ಈ ರೀತಿ ಕರೆಕೊಟ್ಟರು: "ಮದರಾಸಿನ ಯುವಕರೇ, ನನ್ನ ಭರವಸೆಯೆಲ್ಲ ನಿಮ್ಮ ಮೇಲಿದೆ. ನನ್ನೀ ಮಾತಿನಲ್ಲಿ ನಿಮಗೆ ನಂಬಿಕೆಯಿರುವುದಾದರೆ ನಿಮ್ಮಲ್ಲಿ ಪ್ರತಿಯೊಬ್ಬರಿಗೂ ಭವ್ಯಭವಿಷ್ಯವಿದೆ. ನೀವು ನಿಮ್ಮಲ್ಲಿ ಅಪಾರ ನಂಬಿಕೆ ಬೆಳೆಸಿಕೊಳ್ಳಿ. ಮಗುವಾಗಿದ್ದಾಗ ನನ್ನಲ್ಲಿ ಶ್ರದ್ಧೆಯಿತ್ತು. ಅದನ್ನೇ ನಾನೀಗ ಅನುಸರಿಸುತ್ತಿರುವುದು. ಪ್ರತಿಯೊಂದು ಜೀವಿಯ ಅಂತರಾಳದಲ್ಲೂ ಅನಂತಶಕ್ತಿಯಿರುವುದೆಂಬ ಆತ್ಮಶ್ರದ್ಧೆಯಿರಲಿ... ನೀವು ನಿರ್ಧರಿಸಬೇಕಾದುದು ನವತಾರುಣ್ಯದ ಉತ್ಸಾಹದಲ್ಲಿರುವಾಗ; ವೃದ್ಧರಾಗಿ ಶಕ್ತಿಗುಂದಿದಾಗ ಅಲ್ಲ. ಬಾಳು ಕ್ಷಣಿಕ, ಆದ್ದರಿಂದ ಜಾಗ್ರತರಾಗಿ. ವಕೀಲರಾಗುವುದಕ್ಕಿಂತ, ಜಗಳಕಾಯುವುದಕ್ಕಿಂತ ಹೆಚ್ಚಿನದಾದ ಮಹತ್ಕಾರ್ಯಗಳನ್ನು ಸಾಧಿಸಬೇಕಾಗಿದೆ. ಕೆಲವರು ಯುವಕರು ನಾಸ್ತಿಕತೆಯ ವಿಚಾರ ಮಾತನಾಡುತ್ತಾರೆ. ಭಾರತೀಯನಾದವನು ನಾಸ್ತಿಕನಾಗಬಲ್ಲನೆಂದು ನಾನು ನಂಬಲಾರೆ. ಯೂರೋಪಿನ ಗ್ರಂಥಗಳನ್ನು ಒಂದಷ್ಟು ಓದಿದವನು ತಾನು ನಾಸ್ತಿಕ ಎಂದು ಕೆಲಕಾಲ ಭ್ರಮಿಸಬಹುದು. ನಾನೂ ಹುಡುಗನಾಗಿದ್ದಾಗ ಒಮ್ಮೆ ಪ್ರಯತ್ನಪಟ್ಟೆ, ಸಾಧ್ಯವಾಗಲಿಲ್ಲ. ಬಾಳು ಕ್ಷಣಿಕ, ಆತ್ಮ ಅಮರ, ಅನಂತರ ಮೃತ್ಯು, ಇವೇ ಸತ್ಯವಾಗಿರುವಾಗ ಒಂದು ಮಹಾ ಆದರ್ಶವನ್ನು ಹಿಡಿಯಿರಿ. ಅದಕ್ಕೆ ನಮ್ಮ ಇಡೀ ಬದುಕನ್ನು ಧಾರೆಯೆರೆಯೋಣ. ಇದೇ ನಮ್ಮ ಶಪಥವಾಗಲಿ. ತನ್ನ ಮಕ್ಕಳ ಮುಕ್ತಿಗಾಗಿ ಪುನಃ ಪುನಃ ಬರುತ್ತೇನೆಂದು ಸಾರಿದ ಶ್ರೀಕೃಷ್ಣಭಗವಾನನು ನಮ್ಮನ್ನು ಆಶೀರ್ವದಿಸಿ ನಮ್ಮ ಉದ್ದೇಶಸಿದ್ಧಿಗೆ ಸಹಾಯ ನೀಡಲಿ".

ಸ್ವಾಮೀಜಿಕೇಂದ್ರಿತ ನವರಾತ್ರಿ ಉತ್ಸವ ಚೆನ್ನೈಯಲ್ಲಿ ಮುಕ್ತಾಯಕ್ಕೆ ಬಂದಿತು. ಅವರು ಅಲ್ಲಿರುವಾಗಲೇ ಭಾರತದ ನಾನಾ ನಗರಗಳಿಂದ ತಮ್ಮಲ್ಲಿಗೆ ಬರಬೇಕೆಂಬ ಒತ್ತಾಯದ ಪತ್ರಗಳು ಬರುತ್ತಿದ್ದುವು. ದೂರದ ಅಮೇರಿಕೆಯಿಂದಲೂ ಮತ್ತೊಮ್ಮೆ ಆಗಮಿಸಬೇಕೆಂಬ ಕರೆಗಳು. ವಿದೇಶಗಳಿಂದ ಬಂದ ಪತ್ರಗಳು ಸ್ವಾಮೀಜಿಯವರ ಅದ್ಭುತ ಕಾರ್ಯದಿಂದುಂಟಾದ ಸಂಚಲನದ ಬಗ್ಗೆ ಮೆಚ್ಚುಗೆ, ಕೃತಜ್ಞತೆ ಸೂಚಿಸುವಂತಿದ್ದವು. ಆದರೆ ಸ್ವಾಮೀಜಿಯವರ ದೇಹಸ್ಥಿತಿ ಕೇಳಬೇಕಲ್ಲ? ದೇಹ ಬಹುವಾಗಿ ದಣಿದಿತ್ತು. ವಿಶ್ರಾಂತಿ ಅಗತ್ಯವಾಗಿತ್ತು. ಹಿಮಾಲಯದತ್ತ ಹೊರಡಲು ಚಿತ್ತ

ಹಾತೊರೆಯುತ್ತಿತ್ತು. ನೇರವಾಗಿ ಸ್ಟೀಮರಿನಲ್ಲಿ ಕೋಲ್ಕತ್ತಗೆ ಹಿಂದಿರುಗಲು ನಿರ್ಧರಿಸಿದರು. ಫೆಬ್ರುವರಿ 15ರಂದು ಸ್ವಾಮೀಜಿಯವರ ಆಗಮನದ ವಾರ್ತೆ ಕೇಳುತ್ತಿದ್ದಂತೆಯೇ ಇಡೀ ಬಂಗಾಳ, ಅದರಲ್ಲೂ ವಿಶೇಷವಾಗಿ ಕೋಲ್ಕತ್ತ ನಗರ, ಸಂಭ್ರಮದ ಬೀಡಾಗಿತ್ತು.

ತಮ್ಮ ತವರಿಗೆ ಹಿಂದಿರುಗುವ ತವಕದಲ್ಲಿದ್ದ ಸ್ವಾಮೀಜಿಯವರನ್ನು ಹೊತ್ತು ತರುತ್ತಿದ್ದ ಹಡಗು ಬಂಗಾಳಕೊಲ್ಲಿಯಲ್ಲಿ ಸಾಗಿ ಒಂದು ದಿನ ಸರಿರಾತ್ರಿಯಲ್ಲಿ ಕೋಲ್ಕತ್ತವನ್ನು ತಲುಪಿತು. ಅಲ್ಲಿಂದ ಅವರು ವಿಶೇಷ ರೈಲಿನಲ್ಲಿ ಪಯಣಿಸಿ ಸಿಯಾಲ್ದ ರೈಲು ನಿಲ್ದಾಣಕ್ಕೆ ಬಂದಿಳಿದರು. ಅಲ್ಲಿಯೂ ಅಷ್ಟೆ. ಸ್ವಾಮೀಜಿಯವರು ನಿಲ್ದಾಣದಿಂದ ಹೊರಬಂದು ಗಾಡಿಯಲ್ಲಿ ಕುಳಿತೊಡನೆ ಉತ್ಸಾಹಿ ಯುವಕರು ಕುದುರೆಯನ್ನು ಬಿಚ್ಚಿ ತಾವೇ ಗಾಡಿಯನ್ನೆಳೆದರು.

ಕೋಲ್ಕತ್ತದ ತಾಯ ಮಡಿಲಲ್ಲಿ ಕೂತು ಹೀಗೆ ಹೇಳಿದರು: "ಸಹೋದರರೇ, ನಾನೀಗ ನಿಮ್ಮ ಮುಂದೆ ಸಂನ್ಯಾಸಿಯಾಗಿ ಉಪದೇಶ ಮಾಡಲು ನಿಂತಿಲ್ಲ. ನೀವೆಲ್ಲ ಹಿಂದೆ ನನ್ನನ್ನು ನೋಡಿದ್ದಂತೆ ಈಗಲೂ ನಾನು ನಿಮ್ಮ ಬಾಲಕನೇ. ಸರ್ವಧರ್ಮ ಸಮ್ಮೇಳನ ಒಂದು ಮಹತ್ತರ ಸಂಗತಿ, ನಿಜ. ಆದರೆ ಅದು ಕೇವಲ ಅರುಣೋದಯವಷ್ಟೆ. ನನ್ನ ಕಾರ್ಯಯೋಜನೆಯ ಯಶಸ್ಸಿಗೆ ದೊಡ್ಡತನದ, ಆತ್ಮೀಯ ಹೃದಯವಂತಿಕೆಯ ಅಮೇರಿಕನ್ನರು ಕಾರಣಕರ್ತರು. ಇದಕ್ಕಾಗಿ ಅವರಿಗೆ ಧನ್ಯವಾದಗಳನ್ನರ್ಪಿಸುತ್ತೇನೆ. ಇದರಲ್ಲಿ ಇಂಗ್ಲೆಂಡಿನವರೂ ಭಾಗಿಗಳು. ನಾನು ಇಂಗ್ಲೆಂಡ್ ನೆಲದಲ್ಲಿ ಕಾಲಿಟ್ಟಾಗ ಆಂಗ್ಲರ ಬಗ್ಗೆ ಯಾವ ಜನಾಂಗದ ಬಗ್ಗೆಯೂ ಇಲ್ಲದಷ್ಟು ಹಗೆತನ ಇಟ್ಟುಕೊಂಡಿದ್ದೆ. ಆದರೆ ದಿನ ಕಳೆದಂತೆ ಅವರ ಮೇಲಿನ ನನ್ನ ಪ್ರೀತಿ ಹೆಚ್ಚುತ್ತಲೇ ಹೋಯಿತು. ವೇದಾಂತವು ನಮ್ಮ ದುಃಖ ದುರ್ಗತಿಗಳಿಗೆಲ್ಲ ಅಜ್ಞಾನವೇ ಮೂಲವೆಂದು ಸಾರುತ್ತದೆ. ಆಂಗ್ಲರಿಗೂ ನಮಗೂ ಇರುವ ತಪ್ಪು ತಿಳುವಳಿಕೆಗೆ ಕಾರಣ ಅಜ್ಞಾನ. ನಾವು ಅವರನ್ನು ಸರಿಯಾಗಿ ತಿಳಿದುಕೊಂಡಿಲ್ಲ. ಹಾಗೆಯೇ ಅವರೂ ಕೂಡ ನಮ್ಮ ಬಗ್ಗೆ ಸರಿಯಾಗಿ ತಿಳಿದುಕೊಂಡಿಲ್ಲ.

"ಉತ್ತಿಷ್ಠತ ಜಾಗ್ರತ ಪ್ರಾಪ್ಯವರಾನ್ನಿಬೋಧತ, ಏಳಿ, ಎದ್ದೇಳಿ, ಜಾಗೃತರಾಗಿ, ಗುರಿಮುಟ್ಟುವವರೆಗೆ ನಿಲ್ಲಬೇಡಿ. ನಿರ್ಭೀತರಾಗಿ, ಅಂಜದಿರಿ. ನಮ್ಮ ಶಾಸ್ತ್ರಗಳಲ್ಲಿ ಮಾತ್ರ ಭಗವಂತನಿಗೆ; ಅಭೀಃ ಅಭೀಃ ಎಂಬ ಗುಣವಾಚಕವಿದೆ. ಕೋಲ್ಕತ್ತದ ಯುವಕರೇ, ಶ್ರದ್ಧೋತ್ಸಾಹದಿಂದ ಜಾಗ್ರತರಾಗಿ. ನೀವು ಬಡವರು, ಸ್ನೇಹಿತರಿಲ್ಲವೆಂದು ಯೋಚಿಸಬೇಡಿ. ಹಣ ಮನುಷ್ಯನನ್ನು ತಯಾರಿಸುವುದನ್ನು ಯಾರು ನೋಡಿದ್ದಾರೆ? ಹಣವನ್ನು ಹುಟ್ಟುಹಾಕುವವನು ಮನುಷ್ಯನೇ. ಇಡೀ ಪ್ರಪಂಚವೇ ಮನುಷ್ಯನ ಶಕ್ತಿ, ಉತ್ಸಾಹ, ಶ್ರದ್ಧೆ ಇವುಗಳಿಂದಾಗಿದೆ.

"ಆ ಧೀರ ನಚಿಕೇತ ಮೃತ್ಯುವಿನ ಮನೆಯ ಬಾಗಿಲು ತಟ್ಟಿ ತನಗೆ ಬೇಕಾದುದನ್ನು ದಕ್ಕಿಸಿಕೊಂಡ. ನಮಗೆ ಬೇಕಾಗಿರುವುದು ಅಂಥ ಶ್ರದ್ಧೆ.

ದುರದೃಷ್ಟವಶಾತ್ ಅಂಥ ಶ್ರದ್ಧೆ ಭರತಖಂಡದಿಂದ ಬಹಳಷ್ಟು ಕಣ್ಮರೆಯಾಗಿದೆ. ಅದೇ ನಮ್ಮ ಅಧೋಗತಿಗೆ ಕಾರಣ. ನೀವು ಧೀರರಾಗಿ, ಶ್ರದ್ಧಾವಂತರಾಗಿ. ಉಳಿದುದೆಲ್ಲ ಸಹಜವಾಗಿಯೇ ಸಿದ್ಧಿಸುತ್ತದೆ".

1897ರ ಮೇ 1ರಂದು, ಸ್ವಾಮಿ ವಿವೇಕಾನಂದರು ಕೋಲ್ಕತ್ತದಲ್ಲಿ ಶ್ರೀ ರಾಮಕೃಷ್ಣ ಮಿಷನ್ ಅಸೋಷಿಯೇಷನ್ ಸ್ಥಾಪಿಸಿದರು. ಇಂದು ಬೇಲೂರಿನಲ್ಲಿರುವ ಕೇಂದ್ರಮಠವು ಶ್ರೀರಾಮಕೃಷ್ಣ ಮಠ ಮತ್ತು ಶ್ರೀರಾಮಕೃಷ್ಣ ಮಿಷನ್ ಎಂಬ ಎರಡು ಕವಲುಗಳಲ್ಲಿ ಕಾರ್ಯನಿರ್ವಹಿಸುತ್ತಿದೆ. ಮಠದಲ್ಲಿ ಪ್ರಧಾನವಾಗಿ ಸಾಧು ಜೀವನ, ವೇದಾಂತ ಪ್ರಚಾರ ಹಾಗೂ ಸಂಬಂಧಿತ ಕಾರ್ಯಗಳು. ಮಿಷನ್ನಿನ ಮುಖಾಂತರ ಶಾಲೆ ಕಾಲೇಜುಗಳ ಸ್ಥಾಪನೆ, ವಿಪತ್ತುಗಳ ಕಾಲದಲ್ಲಿ ಸಮಯೋಚಿತ ಪರಿಹಾರ ಕಾರ್ಯಗಳು. ಈ ಮಠ ಮತ್ತು ಮಿಷನ್ ಈಗ ಹೆಮ್ಮರವಾಗಿ ಬೆಳೆದು ಅವುಗಳ ಶಾಖೋಪಶಾಖೆಗಳು ವಸುಧೆಯಲ್ಲಿ ಹರಡಿ ವ್ಯಾಪಿಸಿಕೊಂಡಿವೆ.

ನಂತರ ಸ್ವಾಮೀಜಿ 1897ರ ಮೇ ತಿಂಗಳಿನಿಂದ ಡಿಸೆಂಬರ್‌ವರೆಗೆ ವಾಯುವ್ಯ ಭಾರತಕ್ಕೆ ಭೇಟಿ ನೀಡಿದರೆ 1898ರ ಮೇ ತಿಂಗಳಿನಲ್ಲಿ ಪಶ್ಚಿಮ ದೇಶಗಳ ಭಕ್ತರೊಂದಿಗೆ ಉತ್ತರ ಭಾರತದ ತೀರ್ಥಕ್ಷೇತ್ರಗಳಲ್ಲಿ ಪ್ರವಾಸ ಮಾಡಿ ಬಂದರು. ನಂತರ 1899ರ ಮಾರ್ಚ್ 19ರಂದು ಮಾಯಾವತಿಯಲ್ಲಿ ಅದ್ವೈತ ಆಶ್ರಮವನ್ನು ಸ್ಥಾಪಿಸಿದರು. ವಿದೇಶಗಳಿಂದ ಉಪನ್ಯಾಸಗಳನ್ನು ನೀಡಬೇಕೆಂದು ನಿರಂತರವಾಗಿ ಬರುತ್ತಿದ್ದ ಆಹ್ವಾನವನ್ನು ಸ್ವಾಮೀಜಿ ಮನ್ನಿಸಲೇಬೇಕಾಯಿತು. ಹೀಗಾಗಿ 1899ರ ಜೂನ್ 20ರಂದು ಪಶ್ಚಿಮ ದೇಶಗಳ ಕಡೆ ಮತ್ತೊಮ್ಮೆ ಪ್ರಯಾಣ ಹೊರಟರು. ಅಲ್ಲೆಲ್ಲ ಉಪನ್ಯಾಸಗಳನ್ನು ನೀಡುತ್ತಲೇ 1900ರ ಏಪ್ರಿಲ್ 14ರಂದು ಸ್ಯಾನ್ ಫ್ರಾನ್ಸಿಸ್ಕೋದಲ್ಲಿ ವೇದಾಂತ ಸಂಘವನ್ನು ಸ್ಥಾಪಿಸಿದರು. ಅದೇ ವರ್ಷ ಪ್ಯಾರಿಸ್, ವಿಯೆನ್ನಾ, ಕಾನ್‌ಸ್ಟ್ಯಾಂಟಿನೋಪಲ್, ಗ್ರೀಸ್ ಮತ್ತು ಕೈರೋ–ಇಲ್ಲೆಲ್ಲ ಪ್ರವಾಸ ಮಾಡಿದ ನಂತರ ಡಿಸೆಂಬರ್ 9ರಂದು ಭಾರತಕ್ಕೆ ಹಿಂದಿರುಗಿದರು. ನಂತರ ಮಾಯಾವತಿ, ಪೂರ್ವ ಬಂಗಾಳ ಹಾಗೂ ಅಸ್ಸಾಂಗಳಲ್ಲಿನ ತೀರ್ಥಕ್ಷೇತ್ರಗಳು, ಬೋದ್‌ಗಯಾ ಹಾಗೂ ವಾರಣಾಸಿಗೆ ಪ್ರಯಾಣ ಬೆಳೆಸಿ, 1902ರ ಮಾರ್ಚ್‌ನಲ್ಲಿ ಬೇಲೂರು ಮಠಕ್ಕೆ ಹಿಂದಿರುಗಿದರು.

7. ಮಹಾಪ್ರಸ್ಥಾನ

ಸ್ವಾಮೀಜಿಯವರ ಕೊಠಡಿ ವಿಶಾಲವಾಗಿತ್ತು. ಅಧ್ಯಯನಕ್ಕೆ, ಅತಿಥಿಗಳೊಡನೆ ಸಂವಾದಕ್ಕೆ, ಗುರುಭಾಯಿ–ಶಿಷ್ಯರೊಡನೆ ಮಾತುಕತೆಗೆ, ಹರಟೆಗೆ, ಮಲಗುವ ಕೋಣೆಗೆ–ಹೀಗೆ ಎಲ್ಲದಕ್ಕೂ ಅದೇ. ಮಧ್ಯದಲ್ಲಿ ಕಬ್ಬಿಣದ ಮಂಚ, ಅದರ ಮೇಲೆ ಪಡುವಣದ ಶಿಷ್ಯರೊಬ್ಬರು ಕೊಟ್ಟಿದ್ದ ಮೆತ್ತನೆಯ

ಹಾಸಿಗೆ. ಆದರೆ ಅವರು ಹೆಚ್ಚಾಗಿ ನೆಲದಲ್ಲಿ ಸಾಧಾರಣ ಹಾಸಿಗೆಯ ಮೇಲೆ ಮಲಗುತ್ತಿದ್ದರು. ಬಳಿಯಲ್ಲೇ ಒಂದು ಸೋಫಾ, ಒಂದು ಬರೆಯುವ ಮೇಜು, ಪತ್ರಗಳು ಮತ್ತು ಹಸ್ತಪ್ರತಿಗಳು, ಪೆನ್ನು, ಇಂಕು, ಬಿಳಿಹಾಳೆಗಳು ಮುಂತಾದವು. ಎಲ್ಲಕ್ಕಿಂತ ಅಮೂಲ್ಯವಾದದ್ದೆಂದರೆ ಶ್ರೀರಾಮಕೃಷ್ಣರ ಭಾವಚಿತ್ರ; ಅವರೊಡನೆ ಅನವರತ ಅನುಸಂಧಾನದಿಂದಾಗಿ ಜೀವ ತುಂಬಿಕೊಂಡಿದ್ದ 'ಭಾವ'ಚಿತ್ರ.

ಸ್ವಾಮೀಜಿಯವರು ತಮ್ಮೆಲ್ಲ ಚಟುವಟಿಕೆಗಳಿಂದ ವಿಮುಖರಾಗುತ್ತಿದ್ದರು. ಮಠದ ಯಾವುದೇ ಕೆಲಸ ಕಾರ್ಯಗಳ ಬಗ್ಗೆಯೂ ಯಾವುದೇ ನಿರ್ದೇಶನವನ್ನು ಕೊಡುತ್ತಿರಲಿಲ್ಲ. ಆದರೆ ಎಲ್ಲರೂ ಮುಕ್ತವಾಗಿ ಅವರವರ ಕೆಲಸಗಳನ್ನು ನಿಭಾಯಿಸುವ ವಾತಾವರಣವಿರುವಂತೆ ನೋಡಿಕೊಂಡರು. ಒಮ್ಮೆ "ಗುರುವಾದವನು ಸದಾ ಶಿಷ್ಯರ ಬೆಂಬಲಕ್ಕಿದ್ದು ಅವರನ್ನು ಹಾಳುಮಾಡಿಬಿಡುತ್ತಾನೆ! ನಾಯಕನಾದವನು ಅನುಯಾಯಿಗಳಿಗೆ ತರಬೇತಿ ನೀಡಿದ ಮೇಲೆ ಸುಮ್ಮನೆ ನಿರ್ಗಮಿಸಿಬಿಡಬೇಕು. ಇಲ್ಲದಿದ್ದರೆ ಅವರುಗಳು ಬೆಳೆಯುವುದಕ್ಕೆ ಸಾಧ್ಯವಾಗುವುದೇ ಇಲ್ಲ" ಎಂದು ಹೇಳಿದರು. ಅದನ್ನು ಕೇಳಿದವರು, ಸ್ವಾಮೀಜಿಯವರು ಈ ಹಂತದಲ್ಲಿ ತಮ್ಮನ್ನೆಲ್ಲ ಬಿಟ್ಟುಹೋದರೆ ತಾವೆಲ್ಲ ತಬ್ಬಲಿಗಳಂತಾಗಿ ಬಿಡುತ್ತೇವೆ, ತಮ್ಮ ಕಾರ್ಯಯೋಜನೆಗಳಿಗೆ ಹೊಡೆತ ಬಿದ್ದಂತಾಗುತ್ತದೆ ಎಂದು ವ್ಯಥಿಸುವಂತಾಯಿತು. ಆದರೆ ಸ್ವಾಮೀಜಿಯವರೀಗ ನಿರ್ಲಿಪ್ತರು. ಯಾವ ಹೊರಗಿನ ವ್ಯಾಪಾರವೂ ಅವರನ್ನು ತಟ್ಟುತ್ತಿರಲಿಲ್ಲ. ಎಲ್ಲವೂ ಒಂದೊಂದಾಗಿ ಕಳಚಿ ಹೋಗುತ್ತಿದ್ದುವು. ಹೀಗೆ ಸ್ವಾಮೀಜಿಯವರ ಮಾತಿನಲ್ಲಿ, ವರ್ತನೆಯಲ್ಲಿ ಅವರ ಕೊನೆ ಹತ್ತಿರ ಬಂದು ಬಿಡುತ್ತಿದೆಯೇನೋ ಎಂಬ ಸುಳಿವು ತೋರುತ್ತಿತ್ತು. ಇಷ್ಟಾದರೂ ಅವರ ಹರ್ಷಚಿತ್ತ ಅದನ್ನು ಮರೆಮಾಚಿ ಬಿಡುತ್ತಿತ್ತು. ಜೂನ್ ತಿಂಗಳು ಪ್ರಾರಂಭವಾಗುತ್ತಿದ್ದಂತೆ ಅವರು ಹಿಂದಿನಂತೆ ಉತ್ಸಾಹ ಉಲ್ಲಾಸದಲ್ಲಿರುವಂತೆ ಕಂಡುಬರತೊಡಗಿದರು.

1902ರ ಜುಲೈ 1ನೇ ದಿನಾಂಕವಿರಬೇಕು. ಅಂದು ಮಧ್ಯಾಹ್ನ ಸ್ವಾಮೀಜಿಯವರು ಮಠದ ಆವರಣದ ಹುಲ್ಲು ಹಾಸಿನ ಮೇಲೆ ಅಡ್ಡಾಡುತ್ತಿದ್ದರು ಸ್ವಾಮಿ ಪ್ರೇಮಾನಂದರು ಅವರೊಡನಿದ್ದರು. ಅಲ್ಲಿಯೇ ಒಂದು ತಾಣದತ್ತ ಬೊಟ್ಟುಮಾಡಿ ತೋರಿಸುತ್ತ, "ನಾನು ದೇಹತೊರೆದುಬಿಟ್ಟಾಗ ಅಲ್ಲಿಯೇ ನನ್ನ ಅಂತ್ಯಕ್ರಿಯೆ ನಡೆಸಿ" ಎಂದು ಗಂಭೀರವದನರಾಗಿ ಹೇಳಿದರು. ಈಗ ಸ್ವಾಮೀಜಿಯವರ ಸ್ಮಾರಕಮಂದಿರ ಆ ಜಾಗದಲ್ಲೇ ಎದ್ದು ನಿಂತಿದೆ. ಜುಲೈ 2 ಬುಧವಾರ; ಏಕಾದಶಿ. ಸ್ವಾಮೀಜಿಯವರು ತಮ್ಮ ಪದ್ಧತಿಯಂತೆ ಅಂದು ಉಪವಾಸವಿದ್ದರು. ನಿವೇದಿತಾ ಕೋಲ್ಕತ್ತದಿಂದ ಆಗಮಿಸಿದರು.

ಸ್ವಾಮೀಜಿಯವರೇ ಸ್ವತಃ ಅವರಿಗೆ ಉಣಬಡಿಸಿದರು. ಕೈತೊಳೆಯಲು ಅವರೇ ನೀರು ಹಾಕಿದರು. ಚೌಕದಿಂದ ಒರೆಸಿದರು. ನಿವೇದಿತಾ ಅವರು, "ಇದೇನಿದು ಸ್ವಾಮೀಜಿ? ಇವನ್ನೆಲ್ಲ ನಾನು ನಿಮಗೆ ಮಾಡಬೇಕು" ಎಂದು ಪ್ರತಿಭಟಿಸಿದಾಗ, "ಏಸುವು ತನ್ನ ಶಿಷ್ಯರ ಕಾಲನ್ನೇ ತೊಳೆದಿದ್ದ" ಎಂದು ಹೇಳಿ ಆಕೆಯನ್ನು ಚಕಿತಗೊಳಿಸಿದರು. ನಿವೇದಿತಾ ಅವರಿಗೆ "ಏಸು ಹಾಗೆ ಮಾಡಿದ್ದು ತನ್ನ ಕೊನೆಗಾಲದಲ್ಲಿ" ಎಂದು ಹೇಳಬೇಕೆನ್ನಿಸಿದರೂ ಅವರು ಹಾಗೆಯೇ ನುಂಗಿಕೊಂಡರು.

1902ರ ಜುಲೈ, ಶುಕ್ರವಾರ ನಾಲ್ಕನೇ ತೇದಿ. ಸ್ವಾಮೀಜಿಯವರು ಅಂದು ಎಂದಿಗಿಂತ ಉಲ್ಲಸಿತರಾಗಿದ್ದರು. ಬೆಳಗ್ಗೆ ಎಂದಿಗಿಂತ ಬೇಗನೇ ಎದ್ದು ಮಠದ ದೇವಮಂದಿರಕ್ಕೆ ಹೋಗಿ ಬಂದರು. ಆಮೇಲೆ ಕೊಠಡಿಯ ಕಿಟಕಿ ಬಾಗಿಲುಗಳನ್ನೆಲ್ಲ ಮುಚ್ಚಿಕೊಂಡುಬಿಟ್ಟರು. ಎಷ್ಟೋ ಹೊತ್ತು ಕಳೆಯಿತು. ಆ ವೇಳೆಯಲ್ಲಿ ಅವರೇನು ಮಾಡಿದರೆಂಬುದು ಯಾರಿಗೂ ಗೊತ್ತಿಲ್ಲ. ಬಹುಶಃ ಅವರಿಗೆ ಜಗನ್ಮಾತೆಯನ್ನು ಕುರಿತ ಕೀರ್ತನೆಯೊಂದನ್ನು ಮಧುರಾತಿಮಧುರವಾಗಿ ಹಾಡುತ್ತಿದ್ದುದು ಎಲ್ಲರಿಗೂ ಕೇಳಿಸುತ್ತಿತ್ತು. ಅದೊಂದು ಜ್ಞಾನ–ಭಕ್ತಿ ಪರಾಕಾಷ್ಠತೆಯ ದಿವ್ಯಗಾನವಾಗಿ, ಅಲೆಅಲೆಯಾಗಿ ತೇಲಿಬರುತ್ತಿತ್ತು. ನಂತರ ಹಾಗೆಯೇ ಇಳಿದು ಬಂದು ಮಠದ ಮೊಗಸಾಲೆಯಲ್ಲಿ ಏಕಾಂತವಾಗಿ ಅಡ್ಡಾಡಿದರು. ಸ್ವಲ್ಪ ಕಾಲಾನಂತರ ಶಿಷ್ಯರೊಬ್ಬರಿಂದ ಶುಕ್ಲಯಜುರ್ವೇದದ ಗ್ರಂಥವನ್ನು ತರಿಸಿದರು. 'ಸುಷಮ್ನಃ ಸೂರ್ಯರಶ್ಮಿ...' ಎಂಬ ಶ್ಲೋಕವನ್ನು ಅದರ ಭಾಷ್ಯಸಮೇತ ಓದುವಂತೆ ಹೇಳಿದರು. ಅದನ್ನು ಕೇಳಿಸಿಕೊಂಡವರೇ, "ಈ ವಿವರಣೆ ನನಗೇಕೋ ಸರಿಯೆನಿಸುತ್ತಿಲ್ಲ. ನನ್ನ ಶಿಷ್ಯರಾದ ನೀವು ಈ ಮಂತ್ರಗಳ ಅರ್ಥವೇನೆಂದು ಕಂಡುಕೊಳ್ಳಲು ಯತ್ನಿಸಬೇಕು. ಶಾಸ್ತ್ರಗಳಿಗೆ ಸ್ವತಂತ್ರವಾದ ಚಿಂತನೆಗಳನ್ನೂ ಭಾಷ್ಯಗಳನ್ನೂ ಕೊಡುವಂತಾಗಬೇಕು" ಎಂದು ಹೇಳಿದರು.

ಸ್ವಾಮೀಜಿಯವರು ಸಾಮಾನ್ಯವಾಗಿ ಊಟಕ್ಕೆ ಕುಳಿತುಕೊಳ್ಳುತ್ತಿದ್ದುದು ಪ್ರತ್ಯೇಕವಾಗಿ. ಆದರೆ ಅಂದು ಎಲ್ಲರೊಡನೆ ಊಟಕ್ಕೆ ಕುಳಿತರು. ಅವರ ನಾಲಿಗೆಗೆ ಊಟ ರುಚಿಕಟ್ಟಾಗಿತ್ತು. ಅನಂತರ ಸ್ವಲ್ಪ ಹೊತ್ತು ವಿಶ್ರಮಿಸಿದರು. ಮಧ್ಯಾಹ್ನ ಸುಮಾರು ಒಂದು ಗಂಟೆಗೆ ಬ್ರಹ್ಮಚಾರಿಗಳನ್ನು ವ್ಯಾಕರಣ ಪಾಠಕ್ಕಾಗಿ ಕರೆದರು. ವ್ಯಾಕರಣದಂಥ ಶುಷ್ಕಪಾಠವನ್ನು ಅತ್ಯಂತ ಹೃದ್ಯವಾಗಿ ಬೋಧಿಸಿದರು. ಮಧ್ಯೆ ಹಾಸ್ಯವಿನೋದದ ಚಟಾಕಿಗಳನ್ನು ಸಿಡಿಸಿದರು. ಪದಗಳೊಡನೆ ಆಟವಾಡಿದರು.

ಸ್ವಾಮೀಜಿಯವರು ಪ್ರೇಮಾನಂದರೊಡನೆ ನಡೆಯುತ್ತ ಬೇಲೂರು ಪೇಟೆಯ ತನಕ ಹೋಗಿ ಬಂದರು. ಅವರೊಡನೆ ತಮ್ಮ ಅನೇಕ

ಆಸಕ್ತಿದಾಯಕ ವಿಷಯಗಳನ್ನು ಹಂಚಿಕೊಂಡರು. ಮಠದಲ್ಲಿ ಒಂದು ವೇದಪಾಠಶಾಲೆ ತೆರೆಯಬೇಕೆನ್ನುವುದು ಅವುಗಳಲ್ಲೊಂದು. ಪ್ರೇಮಾನಂದರು, "ವೇದಾಧ್ಯಯನದಿಂದೇನು ಪ್ರಯೋಜನ?" ಎಂದು ಕೇಳಿದರು. ಅದಕ್ಕವರು ಥಟ್ಟನೆ "ಅದು ಮೂಢನಂಬಿಕೆಗಳನ್ನು ಧ್ವಂಸಮಾಡುತ್ತದೆ" ಎಂದು ಗುಡುಗಿದರು.

ಪ್ರೇಮಾನಂದರೊಡನೆ ವಿಹಾರ ಹೋಗಿ ಬಂದ ಮೇಲೆ ಮಠದಲ್ಲಿದ್ದವರೆಲ್ಲರ ಕುಶಲ ವಿಚಾರಿಸಿದರು. ಹಿತವಚನಗಳನ್ನಿತ್ತರು. ಸಂಜೆ ಮಂಗಳಾರತಿಯ ಘಂಟಾರವ, ಮಂಗಳವಾದ್ಯಗಳು ಮೊಳಗಿದುವು. ಸ್ವಾಮೀಜಿ ತಮ್ಮ ಕೊಠಡಿ ಸೇರಿಕೊಂಡರು. ಗಂಗಾಮಾತೆಗೆ ಅಭಿಮುಖವಾಗಿ ಧ್ಯಾನಕ್ಕೆ ಕುಳಿತರು. ಒಂದು ಗಂಟೆಯಾದ ಮೇಲೆ ಶಿಷ್ಯನೊಬ್ಬನನ್ನು ಕರೆದು ತಲೆಯ ಕಡೆ ಗಾಳಿಬೀಸಲು ಹೇಳಿದರು. ಹಾಗೆಯೇ ಮಲಗಿದರು. ರಾತ್ರಿ ಗಡಿಯಾರದ ಮುಳ್ಳು ಒಂಬತ್ತು ಗಂಟೆಯತ್ತ ಸರಿಯುತ್ತಿತ್ತು. ಜಪಮಾಲೆ ಹಿಡಿದಿದ್ದ ಕೈ ಕೊಂಚ ಕಂಪಿಸಿತು. ಎದ್ದು ಕುಳಿತರು. ಹುಬ್ಬಿನ ನಡುವೆ ದೃಷ್ಟಿ ನೆಟ್ಟಿತು. ಒಮ್ಮೆ ನಿಡಿದಾಗಿ ಉಸಿರುಬಿಟ್ಟರು. ಮುಖಮಂಡಲ ಕಡುಕಾಂತಿಯಿಂದ ಕಂಗೊಳಿಸಿತು. ಇನ್ನೊಮ್ಮೆ ದೀರ್ಘ ಉಸಿರು, ದೇಹ ಹಾಸಿಗೆಯ ಮೇಲೆ ಹಾಗೇ ಹೊರಳಿ ಉರುಳಿತು. ಗಡಿಯಾರದ ಮುಳ್ಳು ಒಂಬತ್ತು ಗಂಟೆ ಹತ್ತು ನಿಮಿಷ ತೋರಿಸುತ್ತಿತ್ತು. ಆಗವರ ವಯಸ್ಸು ಮುವತ್ತೊಂಬತ್ತು ವರ್ಷ, ಐದು ತಿಂಗಳು, ಇಪ್ಪತ್ತನಾಲ್ಕು ದಿವಸಗಳು. 'ನಲವತ್ತನೆಯ ವಯಸ್ಸನ್ನು ನಾನು ನೋಡುವುದಿಲ್ಲ' ಎಂದು ಅವರೇ ಪದೇ ಪದೇ ಹೇಳುತ್ತಿದ್ದದ್ದು ನಿಜವಾಗಿತ್ತು!.

8. ನಡೆದು ಬಂದ ದಾರಿ

1863	**ಜ. 12**	ಕೋಲ್ಕತ್ತದಲ್ಲಿ ಜನನ.
1879		ಪ್ರೆಸಿಡೆನ್ಸಿ ಕಾಲೇಜಿಗೆ ಪ್ರವೇಶ.
1881	**ನವೆಂಬರದಲ್ಲಿ**	ಶ್ರೀರಾಮಕೃಷ್ಣ ಪರಮಹಂಸರೊಡನೆ ಪ್ರಥಮ ಭೇಟಿ.
1884		ಬಿ.ಎ. ಪರೀಕ್ಷೆಯಲ್ಲಿ ತೇರ್ಗಡೆ; ತಂದೆಯವರ ನಿಧನ.
1886	**ಆ. 16**	ಶ್ರೀರಾಮಕೃಷ್ಣ ಪರಮಹಂಸರ ನಿಧನ.
1887	**ಜನವರಿ**	ಬಾರಾನಗರ್ ಮಠದಲ್ಲಿ ಅಧಿಕೃತವಾಗಿ ಸಂನ್ಯಾಸ ಸ್ವೀಕಾರ.
1890		ಸಂನ್ಯಾಸಿಯಾಗಿ ಭಾರತದಾದ್ಯಂತ ಪ್ರವಾಸ ಆರಂಭ.
1892	**ಡಿ. 24**	ಕನ್ಯಾಕುಮಾರಿ ತಲಪಿದ ದಿನ.

1893	ಫೆ. 13	ಸಿಕಂದರಾಬಾದಿನಲ್ಲಿ ಪ್ರಥಮ ಸಾರ್ವಜನಿಕ ಉಪನ್ಯಾಸ.
	ಮೇ. 31	ಮುಂಬೈನಿಂದ ಅಮೇರಿಕಕ್ಕೆ ಹಡಗಿನಲ್ಲಿ ಪ್ರಯಾಣ.
	ಸೆ. 11	ಷಿಕಾಗೋದ ಧಾರ್ಮಿಕ ಸಮ್ಮೇಳನದಲ್ಲಿ ಮೊದಲ ಭಾಷಣ.
	ಸೆ. 27	ಷಿಕಾಗೋದ ಧಾರ್ಮಿಕ ಸಮ್ಮೇಳನದಲ್ಲಿ ಅಂತಿಮ ಭಾಷಣ.
	ನ. 20	ಪಶ್ಚಿಮ ದೇಶಗಳಲ್ಲಿ ಉಪನ್ಯಾಸ ನೀಡಲು ಪ್ರವಾಸ ಆರಂಭ.
1894	ಮೇ 16	ಹಾರ್ವರ್ಡ್ ವಿಶ್ವವಿದ್ಯಾಲಯದಲ್ಲಿ ಉಪನ್ಯಾಸ.
	ನವೆಂಬರ್	ನ್ಯೂಯಾರ್ಕ್‌ನಲ್ಲಿ ವೇದಾಂತ ಸಂಘದ ಸ್ಥಾಪನೆ.
1895		ನ್ಯೂಯಾರ್ಕ್ ಮತ್ತು ಲಂಡನ್ ನಗರಗಳಲ್ಲಿ ಉಪನ್ಯಾಸ ಮಾಲೆ ಆರಂಭ.
1896	ಮೇ 28	ಆಕ್ಸ್‌ಫರ್ಡ್‌ನಲ್ಲಿ ಮ್ಯಾಕ್ಸ್ ಮುಲ್ಲರ್–ಸ್ವಾಮಿ ವಿವೇಕಾನಂದ ಮೊದಲ ಭೇಟಿ.
1897	ಜ. 15	ಕೋಲಂಬೋಗೆ ಆಗಮನ.
	ಫೆ. 6–15	ಚೆನ್ನೈನಲ್ಲಿ.
	ಫೆ. 19	ಕೋಲ್ಕತ್ತ ತಲಪಿದ ದಿನ.
1897	ಮೇ 1	ಕೋಲ್ಕತ್ತದಲ್ಲಿ ಶ್ರೀರಾಮಕೃಷ್ಣ ಮಿಷನ್ ಅಸೋಸಿಯೇಷನ್ ಸ್ಥಾಪನೆ.
1899	ಮಾ. 19	ಮಾಯಾವತಿಯಲ್ಲಿ ಅದ್ವೈತ ಆಶ್ರಮದ ಸ್ಥಾಪನೆ.
	ಜೂ. 20	ಪಶ್ಚಿಮ ದೇಶಗಳ ಎರಡನೇ ಭೇಟಿಗಾಗಿ ಪ್ರಯಾಣ ಆರಂಭ.
1900	ಏ. 14	ಸ್ಯಾನ್ ಫ್ರಾನ್ಸಿಸ್ಕೋದಲ್ಲಿ ವೇದಾಂತ ಸಂಘದ ಸ್ಥಾಪನೆ.
	ಡಿ. 9	ಬೇಲೂರು ಮಠಕ್ಕೆ ಆಗಮನ.
1902	ಜು. 4	ಮಹಾಸಮಾಧಿ.

ನಾರಾಯಣ ಗುರು

ಪ್ರಸ್ತಾವನೆ

ಜಾತಿ ಪದ್ಧತಿಯ ಕಂದಾಚಾರಗಳಿಂದ ನಮ್ಮ ದೇಶ ಮತಿಮೂಢವಾಗಿದ್ದ ಕಾಲವದು. ಮೇಲುಜಾತಿಗಳ ಜನರು ಕೆಳಜಾತಿಯ ಜನರನ್ನು ಮುಟ್ಟಿಸಿಕೊಳ್ಳುತ್ತಿರಲಿಲ್ಲ; ದೇವಾಲಯದ ಒಳಹೋಗಲು ಬಿಡುತ್ತಿರಲಿಲ್ಲ. ಆಹಾರ, ಉದ್ಯೋಗ, ವಾಸಸ್ಥಳ ಎಲ್ಲ ವಿಷಯಗಳಲ್ಲೂ ಕೆಳಜಾತಿಗಳವರಿಗೆ ಅನ್ಯಾಯ, ಅಪಚಾರ. ತಮ್ಮ ಪಾಪಕರ್ಮಗಳ ಫಲವಾಗಿ ಇಂಥ ದುಸ್ಥಿತಿಯಲ್ಲಿ ಬದುಕಬೇಕಾಗಿದೆ ಎಂದೇ ಆ ಮುಗ್ಧರ ಮೂಕಯಾತನೆ.

ಆ ಸಂತರೂ ಕೂಡ ಇಂಥದೊಂದು ಹಿಂದುಳಿದ ಜಾತಿಯಲ್ಲಿ ಜನಿಸಿದವರು. ಆದರೆ ಅವರ ಪರಿಯೇ ಬೇರೆ. ಕಷ್ಟಪಟ್ಟು ಶಿಕ್ಷಣ ಪಡೆದರು. ಸಂಸ್ಕೃತ ಕಲಿತರು, ಆಯುರ್ವೇದ ತಿಳಿದರು, ದೇವರನ್ನು ಹುಡುಕಿ ಅಂಡಲೆದರು, ತಪಸ್ಸು ಮಾಡಿದರು. ನೋಡನೋಡುತ್ತಿರುವಂತೆಯೇ ಬೆಳೆಯುತ್ತಲೇ ಇದ್ದ ಈ ಅಪರೂಪದ ಸಾಧಕನನ್ನು ಕಂಡು ಅವರ ಸಮಾಜ ಬೆರಗಾಯಿತು. ತನ್ನ ಸುತ್ತಮುತ್ತಲೂ ದಾರಿದ್ರ್ಯವನ್ನೇ ಕಂಡ

ಆ ಸಾತ್ವಿಕ ಜೀವ ಬಹು ನೊಂದಿತ್ತು; ಪರಿಹಾರ ಹುಡುಕಲು ಮನ ತವಕಿಸಿತ್ತು.

"ನಮ್ಮ ದೇವಾಲಯಗಳನ್ನು ನಾವೇ ಕಟ್ಟಿಕೊಳ್ಳೋಣ" ಎಂದರು ಸಂತ ಗುರುಗಳು. ಅವರ ಧ್ವನಿ ಶಾಂತವಾಗಿತ್ತು. ಗಂಭೀರವಾಗಿತ್ತು. ಅಲ್ಲಿ ಅಸಹನೆ ಇರಲಿಲ್ಲ. ಕೇಡಿರಲಿಲ್ಲ, ಸೇಡಿರಲಿಲ್ಲ. ಅವರು ಆಗ ಇದ್ದುದು ಅರುವಿಪ್ಪುರಂನಲ್ಲಿ. ಅಲ್ಲಿಯ ನದಿಯ ಇಕ್ಕೆಲಗಳಲ್ಲಿ ಕಾಡು, ಗುಹೆಗಳು; ಪ್ರಶಾಂತ ವಾತಾವರಣ. ಇಂಥದೊಂದು ತಾಣ ಇಲ್ಲಿದೆಯೆಂದೂ ಅನೇಕರಿಗೆ ತಿಳಿದಿರಲಾರದು. ಇಲ್ಲಿ ಕುಳಿತು ಆ ತಪಸ್ವಿ ಆಡಿದ ಮಾತು ಇಡೀ ಕೇರಳವನ್ನೇ ಬೆಚ್ಚಿಬೀಳಿಸಿತು.

ಒಂದಲ್ಲ, ಎರಡಲ್ಲ, ನಲವತ್ತು-ನಲವತ್ತೊಂದು ದೇವಾಲಯಗಳನ್ನು ಕಟ್ಟಿದರು ಆ ಗುರುಗಳು. ದೇವರನ್ನು ದೀನರ ಸಮೀಪಕ್ಕೆ ತಂದರು. "ನೀವೂ ದೇವರನ್ನು ಮುಟ್ಟಬಹುದು, ಪೂಜಿಸಬಹುದು" ಎಂದರು. ಮಂತ್ರಗಳನ್ನು ಕಲಿಸಿಕೊಟ್ಟರು. 'ಸ್ವಚ್ಛವಾಗಿ ಬದುಕಿದರೆ ಎಲ್ಲರೂ ನಿಮ್ಮನ್ನು ಗೌರವಿಸುತ್ತಾರೆ. ಕೆಟ್ಟ ಚಟಗಳನ್ನು ಬಿಡಿ. ಒಳ್ಳೆ ಅಭ್ಯಾಸ ರೂಢಿಸಿಕೊಳ್ಳಿ. ಆಗ ದೇವರು ನಿಮ್ಮನ್ನು ಪ್ರೀತಿಸುತ್ತಾನೆ. ಭೀತಿಯಿಂದಲ್ಲ, ಪ್ರೀತಿಯಿಂದ ದೇವರನ್ನು ಕಾಣಿರಿ' ಎಂದು ಅವರು ಹಿಂದುಳಿದ ವರ್ಗಗಳ ಜನರಿಗೆ ಬುದ್ಧಿ ಹೇಳಿದರು. ಆ ವರ್ಗಗಳ ಸಂಘಟನೆ ಕಟ್ಟಿ ಬೆಳವಣಿಗೆಯ ಬಾಳಿಗೆ ಬೆಳಕಾದರು. ಗುರುಗಳು ಕಟ್ಟಿದ ದೇವಾಲಯಗಳು ನಾರಾಯಣ ದೇವಾಲಯಗಳೆಂದು ಹೆಸರಾಗಿವೆ. ಅವರ ಹೆಸರು: ಶ್ರೀ ನಾರಾಯಣ ಗುರುಗಳು.

1. ಚೆಂಬಳಾಂದಿಯ ಬೆಳಕು

ನಾರಾಯಣ ಗುರುಗಳು ಜನಿಸಿದ್ದು ಚೆಂಬಳಾಂದಿ ಎಂಬ ಗ್ರಾಮದಲ್ಲಿ. ಅದು ಕೇರಳದ ರಾಜಧಾನಿ ತ್ರಿವೇಂದ್ರಮ್‌ನಿಂದ (ತಿರುವನಂತಪುರ) ಹನ್ನೆರಡು ಕಿ.ಮೀ. ದೂರದಲ್ಲಿದೆ. ತಂದೆ **ಮಾದನ್ ಆಶಾನ್** ಹಾಗೂ ತಾಯಿ **ಕುಟ್ಟಿಯಮ್ಮ**. 1856ರ ಆಗಸ್ಟ್ 28ರಂದು ಜನಿಸಿದ ಶಿಶುವಿಗೆ ನಾರಾಯಣ ಎಂದು ನಾಮಕರಣ ಮಾಡಿದರು. 'ನಾಣು' ಎಂದು ಮನೆಯಲ್ಲಿ ಎಲ್ಲರೂ ಅವರನ್ನು ಅಕ್ಕರೆಯಿಂದ ಕರೆಯುತ್ತಿದ್ದ ಹೆಸರು.

'ನಾಣು' ಜನಿಸಿದ್ದು ಈಳವ ಜಾತಿಯಲ್ಲಿ. ಕೇರಳದಲ್ಲಿ ನಾಯರರು ಮತ್ತು ಈಳವರು ಜನಸಂಖ್ಯೆಯ ದೃಷ್ಟಿಯಿಂದ ಪ್ರಮುಖ ಜಾತಿಗಳು. ವರ್ಣವ್ಯವಸ್ಥೆಯಲ್ಲಿ ಈಳವರನ್ನು ಅಸ್ಪೃಶ್ಯರು ಎಂದು ತಿಳಿಯಲಾಗುತ್ತಿತ್ತು. ನಾಯರರು ಶೂದ್ರರಾದರೂ ಸವರ್ಣೀಯರು. ಈಳವರು ಸಮಾಜದ ತೀರಾ ಕೆಳಸ್ತರ. ನಂಬೂದಿರಿ ಬ್ರಾಹ್ಮಣರದು ಈ ವ್ಯವಸ್ಥೆಯಲ್ಲಿ ಅತಿ ಮೇಲಿನ

ಸ್ಥಾನ. ಆ ದಿನಗಳಲ್ಲಿ ಈ ಜಾತಿ ಭೇದದ ಆಚರಣೆ, ಕಟ್ಟುಪಾಡು ಅಸಹ್ಯ ಹುಟ್ಟಿಸುವಂತಿತ್ತು.

ನಂಬೂದಿರಿಗಳಿಂದ ಈಳವರು ಮೂವತ್ತಾರು ಹೆಜ್ಜೆ ದೂರ ನಿಲ್ಲಬೇಕು. ಪರಯ ಜಾತಿಯವರು ಅರವತ್ನಾಲ್ಕು ಹೆಜ್ಜೆಗಳಷ್ಟು ದೂರ ನಿಲ್ಲಬೇಕು. ಅವರ್ಣೀಯರು 'ಹೇ' 'ಹೇ' ಎಂದು ಕೂಗುತ್ತ ಸಾರ್ವಜನಿಕ ರಸ್ತೆಗಳಲ್ಲಿ ಓಡಾಡಬೇಕು. ಇಲ್ಲದಾದರೆ ಮೇಲ್ವರ್ಗದವರ ಜಾತಿ ಕೆಡುತ್ತದೆ. ಇನ್ನು ಈ ಶ್ರೇಣಿ ವ್ಯವಸ್ಥೆಯ ಕೆಳಜಾತಿಗಳವರೂ ಇದೇ ರೀತಿ ತಮ್ಮ ತಮ್ಮೊಳಗೆ ಭೇದಭಾವದಿಂದಲೇ ನಡೆದುಕೊಳ್ಳುತ್ತಿದ್ದರು. ನಾರಾಯಣ ಗುರುಗಳು ಹುಟ್ಟಿದ ಕಾಲಘಟ್ಟದಲ್ಲಿದ್ದ ಕೇರಳದ ಸಾಮಾಜಿಕ ಸನ್ನಿವೇಶ ಇದು.

ವಿಶೇಷ ಸಂಗತಿ ಎಂದರೆ ನಾಣುವಿನ ತಂದೆ ಮಾದನ್ ಆಶಾನ್‌ರಿಗೆ ಸಂಸ್ಕೃತ ಬರುತ್ತಿತ್ತು. ಆಯುರ್ವೇದ ಮತ್ತು ಜ್ಯೋತಿಷ್ಯದಲ್ಲೂ ಅವರಿಗೆ ಉತ್ತಮ ಜ್ಞಾನ ಇತ್ತು. ಈಳವರನ್ನು ಅಸ್ಪೃಶ್ಯರೆಂದು ಕರೆಯುತ್ತಿದ್ದರಾದರೂ ಅವರಲ್ಲಿ ಅನೇಕ ವಿದ್ಯಾವಂತರಿದ್ದರು. ಸಮಾಜದ ಹಿಂದುಳಿದ ವರ್ಗಗಳಿಗೆ ಈಳವ ವೈದ್ಯರು ವೈದ್ಯಕೀಯ ಚಿಕಿತ್ಸೆ ನೀಡುತ್ತಿದ್ದರು. ಮಾದನ್ ಆಶಾನ್ ತನ್ನೂರಿನಲ್ಲಿ ಒಬ್ಬ ಗಣ್ಯ ವ್ಯಕ್ತಿ ಆಗಿದ್ದರು. ಆಶಾನ್ ಎಂದರೆ ಅಧ್ಯಾಪಕ ಎಂದರ್ಥ. ನಾಣುವಿಗೆ ಮೊದಲ ಹಂತದ ಶಿಕ್ಷಣ ತನ್ನ ತಂದೆಯಿಂದಲೇ ಸಿಕ್ಕಿತು. ನಾಣುವಿನ ಸೋದರಮಾವ ಶ್ರೀ ಕೃಷ್ಣನ್ ವೈದ್ಯರ್ ಕೂಡ ವೈದ್ಯರಾಗಿದ್ದರಿಂದ ನಾಣುವಿಗೆ ಸೋದರಮಾವನಿಂದಲೂ ಶಿಕ್ಷಣ ದೊರೆಯಿತು. ಈಳವ ಸಮಾಜದ ಸುಧಾರಣೆಗಾಗಿ ಕೃಷ್ಣನ್ ವೈದ್ಯರ್ ಸದಾ ಹಂಬಲಿಸುತ್ತಿದ್ದರು. ತಂದೆ ಮಾದನ್ ಆಶಾನ್ ಹಳ್ಳಿಯ ಜನರಿಗೆ ರಾಮಾಯಣ, ಮಹಾಭಾರತ ಓದಿ ಹೇಳುತ್ತಿದ್ದರು. ಇವೆಲ್ಲವೂ ಬಾಲಕ ನಾಣುವಿನ ಮೇಲೆ ಪ್ರಭಾವ ಬೀರಿದವು.

ನಾಣು ಚುರುಕುಬುದ್ಧಿಯವನು. ಮೃದು ಸ್ವಭಾವದವನೇ ಆಗಿದ್ದರೂ ತುಂಟತನಕ್ಕೇನೂ ಕೊರತೆ ಇರಲಿಲ್ಲ. ಆ ಕಾಲದಲ್ಲಿ ಜಾತಿ ಕಟ್ಟಳೆಗಳು ವಿಪರೀತ. ಮನೆಯ ಹಿರಿಯರು ಎಷ್ಟು ಹೇಳಿದರೂ ಕೇಳದೇ ನಾಣು ತನಗಿಂತ ಕೆಳಜಾತಿಯವರನ್ನು ಓಡಿ ಹೋಗಿ ಮುಟ್ಟಿಬರುತ್ತಿದ್ದ. ಅಷ್ಟಕ್ಕೇ ಮುಗಿಯುತ್ತಿರಲಿಲ್ಲ. ಮನೆಯಲ್ಲಿ ಯಾರನ್ನಾದರೂ ಮುಟ್ಟಿ ಅವರನ್ನೂ 'ಮೈಲಿಗೆ' ಮಾಡುತ್ತಿದ್ದ. ಅವನಿಗೆ ಇದೊಂದು ವಿನೋದವೇ ಆಗಿದ್ದಿರಬಹುದಾದರೂ ಅರ್ಥಹೀನ ಸಂಪ್ರದಾಯಗಳು ಅವನಿಗೆ ಇಷ್ಟವಾಗುತ್ತಿರಲಿಲ್ಲ. ದೇವರ ಮುಂದೆ ನೈವೇದ್ಯಕ್ಕೆಂದು ಇಟ್ಟ ಹಣ್ಣು, ತಿಂಡಿಗಳನ್ನು ಯಾರಿಗೂ ತಿಳಿಯದಂತೆ 'ಹಾರಿಸಿ' ತಂದು, ತಿಂದು ನಗುವುದು ಅವನ ಇನ್ನೊಂದು ಮೋಜು. 'ನಾನೀಗ ತಿಂದುದರಿಂದ ದೇವರು ತೃಪ್ತನಾಗಿದ್ದಾನೆ' ಎಂದು ಹೇಳುತ್ತಿದ್ದನಂತೆ.

ನಾಣು ಒಂದು ಸಲ ನಡೆದುಹೋಗುತ್ತಿದ್ದಾಗ ಹೊಲೆಯರ ಒಂದು ಮನೆಯಲ್ಲಿ, ಒಲೆಯ ಮೇಲಿದ್ದ ಗಂಜಿ ಕುದಿದು ಉಕ್ಕೇರುತ್ತಿದ್ದುದನ್ನು ನೋಡಿ ಆ ಮನೆಯೊಳಗೆ ಹೋಗಿ ಗಂಜಿ ಮಡಕೆ ಕೆಳಗಿಳಿಸಿಬಿಟ್ಟ. ಹಿರಿಯರು ನಾಣುವಿಗೆ ಬೈದರು. ನಾಣು ಸಮಾಧಾನದಿಂದಲೇ ಉತ್ತರಿಸಿದ: 'ನಾನು ಮೈಲಿಗೆ ಆದೆ ಎಂದು ತಾನೇ ನಿಮಗೆ ಸಿಟ್ಟು? ಸ್ನಾನ ಮಾಡಿದರೆ ಶುದ್ಧಿ ಆಗುತ್ತೇನೆ, ಅಲ್ಲವೆ? ಆ ಬಡವರ ಮನೆಯ ಗಂಜಿ ಅಷ್ಟೂ ಬೆಂಕಿಗೆ ಬಿದ್ದಿದ್ದರೆ ಅವರಿಗೆ ಉಪವಾಸವೇ ಗತಿಯಾಗುತ್ತಿತ್ತು. ಈಗ ಹೇಳಿ, ನಾನು ಮಾಡಿದುದು ಸರಿ ತಾನೆ?' ಇದಕ್ಕೆ ಹಿರಿಯರು ಇನ್ನೇನನ್ನಬೇಕು?

ಹಿರಿಯರು ನಾಣುವಿಗೆ ಐದು ವರ್ಷ ತುಂಬಿದ ಮೇಲೆ ಅವನನ್ನು ಪ್ರಾಥಮಿಕ ಶಿಕ್ಷಣಕ್ಕಾಗಿ ಶ್ರೀ ನಾರಾಯಣ ಪಿಳ್ಳೈ ಅವರ ಪಾಠಶಾಲೆಗೆ ಸೇರಿಸಿದರು. ಶ್ರೀ ನಾರಾಯಣ ಪಿಳ್ಳೈ ಅವರು ಗ್ರಾಮದ ಪಟೇಲರೂ ಆಗಿದ್ದರು. ಜ್ಯೋತಿಷಿಗಳೂ ಆಗಿದ್ದ ಶ್ರೀ ಪಿಳ್ಳೈ ಅವರಲ್ಲಿ ನಾಣು ಮಲೆಯಾಳಂ, ಸಂಸ್ಕೃತ ಭಾಷೆಗಳನ್ನು ಕ್ರಮವಾಗಿ ಕಲಿತನು.

ಆಗಾಗ ಬೇರೆ ಊರುಗಳಿಗೆ ಹೋಗಿ ಅಲ್ಲಿ ಕೆಲದಿನ ಉಳಿದು ವಾಪಸು ಬರುವುದು ನಾಣುವಿನ ಚಿಕ್ಕಂದಿನಲ್ಲೇ ಕಂಡುಬಂದ ಇನ್ನೊಂದು ಮುಖ್ಯ ಸ್ವಭಾವ ಹಾಗೂ ಹವ್ಯಾಸ. ಕಾಯಿಕ್ಕರ, ತ್ರಿವೇಂದ್ರಂ, ಅಂಚುತೆಂಗು, ವೆನ್ನಿಮೋಡೆ, ನೆಡುಂಗತ ಹೀಗೆ ಸುತ್ತಮುತ್ತಲಿನ ಅನೇಕ ಊರುಗಳಿಗೆ ಆಗಾಗ ಹೋಗಿ ಬರುತ್ತಿದ್ದ. ಅಲ್ಲಿ ಯಾರಾದರೂ ಗೆಳೆಯರು, ಸಂಬಂಧಿಕರ ಮನೆಯಲ್ಲಿ ಕೆಲದಿನಗಳ ಕಾಲ ಇದ್ದು ಬರುತ್ತಿದ್ದ. ವಿಶೇಷ ಸಂಗತಿ ಎಂದರೆ ಇಂಥ ಪ್ರಯಾಣಗಳಲ್ಲೂ ನಾಣುವಿನ ದಿನಚರಿ ಬದಲಾಗುತ್ತಿರಲಿಲ್ಲ. ಸ್ನಾನ, ಭಸ್ಮಧಾರಣೆ, ಪ್ರಾರ್ಥನೆ ಇವೆಲ್ಲವೂ ನಿಯಮಿತವಾಗಿ ನಡೆಯುತ್ತಿದ್ದವು. ಇದರಿಂದಾಗಿ ಜನರು ಅವನನ್ನು 'ಭಕ್ತ ನಾಣು' ಎಂದೇ ಕರೆಯತೊಡಗಿದರು.

ಈ ಭಕ್ತಿ ನಾಣುವಿಗೆ ಸಂಪ್ರದಾಯ ಹೇರುವ ಹೊರಗಿನ ಸಂಗತಿಯಾಗಿರಲಿಲ್ಲ. ಇದು ತನ್ನ ಜೀವನದ ಸಾರ್ಥಕತೆಗೆ ಬೇಕಾದ ಅಗತ್ಯ ಕ್ರಿಯೆ ಎಂದೇ ಅವನು ತಿಳಿದಿದ್ದನು. ದೇವಾಲಯದಲ್ಲಿ ಅವನು ಗಂಟೆಗಟ್ಟಲೆ ಧ್ಯಾನ ಮಾಡುತ್ತ ಕುಳಿತುಕೊಳ್ಳುವುದು ಸಾಮಾನ್ಯವಾಗಿತ್ತು. ದಿನವಿಡೀ ಭಜನೆ ಮಾಡುವುದೂ ಇತ್ತು. ದೇವರ ಕುರಿತ ಈ ಒಲವು ಅವನಿಗೆ ಉಸಿರಿನಷ್ಟು ಸಹಜ ಸಂಗತಿಯಾಗಿತ್ತು ಎನ್ನಬಹುದು. ಜನರು 'ಭಕ್ತ ನಾಣು' ಎಂದು ಪ್ರೀತಿಯಿಂದ ಕರೆದರಂತೂ ಸರಿಯೇ, ತಮಾಷೆಯಾಗಿ ಕರೆದರೂ ಅವನಿಗೇನೂ ಬೇಸರವಾಗುತ್ತಿರಲಿಲ್ಲ. ಅವನೂ ನಕ್ಕುಬಿಡುತ್ತಿದ್ದನು.

ನಾಣುವಿನ ಈ ಎಲ್ಲ ನಡವಳಿಕೆಗಳಿಂದ ಇವನು ಅಸಾಮಾನ್ಯ ಹುಡುಗನೆಂದು ಹಿರಿಯರು ಯೋಚಿಸಿದರು. "ಇಂಥ ಹುಡುಗ ಮುಂದೆ

ಓದಬೇಕು, ಇವನ ಶಿಕ್ಷಣ ಅರೆಬರೆ ಮಾಡಿ ಮನೆಗೆಲಸಕ್ಕೆ ಉಳಿಸಿಕೊಂಡರೆ ತಪ್ಪಾಗುತ್ತದೆ" ಎಂದೂ ಹಿರಿಯರು ತಮ್ಮೊಳಗೆ ಮಾತಾಡಿಕೊಂಡರು. ಅದರಲ್ಲೂ ಮಾವ ಕೃಷ್ಣನ್ ವೈದ್ಯರ್‌ರಿಗೆ ಈ ಕುರಿತು ಇನ್ನೂ ಹೆಚ್ಚು ಆಸೆ, ಆಸಕ್ತಿ! ಅದಕ್ಕೆ ಅವರದೇ ಆದ ವಿಶೇಷ ಕಾರಣವೂ ಒಂದಿತ್ತು. ಒಮ್ಮೆ ಅವರಿಗೆ ಒಂದು ಸಂಸ್ಕೃತ ಶ್ಲೋಕದ ಕುರಿತು ಎಷ್ಟು ಜಿಜ್ಞಾಸೆ ನಡೆಸಿದರೂ ಅರ್ಥ ಹೊಳೆಯದೇ ಪೇಚಾಡಿದರು. "ನಾಣು, ನಿನಗೇನಾದರೂ ಈ ಶ್ಲೋಕದ ಅರ್ಥ ತಿಳಿಯುತ್ತದೋ ನೋಡು" ಎಂದು ಅಳಿಯನನ್ನು ಕರೆದರು. ನಾಣು ಆ ಶ್ಲೋಕದ ಅರ್ಥವನ್ನು ಬಹು ಸುಲಭವಾಗಿಯೇ ವಿವರಿಸಿದ. ಕೃಷ್ಣನ್ ವೈದ್ಯರಿಗೆ ಆನಂದ, ಆಶ್ಚರ್ಯ. 'ಎಷ್ಟು ವೆಚ್ಚ ಬಂದರೂ ಸರಿಯೇ, ಇವನಿಗೆ ಹೆಚ್ಚಿನ ಶಿಕ್ಷಣ ಕೊಡಿಸಬೇಕು' ಎಂದು ಅವರು ಆಗಲೇ ಸಂಕಲ್ಪಿಸಿದರು. ಆಗ ನಾಣುವಿಗೆ ಇಪ್ಪತ್ತು ವರ್ಷ. ಆರು ವರ್ಷಗಳ ಹಿಂದೆ ಅವನ ಶಿಕ್ಷಣ ಅರ್ಧಕ್ಕೆ ಮೊಟಕಾಗಿ ನಿಂತಿತ್ತು. ಆದರೆ ನಾಣುವಿನ ಸ್ವಾಧ್ಯಾಯವೇನೂ ನಿಂತಿರಲಿಲ್ಲ.

ನಾಣುವಿನ ಹುಟ್ಟೂರಾದ ಚೆಂಬಳಾಂದಿಯಿಂದ ಐವತ್ತು ಮೈಲು ದೂರದಲ್ಲಿ ವಾರಣಪಲ್ಲಿ ಎಂಬ ಊರಿದೆ. ಅಲ್ಲಿ ಶ್ರೀ ರಾಮನ್ ಪಿಳ್ಳೈ ಎಂಬ ಶಿಕ್ಷಕರಿದ್ದರು. ಅವರ ಗುರುಕುಲ ತುಂಬಾ ಪ್ರಸಿದ್ಧಿ ಪಡೆದಿತ್ತು. ಅಲ್ಲಿ ನಾಣುವಿನ ಶಿಕ್ಷಣ ಮುಂದುವರಿಯುವುದೆಂದು ನಿರ್ಧಾರವಾಯಿತು. ಈ ಹೊತ್ತಿಗೆ ತಾಯಿ ಕುಟ್ಟಿಯಮ್ಮ ತೀರಿಕೊಂಡಿದ್ದರು. ಕೃಷ್ಣನ್ ವೈದ್ಯರ್ ಅಳಿಯನನ್ನು ಆ ಊರಿಗೆ ಕರೆದುಕೊಂಡು ಹೋಗಿ ವಿದ್ಯಾಭ್ಯಾಸದ ಏರ್ಪಾಡು ಮಾಡಿದರು. ಈಳವ ಸಮಾಜದ ಒಂದು ಸಿರಿವಂತ ಕುಟುಂಬದವರ ಆಶ್ರಯದಲ್ಲಿ ನಾಣುವಿಗೆ ಉಳಿಯುವ ವ್ಯವಸ್ಥೆಯನ್ನೂ ಮಾಡಿಕೊಟ್ಟರು. ಅವರು ಊರಿಗೆ ಹಿಂದಿರುಗುವಾಗ ಹುಡುಗನ ಕೈ ಖರ್ಚಿಗಿರಲಿ ಎಂದು ಸ್ವಲ್ಪ ಹಣ ಕೊಡಲು ಮುಂದಾದರು. ತನಗೆ ಹಣದ ಅಗತ್ಯವಿಲ್ಲ ಎಂದು ನಾಣು ನಯವಾಗಿಯೇ ಹೇಳಿ ಹಣವನ್ನು ಪಡೆಯಲಿಲ್ಲ.

ನಾಣು ಚಟ್ಟಾಂಬಿಯ ಅಧ್ಯಯನ, ಅಧ್ಯಾಪನ ಸರಾಗವಾಗಿ ಮುಂದುವರಿಯಿತು. ಕೀಟಲೆ ಮಾಡುವ ಸಹಪಾಠಿಗಳ ಕುರಿತು ಈ ನಮ್ರ ವ್ಯಕ್ತಿ ತಲೆ ಕೆಡಿಸಿಕೊಳ್ಳಲಿಲ್ಲ. ಯಾರೊಡನೆಯೂ ನಾಣು ಅನಗತ್ಯ ಮಾತುಕತೆಯಲ್ಲಿ ತೊಡಗುತ್ತಲೂ ಇರಲಿಲ್ಲ. ವ್ಯಾಸಂಗದ ಕೆಲಸ ಮುಗಿದ ಮೇಲೆ ತನ್ನ ಪಾಡಿಗೆ ಧ್ಯಾನ, ಜಪಗಳಲ್ಲಿ ತೊಡಗಿರುತ್ತಿದ್ದ. ಕುನ್ನು ಪಣಿಕ್ಕರ್ ಎಂಬ ಒಬ್ಬ ಗೆಳೆಯನೊಡನೆ ಮಾತ್ರ ನಾಣು ಹೆಚ್ಚು ಆತ್ಮೀಯತೆ, ಸಲುಗೆಯಿಂದಿದ್ದ. ಇಬ್ಬರೂ ಜೊತೆಯಾಗಿ ಪಠನ, ಅಧ್ಯಯನ ಮಾಡುತ್ತಿದ್ದರು.

ಗುರುಕುಲದಲ್ಲಿ ಮೂರು ವರ್ಷಗಳ ಅಧ್ಯಯನ ಮುಗಿಸುವ ಹೊತ್ತಿಗೆ ನಾಣು ಅತಿಸಾರಕ್ಕೆ ತುತ್ತಾದ. ಅದು ನಿಲ್ಲುವ ಲಕ್ಷಣ ತೋರಲಿಲ್ಲ. ಕೃಷ್ಣನ್

ವೈದ್ಯರ್ ಬಂದು ನಾಣುವನ್ನು ಚೆಂಬಳಾಂದಿಗೆ ಕರೆದುಕೊಂಡು ಹೋದರು. ಅದರಿಂದಾಗಿ ನಾಣು ಶಿಕ್ಷಣಕ್ಕೆ ಹಠಾತ್ತನೆ ತಡೆಯುಂಟಾಯಿತು.

2. ಸಾಧಕ ನಾಣು ಆಶಾನ್

ಚೆಂಬಳಾಂದಿಗೆ ಬಂದು ಮನೆಯವರ, ಮಾವ ಕೃಷ್ಣನ್ ವೈದ್ಯರ ಆರೈಕೆಯಲ್ಲಿ ನಾಣು ಅಷ್ಟಷ್ಟಾಗಿ ಚೇತರಿಸಿಕೊಂಡ. ಕಲಿಸುವುದೆಂದರೆ ನಾಣುವಿಗೆ ಎಲ್ಲಿಲ್ಲದ ಪ್ರೀತಿ. ಕೆಳವರ್ಗದ ಮಕ್ಕಳಿಗೆ ಪಾಠ ಹೇಳಿ ಅವರನ್ನು ಮುಂದೆ ತರಬೇಕೆಂಬುದು ನಾಣುವಿನ ಕಳಕಳಿ. ಹಿಂದುಳಿದ ಜಾತಿಗಳ ಮಕ್ಕಳು ಹೆಚ್ಚಿನ ಸಂಖ್ಯೆಯಲ್ಲಿದ್ದ ಕಡಕ್ಕವೂರು ಎಂಬ ಹಳ್ಳಿಯಲ್ಲಿ ಶಾಲೆ ಆರಂಭಿಸಿದ. ಇಷ್ಟು ದಿನ ನಾಣು ಚಟ್ಟಾಂಬಿ ಎಂದು ಕರೆಯುತ್ತಿದ್ದ ಜನರು ಈಗ ನಾಣುವನ್ನು 'ನಾಣು ಆಶಾನ್' ಎಂದು ಗೌರವದಿಂದ ಕರೆಯತೊಡಗಿದರು. ಚೆಂಬಳಾಂದಿಯಲ್ಲಿಯೂ, ಅಂಚುತೆಂಗು, ವೀರಾಂಕಾವು ಎಂಬ ಹಳ್ಳಿಗಳಲ್ಲಿಯೂ ಶಾಲೆಗಳನ್ನು ತೆರೆದು ಅಲ್ಲಿಯೂ ಪಾಠ ಹೇಳಿದರು. ಶಾಲೆಗಳೆಂದರೆ ಗುಡಿಸಲುಗಳು ಅಷ್ಟೆ. 'ಕಡಿಪಳ್ಳ ಕೂಡವಲ್' ಎಂದು ಇಂಥ ಶಾಲೆಗಳಿಗೆ ಹೆಸರಿತ್ತು. ವಿದ್ಯಾರ್ಥಿಗಳು ಅವರೇ ತಂದ 'ತಡಕ್ಕು' (ಚಾಪೆ) ಮೇಲೆ ಕುಳಿತುಕೊಳ್ಳಬೇಕು. ಮರಳಿನ ಮೇಲೆ ಅಕ್ಷರಾಭ್ಯಾಸ. ಮುಂದುವರಿವ ವಿದ್ಯಾರ್ಥಿಗಳಿಗೆ ಹೆಚ್ಚಿನ ಶಿಕ್ಷಣವೂ ಇತ್ತು.

ಅಲೌಕಿಕ ಶೋಧನೆ, ಆಧ್ಯಾತ್ಮಿಕ ತುಡಿತ ಒಂದೆಡೆ ಆದರೆ ತನ್ನ ಸುತ್ತಣ ಸಮಾಜಕ್ಕೆ ಒಳಿತು ಮಾಡಬೇಕೆಂಬ ಸೇವಾತವಕ ಇನ್ನೊಂದೆಡೆ, ಮಾವ ಕೃಷ್ಣನ್ ವೈದ್ಯರ್ ಸಾಮಾಜಿಕ ಕಳಕಳಿಯಿಂದ ಮಾಡುವ ಕಾರ್ಯಗಳನ್ನು ನಾಣು ಆಶಾನ್ ಕಣ್ಣಾರೆ ಕಂಡವರೇ. ತಂದೆ ಎಂದರಂತೂ ನಾಣು ಸಂಸಾರಿಯಾಗಿ ಸಮಾಜದಲ್ಲಿ ಉತ್ತಮ ಜೀವನ ನಡೆಸುವ ಕುರಿತು ಕನಸು ಕಂಡವರು. ಯೌವನದ ಮನಸ್ಸು ಒಮ್ಮೆ ಅತ್ತ, ಒಮ್ಮೆ ಇತ್ತ ಹೊಯ್ದಾಡುತ್ತಿತ್ತು. ನಾಣು ಹಿರಿಯರು ಮದುವೆಯ ಕುರಿತು ಪ್ರಸ್ತಾಪಿಸಿದಾಗ ಮೊದಮೊದಲು ವಿರೋಧಿಸುತ್ತಿದ್ದರಾದರೂ ಕಡೆಯಲ್ಲಿ ಸಮ್ಮತಿಸಿದರು. ಆದರೆ, ಅವರೊಳಗೆ ಹೋರಾಟ ನಡೆದೇ ಇತ್ತು: ಸನ್ಯಾಸವೋ, ಸಂಸಾರವೋ? ಬ್ರಹ್ಮಚರ್ಯ ಅವರ ಜೀವನದ ದೊಡ್ಡ ಆಸೆಯಾಗಿತ್ತು. ಆ ನಿಟ್ಟಿನಲ್ಲಿ ಅವರು ತಮ್ಮೊಳಗೆ ದೊಡ್ಡ ಹೋರಾಟವನ್ನೇ ನಡೆಸಿದ್ದರು ಎಂದರೆ ತಪ್ಪಾಗಲಾರದು. ಶಿವನನ್ನು ಉದ್ದೇಶಿಸಿದ ಅವರು ಪ್ರಾರ್ಥನೆ ಸಲ್ಲಿಸುತ್ತಿದ್ದರು.

ಇಂಥ ಮನಃಪೂರ್ವಕ ಪ್ರಾರ್ಥನೆ, ನಿವೇದನೆಯಿಂದ ತನ್ನ ಅಂತರಂಗದ ದೃಢತೆ ಹೆಚ್ಚಿಸಿಕೊಳ್ಳುತ್ತಿದ್ದರು ನಾಣು ಆಶಾನ್. ಅದೇನೇ ಇರಲಿ, ನಾಣು ಅವರ ಮದುವೆಯಂತೂ ನಡೆದುಹೋಯಿತು ಅವರ ಗೈರು ಹಾಜರಿಯಲ್ಲಿ!

ಆದರೆ ಸಂಸಾರಿಯ ಜೀವನ ತನ್ನದಲ್ಲ ಎಂಬುದು ಅವರ ಮನಸ್ಸಿನೊಳಗೆ ಮಾರ್ದನಿಸುತ್ತಲೇ ಇತ್ತು. ಧ್ಯಾನ, ಜಪಗಳಲ್ಲಿ ತೊಡಗಿಕೊಂಡಿದ್ದರೇ ಹೊರತು, ವೈವಾಹಿಕ ಜೀವನ ನಡೆಸಲೇ ಇಲ್ಲ. ಮಧ್ಯಮವರ್ತಿಗಳ ಒತ್ತಾಯ ತಾಳಲಾರದೆ ಮಡದಿಯ ತವರು ಮನೆಗೆ ಒಮ್ಮೆ ಹೋದರು. ಅಷ್ಟು ಹೊತ್ತಿಗೆ ಮದುವೆ ಆಗಿ ಎರಡು, ಮೂರು ತಿಂಗಳಾಗಿತ್ತು. ಮನೆಗೆ ಬಂದ ನಾಣು ಅವರಿಗೆ ಮಡದಿ ಹಣ್ಣು, ಸಿಹಿ ತಿಂಡಿ ತಂದಿಟ್ಟರು. ಅದನ್ನು ನಾಣು ತನ್ನ ಜೊತೆ ಬಂದವರಿಗೂ ಕೊಟ್ಟು, ತಾವೂ ತಿಂದರು. ಕೆಲ ನಿಮಿಷಗಳ ಬಳಿಕ ಯಾರನ್ನೂ ನೇರವಾಗಿ ಉದ್ದೇಶಿಸದೆ, ಆದರೆ ಪ್ರಾಯಶಃ ಎಲ್ಲರನ್ನೂ ಉದ್ದೇಶಿಸಿ ಹೇಳಿದರು: 'ಈ ಪ್ರಪಂಚದಲ್ಲಿ ಒಂದೊಂದು ಜೀವವೂ ಒಂದೊಂದು ಕಾರಣಕ್ಕೆ ಹುಟ್ಟುತ್ತವೆ. ನನಗೂ, ನಿಮಗೂ ಬೇರೆಯೇ ಹಾದಿಗಳಿವೆ. ನಮ್ಮ ಹಾದಿಯಲ್ಲಿ ನಾವು ನಡೆಯಬೇಕು. ಯಶಸ್ಸು ಪಡೆಯಬೇಕು. ಆದುದರಿಂದ ನನ್ನ ಹಾದಿಯಲ್ಲಿ ನಾನು ನಡೆಯಲು ಬಿಡಿ. ನಿಮ್ಮ ಹಾದಿಯಲ್ಲಿ ನೀವು ನಡೆಯಿರಿ'. ಇಷ್ಟು ಹೇಳಿ ಹೊರಬಂದವರು ಹಿಂದಿರುಗಿ ನೋಡಲಿಲ್ಲ.

ಇದಾದ ಎರಡು ವರ್ಷಗಳ ಬಳಿಕ ತಂದೆ ಮಾದನ್ ಆಶಾನ್‌ರೂ ನಿಧನರಾದರು. ತಂದೆಯ ಕೊನೆಗಾಲದಲ್ಲಿ ನಾಣು, ಅವರ ಜೊತೆಗಿದ್ದರು. ಮಗ ಎಲ್ಲರಂತೆ ಸಂಸಾರ ಜೀವನ ಮಾಡಲೆಂಬ ಆಸೆ ತಂದೆಗೆ ಇತ್ತಾದರೂ ತನ್ನದೇ ರೀತಿಯಲ್ಲಿ ದೃಢತೆಯಿಂದ ಮುಂದೆ ಸಾಗುತ್ತಿರುವ ಮಗನ ಕುರಿತು ಅವರಿಗೆ ಸಂತೋಷ, ಸಮಾಧಾನವೂ ಇದ್ದವು. ತಾಯಿ, ತಂದೆ ಹಾಗೂ ಸಾಂಕೇತಿಕವೆನ್ನಬೇಕಾದ ವಿವಾಹ ಬಂಧನ ಈ ಮೂರರಿಂದಲೂ ಬಿಡುಗಡೆ ಪಡೆದ ನಾಣು ಪೂರ್ಣ ಸ್ವತಂತ್ರರಾಗಿ ತಮ್ಮ ಶೋಧಕ, ಸಾಧಕ ಜೀವನದಲ್ಲಿ ತೊಡಗಿಕೊಂಡರು. ಹಗಲು-ರಾತ್ರಿ ಎನ್ನದೆ ಅವರು ಕಾಡು, ಸಮುದ್ರತೀರ, ದೇವಾಲಯ, ಎಲ್ಲೆಡೆ ಅಲೆದರು.

ನಾಣು ಏಕಾಂತದ ತಾಣವನ್ನು ಸಾಧ್ಯವಾದಷ್ಟೂ ಅರಣ್ಯ ಪ್ರದೇಶದ ವಿವಿಧ ಜಾಗಗಳಲ್ಲಿ ಅರಸಿ ಯೋಗಸಾಧನೆ ಮುಂದುವರಿಸಿದರು. ಅಂಥ ಸಮಯದಲ್ಲಿ ಕಾಡಿನಲ್ಲಿ ಸಿಕ್ಕ ಹಣ್ಣು, ಹಸಿರೆಲೆ, ನಾರು, ಬೇರು, ಗಡ್ಡೆಗಳೇ ಅವರ ಆಹಾರ. ಸುತ್ತ ಕಾಡು ಪ್ರಾಣಿಗಳಿದ್ದರೂ ನಾಣು ವಿಚಲಿತರಾಗುತ್ತಿರಲಿಲ್ಲ. ಎಷ್ಟೋ ಸಲ ಗುಹೆಗಳಲ್ಲಿ ವನ್ಯಪ್ರಾಣಿಗಳ ಜೊತೆ ನೆಮ್ಮದಿಯಿಂದ ಅವರು ತಂಗಿದ್ದರು. 'ಪ್ರಾಣಿಗಳನ್ನು ಕಂಡು ನೀವು ಕೋಪಗೊಂಡರೆ, ಭಯಭರಿತರಾದರೆ ಅದಕ್ಕೆ ತಕ್ಕಂತೆ ಅವೂ ಪ್ರತಿಕ್ರಿಯೆ ನೀಡುತ್ತವೆ. ನೀವು ಶಾಂತಿಯಿಂದ, ಪ್ರೀತಿಯಿಂದ ವರ್ತಿಸಿದರೆ ಅವು ನಿಮಗೆ ಏನೂ ತೊಂದರೆ ನೀಡವು' ಎಂದು ನಾರಾಯಣ ಗುರುಗಳು ತಮ್ಮ ಆ ಕಾಲದ ನೆನಪುಗಳನ್ನು ಶಿಷ್ಯರೊಡನೆ ಹಂಚಿಕೊಳ್ಳುತ್ತಾ ಹೇಳಿದ್ದಿದೆ.

ಈ ಆಧ್ಯಾತ್ಮಿಕ, ಯೋಗಜೀವನದ ಸಾಧನೆಯ ಬಹುದೊಡ್ಡ ಅವಧಿಯನ್ನು ಅವರು ಮರುತ್ವಮಲೆ ಎಂಬಲ್ಲಿ ಕಳೆದರು. ಅಲ್ಲಿ ಬೆಳಗಿನ ಹೊತ್ತು ಹಕ್ಕಿಗಳ ಚಿಲಿಪಿಲಿ, ಸುತ್ತಲೂ ಬೃಹತ್ ಮರಗಳ ಹಿಂಡು, ಕೊಂಚ ಕೆಳಕ್ಕೆ ನದಿದಟ, ಅದರ ಅಲೆಗಳ ಸಣ್ಣ ಸದ್ದು, ನೊರೆಯಾಟ... ಇಂಥ ನಿಸರ್ಗರಮ್ಯ ತಾಣದಲ್ಲಿ ನಾಣು ಅವರ ಸಾಧನೆ ತೀವ್ರತರವಾಗಿ ಮುಂದುವರಿಯಿತು.

3. ಅದು ಶಿವ ಸಿಕ್ಕ ಶಿವರಾತ್ರಿ

ಮರುತ್ವಮಲೆಯ ಗುಹೆಯಲ್ಲಿ ನಾಣು ಅವರು ಇರುವ ಸಂಗತಿ ನಿಧಾನವಾಗಿ ಎಲ್ಲೆಡೆ ತಿಳಿಯತೊಡಗಿತು. ಒಬ್ಬರು ಓವರ್‌ಸೀಯರ್ ಕಾಡಿನೆಡೆ ಹೋದಾಗ ಆಕಸ್ಮಿಕವಾಗಿ ಅವರು ನಾಣು ಅವರನ್ನು ದೂರದಿಂದ ಕಂಡರು. ಓವರ್‌ಸೀಯರ್ ಅವರ ಮಡದಿ ಚಿಟ್ಟಿಯಮ್ಮ ನಾಣು ಅವರ ದರ್ಶನ ಪಡೆಯಲು ಬಂದರು. ಅಲ್ಲಿಂದ ಮುಂದೆ ಜನರು ಬರಹೋಗುವುದು ಹೆಚ್ಚಾಗತೊಡಗಿತು. ಭಕ್ತರ ಕೋರಿಕೆ ಮನ್ನಿಸಿ ನಾಣು ಅವರು ಕಾಡಿನಿಂದ ನಾಡಿನತ್ತ ಬರಲೇಬೇಕಾಗಿ ಬಂತು. ಮರುತ್ವಮಲೆ ಮತ್ತು ಆ ಗುಹೆ ಇಂದು ಮಹತ್ವದ ಯಾತ್ರಾಸ್ಥಳಗಳಾಗಿವೆ.

ಕಾಡಿನಿಂದ ಕೆಳಗಿಳಿದು ಬಂದ ನಾಣು ಅವರು ಅನೇಕ ದೇವಾಲಯಗಳ ದರ್ಶನ ಮಾಡಿದರು. ಈ ಪರಿವ್ರಾಜಕ ಸನ್ಯಾಸಿ ಬರಿಗಾಲಿನಲ್ಲಿ ನಡೆದರು. ಯಾತ್ರಿಕರು, ವಿಶ್ವಾಸಿಕರು ಏನಾದರೂ ನೀಡಿದರೆ ಆಹಾರ ಸೇವಿಸುವರು. ಇಲ್ಲವಾದರೆ ಉಪವಾಸ. ಆ ಕಡೆ ಲಕ್ಷ್ಯವೇ ಇಲ್ಲ. ನಡೆಯುತ್ತ ರಾತ್ರಿ ಎಲ್ಲಿ ಹೋಗಿ ತಲುಪುವರೋ, ಅದೇ ಊರಲ್ಲಿ ಯಾವುದಾದರೂ ದೇವಾಲಯ, ಧರ್ಮಶಾಲೆಯಲ್ಲಿ ನಿದ್ದೆ. ತನ್ನನ್ನು ಇಷ್ಟೊಂದು ಭಕ್ತಿ, ವಿಶ್ವಾಸದಿಂದ ಕಾಣುವ ಬಡ ಜನರ ದುಸ್ಥಿತಿಯನ್ನು ಕಂಡು ಅವರ ಮನಸ್ಸು ಮಿಡಿಯುವುದು. ಇವರಿಗಾಗಿ ತಾನು ಏನಾದರೂ ಮಾಡಬೇಕೆಂದು ಅವರು ಹಂಬಲಿಸುವರು. ಧ್ಯಾನ ಅವರ ಉಸಿರೇ ಆಗಿತ್ತು. ಅದರಲ್ಲಿ ಮೈ ಮರೆಯುವರು. ಮತ್ತೆ ಸಹಜ ಸ್ಥಿತಿಗೆ ಬಂದಾಗ ಸಾಮಾಜಿಕ ಸುಧಾರಣೆಯ ಹಂಬಲ ಅವರನ್ನು ಸೆಳೆಯುತ್ತಿತ್ತು.

ನಾಣು ಸ್ವಾಮಿಗಳಲ್ಲಿ ಜಾತಿಭಾವನೆ ಸಾಸುವೆ ಕಾಳಿನಷ್ಟೂ ಇರಲಿಲ್ಲ. ಮೀನುಗಾರರು, ನಾಯಾರರು, ಮುಸ್ಲಿಂ, ಕ್ರಿಶ್ಚಿಯನ್, ಚನ್ನಾರರು, ಹೀಗೆ ಎಲ್ಲರೊಡನೆ ಅವರು ಬೆರೆಯುತ್ತಿದ್ದರು. ಅವರು ನೀಡುತ್ತಿದ್ದ ತಿಂಡಿ, ಊಟ ಸ್ವೀಕರಿಸುತ್ತಿದ್ದರು. 'ಆ ದಿನಗಳಲ್ಲಿ ನಾನು ಮುಸ್ಲಿಮರ ಜೊತೆ ಅನೇಕ ದಿನ ವಾಸವಾಗಿದ್ದೆ. ಅವರ ಜೊತೆ ಊಟ ಮಾಡಿದ್ದೇನೆ. ಮೀನು, ಮಾಂಸ ತಿಂದಿದ್ದೇನೆ. ಅವರ ಮಕ್ಕಳ ಜೊತೆ ಆಟ ಆಡಿದ್ದೇನೆ. ಶಿಶುಗಳನ್ನು ನನ್ನ

ಈ ತೋಳುಗಳಿಂದ ಎತ್ತಿ ಆಡಿಸಿದ್ದೇನೆ. ಹಸಿದ ಮಕ್ಕಳಿಗೆ ಇವೇ ಕೈಗಳಿಂದ ಉಣಿಸಿದ್ದೇನೆ' ಎಂದು ನಿಕಟವಾಗಿ ತನ್ನೊಡನೆ ವಾಸಿಸುತ್ತಿದ್ದ ಕೆಲ ಭಕ್ತರ ಬಳಿ ನಾಣು ಸ್ವಾಮಿಗಳು ನೆನಪಿಸಿಕೊಂಡು ಹೇಳಿದ್ದರಂತೆ. ಮುಸ್ಲಿಂ ತತ್ತ್ವ ಸಿದ್ಧಾಂತಗಳನ್ನೂ ಅವರು ತಿಳಿದುಕೊಂಡರು. ಇದೇ ಬಗೆಯ ಅವರು ಕ್ರೈಸ್ತ ಧರ್ಮದ ಬಗೆಗೂ ತಿಳಿದುಕೊಂಡಿದ್ದರು. ಇದರಿಂದಾಗಿ ಮುಸ್ಲಿಂ ಹಾಗೂ ಕ್ರೈಸ್ತ ವಿದ್ವಾಂಸರು ನಾಣು ಸ್ವಾಮಿಗಳನ್ನು ಗೌರವದಿಂದ ಕಾಣುತ್ತಿದ್ದರು.

ಅರುವಿಪ್ಪುರಂ ಎಂಬ ಊರು ತಿರುವನಂತಪುರದಿಂದ ಹದಿನಾರು ಕಿ.ಮೀ. ದಕ್ಷಿಣಕ್ಕಿದೆ. ಕೆಲವು ವರ್ಷಗಳ ಹಿಂದೆ ನಾಣು ಸ್ವಾಮಿಯವರು ಚಟ್ಟಾಂಬಿ ಸ್ವಾಮಿಗಳೊಂದಿಗೆ ಈ ಸ್ಥಳಕ್ಕೆ ಬಂದಿದ್ದರು. ನಿಸರ್ಗ ತನ್ನ ಎರಡೂ ಕೈಗಳಿಂದ ಚೆಲುವನ್ನು ಚೆಲ್ಲಿಕೊಟ್ಟ ರಮಣೀಯ ತಾಣವದು. ನದಿಯ ಎರಡೂ ದಡಗಳಲ್ಲಿ ಕಾಡುಗಳು, ನದಿಯ ಪ್ರವಾಹಕ್ಕೆ ಮೈಯೊಡ್ಡಿ ನಿಂತ ಬಂಡೆಗಳು, ಆ ಕಲ್ಲು ಬಂಡೆಗಳಿಗೆ ಅಲೆಗಳು ಅಪ್ಪಳಿಸಿ ಹೊರಡುವ ಸದ್ದು, ಹೊಮ್ಮಿ ಒಡೆವ ನೀರ್ಗುಳ್ಳೆಗಳ ಮಾಯಾಜಾಲ... ಸುಮಾರು 1886ರ ಹೊತ್ತಿಗೆ ನಾಣು ಸ್ವಾಮಿಗಳು ಈ ಜಾಗಕ್ಕೆ ಮತ್ತೆ ಬಂದರು. ಜನವಿದೂರವಾಗಿದ್ದ ಈ ಪ್ರದೇಶದಲ್ಲಿ ಯೋಗಸಾಧನೆ ಮುಂದುವರಿಸಲು ನಿಶ್ಚಯಿಸಿದರು. ಎರಡೂ ಕಡೆಯ ಬೆಟ್ಟದ ಗುಹೆಗಳು ಅವರ ಸಾಧನಾಕ್ಷೇತ್ರಗಳಾದವು. ಈ ಕಾಡಿನ 'ಚೆರುಕುಣ್ಣು' ಎಂಬಲ್ಲಿ ಸ್ವಾಮಿಗಳು ಬಹುಪಾಲು ವಾಸಿಸಿದರು. ಮುಂದೆ ಈ ಸ್ಥಳವು ಕೇರಳದ ಇತಿಹಾಸದಲ್ಲಿ ಸಾಮಾಜಿಕ, ಸಾಂಸ್ಕೃತಿಕ ಹಾಗೂ ಧಾರ್ಮಿಕ ಚಟುವಟಿಕೆಗಳ ಮಹತ್ವದ ಕೇಂದ್ರ ಎಂಬ ಮನ್ನಣೆ ಪಡೆಯಿತು. ವನ್ಯ ಪ್ರಾಣಿಗಳ ನೆಲೆಯಾಗಿದ್ದ ಚೆರುಕುಣ್ಣುವಿನ ಗುಹೆಗಳಲ್ಲಿ ಒಂದೆರಡು ವರ್ಷಗಳ ಕಾಲ ಗುರುಗಳ ಏಕಾಂತ ಸಾಧನೆ ನಿರಾತಂಕವಾಗಿ ಮುಂದುವರಿಯಿತು.

ಇಲ್ಲಿಯೂ ಕ್ರಮೇಣ ಸುತ್ತಣ ಹಳ್ಳಿಗಳ ಜನರಿಗೆ ನಾಣು ಸ್ವಾಮಿಗಳು ನೆಲೆಸಿದ್ದಾರೆಂದು ತಿಳಿಯತೊಡಗಿತು. ದನ, ಕುರಿ ಕಾಯಲು ಬರುವ ಮಕ್ಕಳು ಮೊದಲಿಗೆ ಗುರುತಿಸಿದ್ದು, ಅಯ್ಯಪ್ಪ ಪಿಳ್ಳೈ ಎಂಬ ಹುಡುಗ ಇವರನ್ನು ಕಂಡು ಪ್ರೀತಿಯಿಂದ ಗೆಣಸು ಬೇಯಿಸಿ ತಂದುಕೊಟ್ಟ ಇದು ಅನೇಕ ದಿನಗಳವರೆಗೆ ಮುಂದುವರಿಯಿತು. ಗುರುಗಳ ಮೊದಲ ಶಿಷ್ಯರಲ್ಲಿ ಇವನೊಬ್ಬ. ಮುಂದಿನ ವರ್ಷಗಳಲ್ಲಿ 'ಶಿವಲಿಂಗದಾಸ'ರೆಂಬ ಹೆಸರಿನಲ್ಲಿ ಪ್ರಸಿದ್ಧಗೊಂಡ ಹುಡುಗನಿವನು.

ಸಮಾಜಕ್ಕಾಗಿ ಏನಾದರೂ ಮಾಡಬೇಕೆಂಬ ಹಂಬಲದ ಗುರುಗಳಿಗೆ 'ಇಲ್ಲಿಯೇ ಒಂದು ಮಂದಿರವಾದರೆ ಹೇಗೆ?' ಎಂಬ ಯೋಚನೆ ಬಂತು. ಆಶ್ರಮ ಕಟ್ಟಿದ ಭಕ್ತರು ಸ್ವಾಮಿಗಳನ್ನೇ ದೇವರೆಂಬಂತೆ ಗೌರವಿಸುತ್ತಿದ್ದರು. ಇದು ನಾಣು ಸ್ವಾಮಿಗಳಿಗೆ ಸಮ್ಮತವಿಲ್ಲ. ಪೂಜೆಗಾಗಿ ಒಂದು ಶಿವಲಿಂಗವನ್ನು

ಪ್ರತಿಷ್ಠಾಪಿಸುವುದು ಸೂಕ್ತ ಎಂದು ಅವರಿಗೆ ತೋರಿತು. ಶಿವರಾತ್ರಿಯಂದು ಈ ಸ್ಥಳದಲ್ಲಿ ಶಿವಮಂದಿರ ನಿರ್ಮಾಣವಾಗುವುದೆಂದು ಅವರು ಸಾರಿದರು. ನಿಜ ಹೇಳಬೇಕೆಂದರೆ ಇದು ಮೂಲತಃ ಅನೇಕ ಭಕ್ತರ ಬಯಕೆಯೂ ಆಗಿತ್ತು. ಅವರೆಲ್ಲ ಗುರುಗಳನ್ನು ಬೇಡಿಕೊಂಡಿದ್ದರು ಕೂಡ. ಆ ಮಾತು ಹಿಂದೆಯೇ ಬಂದಿದೆ. ಗುರುಗಳು ಈ ಘೋಷಣೆ ಮಾಡಿದ್ದರಿಂದ ಅವರೊಳಗೆ ಅಡಗಿದ್ದ ಆಸೆಗೊಂದು ಆಕೃತಿ ಬಂತು. ಉತ್ಸಾಹದಿಂದ ಕೆಲಸ ಆರಂಭವಾಯಿತು. ಶಿವರಾತ್ರಿಗೆ ಇನ್ನು ಕೆಲವೇ ದಿನಗಳು ಉಳಿದಿದ್ದವು.

ಅರುವಿಪ್ಪುರಂನ ನೆಯ್ಯಾರ ನದಿಯ ಪೂರ್ವದಡದಲ್ಲಿ ಬಂಡೆಯ ಮೇಲೆ ಮಂದಿರ ಕಟ್ಟುವುದೆಂದು ನಿರ್ಧರಿಸಿದರು. ಮಂದಿರ ನಿರ್ಮಾಣಕ್ಕೆ ಜನಬಲ, ಧನಬಲ, ವಸ್ತು-ಸಾಮಗ್ರಿ ಎಲ್ಲವೂ ಬೇಕು. ಭಕ್ತರ ಮುಂದೆ ದೊಡ್ಡ ಸವಾಲು ಬಂದು ಕೂತಿತ್ತು. ನಾಣು ಸ್ವಾಮಿಗಳು ಶಾಂತವಾಗಿದ್ದರು. ಅವರಿಗೆ ಮಂದಿರವೊಂದು ಆಡಂಬರದ ಕಟ್ಟಡವಾಗಿರುವುದು ಬೇಕಿರಲಿಲ್ಲ. ಆಗಲೇ ಸಿರಿವಂತ ಭಕ್ತರು ದೇವಾಲಯಕ್ಕಾಗಿ ಜಾಗ ಖರೀದಿಸಿದ್ದರು. ಅಲ್ಲಿ ತೆಂಗಿನ ಗರಿಗಳ ಮಾಡು ಕಟ್ಟಿದರೆ ಸಾಕು ಎಂದು ಗುರುಗಳು ಹೇಳಿದರು. ಮಾವಿನೆಲೆಗಳಿಂದ ಇಡೀ ಪ್ರದೇಶವನ್ನು ಸಿಂಗರಿಸಿದರು. 'ಈ ಬಂಡೆಯ ಮೇಲೆ ನಾನು ಶಿವಲಿಂಗ ತಂದು ಪ್ರತಿಷ್ಠಾಪಿಸುವೆ. ಅಲ್ಲಿಗೆ ಮಂದಿರ ನಿರ್ಮಾಣವಾಯಿತೆಂದು ತಿಳಿಯಿರಿ' ಎಂದು ಸಮಾಧಾನದಿಂದ ಅವರು ಹೇಳಿದರು. ಬೆಳಕಿಗಾಗಿ ಸೂಡಿ, ಪಂಜಿನ ವ್ಯವಸ್ಥೆ ಇತ್ತು.

ದಿನಗಳೆದಂತೆ ಭಕ್ತರ ಉತ್ಸಾಹ, ಸಂಭ್ರಮಗಳಿಗೆ ಹೊಸ ರೆಕ್ಕೆಗಳೇ ಮೂಡತೊಡಗಿದವು. ಕಾಡಿನಲ್ಲಿ ಸಹಜವಾಗಿ ಸಿಗುವ ಹೂಗಳು ಚಪ್ಪರದ ಸುತ್ತಲೂ ಅಲಂಕಾರದ ಮಾಲೆಗಳಾಗಿ ಶೋಭಿಸಿದವು. ಶಿವರಾತ್ರಿ ಜಾಗರಣೆಗೆಂದು ಜನರು ನೆರೆಯತೊಡಗಿದರು. ಪೂಜೆಗೆ ನಾಗಸ್ವರಂ ವಾದಕರು ಹಾಜರಾದರು. ಯಾರಾರು ಎಲ್ಲೆಲ್ಲಿಂದ ಬಂದರು, ಯಾರು ಕರೆದಿದ್ದು ಎಂದು ಯಾರೂ ಅರಿಯರು! ದೇವರ ಮುಂದಿಡಲು ದೀಪಗಳೂ ಬಂದವು. ಅವೆಲ್ಲಿಂದ ತೇಲುತ್ತ ಬಂದವೋ! ಬೆಳಕನ್ನು ತುಂಬಿ ಚೆಲ್ಲಿ ಕೊಟ್ಟ ದೀಪಗಳ ಕಾಂತಿಯಲ್ಲಿ ಮುಗ್ಧ ಭಕ್ತರ ಸರಳ ಆನಂದ, ಭಕ್ತಿ ಇನ್ನಷ್ಟು ಹೊಳಪಿನಿಂದ ಬೆಳಗುತ್ತಿತ್ತು. ಹಣ ಕಡಿಮೆ ಇದ್ದಿರಬಹುದು, ಜನ ಕಡಿಮೆ ಇರಲಿಲ್ಲ. ಅವರ ಭಕ್ತಿ, ಶ್ರದ್ಧೆಗಂತೂ ಮಿತಿಯೇ ಇರಲಿಲ್ಲ. ಸ್ವಾಮಿಗಳು ಶಿವಲಿಂಗವನ್ನು ಎಲ್ಲಿಂದ ತರುವರೋ, ಹೇಗೆ ಪ್ರತಿಷ್ಠಾಪಿಸುವರೋ ಎಂಬ ಕುತೂಹಲ ಎಲ್ಲರ ಕಣ್ಣುಗಳಲ್ಲಿ ಹೊಳೆಯುತ್ತಿತ್ತು.

ಶಿವರಾತ್ರಿಯ ಹಿಗ್ಗು, ಉದ್ವೇಗ ತುಂಬಿದ ಆ ರಾತ್ರಿ ಇತಿಹಾಸದಲ್ಲೊಂದು ಅಪೂರ್ವ ಘಟನೆಯನ್ನು ದಾಖಲಿಸಲಿತ್ತು (1888). ಎಲ್ಲೆಡೆಯ ಹಳ್ಳಿಗಳಿಂದ

ತಂಡೋಪತಂಡವಾಗಿ ಬಂದ ಹಳ್ಳಿಗರು, ಭಕ್ತರು ಶಿವನಾಮ ಸ್ಮರಿಸುತ್ತಾ ಭಕ್ತಿಭಾವದಲ್ಲಿ ಮುಳುಗಿದ್ದರು. ಮಧ್ಯರಾತ್ರಿ ಸಮೀಪಿಸುತ್ತಿದ್ದಂತೆ ನಾಣು ಸ್ವಾಮಿಗಳು ಧ್ಯಾನದಿಂದ ಹೊರಬಂದರು. ನದಿಯ ನೀರಲ್ಲಿ ಮುಳುಗಿದರು. ಅವರು ನದಿಯ ಒಳಗಡೆ ಈಜುತ್ತಾ ಹೋಗುತ್ತಿದ್ದಾರೆಂದು ಊಹಿಸಬಹುದಿತ್ತೇ ಹೊರತು ನೀರಲ್ಲಿ ಮೇಲುಗಡೆ ಅವರು ಸಾಕಷ್ಟು ಹೊತ್ತು ಕಾಣಿಸಲಿಲ್ಲ. ಸ್ವಲ್ಪ ಸಮಯದ ನಂತರ ಅವರು ಶಿವಲಿಂಗ ರೂಪದ ಶಿಲೆಯನ್ನು ಕೈಯಲ್ಲಿ ಹಿಡಿದು ಬಂದರು. ಭಾವಮಯರಾಗಿ ಕಣ್ಣುಮುಚ್ಚಿ ನಿಂತರು. ಕಣ್ಣೀರು ತಡೆಯಲಾಗದೆ ಹೊರಹೊಮ್ಮುತ್ತಿತ್ತು. ಎದೆಯ ಸಮೀಪ ಆ ಲಿಂಗವನ್ನು ಹಿಡಿದು ನಿಂತ ನಾಣು ಸ್ವಾಮಿಗಳು ಜಗತ್ತನ್ನೇ ಮರೆತವರಂತೆ ಕಂಡರು. ಸುಮಾರು ಮೂರುಗಂಟೆಗಳ ಕಾಲ ಅವರು ಹಾಗೆಯೇ ನಿಂತಿರಬೇಕು. ಅಷ್ಟೂ ಹೊತ್ತು 'ಓಂ ನಮಃ ಶಿವಾಯ' ಎಂದು ಭಕ್ತ ಸಮುದಾಯ ಪಠಿಸುತ್ತಲೇ ಇತ್ತು. ಅರುವಿಪ್ಪುರಂನ ಕಾಡು ಆ ಧ್ವನಿಯನ್ನೂ, ಅವರ ಅಂತರಂಗವನ್ನೂ ಪ್ರತಿಧ್ವನಿಸಿ ಭಕ್ತಿಯ ಕಾವೆಬ್ಬಿಸಿತ್ತು.

ರಾತ್ರಿ ಕಳೆದು ಬೆಳಗಿನ ಮೂರುಗಂಟೆಯ ಬ್ರಾಹ್ಮಿ ಮುಹೂರ್ತ ಸಮೀಪಿಸಿತು. ಹಕ್ಕಿಗಳ ಇಂಚರದೊಡನೆ ಮಂಗಳ ವಾದ್ಯಗಳೂ ಮೊಳಗತೊಡಗಿದವು. ಮೊದಲೇ ತಿಳಿಸಿದ್ದಂತೆ ಬಂಡೆಯ ಪೀಠದ ಮೇಲೆ ನಾಣು ಸ್ವಾಮಿಗಳು ಶಿವಲಿಂಗವನ್ನು ಪ್ರತಿಷ್ಠಾಪಿಸಿದರು. ಕೇರಳದ ಇತಿಹಾಸದಲ್ಲೂ, ಅಷ್ಟೇ ಏಕೆ, ನಮ್ಮ ದೇಶದ ಇತಿಹಾಸದಲ್ಲೂ ಅದೊಂದು ಮಹತ್ವದ ದಿನ (10.2.1888). ಸಾಂಪ್ರದಾಯಿಕ ಧಾರ್ಮಿಕ ವಿಧಿಗಳ ಕಟ್ಟು ಕಟ್ಟಳೆಗಳಿಂದ ಹೊರಬಂದು ಶಿವನು ನಾರಾಯಣ ಸ್ವಾಮಿಗಳ ಕರಸ್ಥಲದಲ್ಲಿ ಕುಳಿತು ಇದೀಗ ಪ್ರಕೃತಿಯ ಅತ್ಯಂತ ಸುಂದರ ತಾಣದಲ್ಲಿ ನೆಲೆ ನಿಂತನು. ಕೆಲ ವರ್ಷಗಳ ಬಳಿಕ ಅಲ್ಲಿ ಸುಸ್ಥಿರ ಮಂದಿರವೂ ನಿರ್ಮಾಣವಾದಾಗ ನಾರಾಯಣ ಗುರುಗಳು 'ಈ ಆದರ್ಶ ತಾಣದಲ್ಲಿ ಮನುಜರೆಲ್ಲರೂ ಸೋದರರು. ಜಾತಿಮತಗಳ ಭೇದವಿಲ್ಲ, ಪೂರ್ವಗ್ರಹವಿಲ್ಲ' ಎಂದು ಬರೆಸಿದರು. ಅವರು ಲಿಂಗ ಪ್ರತಿಷ್ಠಾಪನೆಗೈದಾಗ ಹೇಳಿದ ಮಾತುಗಳೂ ತುಂಬ ಮಹತ್ವದ್ದಾಗಿವೆ. "ಸರ್ವಶಕ್ತ ಭಗವಂತನ ಕೃಪೆ ಎಲ್ಲರಿಗೂ ಲಭಿಸಲಿ. ಹಸಿದವರು, ಬಡವರು ನೆಮ್ಮದಿಯಿಂದ ಬಾಳಲಿ. ಎಲ್ಲೆಡೆ ಶಾಂತಿ ನೆಲೆಸಲಿ. ಒಬ್ಬರನ್ನೊಬ್ಬರು ಪ್ರೀತಿ, ಗೌರವಗಳಿಂದ ಕಾಣಲಿ". ಈ ಮಾತುಗಳನ್ನು ಸ್ವಾಮಿಗಳು ತೋರಿಸಿಕೊಟ್ಟರು. ಸೋದರರಲ್ಲಿ ಮೇಲು ಕೀಳೆಂಬ ಭೇದಭಾವ ಹೋಗಬೇಕೆಂಬುದು ಅವರ ದೊಡ್ಡ ಕನಸು. 'ಒಂದೇ ಜಾತಿ, ಒಂದೇ ಮತ, ಒಂದೇ ದೇವರು' ಇದು ವಿಶ್ವದೆಲ್ಲೆಡೆ ಪ್ರಸಿದ್ಧವಾಗಿರುವ ನಾಣು ಸ್ವಾಮಿಗೆ ನುಡಿ. ಕೇರಳವು ಈ ನಿಟ್ಟಿನಲ್ಲಿ ಮಾದರಿಯಾಗಬೇಕೆಂದು ಅವರು ಆಶಿಸಿದರು.

ಶಿವಲಿಂಗ ಪ್ರತಿಷ್ಠಾಪನೆಯ ಈ ಅಪೂರ್ವ ಸಂದರ್ಭದಲ್ಲಿ ಕಾಡಿನ ಹುಡುಗ ಅಯ್ಯಪ್ಪ ಪಿಳ್ಳೈ ತನ್ನ ಪ್ರಿಯ ಸ್ವಾಮಿಗಳ ಜೊತೆಯಲ್ಲೇ ಇದ್ದನು. ನದಿಯಿಂದ ತಂದ ಲಿಂಗವನ್ನು ಸ್ವಾಮಿಗಳು ಮೊದಲು ಇರಿಸಿದ್ದು ಅಯ್ಯಪ್ಪ ಪಿಳ್ಳೈಯ ಕೈಗಳಲ್ಲಿ. ಬಳಿಕ ಅವನಿಂದ ಮತ್ತೆ ತಾವು ಪಡೆದು ಗಂಟೆಗಟ್ಟಲೆ ಧ್ಯಾನಿಸಿದರು, ಉಷಃಕಾಲಕ್ಕೂ ಮೊದಲೇ ಪ್ರತಿಷ್ಠಾಪಿಸಿದರು. ಈ ಕ್ಷಣಗಳಲ್ಲಿ, ಈ ಕ್ರಿಯೆಗಳಲ್ಲಿ ನಾಣು ಸ್ವಾಮಿಗಳು ಶತಮಾನಗಳ ಕಂದರವನ್ನೇ ದಾಟಿ ನಿಂತಿದ್ದರು. ಆ ಶಿವರಾತ್ರಿ ಶಿವಭಕ್ತರಿಗೆ ಶಿವನು ಕೈವಶವಾದ ರಾತ್ರಿ! ಇದರ ಫಲವೆಂದರೆ ನಾಣು ಸ್ವಾಮಿಗಳನ್ನು ಜನರು 'ನಾರಾಯಣ ಗುರು'ಗಳೆಂದು ಇನ್ನಷ್ಟು ಭಕ್ತಿ, ಆದರಗಳಿಂದ ಕರೆಯತೊಡಗಿದ್ದು, ನಾವಾದರೂ ಇನ್ನು ಮುಂದೆ ಅವರನ್ನು ಹಾಗೆಯೇ ಕರೆಯೋಣ.

4. ನಿಜ ಧಾರ್ಮಿಕತೆಯ ನೆಲೆಗೆ

ನಾರಾಯಣ ಗುರುಗಳು ಸಾಮಾನ್ಯ ಜನರಲ್ಲಿ ಬಿತ್ತಿದ ಧಾರ್ಮಿಕ ಜಾಗೃತಿಗೆ ವಿಶೇಷ ಮಹತ್ವವಿದೆ. ಜಾತಿಯ ಭೂತವನ್ನು ಹೆಗಲುಗಳ ಮೇಲೂ, ಮನಸ್ಸಿನೊಳಗೂ ಹೊತ್ತು ತಿರುಗುವ ಸಮಾಜ ನಮ್ಮದು. ಇಂತಹುದರಲ್ಲಿ ಈಳವ ಸಮಾಜದವರೊಬ್ಬರು ಲಿಂಗ ಪ್ರತಿಷ್ಠಾಪನೆ ಮಾಡಿ ಮಂದಿರ ನಿರ್ಮಿಸುವುದೆಂದರೆ ಹುಡುಗಾಟವೇ ದೇವತಾ ಪ್ರತಿಷ್ಠಾಪನೆಗೆ ತನ್ನದೇ ಆದ ವಿಧಿವಿಧಾನಗಳಿವೆ. ಅವುಗಳನ್ನು ಅನುಸರಿಸದೆ ಹೋದುದರಿಂದ ಅವು ದೇವಮಂದಿರಗಳೇ ಅಲ್ಲ ಎಂದು ಕೆಲವು ಸಂಪ್ರದಾಯವಾದಿಗಳು ಈ ಕುರಿತು ಟೀಕಿಸಿದರು.

ಈಳವರು ಜಾತಿಶ್ರೇಣಿಯಲ್ಲಿ ಮಧ್ಯದಲ್ಲಿದ್ದವರು ಎಂಬುದನ್ನು ಈ ಹಿಂದೆಯೇ ಒಮ್ಮೆ ಹೇಳಿದೆ. ಅಂದರೆ ಅವರೂ ಮುಟ್ಟಿಸಿಕೊಳ್ಳಲು ನಿರಾಕರಿಸುವ ಜಾತಿಗಳವರು ಅವರ ಕೆಳಗಿದ್ದರು. ನಾರಾಯಣ ಗುರುಗಳು ಈಳವ ಸಮಾಜದವರಿಗೂ ಈ ಕುರಿತು ತಿಳಿಹೇಳಿದರು. ತಾವು ಕಟ್ಟುವ ದೇವಾಲಯಗಳಿಗೆ ಈ ಅತಿ ಹಿಂದುಳಿದ ಜಾತಿಗಳ ಜನರೂ ಭಯವಿಲ್ಲದೆ ಬರುವಂತಾಗಬೇಕು ಎಂದು ಅವರು ಸ್ಪಷ್ಟ ಮಾತುಗಳಲ್ಲಿ ಹೇಳಿದರು. ನಡತೆಯಲ್ಲೂ ಅವರು ಅದನ್ನು ಹೇಗೆ ಅಳವಡಿಸಿಕೊಟ್ಟರು ಎಂಬುದಕ್ಕೆ ಮುಂದೆ ಹೇಳುವ ಘಟನೆ ಒಂದು ಉದಾಹರಣೆ.

ಅರುವಿಪ್ಪುರಂನ ಶಿವಲಿಂಗ ಪ್ರತಿಷ್ಠೆಯ ಬಳಿಕ, ಭಕ್ತರೆಲ್ಲ ಸೇರಿ, ಕೆಲ ತಿಂಗಳುಗಳ ನಂತರ, ಒಂದು ಸಾರ್ವಜನಿಕ ಕಾರ್ಯಕ್ರಮ ಏರ್ಪಡಿಸಿದ್ದರು. ಅದು ನಾರಾಯಣ ಗುರುಗಳು ಭಾಗವಹಿಸಿದ ಮೊದಲ ಸಾರ್ವಜನಿಕ ಸಭೆ. ಸಭಾಂಗಣದಿಂದ ದೂರದಲ್ಲಿ ಒಂದಷ್ಟು ಜನ ಪ್ರತ್ಯೇಕವಾಗಿ ಕುಳಿತಿರುವುದನ್ನು

ಗುರುಗಳು ಗಮನಿಸಿದರು. ನಂತರ, ಸಭಿಕರನ್ನು ಕೇಳಿದರು: 'ನೋಡಿ, ಅವರೆಲ್ಲ ಹಾಗೆ ಬೇರೆಯಾಗಿ ಕುಳಿತುಕೊಳ್ಳಬೇಕೆ? ನಾವು ಸಮಾನತೆಯ ಮಾತಾಡುತ್ತಿದ್ದೇವೆ. ಅಂದಮೇಲೆ ಅವರೂ ನಮ್ಮೊಡನೆ ಕುಳಿತುಕೊಳ್ಳಬೇಕು. ಅಲ್ಲವೆ?' ಸಭೆ ಒಮ್ಮತದಿಂದ ಒಪ್ಪಿತು. ಆ ಗುಂಪಿನ ಎರಡು ಮಕ್ಕಳನ್ನು ಗುರುಗಳು ವೇದಿಕೆಗೆ ಕರೆಸಿಕೊಂಡು ತಮ್ಮ ಅಕ್ಕ ಪಕ್ಕ ಕೂರಿಸಿಕೊಂಡು ಮೈದಡವಿದರು. 'ಇವರೂ ನಮ್ಮೆಲ್ಲರಂತೆ ದೇವರ ಮಕ್ಕಳು' ಎಂದರು. ಈ ಮಾತನ್ನು ಹೇಳುವಾಗ ಗುರುಗಳು ಭಾವುಕರಾಗಿದ್ದರು. ಜನರಿಗೆ ಹೇಳುವುದು ಮಾತ್ರವಲ್ಲ, ತಾವೇ ಆ ಮಕ್ಕಳನ್ನು ಒಲವಿನಿಂದ ಕಂಡು ನಡೆ, ನುಡಿಗಳ ಅಭೇದವನ್ನು ತೋರಿದರು. ಮುಂದೆ ಆ ಹುಡುಗರು ಆಶ್ರಮದ ಸದಸ್ಯರಾದರು. ನಾರಾಯಣ ಗುರುಗಳ ಸಮಾಜ ಸೇವೆಯ ಮಹತ್ಕಾರ್ಯದಲ್ಲಿ ಕಡೆಯವರೆಗೂ ಅವರ ಜತೆಗಿದ್ದರು.

ನಾರಾಯಣ ಗುರುಗಳು ಅಳವಡಿಸಿದ ಒಂದು ಕ್ರಾಂತಿಕಾರಿ ಸುಧಾರಣೆ ಎಂದರೆ ದೇವರ ಹೆಸರಲ್ಲಿ ನಡೆಯುತ್ತಿದ್ದ ಪ್ರಾಣಿ ಬಲಿಯನ್ನು ನಿಲ್ಲಿಸಿದ್ದು. ಮದ್ಯಪಾನದಿಂದ ಹಿಂದುಳಿದ ಜಾತಿಗಳು ಇನ್ನಷ್ಟು ತೊಂದರೆಗೆ ಒಳಗಾಗುವುದನ್ನು ಅವರು ಗಮನಿಸಿದ್ದರು. ಹಾಗಾಗಿ ಅವರು ಸ್ವಚ್ಛ ಬದುಕಿಗೆ ತನ್ನದೇ ಮಹತ್ವವಿದೆ ಎಂಬುದನ್ನೂ ಆ ಬಡಪಾಯಿಗಳಿಗೆ ಅರ್ಥವಾಗುವಂತೆ ಸರಳ ಭಾಷೆಯಲ್ಲಿ ತಿಳಿಸಿಕೊಟ್ಟರು. ದೇವರು ಮದ್ಯವನ್ನು, ಪ್ರಾಣಿಬಲಿಯನ್ನು ತಾನೂ ಬಯಸುವುದಿಲ್ಲ, ತನ್ನ ಭಕ್ತರೂ ತಾಮಸಿಕರಾಗಿ ಬದುಕಬೇಕೆಂದು ಬಯಸುವುದಿಲ್ಲ ಎಂದು ಅವರು ಹೇಳಿದರು. ಇಂಥ ಕಲುಷಿತ ವಿಧಾನಗಳನ್ನು ತೊರೆದು, ನಿರ್ಮಲವಾಗಿ ಬದುಕಿರೆಂದು ಬೋಧಿಸಿದರು.

ನಾರಾಯಣ ಗುರುಗಳು ತನ್ನ ಭಕ್ತರ ಅಪೇಕ್ಷೆಯಂತೆ ಅನೇಕ ಊರುಗಳಲ್ಲಿ ದೇವಾಲಯಗಳನ್ನು ನಿರ್ಮಿಸಿದರು. ಅವರು ಒಟ್ಟು ನಲವತ್ತೊಂದು ದೇವಮಂದಿರಗಳನ್ನು ಕಟ್ಟಿಸಿದರು. ಒಂದೊಂದು ದೇವಾಲಯವೂ ವಿಭಿನ್ನ ಮತ್ತು ವಿಶಿಷ್ಟ. ಕೇರಳ ಮಾತ್ರವಲ್ಲ, ಕರ್ನಾಟಕ, ತಮಿಳುನಾಡು, ಶ್ರೀಲಂಕಾದಲ್ಲೂ ಅವರು ದೇವಸ್ಥಾನಗಳನ್ನು ನಿರ್ಮಿಸಿದರು. ಒಂದು ಬಗೆಯಲ್ಲಿ ಅವರು ದೇವಾಲಯಗಳ ಚಳವಳಿ ಮಾಡಿದರೆಂದೇ ಹೇಳಬಹುದು. ದೇವರನ್ನು ಪೂಜಿಸುವ ಸರಳ ವಿಧಾನಗಳನ್ನು ಅವರು ಹೇಳಿಕೊಟ್ಟರು. ಆಗಲೇ ಹೇಳಿದಂತೆ ಉಗ್ರ ಆಚರಣೆಗಳನ್ನು ಕೈ ಬಿಡುವಂತೆ ಮನ ಒಲಿಸಿದರು. ಅಷ್ಟೇ ಅಲ್ಲ, ದೇವರ ಪೂಜೆ, ಧಾರ್ಮಿಕ ವಿಧಿಗಳಿಗೆ ಆಡಂಬರ, ಅನಗತ್ಯ ಖರ್ಚು ಮಾಡಬಾರದೆಂದೂ ಅವರು ಜನರಿಗೆ ತಿಳಿಹೇಳಿದರು. ಧಾರ್ಮಿಕ ಕಾರ್ಯಕ್ರಮಗಳಿಗಾಗಿ ಬಡಜನರು ಸಾಲಗಾರರಾಗಬಾರದು ಎಂಬುದು

ಅವರ ಕಾಳಜಿ. ಹಳ್ಳಿಗರು ನಾರಾಯಣ ಗುರುಗಳು ಹೇಳಿದ ಮಾತುಗಳನ್ನು ತಪ್ಪದೇ ಪಾಲಿಸುತ್ತಿದ್ದರು. ದೇವಮಂದಿರಗಳ ನಿರ್ಮಾಣ ಒಂದು ಧಾರ್ಮಿಕ ಕಾರ್ಯವಾದಂತೆ, ಸಮಾಜದ ಸದಸ್ಯರ ಬಾಳನ್ನು ಮೇಲಕ್ಕೆತ್ತುವ ಸಮಾಜ ಸುಧಾರಣೆಯ ಚಟುವಟಿಕೆಯೂ ಆಯಿತು.

5. ನಿತ್ಯ ನೂತನವೀ ನಾರಾಯಣ ಮಂದಿರಗಳು

ಶ್ರೀ ನಾರಾಯಣ ಗುರುಗಳು ದೇವಾಲಯಗಳ ಮೂಲಕ ಹಿಂದುಳಿದ ಜಾತಿಗಳಲ್ಲಿ ಒಂದು ಅಪೂರ್ವ ಸಂಘಟನೆಯನ್ನೇ ಸಾಧಿಸಿದರು. ಮುಂದುವರಿದ ಜಾತಿಗಳವರ ದೇವಾಲಯಗಳಲ್ಲಿ ಇವರಿಗೆ ಪ್ರವೇಶವಿಲ್ಲ ಎಂದ ಮೇಲೆ ಒಂದೋ ಈ ಜಾತಿಗಳ ಜನರು ದೇವರಿಂದಲೇ ದೂರವಾಗಬೇಕು ಅಥವಾ ತಾವೇ ದೇವಾಲಯಗಳನ್ನು ಕಟ್ಟಿಕೊಳ್ಳಬೇಕು. ದೇವರಿಂದ ದೂರವಾಗಿ ಬದುಕುವುದು ಸುಲಭವಲ್ಲ ಹಾಗೂ ದೇವಾಲಯಗಳನ್ನು ಕಟ್ಟುವ ಹಣಬಲ, ಮನೋಬಲ ಈ ದುರ್ಬಲ ವರ್ಗಗಳಲ್ಲಿ ಇರಲಿಲ್ಲ. ಆದುದರಿಂದ ಉಳ್ಳವರ ಶಿವಾಲಯಗಳಲ್ಲೇ ದೂರದಿಂದ ಪೂಜಿಸುವುದು ಇವರಿಗೆ ಅನಿವಾರ್ಯವಾಗಿತ್ತು. ಇದು ಶ್ರೀ ನಾರಾಯಣ ಗುರುಗಳಿಗೆ ಸರಿದೋರಲಿಲ್ಲ. ಅದೇ ಸಮಯದಲ್ಲಿ ಇಂಥ ಬಡಭಕ್ತ ಸಮುದಾಯಗಳವರು ನಾರಾಯಣ ಗುರುಗಳನ್ನೇ ದೇವರೆಂಬಂತೆ ಗೌರವಿಸುತ್ತಿದ್ದರು. ಇದು ಗುರುಗಳು ಇಡಬಯಸಿದ ಕ್ರಾಂತಿಕಾರಕ ಹೆಜ್ಜೆಗಳಿಗೆ ಅನುಕೂಲಕರ ವಾತಾವರಣ ಸೃಷ್ಟಿಸಿತು.

ಶ್ರೀ ನಾರಾಯಣ ಗುರುಗಳು ಕಟ್ಟಿಸಿದ ಒಟ್ಟು ದೇವಾಲಯಗಳ ಸಂಖ್ಯೆಯನ್ನು ನಿಖರವಾಗಿ ಹೇಳಲಾಗದು. ನಲವತ್ತೊಂದು ದೇವಾಲಯಗಳು ಎಂಬುದೊಂದು ಅಂದಾಜು. ಈ ಎಲ್ಲ ದೇವಾಲಯಗಳಲ್ಲಿ ಎದ್ದುಕಾಣುವ ವಿಶೇಷ ಲಕ್ಷಣವೆಂದರೆ ಅಲ್ಲಿಯ ಶುಭ್ರತೆ, "Cleanliness is next to Godliness" ಎಂಬ ಆಂಗ್ಲಸೂಕ್ತಿ ಒಂದಿದೆ. ದೇವಾಲಯದ ವಾತಾವರಣ ನಿರ್ಮಲವಾಗಿದ್ದರೆ ಅಲ್ಲಿ ದೈವಿಕ ಭಾವನೆಗಳು ಸಹಜವಾಗಿಯೆ ವಿಕಸಿಸುತ್ತವೆ. ವಾಸ್ತವಿಕವಾಗಿ 'ಮಡಿ'ಯ ಹಿಂದಿರುವುದೂ ಸ್ವಚ್ಛವಾಗಿರಬೇಕೆಂಬ ತತ್ತ್ವವೇ, ಅದನ್ನು ಮರೆತು ಮಿಕ್ಕವರನ್ನು ದೂರವಿಡುವ ಕೆಟ್ಟ ಸಂಪ್ರದಾಯವಾಗಿ ಅದು ಕೊಳೆಯತೊಡಗಿತ್ತು. ದೇವಾಲಯದ ಆವರಣ ಒಳ ಹೊರಗೆ ಪರಿಶುದ್ಧವಾಗಿದ್ದರೆ ಧ್ಯಾನಿಸುವ, ಪೂಜಿಸುವ ಕ್ರಿಯೆಗಳು ಸಾಂಗವಾಗಿ ನಡೆದುಬಿಡುತ್ತವೆ.

ಕಟ್ಟಡಗಳನ್ನು ಕಟ್ಟಲು ತುಂಬ ಹಣ ವೆಚ್ಚವಾಗುವುದನ್ನು ಗುರುಗಳು ಇಷ್ಟಪಡಲಿಲ್ಲ. ಆಯಾ ಊರಿನ ಜನರು ತಮ್ಮ ಆದಾಯದಲ್ಲಿ ಉಳಿಸಬಹುದಾದ ಹಣದ ಮಿತಿಯಲ್ಲೇ ದೇವಮಂದಿರಗಳನ್ನು ಕಟ್ಟಲಾಯಿತು.

ಗಾಳಿ, ಬೆಳಕು ಯಥೇಚ್ಛವಾಗಿರಬೇಕು ಎಂಬುದೊಂದು ಸೂತ್ರವನ್ನು ಮಾತ್ರ ಮನಸ್ಸಿನಲ್ಲಿಟ್ಟುಕೊಂಡಿದ್ದರು. ದೇವಾಲಯಗಳಲ್ಲಿ ಆಚರಿಸುವ ಹಬ್ಬ, ಹುಣ್ಣಿಮೆಗಳಿರಬಹುದು, ಇನ್ನವುದೇ ಪೂಜೆ, ಉತ್ಸವ ಇರಬಹುದು-ಯಾವುದೇ ಸಂದರ್ಭದಲ್ಲೂ ದುಂದು ವೆಚ್ಚ ಆಗಕೂಡದೆಂದು ಎಚ್ಚರವಹಿಸಲಾಯಿತು. ಧಾರ್ಮಿಕ ಪ್ರವಚನ, ವ್ಯಾಖ್ಯಾನಗಳನ್ನು ಏರ್ಪಡಿಸಿದಾಗ ಜನರು ಯಾವುದೇ ತೊಂದರೆ ಇಲ್ಲದೆ ಕುಳಿತು ಕೇಳಲಾಗುವಂತೆ ಸಭಾಮಂದಿರಗಳನ್ನು ದೇವಾಲಯದ ಭಾಗವಾಗಿಯೇ ಕಟ್ಟಿದರು. ಇಂಥ ಯೋಜನೆಗಳು ನಿಜಕ್ಕೂ ಆ ಕಾಲದಲ್ಲಿ ತೀರ ಹೊಸ ಬಗೆಯವು. ವಿವಾಹಗಳೂ ಸರಳ ರೀತಿಯಲ್ಲಿ ಇಲ್ಲಿ ಜರುಗಬೇಕೆಂದು ಗುರುಗಳು ಬಯಸಿದರು. ದೇವಸ್ಥಾನಗಳ ಸುತ್ತಲೂ ಹೂದೋಟಗಳನ್ನು ಬೆಳೆಸಲಾಯಿತು. ದೇವಸ್ಥಾನಗಳ ಪಕ್ಕದಲ್ಲಿ ಸಾಂಪ್ರದಾಯಿಕವಾಗಿ ಕಟ್ಟುವ ಕೊಳಗಳು ಸ್ವಚ್ಛವಾಗಿರುವುದು ಬಲು ಅಪರೂಪ. ಆದುದರಿಂದ ಅದರ ಬದಲಿಗೆ ಸ್ನಾನದ ಕೋಣೆಗಳನ್ನೇ ಕಟ್ಟಿ ಅದನ್ನು ಸ್ವಚ್ಛವಾಗಿ ಇಟ್ಟುಕೊಳ್ಳಬೇಕೆಂದು ಗುರುಗಳು ಸೂಚಿಸಿದರು.

ಶ್ರೀ ನಾರಾಯಣ ಗುರುಗಳು ಕಟ್ಟಿಸಿದ ದೇವಾಲಯಗಳ ಇನ್ನೊಂದು ವಿಶೇಷ ಲಕ್ಷಣ ಎಂದರೆ ಮಂದಿರದ ಜೊತೆ ಶಾಲಾ ಕಟ್ಟಡಗಳನ್ನೂ ಕಟ್ಟಿಸಿದ್ದು, ಅನೇಕ ದೇವಾಲಯಗಳಲ್ಲಿ ವಿದ್ಯಾರ್ಥಿ ನಿಲಯಗಳನ್ನೂ ನಿರ್ಮಿಸಿದರು. ಧಾರ್ಮಿಕ ಗ್ರಂಥಗಳ ಭಂಡಾರ ಮತ್ತೊಂದು ಮನಸೆಳೆಯುವ ವೈಶಿಷ್ಟ್ಯ. ಈ ಎಲ್ಲ ಜಾಗಗಳೂ ಶುಭ್ರವಾಗಿರಬೇಕು, ಎಲ್ಲೆಡೆ ಶುದ್ಧ ನೀರು ದೊರೆಯಬೇಕು ಎಂದು ಅವರು ಹೇಳಿದರು.

ಶ್ರೀ ನಾರಾಯಣ ಗುರುಗಳು ಹಿಂದುಳಿದ ಜನಾಂಗಗಳ ಜನರು ಅನುಸರಿಸುತ್ತಿದ್ದ ಪೂಜಾಕ್ರಮಗಳಲ್ಲಿದ್ದ ದೋಷಗಳನ್ನು ಸರಿಪಡಿಸಿದರು. ಅವರು ಸಾಲಮಾಡಿ ಮದುವೆ ಅಥವಾ ಇನ್ನಾವುದೇ ಕಾರ್ಯಕ್ರಮ ಅದ್ದೂರಿಯಾಗಿ ಆಚರಿಸುವುದನ್ನು ಗುರುಗಳು ತಡೆದರು. ಗುರುಗಳು ಕಟ್ಟಿದ ದೇವಾಲಯಗಳಲ್ಲಿ ಪೂಜಾರಿಗಳು ಹಿಂದುಳಿದ ಜಾತಿಗಳವರೇ ಇರುವುದು ಬಹುಮುಖ್ಯ ಬದಲಾವಣೆ. ಹೀಗೆ ಪೂಜಾರಿಗಳಾಗುವವರು ಒಂಬತ್ತು-ಹತ್ತು ವರ್ಷಗಳ ಕಾಲ ಮಂತ್ರ, ತಂತ್ರ, ಶಾಸ್ತ್ರ, ಉಪನಿಷತ್ತು ಹಾಗೂ ಇನ್ನೂ ಅನೇಕ ಮಹತ್ವದ ಆಧ್ಯಾತ್ಮಿಕ ಕೃತಿಗಳನ್ನು ಅಧ್ಯಯನ ಮಾಡಬೇಕು ಎಂದು ಗುರುಗಳು ನಿರ್ದೇಶಿಸಿದರು. ಇದರಿಂದ ಈ ದೇವಾಲಯಗಳ ಧಾರ್ಮಿಕ ಚಟುವಟಿಕೆಗಳ ಬಗೆಗೆ ಯಾರೂ ಲಘುವಾಗಿ ಮಾತನಾಡದಂತಾಯಿತು.

ಈ ಎಲ್ಲಾ ಕ್ರಿಯಾಯೋಜನೆಗಳ ಮೂಲಕ ನಾರಾಯಣ ಗುರುಗಳು ಹಿಂದುಳಿದವರಲ್ಲಿ ಮುಂಬರುವ ಚಲನೆಗೆ ಉತ್ತೇಜನ ನೀಡಿದರು. ಮುಗ್ಧರು, ಅಶಿಕ್ಷಿತರು, ಅರೆಶಿಕ್ಷಿತರೇ ಹೆಚ್ಚಾಗಿದ್ದ ಆ ಜಾತಿಗಳಲ್ಲಿ ದೇವರು

ಭೀತಿಸ್ವರೂಪನಾಗಿದ್ದನು. ಅವನ ಪ್ರೀತಿಸ್ವರೂಪವನ್ನು ಗುರುಗಳು ತೋರಿಸಿಕೊಟ್ಟರು. ಸರಳ, ಸ್ವಚ್ಛ ಆಚರಣೆಗಳಿಂದ ಅವನು ಒಲಿಯುವಂತೆ ಬಾಳಲು ಸಾಧ್ಯವಿದೆ. ಈ ಬಗೆಯಲ್ಲಿ ಒಂದು ಹಂತಕ್ಕೆ ಈ ಜನಾಂಗಗಳು ಬೆಳೆದುನಿಂತಾಗ, ಇನ್ನೂ ಹೆಚ್ಚಿನ ಆದರ್ಶ, ಆಶಯಗಳನ್ನು ಸಮಾಜಕ್ಕೆ ನೀಡುವುದು ಹಾಗೂ ಆಳವಾದ ಪರಿವರ್ತನೆ ಸಾಧಿಸುವುದು ಗುರುಗಳ ಬಯಕೆಯಾಗಿತ್ತು.

ನಾರಾಯಣ ದೇವಾಲಯಗಳು ಭೇದಭಾವವಿಲ್ಲದೆ ಎಲ್ಲ ಜಾತಿ, ಮತಗಳ ಜನರೂ ಒಟ್ಟು ಸೇರುವ ಕೇಂದ್ರವಾದವು. ಅವರೆಲ್ಲ ಕೂತು ಮಾತನಾಡುವ, ಧ್ಯಾನ ಮಾಡುವ, ಹೊಸ ಚಿಂತನೆಗಳನ್ನು ಬೆಳೆಸುವ ತಾಣವಾದವು. "ನಾವೂ ಮನುಷ್ಯರು. ಚೆನ್ನಾಗಿ ಬದುಕೋಣ" ಎಂಬ ಆಸೆ, ಭರವಸೆ ಹುಟ್ಟಿಸಿದವು.

'ದಿನ ಕಳೆದ ಹಾಗೆ ದೇವಾಲಯಗಳು ನಿರುಪಯುಕ್ತವಾಗಿಬಿಡಬಹುದು' ಇದು ಕೆಲವು ವೈಚಾರಿಕರ ಆಕ್ಷೇಪ.

'ಖಂಡಿತ ಇಲ್ಲ. ಹಾಗೇಕೆ ಆಗುತ್ತದೆ? ದೇವಾಲಯಗಳನ್ನು ಸ್ವಚ್ಛವಾಗಿಡೋಣ. ಆಗ ಜನರೂ ತಾವು ಸ್ವಚ್ಛವಾಗಿ ಬರಬೇಕೆಂದು, ಮಿಂದು, ಸ್ವಚ್ಛ ಬಟ್ಟೆ ತೊಟ್ಟು ಬರುತ್ತಾರೆ. ತಮಗಿಂತ ಹೆಚ್ಚಿನ ಮಟ್ಟದಲ್ಲಿ ಭಕ್ತಿ, ಶ್ರದ್ಧೆ ಉಳ್ಳವರನ್ನು ಇಲ್ಲಿ ಕಂಡಾಗ ಅವರಿಗೆ ತಾವೂ ಹಾಗಾಗಬೇಕೆಂಬ ಆಸೆ ಹುಟ್ಟುತ್ತದೆ. ಉತ್ತಮ ಮಟ್ಟದ ದೈವಿಕ ಭಾವನೆಗಳ ಸ್ಪಂದನ ಎಲ್ಲರಿಗೂ ಒಳ್ಳೆಯದನ್ನೇ ಮಾಡುತ್ತದೆ. ಯಾವುದು ಮಹತ್ವದ್ದು, ಅಂದರೆ, ದೊಡ್ಡ ಆದರ್ಶಗಳಿಗಾಗಿ ಈ ದೇವಾಲಯಗಳನ್ನು ನಾವು ಉಳಿಸಿಕೊಳ್ಳಬೇಕು ಎನ್ನುವುದು. ಅಂಥ ಆದರ್ಶಗಳನ್ನು ನೆನಪಿಸುವ ಜೀವಂತ ತಾಣಗಳು ಇವು' ಎಂದು ನಾರಾಯಣ ಗುರುಗಳು ವಿವರಿಸಿ ಹೇಳುತ್ತಿದ್ದರು.

'ಒಪ್ಪೋಣ. ಮುಂದಿನ ದಿನಗಳಲ್ಲಿ ಜನರಲ್ಲಿ ದೈವಶ್ರದ್ಧೆಯೇ ಇಲ್ಲದಂತಾದರೆ ಏನು ಮಾಡುವುದು?' ಇದು ಮತ್ತೊಂದು ಪ್ರಶ್ನೆ.

'ಆಗಲೂ ಸಮಸ್ಯೆಯೇನಿಲ್ಲ. ಜನರಿಗೆ ದೇವಾಲಯಗಳು ಬೇಡವಾದರೆ ಇದೇ ಕಟ್ಟಡದಲ್ಲಿ ಶಾಲೆ, ವಾಚನಾಲಯ, ನೇಯ್ಗೆ ಕಮ್ಮಟ, ಸಭಾಭವನ, ಹೀಗೆ ಸದುದ್ದೇಶ ಇನ್ನಾವುದಾದರೂ ಚಟುವಟಿಕೆ ನಡೆಯಲಿ' ಗುರುಗಳು ಶಾಂತರಾಗಿಯೇ ಉತ್ತರಿಸಿದರು.

ನಾರಾಯಣ ಗುರುಗಳ ಧಾರ್ಮಿಕ ಚಟುವಟಿಕೆಗಳ ಇತಿಹಾಸದಲ್ಲಿ ವರ್ಕಳಕ್ಕೊಂದು ವಿಶಿಷ್ಟ ಸ್ಥಾನವಿದೆ. ಮೊದಲ ಬಾರಿ ಈ ಪರ್ವತ ಪ್ರದೇಶ ನೋಡಿದಾಗಲೇ ಗುರುಗಳು ಇಲ್ಲಿಯ ದೃಶ್ಯಾವಳಿಗೆ ಮಾರುಹೋದರು (1904). ಇಲ್ಲಿಯೇ ಗುಡಿಸಿಲಿನ ರೂಪದಲ್ಲಿ ಒಂದು ಆಶ್ರಮ ಕಟ್ಟಿಕೊಂಡು ಏಕಾಂಗಿಯಾಗಿ ಸಾಧನೆಗೈದರು. ದಿನನಿತ್ಯಕ್ಕೆ ಬೇಕಾಗುವ ತರಕಾರಿಗಳನ್ನು

ತಾವೇ ಬೆಳೆದುಕೊಂಡರು. ಭಕ್ತರು ಈ ಜಾಗವನ್ನೂ ಪತ್ತೆಮಾಡಿ ಗುರುದರ್ಶನಕ್ಕಾಗಿ ಬರತೊಡಗಿದರು. ವರ್ಕಳವು ಮೊದಲಿನಿಂದಲೂ ಪುಣ್ಯಕ್ಷೇತ್ರವೆಂದೇ ಹೆಸರಾಗಿತ್ತು. ಗುರುಗಳು ವಾಸ್ತವ್ಯ ಹೂಡಿದ್ದರಿಂದ ಇನ್ನಷ್ಟು ಮಹತ್ವ ಜೊತೆಗೂಡಿತು.

ಭಕ್ತರು ವರ್ಕಳದಲ್ಲಿ ಒಂದಷ್ಟು ಜಾಗ ಖರೀದಿಸಿದರು. ಮೊದಲೇ ದಾನವಾಗಿ ಬಂದ ಜಾಗವೂ ಇತ್ತು. ಹಿಂದುಳಿದ ಕುರುವ ಜಾತಿಯ ಜನರಿಗಾಗಿ ಇಲ್ಲಿ ಶಾಲೆ ಕಟ್ಟಿದರು. ಹಿರಿಯರಿಗಾಗಿ ರಾತ್ರಿ ಶಾಲೆಯೂ ಆರಂಭವಾಯಿತು. ಮುಂದೆ ಶಾರದಾ ಮಠ ಹಾಗೂ ವೈದಿಕ ವಿದ್ಯಾಲಯಗಳನ್ನು ನಿರ್ಮಿಸಲಾಯಿತು (1912). ಈ ಎರಡೂ ಕಟ್ಟಡಗಳ ನಿರ್ಮಾಣ ನಾರಾಯಣ ಗುರುಗಳ ಸ್ವಂತ ಇಚ್ಛೆಯಾಗಿತ್ತು ಎನ್ನಲಾಗಿದೆ. 1908ರಲ್ಲಿ ಗುರುಗಳ ಜನ್ಮದಿನದಂದು ಶಾರದಾ ದೇವಿಯ ಆಲಯದ ಶಂಕುಸ್ಥಾಪನೆ ಮಾಡಲಾಯಿತು. ಈ ದೇವಾಲಯವನ್ನೇ 'ಶಾರದಾ ಮಠ' ಎಂದು ಕರೆಯುತ್ತಾರೆ. ಇದೊಂದು ಅಷ್ಟಭುಜಾಕೃತಿಯ ಕಟ್ಟಡ. ಇಲ್ಲಿ ಪೂಜೆ, ಹೋಮ, ನಡೆಯುವುದಿಲ್ಲ. ಆರತಿ, ಪ್ರಾರ್ಥನೆ, ಪುಷ್ಪಾಂಜಲಿಗಳೇ ಇಲ್ಲಿಯ ಪೂಜೆ. ಧ್ಯಾನ ಮಂಟಪದಲ್ಲಿ ಕುಳಿತು ಧ್ಯಾನಿಸಬಹುದು.

ವರ್ಕಳದ ಈ ಪ್ರದೇಶವನ್ನು ಶಿವಗಿರಿ ಎಂದೂ ಕರೆಯುತ್ತಾರೆ. ಶಾರದಾ ಮಠ ಸ್ಥಾಪನೆ ಆದ ಮೇಲೆ ಶಿವಗಿರಿಯೇ ಗುರುಗಳ ಪ್ರಧಾನ ಕಾರ್ಯಕೇಂದ್ರವಾಯಿತು. ಸಮಾಜದ ಉನ್ನತಿಗಾಗಿ ಪರಿತ್ಯಾಗಿ ಸನ್ಯಾಸಿಗಳ ಒಂದು ತಂಡವೇ ಅಗತ್ಯವೆಂದು ಗುರುಗಳಿಗೆ ತೋರಿತು. ಪ್ರಬಲ ಇಚ್ಛಾಶಕ್ತಿಯುಳ್ಳ ಅಂಥ ಯುವಕರಿಗೆ ಅಗತ್ಯ ತರಬೇತಿ ಕೊಡಿಸಿ ಸನ್ಯಾಸ ದೀಕ್ಷೆ ನೀಡಿದರು. ತನ್ನ ಕಾರ್ಯಕ್ಕೆ ಇಂಥದೊಂದು ಗುಂಪು ಅವಶ್ಯಕವೆಂದು ಅವರು ದೃಢವಾಗಿ ತಿಳಿದಿದ್ದರು.

6. ಅದ್ವೈತಾಶ್ರಮ: ಸರ್ವಧರ್ಮ ಸಮ್ಮೇಳನ

ನಾರಾಯಣ ಗುರುಗಳು ಶಿವಗಿರಿಯ ಉತ್ತರ ದಿಕ್ಕಿಗೆ, ಪೆರಿಯಾರ್ (ಪೂರ್ಣ) ನದಿಯ ದಡದ ಆಲುವ ಎಂಬ ಊರಲ್ಲಿ ಅದ್ವೈತಾಶ್ರಮ ಸ್ಥಾಪಿಸಿದರು (1913). ಮುಂದೆ ಚಿಂತಾಬೆಟ್ಟದಲ್ಲಿಯೂ, ತ್ರಶಿವರ ಪೇರೂಲಾದಲ್ಲಿಯೂ ಇನ್ನೆರಡು ಅದ್ವೈತಾಶ್ರಮಗಳನ್ನು ನಿರ್ಮಿಸಿದರಾದರೂ ಆಲುವದ ಆಶ್ರಮ ಪ್ರಮುಖವಾದುದು ಎಂದು ಹೆಸರಾಗಿದೆ.

ಮಾನವರೆಲ್ಲರೂ ಸಮಾನರು. ಎಲ್ಲಿಯವರೆಗೆ ಭೇದ ಭಾವ ಇರುವುದೋ ಅಲ್ಲಿಯವರೆಗೂ ನಾವು ನಿಜವಾದ ಅರ್ಥದಲ್ಲಿ ಒಂದಾಗಿ ಬಾಳಲಾರೆವು. ನಮ್ಮ ನಾಡಿನಲ್ಲಿ ಜಾತಿಗಳು, ಜಾತಿಗಳೊಳಗೆ ಉಪಜಾತಿಗಳು,

ಈ ಉಪಜಾತಿಗಳೊಳಗೇ ಇರುವ ತಾರತಮ್ಯ, ಇವನ್ನೆಲ್ಲ ಗಮನಿಸಿದರೆ ಸುಧಾರಣೆಯ, ಸಮಾನತೆಯ ಕಾರ್ಯ ಎಷ್ಟು ದೊಡ್ಡ ಸವಾಲು ಎಂಬುದು ಅರಿವಿಗೆ ಬರುತ್ತದೆ. ಆದುದರಿಂದ ನಾರಾಯಣ ಗುರುಗಳು ತಾವು ಜನಿಸಿದ ಸಮಾಜದ ಬಂಧುಗಳಿಗೆ ಹೇಳಿದರು: 'ಈಳವರಲ್ಲೇ ಮೇಲು ಕೀಳೆಂಬ ವ್ಯವಹಾರಗಳು ಆಚರಣೆಯಲ್ಲಿವೆ. ಸಮಾಜ ವ್ಯವಸ್ಥೆಯಲ್ಲಿ ಸುಧಾರಣೆ ಆಗಬೇಕಾದರೆ, ಮೊದಲು ಕೆಳಜಾತಿಗಳಲ್ಲಿ ಸಮಾನತೆಯ ವ್ಯವಹಾರ ಆರಂಭವಾಗಲಿ. ಮೇಲು ಜಾತಿಗಳ ಜನರಿಗೆ ಈ ನಡತೆ ಮಾದರಿಯಾಗಲಿ. ಹೀಗೆ ಮಾಡುವುದರಿಂದ ಕೆಳಜಾತಿಗಳವರಿಗೆ ಮೇಲು ಜಾತಿಗಳವರೊಡನೆ ಸಮಾನತೆಯ ಕುರಿತು ಒತ್ತಾಯ, ಒತ್ತಡ ಹೇರುವುದಕ್ಕೆ ನೈತಿಕ ಬಲ ಸಿಗುತ್ತದೆ.'

ಪೆರಿಯಾರ್ ನದಿ ಎಂದೂ ಹೆಸರಾಗಿರುವ ಪೂರ್ಣಾ ನದಿಗೆ ಕೇರಳದ ಇತಿಹಾಸದಲ್ಲೊಂದು ಮಹತ್ವದ ಸ್ಥಾನವಿದೆ. ಇದೇ ನದಿಯ ದಡದಲ್ಲಿ, ಅದ್ವೈತಾಶ್ರಮದ ಸ್ವಲ್ಪ ದೂರದಲ್ಲಿ ಕಾಲಟಿ ಎಂಬ ಊರಿದೆ. ಅದು ಶ್ರೀ ಶಂಕರಾಚಾರ್ಯರ ಹುಟ್ಟೂರು. ಅದ್ವೈತವನ್ನು ಒಂದು ಜೀವನ ಸಿದ್ಧಾಂತವಾಗಿ ಮರುಪ್ರತಿಷ್ಠಾಪಿಸಿದ, ಹಿಂದೂ ಧರ್ಮದ ಪುನರುತ್ಥಾನಗೈದ ಮಹಾ ಶ್ರೇಯಸ್ಸು ಶಂಕರರದು. ಆ ಮಹಾಮಹಿಮರ ತವರೂರಿನ ಪಕ್ಕದಲ್ಲೇ ನಾರಾಯಣ ಗುರುಗಳು ನೆಲೆನಿಂತು ಅದ್ವೈತ ತತ್ತ್ವಕ್ಕೆ ಹೊಸ ಬೆಳಕು ತಂದರು. ಆ ಘನ ತತ್ತ್ವವನ್ನು ಸಾಮಾನ್ಯ ಜನರು ಬದುಕಿನಲ್ಲಿ ಅಳವಡಿಸಿಕೊಳ್ಳಲು ಆಗುವಂತೆ ತಾನೇ ಸ್ವತಃ ಮಾದರಿಯಾಗಿ ಬಾಳಿದರು.

ಅದ್ವೈತಾಶ್ರಮದ ಪ್ರಾರ್ಥನಾ ಮಂದಿರದಲ್ಲಿ ಹಿಂದೂ, ಕ್ರೈಸ್ತ, ಮುಸಲ್ಮಾನ ಮತಗಳ ಜನರೆಲ್ಲರೂ ಮುಕ್ತವಾಗಿ ಪ್ರಾರ್ಥನೆ ಸಲ್ಲಿಸಬಹುದು. ಅಲ್ಲಿರುವ ಸಂಸ್ಕೃತ ಶಾಲೆಯ ಪ್ರವೇಶವೂ ಸಹ ಎಲ್ಲರಿಗೂ ಮುಕ್ತ. ವಸತಿ ಗೃಹದಲ್ಲೂ ಯಾರು ಬೇಕಾದರೂ ಉಳಿದುಕೊಳ್ಳಬಹುದು. ಆಶ್ರಮದಲ್ಲಿ ಯಾವುದೇ ದೇವತಾ ಮೂರ್ತಿಯನ್ನು ಸ್ಥಾಪಿಸಿಲ್ಲ. ಮೂರ್ತಿ ಪೂಜೆಗೆ ಅನುಕೂಲವಾಗುವಂತೆ ಗುರುಗಳು ಅನೇಕ ದೇವಾಲಯಗಳನ್ನು ಆಗಲೇ ನಿರ್ಮಿಸಿರುವುದರಿಂದ ಇದು ಸರ್ವಾಂತರ್ಯಾಮಿಯೂ, 'ಮಹತೋ ಮಹೀಯ'ನೂ ಆದ ಭಗವಂತನ ನಿರಾಕಾರವನ್ನು ಪೂಜಿಸುವ, ಆರಾಧಿಸುವ, ಅವನೊಡನೆ ಒಂದಾಗುವ, ಅ-ದ್ವೈತದ ಅದ್ವಿತೀಯ ನೆಲೆ ಎಂದು ಹೇಳಬಹುದು. ಇಲ್ಲಿಯ ಗ್ರಂಥಾಲಯದಲ್ಲಿಯೂ ಎಲ್ಲ ಮತಧರ್ಮಗಳ ಪುಸ್ತಕಗಳು ಇರುವಂತೆ ಗುರುಗಳು ನೋಡಿಕೊಂಡರು.

"ಶೃಣ್ವಂತು ವಿಶ್ವೇ, ಅಮೃತಸ್ಯ ಪುತ್ರಾಃ" ಎಂಬುದು ಶ್ವೇತಾಶ್ವತರೋಪನಿಷತ್ತಿನ ಒಂದು ಸಾಲು. ವಿಶ್ವದ ಎಲ್ಲ ಜನರನ್ನೂ, ಜೀವಿಗಳನ್ನೂ ಅಮೃತಪುತ್ರರು ಎಂದು ತಿಳಿಸುವ ಈ ಸಾಲನ್ನು ಸ್ವಾಮಿ ವಿವೇಕಾನಂದರು ಅನೇಕ ಸಲ

ಉಲ್ಲೇಖಿಸುತ್ತಿದ್ದರು. ಉಪನಿಷತ್ತುಗಳ ಆದರ್ಶವನ್ನು ಅದ್ವೈತಾಶ್ರಮದಲ್ಲಿ ಅಳವಡಿಸಿಕೊಳ್ಳಲಾಯಿತು.

ಇದೇ ಆಶ್ರಮದಲ್ಲಿ ನಾರಾಯಣ ಗುರುಗಳು 1924ರಲ್ಲಿ ಸರ್ವಧರ್ಮ ಸಮ್ಮೇಳನ ಏರ್ಪಡಿಸಿದರು. ಆ ವರ್ಷದ ಶಿವರಾತ್ರಿಯಂದು ಜರುಗಿದ ಈ ಕಾರ್ಯಕ್ರಮದಲ್ಲಿ ಆರ್ಯ ಸಮಾಜ, ಬ್ರಹ್ಮ ಸಮಾಜ, ಶ್ರೀಲಂಕಾದ ಬೌದ್ಧ ಸನ್ಯಾಸಿಗಳು ಹಾಗೂ ಇನ್ನು ಅನೇಕ ಮತಧರ್ಮಗಳ ಮುಖಂಡರು ಪಾಲುಗೊಂಡಿದ್ದರು. ಇದು ಭಾರತ ಮಾತ್ರವಲ್ಲ, ಏಷ್ಯಾದಲ್ಲಿಯೇ ಪ್ರಪ್ರಥಮ ಸರ್ವಧರ್ಮ ಸಮ್ಮೇಳನವಾಗಿತ್ತು. 'ಈ ಸಮ್ಮೇಳನವು ಅರಿಯಲು ಮತ್ತು ಅರಿತವರು ಅದನ್ನು ಅರಿಯದವರಿಗೆ ಅರುಹಲು, ವಾದಮಾಡಿ ಗೆಲ್ಲುವುದು ಉದ್ದೇಶವಲ್ಲ' ಈ ಅರ್ಥದ ಮಾತುಗಳನ್ನು ಶ್ರೀ ಗುರುಗಳು ಅಧಿವೇಶನಕ್ಕೂ ಮೊದಲೇ ಎಲ್ಲರಿಗೂ ಮನವರಿಕೆ ಮಾಡಿದ್ದರು. ಮದರಾಸಿನಲ್ಲಿ (ಈಗ ಚೆನ್ನೈ) ನ್ಯಾಯಾಧೀಶರಾಗಿದ್ದ ಟಿ. ಸದಾಶಿವ ಅಯ್ಯರ‌ರು ಸಮ್ಮೇಳನದ ಅಧ್ಯಕ್ಷರಾಗಿದ್ದರು. 'ಎಲ್ಲ ಧರ್ಮಗಳ ಗುರಿ ಒಂದೆ. ತಮ್ಮ ಮತಗಳಿಗಾಗಿ ಕಿತ್ತಾಡುವುದು ಅನರ್ಥಕಾರಿ' ಎಂದು ಸರ್ವಧರ್ಮ ಸಮ್ಮೇಳನ ಕಂಡುಕೊಂಡಿತು.

ಆಶ್ರಮದಿಂದ ನಾಲ್ಕು ಕಿ.ಮೀ. ದೂರದಲ್ಲಿ ನಾರಾಯಣ ಗಿರಿ ಇದೆ. ಗುರುಗಳು ಏಕಾಂತದಲ್ಲಿ ತಪೋಮಗ್ನರಾಗುತ್ತಿದ್ದ ಸ್ಥಳವದು. ಆಶ್ರಮದಲ್ಲಿ 'ಶ್ರೀ ನಾರಾಯಣ ಸೇವಿಕಾ ಸಮಾಜ' ಎಂಬ ಅನಾಥ ಹೆಣ್ಣು ಮಕ್ಕಳ ನಿಲಯವಿದೆ. ಇಂದಿಗೂ ಈ ಅನಾಥಾಶ್ರಮ ಕ್ರಿಯಾಶೀಲವಾಗಿದೆ. ಆಶ್ರಮದವರೇ ಹೆಣ್ಣು ಮಕ್ಕಳನ್ನು ಸಲುಹಿ, ಶಿಕ್ಷಣ ನೀಡಿ, ವೃತ್ತಿ ತರಬೇತಿ ಒದಗಿಸಿ ಮದುವೆ ಮಾಡಿಸುವವರೆಗೂ ಜವಾಬ್ದಾರಿ ನಿರ್ವಹಿಸುತ್ತಾರೆ.

'ಮಾನವರ ವಿಚಾರಗಳನ್ನು ಅತ್ಯುನ್ನತವಾದುದರತ್ತ ಕರೆದೊಯ್ಯುವುದೇ ಧರ್ಮಗಳ ಆಶಯ' ಎಂದು ಅವರು ಹೇಳಿದರು. 'ಎಲ್ಲ ಧರ್ಮಗಳ ಆಶಯವೂ ಒಂದೇ. ಎಲ್ಲ ನದಿಗಳೂ ಸಮುದ್ರ ಸೇರುತ್ತವೆ. ಅಲ್ಲಿ ಎಲ್ಲ ಪ್ರತ್ಯೇಕತೆಯೂ ಅಳಿಯುತ್ತದೆ' ಎಂದು ಇನ್ನೊಂದು ಸಂದರ್ಭದಲ್ಲಿ ಅವರು ನುಡಿದಿದ್ದರು. ಹಾಗೆ ನೋಡಿದರೆ, ನಾರಾಯಣ ಗುರುಗಳು ಸ್ವತಃ ತಾವೇ ಸರ್ವಧರ್ಮಗಳ ಸಮ್ಮಿಲನವಾಗಿದ್ದರು.

ನಾರಾಯಣ ದೇವಾಲಯಗಳಿಗೂ, ಅದ್ವೈತಾಶ್ರಮಕ್ಕೂ ಎಲ್ಲ ಜಾತಿಗಳ ಜನರೂ ಬರಲು ಗುರುಗಳು ಬಾಗಿಲು ತೆರೆದರು. ಈಳವರ ಉಪಜಾತಿಗಳ ನಡುವೆ ವಿವಾಹ ಸಂಬಂಧ ಏರ್ಪಡಿಸಿದರು. ಒಂದೇ ಜಾತಿ, ಒಂದೇ ಧರ್ಮ, ಒಂದೇ ದೇವರೆಂಬ ಬಹು ದೊಡ್ಡ ತತ್ತ್ವದೆಡೆ ಅವರು ಎಲ್ಲರನ್ನೂ ಪ್ರೀತಿ, ಸಹನೆಯಿಂದ ಮುನ್ನಡೆಸಿದರು. ಸಮಾಜದಲ್ಲಿ ಕಿಂಚಿತ್ತೂ ಕಲಹ, ರಕ್ತಪಾತ ಆಗದಂತೆ ಅವರು ವಹಿಸಿದ ಎಚ್ಚರವನ್ನು ಎಷ್ಟು ಕೊಂಡಾಡಿದರೂ ಕಡಿಮೆ.

ಅದ್ವೈತದ ಆಧ್ಯಾತ್ಮಿಕ ಘನಸತ್ಯದಲ್ಲಿ ಕಣ್ಣಿಟ್ಟಿದ್ದ ಗುರುಗಳ ಪ್ರತಿ ಹೆಜ್ಜೆಯೂ ಆ ಎಚ್ಚರದಲ್ಲೇ ಇಟ್ಟ ಮುಂದಡಿ. ಇದಕ್ಕೆಲ್ಲ ಕೇಂದ್ರ ನೆಲೆಯಾಗಿತ್ತು ಅದ್ವೈತಾಶ್ರಮ.

7. ಮುಂದೆ ಗುರಿ, ಹಿಂದೆ ಗುರು!

ಸರ್ವಧರ್ಮ ಸಮ್ಮೇಳನ ನಡೆದ ಇಪ್ಪತ್ತೈದು ದಿನಗಳ ಬಳಿಕ ವೈಕಂ ಚಳುವಳಿ ಆರಂಭವಾಯಿತು. ವೈಕಂ ನಗರದ ಶಿವ ದೇವಾಲಯದ ಪ್ರಮುಖ ರಸ್ತೆಯಲ್ಲಿ ಅವರ್ಣೀಯರು ನಡೆದಾಡಲು ಅನುಮತಿ ಇರಲಿಲ್ಲ. ಈ ನೇರ ಹಾದಿಯನ್ನು ತ್ಯಜಿಸಿ ಮೂರು ಮೈಲು ನಡೆದು ಮುಂದಿನ ಊರಿಗೆ ಹೋಗಬೇಕಾಗುತ್ತಿತ್ತು. ದೇವಾಲಯದ ಪ್ರಮುಖ ಹಾದಿಯಲ್ಲಿ ನಡೆಯುವ ಅವಕಾಶಕ್ಕಾಗಿ ಹಿಂದುಳಿದ ಜಾತಿಯವರು ಕಾಂಗ್ರೆಸ್ ಬೆಂಬಲದೊಂದಿಗೆ ನಡೆಸಿದ ಹೋರಾಟ 'ವೈಕಂ ಸತ್ಯಾಗ್ರಹ' ಎಂದು ಹೆಸರಾಗಿದೆ.

ದೇವಾಲಯದ ಎದುರಿನ ರಸ್ತೆಯಲ್ಲಿ ಸಂಚರಿಸುವ ಕುರಿತ ಪ್ರಯತ್ನಕ್ಕೆ ಸುಮಾರು ಅರವತ್ತು ವರ್ಷಗಳ ಇತಿಹಾಸವಿತ್ತು. ಮೊದಲು ಹಿಂದುಳಿದ ಜಾತಿಗಳ ಪರ ತೀರ್ಮಾನ ಬಂದಿತ್ತಾದರೂ, ಮುಂದೆ ಅದನ್ನು ಮಾರ್ಪಡಿಸಿ ಪ್ರವೇಶ ನಿಷೇಧಿಸಲಾಯಿತು. ಇದರ ವಿರುದ್ಧ ನಡೆದ ಹೋರಾಟದಲ್ಲಿ ಅನೇಕರ ರುಂಡ ಕತ್ತರಿಸಲಾಗಿತ್ತು. ಅರವತ್ತು ವರ್ಷಗಳ ಬಳಿಕ ಪ್ರವೇಶದ ಕುರಿತು ಪುನಃ ಪ್ರಯತ್ನಗಳು ಆರಂಭವಾದವು. ವೈಕಂ ಸತ್ಯಾಗ್ರಹಕ್ಕೆ ಕಾಂಗ್ರೆಸ್ ಪೂರ್ಣ ಬೆಂಬಲ ಪ್ರಕಟಿಸಿತು. ಗಾಂಧೀಜಿಯವರು ಅಹಮದಾಬಾದಿನಿಂದಲೇ ಚಳುವಳಿಗಾರರಿಗೆ ಮಾರ್ಗದರ್ಶನ ಮಾಡಿದರು.

1925ರ ಮಾರ್ಚ್ ತಿಂಗಳಲ್ಲಿ ಮಹಾತ್ಮ ಗಾಂಧಿಯವರು ವೈಕಂಗೆ ಬಂದರು. ಇದು ವೈಕಂ ಸತ್ಯಾಗ್ರಹಕ್ಕೆ ದೇಶಾದ್ಯಂತ ಬಹುದೊಡ್ಡ ಪ್ರಚಾರವನ್ನು ನೀಡಿತು. ಈ ವೇಳೆಗಾಗಲೇ ನಾರಾಯಣ ಗುರುಗಳೂ ವೈಕಂಗೆ ಬಂದು, ಸತ್ಯಾಗ್ರಹಿಗಳನ್ನು ಕಂಡು ಪ್ರೋತ್ಸಾಹಿಸಿದ್ದರು. ಸತ್ಯಾಗ್ರಹಕ್ಕೆ ಸಾವಿರ ರೂಪಾಯಿಗಳ ದೇಣಿಗೆಯನ್ನು ಅವರು ನೀಡಿದರು. ಗುರುಗಳ ವೆಲ್ಲೂರು ಮಠ ಸತ್ಯಾಗ್ರಹಿಗಳ ಕಚೇರಿಯೇ ಆಗಿತ್ತೆನ್ನಬಹುದು. ತನ್ನ ಪ್ರಿಯ ಶಿಷ್ಯರಾಗಿ ಜೊತೆಯಲ್ಲಿದ್ದ ಕೆಲವರನ್ನೂ ಗುರುಗಳು ಸತ್ಯಾಗ್ರಹದ ಕೆಲಸಗಳಿಗೆ ಕಳುಹಿಸಿಕೊಟ್ಟರು.

ಹಿಂದುಳಿದ ಸಮುದಾಯದ ಜನರಿಗೆ ಈಗ ನಾರಾಯಣ ಗುರುಗಳು ಕಟ್ಟಿಕೊಟ್ಟ ದೇವಾಲಯಗಳಿದ್ದುವು. ಅಸ್ಪೃಷ್ಯಾಗಿ ತಾಣಗಳಿಂದ ತಾವೇ ದೂರವಿರತೊಡಗಿದರು. ಗುರುಗಳು ತೋರಿದ ಹಾದಿಯಲ್ಲಿ ನಡೆಯುತ್ತಿದ್ದುದರಿಂದ ಬಹುಪಾಲು ಜನ ದುಶ್ಚಟಗಳನ್ನು ತ್ಯಜಿಸಿದ್ದರು. ಅದೆಷ್ಟೋ ಜನ ಹೆಂಡ ಇಳಿಸುವ ಪರಂಪರಾಗತ ಕೆಲಸವನ್ನು ತೊರೆದಿದ್ದರು. ನ್ಯಾಯಯುತ ಜೀವನ ವಿಧಾನಗಳನ್ನು ರೂಢಿಸಿಕೊಂಡು ಬದುಕತೊಡಗಿದ್ದ

ಹಿಂದುಳಿದ ಸಮಾಜದಲ್ಲಿ ಆರ್ಥಿಕ ಅಭಿವೃದ್ಧಿಯೂ ಅಷ್ಟಿಷ್ಟು ಪ್ರಮಾಣದಲ್ಲಿ ಕಾಣತೊಡಗಿತ್ತು. ಗುಡಿ ಕೈಗಾರಿಕೆ, ಹುರಿಹಗ್ಗ ತಯಾರಿಕೆ, ನೇಯ್ಗೆ ಮುಂತಾದ ಉದ್ಯೋಗಗಳು ಪುನಶ್ಚೇತನಗೊಂಡವು. ಗುರುಗಳು ಮೂಢನಂಬಿಕೆ, ತಪ್ಪು ನಂಬಿಕೆಗಳನ್ನು ದೂರಮಾಡಿ ದೇವರಲ್ಲಿ ಸರಳ ಭಕ್ತಿ ಭಾವ ರೂಢಿಸಿಕೊಳ್ಳಲು ಮಾರ್ಗದರ್ಶನ ಮಾಡಿದ್ದರು. ಆಡಂಬರದ ವಿವಾಹ, ತಾಳಿಕೆಟ್ಟು ಕಲ್ಯಾಣ, ಭೂತಪೂಜೆ, ಪ್ರಾಣಿಬಲಿ, ತಿರಂಡುಕುಳಿ, ಪುಳಿಕುಟಿ ಮುಂತಾಗಿ ಜನಸಾಮಾನ್ಯರಿಗೆ ಹೊರೆಯಾಗಿದ್ದ, ಧರ್ಮದ ಹೆಸರಲ್ಲಿ ನಡೆಯುತ್ತಿದ್ದ ಆಚರಣೆಗಳನ್ನು ನಾರಾಯಣ ಗುರುಗಳು ಒತ್ತಾಯಪೂರ್ವಕ ನಿಲ್ಲಿಸಿದರು.

ಮೇಲ್ವರ್ಗದವರ ದೇವಾಲಯಗಳಿಗೆ ಈ ಜನ ಹೋಗುವುದನ್ನು ನಿಲ್ಲಿಸಿದ ಮೇಲೆ ಆ ದೇವಾಲಯಗಳ ಆದಾಯ ಇಳಿಮುಖವಾಗತೊಡಗಿತು. ಬೇರೆ ಹಾದಿಯೇ ಇಲ್ಲ, ಶೂದ್ರರೂ ಸೇರಿದಂತೆ ಎಲ್ಲ ವರ್ಗದವರಿಗೂ, ವರ್ಣದವರಿಗೂ ಪರಂಪರಾಗತ ದೇವಾಲಯಗಳು ಬಾಗಿಲು ತೆರೆಯುವಂತಾಯಿತು. ವಿಶ್ವಬಂಧುತ್ವ ಹಿಂದೂ ಧರ್ಮದ ಜೀವಾಳದ ತತ್ತ್ವ. ಆ ತತ್ತ್ವಕ್ಕೆ ಕುರುಡಾಗಿ ತಾವೂ ದಾರಿ ಕಾಣದೆ ಉಳಿದವರಿಗೂ ದಾರಿ ತಪ್ಪಿಸುತ್ತಿದ್ದ ಪ್ರಾಚೀನ ಮೌಢ್ಯ ತೊಲಗಿತು. ಈ ಪರಿವರ್ತನೆ ಶಾಂತ ವಾತಾವರಣದಲ್ಲಿ ನಡೆಯಿತೆನ್ನುವುದು ನಾರಾಯಣ ಗುರುಗಳ ಜೀವಿತ ಕಾರ್ಯಕ್ಕೆ ಸಂದ ದೊಡ್ಡ ಗೌರವ ಕಿರೀಟವಾಗಿದೆ. ವೈಕಂ ಸತ್ಯಾಗ್ರಹದ ಯಶಸ್ಸನ್ನು ಅದೇ ಕ್ಷಣದಲ್ಲಿ ಅಲ್ಲ, ಕೆಲ ವರ್ಷಗಳ ಬಳಿಕವೂ ಅದು ತಂದ ಮಾರ್ಪಾಡುಗಳ ಆಧಾರದ ಮೇಲೆ ಅಳೆಯಬೇಕಾಗುತ್ತದೆ.

ಈ ಸತ್ಯಾಗ್ರಹದ ಸಂದರ್ಭದಲ್ಲೇ ಮಹಾತ್ಮ ಗಾಂಧಿ ಮತ್ತು ನಾರಾಯಣ ಗುರುಗಳ ಐತಿಹಾಸಿಕ ಭೇಟಿ ಜರುಗಿತು. ಗುರುಗಳು ಕೇರಳದಲ್ಲಿ ನಡೆಸುತ್ತಿದ್ದ ಸಾಮಾಜಿಕ ಸೇವೆಯನ್ನೂ, ಅದರ ವಿಶಿಷ್ಟ ಸ್ವರೂಪವನ್ನೂ ಮಹಾತ್ಮರು ಮೆಚ್ಚಿಕೊಂಡರು. ಅವರ ಮಾತುಕತೆಯ ಕೆಲ ಭಾಗಗಳು ಹೀಗಿವೆ:

ಮಹಾತ್ಮ: ಸ್ವಾಮೀಜಿ, ಹಿಂದೂ ಧರ್ಮದಲ್ಲಿ ಎಲ್ಲಿಯಾದರೂ ಅಸ್ಪೃಶ್ಯತೆಯ ಕುರಿತು ಪ್ರಸ್ತಾಪವಿದೆಯೆ?

ನಾರಾಯಣ ಗುರು: ಎಲ್ಲಿಯೂ ಪ್ರಸ್ತಾಪವಿಲ್ಲ.

ಮಹಾತ್ಮ: ವೈಕಂ ಸತ್ಯಾಗ್ರಹದಲ್ಲಿ ಬಲಪ್ರಯೋಗ ಅವಶ್ಯಕವೆಂದು ಕೆಲವರು ವಾದಿಸುತ್ತಾರೆ. ತಾವೇನೆನ್ನುವಿರಿ?

ನಾರಾಯಣ ಗುರು: ಬಲಪ್ರಯೋಗ ಒಳ್ಳೆಯದಲ್ಲ. ಚಳುವಳಿ ಸರಿಯಾದ ಹಾದಿಯಲ್ಲಿದೆ.

ಮಹಾತ್ಮ: ಅಸ್ಪೃಶ್ಯತೆ ನಿವಾರಣೆ ಒಂದು ಉಪಾಯ. ಹಿಂದುಳಿದವರು ಮುಂದೆ ಬರಲು ಇನ್ನೇನು ಅವಶ್ಯಕ?

ನಾರಾಯಣ ಗುರು: ಶಿಕ್ಷಣ ಮತ್ತು ಧನಬಲ ಬೆಳವಣಿಗೆಗೆ ಎಲ್ಲರಿಗೂ ಮುಕ್ತ ವಾತಾವರಣ ಇರಬೇಕು.

ಮಹಾತ್ಮ: ನೀವು ನಿರ್ಮಿಸಿದ ದೇವಾಲಯಗಳಲ್ಲಿ ಎಲ್ಲರಿಗೂ ಪ್ರವೇಶವಿದೆಯೆ?

ನಾರಾಯಣ ಗುರು: ಎಲ್ಲರಿಗೂ ಪ್ರವೇಶವಿದೆ. ಅತಿ ಹಿಂದುಳಿದ, ಅಸ್ಪೃಶ್ಯ ಎನ್ನಲಾಗುವ ಜಾತಿಗಳ ಜನರೂ ನಮ್ಮಲ್ಲಿ ಪೂಜಾವಿಧಿ ಕಲಿತಿದ್ದಾರೆ, ನಮ್ಮ ದೇವಾಲಯಗಳಲ್ಲಿ ಪೂಜೆ ಮಾಡುತ್ತಿದ್ದಾರೆ.

'ಶ್ರೀ ನಾರಾಯಣ ಗುರುಗಳ ದರ್ಶನ ಲಭಿಸಿದ್ದು ನನ್ನ ಜೀವನದ ಸೌಭಾಗ್ಯಗಳಲ್ಲೊಂದು' ಎಂದರು ಮಹಾತ್ಮ. ಒಮ್ಮೆ ಹುಚ್ಚರ ಸಂತೆ ಎಂದು ಜಾತಿಭೇದದ ಕಾರಣಕ್ಕೆ ಟೀಕೆಗೊಳಗಾಗಿತ್ತು ಕೇರಳ. ಈಗ ಅಸಮಾನತೆಯ ನಿವಾರಣೆಯ ಮಹಾ ಪ್ರಯೋಗಕ್ಕೆ ಇದೇ ರಾಜ್ಯದಲ್ಲಿ ಮಹತ್ವದ ಕಾರ್ಯಗಳು ನಡೆದವು. ಈ ಮೌನಕ್ರಾಂತಿಯ ಹಿಂದಿದ್ದವರು ಸದ್ಗುರು ಶ್ರೀ ನಾರಾಯಣರು.

8. ಸಂಘಟಿತ ಸುಧಾರಣೆಯ ಸೂತ್ರಧಾರಿ: ಎಸ್‌ಎನ್‌ಡಿಪಿ

1903ರ ಜನವರಿ ತಿಂಗಳಿನಲ್ಲಿ, 'ಶ್ರೀ ನಾರಾಯಣ ಧರ್ಮ ಪರಿಪಾಲನಾ ಯೋಗಂ' (ಖಓಆಕ) ಎಂಬ ಸಂಘವು ಜನ್ಮ ತಳೆಯಿತು (ಯೋಗ ಎಂದರೆ ಕೂಟ, ಸಭೆ, ಸಂಗ ಎಂಬ ಅರ್ಥಗಳೂ ಉಂಟು). ಶ್ರೀ ನಾರಾಯಣ ಗುರುಗಳ ಆಶಯದಂತೆ ಶೋಷಿತ, ಹಿಂದುಳಿದ ವರ್ಗಗಳ ಸಾಮಾಜಿಕ, ಶೈಕ್ಷಣಿಕ, ಧಾರ್ಮಿಕ, ಔದ್ಯೋಗಿಕ ಏಳಿಗೆಗಾಗಿ ರೂಪುಗೊಂಡ ಸಂಘಟನೆ ಇದು. ಈ ವರ್ಗಗಳಲ್ಲಿ ಬೇರೂರಿದ್ದ ತಪ್ಪು ತಿಳಿವಳಿಕೆ, ನಡವಳಿಕೆಗಳನ್ನು ಸರಿಪಡಿಸುವುದೂ ಈ ಸಂಘದ ಆಶಯವಾಗಿತ್ತು. ಎಲ್ಲ ಜಾತಿಗಳ ಜನರೂ ಈ ಸಂಘದ ಸದಸ್ಯರಾಗಿದ್ದರು.

ಹಿಂದುಳಿದ ಜಾತಿಗಳ ಜನರಲ್ಲಿ ಆತ್ಮವಿಶ್ವಾಸ ಮೂಡಿಸಿದ್ದು ಈ ಸಂಘಟನೆಯ ಮಹತ್ಸಾಧನೆ. ಅರುವಿಪ್ಪುರಂನಲ್ಲಿ ಲಿಂಗ ಪ್ರತಿಷ್ಠಾಪನೆ ಮಾಡಿದ ಒಂದೆರಡು ವರ್ಷಗಳಲ್ಲೇ 'ವಾವತು ಯೋಗ' ಎಂಬ ಸಂಘಟನೆ ನಾರಾಯಣ ಗುರುಗಳ ಮಾರ್ಗದರ್ಶನದಲ್ಲಿ ಕಾರ್ಯನಿರ್ವಹಿಸುತ್ತಿತ್ತು. ಬಳಿಕ ಅದು 'ಅರುವಿಪ್ಪುರ ಕ್ಷೇತ್ರ ಯೋಗ'ವೆಂದು ಹೆಸರಾಯಿತು. ಮುಂದೆ ಇದೇ ಎಸ್‌ಎನ್‌ಡಿಪಿ ಎಂಬ ಹೆಸರಲ್ಲಿ ತನ್ನ ಕಾರ್ಯಕ್ಷೇತ್ರ ವಿಸ್ತರಿಸಿಕೊಂಡಿತು. ಇಂಥ

ಸಂಘಟನೆಗಳ ಅಗತ್ಯವನ್ನೂ, ಔಚಿತ್ಯವನ್ನೂ ಮುಂದಾಲೋಚಿಸಿ ಅದಕ್ಕೆ ಭದ್ರ ತಳಪಾಯ ಹಾಕಿದ ಶ್ರೇಯಸ್ಸು ಗುರುಗಳದು.

'ಶ್ರೀ ನಾರಾಯಣ ಧರ್ಮ ಪರಿಪಾಲನಾ ಯೋಗಂ'ಗೆ ಶ್ರೀ ನಾರಾಯಣ ಗುರುಗಳು ಅಧ್ಯಕ್ಷರಾಗಿದ್ದರು. ಡಾ. ಪಲ್ಪು ಅವರು ಈ ಸಂಘದ ಮೊದಲ ಉಪಾಧ್ಯಕ್ಷರು. ಅವರು ಆ ದಿನಗಳಲ್ಲೇ ವಿದೇಶದಲ್ಲಿ ಅಧ್ಯಯನ ಮಾಡಿ ಬಂದ ಗಣ್ಯ ವ್ಯಕ್ತಿಯಾಗಿದ್ದರು. ಸಮಾಜದ ಸರ್ವಾಂಗೀಣ ಪ್ರಗತಿಗೆ ಗುರುಗಳ ಮಾರ್ಗದರ್ಶನದಲ್ಲಿ ಸಂಘಟನೆಯು ಕಾರ್ಯನಿರ್ವಹಿಸಬೇಕೆಂದು ಅವರು ಕುಮಾರ ಆಶಾನ್‌ರೆಂಬ ಮಹಾಕವಿ, ನಾರಾಯಣ ಗುರುಗಳ ಹಿರಿಯ ಭಕ್ತರು ಹಾಗೂ ಸಾಮಾಜಿಕ ಕಳಕಳಿಯ ಸಮಾಜದ ಬಾಂಧವರೊಡನೆ ಸಮಾಲೋಚಿಸಿದರು. ಕುಮಾರ ಆಶಾನ್ ಈ ಸಂಘಟನೆಯ ಕಾರ್ಯದರ್ಶಿಯಾದರು. 'ಭಾರತದ ಉನ್ನತಿಯಾಗಬೇಕಾದುದು ಧರ್ಮದ ಚೌಕಟ್ಟಿನಲ್ಲಿ' ಎಂದು ಸ್ವಾಮಿ ವಿವೇಕಾನಂದರು ಬಹು ಹಿಂದೆಯೇ ಸಾರಿದ್ದರು. ಕುಮಾರ್ ಆಶಾನ್‌ರು ಎಸ್‌ಎನ್‌ಡಿಪಿ ಕುರಿತು ಪ್ರಕಟಿಸಿದ ಮೊದಲ ಕಿರುಹೊತ್ತಿಗೆಯಲ್ಲಿ ವಿವೇಕಾನಂದರ ಈ ಮಾತನ್ನು ನೆನೆದು, ತಮ್ಮ ಸಂಘಟನೆಯ ಬೇರುಗಳು ಧಾರ್ಮಿಕ ಚಿರಸತ್ಯಗಳ ಬುನಾದಿಯಲ್ಲಿವೆ ಎಂದು ತಿಳಿಸಿದರು. ಗುರುಗಳು ಮತ್ತು ಈ ಇಬ್ಬರು ಶಿಷ್ಯರ ಮುಂದಾಳತ್ವದಲ್ಲಿ 'ಶ್ರೀ ನಾರಾಯಣ ಧರ್ಮ ಪರಿಪಾಲನಾ ಯೋಗಂ' ಯಶಸ್ವಿಯಾಗಿ ಮುನ್ನಡೆಯಿತು. ವೈಕಂ ಸತ್ಯಾಗ್ರಹದಲ್ಲಿಯೂ ಎಸ್‌ಎನ್‌ಡಿಪಿಯ ಪಾತ್ರ ಬಹು ಮುಖ್ಯವಾದುದು. ಎಸ್‌ಎನ್‌ಡಿಪಿ ಪ್ರತಿವರ್ಷ ಏರ್ಪಡಿಸುತ್ತಿದ್ದ ಧಾರ್ಮಿಕ ಉತ್ಸವಗಳು ಜನಪ್ರಿಯವಾದವು.

ತಿರುವನಂತಪುರದಲ್ಲಿ ಎಸ್‌ಎನ್‌ಡಿಪಿಯ ಕೇಂದ್ರ ಕಚೇರಿ ಇತ್ತು. ಮುಂದೆ ಕೇರಳಾದ್ಯಂತ ಅನೇಕ ಶಾಖೆಗಳು ಕಾರ್ಯ ನಿರ್ವಹಿಸತೊಡಗಿದವು. ಎಸ್‌ಎನ್‌ಡಿಪಿ ಮಾದರಿಯಲ್ಲಿ ಪುಲಯರು 'ಸಾಧು ಪರಿಪಾಲನಾ ಯೋಗ' ಕಟ್ಟಿಕೊಂಡರು. ನಾರಾಯಣ ಗುರುಗಳ ಸಲಹೆ ಪಡೆದು ಪ್ರಗತಿಶೀಲ ನಂಬೂದಿರಿ ತರುಣರು ತಮ್ಮ ಜನಾಂಗದಲ್ಲಿಯೂ ಹೇರಳವಾಗಿದ್ದ ಹುಚ್ಚು ಸಂಪ್ರದಾಯಗಳನ್ನು ತೊಡೆಯಲು 'ಯೋಗಕ್ಷೇಮ' ಎಂಬ ಸಂಘಟನೆ ರಚಿಸಿಕೊಂಡರು. 'ನಾಯರ್ ಸರ್ವೀಸ್ ಸೊಸೈಟಿ' ಅಂಥ ಇನ್ನೊಂದು ಸಂಸ್ಥೆ. ನಾರಾಯಣ ಗುರುಗಳ ಸನ್ಯಾಸಿ ಶಿಷ್ಯರ 'ಶ್ರೀ ನಾರಾಯಣ ಧರ್ಮಸಂಘ' ಎಂಬ ಪ್ರತ್ಯೇಕ ಸಂಸ್ಥೆಯೂ ರಚಿತವಾಯಿತು. ಸಹೋದರನ್ ಅಯ್ಯಪ್ಪನ್ ಎಂದೇ ಪ್ರಸಿದ್ಧರಾಗಿದ್ದ ಅಯ್ಯಪ್ಪನ್ 'ಸಹೋದರನ್ ಸಂಘಂ' ಕಟ್ಟಿದರು.

ಅಯ್ಯಪ್ಪನ್ ಮಾನವೀಯ ಕಳಕಳಿಯ ಸಮಾಜ ಸುಧಾರಕರೆಂದು ಹೆಸರಾಗಿದ್ದರು. ಈಳವ ಜನಾಂಗದ ಮೊದಲ ಪದವೀಧರರಾಗಿದ್ದ

ಅಯ್ಯಪ್ಪನ್ ಅವರು ಅಸ್ಪೃಶ್ಯತಾ ನಿವಾರಣೆಗಾಗಿ ದೊಡ್ಡ ಕನಸುಗಳನ್ನು ಕಂಡವರು.

ಅಯ್ಯಪ್ಪನ್ ತಮ್ಮ ಕಾಲಕ್ಕಿಂತ ಮುಂದಿನದನ್ನು ಯೋಚಿಸುವ ಸಾಮರ್ಥ್ಯ ಹೊಂದಿದ್ದ ವ್ಯಕ್ತಿ. ಜಾತಿ, ಮತಗಳ ಭೇದ ಅಳಿದು ಎಲ್ಲರೂ ಅಣ್ಣ ತಮ್ಮಂದಿರಂತೆ ಬಾಳಬೇಕೆಂದರೆ ಈಗಲೇ ಎಲ್ಲರೂ ಒಟ್ಟಿಗೇ ಕೂತು ಊಟ ಮಾಡುವ, ಜಾತಿ ಮತ ಗಣಿಸದೆ ಮದುವೆಯಾಗುವ ಸಂದರ್ಭ ಸೃಷ್ಟಿಯಾಗಬೇಕೆಂಬುದೇ ಅವರ ತುಡಿತವಾಗಿತ್ತು. ಈ ಉತ್ಸುಕತೆ ಅವರನ್ನು ಆದರಿಸುವವರಿಗೂ ಆಚರಿಸಲು ಅಸಾಧ್ಯವೆನಿಸಿಬಿಟ್ಟಿತು. ಅಂಥವರು ನಾರಾಯಣ ಗುರುಗಳಲ್ಲಿ ದೂರು ಒಯ್ದರು. ಆಗ ನಾರಾಯಣ ಗುರುಗಳು ನೀಡಿದ ಬರಹ ರೂಪದ ಸಂದೇಶವು ಆಕ್ಷೇಪಣೆ ಮಾಡುವವರನ್ನು ಸುಮ್ಮನಿರಿಸಿತು.

'ಜಾತಿ, ಮತ, ಆಚರಣೆ, ವೇಷಭೂಷಣ, ಭಾಷೆ, ಪ್ರದೇಶ, ಉಪಜಾತಿ, ಹೀಗೆ ಯಾವುದೇ ಅಂಶದಲ್ಲಿ ಭಿನ್ನತೆಯಿರಲಿ, ಎಲ್ಲರೂ ಮಾನವರೇ. ಎಲ್ಲರೂ ಒಟ್ಟಾಗಿ ಕುಳಿತು ಆಹಾರ ಸೇವಿಸಲು ಅಥವಾ ಅಂತರ್ಜಾತೀಯ, ಅಂತರ್ಮತೀಯ ವಿವಾಹವಾಗಲು ಯಾವುದೇ ಆಕ್ಷೇಪವಿಲ್ಲ.' ಎಂದರು ಗುರುಗಳು.

ಗುರುಗಳು ನೀಡಿದ ಬೆಂಬಲದಿಂದ ಅಯ್ಯಪ್ಪನ್ ಇನ್ನಷ್ಟು ಹುರುಪಿನಿಂದ ತಮ್ಮ ಉದ್ದೇಶ ಸಾಧನೆಗೆ ದುಡಿದರು. ಅವರ ಸಂಘಟನೆಯ ಕಾರ್ಯ ಎಸ್‌ಎನ್‌ಡಿಪಿಯು ಆದರ್ಶಗಳನ್ನೇ ಇನ್ನಷ್ಟು ಬಲವಾಗಿ ಬೆಳೆಸಿತು. ಅಯ್ಯಪ್ಪನ್ ಅಗಲಿದ ನಂತರವೂ ಅವರ ಅರ್ಧಾಂಗಿ ಪಾರ್ವತಿಯರು ಶ್ರೀ ನಾರಾಯಣ ಗಿರಿಯ ಅನಾಥಾಲಯ ನಡೆಸಿಕೊಂಡು ಬಂದರು.

ಡಾ. ಪಲ್ಪು ಅವರ ಹಿರಿಯ ಮಗ ನಟರಾಜನ್ ವಿಶ್ವಾದ್ಯಂತ ಗುರುಗಳ ಸಂದೇಶವನ್ನು ಪ್ರಚಾರಮಾಡಿದರು. ಅವರು ಸ್ಥಾಪಿಸಿದ ಗುರುಕುಲಗಳು ಉಪನಿಷತ್ತುಗಳ ಕಾಲದ ಮಾದರಿಯಲ್ಲಿ ಕೆಲಸಮಾಡಿದವು. ಡಾ. ಪಲ್ಪು ಅವರ ಎರಡನೆಯ ಮಗ ವಿದೇಶದಲ್ಲಿ ಪ್ರಚಲಿತವಿದ್ದ ಗುಡಿ ಕೈಗಾರಿಕೆಗಳನ್ನು ಕಲಿತು ಬಂದರು. ಅಂಥ ಪುಟ್ಟ ಉದ್ದಿಮೆಗಳನ್ನು ನಮ್ಮ ನಾಡಿನ ಹಿಂದುಳಿದ ಜಾತಿಗಳು ಸ್ಥಾಪಿಸಿ ಆರ್ಥಿಕ ಬಲ ಪಡೆಯಲಿ ಎಂದು ಡಾ. ಪಲ್ಪು ಅವರ ಆಶಯವಾಗಿತ್ತು. ಅದು ಸಫಲವಾಯಿತು.

ಕುಮಾರನ್ ಆಶಾನ್ ಅವರು ನಾರಾಯಣ ಗುರುಗಳ ಪ್ರಿಯ ಶಿಷ್ಯರಾಗಿದ್ದರು. ಕುಮಾರನ್ ಚಿಕ್ಕ ಹುಡುಗನಾಗಿದ್ದಾಗಲೇ ಅವರ ಕಾವ್ಯ ಪ್ರತಿಭೆಯನ್ನು ಗುರುಗಳು ಗುರುತಿಸಿದರು. ಈತ ಮುಂದೆ ಸಮಾಜಕ್ಕೆ ದೊಡ್ಡ ರೀತಿಯಲ್ಲಿ ಸೇವೆ ಸಲ್ಲಿಸಬೇಕಾದವನು ಎಂದು ಮನಗಂಡರು. ಕುಮಾರನ್ ಅವರ ಶಿಕ್ಷಣ ಕುರಿತು ಕಾಳಜಿ ವಹಿಸಿದರು. ಈ ಶಿಷ್ಯ

ಬ್ರಹ್ಮಚಾರಿಯಾಗಿರಬೇಕೆಂದು ಗುರುಗಳು ಆಶಿಸಿದ್ದರು. ಆಶಾನ್ ವಿವಾಹಿತರಾದರೂ ಋಷಿಸದೃಶರಾಗಿ ಬಾಳಿದರು. ತಮ್ಮ ಪ್ರಖರ ಪ್ರತಿಭೆಯಿಂದ ಎಸ್‌ಎನ್‌ಡಿಪಿಯ ಕ್ರಿಯಾಯೋಜನೆಗಳನ್ನು ರಚಿಸಿದರು. ಸಂಘದ ಉದ್ದೇಶಗಳ ಸಾಧನೆಗಾಗಿ ದುಡಿದರು. ಸ್ಟೀಮರಿನಲ್ಲಿ ಪ್ರಯಾಣ ಮಾಡುತ್ತಿದ್ದಾಗ ಆಕಸ್ಮಿಕ ಅಪಘಾತದಲ್ಲಿ ಈ ಮಹಾಕವಿ ಜಲಸಮಾಧಿಯಾದರು.

ಎಸ್‌ಎನ್‌ಡಿಪಿಯ ಮೊದಲ ಉಪಾಧ್ಯಕ್ಷ ಡಾ. ಪಲ್ಪು ಈ ಸಂಘಟನೆಗಾಗಿ ನಾರಾಯಣ ಗುರುಗಳೊಡನೆ ಮೊದಲಿನಿಂದಲೂ ಸಮಾಲೋಚನೆ ನಡೆಸಿದವರು. ಈಳವರಿಗೆ ಶಿಕ್ಷಣ ಕನಸಿನ ಮಾತು ಎಂಬ ಸಾಮಾಜಿಕ ವಾತಾವರಣವನ್ನು ಅವರು ಎದುರಿಸಿ ನಿಂತರು. ವೈದ್ಯಕೀಯ ಪದವಿ ಪಡೆದಿದ್ದ ಡಾ. ಪಲ್ಪು ಮೈಸೂರಿನಲ್ಲಿ ಸೇವೆ ಸಲ್ಲಿಸುತ್ತಿದ್ದಾಗ ಸ್ವಾಮಿ ವಿವೇಕಾನಂದರನ್ನು ಕಂಡರು. ಕೇರಳದ ಜಾತಿವ್ಯವಸ್ಥೆಯ ವಿರೂಪವನ್ನು ಕಣ್ಣಾರೆ ಕಾಣಲು ಅವರು ವಿವೇಕಾನಂದರನ್ನು ಕೋರಿಕೊಂಡರು. ಸ್ವಾಮೀಜಿ ಕೇರಳಕ್ಕೆ ಭೇಟಿಯಿತ್ತರು. ಜಾತಿ ಸಮಸ್ಯೆಯನ್ನು ನೋಡಿ ನೊಂದುಕೊಂಡರು. ಇಷ್ಟಾಗಿಯೂ ನಿಜವಾದ ಧರ್ಮದ ತಳಹದಿಯ ಮೇಲೆ ಸಾಮಾಜಿಕ ಪರಿವರ್ತನೆ ಸಾಧಿಸಲು ಅವರು ಡಾ. ಪಲ್ಪು ಅವರಿಗೆ ಸಲಹೆ ಇತ್ತರು. ಮುಂದೆ ನಾರಾಯಣ ಗುರುಗಳ ಮಾರ್ಗದರ್ಶನದಲ್ಲಿ ಡಾ. ಪಲ್ಪು ಸಮಾಜ ಸೇವೆಗೈದುದು ಇತಿಹಾಸದ ಮಾತಾಗಿದೆ.

ನಾರಾಯಣ ಗುರುಗಳ ಸನ್ಯಾಸಿ ಶಿಷ್ಯರಲ್ಲಿ ನಟರಾಜ ಗುರು, ಬಹಳ ಹೆಸರು ಪಡೆದವರು. ಡಾ. ಪಲ್ಪು ಅವರ ಮೊದಲ ಮಗನಾದ ನಟರಾಜ ಪ್ಯಾರಿಸಿನಲ್ಲಿ ಡಾಕ್ಟರೇಟ್ ಪದವಿ ಗಳಿಸಿದ ಪ್ರತಿಭಾವಂತ. ಇವರು ಸ್ಥಾಪಿಸಿದ ಗುರುಕುಲಗಳ ಬಗೆಗೆ ಆಗಲೇ ಹೇಳಿದೆ. ಶ್ರೀ ನಾರಾಯಣ ಗುರುಗಳ ಕುರಿತು ಇವರು ಬರೆದ ಪುಸ್ತಕಗಳು ಜಗದ್ವಿಖ್ಯಾತವಾಗಿವೆ.

ಗುರುಗಳು ಸಾಮಾಜಿಕ ಏಳಿಗೆಗಾಗಿ ಕಂಡ ಕನಸುಗಳನ್ನು ನನಸಾಗಿಸಲು ಎಲ್ಲ ಶಿಷ್ಯರೂ ಮನಃಪೂರ್ವಕ ದುಡಿದರು. 'ಶ್ರೀ ನಾರಾಯಣ ಧರ್ಮ ಪರಿಪಾಲನಾಯೋಗಂ' ಈ ಉನ್ನತ ಮೌಲ್ಯಗಳ ಸಾಕಾರ ರೂಪವಾಯಿತು.

9. ಗುರುಗಳ ಕೊನೆಯ ದಿನಗಳು

1928ರ ಫೆಬ್ರುವರಿಯ ಹೊತ್ತಿಗೆ ನಾರಾಯಣ ಗುರುಗಳ ಆರೋಗ್ಯ ಹದತಪ್ಪಿತು. ತಮ್ಮ ಜೀವಿತದ ಕಾರ್ಯ ಮುಗಿಯುತ್ತ ಬಂದಿದೆ ಎಂದು ಗುರುಗಳಿಗೆ ಅನಿಸಿರಬೇಕು. ವ್ಯಾವಹಾರಿಕವಾಗಿ ತಾನು ಮಾಡಿ ಮುಗಿಸಬೇಕಾದ ಕೆಲಸಗಳ ಕುರಿತು ಅವರು ಗಮನ ಹರಿಸತೊಡಗಿದ್ದರು. ಸರ್ವ ಸಮಾನತೆಗಾಗಿ ಆ ಸಾತ್ವಿಕ ಜೀವ ಹೋರಾಡಿ ಹಣ್ಣಾಗಿತ್ತು. ಸವೆದು ಸಣ್ಣಾಗಿತ್ತು. ಆದರೆ

ಸಾರ್ವಜನಿಕ ಜೀವನ ಸದಾ ಸಮಸ್ಯೆಗಳ ಸಾಗರವೇ ಸರಿ. ಆದುದರಿಂದ ತಾನು ದೈಹಿಕವಾಗಿ ಇಲ್ಲಿ ಇಲ್ಲವಾದಾಗಲೂ ತಾನು ಕಟ್ಟಿದ ಸಂಸ್ಥೆಗಳು ದಕ್ಷತೆಯಿಂದ ದುಃಖಿತರ ದುಮ್ಮಾನ ಕಳೆಯಲು ದುಡಿಯಬೇಕು ಎಂದು ಅವರು ಎಚ್ಚರ ವಹಿಸಿದರು.

ಸಮಾಜ ಸೇವೆಗೆ ಸನ್ಯಾಸಿಗಳ ಸಂಘಟನೆ ಸೂಕ್ತವೆಂದು ಸದ್ಗುರುಗಳು ಯೋಚಿಸಿದರು. 'ಶ್ರೀ ನಾರಾಯಣ ಧರ್ಮಸಂಘ'ವನ್ನು ನೋಂದಣಿ ಮಾಡಿಸಿದರು (11-01-1928). ಇದು ಗುರುಗಳು ಬಹು ಹಿಂದೆಯೇ ಬಯಸಿದ್ದ ಸಂಘಟನೆ. ಶ್ರೀ ಸತ್ಯವ್ರತ ಸ್ವಾಮಿಗಳು ಬೌದ್ಧ ಸಂಘಗಳ ಮಾದರಿಯಲ್ಲೇ ಸನ್ಯಾಸಿಗಳ ಸಂಘಟನೆಗಾಗಿ ಒಂದು ನಿಯಮಾವಳಿ ರಚಿಸಿದ್ದರು. ಅವರು ಮೃತರಾದ ಎರಡು ವರ್ಷಗಳ ಬಳಿಕ ಶ್ರೀ ನಾರಾಯಣ ಗುರುಗಳ ಆಗ್ರಹದ ಮೇರೆಗೆ ಈ ಸಂಘಟನೆ ಅಧಿಕೃತ ರೂಪ ಪಡೆಯಿತು. ಶ್ರೀ ಬೋಧಾನಂದ ಸ್ವಾಮಿಗಳು ಈ ಸಂಘದ ಮೊದಲ ಅಧ್ಯಕ್ಷರಾದರು.

ಕುಮಾರನ್ ಆಶಾನ್ ಅವರ ಹಠಾತ್ ನಿಧನದ ಬಳಿಕ ಎಸ್ಎನ್‌ಡಿಪಿಯ ಚಟುವಟಿಕೆಗಳು ಮುಗ್ಗರಿಸಬಾರದೆಂದೂ ಗುರುಗಳು ಯೋಚಿಸಿದರು. ಆಶಾನ್ ಅವರು ಎರಡು ದಶಕಗಳ ಕಾಲ ಆ ಸಂಘಟನೆಯ ಜವಾಬ್ದಾರಿ ನಿರ್ವಹಿಸಿದ್ದರು. ಅವರ ಜಾಗದಲ್ಲಿ ಟಿ.ಕೆ. ಮಾಧವನ್ ಅವರನ್ನು ಕಾರ್ಯದರ್ಶಿಯಾಗಿ ಆಯ್ಕೆ ಮಾಡಲಾಯಿತು. ಶ್ರೀ ನಾರಾಯಣ ಗುರುಗಳು ಸಮಾವೇಶದಲ್ಲಿ ಹೇಳಿದರು: 'ಸಂಘಟನೆಯಿಲ್ಲದೆ ಯಾವ ಸಮಾಜವೂ ಬೆಳೆಯಲಾರದು. ಇದನ್ನು ಮನಗಂಡು ಇಪ್ಪತ್ತೈದು ವರ್ಷಗಳ ಹಿಂದೆಯೇ ಎಸ್ಎನ್‌ಡಿಪಿಯನ್ನು ಕಟ್ಟಿದೆವು... ಎಲ್ಲ ಜಾತಿಗಳ ಜನರೂ ಈ ಸಂಸ್ಥೆಯಲ್ಲಿ ಜೊತೆಗೂಡಬೇಕು.'

ಮತಾಂತರಗೊಳ್ಳುವುದೇ ಜಾತಿ ಸಮಸ್ಯೆಗೆ ಪರಿಹಾರ ಎಂದು ಸಮಾಜದ ಕೆಲವು ಮುಖಂಡರು ವಾದಿಸತೊಡಗಿದ್ದರು. ಶ್ರೀ ನಾರಾಯಣ ಗುರುಗಳು ಅದನ್ನು ಒಪ್ಪಲಿಲ್ಲ. ಅವರು ಎಸ್ಎನ್‌ಡಿಪಿಯ ಸಭೆಯಲ್ಲಿ ಹೇಳಿದರು. 'ಸಮಾಜ ಸುಧಾರಣೆಯ ನಿಮ್ಮ ಕಳಕಳಿ ನನಗೆ ಅರ್ಥವಾಗುತ್ತದೆ. ಆದರೆ ಇದು ತಪ್ಪು ಹಾದಿ ಹಿಡಿಯಬಾರದು. ಈ ಮತದಿಂದ ಆ ಮತಕ್ಕೆ ಕೆಲವರು ಅಥವಾ ಎಲ್ಲರೂ ಹೋಗಿಬಿಟ್ಟರೆ ಸಮಸ್ಯೆ ಪರಿಹಾರವಾಗುವುದೆ? ಎಲ್ಲರನ್ನೂ ಒಗ್ಗೂಡಿಸುವುದು ನಮ್ಮ ಗುರಿ. 'ಮಾನವರೆಲ್ಲರಿಗೂ ಒಂದೇ ಜಾತಿ, ಒಂದೇ ಧರ್ಮ, ಒಬ್ಬನೇ ದೇವರು' ಎಂದು ಸನಾತನ ಧರ್ಮವು ಸ್ಪಷ್ಟವಾಗಿ ಹೇಳಿದೆ. ಈ ತತ್ತ್ವದಡಿ ನಾವು ಎಲ್ಲರನ್ನೂ ಒಂದಾಗಿಸಬೇಕು.' ಈ ಮಾತಿನ ಬಳಿಕ ವಿನೋದದಿಂದ ಕೂಡಿದ ಇನ್ನೊಂದು ವಾಕ್ಯವನ್ನೂ ಸೇರಿಸಿದರು. 'ಮತಾಂತರಗೊಳ್ಳುವುದರಿಂದಲೇ ಸರ್ವ ಸಮಾನತೆ ಸಾಧ್ಯ

ಎಂದು ಯಾರಾದರೂ ತಿಳಿಯುವುದಾದರೆ ಈ ಸನಾತನ ಧರ್ಮಕ್ಕೆ 'ಮತಾಂತರ'ಗೊಳ್ಳಿರಿ.'

1928ರ ಜೂನ್ 14ರಂದು ಕೊಟ್ಟಾಯಂನಲ್ಲಿ ನಡೆದ ಎಸ್ಎನ್‌ಡಿಪಿಯ ಕಾರ್ಯಕ್ರಮವೇ ನಾರಾಯಣ ಗುರುಗಳು ಭಾಗವಹಿಸಿದ ಕೊನೆಯ ಸಾರ್ವಜನಿಕ ಸಭೆ. ಅಂದು ಅವರು ನೂರಾ ಎಂಟು ಶಾಖೆಗಳಿಗೆ ನೋಂದಣಿ ಪತ್ರ ವಿತರಿಸಿದರು. ಕಲವನಕೋಟಂನಲ್ಲಿ 'ಓಂ ಶಾಂತಿ' ಎಂದು ಕನ್ನಡಿಯ ಮೇಲೆ ಬರೆಸಿ ದೇವತಾ ಮೂರ್ತಿಯ ಸ್ಥಳದಲ್ಲಿ ಪ್ರತಿಷ್ಠಾಪಿಸಿದ್ದು ಗುರುಗಳು ನಡೆಸಿಕೊಟ್ಟ ಕೊನೆಯ ದೇವತಾ ಪ್ರತಿಷ್ಠಾಪನೆಯ ಕಾರ್ಯಕ್ರಮ.

ಕೊಟ್ಟಾಯಂನ ಕಾರ್ಯಕ್ರಮದಲ್ಲಿ ಭಾಗವಹಿಸಿದ ಬಳಿಕ ನಾರಾಯಣ ಗುರುಗಳು ವಿಶ್ರಾಂತಿ ಪಡೆಯಲು ವೆಲ್ಲೂ ಮಠಕ್ಕೆ ತೆರಳಿದರು. ಅಲ್ಲಿದ್ದಾಗ ಮೂತ್ರಕೋಶದ ತೊಂದರೆ ಹೆಚ್ಚಾಯಿತು. ಸಮಸ್ಯೆ ದಿನೇ ದಿನೇ ಉಲ್ಬಣಿಸಿತು. ಆಧುನಿಕ ವೈದ್ಯಕೀಯ ಚಿಕಿತ್ಸೆಗಳೂ ಅಷ್ಟು ಫಲಕಾರಿ ಎನಿಸಲಿಲ್ಲ. ಪಾಲಘಾಟ್‌ನಲ್ಲಿ ಆಯುರ್ವೇದ ಚಿಕಿತ್ಸೆ ಪಡೆಯಲು ನಿರ್ಧರಿಸಿದರು. ನುರಿತ ವೈದ್ಯರು ಚಿಕಿತ್ಸೆ ನೀಡುತ್ತಿದ್ದರೂ ಪರಿಣಾಮವೇನೂ ಕಾಣಿಸಲಿಲ್ಲ. ಗುರುಗಳೂ ಆಯುರ್ವೇದ ಬಲ್ಲವರೇ. ವೈದ್ಯರೊಡನೆ ಅವರೂ ಚರ್ಚೆಯಲ್ಲಿ ಪಾಲುಗೊಳ್ಳುತ್ತಿದ್ದರು. ಚೆನ್ನೈ, ತಿರುವನಂತಪುರಕ್ಕೂ ಚಿಕಿತ್ಸೆಗೆಂದು ಹೋಗಿ ಬಂದರೂ ಅದು ಫಲಪ್ರದವೆನಿಸಲಿಲ್ಲ.

1928ರ ಸೆಪ್ಟೆಂಬರ್‌ನಲ್ಲಿ ಗುರುಗಳ ಆರೋಗ್ಯ ಇನ್ನಷ್ಟು ಕ್ಷೀಣಿಸಿತು. ಸ್ವಾಮಿ ಗುರುಪ್ರಸಾದ ಎನ್ನುವವರು ಗುರುಗಳು ಸಮಾಧಿ ಹೊಂದುವಾಗ ಹತ್ತಿರದಲ್ಲಿದ್ದರು. ಅವರು ಗುರುಗಳು ಅಗಲಿದ ಆ ದಿನವನ್ನು ಕುರಿತು ಹೀಗೆ ಬರೆದಿದ್ದಾರೆ: 'ಎರಡು ದಿನಗಳಿಂದ ಅವರು ಮಾತನಾಡುವುದನ್ನು ನಿಲ್ಲಿಸಿದ್ದರು. ಶಿಷ್ಯರೆಲ್ಲರೂ ನಿರಂತರ ಭಜನೆಯಲ್ಲಿ ತೊಡಗಿದ್ದರು. ಕೆಲವರು ಯೋಗವಾಸಿಷ್ಠ ಮುಂತಾದ ಧಾರ್ಮಿಕ ಗ್ರಂಥಗಳ ಪಠನ ನಡೆಸಿದ್ದರು. ಪ್ರಾರ್ಥನೆ, ಭಜನೆ, ಜಪಗಳ ನಡುವೆ ನಾರಾಯಣ ಗುರುಗಳು ಶಾಂತವಾಗಿ ದೇಹ ತ್ಯಜಿಸಿದರು. ಸಮಾಧಿಯ ಈ ಸಂದರ್ಭದಲ್ಲಿ ಸ್ವಾಮಿ ವಿದ್ಯಾನಂದರು ಯೋಗವಾಸಿಷ್ಠದ ಜೀವನ್ಮುಕ್ತಿ ಪ್ರಕರಣವನ್ನು ಗುರುಗಳೆದುರು ಕೂತು ಓದುತ್ತಿದ್ದರು. ಅದನ್ನು ಆಲಿಸುತ್ತ ಗುರುಗಳು ಧ್ಯಾನಮಗ್ನರಾದಂತೆ ತೋರುತ್ತಿತ್ತು.' ಇದು ಗುರುಗಳು ಮಹಾಸಮಾಧಿಗೊಂಡ ಸಂದರ್ಭ (28-09-1928). ಅಂದು ಗುರುವಾರ.

ಸಾವಿನ ಸುದ್ದಿ ಸುಂಟರಗಾಳಿಯಂತೆ ಹಬ್ಬಿತು. ಜನರು ಶೋಕಭರಿತರಾದರು. ಆಶ್ರಮಕ್ಕೆ ಜನಸಾಗರವೇ ಹರಿದು ಬಂತು. ಸುತ್ತ ಮುತ್ತಲಿನ ಊರಿನ ಜನರು ಮಾತ್ರವಲ್ಲ, ದೇಶದ ನಾನಾ ಸ್ಥಳಗಳಿಂದ ಭಕ್ತರು,

ಸಮಾಜ ಸುಧಾರಕರು, ರಾಜಕಾರಣಿಗಳು ಶ್ರೀ ಗುರುಗಳ ಕೊನೆಯ ದರ್ಶನ ಪಡೆಯಲು ಧಾವಿಸಿ ಬಂದರು.

ಗುರು ಸಮಾಧಿಯ ಸ್ಥಳದಲ್ಲಿ ಈಗ ಮಂದಿರವೊಂದನ್ನು ಕಟ್ಟಿದ್ದಾರೆ (1968). ಗುರುಗಳ ಆಶಯದಂತೆ ಇಲ್ಲಿ ಈಗ ಬ್ರಹ್ಮವಿದ್ಯಾನಿಲಯವನ್ನೂ ನಿರ್ಮಿಸಲಾಗಿದೆ. ಎಲ್ಲ ಮತಗಳ ಅಧ್ಯಯನಕ್ಕಾಗಿ ಅಂಥದೊಂದು ವಿದ್ಯಾಲಯ ಕಟ್ಟಬೇಕೆಂಬ ಆಸೆಯನ್ನು ನಾರಾಯಣ ಗುರುಗಳು ಒಮ್ಮೆ ಸರ್ವಧರ್ಮ ಸಮ್ಮೇಳನದಲ್ಲಿ ವ್ಯಕ್ತಪಡಿಸಿದ್ದರು. ಅವರು ಮುಕ್ತರಾಗಿ ನಾಲ್ಕು ದಶಕಗಳಾದ ಮೇಲೆ ಬ್ರಹ್ಮ ವಿದ್ಯಾಲಯ ಸ್ಥಾಪನೆಯಾಯಿತು (1970).

'ಶ್ರೇಷ್ಠ ಋಷಿ ಇನ್ನಿಲ್ಲವಾದರು... ಕೇರಳವು ಕಗ್ಗತ್ತಲೆಯಲ್ಲಿ ಮುಳುಗಿದೆ' ಎಂದು ಥಿಯಸಾಫಿಕಲ್ ಸೊಸೈಟಿ ತನ್ನ ಪತ್ರಿಕೆಯಲ್ಲಿ ಬರೆದುದು ಶ್ರೀ ನಾರಾಯಣ ಗುರುಗಳ ಜೀವಿತದ ಸಾಧನೆಯ ನಿಜ ಚಿತ್ರಣ ನೀಡುವಂತಿದೆ. ಶಂಕರಾಚಾರ್ಯರು (ಕೇರಳದಲ್ಲೇ ಹುಟ್ಟಿದರೂ) ಕೇರಳದಾಚೆಗೆ ಪ್ರಸಿದ್ಧರಾದರು. ತುಂಚತ್ ಆಚಾರ್ಯರು (ಕೇರಳದವರೇ) ಆಗಲಿದ ನೂರಾರು ವರ್ಷಗಳ ಬಳಿಕ ಮನ್ನಣೆ ಪಡೆದರು. ಆದರೆ ಶ್ರೀ ನಾರಾಯಣ ಗುರುಗಳಿಗೆ ಅವರ ಜೀವಿತಕಾಲದಲ್ಲೇ, ಕೇರಳದಲ್ಲೂ, ಕೇರಳದಾಚೆಗೂ ಗೌರವ ಸಂದಿತು. ಇದು ಅವರ ಬಾಳಿನ ಅನನ್ಯತೆ.

10. ಕ್ರಿಯಾಶೀಲ ಅದ್ವೈತ: ಗುರು ಸಂದೇಶ

ಶ್ರೀ ನಾರಾಯಣ ಗುರುಗಳು ಕೇರಳದಲ್ಲಿ ಮೂಡಿಸಿದ ಧಾರ್ಮಿಕ ಜಾಗೃತಿ ಹಾಗೂ ಸಾಮಾಜಿಕ ಬದಲಾವಣೆಗಳು ಬಹು ಮಹತ್ವದವು. ಶ್ರೀ ರಾಮಕೃಷ್ಣ ಪರಮಹಂಸ, ಶ್ರೀ ವಿವೇಕಾನಂದ ಹಾಗೂ ಶ್ರೀ ದಯಾನಂದ ಸರಸ್ವತಿಯವರಂತಹ ಹಲವಾರು ಸಾಧಕರು ಮುಂತಾದವರು ಬಂಗಾಳದಲ್ಲಿ ಮಾಡಿದ ಕಾರ್ಯಗಳ ಮಟ್ಟದಲ್ಲೇ ಶ್ರೀ ನಾರಾಯಣ ಗುರುಗಳ ಸಾಧನೆಯನ್ನೂ ನಾವೂ ಕಾಣಬೇಕು. ದುಃಖದ ವಿಷಯವೆಂದರೆ ಶ್ರೀ ನಾರಾಯಣ ಗುರುಗಳ ಜೀವಿತದ ಕಾರ್ಯಚಟುವಟಿಕೆಗಳನ್ನು ಕೇರಳಕ್ಕೆ ಸೀಮಿತವೆಂಬಂತೆ ನೋಡಲಾಗುತ್ತಿದೆ.

'ನನ್ನದು ಶ್ರೀ ಶಂಕರರ ಅದ್ವೈತ ಧರ್ಮ' ಎಂದು ಶ್ರೀ ನಾರಾಯಣ ಗುರುಗಳು ಒಮ್ಮೆ ಸ್ಪಷ್ಟವಾಗಿ ಹೇಳಿದರು. ಆಚರಣೆಯಲಿದ್ದ ಸಂಪ್ರದಾಯವಾದಿ ಮೂಢಮತಿಗಳ ಸಂಕುಚಿತ ಮತವನ್ನು ಅವರು ದೂರವಿಟ್ಟರು. ಅದರ ಬದಲು, ಸರ್ವ ಜೀವಗಳ ಏಕತೆಯ ದೊಡ್ಡ ತತ್ತ್ವವನ್ನು ಪ್ರತಿಪಾದಿಸುವ ಅದ್ವೈತವನ್ನು ನಾರಾಯಣ ಗುರುಗಳು ತಮ್ಮ ಧರ್ಮವೆಂದು ಸ್ವೀಕರಿಸಿದರು. ಅದ್ವೈತ ಅವರಿಗೆ ಅನುಭವದ ಆಸ್ತಿಯಾಗಿತ್ತು. ಉಪನಿಷತ್ತುಗಳು ಉಜ್ವಲವಾಗಿ

ಸಾರಿದ ಆ ಏಕತೆಯ ಸತ್ಯವನ್ನೇ ನಾರಾಯಣ ಗುರುಗಳು ಪ್ರತಿಪಾದಿಸಿದರು. ಅವರಿಗೆ ಯಾರೊಡನೆಯೂ ಹಗೆಯ ಭಾವನೆಯೇ ಇರಲಿಲ್ಲ. ಹೀಗಿರುವಾಗ ವಿಶ್ವಾತ್ಮ ಭಾವದಿಂದ ಎಲ್ಲರನ್ನೂ ಒಂದಾಗಿಸಿದ ಈ ಮಹಾನ್ ಸಂತನನ್ನು ಕೇವಲ ಕೇರಳಕ್ಕೆ ಸಂಬಂಧಿಸಿದವರೆಂದು ತಿಳಿಯಬಹುದೆ? ಕೇರಳ ಅವರ ಕಾರ್ಯಕ್ಷೇತ್ರವಾಗಿತ್ತು ಎಂಬುದು ನಿಜ. ಇಡೀ ದೇಶ ಅನುಸರಿಸಬೇಕಾದ ವ್ಯಾವಹಾರಿಕ ವೇದಾಂತದ ಸಂದೇಶವನ್ನು ಅವರು ಅಲ್ಲಿಂದಲೇ ನೀಡಿದರು. ಎಲ್ಲರಿಗೂ ಒಂದೇ ಧರ್ಮ, ಒಂದೇ ದೇವರು ಎಂದ ವಿಶ್ವಜ್ಯೋತಿ ಅವರು.

ಶ್ರೀ ನಾರಾಯಣ ಗುರುಗಳ ತತ್ತ್ವ ಸಿದ್ಧಾಂತಗಳು ವೇದ, ಉಪನಿಷತ್ತುಗಳ ಆಳ ಅಭ್ಯಾಸದಿಂದ ಪೋಷಿತವಾದವು. ಭಗವದ್ಗೀತೆ ಸಾಮಾನ್ಯರಿಗೂ ತಿಳಿಯುವಂತೆ ಅವರು ಬೋಧಿಸುತ್ತಿದ್ದರು.

'ನೀವು ಸ್ವಚ್ಛವಾಗಿ ಬದುಕುವುದನ್ನು ಕಲಿಯಿರಿ. ಆಗ ನಿಮ್ಮನ್ನು ಯಾರಾದರೂ 'ಮುಟ್ಟುವುದಿಲ್ಲ' ಎನ್ನುತ್ತಾರೆಯೆ? ಯಾರಾದರೂ ಹಾಗೆ ಹೇಳಿದರೆಂದೇ ತಿಳಿಯಿರಿ. ಆಗ ನಾವು ಅದಕ್ಕೆ ಬೆಲೆ ನೀಡಬೇಕಾಗಿಲ್ಲ ಅಲ್ಲವೆ? ಬೇರೊಬ್ಬರಿಗಾಗಿ ಅಲ್ಲ. ನಿಮಗಾಗಿಯೇ ನೀವು ಶುದ್ಧ ಜೀವನ ನಡೆಸಿ, ನಿಮ್ಮ ಅಡಿಗೆ ಕೋಣೆಯಿಂದಲೇ ಇಂಥ ಸ್ವಚ್ಛ ಜೀವನ ಆರಂಭವಾಗಲಿ' ಎಂದು ನಾರಾಯಣ ಗುರುಗಳು ಹಿಂದುಳಿದವರಲ್ಲಿ, ಅಸ್ಪೃಶ್ಯರಲ್ಲಿ ಧೈರ್ಯ ತುಂಬಿದರು.

ಸುಧಾರಣೆಯ ಯಾವುದೇ ಹಂತದಲ್ಲೂ ಅವರು ಬಿರುನುಡಿಗಳನ್ನಾಡಲಿಲ್ಲ. 'ಸಂಘರ್ಷ ಬೇಡ' ಎಂದರು. ಇದು ಅವರ ಕುರಿತು ನಾವು ತಿಳಿಯಬೇಕಾದ ಮೊದಲ ಸಂಗತಿ. 'ನಿಮ್ಮ ನುಡಿಗಳಿಂದ ಯಾರೂ ನೋಯುವಂತಾಗಬಾರದು.' ಇದು ತಮ್ಮ ಅನುಯಾಯಿಗಳಿಗೆ ಅವರು ನೀಡಿದ ಸ್ಪಷ್ಟ ನಿರ್ದೇಶನ.

11. ನಾರಾಯಣ ಗುರುಗಳ ಬರಹಗಳು

ಶ್ರೀ ನಾರಾಯಣ ಗುರುಗಳ ಬರಹಗಳ ವ್ಯಾಪ್ತಿ ದೊಡ್ಡದು. ಅವರು ಬರೆದ ಎಲ್ಲ ಕೃತಿಗಳೂ ಲಭ್ಯವಾಗಿಲ್ಲ. ಸುಮಾರು ಅರವತ್ತು ಕೃತಿಗಳಿರಬಹುದು ಎಂದು ಒಂದು ಊಹೆ. ನಲವತ್ತುಮೂರು ಕೃತಿಗಳನ್ನು ಎಸ್‌ಎನ್‌ಡಿಪಿಯು ಸಮಗ್ರ ಸಂಪುಟಗಳ ರೂಪದಲ್ಲಿ ಪ್ರಕಟಿಸಿದೆ. ಅವರ ಬರಹಗಳು ಮಲೆಯಾಳಂ, ಸಂಸ್ಕೃತ ಮತ್ತು ತಮಿಳಿನಲ್ಲಿವೆ.

ಗುರು ಶ್ರೀ ನಾರಾಯಣರ ಜೀವನವನ್ನು ಮೂರು ಹಂತಗಳಲ್ಲಿ ವಿಭಜಿಸಿ ನೋಡಬಹುದು. ಮೊದಲ ಘಟ್ಟದಲ್ಲಿ ಜನರು ಅವರನ್ನು ಭಕ್ತ ನಾಣು ಎಂದು ಕರೆದರು. ಎಳೆಯ ವಯಸ್ಸಿನ ನಾಣು ಭಕ್ತಿಪೂರ್ವಕವಾಗಿ ದೇವರನ್ನು ಪುಜಿಸಿದರು. ಮನೆ ಮಾತ್ರವಲ್ಲ ಮಂದಿರ, ಕಾಡು, ನದಿ ತೀರ,

ಗುಹೆ ಎಲ್ಲೆಡೆ ಈ ಭಕ್ತಿಪೂರ್ಣ ಸಾಧನೆ ಮುಂದುವರಿಯಿತು. ಮುಂದಿನ ಹಂತದಲ್ಲಿ ಅವರು ಒಬ್ಬ ತಪಸ್ವಿಯಾಗಿ, ಪರಿಪೂರ್ಣ ಯೋಗಿಯಾಗಿ ಜಗತ್ತಿಗೆ ಕಾಣಿಸಿಕೊಂಡರು. ಮುಂದಿನದು ಒಬ್ಬ ಕ್ರಿಯಾಶೀಲ ಜ್ಞಾನಿಯಾಗಿ ಸಮಾಜದ ಏಳ್ಗೆಗೆ ಅವರು ತಮ್ಮನ್ನು ಒಪ್ಪಿಸಿಕೊಂಡ ಹಂತ, ತಮ್ಮದು ಅದ್ವೈತ ತತ್ತ್ವವೆಂದು ಅವರು ಅನೇಕ ಬಾರಿ ಹೇಳಿದ್ದಿದೆ. ಮೂರ್ತಿ ಪೂಜೆಯಿಂದ ತೊಡಗಿ ದೇವರ ಅನಂತ, ಅಪಾರ, ಅನುಪಮ, ಅಮೇಯ ಸ್ವರೂಪದ ಜಿಜ್ಞಾಸೆ, ಅರಿವು, ಅನುಭವದೆಡೆಗೆ ಅವರ ಶೋಧನೆ, ಸಾಧನೆ ಸತತವಾಗಿ ಮುಂದುವರಿಯಿತು. ಅವರ ಸಾಹಿತ್ಯ ಕೃತಿಗಳು ಮೇಲೆ ಹೇಳಿದ ಈ ಮೂರು ಹಂತಗಳನ್ನೂ ಪ್ರತಿಫಲಿಸುತ್ತವೆ.

12. ನಡೆದು ಬಂದ ದಾರಿ

1856 ಚೆಂಬಳಾಂದಿಯಲ್ಲಿ ಜನನ.

1861–71 ನಾರಾಯಣ ಪಿಳ್ಳೈ ಅವರ ಪಾಠಶಾಲೆಯಲ್ಲಿ ಶಿಕ್ಷಣ.

1877–79 ವಾರಣಪಲ್ಲಿ ರಾಮನ್ ಪಿಳ್ಳೈ ಅವರಲ್ಲಿ ಹೆಚ್ಚಿನ ಶಿಕ್ಷಣ.

1881 ಅಂಚುತೆಂಗು ಎಂಬ ಊರಲ್ಲಿ ಶಾಲೆ ಆರಂಭಿಸಿ 'ನಾಣು ಆಶಾನ್' ಎಂಬ ಹೆಸರು ಪಡೆದುದು.

1882–84 ನಾಣು ಅವರ ವಿವಾಹ, ವಿವಾಹ ಬಂಧನದಿಂದ ಆಧ್ಯಾತ್ಮಿಕ ಸಾಧನೆಗಾಗಿ ಹೊರಬಂದುದು, ತಂದೆಯವರ ನಿಧನ.

1884–87 ವಿರಕ್ತಭಾವದ ಸಂಚಾರ, ಧ್ಯಾನ; ಚಟ್ಟಾಂಬಿಸ್ವಾಮಿಗಳು, ತೈಕಾಟ್ಟು ಅಯ್ಯಾವುಸ್ವಾಮಿಗಳು–ಇವರ ದರ್ಶನ, ಮಾರ್ಗದರ್ಶನ.

1887 ಅರುವಿಪ್ಪುರಂ ವಾಸ.

1888 ಅರುವಿಪ್ಪುರಂನಲ್ಲಿ ಶಿವಲಿಂಗ ಪ್ರತಿಷ್ಠಾಪನೆ; ಗುರುಗಳು. ಕೇರಳಾದ್ಯಂತ ಸಂಚಲನ ಮೂಡಿಸಿದ ಘಟನೆ.

1898 ಅರುವಿಪ್ಪುರಂನಲ್ಲಿ 'ವವೂಟ್ಟುಯೋಗಂ' ಸ್ಥಾಪನೆ.

1903 ಶ್ರೀ ನಾರಾಯಣ ಧರ್ಮ ಪರಿಪಾಲನಾ ಯೋಗಾಂ (SNDP) ಸ್ಥಾಪನೆ.

1908 ತಲ್ಲಿಚೇರಿಯಲ್ಲಿ ಜಗನ್ನಾಥ ದೇವಾಲಯ, ಕ್ಯಾಲಿಕಟ್‌ನಲ್ಲಿ ಶ್ರೀಕಂಠೇಶ್ವರ ದೇವಾಲಯ ಸ್ಥಾಪನೆ.

1912 "ತಾಳಿಕಟ್ಟು ಕಲ್ಯಾಣ" ಎಂಬ ಅನಗತ್ಯ ವೆಚ್ಚದ ವಿವಾಹ ಪದ್ಧತಿ ನಿಲ್ಲಿಸಿದ್ದು. ವರ್ಕಲದಲ್ಲಿ ಶಾರದಾಮಠ ಸ್ಥಾಪನೆ.

1918 ಶ್ರೀಲಂಕಾ ಪ್ರವಾಸ.

1920 ಕಾರಮುಕ್ಕು ದೇವಾಲಯದಲ್ಲಿ 'ಜ್ಯೋತಿ' (ಬೆಳಗುವ ದೀಪ) ಸ್ಥಾಪನೆ.

1924 ಸರ್ವಧರ್ಮ ಸಮ್ಮೇಳನ.

1925 ಶಿವಗಿರಿಯಲ್ಲಿ ಮಹಾತ್ಮರ ಭೇಟಿ; ವೈಕಂ ಚಳುವಳಿಯ ದಿನಗಳು.

1928 ಮಹಾಸಮಾಧಿ (ಸೆಪ್ಟೆಂಬರ್ 28).

ಜಿಡ್ಡು ಕೃಷ್ಣಮೂರ್ತಿ

1. ಜನನ ಮತ್ತು ಬಾಲ್ಯ

ಜಿಡ್ಡು ಕೃಷ್ಣಮೂರ್ತಿ (ಜೆ.ಕೆ.) ಅವರದು ಆಧುನಿಕ ಯುಗದ ಶ್ರೇಷ್ಠ, ಸಂವೇದನಾಶೀಲ ಆಧ್ಯಾತ್ಮಿಕ ಮನಸ್ಸುಗಳಲ್ಲಿ ಒಂದು. ಅವರು ಅತ್ಯಂತ ಅಪ್ಪಟವಾದ ಹಾಗೂ ಸ್ವತಂತ್ರ ಚಿಂತನೆಯ ಕ್ರಾಂತಿಕಾರಿ ಧಾರ್ಮಿಕ ಗುರುವೆಂದು ಜಗತ್ತಿನಾದ್ಯಂತ ಮನ್ನಣೆ ಪಡೆದವರು: **'ನಿನಗೆ ನೀನೇ ಬೆಳಕು. ಕತ್ತಲಲ್ಲಿ ಜಿಗಿ, ಅಪಾಯದಂಚಿನಲ್ಲೇ ಬದುಕು. ಅದೇನೂ ಕಷ್ಟವಲ್ಲ, ಅದೊಂದು ಲೀಲಾಜಾಲವಾದ ವಿದ್ಯಮಾನ...'** ಎಂದು ಬೋಧಿಸಿದವರು. **'ಸತ್ಯಕ್ಕೆ ದಾರಿಗಳಿಲ್ಲ. ಯಾವ ಪೂರ್ವನಿಶ್ಚಿತ ದಾರಿಯಿಂದಲೂ ಸತ್ಯದ ನೆಲೆ ತಲಪಲು ಸಾಧ್ಯವಿಲ್ಲ. ಯಾವುದೇ ಧರ್ಮ ಅಥವಾ ಸಿದ್ಧಾಂತ ನಮ್ಮನ್ನು ಅಲ್ಲಿಗೆ ಕೊಂಡೊಯ್ಯುವುದಿಲ್ಲ...** ದೇವಸ್ಥಾನಗಳಿಗೆ ಹೋಗುವ ರೂಢಕ್ರಿಯೆ, ಧರ್ಮಗ್ರಂಥಗಳ ಶುಷ್ಕ ಪಠಣ, ಶಾಸ್ತ್ರೋಕ್ತ ವಿಧಿವಿಧಾನಗಳ ಅಂಧಾನುಸರಣೆ–ಇವು ಯಾವುವೂ ಧಾರ್ಮಿಕತೆಯ ಲಕ್ಷಣಗಳಲ್ಲ. ಮನಸ್ಸು ಕುಟಿಲತೆಯಿಲ್ಲದ ಮುಗ್ಧತೆಯಲ್ಲಿ ನೆಲೆಸಿರುವುದೇ ನಿಜವಾದ ಧಾರ್ಮಿಕತೆ... **ಧಾರ್ಮಿಕ ಮನಸ್ಸೆಂಬುದು ಪ್ರೀತಿಯ ಸ್ಫೋಟ'** ಎಂದು ಹೊಸತನದಿಂದ ಹೊಸ ಭಾಷೆಯಲ್ಲಿ ಮಾತಾಡತೊಡಗಿದರು.

ಜಿಡ್ಡು ಕೃಷ್ಣಮೂರ್ತಿ 1895ರ ಮೇ 11ರಂದು ಆಂಧ್ರ ಪ್ರದೇಶದ ಮದನಪಲ್ಲಿಯಲ್ಲಿ, ಸಂಪ್ರದಾಯಸ್ಥ ಬ್ರಾಹ್ಮಣ ಕುಟುಂಬವೊಂದರಲ್ಲಿ ಜನಿಸಿದರು. ಅವರ **ತಂದೆ ನಾರಣಯ್ಯ,** ಬ್ರಿಟಿಷ್ ಸರ್ಕಾರದ ಕಂದಾಯ ಇಲಾಖೆಯಲ್ಲಿ ನ್ಯಾಯಾಧೀಶರಾಗಿದ್ದರು. **ತಾಯಿ ಸಂಜೀವಮ್ಮ** ಕೃಷ್ಣ ಭಕ್ತೆ. ನಾರಣಯ್ಯ ದಂಪತಿಯ ಹತ್ತು ಮಕ್ಕಳಲ್ಲಿ ಎಂಟನೆಯದಾದ ಈ ಮಗುವಿಗೆ ಕೃಷ್ಣಮೂರ್ತಿ ಎಂದು ನಾಮಕರಣವಾಯಿತು.

ಕೃಷ್ಣಮೂರ್ತಿಯವರಿಗೆ ತನ್ನ ತಮ್ಮ ನಿತ್ಯಾನಂದನನ್ನು ಕಂಡರೆ ಅದೇನೋ ವಾತ್ಸಲ್ಯ. ಅವನು ಮೂರು ವರ್ಷ ಚಿಕ್ಕವನು. ಅವನು ಓದಿನಲ್ಲಿ ತುಂಬಾ ಚುರುಕು. ಕೃಷ್ಣನಾದರೋ, ಸದಾ ಅನಿಶ್ಚಿತತೆಯಿಂದ ತೊಳಲುತ್ತಿದ್ದ ಜಡಭರತ, ಕನಸುಗಾರ. ದಿನಗಳೆದಂತೆ ಅವರಿಬ್ಬರ ನಡುವಿನ ಬಾಂಧವ್ಯ ಹೆಚ್ಚುತ್ತಲೇ ಹೋಯಿತು. ಕೃಷ್ಣನಿಗೆ ಹತ್ತೂವರೆ ವರ್ಷವಾದಾಗ, ಅಂದರೆ 1905ರಲ್ಲಿ ತಾಯಿ ಸಂಜೀವಮ್ಮ ತೀರಿಕೊಂಡರು.

ನಾರಣಯ್ಯನವರು ಪ್ರತಿ ತಿಂಗಳೂ ಪಡೆಯುತ್ತಿದ್ದ 125 ರೂ. ವಿಶ್ರಾಂತಿವೇತನ ಅವರ ದೊಡ್ಡ ಕುಟುಂಬವನ್ನು ಸಾಕಿ ಸಲಹುವುದಕ್ಕೆ ಏನೇನೂ ಸಾಲುತ್ತಿರಲಿಲ್ಲ. ಅವರು 1882ರಲ್ಲೇ ಮದರಾಸಿನ ಥಿಯಸಫಿಕಲ್ ಸೊಸೈಟಿಯ ಸದಸ್ಯರಾಗಿದ್ದವರು. ಹಾಗಾಗಿ ಅವರು ಆ ಸೊಸೈಟಿಯ ಅಧ್ಯಕ್ಷೆಯಾಗಿದ್ದ ಆನಿ ಬೆಸೆಂಟ್ ಅವರಿಗೆ ಪತ್ರವೊಂದನ್ನು ಬರೆದು, ಮದರಾಸಿನ ಅಡ್ಯಾರಿನಲ್ಲಿದ್ದ ಸೊಸೈಟಿಯ ಪ್ರಧಾನ ಕಚೇರಿಯಲ್ಲಿ ತಮಗೆ ಯಾವುದಾದರೂ ಕೆಲಸ ಕೊಟ್ಟು ತಮ್ಮ ಕುಟುಂಬಕ್ಕೆ ಉಚಿತ ಆಹಾರ ಮತ್ತು ವಸತಿ ವ್ಯವಸ್ಥೆ ಕಲ್ಪಿಸಿದರೆ ತಾವು ಉಚಿತವಾಗಿಯೇ ಕೆಲಸ ಮಾಡಲು ಸಿದ್ಧವೆಂದು ಮನವಿ ಮಾಡಿಕೊಂಡರು. ಆನಿ ಬೆಸೆಂಟ್ ಸೊಸೈಟಿಯ ಕೇಂದ್ರ ಕಚೇರಿಯಲ್ಲಿ ಅವರನ್ನು ಸಹಕಾರ್ಯದರ್ಶಿಯನ್ನಾಗಿ ನೇಮಿಸಿಕೊಂಡರು. ನಾರಣಯ್ಯ ಅಡ್ಯಾರಿಗೆ ಬಂದು ಥಿಯಸಫಿಕಲ್ ಸೊಸೈಟಿಯ ಕಾಂಪೌಂಡಿನ ಹೊರಗೆ ಶಿಥಿಲವಾದೊಂದು ಸಣ್ಣ ಮನೆಯಲ್ಲಿ ವಾಸಿಸತೊಡಗಿದರು. 14 ವರ್ಷದ ಕೃಷ್ಣ ಮತ್ತು 11 ವರ್ಷದ ನಿತ್ಯ ಇಬ್ಬರೂ ದಿನವೂ ಆರು ಮೈಲು ನಡೆದುಕೊಂಡು ಶಾಲೆಗೆ ಹೋಗಿಬರುತ್ತಿದ್ದರು. ಈ ಮಕ್ಕಳಿಗಿದ್ದ ಒಂದೇ ಒಂದು ಖುಷಿಯೆಂದರೆ ಅಡ್ಯಾರಿನಲ್ಲಿದ್ದ ಸಮುದ್ರ ತೀರಕ್ಕೆ ಸಂಜೆ ಹೋಗಿ ಈಜುವುದು.

2. ಥಿಯಾಸಫಿ

ಜಿಡ್ಡು ಕೃಷ್ಣಮೂರ್ತಿ ಹುಟ್ಟುವುದಕ್ಕೆ 20 ವರ್ಷ ಮೊದಲೇ 1875ರಲ್ಲಿ ಅಮೇರಿಕದಲ್ಲಿ ಆರಂಭವಾದ ಥಿಯಸಫಿಕಲ್ ಸೊಸೈಟಿ ಒಂದು ಆಧ್ಯಾತ್ಮಿಕ ಸಂಘಟನೆ. ಜಾತಿ, ಮತ, ಧರ್ಮ, ಪಂಗಡಗಳನ್ನು ಮೀರಿ ವಿಶ್ವ ಭ್ರಾತೃತ್ವದ,

ಸರ್ವಧರ್ಮ ಸಮನ್ವಯದ ಆದರ್ಶ ಹೊತ್ತು ಜನ್ಮತಾಳಿದ ಈ ಸಂಸ್ಥೆ ಜೆ.ಕೆ. ಯವರ ಜೀವನದ ಮೇಲೆ ಬೀರಿದ ಪ್ರಭಾವ ಅಪಾರ.

ಥಿಯಸಫಿಕಲ್ ಸೊಸೈಟಿಯ ಅಂತಾರಾಷ್ಟ್ರೀಯ ಕಚೇರಿ ಭಾರತಕ್ಕೆ ಸ್ಥಳಾಂತರಗೊಂಡ ಬಳಿಕ ಅದು ಬಹು ಬೇಗ ವಿಶ್ವದಾದ್ಯಂತ ಪಸರಿಸಿಕೊಂಡಿತು. ಪೂರ್ವ–ಪಶ್ಚಿಮ ಸಂಸ್ಕೃತಿಯ ಹಾಗೂ ವಿಜ್ಞಾನ, ಧರ್ಮಗಳ ಅಂತರ್ಗತ ಅಖಂಡತ್ವದ ಬಗ್ಗೆ ಸೊಸೈಟಿಗಿದ್ದ ನಂಬಿಕೆ ಸೊಸೈಟಿಯ ಜನಪ್ರಿಯತೆಗೆ ಕಾರಣವಾಯಿತು.

ಸೊಸೈಟಿಯಲ್ಲಿ ಆನಿ ಬೆಸೆಂಟರಷ್ಟೇ ಪ್ರಭಾವಶಾಲಿಯಾಗಿದ್ದ ಇನ್ನೊಬ್ಬ ವ್ಯಕ್ತಿಯೆಂದರೆ ಸಿ.ಡಬ್ಲ್ಯೂ. ಲೆಡ್‌ಬೀಟರ್. ಉತ್ತಮ ಬರಹಗಾರರೂ ಭಾಷಣಕಾರರೂ ಒಳ್ಳೆಯ ಶಿಕ್ಷಕರೂ ಆಗಿದ್ದ ಅವರು ಅತೀಂದ್ರಿಯ ಶಕ್ತಿಯುಳ್ಳವರೆಂಬ ಖ್ಯಾತಿಯನ್ನೂ ಗಳಿಸಿದ್ದರು.

ಒಂದು ದಿನ ಲೆಡ್‌ಬೀಟರ್ ಸಮುದ್ರ ತೀರದಲ್ಲಿ ಆಡುತ್ತಿದ್ದ ಕೃಷ್ಣಮೂರ್ತಿಯನ್ನೂ ನಿತ್ಯಾನಂದನನ್ನೂ ಕಂಡರು. ಅಲ್ಲಿ ಅವರು ಅತ್ಯಂತ ತೇಜಸ್ವಿ ಪ್ರಭಾವಲಯವಿರುವ ಒಬ್ಬ ವಿಶಿಷ್ಟ ಬಾಲಕನನ್ನು ಕಂಡರು. ಲೆಡ್‌ಬೀಟರ್ ಹಲವು ದಿನಗಳ ಕಾಲ ಬಾಲಕ ಕೃಷ್ಣನನ್ನು ಸೂಕ್ಷ್ಮವಾಗಿ ಗಮನಿಸಿ, 'ಈತ ಮುಂದೊಂದು ದಿನ ವಿಶ್ವಗುರುವಾಗಲಿರುವನೆಂದೂ ಜೊತೆಗೆ ಉತ್ತಮ ಉಪನ್ಯಾಸಕನಾಗಲಿರುವನು' ಎಂಬುದಾಗಿ ಭವಿಷ್ಯ ನುಡಿದರು. ಜೊತೆಗೆ ಆತ ಆನಿ ಬೆಸೆಂಟರಿಗಿಂತಲೂ ದೊಡ್ಡ ವ್ಯಕ್ತಿಯಾಗುತ್ತಾನೆಂದೂ ಆ ಬಾಲಕನಲ್ಲಿ ದೈವಾಂಶವಿರುವುದರಿಂದ ಅವನನ್ನು ತರಬೇತುಗೊಳಿಸುವ ಜವಾಬ್ದಾರಿ ನನ್ನದೇ ಎಂದು ದಿವ್ಯಲೋಕದಿಂದ ಆದೇಶವಾಗಿದೆ'ಯೆಂದೂ ಹೇಳಿಕೊಂಡರು.

ಅವರು ಆನಿ ಬೆಸೆಂಟರಿಗೆ, 'ಕೃಷ್ಣನ ಜನ್ಮಾಂತರವನ್ನು ಶೋಧಿಸಿದಾಗ ಆತ ಆಧ್ಯಾತ್ಮಪಥದಲ್ಲಿ ಬಹಳ ಎತ್ತರಕ್ಕೇರುತ್ತಾನೆ' ಎಂದು ಪತ್ರ ಬರೆದರು. ಆದರೆ ಕೃಷ್ಣನ ಬಾಹ್ಯ ವ್ಯಕ್ತಿತ್ವ ಅಷ್ಟೇನೂ ಸುಂದರವಾಗಿರಲಿಲ್ಲ. ಓರೆಕೋರೆ ಹಲ್ಲುಗಳ, ಉದ್ದ ಕೂದಲಿನ, ಭೋಳೆ ದೃಷ್ಟಿಯ, ದಡ್ಡನ ಹಾಗೆ ಕಾಣುತ್ತಿದ್ದ ಅವನು ದೈಹಿಕವಾಗಿಯೂ ಮಾನಸಿಕವಾಗಿಯೂ ಅನಾರೋಗ್ಯ ಸ್ಥಿತಿಯಲ್ಲಿದ್ದ ಎನ್ನಬೇಕು. ಆದರೆ ಆತನ ಕಣ್ಣುಗಳು ಮಾತ್ರ ಅತ್ಯಂತ ತೇಜಸ್ಸಿನಿಂದ ಹೊಳೆಯುತ್ತಿದ್ದುವು.

ಕೃಷ್ಣ ವಿಶ್ವಗುರುವಾಗಲಿದ್ದಾನೆಂಬ ಆದೇಶ ಪಡೆದ ಲೆಡ್‌ಬೀಟರ್ ಆತನ ಬಗ್ಗೆ ವಿಶೇಷ ಗಮನ ಕೊಡಲು ಶುರುಮಾಡಿದರು. ತಂದೆ ನಾರಣಯ್ಯನವರ ಅನುಮತಿ ಪಡೆದು ರಜಾ ದಿನಗಳಲ್ಲಿ ಬಾಲಕ ಕೃಷ್ಣನನ್ನು ತಮ್ಮ ಬಂಗಲೆಗೆ ಕರೆಸಿಕೊಳ್ಳಲು ಆರಂಭಿಸಿದರು. ತಮ್ಮ ಅತೀಂದ್ರಿಯ ಶಕ್ತಿಯಿಂದ ಬಾಲಕ

ಕೃಷ್ಣನ ತಲೆಯ ಮೇಲೆ ಕೈಯಿಟ್ಟು, ಆತನ ಪೂರ್ವಜನ್ಮವನ್ನು ಹುಡುಕುತ್ತಾ ಹೋಗಿ, ಕಡೆಗೆ ಈ ಬಾಲಕ ಹಿಂದೆ ಬುದ್ಧನ ಶಿಷ್ಯನಾಗಿದ್ದು ಅನುಕಂಪದ, ವಿವೇಕದ ಹಾದಿಯಲ್ಲಿ ನಡೆದು ಬಂದವನೆಂದು ಪತ್ತೆ ಹಚ್ಚಿದರು. ಕೃಷ್ಣನಿಗೆ 'ಆಲ್ಸಿಯಾನ್' (Alcyone) ಎಂಬ ಗುಪ್ತನಾಮವನ್ನೂ ನೀಡಿದರು. ಮುಂದೆ 1910ರಲ್ಲಿ ಜನ್ಮಾಂತರಗಳ ಈ ಕಥನವನ್ನು 'ಲೈವ್ಸ್ ಆಫ್ ಆಲ್ಸಿಯಾನ್' ಎಂಬ ಕಿರುಹೊತ್ತಿಗೆಯಾಗಿ ಪ್ರಕಟಿಸಲಾಯಿತು.

ಲೆಡ್‌ಬೀಟರ್ ಅವರು ಕೃಷ್ಣಮೂರ್ತಿಯನ್ನೂ ನಿತ್ಯಾನಂದನನ್ನೂ ಸಾಂಪ್ರದಾಯಿಕ ಪರಿಸರದಿಂದ ಬೇರೆ ಮಾಡಿ, ಅವರ ಆಹಾರ ಕ್ರಮವನ್ನು ಬದಲಿಸಿ, ಅವರಿಗೆ ದೈಹಿಕ ವ್ಯಾಯಾಮವನ್ನೂ ಪಾಶ್ಚಾತ್ಯ ಜೀವನ ವಿಧಾನವನ್ನೂ ಕಲಿಸುವುದಕ್ಕಾಗಿ ಅವರನ್ನು ಮದರಾಸಿನ ಮೈಲಾಪುರದ ಶಾಲೆಯಿಂದ ಬಿಡಿಸಿ ಯೂರೋಪಿಯನ್ ಶಿಕ್ಷಕರ ಸುಪರ್ದಿಗೆ ವಹಿಸಬೇಕೆಂದು ನಿರ್ಧರಿಸಿದರು; ನಾರಣಯ್ಯನವರಿಗೆ ಆ ಮಕ್ಕಳನ್ನು ವಿದ್ಯಾಭ್ಯಾಸಕ್ಕಾಗಿ ಇಂಗ್ಲೆಂಡಿಗೆ ಕಳುಹಿಸುವ ಭರವಸೆಯನ್ನಿತ್ತು ಅವರ ಮನವೊಲಿಸಿದರು.

ರಿಡ್ ಕ್ಲಾರ್ಕ್, ಸುಬ್ರಮಣ್ಯ ಅಯ್ಯರ್, ಅರ್ನೆಸ್ಟ್ ವುಡ್ ಹಾಗೂ ಡಾನ್ ಫೆಬ್ರೀಜಿಯೋ ರಸ್ಪೋಲಿಯ ಮೊದಲಾದ ಯೂರೋಪಿಯನ್ ಶಿಕ್ಷಕರ ಒಂದು ಗುಂಪು ಲೆಡ್‌ಬೀಟರರ ಬಂಗಲೆಯಲ್ಲಿ ಆ ಮಕ್ಕಳಿಗೆ ಕಲಿಸಲಾರಂಭಿಸಿತು. ಮಂಡಿಯವರೆಗೆ ಇಳಿಬಿದ್ದಿದ್ದ ಕೃಷ್ಣಮೂರ್ತಿಯ ಸಾಂಪ್ರದಾಯಿಕ ಜುಟ್ಟು ಹೋಗಿ ಕ್ರಾಪು ಬಂತು. ಶುಚಿತ್ವಕ್ಕೆ ಹೆಚ್ಚು ಒತ್ತು ನೀಡಲಾಯಿತು. ಬೆಳಗಿನ ಜಾವ 5 ಗಂಟೆಗೆ ಏಳುವುದರಿಂದ ತೊಡಗುವ ಒಂದು ಶಿಸ್ತುಬದ್ಧ ದಿನಚರಿಯನ್ನು ಮಕ್ಕಳಿಗೆ ರೂಢಿಸಲಾಯಿತು. ಅವರ ಒಟ್ಟು ಜೀವನಶೈಲಿಯನ್ನೇ ಪಾಶ್ಚಾತ್ಯೀಕರಿಸುವ ಪ್ರಯತ್ನ ಬಿರುಸಿನಿಂದ ನಡೆಯಿತು. ಆದರೆ ಈ ಒತ್ತಾಯದ ತರಬೇತಿಯ ಸಮಯದಲ್ಲಿ ಕೃಷ್ಣನ ಭೋಳೆತನವನ್ನೂ ಅನಿಶ್ಚಿತತೆಯನ್ನೂ ಸಹಿಸದ ಲೆಡ್‌ಬೀಟರ್ ಅಸಮಾಧಾನಗೊಂಡು ಅವನನ್ನು ಹಲವಾರು ಬಾರಿ ಶಿಕ್ಷಿಸಿದ್ದೂ ಉಂಟು. ಅವರಿಗೆ ಕೃಷ್ಣನ ಆ ಸ್ವಭಾವ ನಿಜಕ್ಕೂ ಆತನ ಹೆಪ್ಪುಗಟ್ಟುವ ಮಾನಸಿಕ ಮೌನದ ಸ್ಥಿತಿಯೆಂದು ಅರ್ಥವಾಗದೇ ಹೋಯಿತು. ಹಾಗಾಗಿ ಸ್ವಾತಂತ್ರ್ಯದ ಬಗ್ಗೆ, ಪ್ರಶ್ನಿಸುವ ಹಕ್ಕಿನ ಬಗ್ಗೆ ತನ್ನ ಜೀವನದುದ್ದಕ್ಕೂ ನಿರಂತರವಾಗಿ ಮಾತನಾಡುತ್ತಿದ್ದ ಕೃಷ್ಣಮೂರ್ತಿ, ಲೆಡ್‌ಬೀಟರರ ತರಬೇತಿ ಕಾಲದಲ್ಲಿ ಮಾತ್ರ ತನ್ನನ್ನು ತಾನು ಮುಚ್ಚಿಟ್ಟುಕೊಂಡು ಗೌಪ್ಯತೆಯಿಂದಿರಬೇಕಿತ್ತು, ಸಂಪೂರ್ಣವಾಗಿ ವಿಧೇಯನಾಗಿರಬೇಕಿತ್ತು.

ಲೆಡ್‌ಬೀಟರ್ ಈ ಬಾಲಕರಿಗೆ ಪಾಠಗಳ ಜೊತೆ ಆಧ್ಯಾತ್ಮಿಕ ರಹಸ್ಯಗಳನ್ನೂ ಬೋಧಿಸುತ್ತಿದ್ದರು. ಈ ಬಗ್ಗೆ ಅವರು ಆನಿ ಬೆಸೆಂಟರಿಗೆ ಪತ್ರ ಬರೆಯುತ್ತ ಕೃಷ್ಣ ಮತ್ತು ನಿತ್ಯ ನಿದ್ದೆಯಲ್ಲಿದ್ದಾಗ ತಾವು ಅವರ ಸೂಕ್ಷ್ಮ

ಶರೀರಗಳನ್ನು ಥಿಯಸಫಿಕಲ್ ಸೊಸೈಟಿಯ ಗುರುವೆನಿಸಿದ್ದ ಕುತುಮಿಯವರ ಬಳಿಗೆ ಕರೆದೊಯ್ದುದಾಗಿಯೂ ಗುರು ಕುತುಮಿ ಪರಿವೀಕ್ಷಣೆಗಾಗಿ ಆ ಬಾಲಕರಿಬ್ಬರನ್ನೂ ಶಿಷ್ಯರನ್ನಾಗಿ ಸ್ವೀಕರಿಸಲು ಸಮ್ಮತಿಸಿದರೆಂದೂ ತಿಳಿಸಿದ್ದುಂಟು.

1909ರ ನವೆಂಬರಿನಲ್ಲಿ ಭಾರತಕ್ಕೆ ಮರಳಿದ ಆನಿ ಬೆಸೆಂಟ್, ಕೃಷ್ಣ ಮತ್ತು ನಿತ್ಯರನ್ನು ಮೊದಲ ಬಾರಿಗೆ ಕಂಡು ಹರ್ಷಗೊಂಡರು. ಕಾಲಕ್ರಮೇಣ ಬೆಸೆಂಟರ ಆರೈಕೆಯಡಿಯಲ್ಲಿ ಬಾಲಕ ಕೃಷ್ಣನ ಸುತ್ತ ಒಂದು ಅಗೋಚರ 'ಸಂರಕ್ಷಣಾ ವರ್ತುಲ' ನಿರ್ಮಾಣಗೊಂಡಿತು. ಕೃಷ್ಣನ ಒಡನಾಟವನ್ನು ಕೆಲವೇ ವಿಶೇಷ ಬಾಲಕರ ಗುಂಪಿಗೆ ಸೀಮಿತಗೊಳಿಸಲಾಯಿತು. ಇತರ ಹುಡುಗರು ಆತ ಕುಳಿತ ಆಸನದಲ್ಲಿ ಕುಳಿತುಕೊಳ್ಳುವಂತಿರಲಿಲ್ಲ. ಆತ ಬಳಸುವ ಟೆನಿಸ್ ರಾಕೆಟ್ಟನ್ನು ಬಳಸುವಂತಿರಲಿಲ್ಲ... ಹೀಗೆ ಆತನ ಚಲನವಲನಗಳ ಬಗ್ಗೆ ವಿಶೇಷ ನಿಗಾ ಇಡಲಾಯಿತು.

ಕೃಷ್ಣ ಮತ್ತು ನಿತ್ಯರ ಶಿಕ್ಷಣದ ಜವಾಬ್ದಾರಿಯನ್ನು ಸ್ವತಃ ಆನಿ ಬೆಸೆಂಟರೇ ವಹಿಸಿಕೊಂಡರು. ಪ್ರತಿನಿತ್ಯ ಇಂಗ್ಲಿಷ್ ಭಾಷೆ ಹೇಳಿಕೊಡಲು ಅನುಕೂಲವಾಗಲೆಂದು ಅವರು ತಮ್ಮ ಕೋಣೆಯ ಪಕ್ಕದಲ್ಲೇ ಆ ಹುಡುಗರ ವಾಸಕ್ಕಾಗಿ ವಸತಿಯೊಂದನ್ನು ಕಲ್ಪಿಸಿಕೊಟ್ಟು ಅದಕ್ಕೆ ನಾರಣಯ್ಯನವರ ಒಪ್ಪಿಗೆಯನ್ನೂ ಪಡೆದುಕೊಂಡರು. ಅಂದಿನಿಂದ ಆ ಹುಡುಗರು ತಮ್ಮ ತಂದೆಯ ಮನೆಗೆ ಹೋಗುವುದು ಅಪರೂಪವಾಯಿತು. ಅಡ್ಯಾರಿನಲ್ಲಿ ಇರುವಷ್ಟು ಕಾಲ ಅನಿ ಬೆಸೆಂಟ್ ಸ್ವತಃ ಆ ಮಕ್ಕಳ ಆರೈಕೆ ಮಾಡುತ್ತಿದ್ದರು. ಈ ಅವಧಿಯಲ್ಲಿ ಅವರು ಕೃಷ್ಣನ ಮೇಲಿರಿಸಿದ ಉತ್ಕಟ ಪ್ರೇಮ, ಪೂರ್ಣ ವಿಶ್ವಾಸ ಅವನ ಮನಸ್ಸನ್ನು ತೀವ್ರವಾಗಿ ನಾಟಿತು. ಬಾಲ್ಯದಲ್ಲೇ ತಾಯಿಯ ವಾತ್ಸಲ್ಯದಿಂದ ವಂಚಿತನಾಗಿದ್ದ ಅವನು ಅನಿ ಬೆಸೆಂಟರ ನಿಷ್ಕಲ್ಮಶ ಮಮತೆಯನ್ನು ಸಂಪೂರ್ಣವಾಗಿ ಅನುಭವಿಸಿದ. ಅವರಿಬ್ಬರ ಮಧ್ಯೆ ಸಾಕಷ್ಟು ಅಭಿಪ್ರಾಯಭೇದವಿದ್ದರೂ ಆಕೆ ತಮ್ಮ ಲಾಲನೆ ಪಾಲನೆಯಲ್ಲಿ ತೋರಿದ ನಿಷ್ಕಪಟ ಮಾತೃಪ್ರೇಮವನ್ನು ಅವನು ಕೊನೆಯವರೆಗೂ ನೆನಪಿಸಿಕೊಳ್ಳುತ್ತಿದ್ದ ಅವರನ್ನು 'ಅಮ್ಮ'ನೆಂದೇ ಕರೆಯುತ್ತಿದ್ದ.

ಲೆಡ್‌ಬೀಟರ್ ಬಳಿ ತರಬೇತಿ ಪಡೆಯುತ್ತಿದ್ದ ಕಾಲದಲ್ಲಿ ಕೃಷ್ಣ, ಆನಿ ಬೆಸೆಂಟರಿಗೆ ಬರೆದ ಪತ್ರದಲ್ಲಿ ತನಗಾದ ಅತೀಂದ್ರಿಯ ಅನುಭವಗಳನ್ನೂ ಮತ್ತು ತಾನು ಗುರು ಕುತುಮಿಯನ್ನು ಭೇಟಿಮಾಡಿದ ಸಂದರ್ಭಗಳನ್ನೂ ದಾಖಲಿಸಿದ್ದುಂಟು. 1910ರಲ್ಲಿ ಆನಿ ಬೆಸೆಂಟ್ ಆ ಪತ್ರಗಳನ್ನು **'ಅಟ್ ದಿ ಫೀಟ್ ಆಫ್ ದಿ ಮಾಸ್ಟರ್'** ಎಂಬ ಹೆಸರಿನಲ್ಲಿ ಪುಸ್ತಕ ರೂಪದಲ್ಲಿ ಪ್ರಕಟಿಸಿದರು. ಅತ್ಯುತ್ತಮ ಇಂಗ್ಲಿಷ್ ಭಾಷಾ ಶೈಲಿಯಲ್ಲಿದ್ದ ಆ ಬರವಣಿಗೆ ಅಷ್ಟೇನೂ

ಇಂಗ್ಲಿಷ್ ಬಾರದ ಕೃಷ್ಣನದಾಗಿರದೆ ಲೆಡ್‌ಬೀಟರ್ ಅವರೇ ಕೃಷ್ಣನ ಹೆಸರಿನಲ್ಲಿ ಬರೆದಿರಬೇಕೆಂದು ಸಾಕಷ್ಟು ವಿವಾದವಾಯಿತು.

1911ರ ಜನವರಿ 11ರಂದು ಕೃಷ್ಣನ ದೀಕ್ಷಾಪ್ರದಾನದ ಪ್ರಥಮ ವಾರ್ಷಿಕೋತ್ಸವ. ಅಂದು ಜಾರ್ಜ್ ಅರುಂಡೇಲ್ ಅವರ ನೇತೃತ್ವದಲ್ಲಿ 'ಆರ್ಡರ್ ಆಫ್ ದ ರೈಸಿಂಗ್ ಸನ್' ಎಂಬ ಸಂಸ್ಥೆ ಹುಟ್ಟಿಕೊಂಡಿತು. ಕೆಲವೇ ತಿಂಗಳುಗಳಲ್ಲಿ ಅದು **'ಆರ್ಡರ್ ಆಫ್ ದ ಸ್ಟಾರ್ ಇನ್ ದ ಈಸ್ಟ್'** ಎಂದು ಪುನರ್‌ನಾಮಕರಣಗೊಂಡು ಮುಂದೆ ವಿಶ್ವವ್ಯಾಪಿಯಾಗಿ ಬೆಳೆಯಿತು. ಜೊತೆಗೆ ಕೃಷ್ಣಮೂರ್ತಿಯ ಸಂಪಾದಕತ್ವದಲ್ಲಿ 'ಹೆರಾಲ್ಡ್ ಆಫ್ ದ ಸ್ಟಾರ್' ಎಂಬ ತ್ರೈಮಾಸಿಕ ಅಡ್ಯಾರಿನಿಂದ ಪ್ರಕಟವಾಗತೊಡಗಿತು. ಸಂಸ್ಥೆಯ ಸದಸ್ಯತ್ವಕ್ಕೆ ವಿಶೇಷ ಅರ್ಹತೆಯೇನೂ ಬೇಕಿರಲಿಲ್ಲವಾದ್ದರಿಂದ 1920ರ ಸುಮಾರಿಗೆ ಜಗತ್ತಿನಾದ್ಯಂತ 35,000ಕ್ಕೂ ಹೆಚ್ಚು ಸದಸ್ಯರಾಗಿದ್ದು, 1928ರ ಹೊತ್ತಿಗೆ ಆ ಸಂಖ್ಯೆ 45,000ಕ್ಕೇರಿತ್ತು.

ಅದೇ ವರ್ಷ ಕೃಷ್ಣ ಮತ್ತು ನಿತ್ಯ ಇಬ್ಬರೂ ಅನಿ ಬೆಸೆಂಟರ ಜೊತೆ ಇಂಗ್ಲೆಂಡಿಗೆ ತೆರಳಿದರು. ಲಂಡನ್ನಿನಲ್ಲಿರುವಾಗ ಲೆಡ್‌ಬೀಟರ್ ಅವರ ನಿರ್ದೇಶನದಂತೆ ಭಾವಿ ಗುರುವಿಗೆ ಕೇವಲ ಗಂಜಿ, ಹೇರಳ ಹಾಲು ಮತ್ತು ಮೊಟ್ಟೆಗಳನ್ನು ಮಾತ್ರ ಕೊಡುತ್ತಿದ್ದರು. ಇದರ ಫಲವಾಗಿ ಕೃಷ್ಣ ಸದಾ ಹೊಟ್ಟೆನೋವಿನಿಂದ, ಅಜೀರ್ಣದಿಂದ ನರಳುತ್ತಿದ್ದ. ಸ್ವಲ್ಪ ಸಮಯದ ನಂತರ ಅವನು ಮತ್ತು ನಿತ್ಯ, ಆನಿ ಬೆಸೆಂಟರ ಜೊತೆ ಭಾರತಕ್ಕೇನೋ ಹಿಂತಿರುಗಿದರು. ಆದರೆ ಈ ಹುಡುಗರ ಬೆಳವಣಿಗೆಯ ದೃಷ್ಟಿಯಿಂದ ಇಬ್ಬರೂ ಇಂಗ್ಲೆಂಡಿನಲ್ಲಿಯೇ ವಿದ್ಯಾಭ್ಯಾಸ ಮುಂದುವರಿಸುವುದೊಳ್ಳೆಯದೆಂದು ತೀರ್ಮಾನಿಸಲಾಯಿತು. ಹಾಗಾಗಿ ಅವರು ಮತ್ತೆ ಇಂಗ್ಲೆಂಡಿಗೆ ಹೋದರು.

1912ರಲ್ಲಿ ಕೃಷ್ಣ ಮತ್ತು ನಿತ್ಯ ಎರಡನೇ ಬಾರಿ ಶಿಕ್ಷಣಕ್ಕಾಗಿ ಇಂಗ್ಲೆಂಡಿಗೆ ತೆರಳಿದವರು 1922ರವರೆಗೂ ಭಾರತಕ್ಕೆ ಹಿಂದಿರುಗಲಿಲ್ಲ. ಆ ಹತ್ತು ವರ್ಷ ಕೃಷ್ಣಮೂರ್ತಿಯ ಬದುಕಿನ ಅತ್ಯಂತ ಮಹತ್ವದ ಘಟನೆಗಳ ಕಾಲ. ಆ ಅವಧಿಯಲ್ಲಿ ಕೃಷ್ಣನ ಮತ್ತು ಬೆಸೆಂಟರ ನಡುವೆ ಪತ್ರ ವ್ಯವಹಾರದ ಮೂಲಕ ಮಾತ್ರ ಸಂಪರ್ಕವಿತ್ತು. ಇಂಗ್ಲೆಂಡಿನಲ್ಲಿ ಈ ಮಕ್ಕಳನ್ನು ಮಮತೆಯಿಂದ ಸಾಕಿದವರು ಅಲ್ಲಿನ ಶ್ರೀಮಂತ ಸುಸಂಸ್ಕೃತ ಮಹಿಳೆ **ಎಮಿಲಿ ಲುಟ್ಯನ್ಸ್**. ಇಂಗ್ಲೆಂಡಿನಲ್ಲಿ ಮಕ್ಕಳನ್ನು ಬದುಕಿನ ಹತ್ತು ಹಲವು ಸಾಧ್ಯತೆಗಳಿಗೆ ಒಡ್ಡಲಾಯಿತು. ಅವರ ದೈಹಿಕ ಸೌಂದರ್ಯಕ್ಕೆ, ಮಾನಸಿಕ ಆರೋಗ್ಯಕ್ಕೆ ಹಾಗೂ ಆಂತರಿಕ ಸಂಸ್ಕಾರಕ್ಕೆ ಹೆಚ್ಚಿನ ಒತ್ತು ನೀಡಲಾಯಿತು. ಆದರೆ ಅದೇಕೋ ಕೃಷ್ಣನಿಗೆ ಗಣಿತ, ರಾಜಕೀಯಶಾಸ್ತ್ರ, ಚರಿತ್ರೆ, ಇವು ಅಷ್ಟಾಗಿ ರುಚಿಸಲಿಲ್ಲ. ಬಲವಂತದ ಶಿಕ್ಷಣ ಆತನೊಳಗೆ ಬೇರುಬಿಡಲಿಲ್ಲ. ಹಾಗಾಗಿ ಮೆಟ್ರಿಕ್ಯುಲೇಷನ್

ಪರೀಕ್ಷೆಯಲ್ಲಿ ಒಂದಲ್ಲ ಎರಡಲ್ಲ ಮೂರು ಬಾರಿ ಫೇಲಾದ. ಆದರೆ ಆತನಿಗೆ ಭಾಷಾಶಾಸ್ತ್ರದಲ್ಲಿ, ಕಾವ್ಯಗಳಲ್ಲಿ ಬಹಳಷ್ಟು ಆಸಕ್ತಿಯಿತ್ತು.

ಆಕ್ಸ್‌ಫರ್ಡ್ ವಿಶ್ವವಿದ್ಯಾಲಯದಲ್ಲಿ ಪ್ರವೇಶ ದೊರಕದಾಗ ಕೃಷ್ಣನನ್ನು ಪ್ಯಾರಿಸ್‌ಗೆ ಕಳುಹಿಸಿಕೊಡಲಾಯಿತು. ಅಲ್ಲಿ ಆತನಿಗೆ ಅನೇಕ ಜನ ಮೇಧಾವಿಗಳ, ಲೇಖಕರ, ಸಂಗೀತಗಾರರ, ಚಿತ್ರಕಲಾವಿದರ, ನರ್ತಕಿಯರ ಪರಿಚಯವಾಯಿತು. ಆಗ ನಡೆದ ಒಂದನೇ ಜಾಗತಿಕ ಮಹಾಯುದ್ಧ ಮತ್ತದರ ಕ್ರೌರ್ಯ ಆತನ ಮನಸ್ಸನ್ನು ಕಲಕಿತು. ಒಟ್ಟಿನಲ್ಲಿ ತನ್ನ ಸ್ವತಂತ್ರ ಮನೋಧರ್ಮದಿಂದ, ಸಂವೇದನಾಶೀಲತೆಯಿಂದ ಅವನು ಅಂತರ್ಮುಖಿಯಾದ ಎನ್ನಬಹುದು. ಆದರೆ ಅವನಿಗೆ ತದ್ವಿರುದ್ಧವಾಗಿದ್ದವನು ನಿತ್ಯಾನಂದ. ಅವನು ಓದಿನಲ್ಲಿ ಗಟ್ಟಿಗನಿದ್ದ; ಕಾನೂನನ್ನು ಓದಿ ಕಾಲೇಜಿನ ಪದವಿ ಪರೀಕ್ಷೆಯನ್ನೂ ಪಾಸುಮಾಡಿದ.

ಕಾಲಕ್ರಮೇಣ ಕೃಷ್ಣ ಉಲ್ಲಾಸ, ಸಂಭ್ರಮಗಳನ್ನು ತುಳುಕಿಸುವ, ಅತ್ಯುತ್ತಮ ಬಟ್ಟೆಬರೆ ಧರಿಸುವ, ಹುಡುಗಾಟದ ಸುಂದರ ತರುಣನಾಗಿ ಬೆಳೆಯತೊಡಗಿದ. ಆದರೆ ಇವೆಲ್ಲವುಗಳ ಹಿಂದೆ ಬದುಕಿನ ತವಕ ತಲ್ಲಣಗಳಿಗೆ ಸ್ಪಂದಿಸುವ, ತನ್ನ ವಿಶ್ವಗುರುವೆಂದು ರೂಪಿಸುವುದಕ್ಕಾಗಿ ತನ್ನ ಸುತ್ತ ನಡೆಯುತ್ತಿದ್ದ ವಿದ್ಯಮಾನಗಳನ್ನು ಪ್ರಶ್ನಿಸುವ ಸಂವೇದನಾಶೀಲ ವ್ಯಕ್ತಿಯಾಗಿ ರೂಪುಗೊಳ್ಳತೊಡಗಿದ. ಆ ಕಾಲದ ಒಂದು ಛಾಯಾಚಿತ್ರದಲ್ಲಿ ಅವನೊಬ್ಬ ನಿರ್ಮೋಹಿಯಾಗಿ ದಿಗಂತದಾಚೆ ದಿಟ್ಟಿಸುತ್ತಿರುವ ಸುಂದರ ಕಣ್ಣುಗಳ, ತನ್ನನ್ನು ತಾನೇ ಕಳೆದುಕೊಂಡಂಥ ಮುಖಚರ್ಯೆಯ ಅತ್ಯಂತ ಸುಂದರ ತರುಣನಂತೆ ಕಾಣುತ್ತಿದ್ದ.

3. ಆಂತರಿಕ ಕ್ರಾಂತಿಪಥದಲ್ಲಿ

1920ರ ಹೊತ್ತಿಗೆ ಕೃಷ್ಣ ಥಿಯಾಸಫಿಯ ತತ್ತ್ವಗಳ ಅನುಷ್ಠಾನದಲ್ಲಿ ಮನುಷ್ಯನ ಎಲ್ಲ ಸಮಸ್ಯೆಗಳಿಗೂ ಉತ್ತರವಿದೆಯೆಂಬ ಬಗ್ಗೆ ನಂಬಿಕೆ ಕಳೆದುಕೊಳ್ಳತೊಡಗಿದ್ದ. ಅದು ಆಂತರಿಕವಾಗಿ ಅವನು ಪರಿವರ್ತನೆಯಾಗುತ್ತಿದ್ದ ಸಮಯ. ಒಟ್ಟಿನಲ್ಲಿ ಅವನು ಆ ಸಿದ್ಧಾಂತವನ್ನೇ ಅನುಮಾನಿಸತೊಡಗಿದ್ದ. ಒಂದು ಕಡೆ ಅವನು ತನ್ನ ನೆಲದ ದೇಸೀ ಅರಿವಿಗೆ, ಪರಂಪರೆಗೆ ಹೆಚ್ಚುಕಡಿಮೆ ಪರಕೀಯನಾಗಿ ಹೋದ; ಇನ್ನೊಂದೆಡೆ ತಾನು ಪಡೆದ ಪಶ್ಚಿಮದ ತರಬೇತಿಗೆ ಹೊರಗಿನವನಾಗಿಯೇ ಉಳಿದ. ಈ ದ್ವಂದ್ವದಿಂದ ಹೊರಬರುವುದಕ್ಕಾಗಿ ಅವನು ಒದ್ದಾಡುತ್ತಿದ್ದ; ಈ ಬೇಗುದಿಯಿಂದ ತಾನು ಹೊರಬೀಳಲು ತುಂಬ ಪ್ರಯತ್ನಪಡುತ್ತಿದ್ದ. ತನ್ನನ್ನು ಇನ್ನೂ ಒಂದು ಮಗುವಿನಂತೆ ನಡೆಸಿಕೊಳ್ಳುತ್ತಿರುವುದನ್ನು ಸೂಕ್ಷ್ಮವಾಗಿ ವಿರೋಧಿಸಿದ ಅವನು ಲೆಡ್‌ಬೀಟರ್

ಅವರಿಗೆ ಪತ್ರವೊಂದನ್ನು ಬರೆದು, 'ನನ್ನ ಬದುಕನ್ನು ನಾನೇ ರೂಪಿಸಿಕೊಳ್ಳಲು ಅವಕಾಶ ನೀಡದಿರುವುದು ಸರಿಯಲ್ಲ. ನನ್ನ ಬದುಕಿನ ಜವಾಬ್ದಾರಿಯನ್ನು ನಾನೇ ನಿರ್ವಹಿಸುವ ಕಾಲ ಬಂದಿದೆ' ಎಂದು ತನ್ನ ಖಚಿತ ಅಭಿಪ್ರಾಯವನ್ನು ವ್ಯಕ್ತಪಡಿಸಿದ.

ಕೃಷ್ಣ ಇಂಗ್ಲೆಂಡಿಗೆ ಹೋದ ಮೇಲೆ ಹತ್ತು ವರ್ಷಗಳ ಬಳಿಕ, 1921ರಲ್ಲಿ ಆಸ್ಟ್ರೇಲಿಯದಲ್ಲಿ ನಡೆಯಲಿದ್ದ ಥಿಯಸಫಿಸ್ಟರ ಸಮ್ಮೇಳನಕ್ಕೆ ಹೋಗಬೇಕಾಯಿತು. ಆ ಹಾದಿಯನ್ನು ಕ್ರಮಿಸುವಾಗ ಅವನು ಮೊದಲ ಬಾರಿಗೆ ಭಾರತಕ್ಕೆ ಬಂದು ಕೆಲವು ದಿನ ಇದ್ದ. ಆ ಹೊತ್ತಿಗೆ ನಿತ್ಯಾನಂದನ ಆರೋಗ್ಯ ಹದಗೆಡಲಾರಂಭಿಸಿತ್ತು. ಆತ ಕ್ಷಯ ರೋಗದಿಂದ ಬಳಲುತ್ತಿದ್ದ. ವೈದ್ಯರು ಹವೆ ಬದಲಾವಣೆಯಾದರೆ ಒಳ್ಳೆಯದೆಂದು ಸೂಚಿಸಿದರು. ಅದರಂತೆ ಕೃಷ್ಣ ಮತ್ತು ನಿತ್ಯ 1922ರಲ್ಲಿ ಗುಡ್ಡ, ಕೊಳ್ಳಗಳಿರುವ, ಒಣ ಹವೆಯಿಂದ ಕೂಡಿದ ಕ್ಯಾಲಿಫೋರ್ನಿಯದ **ಒಜ್ಜೈಗೆ** ತೆರಳಿದರು. ಕಡಲಯಾನದ ಮಧ್ಯದಲ್ಲೇ ನಿತ್ಯ ತೀವ್ರವಾಗಿ ಅಸ್ವಸ್ಥನಾದ. ಕಡೆಗೂ ಅವರಿಬ್ಬರು ಒಜ್ಜೈಯನ್ನು ತಲಪಿದರು. ಕೃಷ್ಣನ ಒಟ್ಟು ದೃಷ್ಟಿಯೇ ಮಾಗುತ್ತಿದ್ದ ಕಾಲವದು. ಸತತ ತರಬೇತಿಯ ಹೊರ ಲೋಕದಿಂದ ಆತ ಮೌನದ ಒಳ ಲೋಕಕ್ಕೆ ಹೊರಳಿದ; ಅಂತರ್ಮುಖಿಯಾದ; ಸತತವಾಗಿ ಧ್ಯಾನಮಾಡಿದ. ಕ್ರಮೇಣ ಅವನೊಳಗಿನ ದ್ವಂದ್ವಗಳು ಕರಗಲಾರಂಭಿಸಿದುವು. ಆತ ಮುನ್ನಡೆಯತೊಡಗಿದ. ತನಗೆ ಬದುಕಿನ ದರ್ಶನಾನುಭವ ಆಗಿಲ್ಲ, ಆದರೆ ತನಗೆ ತನ್ನದೇ ಆದ ತತ್ವದರ್ಶನವೊಂದಿದೆ, ನಾನು ಮತ್ತೊಬ್ಬನಿಗೆ ಸಹಾಯಮಾಡಲು ಸಾಧ್ಯವೆಂಬುದನ್ನು ನಾನೇ ಕಂಡುಕೊಳ್ಳಬೇಕಾಗಿದೆ ಎಂದು ತೀರ್ಮಾನಿಸಿದ. ಮುಂದೆ ಸುದೀರ್ಘ ಕಾಲದ ಬಳಿಕ ಅವನು ತನ್ನ ಸ್ವಂತ ಜೀವನಾನುಭವ ಯಾವ ಪಾಠ ಕಲಿಸಿತೆಂಬುದನ್ನು ಈ ರೀತಿ ವ್ಯಕ್ತಪಡಿಸಿದ: **'ಬದುಕೆಂಬುದು ಒಂದು ನಿಗೂಢ ಅನುಭವ. ಬದುಕಿನಲ್ಲಿ ನಮ್ಮ ಸ್ಥಾನ ಏನೆಂಬುದನ್ನು ನಾವು ಹೊಸತಾಗಿ ಶೋಧಿಸಬೇಕು. ಅದೇ ಸ್ವಯಂಜೀವನ ದರ್ಶನ.'**

1922–23ನೇ ಇಸವಿ ಕೃಷ್ಣಮೂರ್ತಿಯ ಬದುಕಿನ ಅತ್ಯಂತ ಜಾಗೃತಿಯ ಕಾಲ. ಆ ಅವಧಿಯಲ್ಲಿ ಅನೇಕ ಪ್ರತ್ಯಕ್ಷದರ್ಶಿಗಳು ಅದೃಶ್ಯವಾದ ಶಕ್ತಿಯೊಂದು ಅವನನ್ನು ಆವರಿಸುತ್ತಿದ್ದುದನ್ನೂ ಅವನಿಗಾಗುತ್ತಿದ್ದ ಅತೀತವಾದ ಅನುಭವಗಳನ್ನೂ ದಾಖಲಿಸಿದ್ದಾರೆ. ದಟ್ಟವಾದ ಆಧ್ಯಾತ್ಮಿಕ ಅನುಭೂತಿಗೊಳಗಾಗುತ್ತಿದ್ದ. ಆ ಸಮಯದಲ್ಲಿ ಅವನಿಗೆ ಆಗಾಗ ತನ್ನ ದೇಹದಲ್ಲಿ ಸಹಿಸಲಸಾಧ್ಯವಾದ ನೋವು ಕಾಣಿಸಿಕೊಳ್ಳುತ್ತಿತ್ತು. ನಿತ್ಯಾನಂದ ತನ್ನ ಡೈರಿಯಲ್ಲಿ ಬರೆದಿರುವಂತೆ ಒಜ್ಜೈ ಕುಟೀರದ ಹೊರಗೆ ಮರದಡಿಯಲ್ಲಿ ಧ್ಯಾನಸ್ಥನಾಗಿ ಕುಳಿತಿರುತ್ತಿದ್ದ ಕೃಷ್ಣಮೂರ್ತಿ ಅತ್ಯಂತ ವೇದನೆಯಿಂದ ನರಳುತ್ತ ಕುಟೀರವನ್ನು

ಪ್ರವೇಶಿಸುತ್ತಿದ್ದ; ಅನೇಕ ಬಾರಿ ಅರೆ ಪ್ರಜ್ಞಾವಸ್ಥೆಯ ಸ್ಥಿತಿ ತಲುಪುತ್ತಿದ್ದ; ಕತ್ತಿನ ಹಿಂಭಾಗದಲ್ಲಿ ಆರಂಭವಾಗುತ್ತಿದ್ದ ನೋವು ಕಣ್ಣಿನ ಹಿಂಭಾಗದಲ್ಲಿ, ಬೆನ್ನು ಹುರಿಯಲ್ಲಿ, ನೆತ್ತಿಯ ಮಧ್ಯದಲ್ಲಿ ಹರಡಿಕೊಳ್ಳುತ್ತಿತ್ತು. ಯಮಯಾತನೆಯ ಆ ನೋವಿನ ಬಗ್ಗೆ ಆತ ಮುಂದೊಂದು ದಿನ ತನ್ನ ಡೈರಿಯಲ್ಲಿ ಅದೊಂದು 'ಪ್ರಕ್ರಿಯೆ' ಎಂದು ದಾಖಲಿಸಿದ್ದುಂಟು. ದಿನದ ಬೇರೆ ಬೇರೆ ಕ್ಷಣಗಳಲ್ಲಿ ಕಾಣಿಸಿಕೊಳ್ಳುತ್ತಿದ್ದ ಆ ಪ್ರಕ್ರಿಯೆಯಿಂದಾಗಿ ಅವನಿಗೆ ಸಣ್ಣ ಬೆಳಕನ್ನೂ ಧ್ವನಿಗಳನ್ನೂ ಸಹಿಸಲಾಗುತ್ತಿರಲಿಲ್ಲ. ಅಂಥ ಸಮಯಗಳಲ್ಲಿ ಆತ ಯಾರಿಗೂ ತನ್ನ ದೇಹವನ್ನು ಮುಟ್ಟಲು ಬಿಡುತ್ತಿರಲಿಲ್ಲ. ಆ ಅವಧಿಯಲ್ಲಿ ತಾನು ಏಸುಕ್ರಿಸ್ತ, ಬುದ್ಧ, ಮೈತ್ರೇಯ ಮೊದಲಾದವರನ್ನು ಕಂಡಿದ್ದೆನೆಂದೂ ಪ್ರಕಾಶಮಾನವಾದ ನಕ್ಷತ್ರವನ್ನು, ಕಣ್ಣು ಕೋರೈಸುವ ಬೆಳಕನ್ನೂ ನೋಡಿದ್ದೆನೆಂದೂ ವಿವರಿಸುತ್ತಿದ್ದ. ಅವನು ಮಾತನಾಡುತ್ತಿದ್ದದ್ದೇ ವಿಭಿನ್ನ ಸ್ವರಗಳಲ್ಲಿ. ತಾನು ಮರೆತುಹೋದ ತನ್ನ ಮಾತೃಭಾಷೆಯಲ್ಲೂ ಮಾತನಾಡುತ್ತಿದ್ದ; ಆಗಾಗ ತನ್ನ ತಾಯಿಯನ್ನು ನೋಡಿದ್ದರ ಅನುಭವವನ್ನು ವರ್ಣಿಸುತ್ತಿದ್ದ. ಆದರೆ ಈ ಅರೆ ಪ್ರಜ್ಞಾವಸ್ಥೆಯಿಂದ ಎಚ್ಚೆತ್ತಾಗ ಮಾತ್ರ ಆತನಿಗೆ ಆ ಯಾವುದೇ ಘಟನೆಗಳು ನೆನಪಿರುತ್ತಿರಲಿಲ್ಲ. ಈ ಪ್ರಕ್ರಿಯೆ 1922–23ರಲ್ಲಿ ಕೆಲವು ತಿಂಗಳ ಕಾಲ ಮುಂದುವರೆಯಿತು.

1924ರಲ್ಲಿ ಅವನು ನಿತ್ಯನೊಡನೆ ಜಗತ್ತಿನಾದ್ಯಂತ ಸಂಚರಿಸುತ್ತಿರುವಾಗ ಕೂಡ ಈ ಪ್ರಕ್ರಿಯೆ ಮುಂದುವರಿದದ್ದುಂಟು. ಕೃಷ್ಣನ ಈ ಅವಸ್ಥೆಯನ್ನು ಕಂಡು ಅದು ಅರ್ಥವಾಗದೆ ದಿಙ್ಮೂಢನಾಗುತ್ತಿದ್ದ ನಿತ್ಯ ಆನಿ ಬೆಸೆಂಟರಿಗೆ, 'ನನ್ನ ಅಣ್ಣನ ದೇಹದಲ್ಲಿ ಜರುಗುವ ಈ ಪ್ರಕ್ರಿಯೆ ಅವನ ಮೂರನೆಯ ಕಣ್ಣು ತೆರೆಯುವ ಪ್ರಕ್ರಿಯೆಯಿರಬಹುದೇನೋ ಎಂಬುದು ನನ್ನ ಊಹೆ' ಎಂದು ಪತ್ರ ಬರೆದಿದ್ದ. 'ಆ ಪ್ರಕ್ರಿಯೆಯ ಸಂದರ್ಭದಲ್ಲಿ ನನ್ನ ದೇಹ ತೀವ್ರ ನೋವನ್ನು, ಹಗುರವಾದ ಸ್ಪಷ್ಟತೆಯನ್ನು ತಂತಾನೆ ಪಾರದರ್ಶಕದಂತೆ ಬೆಳಗಿಕೊಳ್ಳುತ್ತಿತ್ತು' ಎಂದು ಕೃಷ್ಣ ಹಲವು ಕಡೆ ಹೇಳಿಕೊಂಡಿದ್ದ.

ಕಾಲ ಕಳೆದಂತೆ ಕೃಷ್ಣಮೂರ್ತಿ ಅಭ್ಯಾಸದಿಂದ, ವೈರಾಗ್ಯ ಸಾಧನೆಯ ಮಾರ್ಗದಿಂದ ತತ್‌ಕ್ಷಣದಲ್ಲಿ ಸತ್ಯಕ್ಕೆ ಲಘುವಾಗಿ ಜಿಗಿಯುವ ತತ್ತ್ವಜ್ಞಾನ ಮಾರ್ಗದ ಕಡೆಗೆ ಸರಿಯತೊಡಗಿದ. ಥಿಯಾಸಫಿಯ ಆತ್ಮವಿಕಾಸದ ಪಥದಿಂದ ತತ್‌ಕ್ಷಣದ ಆಂತರಿಕ ಕ್ರಾಂತಿಪಥದತ್ತ ಸಾಗತೊಡಗಿದ. ತನ್ನ ಪ್ರವಚನಗಳಲ್ಲಿ **'ಮನುಷ್ಯ ದುಃಖದಿಂದ ಆನಂದದತ್ತ ವಿಕಾಸ ಹೊಂದುವುದಿಲ್ಲ. ಅವನು ಕೇವಲ ಆನಂದದಲ್ಲೇ ಅರಳಿಕೊಳ್ಳುತ್ತಾನೆ.** ಅದಕ್ಕೆ ನೀನು ಮಾಡಬೇಕಾದದ್ದೇನೂ ಇಲ್ಲ, ಸಹಜವಾಗಿರು, ಸಂತೋಷದಲ್ಲಿರು, ದೇವರಾಗು, ನಿನ್ನನ್ನು ನೋಡಿ ನೀನೇ ನಗು' ಎಂದು ಹೇಳಲಾರಂಭಿಸಿದ. ಇವೆಲ್ಲವುಗಳ ಜೊತೆಯಲ್ಲೇ ವರ್ಷವರ್ಷವೂ ಅವನ ವಿಶ್ವ ಪರ್ಯಟಣನವೂ 'ಆರ್ಡರ್ ಆಫ್ ದಿ ಸ್ಟಾರ್

ಇನ್ ದಿ ಈಸ್ಟ್'ನ ವಿವಿಧ ಶಾಖೆಗಳಲ್ಲಿ ಚರ್ಚೆ, ಭಾಷಣಗಳೂ ನಡೆಯುತ್ತಲೇ ಇದ್ದುವು. ಈ ಪ್ರಕ್ರಿಯೆ ದೈಹಿಕವಾಗಿಯೂ ಆತನನ್ನು ಪರಿವರ್ತಿಸಿತ್ತು. ಈಗ ಕೃಷ್ಣ ಹೊಳೆವ ಕಣ್ಣುಗಳ ಸುಂದರ ತರುಣನಾಗಿ ಬೆಳೆದಿದ್ದ. ಅನೇಕ ಸ್ತ್ರೀಯರು, ಸುಂದರ ತರುಣಿಯರು ಆತನ ಚೆಲುವಿಗೆ ಮಾರುಹೋಗಿ ಆತನನ್ನು ಆಕರ್ಷಿಸಲು ಚಡಪಡಿಸುತ್ತಿದ್ದರು. ಆ ಶ್ರೀಮಂತ ಸುಂದರಿಯರ ನಡುವೆಯೇ ಇದ್ದರೂ ಕೂಡ ಅವನನ್ನು ತಮ್ಮೆಡೆಗೆ ಸೆಳೆದುಕೊಳ್ಳುವ ಅವರ ಪ್ರಯತ್ನಗಳು ಸಫಲವಾಗುತ್ತಿರಲಿಲ್ಲ. ಅವರು ಆತನ ವಿಚಿತ್ರ ನಡವಳಿಕೆಯನ್ನು ಕಂಡು ಆಶ್ಚರ್ಯಪಡುತ್ತಿದ್ದರು. ಆದರೂ ಅವರು ಸ್ವಾರ್ಥದ ಲವಲೇಶವೂ ಇಲ್ಲದ ಕೃಷ್ಣನ ಗೆಳೆಯರಾಗಿಯೇ ಮುಂದುವರಿದರು.

ಥಿಯಸಾಫಿಕಲ್ ಸೊಸೈಟಿಯ ಸಮಾವೇಶಗಳು ಮತ್ತು 'ಆರ್ಡರ್ ಆಫ್ ದಿ ಸ್ಟಾರ್'ನ ವಾರ್ಷಿಕ ಶಿಬಿರಗಳು ನಡೆಯುತ್ತಲೇ ಇದ್ದುವು. ಅದರಲ್ಲೆಲ್ಲ ಕೃಷ್ಣ ಭಾಗವಹಿಸಿ ಮಾತಾಡಬೇಕಿತ್ತು. ಅಂತ ಸಂದರ್ಭಗಳಲ್ಲಿ ಆನಿ ಬೆಸೆಂಟ್, ಲೆಡ್‌ಬೀಟರ್ ಮೊದಲಾದವರು, ಶೀಘ್ರವೇ ಪ್ರವಾದಿಯ ಅವತಾರವಾಗಲಿಕ್ಕಿದೆ, ಕೃಷ್ಣನಲ್ಲಿ ಆ ಪ್ರವಾದಿಯ ಲಕ್ಷಣಗಳು ಪ್ರಕಟಗೊಳ್ಳುತ್ತಿವೆ ಎಂದೆಲ್ಲ ಹೇಳಿಕೆ ನೀಡುತ್ತಿದ್ದರು. ಆದರೆ ದಿನಗಳೆದಂತೆ ಕೃಷ್ಣನಿಗೆ ಜಗದ್ಗುರುವಿನ ಪಟ್ಟ ಮುಳ್ಳಿನ ಹಾಸಿಗೆಯಂತೆ ಭಾಸವಾಗುತ್ತಿತ್ತು. ಜನರಂತೂ ಹೊಸಧರ್ಮ ಸ್ಥಾಪನೆಯ ಗುರುವಿನ ಆಗಮನವನ್ನು ಕಾತರದಿಂದ ಎದುರು ನೋಡುತ್ತಿದ್ದರು. ಆದರೆ ಕೃಷ್ಣಮೂರ್ತಿಯ ಮನಸ್ಸು ಈ ಬಗ್ಗೆ ತಳಮಳಿಸುತ್ತಿತ್ತು. ಆವರು ಬಯಸಿದ ಗುರೂಪದೇಶ, ಮಾರ್ಗದರ್ಶನ ಮುಂತಾದುವು ತನ್ನಿಂದಾಗದ ಕೆಲಸ, ಈ ಭೂಮಿಯಲ್ಲಿದ್ದಷ್ಟು ದಿನ ದೈನಂದಿನ ಬದುಕಿನ ಕಾಳಜಿಗಳ ಬಗ್ಗೆ ಹೆಚ್ಚು ಗಮನ ಕೊಡುವುದು ಮುಖ್ಯ ಎಂದು ಆತ ಮನಗಾಣತೊಡಗಿದ್ದ. 'ಬದುಕಿನ ನಿಗೂಢತೆಗೆ ಸಂಬಂಧಪಟ್ಟಂತೆ ಉತ್ತರಕ್ಕಾಗಿ ತಡಕಾಡುವುದಕ್ಕಿಂತ ಪ್ರಶ್ನೆಗಳ ಅಲೆಗಳನ್ನೆಬ್ಬಿಸುವುದು ಬಹಳ ಮುಖ್ಯ. ಅನುಮಾನ ಅತ್ಯಂತ ಅಮೂಲ್ಯವಾದುದು. ಅನುಮಾನ ಮತ್ತು ಪ್ರಶ್ನಿಸುವಿಕೆ ಆಧ್ಯಾತ್ಮಶೋಧನೆಯ ಬಹು ಮುಖ್ಯ ಕ್ರಮಗಳು. ಅವು ನಮ್ಮ ಮನಸ್ಸನ್ನು ಶುದ್ಧೀಕರಿಸಿ, ಸತ್ಯಾನ್ವೇಷಣೆಯ ಪಾಠವನ್ನು ಸ್ಪಷ್ಟಗೊಳಿಸುತ್ತವೆ' ಎಂದು ಪ್ರತಿಪಾದಿಸತೊಡಗಿದ.

1926ರಲ್ಲಿ ಓಮೆನ್‌ಗೆ ಭೇಟಿಕೊಟ್ಟ ಸಂದರ್ಭದಲ್ಲಿ ಮಾತನಾಡುತ್ತಾ ಕೃಷ್ಣ, 'ಕಳೆದ ಹದಿನೈದು ದಿನಗಳಲ್ಲಿ ನಾನು ಎಷ್ಟು ಬದಲಾಗಿದ್ದೇನೆಂದರೆ ನನ್ನ ದೇಹದ ಒಳಹೊರಗುಗಳು, ಮುಖ, ಕೈಕಾಲುಗಳು, ನನ್ನ ಸಮಗ್ರ ಅಸ್ತಿತ್ವ, ಎಲ್ಲವೂ ಸಂಪೂರ್ಣವಾಗಿ ಬದಲಾಗಿವೆ' ಎಂಬ ತನ್ನ ಅಭಿಪ್ರಾಯವನ್ನು ತೆರೆದಿಟ್ಟ. 1927ರಲ್ಲಿ ಓಮೆನ್‌ನಲ್ಲಿ ನಡೆದ 'ಸ್ಟಾರ್' ಶಿಬಿರದ ಸಂದರ್ಭದಲ್ಲಿ ಆತ ಥಿಯಸಾಫಿಕಲ್ ಸೊಸೈಟಿಯ ತತ್ವ ನಂಬಿಕೆಗಳಿಗೆ ತದ್ವಿರುದ್ಧವಾಗಿಯೇ

ಮಾತಾಡತೊಡಗಿದ. 1928ರಲ್ಲಿ ಹಾಲೆಂಡ್‌ನಲ್ಲಿ ತನ್ನ ಗೆಳೆಯರ ಜೊತೆಗೆ 'ಆರ್ಡರ್ ಆಫ್ ದಿ ಸ್ಟಾರ್' ಸಂಘಟನೆಯನ್ನು ವಿಸರ್ಜಿಸುವ ಕುರಿತು ಚರ್ಚಿಸಿದ. ಅದೇ ವರ್ಷ ನಡೆದ ಶಿಬಿರದಲ್ಲಿ, 'ಜಗತ್ತಿನಲ್ಲಿ ಎಲ್ಲ ನಿಯಂತ್ರಣಾಧಿಕಾರಗಳನ್ನೂ ಪ್ರಭುತ್ವಗಳನ್ನೂ ಗುರುವಿನ ಆಗಮನವನ್ನು ಕುರಿತ ನಂಬಿಕೆಯನ್ನೂ ನಿರಾಕರಿಸಿ ನಮ್ಮ ಒಳಬೆಳಕಿನಿಂದಲೇ ನಮ್ಮನ್ನು ನಾವು ಕಂಡುಕೊಳ್ಳಬೇಕು... ಬುದ್ಧ, ಏಸುಕ್ರಿಸ್ತರು ತಾವು ದೈವಾಂಶ ಸಂಭೂತರೆಂದು ಎಂದೂ ಹೇಳಿಕೊಳ್ಳಲಿಲ್ಲ. ಆದರೆ ಅವರ ಶಿಷ್ಯರು ಅವರ ಮೇಲೆ ದೈವತ್ವವನ್ನು ಆರೋಪಿಸಿದರು' ಎಂದು ಹೇಳಿದ.

ಥಿಯಸಾಫಿಕಲ್ ಸೊಸೈಟಿಯ ಮತ್ತು ಕೃಷ್ಣನ ನಡುವಿನ ಬಿರುಕು ಸಂಪೂರ್ಣ ಬಯಲಾಗುತ್ತಿದ್ದ ಕಾಲವದು. 1926–27ರ ಅವಧಿಯಲ್ಲಿ ಆನಿ ಬೆಸೆಂಟ್ ಅವರು ತಮ್ಮೆಲ್ಲ ಕೆಲಸಕಾರ್ಯಗಳನ್ನು ಬದಿಗಿಟ್ಟು ಕೃಷ್ಣನ ಜೊತೆಗಿರಲೆಂದೇ ಒಜ್ಹೈಗೆ ಹೋಗಿ ನೆಲೆಸಿದರು. ಕೃಷ್ಣಮೂರ್ತಿಯ ಆಂತರಿಕ ಪರಿವರ್ತನೆಯನ್ನೂ ಅದಕ್ಕೆ ವಿರುದ್ಧವಾಗಿ ಆತ ನಡೆದುಕೊಳ್ಳುತ್ತಿದ್ದುದನ್ನೂ ಗಮನಿಸುತ್ತಿದ್ದ ಅವರಿಗೆ ಮೂಕವೇದನೆಯಾಗುತ್ತಿತ್ತು. ಆದರೂ ಕೃಷ್ಣನ ಮೇಲಿನ ಅಗಾಧ ಪ್ರೀತಿಯಿಂದ ಆತನಿಗೆ ನಂಬಿಕೆಯಿಲ್ಲದೆ ಸೊಸೈಟಿಯ ನಿಗೂಢ ದೀಕ್ಷಾಸಂಘದ ಕಾರ್ಯ ಚಟುವಟಿಕೆಗಳನ್ನು ಸ್ಥಗಿತಗೊಳಿಸಿದರು. ಆದರೆ ಕೆಲವೇ ತಿಂಗಳಲ್ಲಿ ಸೊಸೈಟಿಯ ಸದಸ್ಯರ ಒತ್ತಾಯಕ್ಕೆ ಮಣಿದು ಆ ಸಂಘವನ್ನು ಪುನಃ ಆರಂಭಿಸಬೇಕಾಯಿತು. ಆನಿ ಬೆಸೆಂಟ್ ಸೊಸೈಟಿಯ ಅಧ್ಯಕ್ಷ ಸ್ಥಾನಕ್ಕೆ ರಾಜೀನಾಮೆ ಕೊಟ್ಟು ತಾವು ಮಾತ್ರ ಕೃಷ್ಣಮೂರ್ತಿಯ ಕಾಲಬುಡದಲ್ಲಿ ತಮ್ಮ ಮುಂದಿನ ಜೀವನ ಕಳೆಯುವ ಇಚ್ಛೆಯನ್ನು ವ್ಯಕ್ತಪಡಿಸಿದರು. ಆದರೆ ಕೃಷ್ಣಮೂರ್ತಿ ಅದಕ್ಕೆ ಸಮ್ಮತಿಸಲಿಲ್ಲ.

4. 'ಆರ್ಡರ್ ಆಫ್ ದಿ ಸ್ಟಾರ್' ವಿಸರ್ಜನೆ

1929ರ ಆಗಸ್ಟ್ 3ರಂದು ಹಾಲೆಂಡಿನ ಓಮೆನ್‌ನಲ್ಲಿ ಸಾವಿರಾರು ಮಂದಿ ಪ್ರತಿನಿಧಿಗಳು, ಸದಸ್ಯರು ಶತಮಾನದ ಪುರುಷನ ಹೊಸ ಪ್ರವಚನಕ್ಕಾಗಿ ಕುತೂಹಲ, ಉತ್ಸಾಹ, ಆತಂಕಗಳ ಸಮ್ಮಿಶ್ರ ಭಾವದಿಂದ ಕಾದು ಕುಳಿತಿದ್ದರು. ಶ್ರೀಮತಿ ಆನಿ ಬೆಸೆಂಟರೂ ಉಪಸ್ಥಿತರಿದ್ದರು. ಸಾವಿರಾರು ಎಕರೆ ಪ್ರದೇಶದಲ್ಲಿ ಹರಡಿಕೊಂಡಿದ್ದ ಜಗದ್ಗುರುವಿನ ಅರಮನೆ ಮತ್ತಿತರ ಸೌಲಭ್ಯಗಳು, ಆತನ ಹೊಸವಾಣಿಯ ನಿರೀಕ್ಷೆಯಲ್ಲಿದ್ದ ಆಕಾಶವಾಣಿ, ಜಗತ್ತಿನ ಪ್ರಮುಖ ಪತ್ರಿಕೆಗಳು ಆತನ ಸಂದೇಶವನ್ನು ಬಿತ್ತರಿಸುವ ಕಾಯಕದಲ್ಲಿ ತಲ್ಲೀನವಾಗಿದ್ದುವು. 34 ವರ್ಷದ, ತೇಜಸ್ಸಿನಿಂದ ಮಿನುಗುವ ಕಣ್ಣುಗಳ, ಕೃಶ ದೇಹದ ಜಿಡ್ಡು ಕೃಷ್ಣಮೂರ್ತಿ ತನ್ನನ್ನು ಹೆತ್ತ ತಾಯಿಯಂತೆ ಸಲಹಿದ ಶ್ರೀಮತಿ ಆನಿ ಬೆಸೆಂಟರ

ಸಮ್ಮುಖದಲ್ಲೇ 'ಆರ್ಡರ್ ಆಫ್ ದಿ ಸ್ಟಾರ್ ಇನ್ ದಿ ಈಸ್ಟ್' ಸಂಸ್ಥೆಯನ್ನು ವಿಸರ್ಜಿಸುವ ತನ್ನ ಐತಿಹಾಸಿಕ ನಿರ್ಧಾರವನ್ನು ಘೋಷಿಸಿದರು. ಅದು ಅವರ ಬಿಡುಗಡೆಯೂ ಆಗಿತ್ತು.

'ಸತ್ಯವು ದಾರಿಗಳಿಲ್ಲದ ಒಂದು ಬಯಲು. ಯಾವ ಪೂರ್ವನಿಶ್ಚಿತ ದಾರಿಯಿಂದಲೂ ಸತ್ಯದ ಬೆಲೆ ತಲಪಲು ಸಾಧ್ಯವಿಲ್ಲ. ಯಾವುದೇ ಧರ್ಮ ಅಥವಾ ಸಿದ್ಧಾಂತ ನಿಮ್ಮನ್ನು ಅಲ್ಲಿಗೆ ಕೊಂಡೊಯ್ಯುವುದಿಲ್ಲ. ಇದು ನನ್ನ ಖಚಿತ ಅಭಿಪ್ರಾಯ ಮತ್ತು ಇದಕ್ಕೆ ನಾನು ಸಂಪೂರ್ಣವಾಗಿ ಬದ್ಧನಾಗಿದ್ದೇನೆ. ಅಪರವೂ ಅನಿರ್ಬಂಧಿತವೂ ಆಗಿರುವ ಸತ್ಯದ ನೆಲೆಯನ್ನು ತಲಪುವುದಕ್ಕಾಗಿ ಧರ್ಮ-ಸಿದ್ಧಾಂತಗಳ ನಿಶ್ಚಿತ ದಾರಿಯೊಂದನ್ನು ನಿರ್ಮಿಸಲು ಸಾಧ್ಯವಿಲ್ಲ; ಮಾತ್ರವಲ್ಲ, ಆ ದಾರಿಯಲ್ಲಿ ನಡೆಯುವಂತೆ ಜನರನ್ನು ಕಡ್ಡಾಯಗೊಳಿಸುವುದೂ ಸಾಧ್ಯವಿಲ್ಲ. **ನಂಬಿಕೆಯೆಂಬುದು ಸಂಪೂರ್ಣವಾಗಿ ವ್ಯಕ್ತಿಗತವಾದದ್ದು. ಅದನ್ನು ನೀವು ಸಂಘಟಿಸಲಾರಿರಿ, ಸಂಘಟಿಸಬಾರದು ಕೂಡ.** ಅಕಸ್ಮಾತ್ ಸಂಘಟಿಸಿದರೆ, ಸತ್ಯ ಸಾಯುತ್ತದೆ; ಒಂದು ಪಂಥವೋ ಸಿದ್ಧಾಂತವೋ ಆಗಿ ಹರಳುಗಟ್ಟಿ ಇನ್ನೊಬ್ಬರ ಮೇಲೆ ಹೇರಲ್ಪಡುವ ಜಡ ಸಂಗಾತಿಯಾಗಿ ಬಿಡುತ್ತದೆ. ಆದರೆ ದುರದೃಷ್ಟವಶಾತ್, ಜಗತ್ತಿನಲ್ಲಿ ಪ್ರತಿಯೊಬ್ಬನೂ ಇನ್ನೊಬ್ಬನನ್ನು ತನ್ನ ಅಂಕೆಯಲ್ಲಿಟ್ಟುಕೊಳ್ಳುವುದಕ್ಕಾಗಿ ಇದನ್ನೇ ಮಾಡಲು ಪ್ರಯತ್ನಿಸುತ್ತಿರುತ್ತಾನೆ.

'ಸತ್ಯವೆನ್ನುವುದು ಮಾನಸಿಕವಾಗಿ ದುರ್ಬಲರಾದವರಿಗೆ ಅಥವಾ ತತ್‌ಕ್ಷಣದ ತೃಪ್ತಿಯನ್ನು ಅರಸುವವರಿಗೆ ನೀಡಲಾಗುವ ಒಂದು ಆಟಿಕೆಯಂತೆ ಸಂಕುಚಿತಗೊಂಡುಬಿಟ್ಟಿದೆ. ಆದರೆ ಈ ರೀತಿ ಸತ್ಯವನ್ನು ಕೆಳನೆಲೆಗೆ ಇಳಿಸಲು ಬರುವುದಿಲ್ಲ. ನಾವೇ ಆ ನೆಲೆಗೆ ಏರಬೇಕು. ಈ ಊರ್ಧ್ವಮುಖ ಪ್ರಯಾಣಕ್ಕೆ ಉತ್ಕಟ ಪ್ರೇಮ ಅಗತ್ಯ. ಯಾವುದೇ ಬಾಹ್ಯ ಸಂಘಟನೆಗಳಿಂದ ಪ್ರೇರಿತವಾದ ಸತ್ಯಾನ್ವೇಷಣೆ ತೀರ ಜಾಳುಜಾಳಾದ ಸುಗಮ ಸುರಕ್ಷಿತ ದಾರಿಯನ್ನಷ್ಟೇ ಕಲ್ಪಿಸೀತು ಮತ್ತು ಅಂಥ ಅನುಕೂಲಕರ ಹಾದಿಯನ್ನೇ ಅರಸುವವನು ಇದ್ದಲ್ಲೇ ಉಳಿದುಬಿಡುತ್ತಾನೆ. ಅದಕ್ಕೆ ನಾನು ಮತ್ತೊಮ್ಮೆ ಹೇಳುತ್ತೇನೆ. ನೀವು ಯಾವುದಾದರೂ ಸಂಘಟಿತ ವ್ಯವಸ್ಥೆಗೆ ಅಂಟಿಕೊಂಡರೆ ಅಥವಾ ಯಾವ ಗುರುವನ್ನಾದರೂ ಅನುಸರಿಸಿದರೆ, ಸತ್ಯದ ಅನ್ವೇಷಣೆಯನ್ನು ಕೈ ಬಿಟ್ಟಂತೆ. ಸತ್ಯ ನಿಮ್ಮ ಕಣ್ಣು ತಪ್ಪುತ್ತದೆ. ಹೊರಗಿನ ಯಾವೊಬ್ಬನೂ ನಿಮ್ಮನ್ನು ಸ್ವತಂತ್ರಗೊಳಿಸಲಾರ. ಯಾವ ಸಂಘಟನೆಯೂ ಮನುಷ್ಯನನ್ನು ಅಧ್ಯಾತ್ಮಪಥದಲ್ಲಿ ಮುನ್ನಡೆಸಲಾರದು. ಆ ಉದ್ದೇಶಕ್ಕಾಗಿ ಸಂಘ ಕಟ್ಟಿದರೆ ಅದೊಂದು ಊರುಗೋಲಾಗಿಬಿಡುತ್ತದೆ, ದೌರ್ಬಲ್ಯವಾಗಿ ಬಿಡುತ್ತದೆ, ಬಂಧನವಾಗಿ ಪರಿಣಮಿಸುತ್ತದೆ ಮತ್ತು ಅನಿವಾರ್ಯವಾಗಿ ವ್ಯಕ್ತಿತ್ವವನ್ನು ವಿಕೃತಗೊಳಿಸಿ ನೀವು ಅರಿಯುತ್ತಾ ಅನನ್ಯರಾಗುವುದನ್ನು ಅಡ್ಡಿಪಡಿಸುತ್ತದೆ.

ಆದ್ದರಿಂದ ನಿಜಕ್ಕೂ ನೀವು ಸತ್ಯಕ್ಕೆ ಸಮ್ಮುಖರಾಗಬಯಸುವುದಾದರೆ ಎಲ್ಲ ಬಗೆಯ ಭಯದಿಂದ-ಅಂದರೆ ಧರ್ಮದ ಭಯ, ಮೋಕ್ಷದ ಭಯ, ಆಧ್ಯಾತ್ಮದ ಭಯ, ಅಭದ್ರತೆಯ ಭಯ, ಪ್ರೇಮದ ಭಯ, ಬದುಕಿನ ಭಯ, ಸಾವಿನ ಭಯ, ಹೀಗೆ ಎಲ್ಲ ಬಗೆಯ ಭಯದಿಂದ-ಬಿಡುಗಡೆ ಹೊಂದಬೇಕು. ಅದು ಮಾತ್ರ ನಿಮಗೆ 'ಸ್ವಯಂ' ದರ್ಶನದ ಆನಂದವನ್ನು ನೀಡಬಲ್ಲದು'.

'ಆದ್ದರಿಂದಲೇ ನಾನು 'ಆರ್ಡರ್ ಆಫ್ ದಿ ಸ್ಟಾರ್'ನ ಮುಖ್ಯಸ್ಥನಾಗಿ ಈ ಸಂಘಟನೆಯನ್ನು ವಿಸರ್ಜಿಸುತ್ತಿದ್ದೇನೆ. ಈ ಭೂಮಿಯಲ್ಲಿ ನನಗೆ ಯಾರೂ ಹಿಂಬಾಲಕರಿಲ್ಲ. ಶಿಷ್ಯರೂ ಇಲ್ಲ. ಹಾಗೆಯೇ ಅಧ್ಯಾತ್ಮ ಪ್ರಪಂಚದಲ್ಲಿ ಯಾರೂ ಧರ್ಮ ಪ್ರಸಾರಕರಿಲ್ಲ. ನಾನು ಒಬ್ಬಂಟಿ; ವೈಭವದ ಬದುಕು ನನ್ನನ್ನು ಆಕರ್ಷಿಸುತ್ತಿಲ್ಲ. ಸಾವಿರಾರು ಮಂದಿ ಶಿಷ್ಯರಿರುವ, ಹಿಂಬಾಲಕರಿರುವ ಇಂಥ ಬೃಹತ್ ಸಂಸ್ಥೆಯ ವಿಸರ್ಜನೆಯಿಂದ ಯಾವ ಹಿಂಬಾಲಕರೂ, ಶಿಷ್ಯರೂ ಇಲ್ಲದೆ ನಾನು ಅನಾಮಧೇಯನಾಗಿ ಅನಾಥನಾಗುವುದಿಲ್ಲವೆ ಎಂದು ಅನೇಕರು ನನ್ನ ಬಳಿ ಪ್ರಶ್ನಿಸಿದ್ದಾರೆ. ಅವರಿಗೆ ನನ್ನ ಉತ್ತರ ಇದು: ಅರಿಯುವ ತೀವ್ರ ಹಂಬಲವಿಲ್ಲದ, ತಮ್ಮ ತಮ್ಮ ಪೂರ್ವಗ್ರಹಗಳಲ್ಲೇ ಮುಳುಗಿ ಹೋಗಿರುವ ಅಸಂಖ್ಯಾತ ಮಂದಿ ಹಿಂಬಾಲಕರಿದ್ದರೆಷ್ಟು, ಬಿಟ್ಟರೆಷ್ಟು? ನನಗೆ ಗಮನವಿಟ್ಟು ಕೇಳುವ, ಕೇಳಿದ್ದನ್ನು ಸರಿಯಾಗಿ ಅರ್ಥೈಸಿ ಬಾಳುವ, ಸತ್ಯಕ್ಕೆ ಹತ್ತಿರವಾಗಿಯೇ ಇರುವ, ಸಾಹಸ ತೋರುವ ಕೇವಲ ಐದು ಜನ ಒಡನಾಡಿಗಳು ಸಾಕು. ಏಕೆಂದರೆ ನನ್ನನ್ನು ತಿಳಿದುಕೊಳ್ಳಲು ಬಯಸುವವರು ನನ್ನ ಹಾಗೆ ಮುಕ್ತರಾಗಿರಬೇಕೆಂಬುದೇ ನನ್ನ ಇಚ್ಛೆ; ಕುರುಡರಂತೆ ನನ್ನನ್ನು ಹಿಂಬಾಲಿಸುವುದಲ್ಲ ಅಥವಾ ನನ್ನ ವಿಚಾರಗಳದ್ದೇ ಒಂದು ಗುಂಪು ಮಾಡಿಕೊಂಡು ಆ ಮೂಲಕ ಮತ್ತೊಂದು ಹೊಸ ಧರ್ಮ ಸ್ಥಾಪಿಸುವುದಲ್ಲ. ಈ ಅನಗತ್ಯಗಳನ್ನೆಲ್ಲಾ ಸ್ವಲ್ಪ ಬದಿಗಿಟ್ಟು ಅರಿವಿನ ಸಾಕ್ಷಾತ್ಕಾರಕ್ಕಾಗಿ, ನಿಮ್ಮದೇ ದರ್ಶನಕ್ಕಾಗಿ, ಅಂತರಂಗದ ಶುಭ್ರತೆಗಾಗಿ ನಿಮ್ಮೊಳಗನ್ನು ನೀವೇ ನೋಡಿಕೊಳ್ಳಲು ಸಾಧ್ಯವಿಲ್ಲವೇ? ಇದನ್ನು ಇನ್ನೊಬ್ಬ ನಿಮಗಾಗಿ ಮಾಡಲಾರ ಎಂದು ಸಾರಿ ಸಾರಿ ಒತ್ತಿ ಹೇಳುತ್ತಿದ್ದೇನೆ. ಆದರೂ ಹೆಚ್ಚಿನವರು ಅದನ್ನು ಒಪ್ಪಿಕೊಳ್ಳಲು ಸಿದ್ಧರಿಲ್ಲ. ಅವರು ಯಾರೂ ಕೇಳಲು ತಯಾರಿಲ್ಲ'. 'ಆರ್ಡರ್ ಆಫ್ ದಿ ಸ್ಟಾರ್' ಸಂಸ್ಥೆಯನ್ನು ವಿಸರ್ಜಿಸಿದ ನಂತರ ಅದರ ಹೆಸರಲ್ಲಿ ಸಂಗ್ರಹವಾಗಿದ್ದ ಸಮಸ್ತ ಸಂಪತ್ತನ್ನು ಸಂಬಂಧಪಟ್ಟವರಿಗೆ ಹಿಂತಿರುಗಿಸಿದರು.

ಜೆ.ಕೆ.ಯವರು 1929ರಲ್ಲಿ ಥಿಯಸಾಫಿಕಲ್ ಸೊಸೈಟಿಯಿಂದ ಹೊರಬಂದ ಮೇಲೆ ನಂತರದ ಆರು ದಶಕಗಳಲ್ಲಿ ತಮ್ಮ ಕೊನೆಯ ಉಸಿರಿರುವ ತನಕವೂ ಜಗತ್ತಿನ ವಿವಿದೆಡೆಗಳಲ್ಲಿ ಸಂಚರಿಸುತ್ತಾ ಚರ್ಚೆ, ಸಂವಾದಗಳ ಮೂಲಕ ತಮ್ಮ ಜೀವನ ದರ್ಶನವನ್ನು ಹಂಚಿಕೊಳ್ಳುತ್ತಾ ಜನರು ತಮ್ಮ ಒಳಬಗೆಯನ್ನು

ತಾವೇ ಕಂಡುಕೊಳ್ಳಬೇಕೆಂದು ಬೋಧಿಸಿದರು. 'ಶಾಶ್ವತವಲ್ಲದ ಸಂಗತಿಗಳಿಂದ ಕೂಡಿದ ಈ ಜಗತ್ತಿನಲ್ಲಿ ನಾನೊಬ್ಬ ದಾರಿಹೋಕನಂತೆ' ಎಂದು ತಮ್ಮನ್ನು ತಾವು ಕರೆದುಕೊಂಡರು. 'ಈ ದೇಹದಲ್ಲಿ ಮನುಷ್ಯ ಒಬ್ಬ ಅತಿಥಿಯಿದ್ದಂತೆ. ನಾವು ಹಗುರವಾಗಿ ಇರಬೇಕು ಮತ್ತು ಸಮಯ ಬಂದಾಗ ಸದ್ದು ಮಾಡದೆ ಹಿಂದೆ ಸರಿದುಬಿಡಬೇಕು' ಎಂದು ಹೇಳಿದರು; ಮನುಷ್ಯನ ಚಿಂತನಾ ಕ್ರಮಕ್ಕೆ ಹೊಸದೊಂದು ತಿರುವನ್ನು ಕೊಟ್ಟು ಹಳೆಯ ಪಥದಲ್ಲಿ ನಿಂತು ಯೋಚಿಸದಂತೆ ಬಿಡುಗಡೆಯ ಹೊಸ ನಿಟ್ಟಿನಲ್ಲಿ ಚಿಂತಿಸಲು ಪ್ರೇರೇಪಿಸಿದರು; ಭಾಷೆಯನ್ನು ಬಳಸುತ್ತಲೇ ನಮ್ಮಲ್ಲಿ ಭಾಷೆಯಿಂದಾಚೆಯ ನಿಗೂಢತೆಯನ್ನು ಚಿಗುರಿಸಲು ಪ್ರಯತ್ನಿಸಿದರು.

1929ರಿಂದ 1939ರವರೆಗಿನ ಅವಧಿಯಲ್ಲಿ ಜೆ.ಕೆ. ವಿಶ್ವದ ಅನೇಕ ಕಡೆ ಸಂಚರಿಸುತ್ತಾ ಉಪನ್ಯಾಸ ನೀಡಿದರು. 1930ರ ಓಮನ್ ಶಿಬಿರದ ಬಳಿಕ ತಮ್ಮ ಒಡನಾಡಿ **ರಾಜಗೋಪಾಲ್** ಅವರ ಜೊತೆ ಅಥೆನ್ಸ್, ಕಾನ್‌ಸ್ಟಾಂಟಿನೋಪಲ್ ಪಟ್ಟಣಗಳಲ್ಲಿ ಪ್ರವಾಸ ಮಾಡಿದರು. 1931ರ ಫೆಬ್ರವರಿಯಲ್ಲಿ ಯುಗೋಸ್ಲಾವಿಯಾ, ಹಂಗೇರಿ ಮೊದಲಾದ ದೇಶಗಳ ನಗರಗಳಲ್ಲಿ ಸುತ್ತಾಡಿದರು. ಅವರಿಗೆ ಅದು ಬಿಡುಗಡೆಯ, ಸಂಭ್ರಮದ ಕಾಲವಾಗಿತ್ತು. ಹೀಗಾಗಿ ಅವರು ಹೋದೆಡೆಗಳಲ್ಲೆಲ್ಲ ಸಾಕಷ್ಟು ಸಂಖ್ಯೆಯ ಸಾರ್ವಜನಿಕ ಉಪನ್ಯಾಸಗಳನ್ನೂ ಸಂದರ್ಶನಗಳನ್ನೂ ನೀಡುತ್ತಿದ್ದರು.

1934ರಲ್ಲಿ ಆಸ್ಟ್ರೇಲಿಯಾ, ನ್ಯೂಝಿಲ್ಯಾಂಡ್‌ಗಳಲ್ಲಿ ಸುತ್ತಾಡಿದರು; 1935ರಲ್ಲಿ ನ್ಯೂಯಾರ್ಕ್, ಬ್ರೆಜಿಲ್ಲಿನ ರಯೋ ಡಿ ಜೆನೈರೋ ನಗರದಲ್ಲಿ ಉರುಗ್ವೇ, ಅರ್ಜೆಂಟೀನ, ಚಿಲಿ, ಮೆಕ್ಸಿಕೋ, ಮುಂತಾದ ವಿಶ್ವದ ನಾನಾ ದೇಶಗಳಲ್ಲಿ ಸಂಚರಿಸುತ್ತ ಉಪನ್ಯಾಸಗಳನ್ನು ನೀಡಿದರು. ಈ ಉಪನ್ಯಾಸಗಳಲ್ಲಿ ಮೊದಲ ಬಾರಿಗೆ ಅವರು 'ಕಾಮ'ದ ಬಗ್ಗೆ ಮಾತನಾಡಿದರು. **'ಪ್ರೇಮವಿಲ್ಲದ ಕಾಮ ಮನುಷ್ಯನಿಗೊಂದು ಸಮಸ್ಯೆಯೇ, ಸಹಜ ಪ್ರೀತಿಯಲ್ಲಿ ಹೊಂದಾಣಿಕೆ, ತಿಳುವಳಿಕೆಗಳಿರುತ್ತವೆ. ಹಾಗಾಗಿ ಅಲ್ಲಿ ಸಮಸ್ಯೆಗಳಿರುವುದಿಲ್ಲ... ಬಹಳಷ್ಟು ಜನರು ಸೃಜನಶೀಲ ಚಿಂತನೆ, ಆನಂದಗಳನ್ನು ಕಳಕೊಂಡಿರುವುದರಿಂದ, ಕೇವಲ ಲೈಂಗಿಕ ಸ್ಪಂದನಕ್ಕೆ ಸುಲಭವಾಗಿ ಬಲಿಬೀಳುತ್ತಾರೆ. ಇದು ಒಂದು ಸಮಸ್ಯೆಯಾಗಿ ಬುದ್ಧಿ, ಹೃದಯಗಳನ್ನು ಕೊರೆಯುತ್ತಿರುತ್ತದೆ'** ಎಂದು ಕಾಮವನ್ನು ಕುರಿತು ವಿಶ್ಲೇಷಿಸಿದರು. ಅದೇ ಅವಧಿಯಲ್ಲಿ ಅವರು ಅನೇಕ ಬಾರಿ ಭಾರತಕ್ಕೂ ಭೇಟಿ ನೀಡಿದರು. ಭಾರತದಲ್ಲಿರುವ ಕಡು ಬಡತನ, ದುಃಖ ದಾರಿದ್ರ್ಯ, ಜನಾಂಗೀಯ ಅಪನಂಬಿಕೆಗಳು ಅವರ ಅಂತಃಕರಣವನ್ನು ಗಾಢವಾಗಿ ಕಲಕಿದ್ದುವು. ಇಂಥ ಗಂಭೀರ ಸಮಸ್ಯೆಗಳನ್ನು ರಾಷ್ಟ್ರೀಯತೆ ಎಂಬ ಭ್ರಮಾತ್ಮಕ ಕಲ್ಪನೆಯಿಂದ ಪರಿಹರಿಸಬಹುದು ಎಂಬ ನಮ್ಮ ಅಂದಿನ ರಾಷ್ಟ್ರೀಯ ನಾಯಕರ ನಂಬಿಕೆಯ

ಬಗ್ಗೆ ಅವರಿಗೆ ಆತಂಕವಿತ್ತು. **'ಸಮಾಜವನ್ನು ಹೊರಗಿನಿಂದ ಪರಿವರ್ತಿಸಲು ಸಾಧ್ಯವಿಲ್ಲ. ಪ್ರತಿಯೊಬ್ಬ ಮನುಷ್ಯನನ್ನೂ ಅಂತರಂಗಿಕವಾಗಿ ಪರಿವರ್ತಿಸುವ ಮೂಲಕ ಮಾತ್ರ ನಾವು ಸಮಾಜವನ್ನು ಪರಿವರ್ತಿಸಬಹುದು'** ಎಂದು ಪ್ರತಿಪಾದಿಸಿದರು.

5. ಸಂಬಂಧಗಳ ಕನ್ನಡಿಯಲ್ಲಿ

ಜಾಗತಿಕ ಯುದ್ಧದ ಕಾಲದಲ್ಲಿ ಭಾರತಕ್ಕೆ ಬಾರದ ಕೃಷ್ಣಮೂರ್ತಿ, ಯುದ್ಧ ಮುಗಿದು ಸ್ವಾತಂತ್ರ್ಯ ದೊರೆತ ಎರಡು ತಿಂಗಳ ನಂತರ ಆಗಮಿಸಿದರು.

ಇದೇ ಸಮಯದಲ್ಲಿ ಗಾಂಧೀಜಿಯ ಹತ್ಯೆಯಾಯಿತು. ಆಮೇಲೆ ಎರಡೇ ದಿನಗಳಲ್ಲಿ ಮುಂಬಯಿಯಲ್ಲಿ ನಡೆದ ಒಂದು ಗಂಭೀರವಾದ ಸಂವಾದದಲ್ಲಿ ಮಾತನಾಡಿದ ಅವರು ಗಾಂಧೀಜಿಯ ಅಕಾಲ ಮರಣಕ್ಕೆ ಕಾರಣವೇನೆಂಬುದು ನಿಮ್ಮಲ್ಲೇ ಇದೆ ಎಂದು ಹೇಳಿದ ಜೆ.ಕೆ. 'ನೀವೇ ನಿಜವಾದ ಕಾರಣ. ನೀವು ವಿಭಜನವಾದಿಗಳಾಗಿದ್ದೀರಿ, ಕೋಮುವಾದಿಗಳಾಗಿದ್ದೀರಿ. ಆಸ್ತಿ, ಸಂಪತ್ತು, ಜಾತಿ, ಧರ್ಮ, ಪಂಥ, ಸೈದ್ಧಾಂತಿಕ ನೆಲೆಗಟ್ಟು, ವಿಭಿನ್ನ ನೇತಾರರು-ಹೀಗೆ ಅಸಂಖ್ಯ ಹೆಸರುಗಳಲ್ಲಿ ನೀವು ಸತತವಾಗಿ ವಿಭಜನೆಯನ್ನು ಪ್ರಚೋದಿಸಿದಿರಲ್ಲವೆ? ನೀವೊಬ್ಬ ಹಿಂದುವೆಂದೂ ಮುಸ್ಲಿಮನೆಂದೂ, ಪಾರ್ಸಿಯೆಂದೂ ಅಥವಾ ಇನ್ನೇನೋ ಎಂದೂ ನಿಮ್ಮನ್ನು ನೀವು ಗುರುತಿಸಿಕೊಳ್ಳುತ್ತಿರುವಾಗ ಇಂಥ ವಿಭಜನೆಗಳು ಜಗತ್ತಿನೆಲ್ಲೆಡೆ ಸಂಘರ್ಷವನ್ನು ಹುಟ್ಟುಹಾಕುವುದು ಸಹಜವಲ್ಲವೇ?' ಎಂದು ಹೇಳುವ ಮೂಲಕ ನಾವೇ ಸಾಮುದಾಯಿಕವಾಗಿ ಸೃಷ್ಟಿಸಿದ ಈ ಜಗತ್ತಿನ ಕಡೆಗೆ ಬೊಟ್ಟುಮಾಡಿದರು.

ಜೆ.ಕೆಯವರು ಸತ್ಯಾನ್ವೇಷಣೆಯ ಹಂಬಲದಿಂದ ತಮ್ಮೆಡೆಗೆ ಬರುತ್ತಿದ್ದ ಜನರಿಗೆಲ್ಲ ಹೇಳುತ್ತಿದ್ದುದು ಹೀಗೆ: 'ಸತ್ಯವೊಂದೇ ನಮ್ಮನ್ನು ನಮ್ಮೆಲ್ಲ ಪೂರ್ವಗ್ರಹಗಳಿಂದ ಬಿಡುಗಡೆಗೊಳಿಸುವಂತಹದು... ಸತ್ಯ ನಿಮ್ಮ ಅತ್ಯಂತ ಸಮೀಪದಲ್ಲಿದೆ. ಅದನ್ನು ಹೊರಗಿನಿಂದ ಅರಸುವ ಅಗತ್ಯವಿಲ್ಲ. ಇದ್ದದ್ದು ಇದ್ದಂತೆ ಸಹಜವಾಗಿ ಇರುವುದೇ ಸತ್ಯ... ನಾವು ಬದುಕಿನ ಸಾಮಾನ್ಯ ಸಂಗತಿಗಳನ್ನು, ದಿನ ದಿನದ ಬಾಳಿನ ಸಂಘರ್ಷ, ಸಂತೋಷಗಳನ್ನು ತಿಳಿದುಕೊಳ್ಳುವುದನ್ನು ಬಿಟ್ಟು ಸದಾಕಾಲ ನಿಗೂಢವಾದದ್ದನ್ನು ಅರಸುತ್ತಾ, ಮರೆಯಲ್ಲಿ ಅಡಗಿಕೊಂಡಿದೆಯೆಂದು ಕಲ್ಪಿಸಿಕೊಂಡಿರುವ ಸಂಗತಿಗಳನ್ನು ಗ್ರಹಿಸಲು ಪ್ರಯತ್ನಿಸುತ್ತಾ ಕಾಲಹರಣ ಮಾಡುತ್ತಿರುತ್ತೇವೆ. ಆಗ ಸತ್ಯ, ಕಣ್ಣು ತಪ್ಪುತ್ತದೆ... ಇರುವುದನ್ನು ಇರುವಂತೆ ಗಮನಿಸುವುದೇ ಸತ್ಯ. ಅದು ಬಿಟ್ಟು ಹೀಗಿರಬೇಕು ಎನ್ನುವುದು ಭ್ರಮೆ. ಬದುಕನ್ನು ಅದು ಹೇಗಿದೆಯೋ ಹಾಗೆ ಸ್ವೀಕರಿಸಿದಾಗ ಮಾತ್ರ ಎಲ್ಲಾ ಸಂಘರ್ಷ-ದ್ವಂದ್ವಗಳು ಕೊನೆಗೊಳ್ಳಬಲ್ಲವು.

ಇದ್ದದ್ದನ್ನು ಇದ್ದಂತೆ ನೋಡುವುದೇ ಅದರಿಂದ ಬಿಡುಗಡೆ ಕೂಡ' ಎಂದು ಬದುಕಿನ ವಾಸ್ತವವನ್ನು ನೇರವಾಗಿ ಎದುರುಗೊಳ್ಳಲು ಹೇಳುತ್ತಿದ್ದರು.

ಸ್ವತಂತ್ರ ಭಾರತದ ಮೊದಲ ಪ್ರಧಾನಿ ಪಂಡಿತ್ ಜವಾಹರಲಾಲ್ ನೆಹರು ಅವರು ಗಾಂಧೀಜಿಯ ಹತ್ಯೆಯಿಂದ ತೀವ್ರ ಆಘಾತಕ್ಕೊಳಗಾಗಿದ್ದರು. ಆ ಒಂಟಿತನದ ದುಃಖ, ಆತಂಕಗಳನ್ನು ಅವರು ತಮ್ಮ ಗೆಳೆಯರಾದ ಜೆ.ಕೆ. ಯವರ ಬಳಿ ತೋಡಿಕೊಂಡಿದ್ದರು. ಭಾರತದ ಮೂವರು ಪ್ರಧಾನಿಗಳ ಜೊತೆ ಜೆ.ಕೆ.ಯವರಿಗೆ ನಿಕಟ ಸಂಪರ್ಕವಿತ್ತು.

ಇಂದಿರಾ ಗಾಂಧಿ ಅವರಂತೂ ತಮ್ಮ ಹತಾಶೆ, ನೋವು, ತವಕ ತಲ್ಲಣಗಳ ಆತಂಕಭರಿತ ಕ್ಷಣಗಳಲ್ಲೆಲ್ಲಾ ಜೆ.ಕೆ.ಯವರ ಜೊತೆ ಮಾತನಾಡುತ್ತಿದ್ದರು ಅಥವಾ ಪತ್ರಮುಖೇನ ಅವುಗಳನ್ನು ತಿಳಿಸುತ್ತಿದ್ದರು. ಪ್ರತಿ ವರ್ಷವೂ ನಾಲ್ಕು ತಿಂಗಳ ಕಾಲ ಭಾರತಕ್ಕೆ ಪ್ರವಾಸ ಕೈಗೊಳ್ಳುತ್ತಿದ್ದ ಜೆ.ಕೆ. 1975–77ರ ಅವಧಿಯಲ್ಲಿ ಇಂದಿರಾ ಗಾಂಧಿ ದೇಶದಲ್ಲಿ ತುರ್ತು ಪರಿಸ್ಥಿತಿಯನ್ನು ಹೇರಿದ ಸಂದರ್ಭದಲ್ಲಿ ಎರಡು ವರ್ಷ ಭಾರತಕ್ಕೆ ಬರಲಿಲ್ಲ. ಇದರಿಂದ ಆತಂಕಗೊಂಡ ಇಂದಿರಾ ಗಾಂಧಿ ಜೆ.ಕೆ.ಯವರನ್ನು ಭಾರತಕ್ಕೆ ಬರುವಂತೆ ಮತ್ತೆ ಮತ್ತೆ ವಿನಂತಿಸಿಕೊಂಡು ಪತ್ರ ಬರೆದರು. ಅದಕ್ಕೆ ಪ್ರತಿಕ್ರಿಯಿಸುತ್ತಾ ಜೆ.ಕೆ., 'ನಾನು ನನ್ನ ಜೀವನದುದ್ದಕ್ಕೂ ಸ್ವಾತಂತ್ರ್ಯ, ನಿರ್ಭಯತೆಗಳ ಬಗ್ಗೆ ಮಾತನಾಡುತ್ತಾ ಬಂದವನು. ಯಾವ ದೇಶದಲ್ಲಿ ಇಂದು ಅವುಗಳಿಗೆ ಅಪಾಯ ಬಂದಿದೆಯೋ ಆ ದೇಶಕ್ಕೆ ನಾನು ಹೇಗೆ ಕಾಲಿಡಲಿ?' ಎಂದು ಆಕೆಯ ಆಹ್ವಾನವನ್ನು ನಿರಾಕರಿಸಿದರು. ಇಂದಿರಾ ಗಾಂಧಿಯವರ ಹತ್ಯೆಯಾದ ಬಳಿಕ ಪ್ರಧಾನಿಯಾದ ರಾಜೀವ ಗಾಂಧಿಯವರಿಗೆ ಕೂಡ ಜೆ.ಕೆ.ಯವರ ಬಗ್ಗೆ ಅಪಾರ ಗೌರವವಿತ್ತು; ಅವರ ಜೊತೆಗೆ ನಿಕಟ ಸಂಪರ್ಕವಿತ್ತು. ಭಾರತ–ಪಾಕಿಸ್ಥಾನ ವಿಭಜನೆಯ ಸಂದರ್ಭದಲ್ಲಿ ನಡೆದ ಭೀಕರ ಹಿಂಸೆ, ರಕ್ತಪಾತ, ಗಾಂಧೀಜಿಯ ಅಮಾನುಷ ಹತ್ಯೆ, ಇವೆಲ್ಲವೂ ಜೆ.ಕೆ. ಯವರ ಮನಸ್ಸನ್ನು ತೀವ್ರ ಸ್ವರೂಪದಲ್ಲಿ ಕಲಕಿತ್ತು. ಆ ಸಂದರ್ಭದಲ್ಲಿ ಅವರು ತಮ್ಮ ಉಪನ್ಯಾಸಗಳಲ್ಲಿ ಯಾವಾಗಲೂ ಮನುಷ್ಯನ ಅಂತರ್ಯದಲ್ಲಿರುವ ಕೆಡುಕಿನ, ಪಾತಕ ಪ್ರವೃತ್ತಿಯ ಹುಚ್ಚನ್ನು ಬಹಳ ಎಚ್ಚರದಿಂದ ಗಮನಿಸುವಂತೆ ಶ್ರೋತೃಗಳನ್ನು ಕೇಳಿಕೊಳ್ಳುತ್ತಿದ್ದರು. ಮುಂಬಯಿ, ವಾರಣಾಸಿ, ಮದ್ರಾಸು, ದೆಹಲಿ, ಋಷಿ ವ್ಯಾಲಿ, ಊಟಿ ಮುಂತಾದ ಕಡೆಗಳಲ್ಲಿ ಅವರು ಆ ಸಮಯದಲ್ಲಿ ಉಪನ್ಯಾಸಗಳನ್ನಿತ್ತರು. ಅವು ಅವರ ಅತ್ಯಂತ ಬಿರುಸಿನ ಚಟುವಟಿಕೆಯ ದಿನಗಳಾಗಿದ್ದುವು.

ನಮ್ಮ ನಿತ್ಯದ ಬದುಕಿನಲ್ಲಿ ಮೂಡುವ ಪ್ರತಿಯೊಂದು ಚಿಂತನೆ, ಭಾವನೆ, ಆಂತರಿಕ ಸ್ಪಂದನೆಗಳನ್ನು ಸಂಬಂಧಗಳ ಕನ್ನಡಿಯಲ್ಲಿ ಸತತವಾಗಿ ಅವಲೋಕಿಸುವುದು ಮುಖ್ಯ ಎನ್ನುತ್ತಾರೆ ಜೆ.ಕೆ. 'ಬದುಕೆನ್ನುವುದು ಸಂಬಂಧಗಳ

ಸರಮಾಲೆ. ಬದುಕಿನ ನಿರಂತರ ಪ್ರವಾಹದಲ್ಲಿ ನಿಜಕ್ಕೂ ಏನು ನಡೆಯುತ್ತಿದೆ ಎಂಬುದನ್ನು ಈ ಸಂಬಂಧಗಳ ಕನ್ನಡಿಯಲ್ಲಿ ನೋಡುವುದು ಮುಖ್ಯ. ಆ ಕುರಿತು ತತ್ವ ಸಿದ್ಧಾಂತಗಳನ್ನು ಕಟ್ಟುವುದಲ್ಲ' ಎಂದು ಹೇಳುತ್ತಾ ದಿನನಿತ್ಯದ ಬಾಳಿನ ಪವಿತ್ರ ಸಂಬಂಧಗಳ ಮಹತ್ವವನ್ನು ವಿವರಿಸುತ್ತಾರೆ.

ಅವರು ಭಾರತದ ಮಹಿಳೆಯ ಪಾಡನ್ನು ಕಂಡು ತುಂಬಾ ನೊಂದಿದ್ದರು. ಹಳ್ಳಿಯಲ್ಲಿ ನಿತ್ಯಜೀವನದ ವಿನ್ಯಾಸವು ದಿನದಿನವೂ ನೀರಿನ ನಲ್ಲಿಯ ಸುತ್ತಲೇ ಪುನರಾವರ್ತನೆಯಾಗುತ್ತದೆ; ನಿತ್ಯ ಒಲೆ ಉರಿಸಲು ಕಾಡಿನಿಂದ ಕಟ್ಟಿಗೆ ಹೊತ್ತು ತರುತ್ತಿರುವ, ಕೃಶ ದೇಹದ, ಗುಳಿಬಿದ್ದ ಕಣ್ಣುಗಳ, ಎಣ್ಣೆ ಕಾಣದೆ ಜಡ್ಡುಗಟ್ಟಿದ ಕೂದಲಿನ, ಕಾಲಿಗೆ ಚಪ್ಪಲಿಯಿಲ್ಲದ, ದಿಗಂತದತ್ತ ದೃಷ್ಟಿ ಬೀರಿ ನಡೆಯುವ ಹುಡುಗಿ ಹೊರೆಯ ಭಾರತದಿಂದ ಆಯಾಸಗೊಳ್ಳುವುದು ಸಹಜ; ಬಹುಶಃ ಆಕೆ ಕೆಲ ಸಮಯದ ಹಿಂದೆ ತನ್ನ ಓರಗೆಯ ಮಕ್ಕಳೊಂದಿಗೆ ಜೊತೆ ಹಾಡುತ್ತಾ, ನಲಿಯುತ್ತಾ, ಕುಣಿಯುತ್ತಾ ಇದ್ದಿರಬಹುದು; ಆದರೆ ಇಂದು ದೂರದ ಕಾಡಿಗೆ ನಡೆದುಕೊಂಡು ಹೋಗಿ ಕಟ್ಟಿಗೆ ಸಂಗ್ರಹಿಸಿ ಹೊರುವುದು ಅವಳ ಪಾಡಾಗಿದೆ, ಇದು ಅವಳಿಗೆ ಸಾಯುವತನಕ ತಪ್ಪಿದ್ದಲ್ಲ ಎಂದು ತಾವು ಹಳ್ಳಿಯಲ್ಲಿ ಸಂಚರಿಸುವಾಗ ಕಂಡ ಚಿತ್ರಣದ ಮುಖೇನ ತಮ್ಮ ಅಂತರಾಳದ ನೋವನ್ನು ಖೇದದಿಂದ ವಿವರಿಸುತ್ತಾರೆ. ಜೆ.ಕೆ.ಯವರಿಗೆ ಬಡವರ ಬಗ್ಗೆ, ದೀನರ ಬಗ್ಗೆ ಗಾಢವಾದ ಅನುಕಂಪವಿತ್ತು.

ಜೆ.ಕೆ. ಶಾಲೆಗಳು ತಮ್ಮ ಸುತ್ತ ಮುತ್ತಲಿನ ಹಳ್ಳಿಗಳ ಶ್ರೇಯಸ್ಸಿಗೆ, ಪೋಷಣೆಗೆ ಆಸಕ್ತಿಯಿಂದ ತೊಡಗಿಸಿಕೊಳ್ಳಬೇಕೆಂಬುದು ಅವರ ಅಭೀಪ್ಸೆಯಾಗಿತ್ತು. ಭಾರತ ಬಡ ದೇಶವಾದರೂ ಜನರ ಮುಖದಲ್ಲಿ ನಗುವಿಗೇನೂ ಕೊರತೆಯಿಲ್ಲ; ಬಡವರು ಹೊಟ್ಟೆಗೆ ಹಿಟ್ಟಿಲ್ಲದಿದ್ದರೂ ಸದಾ ನಗುವನ್ನು ಸೂಸುತ್ತಿರುತ್ತಾರೆ, ಸಂತೋಷವೆಂಬುದು ಅವರ ಜೀವನದಲ್ಲಿಲ್ಲ. ದೈಹಿಕವಾಗಿ ಕಷ್ಟಪಟ್ಟು ದುಡಿಯುವ ಅವರು ನೀವು ಹಳ್ಳಿಗಳಲ್ಲಿ ಸಂಚರಿಸಿದಾಗ ನಿಮ್ಮನ್ನು ನೋಡಿ ನಗೆ ಚೆಲ್ಲಿ ಸ್ವಾಗತಿಸುತ್ತಾರೆ; ಇಂಥ ಸೋಜಿಗದ ಸಂಗತಿ ಜಗತ್ತಿನ ಬೇರೆಲ್ಲೂ ಕಾಣುವುದಿಲ್ಲ. ಇದು ಈ ಮಣ್ಣಿನ, ದೇಶದ ಪವಾಡ ಎಂದವರು ಹೇಳುತ್ತಿದ್ದರು.

1953ರ ಚಳಿಗಾಲದ ಕೊನೆಯಲ್ಲಿ ಜೆ.ಕೆ.ಯವರು ವಾರಣಾಸಿಗೆ ಆಗಮಿಸಿದರು. ಈ ಬಾರಿ ಅವರು ಮುಖ್ಯವಾಗಿ ಮಕ್ಕಳನ್ನುದ್ದೇಶಿಸಿ ಹದಿನೈದು ಉಪನ್ಯಾಸಗಳನ್ನು ನೀಡಿದರು; ಮಕ್ಕಳ ಜತೆಯ ಸಂವಾದವನ್ನು ಒಂದು ಸವಾಲಾಗಿ ಸ್ವೀಕರಿಸಿದರು.

'ವಿದ್ಯೆಯೆನ್ನುವುದು 21 ವರ್ಷಕ್ಕೆ ಮುಗಿಯುವ ಕ್ರಿಯೆಯಲ್ಲ. ಅದು ಸಾಯುವವರೆಗೂ ಮುಂದುವರಿಯುವಂಥದು. ಬದುಕೆಂಬುದು

ಓಡುವ ನದಿಯಿದ್ದಂತೆ. ಸದಾ ಚಲನಶೀಲವಾಗಿರುವುದರಿಂದ ಅದು ಜೀವಂತವಾಗಿರುತ್ತದೆ. ಜಡವಾಗಿರುವುದಿಲ್ಲ. ನಾವು ನದಿಯ ಭಾಗವನ್ನಷ್ಟೇ ಹಿಡಿದುಕೊಂಡು ತಿಳಿಯಲು ಹೊರಟಂತೆ. ಹರಿವ ನದಿಯ ಜೊತೆ ನಾವೂ ಚಲಿಸುತ್ತಿರಬೇಕು. ಇಲ್ಲದಿದ್ದರೆ ನಾವು ಹಿಂದೆ ಬೀಳುತ್ತೇವೆ. ನೀವು ಹರಿಯುವ ನದಿಯ ಚಲನೆಯನ್ನು ಗಮನಿಸಬಲ್ಲಿರಾ? ನದಿ ದಂಡೆಯ ಮೇಲೆ ಜರುಗುತ್ತಿರುವ ಪ್ರತಿಯೊಂದು ವಿದ್ಯಮಾನವನ್ನೂ ಸೂಕ್ಷ್ಮವಾಗಿ ನೋಡಬಲ್ಲಿರಾ? ಬದುಕಿಗೆ ನೇರವಾಗಿ ಒಡ್ಡಿಕೊಂಡು ಬದುಕನ್ನು ತಿಳಿಯಬಲ್ಲಿರಾ?' ಎಂದು ಮಕ್ಕಳನ್ನು ಪ್ರೀತಿಯಿಂದ ಕೇಳುತ್ತಿದ್ದರು.

ಒಂದು ಚಿಕ್ಕ ಮಗು ತನಗಿರುವ ಭಯ, ಆತಂಕಗಳ ಬಗ್ಗೆ ಒಂದು ಪ್ರಶ್ನೆ ಕೇಳಿತು. ಅದಕ್ಕೆ ಉತ್ತರಿಸುತ್ತಾ ಜೆ.ಕೆ. ಭಯವನ್ನು ಮತ್ತು ಆತಂಕವನ್ನು ಒಟ್ಟೊಟ್ಟಿಗೆ ವಿಶ್ಲೇಷಿಸುತ್ತಾ ಭಯದ ಎಲ್ಲ ಮಗ್ಗುಲುಗಳನ್ನೂ ಮಕ್ಕಳೆದುರು ತೆರೆದಿಟ್ಟರು.

ಹತ್ತು ವರ್ಷದ ಬಾಲಕಿಯೊಬ್ಬಳು 'ದುಃಖವೆಂದರೇನು?' ಎಂದು ಪ್ರಶ್ನಿಸಿದಾಗ ತುಂಬ ನೊಂದುಕೊಂಡು ಜೆ.ಕೆ. 'ಮಗು, ಇಷ್ಟೊಂದು ಎಳವೆಯಲ್ಲಿ ದುಃಖದ ಬಗ್ಗೆ ಪ್ರಶ್ನಿಸುವುದು ಅತ್ಯಂತ ದಿಗಿಲಿನ ಸಂಗತಿಯಲ್ಲವೇ? ಆದರೆ, ದುಃಖವನ್ನು ನೀವು ತಪ್ಪಿಸಿಕೊಳ್ಳಲಾರಿರಿ. ಅದನ್ನು ಆಳವಾಗಿ ಅರಿತುಕೊಳ್ಳುವುದೇ ದುಃಖ ಪರಿಹಾರಕ್ಕಿರುವ ಏಕೈಕ ಮಾರ್ಗ. ದುಃಖವನ್ನು ತಿಳಿದುಕೊಳ್ಳುವ ಪ್ರಕ್ರಿಯೆಯಲ್ಲಿ ಮಕ್ಕಳಿಗೆ ಸಹಾಯ ಮಾಡುವುದು ಶಿಕ್ಷಕನ ಪ್ರಮುಖ ಕರ್ತವ್ಯ' ಎಂದು ನುಡಿದರು.

ಚಿಕ್ಕ ಹುಡುಗಿಯೊಬ್ಬಳು 'ದೇವರೆಂದರೇನು?' ಎಂದು ಪ್ರಶ್ನಿಸಿದಳು. ಅದಕ್ಕೆ ನೇರವಾಗಿ ಉತ್ತರಿಸದ ಜೆ.ಕೆ. ಹೀಗೆಂದರು: "ಸೂರ್ಯನ ಬಿಸಿಲಿನಲ್ಲಿ ನಳನಳಿಸುತ್ತಾ ನರ್ತಿಸುವ ಮರವೊಂದರ ಒಂಟಿ ಎಲೆಯ ಚೆಲುವನ್ನು ನೀವು ಗಮನಿಸಿದ್ದೀರಾ? ರಾತ್ರಿಯ ಹೊತ್ತು ನೀರಿನ ಮೇಲೆ ಚಂದ್ರ ಪ್ರಕಾಶ ಹೊಳೆ ಹೊಳೆಯುವುದನ್ನು ನೋಡಿದ್ದೀರಾ? ಕೆಲವು ದಿನಗಳ ಹಿಂದೆ ಬಾನಿನಲ್ಲಿ ಹೊಳೆಯುತ್ತಿದ್ದ ದುಂಡಗಿನ ಚಂದ್ರಬಿಂಬವನ್ನು ಕಂಡಿದ್ದೀರಾ? ಗಗನದಲ್ಲಿ ಹಾರಾಡುತ್ತಿರುವ ಹಕ್ಕಿಯ ಸುಂದರ ನೋಟವನ್ನು ಲಕ್ಷ್ಯವಿಟ್ಟು ಗಮನಿಸಿದ್ದೀರಾ? ತಾಯಿ, ತಂದೆಗಳ ಮೇಲೆ ವಿಧೇಯತೆಯ ಭಯ ಆತಂಕಗಳಿಲ್ಲದ, ಗಾಢವಾದ ನಿರ್ಮಲ ಪ್ರೀತಿ ನಿಮ್ಮಲ್ಲುಂಟೇ? ಒಬ್ಬ ಭಿಕ್ಷುಕನನ್ನು, ಸಾಯುತ್ತಿರುವ ಹಕ್ಕಿಯನ್ನು ಅಥವಾ ಗಂಗಾನದಿಯ ದಂಡೆಯ ಮೇಲೆ ಸುಡುತ್ತಿರುವ ಹೆಣವನ್ನು ಕಂಡಾಗ ನಿಮ್ಮ ಹೃದಯದಲ್ಲಿ ಉತ್ಕಟ ಅನುಕಂಪ ಉಕ್ಕುತ್ತದೆಯೆ? ಇವೆಲ್ಲವನ್ನೂ ಕಂಡ ಶ್ರೀಮಂತನೊಬ್ಬ ದೊಡ್ಡ ಕಾರೊಂದರಲ್ಲಿ ಹೋಗುವುದನ್ನು ಕಂಡಾಗ, ಅವನನ್ನು ಅರ್ಥ ಮಾಡಿಕೊಳ್ಳಬಲ್ಲಿರಾ? ಭಿಕ್ಷುಕ ಅಥವಾ ಬಂಡಿ

ಎಳೆದೆಳೆದು ಎಲುಬಿನ ಗೂಡಾದ ಕುದುರೆಯೊಂದನ್ನು ಕಂಡಾಗ ಉದ್ಭವಿಸುವ ದಯೆಯಂತೆಯೇ ನೀವು ಆತನ ಬಗ್ಗೆ ದಯೆ ತೋರಬಲ್ಲಿರಾ? ಈ ಜಗತ್ತು ನಿಮ್ಮದು, ನನ್ನದು, ನಮ್ಮೆಲ್ಲರದು ಎಂದು ನಿಜಕ್ಕೂ ಭಾವಿಸಬಲ್ಲಿರಾ?... ಇವೆಲ್ಲವುಗಳ ಹಿಂದೆ ಅಗಾಧವಾದ ಮಹತ್ವದ ಸಂಗತಿಯೊಂದಿದೆಯೆಂದು ಅರಿಯಬಲ್ಲಿರಾ?... ಮನಸ್ಸಿಗೂ ನಿಲುಕದ ಈ ಮಹತ್ವವನ್ನು ಅರಿಯಲು ಮನಸ್ಸು ಸಂಪೂರ್ಣ ಮುಕ್ತವಾಗಿರಬೇಕಾಗುತ್ತದೆ. ಆದರೆ ನಮ್ಮ ಸುತ್ತಲಿರುವ ಸಂಗತಿಗಳ ಬಗ್ಗೆ ನಮಗೆ ಸಂವೇದನೆಯೇ ಇಲ್ಲದಿದ್ದರೆ, ಅರಿವೇ ಇಲ್ಲದಿದ್ದರೆ ನಮ್ಮ ಮನಸ್ಸು ಪ್ರಶಾಂತವಾಗಿರಲಾರದು. ಹಾಗೆಯೇ ನಾವು ದೇವರೆಂದರೇನು ಎಂದು ತಿಳಿದುಕೊಳ್ಳುವ ಪ್ರಯತ್ನದ ಮೊದಲು ನಮ್ಮ ಬಳಿಯಿರುವ ಎಲ್ಲ ಸಣ್ಣ ಸಣ್ಣ ಸಂಗತಿಗಳಿಗೂ ಸ್ಪಂದಿಸುವಂತಾಗಬೇಕು, ಅವುಗಳನ್ನು ತಿಳಿದುಕೊಳ್ಳುವಂತಾಗಬೇಕು'.

6. ಜೆ.ಕೆ.ಯವರ ಶಾಲೆಗಳು

1931ರಲ್ಲಿ ಆಂಧ್ರಪ್ರದೇಶದ ಮದನಪಲ್ಲಿಯಲ್ಲಿ ಋಷಿ ವ್ಯಾಲಿಯ ಮೊದಲ ಶಾಲೆ ಆರಂಭವಾಯಿತು. ಮುಂದೆ ಭಾರತದಲ್ಲಿ ರಾಜ್‌ಘಾಟ್, ಉತ್ತರ ಕಾಶಿ, ಬೆಂಗಳೂರು, ಮದ್ರಾಸು, ಮುಂಬಯಿಯಲ್ಲಿ ಇತರ ಶಾಲೆಗಳು ಆರಂಭವಾದುವು. 1968ರಲ್ಲಿ ಇಂಗ್ಲೆಂಡಿನ ಬ್ರೂಕ್‌ವುಡ್‌ನಲ್ಲಿ, 1975ರಲ್ಲಿ ಅಮೇರಿಕದಲ್ಲಿ ಶಾಲೆಗಳನ್ನು ತೆರೆಯಲಾಯಿತು. ಜೆ.ಕೆ. ತೀರಿಕೊಂಡ ಬಳಿಕ ಪುಣೆಯಲ್ಲಿ ಒಂದು ಶಾಲೆ ಸ್ಥಾಪಿಸಲ್ಪಟ್ಟಿತು. ಜೆ.ಕೆ. ಅವರು ತಮ್ಮ ಕೊನೆ ಉಸಿರಿರುವವರೆಗೂ ಈ ಶಾಲೆಗಳ ಬೆಳವಣಿಗೆಯ ಬಗ್ಗೆ ತುಂಬಾ ಆಸಕ್ತಿ ವಹಿಸುತ್ತಿದ್ದರು; ಶಿಕ್ಷಣದ ಬಗ್ಗೆ ತಾವು ಕಂಡುಕೊಂಡ ಆದರ್ಶಗಳನ್ನು ಪತ್ರಗಳ ಮೂಲಕ ನಿರಂತರವಾಗಿ ಮಕ್ಕಳಿಗೆ ವಿವರಿಸುತ್ತಿದ್ದರು. ಮುಂದೆ ಈ ಪತ್ರಗಳು 'ಲೆಟರ್ಸ್ ಟು ದ ಸ್ಕೂಲ್ಸ್' ಎಂಬ ಶೀರ್ಷಿಕೆಯಲ್ಲಿ ಎರಡು ಸಂಪುಟಗಳಲ್ಲಿ ಪ್ರಕಟಗೊಂಡು ಪ್ರಸಿದ್ಧವಾದುವು.

ಗ್ರಾಮೀಣ ಜನತೆಯ ಶ್ರೇಯಸ್ಸಿಗಾಗಿ ಕಟಿಬದ್ಧರಾಗಿದ್ದವರು ಜೆ.ಕೆ. ಈ ಕೆಲಸಕ್ಕಾಗಿ ಅವರು ಬಡವರ ಏಳಿಗೆಗಾಗಿ ತಮ್ಮ ಬದುಕನ್ನೇ ಮುಡಿಪಾಗಿಟ್ಟಿದ್ದ ಅಚ್ಯುತ ಪಟವರ್ಧನ್ ಅವರನ್ನು ಒಪ್ಪಿಸಿದರು. ಅದಕ್ಕಾಗಿ ತಲೆಯೆತ್ತಿದ ಸೌಲಭ್ಯ ಕೇಂದ್ರಗಳು ಇಂದು ಅರ್ಥಪೂರ್ಣವಾಗಿ ಕೆಲಸ ಮಾಡುತ್ತಿವೆ. ಹಾಗೆಯೇ ಋಷಿ ವ್ಯಾಲಿ ಶಾಲೆಗಳು ಕೂಡ ಪರಿಸರ ಸಂರಕ್ಷಣೆ, ಗ್ರಾಮೀಣ ಅಭಿವೃದ್ಧಿ ಮೊದಲಾದ ಕಾರ್ಯಗಳಲ್ಲಿ ತೊಡಗಿಕೊಂಡಿವೆ. ಸುತ್ತಮುತ್ತಲಿನ ಹಳ್ಳಿಗಳ ಜನರು ಶಾಲಾ ಮಕ್ಕಳ ಜೊತೆ ಸೇರಿ ಹತ್ತಾರು ಹಳ್ಳಿಗಳಲ್ಲಿ ಬಹಳ ಮುತುವರ್ಜಿಯಿಂದ ವನಾಭಿವೃದ್ಧಿ, ಅಂತರ್ಜಲ ಅಭಿವೃದ್ಧಿ, ಹಕ್ಕಿಗಳ ಸಂರಕ್ಷಣೆ, ಗೋಬರ್ ಗ್ಯಾಸ್

ಉತ್ಪಾದನೆ, ದನ ಸಾಕಣೆ, ಬೇಸಾಯ ಮುಂತಾದ ಸರ್ವಾಂಗೀಣ ಗ್ರಾಮೀಣ ಅಭಿವೃದ್ಧಿ ಕಾರ್ಯಕ್ರಮದಲ್ಲಿ ತೊಡಗಿಕೊಂಡಿದ್ದಾರೆ. ಇಂದು ಇದು ಇಡೀ ರಾಷ್ಟ್ರದ ಗಮನ ಸೆಳೆದಿದೆ. ಋಷಿ ವ್ಯಾಲಿ ಶಾಲೆಯ ಇನ್ನೊಂದು ಮಹತ್ವದ ಕೊಡುಗೆಯೆಂದರೆ ಶಾಲೆಯ ಸುತ್ತಮುತ್ತಲಿನ ಹಳ್ಳಿಗಳಲ್ಲಿ ಜನರ ಮನೆಗಳ ಸುತ್ತ, ಕೆಲಸ ಜಾಗಗಳ ಮಧ್ಯೆಯೇ 'ಸ್ಯಾಟಲೈಟ್' ಎಂಬ ಉಪಶಾಲೆಗಳನ್ನು ತೆರೆದು ಗ್ರಾಮೀಣ ಮಕ್ಕಳಿಗೆ ಉಚಿತ ಶಿಕ್ಷಣವನ್ನೂ ತರಬೇತಿಯನ್ನೂ ನೀಡುತ್ತಿರುವುದು. ಈ ಶಾಲೆಗಳು ಇಂದು ನೆರೆ ರಾಜ್ಯಗಳೂ ಇತರ ದೇಶಗಳೂ ಅನುಕರಿಸುವಷ್ಟು ಫಲಪ್ರದವಾಗಿವೆ.

ಬೆಂಗಳೂರಿನ ವ್ಯಾಲಿ ಶಾಲೆ ಕಲೆಗೆ ಮಹತ್ವ ಕೊಡುತ್ತಾ ಒಂದು ಕಲಾಗ್ರಾಮವನ್ನೇ ಸ್ಥಾಪಿಸಿದೆ. ಇಂದು ಹತ್ತಾರು ಮಂದಿ ಕಲಾವಿದರು, ಚಿಂತಕರು ಈ ಕೇಂದ್ರವನ್ನು ಸಂದರ್ಶಿಸುತ್ತಿದ್ದಾರೆ. ಮದ್ರಾಸಿನ ಕೇಂದ್ರವು ಸುಸಜ್ಜಿತ ಗ್ರಂಥಾಲಯವನ್ನು ನಡೆಸುತ್ತಿರುವುದಲ್ಲದೆ, ಡಾಕ್ಯುಮೆಂಟೇಶನ್ ಮತ್ತು ಗ್ರಂಥ ಪ್ರಕಟನೆಗಳ ಕಾರ್ಯವನ್ನೂ ವ್ಯವಸ್ಥಿತವಾಗಿ ಮಾಡುತ್ತಿದೆ. ಮುಂಬಯಿಯ ಕೇಂದ್ರವು ಕೊಳಚೆ ಪ್ರದೇಶದ ಮಕ್ಕಳಿಗಾಗಿ ಶಾಲೆ ನಡೆಸುತ್ತಿದೆ; ಉತ್ತರ ಕಾಶಿಯ ಕೇಂದ್ರವು ಸ್ಥಳೀಯ ಬುಡಕಟ್ಟು ಜನರ ಮಕ್ಕಳಿಗಾಗಿ ಪ್ರಾದೇಶಿಕ ಭಾಷಾ ಮಾಧ್ಯಮದ ಶಾಲೆ ನಡೆಸುತ್ತಿದೆ; ಪುಣೆಯ ಕೇಂದ್ರವು ಆಧ್ಯಾತ್ಮಿಕ ರಿಟ್ರೀಟ್‌ಗಳನ್ನು ನಡೆಸುತ್ತ ಜನರಿಗೆ ಸಾಂತ್ವನ ನೀಡುವ ದಿಸೆಯಲ್ಲಿ ಶ್ರಮಿಸುತ್ತಿದೆ.

1950ರಲ್ಲಿ ಒಜ್ಜೈಗೆ ತೆರಳಿದ ಜೆ.ಕೆ., ಪ್ರಪುಲ್ ಜಯಕರ್ ಅವರೊಡನೆ ಮಾತನಾಡುತ್ತ, 'ನಾನು ಬಹಳಷ್ಟು ಮಾತನಾಡಿದ್ದೇನೆ. ಈಗ ನನಗೆ ತುಸು ವಿಶ್ರಾಂತಿಯ ಅಗತ್ಯವಿದೆ. ಸ್ವಲ್ಪ ಕಾಲ ಏಕಾಂತದಲ್ಲಿರಬಯಸುತ್ತೇನೆ' ಎಂದು ಹೇಳಿದರು. ಹಾಗೆಯೇ ಒಂದು ವರ್ಷ ಕಾಲ ಉಪನ್ಯಾಸ, ಸಂವಾದ ಕಾರ್ಯಕ್ರಮಗಳನ್ನು ಸಂಪೂರ್ಣವಾಗಿ ನಿಲ್ಲಿಸಿ ಏಕಾಂಗಿಯಾಗಿ ತಮ್ಮ ಅಚ್ಚುಮೆಚ್ಚಿನ ತಿರುಗಾಟದಲ್ಲಿ, ಧ್ಯಾನಚಿಂತನೆಯಲ್ಲಿ, ಹೂದೋಟದ ಕೆಲಸಗಳಲ್ಲಿ ಮಗ್ನರಾಗಿದ್ದರು. 18 ತಿಂಗಳ ದೀರ್ಘ ಮೌನದ ಬಳಿಕ 1951ರ ಚಳಿಗಾಲದಲ್ಲಿ ಒಜ್ಜೈನಿಂದ ಭಾರತಕ್ಕೆ ಬಂದರು. ಮುಂಬಯಿಯಲ್ಲಿ ಅವರನ್ನು ಕಾಣುವ ಜೊತೆಗೆ ಅವರ ಜೊತೆ ಮಾತಾಡುವ ಹಂಬಲದಿಂದ ಭಾರಿ ಜನ ನೆರೆದಿದ್ದರು. ಆದರೆ ದೀರ್ಘಕಾಲ ಮೌನದಲ್ಲೇ ವಿಹರಿಸಿದ್ದ ಜೆ.ಕೆ. ಆ ಗುಂಗಿನಿಂದ ಹೊರಬರಲಿಚ್ಚಿಸದೆ ಬಂದವರ ಕೈಕುಲುಕಿ ಕೇವಲ ಮುಗುಳ್ನಕ್ಕು ಪ್ರತಿಸ್ಪಂದಿಸಿದರಷ್ಟೆ. ಆದರೆ ಮುಂಬಯಿಯಿಂದ ಮದ್ರಾಸಿಗೆ ಹೋದದ್ದೇ ಅವರು 40 ದಿನಗಳಲ್ಲಿ 12 ಉಪನ್ಯಾಸಗಳನ್ನು ನೀಡಿದರು. 1952ರ ಬೇಸಿಗೆಯಲ್ಲಿ ಪುನಃ ಅಮೇರಿಕಕ್ಕೆ ವಾಪಸಾದರು.

7. ಭಾರತದಲ್ಲಿ

1956ರಲ್ಲಿ 21 ವರ್ಷದ ಟಿಬೆಟಿಯನ್ ಗುರು ದಲೈ ಲಾಮಾ ಅವರು ಸರಕಾರದ ಆಹ್ವಾನದ ಮೇರೆಗೆ ಭಾರತದಲ್ಲಿರುವ ಬೌದ್ಧಧರ್ಮದ ಚಾರಿತ್ರಿಕ ಪವಿತ್ರ ಸ್ಥಳಗಳನ್ನು ಸಂದರ್ಶಿಸಲು ಭಾರತಕ್ಕೆ ಭೇಟಿ ನೀಡಿದರು. ಹೀಗೆ ಭಾರತದಲ್ಲಿ ಸಂಚರಿಸುತ್ತಿರುವಾಗ ಭಾರತದ ರಾಜಕೀಯ ಅಧಿಕಾರಿ ಅಪ್ಪಾ ಸಾಹೇಬ್ ಪಂತ್ ಅವರು ದಲೈ ಲಾಮಾರಿಗೆ ಜೆ.ಕೆ.ಯವರ ಬೋಧನೆಗಳ ಬಗ್ಗೆ ತಿಳಿಸಿದರು. ಹಾಗಾಗಿ ದಲೈ ಲಾಮಾ ಮದ್ರಾಸಿಗೆ ಹೋದಾಗ ಜೆ.ಕೆ. ಯವರು ಅಲ್ಲಿನ ವಸಂತ ವಿಹಾರದಲ್ಲಿ ತಂಗಿದ್ದಾರೆಂಬ ಸುದ್ದಿ ತಿಳಿದು ತಮ್ಮ ಸಂಪ್ರದಾಯಗಳನ್ನು ಬದಿಗೊತ್ತಿ ಅವರನ್ನು ಭೇಟಿಮಾಡಿದರು. ಇಬ್ಬರ ನಡುವೆ ನಡೆದ ಮಾತುಕತೆ ಅವರೊಳಗೆ ಕ್ಷಣಾರ್ಧದಲ್ಲಿ ಮಿಂಚಿನಂತೆ ಗಾಢವಾಗಿ ಪ್ರೇಮವನ್ನು ಹುಟ್ಟುಹಾಕಿತು. ಅಲ್ಲಿಂದ ಹಿಂತಿರುಗುವಾಗ ದಲೈ ಲಾಮಾ ಅವರು ಅಪ್ಪಾ ಸಾಹೇಬ್ ಪಂತ್ ಅವರ ಬಳಿ, 'ಈತ ಬಹುದೊಡ್ಡ ಮಹಾತ್ಮ! ನಮ್ಮ ಭೇಟಿಯಿಂದ ಒಂದು ಅಪೂರ್ವ ಅನುಭವ ಉಂಟಾಯಿತು' ಎಂದು ಹೇಳಿದರು.

1959ರ ಉಪನ್ಯಾಸಗಳನ್ನು ಮರಳದೆ ಭಾರತದಲ್ಲೇ ಉಳಿದರು. ಸುಮಾರು ಎರಡು ವರ್ಷ ಕಾಲ ಭಾರತದಲ್ಲೇ ಕಳೆದರು. ಬಾಲ್ಯದಲ್ಲಿ ವಿದ್ಯಾಭ್ಯಾಸಕ್ಕಾಗಿ ಭಾರತ ಬಿಟ್ಟು ತೆರಳಿದ ಮೇಲೆ ಅವರು ಇಷ್ಟು ದೀರ್ಘ ಕಾಲ ಭಾರತದಲ್ಲಿ ಕಳೆದದ್ದು ಅದೇ ಪ್ರಥಮ ಬಾರಿಯಾಗಿತ್ತು. ಈ ಅವಧಿಯಲ್ಲಿ ಅವರು ಕಾಶ್ಮೀರದ ಸುಂದರ ಕಣಿವೆಗಳ ನಡುವೆಯೂ ಕೆಲಕಾಲ ನೆಲೆಸಿದರು. ಅಲ್ಲಿ ಅವರು ಪಾಲ್‌ಗ್ರೇವನ 'ಗೋಲ್ಡನ್ ಟ್ರೆಷರಿ ಆಫ್ ಇಂಗ್ಲಿಶ್ ವರ್ಸ್' ಎಂಬ ಕವನ ಸಂಕಲನವನ್ನು ತರಿಸಿಕೊಂಡು ಓದುತ್ತಿದ್ದರು. ಕವಿ ಕೀಟ್ಸ್‌ನ 'ಓಡ್ ಟು ದ ನೈಟಿಂಗೇಲ್' ಅವರಿಗೆ ಇಷ್ಟವಾದ ಕವಿತೆಗಳಲ್ಲಿ ಒಂದು. ಹಿಂದೆ ಅವರು ಪ್ರಸಿದ್ಧ ಯೋಗಾಚಾರ್ಯ ಬಿ.ಕೆ.ಎಸ್. ಅಯ್ಯಂಗಾರರಿಂದ ಕಲಿತಿದ್ದ ಯೋಗಾಸನ, ಪ್ರಾಣಾಯಾಮಗಳನ್ನು ಬೆಳಗಿನ ಜಾವ ಮಾಡಿ, ಒಂಟಿಯಾಗಿ ತಿರುಗಾಟಕ್ಕೆ ಹೋಗುತ್ತಿದ್ದರು; ಒಮ್ಮೊಮ್ಮೆ ಗೆಳೆಯರ ಜೊತೆ ಹಿಮಾಲಯದ ದಾರಿಯಲ್ಲಿ ಸಾಗುತ್ತಿದ್ದ ಸನ್ಯಾಸಿಗಳ ಜೊತೆ ಒಬ್ಬ ಯಾತ್ರಾರ್ಥಿಯಂತೆ ಹೋಗುತ್ತಿದ್ದರು. ತುಂಬಾ ಚಳಿಯ ದಿನಗಳಲ್ಲಿ ಅವರೂ ಅವರ ಗೆಳೆಯರೂ 'ಕ್ಯಾಂಪ್ ಫೈರ್' ಹೊತ್ತಿಸಿ ಅದರ ಸುತ್ತಲೂ ಕುಳಿತುಕೊಳ್ಳುತ್ತಿದ್ದುಂಟು. ಆ ಸಮಯದಲ್ಲಿ ಅವರು ಲಯಬದ್ಧವಾಗಿ ಸಂಸ್ಕೃತ ಋಕ್ಕುಗಳನ್ನು ಪಠಿಸುತ್ತಿದ್ದರು.

ಒಮ್ಮೆ ಕಾಶ್ಮೀರದ ಶ್ರೀನಗರದಲ್ಲಿ ಕೆಲವು ಮಂದಿ ಸನ್ಯಾಸಿಗಳು ಜೆ.ಕೆ. ಯವರನ್ನು ಭೇಟಿಮಾಡಿದರು. ಸ್ವಲ್ಪ ಸಮಯದ ನಂತರ ಮಾತನಾಡುತ್ತ 'ನಾವು ಒಂಟಿಯಾಗಿ ಹಿಮದ ನಡುವೆ ಬದುಕುತ್ತಿದ್ದೇವೆ. ಯಾರನ್ನು ಭೇಟಿ

ಮಾಡುವುದಿಲ್ಲ. ಯಾರೂ ನಮ್ಮನ್ನು ನೋಡ ಬರುವುದಿಲ್ಲ' ಎಂದು ಹೇಳಿದರು. ಅದಕ್ಕೆ ಜೆ.ಕೆ. ಉತ್ತರಿಸಿದ್ದು ಹೀಗೆ: 'ಸನ್ಯಾಸಿಗಳು ನಿಜಕ್ಕೂ ಒಂಟಿಜೀವಿಗಳಲ್ಲ. ಅವರು ವೇದ, ಉಪನಿಷತ್ತುಗಳ ಜೊತೆ ತಮ್ಮ ತಮ್ಮ ಅನುಭವ, ಪಾಂಡಿತ್ಯ, ಸಂಗ್ರಹಿಸಿದ ಜ್ಞಾನ, ಧ್ಯಾನ, ಜಪಗಳ ಜೊತೆಗಿರುವವರು; ಅವರು ತಮ್ಮ ಪೂರ್ವಗ್ರಹಗಳ ಹೊರೆಯನ್ನು ತ್ಯಜಿಸಿದವರಲ್ಲ. ನೀವು ದೈಹಿಕವಾಗಿ ಒಂಟಿಯಾಗಿರಬಹುದು. ಆದರೆ ನಿಮ್ಮದು ಒಂಟಿ ಜೀವನವಲ್ಲ; ನೀವು ಕೇವಲ ಕಾವಿ ತೊಟ್ಟರೆ ಜಗತ್ತನ್ನು ಪರಿತ್ಯಜಿಸಿದಂತಲ್ಲ. ನಿಮ್ಮಲ್ಲಿರುವ ವಸ್ತುಗಳನ್ನು ನೀವು ದಾನ ಮಾಡಬಹುದು. ಆದರೆ ನಿಮ್ಮ ಅನುವಂಶಿಕ ಗುಣಗಳನ್ನು, ಪರಂಪರೆಯನ್ನು, ನಿಮ್ಮೊಳಗಿರುವ ಹಲವು ಪೂರ್ವಗ್ರಹಗಳನ್ನು ಬಿಡುವುದು ಬಲು ಕಷ್ಟ. ಅದಕ್ಕೆ ನಿಮ್ಮಲ್ಲಿ ಅಪರಿಮಿತ ವೈಚಾರಿಕತೆ, ಪರಿಶೋಧನೆಯ ಮನಸ್ಸು ಇರಬೇಕಾಗುತ್ತದೆ'.

1962ರಲ್ಲಿ ಅವರು 23 ಉಪನ್ಯಾಸಗಳನ್ನು ನೀಡಿದರು. 1960ರ ದಶಕದಲ್ಲಿ ಅವರಿಗೆ ಭಾರತದ ಒಟ್ಟು ಆಗುಹೋಗುಗಳ ಬಗ್ಗೆ ಅತೀವ ಅಸಮಾಧಾನವಿತ್ತು. ಭಾರತದಲ್ಲಿ ತಮ್ಮ ಸುತ್ತ ಆಳವಾಗಿ ಪ್ರಶ್ನಿಸುವ ಒಂದೇ ಒಂದು ಗಂಭೀರ ಮನಸ್ಸು ಕಾಣುತ್ತಿಲ್ಲವಲ್ಲ ಎಂಬ ಖೇದ ಅವರಲ್ಲಿತ್ತು. 'ಕಳೆದ 30 ವರ್ಷಗಳಿಂದ ಮಾತನಾಡುತ್ತಿದ್ದೇನೆ. ಆದರೆ ಒಬ್ಬನಿಗೂ ನನ್ನ ಬೋಧನೆ ಬದುಕಿನ ಒಂದು ಕ್ರಮವಾಗಲಿಲ್ಲ' ಎಂದವರು ಹೇಳಿದರು. 1963ರಲ್ಲಿ ಮುಂಬಯಿಯಲ್ಲಿ ನಡೆದ ಜೆ.ಕೆ. ಫೌಂಡೇಶನ್‌ನ ಒಂದು ಸಭೆಯಲ್ಲಿ ಹೊಸ ಶಿಕ್ಷಣ ವಿಧಾನದ ಬಗ್ಗೆ ಮಾತನಾಡುತ್ತಾ ಹೀಗೆಂದರು: 'ಕಳೆದ 47 ವರ್ಷಗಳಿಂದ ನಾನು ರಾಜ್‌ಘಾಟ್ ಮತ್ತು ಋಷಿ ವ್ಯಾಲಿ ಕೇಂದ್ರಗಳು 'ಬೋಧನೆ'ಯ ಕೇಂದ್ರಗಳಾಗಬೇಕೆಂದು, ಅವು ಪವಿತ್ರ ತಾಣಗಳಾಗಿ ಹೊರಹೊಮ್ಮಬೇಕೆಂದು ಆಶಿಸಿದ್ದೆ. ಈಗ ಈ ಕೇಂದ್ರಗಳನ್ನು ವಿಮರ್ಶಿಸುವ ಕಾಲ ಬಂದಿದೆ. ಇವುಗಳು ನಿಜಕ್ಕೂ 'ಬೋಧನೆ'ಯ ಕೇಂದ್ರಬಿಂದುಗಳಾಗಿವೆಯೆ? ಇಲ್ಲಿ 'ಅನ್ಯತ್ವ'ದ ಪ್ರಜ್ಞೆ ಅರಳಿದೆಯೆ? ಇವೆರಡು ಕೇಂದ್ರಗಳನ್ನು ದೇಶದ ನವ ಕಾರಂಜಿಗಳಂತೆ ಉಳಿಸಿಕೊಳ್ಳಬೇಕೆಂದು ಹೇಳಿದೆ. ಇಂದು ನಿಜಕ್ಕೂ ನಾನು ಗಾಢವಾಗಿ ಸ್ಪಂದಿಸುತ್ತಿದ್ದೇನೆ ಮತ್ತು ವಿಚಲಿತನಾಗುತ್ತಿದ್ದೇನೆ. ಈ ದೃಷ್ಟಿಯಿಂದ ನೋಡಿದಾಗ ಇಷ್ಟು ವರ್ಷ ಕಳೆದರೂ ಈ ಕೇಂದ್ರಗಳು ಇನ್ನೂ ಅರಳಿಕೊಳ್ಳಲಿಲ್ಲ... ನಾನು ಸಾಯಬಹುದು... ನಾನು ಇಲ್ಲವೆಂದೇ ತಿಳಿಯಿರಿ... ಈ ಕೇಂದ್ರಗಳನ್ನು ಉಳಿಸಲು ಸಾಧ್ಯವೆ? ಕಳೆದ ಕೆಲವು ದಶಕಗಳಿಂದ ನೀವೆಲ್ಲರೂ ಇದಕ್ಕಾಗಿ ಶ್ರಮಿಸುತ್ತಿದ್ದೀರಿ. ಇವುಗಳನ್ನು ಜೀವಂತವಾಗಿ ಉಳಿಸಿಕೊಳ್ಳಲು ಸಾಧ್ಯವೆ?'

1970ರಲ್ಲಿ ಭಾರತಕ್ಕೆ ಮರಳಿದ ಜೆ.ಕೆ. ದೆಹಲಿಯಲ್ಲಿ ಒಂದು ಬೆಳಿಗ್ಗೆ ನಡೆದ ಸಂವಾದದಲ್ಲಿ ಸಾವಿನ ಕುರಿತು ಮಾತನಾಡಿದರು. 'ನಾವು ಸಾವಿನಿಂದ

ತಪ್ಪಿಸಿಕೊಳ್ಳಲು, ಅದರಿಂದ ಜಾರಿಕೊಳ್ಳಲು ಅದನ್ನು ಬದುಕಿನ ಗೋಡೆಯಾಚೆ ಇಟ್ಟುಬಿಡುತ್ತೇವೆ. ಆದರೆ ಬದುಕು ಮತ್ತು ಸಾವುಗಳೆಂದರೇನು ಎಂಬುದು ಈ ಬಾಳಿನ ಅತ್ಯಂತ ಮುಖ್ಯ ಪ್ರಶ್ನೆ. ಅವೆರಡೂ ಜೊತೆಯಲ್ಲೇ ಸಾಗುವಂಥವು; ಅವು ಯಾವತ್ತೂ ಬೇರೆ ಬೇರೆಯಲ್ಲ. ಆದರೆ ಅವುಗಳನ್ನು ನಾವೇಕೆ ಬೇರ್ಪಡಿಸುತ್ತೇವೆ? ನಮಗೆ ಬದುಕನ್ನು ತಿಳಿದುಕೊಳ್ಳಲು ಸಾಧ್ಯವಿಲ್ಲವೆ? ಅದೇ ರೀತಿ ಸಾವನ್ನು ಕೂಡ? ನಮ್ಮ ಮನಸ್ಸು ಕ್ರಿಯಾಶೀಲವಾಗಿದ್ದಲ್ಲಿ ಮಾತ್ರ ಇವುಗಳನ್ನೆಲ್ಲ ಅರಿತುಕೊಳ್ಳಬಹುದು. ನಮ್ಮ ಮಿದುಳು ನೇರವಾಗಿ ಗ್ರಹಿಸದ ಹೊರತು ತಿಳಿವಳಿಕೆ ಅಸಾಧ್ಯ... ತಿಳಿದಿರುವ ವಿಚಾರಗಳಿಂದ ಮನಸ್ಸು ಬಿಡುಗಡೆಗೊಂಡಾಗ ಸಾವು ಇರುವುದಿಲ್ಲ' ಎಂದು ಅವರು ಹೇಳಿದರು. ಈ ಚರ್ಚೆ ಅವರು ದೆಹಲಿಯಿಂದ ಮದ್ರಾಸಿಗೆ ಹೋದಾಗಲೂ ಮುಂದುವರಿದಿತ್ತು.

ಸುಮಾರು ಅದೇ ಸಮಯದಲ್ಲಿ ಅಂದಿನ ಪ್ರಧಾನಿ ಇಂದಿರಾ ಗಾಂಧಿಯವರ ಆಹ್ವಾನದ ಮೇರೆಗೆ 'ಡಿಸ್ಕೂಲಿಂಗ್ ಸೊಸೈಟಿ' ಎಂಬ ಪುಸ್ತಕದಿಂದ ಜಗತ್ಪ್ರಸಿದ್ಧರಾಗಿದ್ದ ಶಿಕ್ಷಣ ತಜ್ಞ ಇವಾನ್ ಇಲ್ಯಚ್ ಭಾರತಕ್ಕೆ ಆಗಮಿಸಿದರು. ಅವರು ಜೆ.ಕೆ.ಯವರ ಜೊತೆ ಮಾತನಾಡಬೇಕೆಂದು ರಾಜ್‌ಘಾಟ್‌ಗೆ ಹೋದರು. ಜೆ.ಕೆ.ಯವರ ಜೊತೆ ಸ್ವಲ್ಪ ಕಾಲ ತಂಗಿದರು. ಗಂಗಾ ನದಿಯ ತಟದಲ್ಲಿ ಅವರಿಬ್ಬರ ನಡುವೆ ಹಲವು ದಿನಗಳ ಕಾಲ ಸಂವಾದ ನಡೆಯಿತು. ಎಲ್ಲವನ್ನೂ ಸೂಕ್ಷ್ಮವಾಗಿ ಅವಲೋಕಿಸುವ ಜೆ.ಕೆ. ಮತ್ತು ಪಾಶ್ಚಾತ್ಯ ವಿಚಾರಧಾರೆಯ ಅತ್ಯುಚ್ಚ ಪರಂಪರೆಯಿಂದ ಬಂದ ಇವಾನ್ ಇಲ್ಯಿಚ್ ಇವರ ನಡುವಣ ಸಂವಾದವು ನಿಜಕ್ಕೂ ಅನೇಕ ಗಂಭೀರ ವಿಚಾರಗಳನ್ನು ಒಳಗೊಂಡಿತ್ತು. ಪ್ರಶ್ನೆ–ಮರು ಪ್ರಶ್ನೆ, ಸವಾಲು–ಪ್ರತಿ ಸವಾಲು, ಸಹಮತ–ಭಿನ್ನಮತಗಳ ಆ ಸಂವಾದ ಅತ್ಯಂತ ಶ್ರೇಷ್ಠ ಮಟ್ಟದ್ದಾಗಿತ್ತೆಂದು ಪ್ರತ್ಯೇಕವಾಗಿ ಹೇಳಬೇಕಾಗಿಲ್ಲ.

1959ರಲ್ಲಿ ಅಮೇರಿಕದ ಪ್ರಿನ್ಸ್‌ಟನ್ ವಿಶ್ವವಿದ್ಯಾಲಯದಲ್ಲಿ ಆಲ್ಬರ್ಟ್ ಐನ್‌ಸ್ಟೀನ್ ಅವರ ವಿದ್ಯಾರ್ಥಿಯೂ ಮಿತ್ರರೂ ಆಗಿದ್ದ ಪ್ರೊ. ಡೇವಿಡ್ ಬಾಮ್ ಅವರಿಗೆ ಗ್ರಂಥಾಲಯವೊಂದರಲ್ಲಿ ಆಕಸ್ಮಾತ್ತಾಗಿ ಜೆ.ಕೆ.ಯವರ 'ದಿ ಫಸ್ಟ್ ಅಂಡ್ ಲಾಸ್ಟ್ ಫ್ರೀಡಮ್' ಎಂಬ ಗ್ರಂಥ ದೊರೆಯಿತು. ಅದನ್ನೋದಿ ಅವರು ತುಂಬ ಪ್ರಭಾವಿತರಾದರು. 1959ರ ನಂತರ ಸುಮಾರು ಎರಡು ಮೂರು ದಶಕಗಳಿಗೂ ಹೆಚ್ಚು ಕಾಲ ಬಾಮ್ ಮತ್ತು ಜೆ.ಕೆ.ಯವರ ನಡುವೆ ಬೇರೆ ಬೇರೆ ಕಾಲದಲ್ಲಿ ನೂರಾರು ಸಂವಾದಗಳು ನಡೆದುವು. ಈ ಸಂವಾದಗಳ ಪರಿಣಾಮವಾಗಿ 'ಎಂಡಿಂಗ್ ದ ಟೈಮ್', 'ಟ್ರೂತ್ ಅಂಡ್ ಅಕ್ಚುಯಾಲಿಟಿ', 'ಫ್ಯೂಚರ್ ಆಫ್ ಹ್ಯುಮ್ಯಾನಿಟಿ' ಮತ್ತು 'ಲಿಮಿಟ್ಸ್ ಟು ಥಾಟ್' ಎಂಬ ನಾಲ್ಕು ಪುಸ್ತಕಗಳು ಪ್ರಕಟಗೊಂಡವು.

ಆಲ್ಡಸ್ ಹಕ್ಸ್ಲೀ ಪ್ರಸಿದ್ಧ ಇಂಗ್ಲಿಷ್ ಲೇಖಕ ಮತ್ತು ತತ್ತ್ವಜ್ಞಾನಿ. ವರ್ಷಗಳು ಕಳೆದಂತೆ ಅವರ ಮತ್ತು ಜೆ.ಕೆ.ಯವರ ಗೆಳೆತನ ಗಾಢವಾಗುತ್ತಾ ಹೋಯಿತು. ಜೆ.ಕೆ.ಯವರಿಗಂತೂ ಆ ದೀರ್ಘಕಾಲದ ಗೆಳೆತನ ಒಂದು ಉಲ್ಲಾಸದ ಸಂಬಂಧವಾಗಿತ್ತು. ಅವರು ಹಕ್ಸ್ಲೀಯವರ ಅಪ್ರತಿಮ ಪ್ರತಿಭೆಗೆ ಮಾರುಹೋಗಿದ್ದರು. ಈ ಗೆಳೆತನದ ಜೊತೆಗೆ ಪ್ರಶಾಂತವಾಗಿ ಕಳೆದ ವರ್ಷಗಳು ಜೆ.ಕೆ.ಯವರ ಒಳಬಾಳಿಗೆ ಸಾಕಷ್ಟು ಅಧ್ಯಾಯಗಳನ್ನು ಸೇರಿಸಿದುವು. ಅವರ ತತ್ತ್ವದರ್ಶನ ಮತ್ತು ಬರಹಗಳು ಪರಿಪೂರ್ಣತೆಯಿಂದ ಅರಳಿಕೊಂಡವು. ಅದು ಜೆ.ಕೆ.ಯವರು ಉಪನ್ಯಾಸಕರಾಗಿ ಮಾಗುತ್ತಾ ರೂಪುಗೊಳ್ಳುತ್ತಿದ್ದ ಕಾಲ. ಹಕ್ಸ್ಲೀಯವರು ಜೆ.ಕೆ.ಯವರ ಹಾಗೂ ಅವರ ಶ್ರೋತೃಗಳ ನಡುವೆ ನಡೆಯುತ್ತಿದ್ದ ಸಂವಾದಗಳಿಗೆ ಸಾಕಷ್ಟು ಪ್ರೋತ್ಸಾಹ ನೀಡಿದರು; 'ನೀವೇಕೆ ಬರೆಯಬಾರದು?' ಎಂದು ಜೆ.ಕೆ.ಯವರನ್ನು ಬರೆಯುವಂತೆ ಪ್ರಚೋದಿಸಿದರು. ಹಕ್ಸ್ಲೀಯವರ ಸಲಹೆಯಂತೆ ಆ ಕಾಲದ ಮಾತುಗಳು ಹಾಗೂ ಬರಹಗಳು ಮುಂದೆ 'ದಿ ಫಸ್ಟ್ ಅಂಡ್ ಲಾಸ್ಟ್ ಫ್ರೀಡಮ್' ಎಂಬ ಶೀರ್ಷಿಕೆಯಲ್ಲಿ ಪುಸ್ತಕ ರೂಪದಲ್ಲಿ ಪ್ರಕಟವಾದುವು. ಮತ್ತೆ ಆ ಕಾಲದ ಉಪನ್ಯಾಸಗಳು, ಸಂವಾದಗಳು 1956–61ರ ಅವಧಿಯಲ್ಲಿ 'ಕಾಮೆಂಟರೀಸ್ ಆನ್ ಲಿವಿಂಗ್' ಎಂಬ ಮೂರು ಸಂಪುಟಗಳ ಗ್ರಂಥವಾಗಿ ಹೊರಬಂದುವು. ಅದಕ್ಕೆ ಮೊದಲೇ ಶಿಕ್ಷಣವನ್ನು ಕುರಿತ ಜೆ.ಕೆ.ಯವರ ಚಿಂತನೆಗಳು 'ಎಜುಕೇಶನ್ ಅಂಡ್ ಸಿಗ್ನಿಫಿಕೆನ್ಸ್ ಆಫ್ ಲೈಫ್' ಎಂಬ ಮಹತ್ವಪೂರ್ಣ ಪುಸ್ತಕವಾಗಿ ಪ್ರಕಟವಾಗಿತ್ತು.

ಅದೇ ಸಮಯದಲ್ಲಿ ಜೆ.ಕೆ.ಯವರಿಗೆ ಹಕ್ಸ್ಲೀ ದಂಪತಿಗಳ ಜೊತೆಗೆ ಪರಿಚಿತರಾದ ಕೆಲವು ಜನರಲ್ಲಿ ಜೆರಾಲ್ಡ್ ಹರ್ಡ್ ಮತ್ತು ಕ್ರಿಸ್ಟೋಫರ್ ಇಷರ್ವುಡ್ ಪ್ರಮುಖರು. ಅಮೇರಿಕದ ಪ್ರಸಿದ್ಧ ಲೇಖಕ ಹೆನ್ರಿ ಮಿಲ್ಲರ್ ಅವರೂ ಜೆ.ಕೆ.ಯವರಿಂದ ಪ್ರಭಾವಿತರಾದರು. 'ನನ್ನ ದೃಷ್ಟಿಯಲ್ಲಿ ಜೆ.ಕೆ.ಯವರನ್ನು ನೋಡುವಂಥ ದೊಡ್ಡ ಸೌಭಾಗ್ಯ ಬೇರೆ ಯಾರನ್ನು ನೋಡುವುದರಿಂದಲೂ ಸಾಧ್ಯವಿಲ್ಲ' ಎಂದು ಅವರು ಹೇಳಿದ್ದುಂಟು.

ಜೆ.ಕೆ.ಯವರು 1935ರಿಂದಲೂ ರಾಷ್ಟ್ರೀಯತೆ, ಯುದ್ಧ, ಅಣು ಸಮರ, ಇವುಗಳ ಜೊತೆಗೆ ಇವು ತರುವ ವಿನಾಶದ ಬಗ್ಗೆ ಸತತವಾಗಿ ಮಾತನಾಡುತ್ತಲೇ ಇದ್ದರು. ಅವರ ಪ್ರಕಾರ 'ಎಲ್ಲಿ ಯುದ್ಧವಿದೆ. ಅದು ಅನಿವಾರ್ಯ... ಅಣುಬಾಂಬು ಎಂಬುದು ರಾಷ್ಟ್ರೀಯತೆಯ, ದುರಾಸೆಯ, ಮಹತ್ವಾಕಾಂಕ್ಷೆಯ, ಹಲವು ಪೂರ್ವಗ್ರಹಗಳ, ವರ್ಗ ಅಸಮಾನತೆಯ, ವಿಭಿನ್ನ ಧಾರ್ಮಿಕ ಒಲವುಗಳ ಫಲಿತಾಂಶ, ಇವೆಲ್ಲವೂ ದೀರ್ಘ ಚಾರಿತ್ರಿಕ ಪ್ರಕ್ರಿಯೆಯ ಫಲವಾಗಿದೆ. ಈ ಪ್ರಕ್ರಿಯೆಯೇ ಅಣುಬಾಂಬನ್ನು ತಯಾರು ಮಾಡಿದೆ... ಅಣು ಯುದ್ಧವಾದರೆ ಮನುಷ್ಯ ಸಂಪೂರ್ಣ ನಿರ್ನಾಮವಾಗುತ್ತಾನೆ... ಪ್ರಾಚೀನ

ಸಂಸ್ಕೃತಿಯ ದೇಶವಾದ ತಮ್ಮನ್ನು ತಾವೇ ನಾಶಪಡಿಸಿಕೊಳ್ಳುತ್ತಿದ್ದಾರೆ. ಅಣುಬಾಂಬು, ಅಣುಸಮರಗಳು ಭಾರತೀಯರ ಅಂತರಂಗವನ್ನು ನಾಶಪಡಿಸುತ್ತವೆ. ಇದನ್ನು ಅರ್ಥಮಾಡಿಕೊಳ್ಳಬೇಕು. ನಾವು ಒಳಗಿನಿಂದಲೇ ಅಮೂಲಾಗ್ರವಾಗಿ ಬದಲಾಗದಿದ್ದರೆ ನಮ್ಮ ಭವಿಷ್ಯಕ್ಕೆ ಅಪಾಯವಿದೆ.'

8. ಕೊನೆಯ ದಿನಗಳು

ಜೆ.ಕೆ.ಯವರ ಅಂತಿಮ ನಿರ್ಗಮನದ ಕಾಲ ಸಮೀಪಿಸುತ್ತಿತ್ತು. ಅವರು 90ನೇ ವರ್ಷಕ್ಕೆ ಕಾಲಿಟ್ಟಿದ್ದರು. ಇಳಿವಯಸ್ಸಿನ ಶಾರೀರಿಕ ದೌರ್ಬಲ್ಯಗಳು ಆಗಾಗ ಅವರನ್ನು ಕಾಡುತ್ತಿದ್ದುವು. ಆ ವರ್ಷ ಸಿಟ್ಜರ್‌ಲ್ಯಾಂಡಿನ ಸಾನೆನ್ ಎಂಬಲ್ಲಿ ನಡೆದ ವಾರ್ಷಿಕ ಸಮಾವೇಶದ ಸಂದರ್ಭದಲ್ಲಿ ಅವರ ಆರೋಗ್ಯ ಬಹಳಷ್ಟು ಹದಗೆಟ್ಟಿತ್ತು. ಒಂದು ದಿನ ತಮ್ಮ ಸ್ನೇಹಿತರ ಜೊತೆ, 'ನನ್ನ ನಿರ್ಗಮನದ ಸಮಯ ಸನ್ನಿಹಿತವಾಗಿದೆಯೆಂದು ನನಗನ್ನಿಸುತ್ತಿದೆ' ಎಂದು ಹೇಳಿಕೊಂಡರು. ಜುಲೈ 25ರಂದು ಆ ಸಮಾವೇಶದಲ್ಲಿ ಮಾಡಿದ ತಮ್ಮ ಕೊನೆಯ ಭಾಷಣದಲ್ಲಿ, 'ನಾನು ಪ್ರತಿ ಬಾರಿಯೂ ಪ್ರತಿ ದಿನವೂ ಹೊಸ ಹೊಸ ಬೆರಗು ಹುಟ್ಟಿಸುವಂಥ ದಿನಗಳನ್ನು ಕಂಡೆ. ಹಿಂದೆಂದೂ ನನಗೆ ಬೇಸಿಗೆಯಲ್ಲಿ ಇಂಥ ಅದ್ಭುತ ಅನುಭವವಾದದ್ದಿಲ್ಲ. ಬಹುಶಃ ಇಲ್ಲಿನ ಪ್ರಕೃತಿಯೂ ನನಗೆ ವಿದಾಯ ಹೇಳುತ್ತಿರಬೇಕು' ಎಂದು ತಮ್ಮ ಸಾವಿನ ಸುಳಿವು ದೊರೆತವರಂತೆ ಮಾತನಾಡಿದರು. ಮತ್ತೆ ಕೆಲವೇ ತಿಂಗಳಲ್ಲಿ ತೀವ್ರವಾಗಿ ದಣಿದುಹೋದ ಅವರು 'ನನ್ನ ನಿರ್ಗಮನದ ಸೂಚನೆ ಬಂದಿದೆ; ಹೆಚ್ಚೆಂದರೆ ಇನ್ನೆರಡು ವರ್ಷವಷ್ಟೇ ನನ್ನ ಬದುಕು' ಎಂದು ಹೇಳಿದರು. ಆದರೆ ಅವರ ಈ ಯಾವ ಮಾತುಗಳಲ್ಲಿಯೂ ಅವರಿಗೆ ಇನ್ನು ಕೆಲವೇ ತಿಂಗಳುಗಳಲ್ಲಿ ತಾವು ಸಾಯಬಹುದೆನ್ನುವ ಪೂರ್ವ ಸೂಚನೆ ಇರಲಿಲ್ಲ.

ಜೆ.ಕೆ.ಯವರು ತಮ್ಮ ಅಂತ್ಯಕಾಲ ಸಮೀಪಿಸುತ್ತಿದ್ದಂತೆ ತಾವು ಕಟ್ಟಿದ ಸಂಸ್ಥೆಗಳ ಪಾವಿತ್ರ್ಯತೆಯ ಬಗ್ಗೆ ಆಗಾಗ ಮಾತನಾಡುತ್ತಿದ್ದರು. 'ಈ ಸಂಸ್ಥೆಗಳು ತಮ್ಮ ಅವಲಂಬನದಲ್ಲಿರಬಾರದು. ಒಂದು ಹೂ ಸ್ವತಂತ್ರವಾಗಿ ಹೇಗೆ ಅರಳುತ್ತದೋ ಹಾಗೆ ಈ ಸಂಸ್ಥೆಗಳು ತಾವಿಲ್ಲದೆಯೂ ಸ್ವತಂತ್ರವಾಗಿ ಅರಳಬೇಕು. ಪರಿಶುದ್ಧವಾದ ತಿಳಿವಳಿಕೆ ಮಾತ್ರ ಈ ಸಂಸ್ಥೆಗಳನ್ನು ಏಕಸೂತ್ರದಲ್ಲಿ ಕಟ್ಟಿಡಬಲ್ಲುದು. ಅದಕ್ಕೆ ಸಂಘಟನಾ ಚಾತುರ್ಯವಿದ್ದರಷ್ಟೇ ಸಾಲದು ಎಂದು ತಮ್ಮ ಅಭಿಪ್ರಾಯವನ್ನು ವ್ಯಕ್ತಪಡಿಸಿದರು. ಈ ಸಂಸ್ಥೆಗಳು ನಿಜವಾದ ಅರ್ಥದಲ್ಲಿ ಧಾರ್ಮಿಕ ಕೇಂದ್ರಗಳಾಗಿರಬೇಕು. ಕೇವಲ ಸಾಂಪ್ರದಾಯಿಕ ಅರ್ಥದಲ್ಲಲ್ಲ. ಈ ಕೇಂದ್ರಗಳನ್ನು ಯಾವುದೇ ಮಿಥ್ಯೆಗಳು, ದುರುದ್ದೇಶಗಳು, ಪಾವಿತ್ರ್ಯತೆಯ ವಿಕೃತ ಕವಚಗಳು ಆವರಿಸಿಕೊಂಡಿಲ್ಲವೆಂದು

ಇಲ್ಲಿಗೆ ಬರುವ ಸಂದರ್ಶಕರಿಗೆ ಮನದಟ್ಟಾಗಬೇಕು. ಕೇಂದ್ರಗಳಲ್ಲಿ ಅರಿವಿನ ಜ್ಯೋತಿ ಎಂದೆಂದೂ ಜೀವಂತವಾಗಿ ಬೆಳಗುತ್ತಿರಬೇಕು ಹಾಗೂ ಕೇಂದ್ರಗಳಿಗೆ ಬಂದವರು ತಮ್ಮ ಜೊತೆ ಬೆಳಕನ್ನು ಕೊಂಡೊಯ್ಯುವಂತಾಗಬೇಕು ಅಥವಾ ತಮ್ಮೊಳಗಿನ ಜ್ಯೋತಿಯನ್ನು ಬೆಳಗಿಕೊಳ್ಳುವಂತಾಗಬೇಕು. ಅವರ ವ್ಯಕ್ತಿತ್ವ ಚೂರುಚೂರಾಗದೆ ಪರಿಪೂರ್ಣವಾಗಿ ಅರಳಬೇಕು. ಅವರು ದುಃಖ ನೋವುಗಳಿಂದ ಮುಕ್ತಿ ಪಡೆದು ಅತೀವ ಸೌಂದರ್ಯದಿಂದ ಕಂಗೊಳಿಸಬೇಕು. ಈ ನಿಟ್ಟಿನಲ್ಲಿ ಇವು ಧಾರ್ಮಿಕ ಕೇಂದ್ರಗಳಾಗಬೇಕು. ಈ ಕೇಂದ್ರಗಳನ್ನು ಸಂದರ್ಶಿಸುವ ವ್ಯಕ್ತಿಗೆ ನಾನಾ ಬಗೆಯ ಕಲ್ಪಿತ ಚಿತ್ರಗಳನ್ನು ಚಿತ್ರಿಸುವ ಮನಸ್ಸಿನ ಅಭ್ಯಾಸದಾಚೆಗೆ ಹೋಗಲು ಸಾಧ್ಯವಾಗಬೇಕು ಮತ್ತು ಮನಸ್ಸಿನ ವಿಕಲ್ಪಗಳ ಬೂದಿ ಕೂಡ ಉಳಿಯದಂತೆ ಸುಟ್ಟು ಹೋಗಬೇಕು' ಎಂಬುದು ಅವರ ಆಶಯವಾಗಿತ್ತು.

ಗಂಗಾನದಿಯ ತಟದಲ್ಲಿರುವ ಭಾರತದ ಅತ್ಯಂತ ಪ್ರಾಚೀನ ಸಾಂಸ್ಕೃತಿಕ ಪಟ್ಟಣವಾದ ವಾರಣಾಸಿ ಜೆ.ಕೆ.ಯವರ ಮೇಲೆ ಗಾಢವಾದ ಪ್ರಭಾವ ಬೀರಿತ್ತು. ಮೃತ್ಯುನಗರಿಯಾದ ವಾರಣಾಸಿಯಲ್ಲಿ ಅವರು ಸದಾ ಪ್ರೀತಿಯ ಬಗ್ಗೆ ಮತ್ತು ಸೃಷ್ಟಿಯ ಬಗ್ಗೆ ಮಾತನಾಡುತ್ತಿದ್ದರು. ಮತ್ತೆ ಅವರ ಬದುಕಿನುದ್ದಕ್ಕೂ ಗಂಗಾನದಿಯ ಪ್ರತಿಮೆ ಹಾಸುಹೊಕ್ಕಾಗಿತ್ತು. ಅವರಿಗೆ ನದಿಗಳ ಜೊತೆಗೆ ವಿಶಿಷ್ಟವಾದ ಆತ್ಮೀಯತೆಯಿತ್ತು. ಅವರ ಉಪನ್ಯಾಸಗಳಲ್ಲಿ ನದಿಗಳ ಬಗ್ಗೆ ಆಗಾಗ ವ್ಯಾಖ್ಯಾನವಿರುತ್ತಿತ್ತು. 1961ರಲ್ಲಿ ಮುಂಬಯಿಯಲ್ಲಿ ನಡೆದ ಪ್ರವಚನವೊಂದರಲ್ಲಿ ಮಾತನಾಡುತ್ತಾ, 'ಗಂಗಾ ನದಿಗೆ ಉಗಮವಿರಬಹುದು, ಕೊನೆಯೂ ಇರಬಹುದು. ಆದರೆ ಉಗಮವಾಗಲೀ ಕೊನೆಯಾಗಲೀ ನದಿಯಲ್ಲ. ಅವುಗಳೆರಡರ ಮಧ್ಯೆ ಯಾವುದು ನಿರಂತರವಾಗಿ ಹರಿಯುತ್ತಿರುತ್ತದೋ ಅದೇ ನದಿ. ಅದು ಹಳ್ಳಿ, ಪಟ್ಟಣಗಳ ಮೂಲಕ ಹರಿದು ಎಲ್ಲಾ ಕಶ್ಮಲಗಳನ್ನು ತೊಳೆದು ಶುದ್ಧೀಕರಿಸುತ್ತದೆ. ಪ್ರತಿ ನದಿಗೂ ತನ್ನದೇ ಹಾಡು, ಹಿಗ್ಗು, ನಲಿವುಗಳಿವೆ. ಹಾಗೆಯೇ ವಿಶಿಷ್ಟ ತುಂಟತನವೂ ಇದೆ. ಜೊತೆಗೆ ತನ್ನ ಗರ್ಭದಲ್ಲಿರುವ ಮೌನದಲ್ಲಿ ಅದು ಭೂಮಿ, ಸ್ವರ್ಗಗಳನ್ನು ತುಂಬಿಕೊಂಡಿವೆ. ಸಮಸ್ತ ಜೀವರಾಶಿಯ ಬದುಕೂ ನೀರನ್ನೇ ಅವಲಂಬಿಸಿದೆ. ಹಾಗಾಗಿ ನದಿಯೆನ್ನುವುದು ನಿಜಕ್ಕೂ ಜೀವಜಲವಾಗಿದೆ. ಮುಗ್ಧ ಮನಸ್ಸು ಕೂಡ ಒಂದು ನದಿಯಂತೆ. ಅದಕ್ಕೆ ಆದಿಯೂ ಇಲ್ಲ, ಅಂತ್ಯವೂ ಇಲ್ಲ. ಹಾಗಾಗಿ ಅಲ್ಲಿ ಕಾಲವೂ ಇಲ್ಲ' ಎಂದು ಹೇಳಿದ್ದರು. ತಮ್ಮ ದೀರ್ಘ ಕಾಲದ ಗೆಳತಿಯಂತಿದ್ದ ಗಂಗೆಗೆ ಪ್ರತಿ ಬಾರಿಯೂ ಮೃದುವಾಗಿ ವಿದಾಯ ಹೇಳುತ್ತಾ ತಾವು ಮತ್ತೆ ತಮ್ಮ ಮನೆಗೆ ತಿರುಗಿ ಬರುವುದಾಗಿ ಸನ್ನೆಮಾಡುತ್ತಿದ್ದರು. ಹೀಗಿತ್ತು ಅವರ ಗಂಗಾ ಪ್ರೇಮ.

ಋಷಿ ವ್ಯಾಲಿಯಿಂದ ಮದ್ರಾಸಿಗೆ ಹೋದಾಗ ಜೆ.ಕೆ. ತುಂಬಾ ಬಳಲಿದ್ದರು. ಅವರಿಗೆ ನಿರಂತರವಾಗಿ ಜ್ವರ ಬರುತ್ತಿತ್ತು. ತಜ್ಞ ವೈದ್ಯರಿಗೆ ತೋರಿಸಿದಾಗ ಅವರು ಜೆ.ಕೆ.ಯವರ ಹೊಟ್ಟೆಯಲ್ಲಿ ಕ್ಯಾನ್ಸರ್ ಗೆಡ್ಡೆ ಇರಬಹುದೆಂಬ ಅನುಮಾನ ವ್ಯಕ್ತಪಡಿಸಿದರು. ಅದಕ್ಕೆ ಕೆಲವೊಂದು ಪರೀಕ್ಷೆಗಳಾಗಬೇಕಿತ್ತು. ಆ ಬಗ್ಗೆ ಜೆ.ಕೆ.ಯವರಿಗೆ ತಿಳಿಸಿದಾಗ ಅವರು ತಮ್ಮ ನಿಗದಿತ ಉಪನ್ಯಾಸಗಳಿಗೆ ಅಡ್ಡಿಪಡಿಸುವ ಯಾವುದೇ ಪರೀಕ್ಷೆಯೂ ಬೇಡ ಎಂದು ಸ್ಪಷ್ಟವಾಗಿ ನಿರಾಕರಿಸಿದರು. ನಡೆಯಲಿಕ್ಕೂ ಕೂಡ ಪ್ರಯಾಸಪಡುತ್ತಿದ್ದ ಜೆ.ಕೆ. ತಮ್ಮ ಯೋಜಿತ ಉಪನ್ಯಾಸಗಳನ್ನು ತಪ್ಪದೇ ಮುಂದುವರಿಸಿದರು. ತೀವ್ರ ಅನಾರೋಗ್ಯದ ಸ್ಥಿತಿಯಲ್ಲೂ ಕೂಡ ಅವರು ತಾವು ಬಾಲಕನಾಗಿದ್ದಾಗ ಅಡ್ಯಾರಿನಲ್ಲಿ ಈಜಾಡುತ್ತಿದ್ದ ಸಮುದ್ರದ ಕಿನಾರೆಯಲ್ಲಿ ನಿತ್ಯವೂ ಸಂಜೆ ವಾಕಿಂಗ್ ಹೋಗುವುದನ್ನು ಮಾತ್ರ ನಿಲ್ಲಿಸಲಿಲ್ಲ.

ಮದ್ರಾಸಿನಲ್ಲಿ ಆ ಬಾರಿ ಮೂರು ಉಪನ್ಯಾಸಗಳನ್ನು ನೀಡಿದರು. 1986ರ ಜನವರಿ 4ರಂದು ಮೂರನೆಯ ಹಾಗೂ ಕೊನೆಯ ಭಾಷಣ. ಆ ಭಾಷಣದಲ್ಲಿ ಜೆ.ಕೆ.ಯವರು ಜೆನೆಟಿಕ್ಸ್ ಮತ್ತು ಕಂಪ್ಯೂಟರ್ ಕ್ಷೇತ್ರಗಳ ಬಗ್ಗೆ, ಅವುಗಳ ಬೆಳವಣಿಗೆ ಹಾಗೂ ಅವು ಮನುಷ್ಯರ ಮಿದುಳಿನ ಪ್ರಾಶಸ್ತ್ಯವೇ ಕುಗ್ಗಿಬಿಡುವ ಸಾಧ್ಯತೆಯ ಬಗ್ಗೆ ವಿಸ್ತಾರವಾಗಿ ಮಾತನಾಡಿದರು. ಮಾತು ಮುಗಿಸಿ ಸ್ವಲ್ಪ ಹೊತ್ತು ಮೌನವಾಗಿದ್ದು, ನಂತರ "ಇದು ನನ್ನ ಕೊನೆಯ ಉಪನ್ಯಾಸ. ನಾವೆಲ್ಲರೂ ಒಂದಿಷ್ಟು ಹೊತ್ತು ಒಟ್ಟಾಗಿ ಶಾಂತಿಯಿಂದ ಕುಳಿತುಕೊಳ್ಳೋಣವೆ? ಜೊತೆಯಾಗಿ ಪ್ರಶಾಂತತೆಯಲ್ಲಿ ತಂಗೋಣವೆ?" ಎಂದು ಹೇಳಿ ಮೌನವಾದರು.

1986ರ ಜನವರಿ 10 ಮದ್ರಾಸಿನಲ್ಲಿ ಜೆ.ಕೆ.ಯವರ ಕೊನೆಯ ದಿನ. ಅಂದು ಸಂಜೆ ಕೊನೆಯ ಬಾರಿಗೆ ಅಡ್ಯಾರಿನ ಕಡಲ ತೀರದಲ್ಲಿ ದೀರ್ಘವಾದ 'ವಾಕಿಂಗ್' ಹೋದವರು ವಿಶಾಲವಾದ ಕಡಲಿಗೆ ಮತ್ತು ಎಲ್ಲ ದಿಕ್ಕುಗಳಿಗೆ ಮುಖಮಾಡಿ ಕೆಲವು ನಿಮಿಷಗಳ ಕಾಲ ಸುಮ್ಮನೆ ನಿಂತು ವಿದಾಯ ಹೇಳಿದರು. ಆ ದಿನ ರಾತ್ರಿ ತಮ್ಮನ್ನು ಬೀಳ್ಕೊಡಲು ಬಂದು ನೆರೆದವರೆಲ್ಲರಿಗೂ ಮತ್ತು ಭಾರತಕ್ಕೂ ಅಂತಿಮ ವಿದಾಯ ಹೇಳಿ ಒಜ್ಜೈಗೆ ತೆರಳಿದರು.

ವಿಮಾನಯಾನ ಕಾಲದಲ್ಲಿ ತೀವ್ರ ಹೊಟ್ಟೆನೋವಿನಿಂದ ಬಳಲುತ್ತಿದ್ದ ಜೆ.ಕೆ.ಯವರು ಒಜ್ಜೈಯನ್ನು ತಲಪಿ ತಮ್ಮ ಕುಟೀರ ಸೇರಿದರು. ಅಂದು ರಾತ್ರಿ ಅವರಿಗೆ 101 ಡಿಗ್ರಿ ಜ್ವರವಿತ್ತು. ಜನವರಿ 13ರಂದು ಅವರನ್ನು ಪರೀಕ್ಷಿಸಿದ ತಜ್ಞರು ಹೆಚ್ಚಿನ ಚಿಕಿತ್ಸೆಗಾಗಿ ಆಸ್ಪತ್ರೆ ಸೇರಬೇಕೆಂದು ಸಲಹೆಯಿತ್ತರು. ಅದರಂತೆ ಆಸ್ಪತ್ರೆ ಸೇರಿದ ಜೆ.ಕೆ.ಯವರು ಕೆಲವು ದಿನ ಅಲ್ಲಿ ಇರಬೇಕಾಗಿ

ಬಂತು. ಆಸ್ಪತ್ರೆಯಲ್ಲಿದ್ದಾಗ ಪಿತ್ತಜನಕಾಂಗಕ್ಕೆ ಸಂಬಂಧಪಟ್ಟ 'ಹೆಪಟೈಟಿಸ್' ಕಾಯಿಲೆ ಮತ್ತಷ್ಟು ಹೆಚ್ಚಾಯಿತು. ಹೊಟ್ಟೆನೋವಂತೂ ದಿನದಿಂದ ದಿನಕ್ಕೆ ತೀವ್ರಗೊಳ್ಳುತ್ತಿತ್ತು. ಯಾವುದೇ ನೋವು ನಿರೋಧಕ ಗುಳಿಗೆಯಿಂದಲೂ ಫಲಕಾರಿಯಾಗದಿದ್ದಾಗ ಮಾರ್ಫಿನ್ ಇಂಜೆಕ್ಷನ್ ಕೊಡಲಾರಂಭಿಸಿದರು. ತೀವ್ರ ಸುಸ್ತಾಗಿದ್ದ ಜೆ.ಕೆ. ಒಂದು ದಿನ ಆಸ್ಪತ್ರೆಯಲ್ಲಿ 'ಬಹುಶಃ ನಾನು ಸಾಯುತ್ತಿದ್ದೇನೆ. ಯಾಕೆ ಆ ದಿವ್ಯ ನನ್ನ ದೇಹವನ್ನು ಸಾಯಲು ಬಿಡುತ್ತಿಲ್ಲ ಎಂಬುದು ನನಗೆ ನಿಜಕ್ಕೂ ಒಂದು ವಿಸ್ಮಯದ ವಿಚಾರವಾಗಿದೆ. ಆ ದಿವ್ಯಕ್ಕೂ ಸಾವಿಗೂ ಸೆಣಸಾಟವಾಗುತ್ತಿರುವುದನ್ನು ನಾನು ಕುತೂಹಲದಿಂದ ಗಮನಿಸುತ್ತಿದ್ದೇನೆ' ಎಂದು ತಮ್ಮ ಪಕ್ಕದಲ್ಲಿರುವವರ ಜೊತೆ ಹೇಳಿಕೊಂಡರು. ಅವರನ್ನು ಪರೀಕ್ಷಿಸಿದಾಗ ಅವರ ಮೇದೋಜೀರಕ ಗ್ರಂಥಿಯಲ್ಲಿದ್ದ ಕ್ಯಾನ್ಸರ್ ಗಡ್ಡೆ ಆಗಲೇ ಉಲ್ಬಣಾವಸ್ಥೆಗೆ ತಲಪಿತ್ತು. ಜನವರಿ 30ರಂದು ಅವರನ್ನು ಆಸ್ಪತ್ರೆಯಿಂದ ಕುಟೀರಕ್ಕೆ ಕರೆತರಲಾಯಿತು.

ಫೆಬ್ರವರಿ 5ರಂದು ತಮ್ಮನ್ನು ವೀಲ್‌ಚೇರ್‌ನಲ್ಲಿ ಕುಳ್ಳಿರಿಸಿ ಹೊರಗೆ ಕರೆದುಕೊಂಡು ಹೋಗಬೇಕೆಂದು ಹೇಳಿದವರು ಒಂದು ಪೆಪ್ಪರ್ ಮರದ ಬುಡದಲ್ಲಿ ಸಂಪೂರ್ಣ ನಿಶ್ಚಲವಾಗಿ ಕುಳಿತು ದೀರ್ಘಕಾಲ ಮೌನದಲ್ಲಿ ಮುಳುಗಿದರು. ಕೊನೆಯಲ್ಲಿ ಬೆಟ್ಟ, ಆಕಾಶಗಳನ್ನು ನೋಡುತ್ತಾ ತಲೆಬಾಗಿ ಕುಟೀರಕ್ಕೆ ಹಿಂತಿರುಗಿದರು. ಫೆಬ್ರವರಿ 10ನೇ ತಾರೀಕಿನಂದು ಕೊಂಚ ಸುಧಾರಿಸಿದಂತೆ ಕಂಡುಬಂದರೂ 14ನೇ ತಾರೀಕಿನ ಹೊತ್ತಿಗೆ ಅವರ ಪರಿಸ್ಥಿತಿ ತೀರ ಹದಗೆಟ್ಟಿತು. ಆಸಿದ್ ಚಂದ್‌ಮಲ್ ಅವರನ್ನು ಪಕ್ಕದಲ್ಲಿ ಕುಳ್ಳಿರಿಸಿಕೊಂಡು, 'ದುಃಖವೆಂಬುದು ಸತ್ಯದ ಹಾದಿಯಲ್ಲಿ ನಡೆಯಲು ನಿಜಕ್ಕೂ ಒಳ್ಳೆಯ ಸಂದರ್ಭ. ನನಗೆ ನಿನ್ನನ್ನು (ದುಃಖವನ್ನು) ಎಲ್ಲಿ ಕಳೆದುಕೊಂಡುಬಿಡುವೇನೋ ಎಂದು ಆತಂಕವಾಗಿತ್ತು' ಎಂದು ತಮಗೆ ತಾವೇ ಹೇಳಿಕೊಂಡರು. 'ಬೇರೆಯವರ ದುಃಖವನ್ನು ಪರಿಹರಿಸಲು ತಮ್ಮ ಬದುಕನ್ನು ಸವೆಸಿದಿರಿ, ಇನ್ನೊಬ್ಬರ ಸಂಕಟ ಪರಿಹರಿಸಲು ತಮ್ಮ ದೇಹವನ್ನು ತೇದಿರಿ. ಈ ಕ್ಷಣದಲ್ಲಾದರೂ ನಿಮಗೆ ನಾನು ಸಹಾಯ ಮಾಡಬಹುದೆ ಎಂದು ನಾನು ನಿಮ್ಮನ್ನು ಕೇಳಬಹುದೆ? ನಾನು ನಿಮ್ಮ ದೇಹದ ಆರೈಕೆಯ ಬಗ್ಗೆ ಮಾತನಾಡುತ್ತಿಲ್ಲ. ಅದು ಚೆನ್ನಾಗಿಯೇ ಇದೆ. ಆದರೆ ನಾನು ನಿಮಗೆ ಬೇರಾವ ರೀತಿಯಲ್ಲಿ ಸಹಾಯ ಮಾಡಬಹುದು?' ಎಂದು ಆಪ್ತ ಗೆಳೆಯರೊಬ್ಬರು ಅವರನ್ನು ಕೇಳಿದರು. ಅದನ್ನು ಕಣ್ಣು ಮುಚ್ಚಿಕೊಂಡೇ ಆಲಿಸಿದ ಜೆ.ಕೆ. ಮೆಲ್ಲನೆ ಕಣ್ಣು ತೆರೆದು ಅವರನ್ನು ದಿಟ್ಟಿಸಿ ನೋಡುತ್ತಾ, ಮುಗುಳುನಗುತ್ತಾ ಅತ್ಯಂತ ಗಂಭೀರವಾಗಿ 'ನನ್ನ ಬೋಧನೆಗಳನ್ನು ಯಾರೂ ಭ್ರಷ್ಟಗೊಳಿಸದಂತೆ ನೋಡಿಕೋ' ಎಂದು ಹೇಳಿ ಕಣ್ಣುಮುಚ್ಚಿಕೊಂಡರು.

16ನೇ ತಾರೀಕು ಜೆ.ಕೆ.ಯವರ ಬದುಕಿನ ಕೊನೆಯ ದಿನ. ಬೆಳಿಗ್ಗೆ ಆಸಿದ್ ಚಂದ್‌ಮಲ್ ಅವರು ಬಂದು ಜೆ.ಕೆ.ಯವರ ಬಳಿ ನಿಂತಿದ್ದರು. ಜೆ.ಕೆ. ಯವರು ಅವರ ಕೈ ಹಿಡಿದು 'ನೀವು ಚೆನ್ನಾಗಿದ್ದೀರಾ? ಸುಖವಾಗಿದ್ದೀರಾ?' ಎಂದು ಎರಡೆರಡು ಬಾರಿ ಕೇಳಿದಾಗ, ಆಸಿದ್ ಹೌದು ಎಂದು ಭಾರವಾದ ಹೃದಯದಿಂದ ಉತ್ತರಿಸಿದರು. ಜೆ.ಕೆ. ಸಮಾಧಾನದಿಂದ ಕಣ್ಣುಮುಚ್ಚಿದರು. ರಾತ್ರಿಯಾಗುತ್ತಾ ಬಂದಂತೆ ತಮ್ಮ ಸುತ್ತಮುತ್ತ ಇದ್ದವರನ್ನು ಬಳಿಗೆ ಕರೆದು, 'ನೀವೆಲ್ಲರೂ ಮಲಗಿಕೊಳ್ಳಿ, ನಿಮಗೆ ಶುಭರಾತ್ರಿ' ಎಂದು ಎಲ್ಲರಿಗೂ ವಿದಾಯ ಹೇಳಿ ಮಲಗಿಕೊಂಡರು. ನಿದ್ದೆ ಅವರನ್ನು ಆವರಿಸಿತು. ಗಂಟೆಗಳು ಕಳೆದಂತೆ ಅವರ ನಿದ್ರೆ ಗಾಢವಾಗುತ್ತಾ ಹೋಗಿ, ಮಧ್ಯ ರಾತ್ರಿ 12 ಗಂಟೆ 10 ನಿಮಿಷಕ್ಕೆ (ಫೆಬ್ರವರಿ 17) ಈ ಲೋಕದಿಂದ ನಿರ್ಗಮಿಸಿದರು.

ಅವರ ಆಶಯದಂತೆ ಅವರ ಸಾವಿನ ವೇಳೆಯಲ್ಲಿ ಕೆಲವೇ ಮಂದಿ ಜೊತೆಗಿದ್ದರು. ರಾತ್ರಿ ಕಳೆದು ಬೆಳಗ್ಗೆ ಎಂಟು ಗಂಟೆಯ ಹೊತ್ತಿಗೆ ಯಾವುದೇ ಸಪ್ಪಳವಿಲ್ಲದೆ, ಯಾವುದೇ ವಿಧಿ ವಿಧಾನಗಳನ್ನು ಅನುಸರಿಸದೆ ಕೆಲವೇ ಮಂದಿಯ ಸಮ್ಮುಖದಲ್ಲಿ ಅವರ ದೇಹಕ್ಕೆ ಅಗ್ನಿಸ್ಪರ್ಶ ಮಾಡಲಾಯಿತು. 'ನನ್ನ ದೇಹದ ಬೂದಿಯನ್ನು ಯಾರೂ ತುಳಿಯದ ಜಾಗದಲ್ಲಿ ತೂರಿಬಿಡಿ. ಅದರ ಮೇಲೆ ಮರಗಳನ್ನು ಬೆಳೆಸಿ. ಆ ಸ್ಥಳ ಹಾಗೂ ಆ ಮರಗಳು ಮಾತ್ರ ಅನಾಮಧೇಯವಾಗಿರಲಿ'-ಇದು ಅವರ ಇಚ್ಛೆಯಾಗಿತ್ತು. ಅದರಂತೆ ಅವರ ಚಿತಾಭಸ್ಮವನ್ನು ಅಮೇರಿಕ, ಇಂಗ್ಲೆಂಡ್ ಮತ್ತು ಭಾರತ ದೇಶಗಳಲ್ಲಿ ಯಾರೂ ಮೆಟ್ಟದ ಪ್ರದೇಶಗಳಲ್ಲಿ ತೂರಿಬಿಡಲಾಯಿತು.

9. ನಡೆದು ಬಂದ ದಾರಿ

1895 ಮೇ 11	ಜನನ, ಆಂಧ್ರ ಪ್ರದೇಶದ ಮದನಪಲ್ಲಿ, ತಂದೆ ಜಿಡ್ಡು ನಾರಣಯ್ಯ, ತಾಯಿ ಸಂಜೀವಮ್ಮ.
1903	ಶಾಲೆ ಸೇರುವುದಕ್ಕಾಗಿ ಕಡಪಾಕ್ಕೆ ಸ್ಥಳಾಂತರ.
1905	ತಾಯಿ ದೈವಾಧೀನ.
1909–1910	ಥಿಯಾಸಫಿಸ್ಟ್ ಚಾರ್ಲ್ಸ್ ವೆಬ್‌ಸ್ಟರ್ ಲೆಡ್‌ಬೀಟರ್ ಅವರ ಭೇಟಿ. ಥಿಯಾಸಫಿಕಲ್ ಸೊಸೈಟಿಯಲ್ಲಿ ಜೆ.ಕೆ.ಯವರಿಗೆ ಶಿಕ್ಷಣ. ಅನಿ ಬೆಸೆಂಟರಿಂದ ವಾತ್ಸಲ್ಯ, ಪೋಷಣೆ.
1911	'ಆರ್ಡರ್ ಆಫ್ ದ ಸ್ಟಾರ್ ಇನ್ ದ ಈಸ್ಟ್' (ಓಎಸ್‌ಇ) ಎಂಬ ಸಂಸ್ಥೆಯ ಸ್ಥಾಪನೆ: ಅದರ ಮುಖ್ಯಸ್ಥರಾಗಿ ನೇಮಕ; ಲಂಡನ್ನಿನಲ್ಲಿ ಓಎಸ್‌ಇ ಸದಸ್ಯರಿಗಾಗಿ

	ಮೊದಲ ಸಾರ್ವಜನಿಕ ಉಪನ್ಯಾಸ; ರೋಸಲಿಂಡ್ ವಿಲಿಯಮ್ಸ್ ಅವರ ಭೇಟಿ; ಕ್ಯಾಲಿಫೋರ್ನಿಯಾದಲ್ಲಿನ ಒಜೈ ವ್ಯಾಲಿಯಲ್ಲಿ 'ವರ್ಲ್ಡ್ ಟೀಚರ್ ಪ್ರಾಜೆಕ್ಟ್' ಕುರಿತು ಮಾತುಕತೆ; ಸೆಪ್ಟೆಂಬರ್ ತಿಂಗಳಿನಲ್ಲಿ ಬದುಕನ್ನೇ ಬದಲಿಸಿದ ಆಧ್ಯಾತ್ಮಿಕ ಅನುಭವ.
1929	'ಓಎಸ್ಇ' ವಿಸರ್ಜನೆ; ನಂತರ ನಿಸರ್ಗ, ನಂಬಿಕೆ, ಸತ್ಯ, ದುಃಖ, ಸ್ವಾತಂತ್ರ್ಯ, ಸಾವು ಮೊದಲಾದ ವಿಷಯಗಳನ್ನು ಕುರಿತು ಉಪನ್ಯಾಸಗಳು, ಪ್ರಶ್ನೋತ್ತರಗಳು.
1930–1944	'ಸ್ಟಾರ್ ಪಬ್ಲಿಷಿಂಗ್ ಟ್ರಸ್ಟ್' ಎಂಬ ಪ್ರಕಾಶನ ಸಂಸ್ಥೆಯ ಮೂಲಕ ಉಪನ್ಯಾಸ. ಪ್ರವಾಸ; ಶಿಕ್ಷಣವನ್ನು ಕುರಿತ ಚಿಂತನೆಗಳ ಆಧಾರದ ಮೇಲೆ ಋಷಿ ವ್ಯಾಲಿ ಸ್ಕೂಲ್ ಸ್ಥಾಪನೆ; ಯೂರೋಪ್, ಅಮೇರಿಕ ಮತ್ತು ಆಸ್ಟ್ರೇಲಿಯಾಗಳಲ್ಲಿ ಉಪನ್ಯಾಸಗಳು.
1961	ಭೌತವಿಜ್ಞಾನಿ ಡೇವಿಡ್ ಬಾಮ್ ಅವರ ಭೇಟಿ. ಈ ಜೋಡಿ ಗೆಳೆಯರಿಂದ ವೈಜ್ಞಾನಿಕ ಸಮುದಾಯಗಳಿಗೆ ಉಪನ್ಯಾಸ.
1986 ಫೆಬ್ರವರಿ 17	ನಿಧನ.

ದಲೈ ಲಾಮಾ

ಪ್ರಸ್ತಾವನೆ

ದಲೈ ಲಾಮಾ ಅವರಿಗೆ ಜನ್ಮ ಕೊಟ್ಟ ತಾಯಿ ಟಿಬೆಟ್. ಸಮುದ್ರ ಮಟ್ಟದಿಂದ ಸುಮಾರು 14,000 ಅಡಿಗಳಷ್ಟು ಎತ್ತರದಲ್ಲಿದ್ದು ಹಿಮಾಲಯ ಪರ್ವತಗಳ ಹಿಂದೆ ಅಡಗಿ ಕುಳಿತಿರುವ ಪ್ರಸ್ಥಭೂಮಿ ಟಿಬೆಟ್. ಇದು ಭಾರತದ ಉತ್ತರಕ್ಕೆ ಸುಮಾರು 2.5 ಮಿಲಿಯನ್ ಚದರ ಕಿಲೋಮೀಟರುಗಳ ಪ್ರದೇಶವನ್ನು ಆವರಿಸಿಕೊಂಡಿದೆ. ಸುಮಾರು 6 ಮಿಲಿಯನ್ ಟಿಬೆಟನ್ನರಿರುವ ಈ ದೇಶದ ಖಮ್ ಆಮ್ಡೋ ಪ್ರದೇಶಗಳಲ್ಲಿ ಜೀವಿಸುತ್ತಿರುವ ಚೀನೀಯರ ಸಂಖ್ಯೆ ಎಷ್ಟೆಂದು ಖಚಿತವಾಗಿಲ್ಲ. ಶೇಕಡಾ 99ರಷ್ಟು ಬೌದ್ಧಧರ್ಮ ಪಾಲಿಸುವ ಟಿಬೆಟನ್ನರ ತಾಯಿನುಡಿ ಟಿಬೆಟನ್. ಆದರೆ 1959ರ ನಂತರ ಚೀನೀ ಅವರ ಅಧಿಕೃತ ಭಾಷೆಯಾಗಿದೆ. ಬೇಸಾಯ ಮತ್ತು ಪಶುಪಾಲನೆ ಈ ಜನರ ಜೀವನಾಧಾರ. 'ಛೊಮೋ ಲಂಗ್ಮಾ' (ನಮ್ಮ ಮೌಂಟ್ ಎವೆರೆಸ್ಟ್) ಇವರಿಗೂ ಪವಿತ್ರ ಸ್ಥಳ. ಅಗಾಧ ನಿಸರ್ಗಸಿರಿಯನ್ನು ಹೊಂದಿರುವ ಟಿಬೆಟ್ಟಲ್ಲಿ ಅಪೂರ್ವ ಪ್ರಾಣಿ ಪಕ್ಷಿಗಳೂ, ತುಂಬಿ ಹರಿಯುವ ನದಿಗಳೂ, ಬೋರೆಕ್ಸ್,

ಯುರೇನಿಯಮ್, ಕಬ್ಬಿಣ, ಕ್ರೋಮೈಟ್, ಚಿನ್ನ ಮುಂತಾದ ಬೆಲೆಬಾಳುವ ಖನಿಜಗಳೂ ದೊರೆಯುತ್ತವೆ. ಟಿಬೆಟ್ಟಿನ ಗಡಿ ಭಾರತ, ನೇಪಾಳ, ಭೂತಾನ, ಬರ್ಮಾ ಮತ್ತು ಚೀನಾಗಳ ಅಂಚಿನಲ್ಲಿ ಹಾದುಹೋಗುತ್ತದೆ. 1959ರ ನಂತರ ಈ ದೇಶವನ್ನು ಆಳುತ್ತಿರುವುದು ಕಮ್ಯೂನಿಸ್ಟ್ ಸರ್ಕಾರ. ಅಲ್ಲಲ್ಲಿ ಕಂಗೊಳಿಸುವ ನೀಲ ಸರೋವರಗಳು, ಅಪಾರ ಜೀವವೈವಿಧ್ಯ. ಇವೆಲ್ಲ ಇರುವ ಟಿಬೆಟ್ಟಿಗೆ ಪ್ರಕೃತಿ ಸೌಂದರ್ಯದಲ್ಲಿ ತನಗೆ ಸರಿಸಾಟಿಯಾಗುವ ಇನ್ನೊಂದು ದೇಶವಿಲ್ಲ ಎಂಬ ಖ್ಯಾತಿಯಿದೆ.

ಸುಮಾರು 2000 ವರ್ಷಗಳಿಗೂ ಹೆಚ್ಚಿನ ಇತಿಹಾಸವುಳ್ಳ ಟಿಬೆಟ್ 1949ರಲ್ಲಿ ಚೀನಾ ಆಕ್ರಮಣಕ್ಕೆ ಮೊದಲು ಸರ್ವಸ್ವತಂತ್ರ ರಾಷ್ಟ್ರವಾಗಿ ಅಸ್ತಿತ್ವದಲ್ಲಿತ್ತು. ಆದರೆ ವಿಶ್ವಸಂಸ್ಥೆಯಲ್ಲಿ ಪ್ರಾತಿನಿಧ್ಯವಿಲ್ಲದ ಕಾರಣ ಟಿಬೆಟ್ಟಿನ ಮೇಲೆ ಚೀನಾ ದಾಳಿ ನಡೆಸಿದಾಗ ಇಡೀ ಜಗತ್ತು ಸುಮ್ಮನೆ ನೋಡುತ್ತಿತ್ತು.

ಟಿಬೆಟನ್ನರು ಚೀನಾದಿಂದ ಸ್ವತಂತ್ರರಾಗಲು ಮತ್ತೆ ಮತ್ತೆ ಹೋರಾಟಗಳನ್ನು ನಡೆಸಿದ್ದಾರೆ. ಆದರೆ ಅವರ ಹೋರಾಟ ಸದಾ ಅಹಿಂಸೆಯ ಮಾರ್ಗದಲ್ಲೇ ಮುಂದುವರಿಯುತ್ತಿದೆ ಎಂಬುದನ್ನು ವಿಶೇಷವಾಗಿ ಉಲ್ಲೇಖಿಸಬೇಕು. ದಲೈ ಲಾಮಾ ಅವರು ಟಿಬೆಟ್ಟಿನ ನೂರಾರು ವರ್ಷಗಳ ಸಂಪ್ರದಾಯದಂತೆ ಟಿಬೆಟ್ಟನ್ನರ ಧಾರ್ಮಿಕ ಹಾಗೂ ರಾಜಕೀಯ ನಾಯಕರಾಗಿದ್ದಾರೆ.

1. ದಲೈ ಲಾಮಾ ಅಂದರೆ ಯಾರು?

ಟಿಬೆಟನ್ನರ ಪ್ರಕಾರ ದಲೈ ಲಾಮಾ ಕರುಣಾಮಯಿ ಬೋಧಿಸತ್ವ ಅವಲೋಕಿತೇಶ್ವರನ ಮರುಹುಟ್ಟು. ಈ ದೈವಾಂಶಸಂಭೂತನ ಮೊದಲ ಅವತಾರವಾದದ್ದು 1391ರಲ್ಲಿ. ದಲೈ ಲಾಮಾ 'ಗೆಲುಗ್' ಪದ್ಧತಿಯ ಬೌದ್ಧಗುರುವಲ್ಲದೆ ಟಿಬೆಟ್ ಸರ್ಕಾರದ ಅಧಿಪತಿ ಕೂಡ. ಈಗಿನ ದಲೈ ಲಾಮಾ ಈ ಸಾಲಿನಲ್ಲಿ 14ನೆಯವರು. ದಲೈ ಲಾಮಾಗಳು ಅವತಾರ ಪುರುಷರೆಂಬ ನಂಬಿಕೆಯಿದೆ. ಪ್ರತಿಯೊಬ್ಬ ದಲೈ ಲಾಮಾನನ್ನು ಗುರುತಿಸುವ ಕೆಲಸ ಹಲವಾರು ನಿಗೂಢ ಸಂಕೇತಗಳ ಜಾಡಿನಲ್ಲಿ ನಡೆಯುವುದರ ಮೂಲಕ ನಡೆಯಬಹುದು ಮತ್ತೆ ಅವರು ಯಾವ ಕುಟುಂಬದಲ್ಲಾದರೂ ಜನ್ಮ ತಾಳಬಹುದಿತ್ತು.

ಹಲವಾರು ವಿಷಯಗಳಲ್ಲಿ ಪಾಂಡಿತ್ಯ ಹೊಂದಿರುತ್ತಿದ್ದ ದಲೈ ಲಾಮಾಗಳು ಟಿಬೆಟ್ ಅಲ್ಲದೆ ಸುತ್ತಮುತ್ತ ಇದ್ದ ಪಶ್ಚಿಮ ಚೀನ, ಮಂಗೋಲಿಯ, ಲಡಾಖ್ ಮುಂತಾದ ಹಿಮಾಲಯದ ಅನೇಕ ರಾಜ್ಯಗಳಿಗೆ ಧಾರ್ಮಿಕ ಗುರುಗಳಾಗಿ ಕಾರ್ಯ ನಿರ್ವಹಿಸಿದ್ದುಂಟು. ಅವರ ಸಾಹಿತ್ಯಿಕ ಕೃತಿಗಳು ನೂರಾರು ವರ್ಷಗಳಿಂದ 50 ಮಿಲಿಯಕ್ಕೂ ಹೆಚ್ಚು ಜನರಿಗೆ ಸ್ಫೂರ್ತಿ ನೀಡಿವೆ. ಬೌದ್ಧ ತತ್ತ್ವಗಳ ಜೊತೆ ಟಿಬೆಟನ್ ಬೌದ್ಧ ಧರ್ಮದ ಅಪೂರ್ವ ಮಿಲನವಾಗಿರುವ

ಅವರ ಕೃತಿಗಳು ಜಗತ್ತಿನ ಆಧ್ಯಾತ್ಮಿಕ ತತ್ತ್ವಗಳ ಭಂಡಾರಕ್ಕೆ ಶ್ರೇಷ್ಠ ಕೊಡುಗೆಯಾಗಿವೆ.

ಪುರಾತನ ಕಾಲದಿಂದಲೂ ಟಿಬೆಟ್ಟಿನ ಆಮ್ಡೋ ಪ್ರದೇಶ ಹೆಚ್ಚು ಕಡಿಮೆ ನಿರ್ಜನವಾಗಿತ್ತು. ಅಲ್ಲಿಗೆ ಅಲೆಮಾರಿಗಳಷ್ಟೇ ಆಗಾಗ ಬರುತ್ತಿದ್ದರು. ಅದಕ್ಕೆ ಕಾರಣ ಅಲ್ಲಿನ ಹವಾಮಾನ; ಒಂದು ಗಳಿಗೆ ಹೀಗೆ, ಒಂದು ಗಳಿಗೆ ಹಾಗೆ ಎನ್ನುವ ಪ್ರತಿಕೂಲ ವಾತಾವರಣ. ದಿಕಿ ಸೇರಿಂಗ್ ಮತ್ತು ಚೋಕ್ಯಾಂಗ್ ಸೇರಿಂಗ್ ದಂಪತಿಗಳಿಗೆ ಲಾಮಾ ಥೊಂಡುಪ್ ಮಗನಾಗಿ ಜನಿಸಿದಾಗ ಸುಮಾರು ಇಪ್ಪತ್ತು ಕುಟುಂಬಗಳು ಅಲ್ಲಿ ಜೀವನ ಸಾಗಿಸುತ್ತಿದ್ದುವು. ಆ ಜನರು ವಾಸಮಾಡುತ್ತಿದ್ದುದು ಊರಿನಿಂದ ತುಂಬಾ ದೂರದ ಒಂದು ಪ್ರದೇಶದಲ್ಲಿ.

ಟಿಬೆಟ್ಟಿನ ಆಮ್ಡೋ ಪ್ರಾಂತದಲ್ಲಿ 'ಘರ್ಜಿಸುವ ಹುಲಿ' ಎಂಬ ಅರ್ಥ ಬರುವ ಟಾಕ್ಸ್ಟರ್ ಎಂಬುದೊಂದು ಕುಗ್ರಾಮ ವಿಶಾಲ ಕಣಿವೆಯ ನಡುವೆ ಗುಡ್ಡವೊಂದರ ಮೇಲಿತ್ತು. ಆಮ್ಡೊ ಅವರಿಗೆ ಹತ್ತಿರವಿದ್ದ ಊರಾಗಿದ್ದರೂ ಕುದುರೆಯ ಅಥವಾ ಹೇಸರಗತ್ತೆಯ ಮೇಲೆ ಪ್ರಯಾಣಮಾಡಿ ಅಲ್ಲಿಗೆ ತಲುಪಬೇಕಾದರೆ ಮೂರು ಗಂಟೆ ಹಿಡಿಯುತ್ತಿತ್ತು. ಆ ಹಳ್ಳಿಯಲ್ಲಿ ಎಲ್ಲಿ ನೋಡಿದರೂ ಬಡತನ. ಅಲ್ಲಿದ್ದ ಹಲವು ಕುಟುಂಬಗಳಲ್ಲಿ ದಿಕಿ ಸೇರಿಂಗ್ ಮತ್ತು ಚೋಕ್ಯಾಂಗ್ ಸೇರಿಂಗ್ ಎಂಬ ಕುಟುಂಬವೂ ಒಂದು. ಈ ಕುಟುಂಬದ ಒಬ್ಬ ಮಗ ಹಿಂದಿನ ಜನ್ಮದಲ್ಲಿ ಕುಂಬುಂನಲ್ಲಿದ್ದ ಒಂದು ಶ್ರೇಷ್ಠ ಆಶ್ರಮದಲ್ಲಿ ಇದ್ದನೆಂದೂ ಈಗ ಮತ್ತೆ ಹುಟ್ಟಿ ಬಂದಿರುವ ಲಾಮಾ ಅವನೇ ಎಂದೂ ಗುರುತಿಸಲಾಯಿತು. ಆದ್ದರಿಂದ ಸಹಜವಾಗಿಯೇ ಆ ಕುಟುಂಬಕ್ಕೆ ವಿಶೇಷ ಗೌರವ ಸಲ್ಲುತ್ತಿತ್ತು. ಇದರ ಪರಿಣಾಮವಾಗಿ ಆ ಕುಟುಂಬದ ಸ್ಥಿತಿ ಬೇರೆ ಕುಟುಂಬಗಳಿಗಿಂತ ಸ್ವಲ್ಪ ಉತ್ತಮವಾಗಿತ್ತು.

ಚೋಕ್ಯಾಂಗ್ ಸೇರಿಂಗ್ ಅವರ ಮನೆಯಿದ್ದದ್ದು ಒಂದು ಗುಡ್ಡದ ಬದಿಯ ಮೂರು ಮನೆಗಳ ನಡುವೆ. ಅದು ಟಾಕ್ಸ್ಟರ್ ಹಳ್ಳಿಯಿಂದ ಸ್ವಲ್ಪ ದೂರದಲ್ಲಿತ್ತು. ಮಣ್ಣು ಕಲ್ಲುಗಳಿಂದ ಕಟ್ಟಲಾದ ಆ ಮನೆಯ ಸುತ್ತ ಒಂದು ಕಲ್ಲಿನ ಗೋಡೆ. ರಾತ್ರಿಯ ಹೊತ್ತು ಸುರಕ್ಷತೆಗಾಗಿ ಅದರ ಗೇಟನ್ನು ಮುಚ್ಚಲಾಗುತ್ತಿತ್ತು. ಸೂರಿಗೆ ನೀಲಿ ಬಣ್ಣದ ಹೆಂಚುಗಳನ್ನು ಹೊದಿಸಲಾಗಿದ್ದ ಮನೆ. ಅದರ ನಡುವೆ ಇದ್ದ ಮೋರಿಗಳು ಮಳೆನೀರನ್ನು ಅಂಗಳಕ್ಕೆ ಸುರಿಸುತ್ತಿದ್ದುವು. ಮನೆಯ ಮುಂದಿನ ಭಾಗದ ಗೋಡೆಗೆ ಕಿಟಕಿಯಿರಲಿಲ್ಲ. ಬದಲಿಗೆ ಅಲ್ಲಿ ತ್ರಿಶೂಲದ, ಡ್ರೇಗನ್ನಿನ ಲಾಂಛನಗಳು. ಪಕ್ಕದ ಅಂಗಳದಲ್ಲಿ ಒಂದು ದೊಡ್ಡ ಮರ; ಮೂವತ್ತು ಅಡಿ ಎತ್ತರದ ಒಂದು ಧ್ವಜಸ್ತಂಭ. ಅದರ ಮೇಲೆ ಪಟಪಟನೆ ಹಾರಾಡುತ್ತಿದ್ದ ಬಿಳಿಯ ಧ್ವಜದಲ್ಲಿ ಪ್ರಾರ್ಥನೆಗಳನ್ನು ಬರೆಯಲಾಗಿತ್ತು. ಆ ಧ್ವಜ ಗಾಳಿಗೆ ಬಡಿದುಕೊಂಡ ಪ್ರತಿ ಸಲವೂ ಅದರಲ್ಲಿದ್ದ ಪ್ರಾರ್ಥನೆಗಳು ಸ್ವರ್ಗಕ್ಕೆ ತಲಪುತ್ತವೆಯೆನ್ನುವುದು

ಬೌದ್ಧರ ಒಂದು ನಂಬಿಕೆ. ಕಪ್ಪು ಬಿಳುಪಿನ ಒಂದು ಪುಟ್ಟ ನಾಯಿಯನ್ನು ಮತ್ತು ಟಿಬೆಟನ್ ಮಾಸ್ಟಿಫ್ ಎಂಬ ಇನ್ನೊಂದು ದೊಡ್ಡ ನಾಯಿಯನ್ನು ಬಿಟ್ಟರೆ ಬೇರೆ ಯಾವ ಪ್ರಾಣಿಗಳಿಗೂ ಆ ಅಂಗಳದಲ್ಲಿ ಪ್ರವೇಶವಿರಲಿಲ್ಲ.

ಅಲ್ಲಿದ್ದ ಎಲ್ಲ ಕುಟುಂಬಗಳವರೂ ಪ್ರೀತಿ ಸೌಹಾರ್ದಗಳಿಂದ ಒಟ್ಟಿಗಿದ್ದರು; ಪರಿಸ್ಥಿತಿ ಕಠಿಣವಾಗಿದ್ದರೂ ಅವರು ಪರಸ್ಪರ ಸಂತೋಷದ ಕ್ಷಣಗಳನ್ನು ಹಂಚಿಕೊಳ್ಳುತ್ತಿದ್ದರು. ಆಮ್ಡೋದ ಜನ ಬದುಕಿನಲ್ಲಿ ಕಷ್ಟಗಳನ್ನು ಅನುಭವಿಸಲೇಬೇಕೆಂಬ ಸಾಂಪ್ರದಾಯಿಕ ಬೌದ್ಧ ನಂಬಿಕೆಯಂತೆ ಎಂಥದೇ ಕಠಿಣ ಪರಿಸ್ಥಿತಿಯಿರಲಿ, ತಲೆಯ ಮೇಲೊಂದು ಸೂರು, ನೆಮ್ಮದಿಯಿಂದಿರುವ ಕುಟುಂಬ ಇದ್ದರೆ ಅದೇ ತಮಗೆ ಸಿಕ್ಕ ಒಂದು ವರ ಎಂದು ಭಾವಿಸಿದ್ದರು. ಸೇರಿಂಗ್ ದಂಪತಿಗಳು ಸಣ್ಣ ಪ್ರಮಾಣದ ರೈತರು. ಅವರು ಕೂಲಿಕಾರರಲ್ಲ; ಒಂದಷ್ಟು ಭೂಮಿಯನ್ನು ಗೇಣಿಗೆ ತೆಗೆದುಕೊಂಡು ತಾವೇ ಉಳುಮೆಮಾಡುತ್ತಿದ್ದರು. ಟಿಬೆಟ್ಟಿನ ಮುಖ್ಯ ಬೆಳೆಗಳೆಂದರೆ ಬಾರ್ಲಿ ಮತ್ತು ಗೋಧಿ. ಆ ಕುಟುಂಬ ಇವುಗಳ ಜೊತೆಗೆ ಆಲೂಗಡ್ಡೆಯನ್ನೂ ಬೆಳೆಯುತ್ತಿತ್ತು. ಆದರೆ ಎಷ್ಟೋ ಸಲ ಅವರ ಇಡೀ ವರ್ಷದ ಶ್ರಮ ಆಲಿಕಲ್ಲು ಮಳೆಗೋ ಕ್ಷಾಮಕ್ಕೋ ಆಹುತಿಯಾಗುತ್ತಿದ್ದುದುಂಟು.

1935 ಜುಲೈ 6ರಂದು ಅವರ ಮನೆಯಲ್ಲಿ ಧೂಳು ತುಂಬಿದ ಹುಲ್ಲು ಹಾಸಿನ ಮೇಲೆ ಗಂಡುಮಗುವೊಂದರ ಜನನವಾಯಿತು. ತಂದೆ ತಾಯಿಗಳು ಅದಕ್ಕೆ ಲ್ಹಾಮೋ ಥೋಂಡುಪ್ ಎಂದು ಹೆಸರಿಟ್ಟರು. ಇದರ ಅರ್ಥ 'ಇಷ್ಟಗಳನ್ನು ಪೂರೈಸುವ ದೇವತೆ' ಎಂದು. ಆ ದಂಪತಿಗಳಿಗೆ ಹುಟ್ಟಿದ ಹದಿನಾರು ಮಕ್ಕಳಲ್ಲಿ ಉಳಿದದ್ದು ಕೇವಲ ಏಳು ಮಕ್ಕಳು. ಲ್ಹಾಮೋ ಥೋಂಡುಪ್ ಹುಟ್ಟಿದಾಗ ಹೆರಿಗೆಯಲ್ಲಿ ನೆರವಾದವಳು ಆ ಮಗುವಿನ ಅಕ್ಕ. ಅವಳಿಗಾಗಲೇ 18 ವರ್ಷವಾಗಿತ್ತು. ಆ ಸಮಯದಲ್ಲಿ ಯಾರಿಗೂ ಈ ಮಗುವಿನಲ್ಲಿ ಅಂಥ ವಿಶೇಷವೇನೂ ಕಾಣಿಸಲಿಲ್ಲ.

ಈ ಮಗು ಹುಟ್ಟುವ ಹೊತ್ತಿಗೆ ಸೇರಿಂಗ್ ದಂಪತಿಗಳು ಅನುಭವಿಸಿದ್ದ ಕಷ್ಟ ಕೋಟಲೆಗಳು ಒಂದೆರಡಲ್ಲ. ಅವರ ಬಳಿಯಿದ್ದ ಹದಿಮೂರು ಕುದುರೆಗಳಿಗೂ ಯಾವುದೋ ಸೋಂಕುರೋಗ ತಗುಲಿ ಸಾವನ್ನಪ್ಪಿದ್ದುವು. ಇದರಿಂದ ಅಗಾಧ ಪ್ರಮಾಣದ ಹಾನಿಯಾಯಿತು. ಜೊತೆಗೆ ಆ ವರ್ಷ ಆಲಿಕಲ್ಲು ಸುರಿದು ಅವರ ಬೆಳೆಯೆಲ್ಲ ನಾಶವಾಯಿತು. ಅದರ ಹಿಂದೆಯೇ ಬಂತು ಭೀಕರ ಕ್ಷಾಮ. ಅದು ಮೂರು ವರ್ಷ ಜನರನ್ನು ಕಾಡಿಸಿತು. ಆಗ ಟಾಕ್ಸ್ಟರ್‌ನ ಹಲವಾರು ಕುಟುಂಬಗಳು ವಲಸೆಹೋದುವು. ಆದರೆ ಲ್ಹಾಮೋ ಥೋಂಡುಪ್‌ನ ಕುಟುಂಬ ಮಾತ್ರ ಅಲ್ಲಿಯೇ ಉಳಿಯಿತು. ಕುಂಬುಂ ಆಶ್ರಮದ ಸನ್ಯಾಸಿಗಳು ಅನುಕಂಪದಿಂದ ಆ ಕುಟುಂಬದವರಿಗೆ ತಂದುಕೊಡುತ್ತಿದ್ದ ಬೇಳೆ, ಅಕ್ಕಿ,

ಬಟಾಣಿಗಳಿಂದ ಹೊಟ್ಟೆಹೊರೆದುಕೊಂಡು ಜೀವನ ಸಾಗಿಸಿದರು. ಲ್ಹಾಮೋ ಥೋಂಡುಪ್ ಹುಟ್ಟುವುದಕ್ಕೆ ಮೂರು ತಿಂಗಳ ಮೊದಲು ಚೋಕ್ಯಾಂಗ್ ಸೇರಿಂಗ್‌ಗೆ ವಿಚಿತ್ರವಾದ ತಲೆಸುತ್ತು ಬಂದು, ಎದ್ದು ನಿಂತ ತಕ್ಷಣ ಅವನು ಜ್ಞಾನ ತಪ್ಪಿ ಕುಸಿದುಬಿದ್ದದ್ದುಂಟು. ಆದರೆ ದಿಕಿ ಸೇರಿಂಗ್ ಮಗುವನ್ನು ಹೆತ್ತದ್ದೇ ಅವನು ಇದ್ದಕ್ಕಿದ್ದಂತೆ ಆರೋಗ್ಯವಂತ ಮನುಷ್ಯನಂತೆ ಹಾಸಿಗೆಯಿಂದ ಎದ್ದು ಕುಳಿತ. ಗಂಡುಮಗುವಿನ ಜನನವಾದ ಸುದ್ದಿ ಕೇಳಿದ್ದೇ ಅವನು 'ಈ ಮಗು ಸಾಮಾನ್ಯ ವ್ಯಕ್ತಿಯಲ್ಲ. ಇವನನ್ನು ತಕ್ಷಣ ಬೌದ್ಧ ವಿಹಾರಕ್ಕೆ ಕಳಿಸಬೇಕು' ಎಂದು ಖುಶಿಯಿಂದ ಹೇಳಿದ. ಜನರು ಕೂಡ ಅದೊಂದು ಶುಭ ಶಕುನವೆಂದು ಅಂದುಕೊಂಡರು.

ಸೇರಿಂಗ್ ದಂಪತಿಗಳು ತಮ್ಮ ಆದಾಯವನ್ನು ಹೆಚ್ಚಿಸಿಕೊಳ್ಳುವುದಕ್ಕಾಗಿ ಹಲವಾರು ಪ್ರಾಣಿಗಳನ್ನೂ ಸಾಕಿದ್ದರು. ಅವರ ಬಳಿ ಐದಾರು ಜೋಮೋಗಳಿದ್ದುವು. ದಿಕಿ ಸೇರಿಂಗ್ ಅವುಗಳ ಹಾಲು ಕರೆಯುತ್ತಿದ್ದಳು. ಈ ಮಗು ನಡೆದಾಡುವುದನ್ನು ಕಲಿತೊಡನೆಯೇ ತಾಯಿಯ ಜೊತೆ ಕೊಟ್ಟಿಗೆಗೆ ಹೋಗಿ ತನ್ನ ಅಂಗಿಯ ನಿರಿಗೆಗಳ ನಡುವೆ ಹಾಲಿನ ಬಟ್ಟಲನ್ನು ಮುಚ್ಚಿಟ್ಟುಕೊಳ್ಳತೊಡಗಿತು. ಅದರ ಅಮ್ಮ ಆ ಬಟ್ಟಲೊಳಗೆ ಇನ್ನೂ ಬೆಚ್ಚಗಿರುತ್ತಿದ್ದ ಹಾಲನ್ನು ಸುರಿಯುತ್ತಿದ್ದಳು.

ಅವರ ಹತ್ತಿರ ಕುರಿ, ಮೇಕೆಗಳಿದ್ದುವು, ಕುದುರೆಗಳೂ ಇದ್ದುವು. ಈ ಮಗುವಿಗೂ ಅವುಗಳನ್ನು ಕಂಡರೆ ಪಂಚಪ್ರಾಣ. ಸುತ್ತುಮುತ್ತಲಿನ ಊರುಗಳ ಜನ ಸೇರಿಂಗ್‌ಗೆ ಕುದುರೆಗಳನ್ನು ಹೇಗೆ ಸಾಕಬೇಕೆಂದೂ ಅವುಗಳಿಗೆ ಜಡ್ಡಾದರೆ ಹೇಗೆ ವಾಸಿಮಾಡಬೇಕೆಂದೂ ಗೊತ್ತು ಎನ್ನುತ್ತಿದ್ದರು. ಕ್ರಮೇಣ ಅವರ ಕುಟುಂಬವನ್ನು ಯಾಕ್ ಎಂಬ ವಿಚಿತ್ರ ಜಾತಿಯ ಎರಡು ಹೇಸರಗತ್ತೆಗಳು ಸೇರಿಕೊಂಡುವು. ಯಾಕ್ ಪ್ರಕೃತಿ ಮನುಷ್ಯರಿಗೆ ಕೊಟ್ಟ ಉಡುಗೊರೆ. ಏಕೆಂದರೆ ಅವು ಸಮುದ್ರಮಟ್ಟಕ್ಕಿಂತ 10,000 ಅಡಿ ಎತ್ತರದಲ್ಲಿ ಕೂಡ ಆರಾಮವಾಗಿ ಬದುಕುತ್ತಿದ್ದುವು. ಜೊತೆಗೆ ಅವರು ಮೊಟ್ಟೆಗಳಿಗಾಗಿ ಕೋಳಿಗಳನ್ನೂ ಸಾಕತೊಡಗಿದರು. ಈ ಮಗುವಿಗೆ ಕೋಳಿಗಳ ಗೂಡಿನ ಹತ್ತಿರ ಹೋಗಿ ಹೆಣ್ಣು ಕೋಳಿಗಳಂತೆಯೇ ಸದ್ದುಮಾಡುವುದೊಂದು ಆಟವಾಯಿತು!

"ನಾನು ಸಿರಿವಂತರ ಮನೆಯಲ್ಲೋ ರಾಜಮನೆತನದಲ್ಲೋ ಹುಟ್ಟಿದ್ದಿದ್ದರೆ ನನಗೆ ಟಿಬೆಟ್ಟಿನ ಜನಸಾಮಾನ್ಯರ ಸಮಸ್ಯೆಗಳನ್ನು ಹಂಚಿಕೊಳ್ಳಲಾಗುತ್ತಿರಲಿಲ್ಲ. ನನ್ನ ಬಾಲ್ಯದ ದಿನಗಳಲ್ಲಿ ಟಾಕ್ಸ್ಟರ್ ನನ್ನ ಮೇಲೆ ಅಗಾಧ ಪ್ರಭಾವ ಬೀರಿತು. ಇದರಿಂದ ನಾನು ಸ್ವಲ್ಪಮಟ್ಟಿಗೆ ಬಡಬಗ್ಗರೊಂದಿಗೆ ಬೆರೆಯಲು, ಅವರ ಕಷ್ಟ ಕಾರ್ಪಣ್ಯಗಳಿಗೆ ಸ್ಪಂದಿಸಲು ಸಾಧ್ಯವಾಯಿತು" ಎಂದು ಇಂದಿಗೂ ಹೇಳುತ್ತಾರೆ ದಲೈ ಲಾಮಾ.

ಲ್ಹಾಮೋ ಥೋಂಡುಪ್ ಬೆಳೆಯುತ್ತಿದ್ದಂತೆ ಜನರು ಅವನಲ್ಲಿ ಕೆಲವು ವಿಶೇಷಗಳನ್ನು ಗಮನಿಸತೊಡಗಿದರು. ಮಕ್ಕಳ ಎರಡು ಗುಂಪು ಜಗಳವಾಡತೊಡಗಿದರೆ ಅವನು ಯಾವಾಗಲೂ ದುರ್ಬಲರ ಗುಂಪನ್ನೇ ಸೇರಿಕೊಳ್ಳುತ್ತಿದ್ದ! ಚೀಲವೊಂದರಲ್ಲಿ ಒಂದಷ್ಟು ಬಟ್ಟೆಗಳನ್ನು ತುಂಬಿಕೊಂಡು "ನಾನು ತುಂಬಾ ದೂರ ಪ್ರಯಾಣ ಮಾಡುತ್ತಿದ್ದೇನೆ, ನಾನು ಲ್ಹಾಸಾಗೆ ಹೋಗುತ್ತಿದ್ದೇನೆ" ಎಂದು ಮತ್ತೆ ಮತ್ತೆ ಹೇಳುತ್ತಿದ್ದ. ಎರಡು ವರ್ಷ ತುಂಬುವ ಮೊದಲೇ ಅವನಿಗೆ ಜಗಳಗಂಟರನ್ನು ಕಂಡರೆ ಆಗುತ್ತಿರಲಿಲ್ಲ. ಊಟ ಮಾಡುವ ಸಂದರ್ಭಗಳಲ್ಲಿ ಮನೆಯೊಡೆಯನಂತೆ ಮೇಜಿನ ಮುಂಭಾಗದಲ್ಲೇ ಕೂತುಕೊಳ್ಳುತ್ತಿದ್ದ! ಅವನ ಟೀ ಕಪ್ಪುಗಳನ್ನು ಅವನ ಅಮ್ಮ ಬಿಟ್ಟು ಬೇರೆ ಯಾರೂ ಮುಟ್ಟುವಂತಿರಲಿಲ್ಲ. ಯಾರೇ ಆಗಲಿ, ತಂಬಾಕು ಸೇದಬೇಕೆಂದು ಬೆಂಕಿ ಕಡ್ಡಿ ಗೀರಿದರೆ ಸಾಕು, ಅವನು ರೇಗಾಡಿಬಿಡುತ್ತಿದ್ದ. ಇದನ್ನೆಲ್ಲ ಕಂಡ ಆ ಕುಟುಂಬದವರು ಇವನು ಮುಂದೆ ಅದ್ಭುತವಾದದ್ದೇನನ್ನೋ ಸಾಧಿಸುತ್ತಾನೆಂದು ಸಹಜವಾಗಿಯೇ ನಂಬಿದ್ದರು.

ಮಗುವಿಗೆ ಮೂರು ವರ್ಷ ತುಂಬಿದ್ದೇ ಒಂದು ವಿಚಿತ್ರ ನಡೆಯಿತು. ಟಿಬೆಟನ್ ಸರ್ಕಾರ ದಲೈ ಲಾಮಾರ ಹೊಸ ಅವತಾರವನ್ನು ಕಂಡುಹಿಡಿಯುವುದಕ್ಕಾಗಿ ಕಳಿಸಿಕೊಟ್ಟ ಭಿಕ್ಷುಗಳ ಒಂದು ಗುಂಪು ಕುಂಬುಂನಲ್ಲಿನ ಶ್ರೇಷ್ಠಮಟ್ಟದ ಆಶ್ರಮಕ್ಕೆ ಬಂದಿಳಿಯಿತು. ಯಾಕೆಂದರೆ ಅವರ ಹೊಸ ಅವತಾರ ಈ ದಿಕ್ಕಿನಲ್ಲಿದೆ ಎಂದು ಸೂಚಿಸುವ ರೀತಿಯಲ್ಲಿ ಹಲವು ಸಂಕೇತಗಳು ಉತ್ತರಪೂರ್ವ ಪ್ರಾಂತದಲ್ಲಿದ್ದ ಆಮ್ಡೋದತ್ತಲೇ ಕೈ ಮಾಡಿದ್ದುವು. ಭಿಕ್ಷುಗಳು ತಾವೇಕೆ ಬಂದಿದ್ದೇವೆಂದು ಯಾರಿಗೂ ಹೇಳಲಿಲ್ಲ. ಅವರ ಮುಂದಾಳು ಕೇತ್ಸಾಂಗ್ ರಿಂಪೋಚೆ ಸೇರಿಂಗ್ ದಂಪತಿಗಳ ಮನೆಗೆ ಬಂದವನೇ ತಾನೊಬ್ಬ ಸೇವಕನೆಂದು ಹೇಳಿಕೊಂಡು ಈ ಮಗುವಿನ ಜೊತೆ ಆಟವಾಡುತ್ತಾ, ಅದನ್ನು ಗಮನಿಸುತ್ತಾ ಹೆಚ್ಚು ಹೊತ್ತು ಕಳೆಯತೊಡಗಿದ. ಮಗು ಅವನನ್ನು ಕಂಡದ್ದೇ 'ಸೆರಾ ಲಾಮಾ ಸೆರಾ ಲಾಮಾ' ಎಂದು ಕೈಬೀಸಿ ಕರೆಯಿತು. ಸೆರಾ ಕೇತ್ಸಾಂಗ್ ಎನ್ನುವುದು ರಿಂಪೋಚೆಯ ಆಶ್ರಮ! ಮಗುವಿನ ಮಾತು ಕೇಳಿದ ಕೂಡಲೇ ಹಿಂದಿರುಗಿದ ಆ ಭಿಕ್ಷುಗಳ ಗುಂಪು ಕೆಲವು ದಿನಗಳ ನಂತರ ಮತ್ತೆ ವಾಪಸಾಯಿತು. ಆ ಗುಂಪಿನಲ್ಲಿದ್ದವರು ಈ ಬಾರಿ ತಮ್ಮ ಜೊತೆ ಹದಿಮೂರನೆಯ ದಲೈ ಲಾಮಾ ಅವರಿಗೆ ಸೇರಿದ ಹಲವಾರು ವಸ್ತುಗಳನ್ನೂ ತಂದಿದ್ದರು. ಅವುಗಳ ಜೊತೆಗೆ ಅವರಿಗೆ ಸಂಬಂಧಪಡದ ಇನ್ನಿತರ ವಸ್ತುಗಳನ್ನೂ ಸೇರಿಸಿದ್ದರು. ಅವುಗಳನ್ನು ಈ ಮಗುವಿನ ಮುಂದೆ ಇಟ್ಟಂತೆಯೇ ಅದು ಹದಿಮೂರನೆಯ ದಲೈ ಲಾಮಾಗೆ ಸೇರಿದ ವಸ್ತುಗಳನ್ನು ತೋರಿಸಿ, 'ಇದು ನನ್ನದು ಇದು ನನ್ನದು' ಎಂದು ಆರಿಸಿಟ್ಟುಕೊಂಡಿತು!

ಭಿಕ್ಷುಗಳ ಗುಂಪಿಗೆ ಈ ಮಗುವೇ ದಲೈ ಲಾಮಾನ ಹೊಸ ಅವತಾರವೆಂದು ಖಚಿತವಾಗಲು ಇಷ್ಟು ಸಾಕಾಯಿತು. ಭಿಕ್ಷುಗಳು ಮೊಟ್ಟಮೊದಲ ಬಾರಿಗೆ ಲ್ಹಾಮೋ ಥೋಂಡುಪ್ ಎಂಬ ಈ ಮಗುವನ್ನು ಕುಂಬುಂ ಆಶ್ರಮಕ್ಕೆ ಕರೆದುಕೊಂಡು ಹೋದರು. ತನ್ನ ತಂದೆತಾಯಿಗಳಿಂದ, ಮನೆಯಿಂದ ದೂರವಾದ ಮಗುವಿಗೆ ಇದೊಂದು ಬೇಸರದ ಸಂಗತಿಯಾಯಿತು. ಆದರೆ ಅದರ ಅಣ್ಣ ಲೋಬ್ಸಂಗ್ ಸೇಂಟೆನ್ ಆಗಲೇ ಆ ಆಶ್ರಮದಲ್ಲಿದ್ದ. ಅಲ್ಲಿ ಶಿಕ್ಷಕನಾಗಿದ್ದ ಒಬ್ಬ ಕರುಣಾಮಯಿ ವೃದ್ಧ ಭಿಕ್ಷು ತನ್ನ ನಿಲುವಂಗಿಯಲ್ಲಿ ಈ ಪುಟಾಣಿ ಮಗುವನ್ನು ಪ್ರೀತಿಯಿಂದ ಸುತ್ತಿಟ್ಟುಕೊಳ್ಳುತ್ತಿದ್ದ.

2. ಲ್ಹಾಸಾಗೆ ಪಯಣ

ಲ್ಹಾಮೋ ಥೊಂಡುಪ್ ತನ್ನ ತಂದೆ ತಾಯಿಯರನ್ನು ಮತ್ತೆ ಭೇಟಿಯಾಗಿದ್ದು ಕೆಲವು ವರ್ಷಗಳ ನಂತರ; ಅದೂ ಅಲ್ಲಿಂದ ಲ್ಹಾಸಾಗೆ ಪ್ರಯಾಣಮಾಡಬೇಕಾದಾಗ. ಲ್ಹಾಸಾವನ್ನು ತಲುಪುವುದಕ್ಕೆ ಸುಮಾರು ಮೂರು ತಿಂಗಳು ಹಿಡಿಯಿತು.

ಬಾಲಕನಿಗೆ ಮೊದಲಿನಿಂದಲೂ ಪ್ರಾಣಿಗಳೆಂದರೆ ಇಷ್ಟ. ಆಗಿನ ಟಿಬೆಟ್ ಸರ್ಕಾರ ಪ್ರತಿವರ್ಷವೂ ಪ್ರಾಣಿಗಳ ರಕ್ಷಣೆಗೆಂದು ಅಧಿಕೃತವಾಗಿ 'ಬಡವರಿರಲಿ ಬಲ್ಲಿದರಿರಲಿ, ಯಾರೂ ನೆಲಜಲದ ಜೀವ ಸಂಕುಲಕ್ಕೆ ಹಾನಿಮಾಡಬಾರದು' ಎಂದು ಘೋಷಿಸುತ್ತಿತ್ತು.

ವಿಪರ್ಯಾಸದ ಸಂಗತಿ ಎಂದರೆ ಇಂದು ಟಿಬೆಟ್ಟಿನಲ್ಲಿ ಕಾಡುಪ್ರಾಣಿಗಳೇ ಕಾಣಸಿಗುವುದಿಲ್ಲ. 40–50 ವರ್ಷಗಳ ನಂತರ ಟಿಬೆಟ್‌ಗೆ ಹೋಗಿ ಬಂದ ಪ್ರತಿಯೊಬ್ಬರೂ ಈಗಲ್ಲಿ ಕಾಡುಪ್ರಾಣಿಗಳೇ ಇಲ್ಲವೆಂದು ಹೇಳಿರುವುದುಂಟು.

ಸರ್ಕಾರದ ಉನ್ನತ ಅಧಿಕಾರಿಗಳು ಲ್ಹಾಸಾಗೆ ಲ್ಹಾಮೋ ಥೊಂಡುಪ್‌ನನ್ನು ಸ್ವಾಗತಿಸಿ ರಾಜಧಾನಿಯಿಂದ ಎರಡು ಮೈಲಿ ದೂರದಲ್ಲಿದ್ದ ಡೊಗುಥಾಂಗ್ ಮೈದಾನಕ್ಕೆ ಕರೆದೊಯ್ದರು. ಆಮೇಲೆ, ಅಂದರೆ 1940ರ ಚಳಿಗಾಲದಲ್ಲಿ, ಪೊಟಾಲ ಅರಮನೆಗೆ ಕರೆದುಕೊಂಡು ಹೋಗಿ, ಸಕಲ ಗೌರವಗಳೊಂದಿಗೆ ವಿಧಿವತ್ತಾಗಿ ಅವನನ್ನು ಟಿಬೆಟ್ಟಿನ ಧರ್ಮಗುರು 'ದಲೈ ಲಾಮಾ' ಎಂದು ಪ್ರತಿಷ್ಠಾಪಿಸಲಾಯಿತು. ದಲೈ ಲಾಮಾ ಎಂದರೆ 'ವಿವೇಕದ ಸಾಗರ' ಎಂದು ಅರ್ಥ.

ಜೋಖಾಂಗ್ ಮಂದಿರದಲ್ಲಿ ಈ ಬಾಲ ಸನ್ಯಾಸಿಗೆ ಎಣ್ಣೆಗೆಂಪು ಬಣ್ಣದ ತೊಡುಗೆಗಳನ್ನು ತೊಡಿಸಿ ಅವನ ಕೇಶಮುಂಡನ ಮಾಡಲಾಯಿತು. ಪುರಾತನ ಸಂಪ್ರದಾಯದಂತೆ ಅವನು ಕೊನೆಯುಸಿರೆಳೆಯುವವರೆಗೂ ಹಾಗೆಯೇ ಇರಬೇಕಿತ್ತು.

ಅಂದು ಅವನು ಲ್ಹಾಮಾ ಥೋಂಡುಪ್ ಎಂಬ ಹೆಸರನ್ನು ತೊರೆದು ಜಾಫೆಲ್ ನ್ ಗವಾನ್ಗ್ ಲೊಬ್ಸನ್ಗ್ ಯೆಶೆ ತೆನ್ಜಿನ್ ಗೆಟ್ಸೊ ಎಂಬ ಹೊಸ ಹೆಸರನ್ನು ಸ್ವೀಕರಿಸಿದ. ಅದು ಅವನ ಬದುಕಿಗೆ ಬಹುಮುಖ್ಯ ತಿರುವನ್ನು ಕೊಟ್ಟ ಗಳಿಗೆ.

ಲ್ಹಾಸಾದಲ್ಲಿ ಬೇಸಗೆ ಬಂದಾಗ ಅವನನ್ನು ದಲೈ ಲಾಮಾಗಳ ಬೇಸಗೆ ಅರಮನೆಯಾದ ನೋರ್ಬುಲಿಂಗ್ಕಾಗೆ ಕರೆದೊಯ್ಯಲಾಯಿತು. ಆಗ ತೋಟದ ಮರಗಳ ತುಂಬ ಹೂವೋ ಹೂವು. ಜೊತೆಗೆ ವರ್ಷದ ಎಂಟನೇ ತಿಂಗಳಾದ್ದರಿಂದ ಹಣ್ಣಿನ ಮರಗಳಲ್ಲಿ ಸೇಬು, ಪೇರ್, ವಾಲ್ನಟ್ ಘಮಘಮಿಸುತ್ತಿದ್ದುವು. ಎಲ್ಲರಿಗೂ ಖುಶಿಯೋ ಖುಶಿ. ಆದರೆ ಈ ಹುಡುಗನಿಗೆ ಬೇರೆಯದೇ ಯೋಚನೆ. ಅವನು ಒಂದು ಡಬ್ಬಿಗಾಗಿ ಅಲ್ಲಿನ ಕೋಣೆಗಳನ್ನು ಜಾಲಾಡುತ್ತಿದ್ದ; ಆ ಡಬ್ಬಿಯಲ್ಲಿ ತನ್ನ ಹಲ್ಲುಗಳನ್ನು ಜೋಪಾನವಾಗಿಟ್ಟಿದ್ದಾರೆ ಎಂದು ಹೇಳುತ್ತ ಒಂದೊಂದಾಗಿ ಕಬ್ಬಿಣದ ಟ್ರಂಕುಗಳನ್ನು ತೆಗೆಸುತ್ತಿದ್ದ. ಕೊನೆಗೆ ಹೊಳೆಯುವ ರೇಶಿಮೆ ವಸ್ತ್ರವೊಂದರಲ್ಲಿ ಸುತ್ತಿಡಲಾಗಿದ್ದ ಡಬ್ಬಿಯನ್ನು ನೋಡಿ "ಅದರಲ್ಲಿ ನನ್ನ ಹಲ್ಲಿದೆ!" ಎಂದು ಕೂಗಿಕೊಂಡ. ಆಶ್ಚರ್ಯದ ಸಂಗತಿಯೆಂದರೆ ಅದರಲ್ಲಿ 13ನೆಯ ದಲೈ ಲಾಮಾ ಅವರ ಕೃತಕ ಹಲ್ಲುಗಳ ಸೆಟ್ಟು ಇದ್ದದ್ದು!

ನೋರ್ಬುಲಿಂಗ್ಕಾದಲ್ಲಿ ಅಚ್ಚರಿ ಹುಟ್ಟಿಸುವಂತಿದ್ದ ಒಂದು ಸ್ಥಳವೆಂದರೆ ಅಲ್ಲಿನ 'ಸರೋವರದ ಅರಮನೆ'. ಸರೋವರದಲ್ಲಿ ಚಿಕ್ಕ ಚಿಕ್ಕ ಸೇತುವೆಗಳನ್ನು ನಿರ್ಮಿಸಿ ಮೂರು ನಡುಗಡ್ಡೆಗಳಿಗೆ ಪರಸ್ಪರ ಸಂಪರ್ಕ ಏರ್ಪಡಿಸಿದ್ದರು. ಪ್ರತಿಯೊಂದು ನಡುಗಡ್ಡೆಯ ಮೇಲೂ ಒಂದೊಂದು ಅರಮನೆಯಿತ್ತು. ಒಂದು ಕುದುರೆ ಲಾಯವೂ ಚೀನಾದ ಚಕ್ರವರ್ತಿಯಿಂದ ಹಾಗೂ ಇತರ ದೇಶಗಳಿಂದ ಬಂದ ಅಮೂಲ್ಯ ಉಡುಗೊರೆಗಳೂ ಇದ್ದ ಸಾಲು ಕಟ್ಟಡಗಳು ದಕ್ಷಿಣ ದಿಕ್ಕಿನಲ್ಲಿದ್ದುವು. ಪಶ್ಚಿಮ ದಿಕ್ಕಿನಲ್ಲಿ ಒಂದು ಅರಮನೆ, ಕಾಡು, ಒಂದಷ್ಟು ಗದ್ದೆಗಳು. ಉತ್ತರದಲ್ಲಿ ಕುರಿಗಳ ರೊಪ್ಪ, ದನಗಳ ಕೊಟ್ಟಿಗೆ. ಜೊತೆಗೆ ವಿಶಾಲವಾದ ಮೈದಾನದ ನಡುವೆ ವೇದಿಕೆಯೊಂದಿತ್ತು. ಅದನ್ನು ನೇಚುಂಗ್ ದೈವೀಶಕ್ತಿಯ ಅವಾಹನೆಯಾಗುವಾಗ ಉಪಯೋಗಿಸುತ್ತಿದ್ದರು. ಮತ್ತೆ ಅದೇ ಮೈದಾನದಲ್ಲಿ ಕುದುರೆ ಓಟದ, ಗಾಳಿಪಟ ಹಾರಿಸುವ ಪಂದ್ಯಗಳೂ ನಡೆಯುತ್ತಿದ್ದುವು.

ಚಳಿಗಾಲದಲ್ಲಿ ಈ ಹುಡುಗ ಏಕಾಂತ ಸ್ಥಳವೊಂದರಲ್ಲಿ ಒಬ್ಬನೇ ಇರಬೇಕಾಗಿತ್ತು. ಅದು ಪೊಟಾಲದಲ್ಲಿದ್ದ ಸಂಪ್ರದಾಯ. ಅವನು ಇದ್ದದ್ದು ಸುಮಾರು 200–300 ವರ್ಷಗಳಷ್ಟು ಹಳೆಯ, ಕಿಟಕಿಗಳನ್ನು ಮುಚ್ಚಿಬಿಟ್ಟಿದ್ದ, ಒಂದಿಷ್ಟು ಬಿಸಿಲು ಕೂಡ ಒಳಗೆ ಬರದ ಒಂದು ಶೀತಲ ಕೋಣೆ. ಅಲ್ಲಿ

ಉರಿಯುತ್ತಿದ್ದ ಎಣ್ಣೆ ದೀಪಗಳಿಂದಾಗಿ ಅದು ಮಸಿಗಟ್ಟಿದ, ಹೊಗೆತುಂಬಿದ, ಕೊಳಕಾದ ಅಡುಗೆ ಮನೆಯಂತಿತ್ತು. ಜೊತೆಗೆ ಅಲ್ಲಿ ಇಲಿಗಳ ಹಾವಳಿ. ಹುಡುಗರು ಮಂತ್ರ ಹೇಳುತ್ತಿರುವಾಗ ಅವು ಒಳಗೆ ಬಂದು, ನೈವೇದ್ಯದ ರುಚಿ ನೋಡಿ, ನಿವೇದನೆಗಾಗಿ ಇಟ್ಟಿದ್ದ ಬಟ್ಟಲುಗಳಿಂದ ನೀರು ಕುಡಿಯುತ್ತಿದ್ದುವು.

ಅಷ್ಟು ವರ್ಷಗಳಲ್ಲಿ ಅವನೆಂದೂ ಅವನ ಗುರುಗಳು ನಕ್ಕಿದ್ದನ್ನು ನೋಡಲಿಲ್ಲ. ಅವರದು ಸದಾ ಘನಗಾಂಭೀರ್ಯದಿಂದ ತುಳುಕುತ್ತಿದ್ದ ಮುಖ. ಆದರೆ ಅವರ ಪಕ್ಕದಲ್ಲೇ ಹಸು, ಕುರಿ ಕಾಯುವವರು ತುಂಬ ಖುಶಿಯಿಂದ ತಮ್ಮ ಹಿಂಡುಗಳೊಂದಿಗೆ ಹೋಗುತ್ತಿದ್ದರು. "ಅವರು ಹಾಡುತ್ತಾ ಹೋಗುತ್ತಿದ್ದುದನ್ನು ಕಂಡಾಗ ನಾನೂ ಅವರಲ್ಲೊಬ್ಬನಾಗಿದ್ದಿದ್ದರೆ ಎಷ್ಟು ಚೆನ್ನಾಗಿರುತ್ತಿತ್ತು" ಎಂದು ಅವರು ಈಗಲೂ ನೆನಪಿಸಿಕೊಂಡು ನಗುವುದುಂಟು.

ಪೊಟಾಲಾದ ಮನೆಯಲ್ಲಿ ಹಲವಾರು ಗೋದಾಮುಗಳಿದ್ದವು. ಹುಡುಗನಿಗೆ ಕೆಲವು ಅಮೂಲ್ಯ ವಸ್ತುಗಳಲ್ಲಿದ್ದ ಇತರ ಕೋಣೆಗಳಿಗಿಂತ ಆ ಗೋದಾಮುಗಳದೇ ಆಕರ್ಷಣೆ. ಗೋದಾಮುಗಳಲ್ಲಿ ಆಯುಧಗಳ ಸಂಗ್ರಹವಿದ್ದ ಒಂದು ಗೋದಾಮೂ ಇತ್ತು. ಅಲ್ಲಿ ಖಡ್ಗಗಳು, ಗುರಾಣಿಗಳು, ಬಂದೂಕುಗಳು, ಕವಚಗಳು ಮೊದಲಾದುವುಗಳನ್ನು ಶೇಖರಿಸಿಡಲಾಗಿತ್ತು. ಜೊತೆಗೆ ಮೊದಲನೇ ಮಹಾಯುದ್ಧವನ್ನು ಕುರಿತ ಇಂಗ್ಲಿಷ್ ಭಾಷೆಯ ಗ್ರಂಥರಾಶಿಯೂ ಒಂದು ಟೆಲಿಸ್ಕೋಪೂ ಇದ್ದುವು. ಅವುಗಳನ್ನು ನೋಡಿ ಮರುಳಾದ ಹುಡುಗ ಹಡಗುಗಳನ್ನು, ಟ್ಯಾಂಕುಗಳನ್ನು, ವಿಮಾನಗಳ ಮಾದರಿಗಳನ್ನು ತಯಾರಿಸತೊಡಗಿದ. ಅವನಿಗೆ ಅಲ್ಲೊಂದು ಜೊತೆ ಯುರೋಪಿಯನ್ ಶೂಗಳು ಕೂಡ ಸಿಕ್ಕಿದ್ದುವು. ತುಂಬ ದೊಡ್ಡದಾಗಿದ್ದ ಆ ಶೂಗಳಲ್ಲಿ ಹತ್ತಿ ತುಂಬಿಸಿ ಹಾಕಿಕೊಳ್ಳುತ್ತಿದ್ದ. ಅವುಗಳಿಂದ ಹೊರಡುತ್ತಿದ್ದ ಸದ್ದನ್ನು ಕೇಳಿ ಅವನಿಗೆ ತುಂಬ ಖುಶಿಯಾಗುತ್ತಿತ್ತು.

ದಿನಗಳೆದಂತೆ ಅವನಿಗೆ ತಾನು ತನ್ನ ಸೋದರರಿಗಿಂತ ಹಾಗೂ ಇತರರಿಗಿಂತ ತೀರ ಭಿನ್ನವಾದ, ಉನ್ನತ ಮಟ್ಟದ ಕರ್ತವ್ಯಗಳನ್ನು ನಿರ್ವಹಿಸಬೇಕಾಗುತ್ತದೆಯೆಂದು ಅರ್ಥವಾಗತೊಡಗಿತು. ಬೇರೆಯವರು ಅವನ ಮುಂದೆ ನಡೆದುಕೊಳ್ಳುತ್ತಿದ್ದ ರೀತಿಯಿಂದಲೇ ಅವನಿಗೆ ತಾನು ದಲೈ ಲಾಮಾ ಎಂದು ತಿಳಿದಿತ್ತು. ಅದರರ್ಥವೇನೆಂದು ಮಾತ್ರ ಇನ್ನೂ ಸ್ಪಷ್ಟವಾಗಿರಲಿಲ್ಲ. ಆದರೂ ಅವನಿಗೆ ಜನರು ತನ್ನಿಂದ ಮಹಾಕಾರ್ಯಗಳನ್ನು ನಿರೀಕ್ಷಿಸುತ್ತಿದ್ದಾರೆ. ಅವರ ನಿರೀಕ್ಷೆಗೆ ತಕ್ಕಂತೆ ಬದುಕಬೇಕು ಎನ್ನಿಸುತ್ತಿತ್ತು. ಅಂದಿನ ರಾಜಕೀಯ ವಾತಾವರಣದಲ್ಲಿ ಇಂಥ ಕೆಲಸ ಸುಲಭ ಸಾಧ್ಯವಾಗಿರಲಿಲ್ಲ.

ಹುಡುಗನ ಪ್ರಾಥಮಿಕ ವಿದ್ಯಾಭ್ಯಾಸ ಪ್ರಾರಂಭವಾಯಿತು. ಬೌದ್ಧ ಸನ್ಯಾಸಿಗಳು ತಮ್ಮ ಧರ್ಮದಲ್ಲಿ ಡಾಕ್ಟರೇಟ್ ಪಡೆಯಲು ಅಭ್ಯಸಿಸಬೇಕಾದ

ತರ್ಕಶಾಸ್ತ್ರ, ಟಿಬೆಟನ್ ಕಲೆ ಮತ್ತು ಸಂಸ್ಕೃತಿ, ಸಂಸ್ಕೃತ, ವೈದ್ಯಶಾಸ್ತ್ರ ಮತ್ತು ಬೌದ್ಧ ತತ್ತ್ವಶಾಸ್ತ್ರ ಮೊದಲಾದ ವಿಷಯಗಳಿದ್ದುವು. ಜೊತೆಗೆ ಪ್ರಜ್ಞಾಪರಿಮಿತ; ಪ್ರಜ್ಞೆಯ ಪರಿಪೂರ್ಣತೆ; ಮಾಧ್ಯಮಿಕಾ; ಮಧ್ಯಮ ಮಾರ್ಗದ ತತ್ತ್ವ, ವಿನಯ; ಆಶ್ರಮ ವಾಸದ ಕಠಿಣ ಶಿಸ್ತಿನ ಶಾಸನ; ಅಭಿಧರ್ಮ; ಅಧ್ಯಾತ್ಮಿಕ ಸಿದ್ಧಾಂತಗಳು ಮತ್ತು ಪ್ರಮಾಣ ಮೊದಲಾದ ವಿಷಯಗಳನ್ನು ಕಲಿಯಬೇಕಾಗಿತ್ತು.

ಹುಡುಗನಿಗೆ ಇಪ್ಪತ್ತೂರು ತುಂಬಿದಾಗ ಅವನು ವರ್ಷಕ್ಕೊಮ್ಮೆ ಬರುವ ಮೋನ್ಲಾಮ್ ಪ್ರಾರ್ಥನಾ ಹಬ್ಬದ ಸಮಯದಲ್ಲಿ ಲ್ಹಾಸಾದ ಜೋಖಾಂಗ್ ಮಂದಿರದಲ್ಲಿ ತನ್ನ ಕೊನೆಯ ಪರೀಕ್ಷೆಗೆ ಕುಳಿತ. ಅವನಿಗೆ ಗೇಶೆ ಲ್ಹಾರಂಪಾ ಪದವಿ ದೊರೆಯಿತು. ಅತ್ಯುನ್ನತ ಮಟ್ಟದ ಈ ಪದವಿ ಬೌದ್ಧ ತತ್ತ್ವಶಾಸ್ತ್ರದಲ್ಲಿ ದೊರೆಯುವ ಡಾಕ್ಟರೇಟ್ ಪದವಿಗೆ ಸಮಾನವಾದುದು. ಜೊತೆಗೆ ಇದು ಕರುಣಾಮಯಿ ಅವಲೋಕಿತೇಷ್ವರನ ಅವತಾರವೆಂದು ಪರಿಗಣಿಸಲ್ಪಟ್ಟ 14ನೇ ದಲೈ ಲಾಮಾ ಟಿಬೆಟನ್ನರ ನಾಯಕತ್ವದ ಹೊಣೆಗಾರಿಕೆಯನ್ನು ಹೊರಬಲ್ಲನೆಂಬುದಕ್ಕೆ ಸಾಕ್ಷಿಯಾಗಿತ್ತು. ದಲೈ ಲಾಮಾ ಪ್ರತಿ ದಿನ ಸಂಜೆ ಇತರ ಪರಿಣತ ಸನ್ಯಾಸಿಗಳೊಡನೆ ವಾದಮಂಡನೆ ಮಾಡಬೇಕಿತ್ತು. ಅದು ಮುಗಿದ ತಕ್ಷಣ ಎಲ್ಲರೂ ಚಾವಣಿಯ ಮೇಲಿದ್ದ ಟೆಲಿಸ್ಕೋಪ್‌ನತ್ತ ಧಾವಿಸುತ್ತಿದ್ದರು. ಆಗ ಆಕಾಶದಲ್ಲಿ ಹಿಮಾಲಯ ಪರ್ವತಶ್ರೇಣಿಯ ಅದ್ಭುತ ದೃಶ್ಯ ರಾರಾಜಿಸುತ್ತಿತ್ತು. ಜೊತೆಗೆ ಶೋಲ್ ಎಂಬ ಗ್ರಾಮದ ಕಾರಾಗೃಹದಲ್ಲಿದ್ದ ಕೈದಿಗಳ ಓಡಾಟ ಕೂಡ ಅಲ್ಲಿಂದಲೇ ಕಂಡುಬರುತ್ತಿತ್ತು. ಕೈದಿಗಳು ಅಂಗಳದಲ್ಲಿ ತಿರುಗಾಡುತ್ತಿದ್ದುದನ್ನು ಈತ ವೀಕ್ಷಿಸುತ್ತಿದ್ದ. ಆ ಕೈದಿಗಳೋ, ಇವನು ಕಣ್ಣಿಗೆ ಬಿದ್ದ ತಕ್ಷಣ ಸಾಷ್ಟಾಂಗ ನಮಸ್ಕಾರ ಮಾಡಿಬಿಡುತ್ತಿದ್ದರು! ಇದರಿಂದ ಅವನಿಗೆ ಕಿರಿಕಿರಿಯಾಗುತ್ತಿತ್ತು. ಹಾಗಾಗಿ ಅವನು ಸಾಧ್ಯವಾದಷ್ಟು ಮಟ್ಟಿಗೆ ಅವರ ಕಣ್ಣಿಗೆ ಬೀಳದಂತೆ ಜಾಗರೂಕತೆ ವಹಿಸುತ್ತಿದ್ದ.

ಅವನಿಗೆ ಪಶ್ಚಿಮ ದಿಕ್ಕಿನ ಕಿಟಕಿಯಿಂದ ಊರೊಳಗಿನ ಅಂಗಡಿ ಬೀದಿ ಕಾಣಿಸುತ್ತಿತ್ತು. ದಾರಿಯುದ್ದಕ್ಕೂ ಅಂಗಡಿಗಳು; ರಸ್ತೆಯಂಚಿಗೂ ಚಾಚಿಕೊಂಡ ಹಲವಾರು ವಸ್ತುಗಳು. ಅಂಗಡಿಗಳ ತುಂಬ ಹೊಲಿಯುವ ಸೂಜಿಗಳು, ರಬ್ಬರ್ ಬೂಟುಗಳು. ರೇಶಿಮೆ ವಸ್ತ್ರಗಳು, ನವಿರಾದ ಪರದೆಗಳು, ಅಲ್ಲಿಯೇ ಬೆಳೆದ ದವಸ ಧಾನ್ಯಗಳು; ಜೊತೆಗೆ ಅಮೇರಿಕದಿಂದ ಬಂದ ಜೋಳ, ದನದ ಮಾಂಸ, ಆಸ್ಟ್ರೇಲಿಯಾದ ಬೆಣ್ಣೆ, ಇಂಗ್ಲೆಂಡಿನ ವ್ಹಿಸ್ಕಿ. ಹೀಗೆ ಅಲ್ಲಿ ಸಿಗದ ವಸ್ತುವೇ ಇರಲಿಲ್ಲ. ದಲೈ ಲಾಮ ಯಾರಿಗೂ ಕಾಣದಂತೆ ಅವುಗಳನ್ನು ನೋಡಬೇಕಾಗಿತ್ತು.

ಒಮ್ಮೊಮ್ಮೆ ಅವನು ಅಲ್ಲಿನ ಕೆಲವು ವಸ್ತುಗಳಿಗಾಗಿ ಆಸೆಪಡುತ್ತಿದ್ದುದೂ ಉಂಟು. ಆದರೆ ಅವುಗಳನ್ನು ಕೊಳ್ಳಲು ಅವನ ಬಳಿ ಒಂದು

ಬಿಡಿಗಾಸೂ ಇರುತ್ತಿರಲಿಲ್ಲ. ಯಾವುದಾದರೂ ಉತ್ಸವವಾದಾಗ ಅವನನ್ನು ಕರೆದುಕೊಂಡು ಹೋಗುತ್ತಿದ್ದುದು ಒಂದು ಪಲ್ಲಕ್ಕಿಯಲ್ಲಿ. ಹಾಗಾಗಿ ಅವನಿಗೆ ತನ್ನ ಪಾಡಿಗೆ ತಾನು ಹಾಯಾಗಿ ತಿರುಗಾಡುವಂಥ ಅವಕಾಶವೇ ಸಿಕ್ಕುತ್ತಿರಲಿಲ್ಲ.

1950ರ ಬೇಸಿಗೆಯ ಒಂದು ಬೆಳಿಗ್ಗೆ ವಿಚಿತ್ರವೊಂದು ನಡೆದು ಹೋಯಿತು. ಅವನು ಸ್ನಾನಮಾಡಿ ಬಚ್ಚಲ ಮನೆಯಿಂದ ಹೊರ ಬರುತ್ತಿರುವಾಗ ಅವನ ಕಾಲ ಕೆಳಗಿನ ನೆಲ ನಡುಗಿದಂತಾಯಿತು. ಜನರು ಪ್ರಕೃತಿ ವಿಕೋಪದ ಬಗ್ಗೆ ಮಾತಾಡುತ್ತಿದ್ದಂತೆಯೇ ಅವನಿಗೆ ಇದು ಸಾಧಾರಣ ಭೂಕಂಪವಲ್ಲ, ಒಂದು ಅಪಶಕುನ ಎಂದು ಅರಿವಾಗಿಬಿಟ್ಟಿತ್ತು. ಎರಡೇ ದಿನಗಳ ನಂತರ ಟಿಬೆಟಿನ ಕೆಲವು ಪ್ರದೇಶಗಳ ಮೇಲೆ ಚೀನೀ ಸೈನಿಕರು ಆಕ್ರಮಣ ಮಾಡಿರುವ ಸುದ್ದಿ ತಿಳಿಯಿತು. ಆಗ ಟಿಬೆಟ್ಟಿನಲ್ಲಿದ್ದದ್ದು ಕೇವಲ 8,500 ಸೈನಿಕರನ್ನೊಳಗೊಂಡ ಒಂದು ಸೈನ್ಯವಷ್ಟೆ. ಅದು ಚೀನಾದ 'ಪೀಪಲ್ಸ್ ಲಿಬರೇಶನ್ ಆರ್ಮಿ'.

ಎರಡು ತಿಂಗಳ ನಂತರ 80,000ಕ್ಕೂ ಹೆಚ್ಚು ಮಂದಿ ಚೀನೀ ಸೈನಿಕರು ದ್ರಿಚು ನದಿಯನ್ನು ದಾಟಿ ಚಾಮ್ಡೊ ಪ್ರಾಂತದ ಪೂರ್ವಕ್ಕೆ ಬಂದಿದ್ದಾರೆಂಬ ಸುದ್ದಿ ಬಂತು. ಅವರು ಬಹುಬೇಗ ಲ್ಹಾಸಾವನ್ನು ಆಕ್ರಮಿಸಿಕೊಳ್ಳುವುದರಲ್ಲಿ ಸಂಶಯವೇ ಇರಲಿಲ್ಲ. ಸರ್ಕಾರ ಈ ಅತ್ಯಂತ ಆತಂಕದ ಕ್ಷಣದಲ್ಲಿ 'ನೆಚುಂಗ್ ದೈವೀಶಕ್ತಿ'ಯನ್ನು ಆವಾಹಿಸಿ ಮಾರ್ಗದರ್ಶನಕ್ಕಾಗಿ ಬೇಡಿಕೊಂಡಾಗ ಆ ದೈವೀಶಕ್ತಿ ನೇರವಾಗಿ ದಲೈ ಲಾಮಾ ಕುಳಿತಿದ್ದಲ್ಲಿಗೆ ಬಂದು ಅವನಿಗೆ ಒಂದು ಬಿಳಿಯ ಸ್ಕಾರ್ಫನ್ನು ನೀಡಿ "ಈಗ ನಿನ್ನ ಕಾಲ ಬಂದಿದೆ" ಎಂದು ಹೇಳಿತು. ಹಾಗಾಗಿ ಹದಿನೈದು ವರ್ಷದ ದಲೈ ಲಾಮಾ 1950ರ ನವೆಂಬರ್ 17ರಂದು ನೋರ್ಬುಲಿಂಗ್ಕಾ ಅರಮನೆಯಲ್ಲಿ ಅಧಿಕೃತವಾಗಿ ಟಿಬೆಟ್ಟಿನ ನಾಯಕನಾಗಿ ಅಧಿಕಾರ ಸ್ವೀಕರಿಸಿದ. ನಂತರ ಜೈಲುಗಳಲ್ಲಿದ್ದ ಎಲ್ಲ ಕೈದಿಗಳನ್ನೂ ಬಿಡುಗಡೆಮಾಡಿದ. ಆಗ ಅವನಿಗೆ ಹದಿನೈದು ವರ್ಷ. ಕೂಡಲೇ ಅವನು ಚೀನಾ ಮತ್ತು ಟಿಬೆಟ್ ನಡುವಿನ ಪ್ರಕ್ಷುಬ್ಧ ಪರಿಸ್ಥಿತಿಯನ್ನು ಶಾಂತಿಯುತವಾಗಿ ಬಗೆಹರಿಸಲು ಮಾಡಿದ ಪ್ರಯತ್ನಗಳು ಒಂದೆರಡಲ್ಲ.

3. ಬೀಜಿಂಗಿನತ್ತ

ಈಗ ದಲೈ ಲಾಮ ಪರಿಪೂರ್ಣ ಧರ್ಮಗುರು. 1954ರಲ್ಲಿ ಅವರು ಚೀನಾದ ಅಧ್ಯಕ್ಷ ಮಾವೋ ತ್ಸೆ ತುಂಗ್ ಅವರ ಜೊತೆ ಮಾತಾಡಲು ಪೀಕಿಂಗಿಗೆ ಹೋದರು. ಅವರ ಜೊತೆಗಿದ್ದವರು ಸುಮಾರು ಐನೂರು ಮಂದಿ.

ಅವರಲ್ಲಿ ಅವರ ತಾಯಿ, ಅಣ್ಣಂದಿರಾದ ಲೋಬ್ಸಂಗ್ ಸಂತೆನ್ ಮತ್ತು ತೆನ್ಜಿನ್ ಜೋಗ್ಯಲ್, ಇಬ್ಬರು ಶಿಕ್ಷಕರು, ಕೆಲವು ಮಂದಿ ಟಿಬೆಟನ್ ಆಡಳಿತಾಧಿಕಾರಿಗಳು, ಅನೇಕ ನೌಕರರು ಇದ್ದರು. ಕ್ಯಿಚು ನದಿಯ ದಂಡೆಯ ಮೇಲೆ ಅವರೆಲ್ಲರಿಗೆ ಅದ್ದೂರಿಯಾದ ಬೀಳ್ಕೊಡುಗೆ ಸಮಾರಂಭ.

ಸಂಗೀತಕಾರರ ತಂಡಗಳು, ಬ್ಯಾನರ್‌ಗಳನ್ನು ಹಿಡಿದು ಜಯಕಾರ ಕೂಗುವ, ಊದುಬತ್ತಿ ಹಚ್ಚಿ ದಲೈ ಲಾಮಾ ಅವರ ಕ್ಷೇಮಕರ ಪ್ರಯಾಣಕ್ಕಾಗಿ ಪ್ರಾರ್ಥಿಸುವ ಸಾವಿರಾರು ಮಂದಿ. ದಲೈ ಲಾಮಾ ಮತ್ತು ತಂಡದವರು ತುಂಬ ಕಠಿಣವಾಗಿದ್ದ 2000 ಮೈಲಿ ಪ್ರಯಾಣದ ಮೊದಲ ಭಾಗವನ್ನು ಯಾಕ್ ಪ್ರಾಣಿಯ ಚರ್ಮದಿಂದ ತಯಾರಿಸಲಾದ ದೋಣಿಗಳಲ್ಲಿ ದಾಟಿದರು. ಚೀನಾ ಸರಕಾರ ಟಿಬೆಟನ್ ಕಾರ್ಮಿಕರನ್ನು ಉಪಯೋಗಿಸಿಕೊಂಡು ಎರಡೂ ದೇಶಗಳನ್ನು ಸಂಪರ್ಕಿಸಬಲ್ಲ ರಸ್ತೆಯನ್ನು ನಿರ್ಮಿಸುತ್ತಿದ್ದುದರಿಂದ ಅವರ ಪ್ರಯಾಣ ತುಂಬ ಕಷ್ಟಕರವಾಗಿತ್ತು. ಮೊದಲ 90 ಮೈಲಿಗಳನ್ನು ತಮ್ಮ ಡಾಜ್ ಕಾರಿನಲ್ಲಿ ಕ್ರಮಿಸಿದರು ದಲೈ ಲಾಮಾ. ಅವರು ಗ್ಯಾಂಡೆನ್ ಎಂಬ ಬೌದ್ಧ ವಿಹಾರದಲ್ಲಿ ತಂಗಿದರು. ಕೆಲವು ದಿನ ವಿಶ್ರಮಿಸಿಕೊಂಡ ಬಳಿಕ ಅವರು ಕಾರನ್ನು ಬಿಟ್ಟು ಹೇಸರಗತ್ತೆ ಏರಬೇಕಾಯಿತು. ಅಲ್ಲಿಂದ ರಸ್ತೆಯ ಗುರುತೇ ಸಿಕ್ಕುತ್ತಿರಲಿಲ್ಲ. ಎಲ್ಲಿ ನೋಡಿದರೂ ಕೊಚ್ಚೆ, ಭೂಕುಸಿತ; ಯಾವ ಹೊತ್ತಿನಲ್ಲಾದರೂ ಉರುಳಿ ಬೀಳಲಿದ್ದ ದೊಡ್ಡ ದೊಡ್ಡ ಬಂಡೆಗಳು. ದಲೈ ಲಾಮಾ ಅವರ ಮೂವರು ರಕ್ಷಕರು ದಾರಿಯಲ್ಲೇ ಸಾವನ್ನಪ್ಪಿದರು. ಹಲವಾರು ಹೇಸರಗತ್ತೆಗಳು, ಕುದುರೆಗಳು ಉರುಳಿಬಿದ್ದ ಬಂಡೆಗಳಿಗೆ ಸಿಕ್ಕಿ ಪ್ರಪಾತಕ್ಕೆ ಜಾರಿ ಪ್ರಾಣ ಕಳೆದುಕೊಂಡವು. ಚೀನಾದ ಗಡಿಯಲ್ಲಿದ್ದ ಚಾಂಗ್ಡು ಎಂಬ ಸ್ಥಳವನ್ನು ತಲುಪಿದಾಗ ದಲೈ ಲಾಮಾ ಮತ್ತೆ ಜೀಪ್ ಹತ್ತಿದರು. ಅಲ್ಲಿಯೇ **ಪಂಚೆನ್ ಲಾಮಾ** ಅವರ ಜೊತೆಗೂಡಿದರು.

ಅವರಿಬ್ಬರನ್ನೂ ಚೀನದ ಪ್ರಧಾನಮಂತ್ರಿ ಚೌ ಎನ್ ಲೈ ಸ್ವಾಗತಿಸಿದರು. ದಲೈ ಲಾಮಾ ಅವರನ್ನು ಒಂದು ವಿಶಾಲವಾದ ಬಂಗಲೆಯಲ್ಲಿ ಇಳಿಸಲಾಯಿತು. ಕೆಲವು ದಿನಗಳ ನಂತರ ಚೇರ್ಮನ್ ಮಾವೋ ಅವರನ್ನು ಒಂದು ಔತಣಕೂಟಕ್ಕೆ ಆಹ್ವಾನಿಸಿದರು. ಔತಣಕೂಟದಲ್ಲಿ ಚೇರ್ಮನ್ ಮಾವೋ ಅವರ ಸುತ್ತ ಅವರ ಅನುಯಾಯಿಗಳ ಒಂದು ಹಿಂಡೇ ಇತ್ತು. ರೆಡ್ ಗಾರ್ಡ್‌ನಲ್ಲಿದ್ದ ವಿದ್ಯಾರ್ಥಿಗಳಂತೂ ಮಾವೋರನ್ನು ದೇವರಂತೆ ಪೂಜಿಸುತ್ತಿದ್ದರು. ಅವರೆಲ್ಲರೂ "ಮಾವೋ ತ್ಸೆ ತುಂಗ್ ಸಾವಿರ ವರ್ಷ ಬಾಳಲಿ" ಎಂದು ಕೂಗುತ್ತಿದ್ದರು; ಮಾವೋ ಸೂಕ್ತಿಗಳಿದ್ದ 'ಕೆಂಪು ಪುಸ್ತಕ'ಗಳನ್ನು ತಮ್ಮ ಕೈಗಳಲ್ಲಿ ಹಿಡಿದುಕೊಂಡು ಮೇಲೆತ್ತಿ ಬೀಸುತ್ತಿದ್ದರು. 'ರಾಜಕೀಯ ಶಕ್ತಿ ಬಂದೂಕಿನ ನಳಿಗೆಯ ಮೂಲಕ ವರ್ಧಿಸುತ್ತದೆ' ಎನ್ನುವುದು ಮಾವೋ ಅವರ ಒಂದು ಪ್ರಸಿದ್ಧ ಸೂಕ್ತಿ.

ದಲೈ ಲಾಮಾ ಅವರು ಮಾವೋ ಅವರನ್ನು ಭೇಟಿಮಾಡಿದ ಸಂದರ್ಭಗಳನ್ನು ಕುರಿತಂತೆ ತಮ್ಮ ಆತ್ಮಚರಿತ್ರೆಯಲ್ಲಿ ಬರೆದಿರುವುದು ಹೀಗೆ: "ನಾನು 1954ರಲ್ಲೂ 1955ರಲ್ಲೂ ಮಾತುಕತೆ ನಡೆಸುವುದಕ್ಕಾಗಿ ಚೀನಕ್ಕೆ ಹೋಗಿದ್ದೆ. ಆ ಪ್ರವಾಸಗಳ ಸಮಯದಲ್ಲಿ ನನಗೆ ಖಮ್ ಮತ್ತು ಆಮ್ಡೋ ಪ್ರಾಂತಗಳಲ್ಲಿದ್ದ ಟಿಬೆಟನ್ನರನ್ನು ಭೇಟಿಯಾಗುವ ಅವಕಾಶ ದೊರೆಯಿತು. ನಾನು ಅನೇಕ ನಾಯಕರನ್ನೂ ಭೇಟಿಯಾದೆ. ಅವರಲ್ಲಿ ಮುಖ್ಯವಾದವರು ಮಾವೋ ತ್ಸೆ ತುಂಗ್... ಅವರನ್ನು ನಾನು ಮೊದಲು ನೋಡಿದ್ದು ಒಂದು ಸಾರ್ವಜನಿಕ ಸಭೆಯಲ್ಲಿ. ಆಮೇಲೆ ಅವರ ಮಹಾ ಕೊಠಡಿಯನ್ನು ಪ್ರವೇಶಿಸಿದಾಗ ಸುತ್ತಲೂ ಹಲವಾರು ಸ್ಪಾಟ್‌ಲೈಟುಗಳಿದ್ದುವು. ಮಾವೋ ಆ ಬೆಳಕಿನಲ್ಲಿ ಕೂತಿದ್ದರು, ತುಂಬ ಶಾಂತವಾಗಿ ಆರಾಮವಾಗಿ ಇದ್ದರು... ಅವರ ಕೈ ಕುಲುಕಿದಾಗ ನಾನೊಂದು ಅಯಸ್ಕಾಂತ ಶಕ್ತಿಯ ಎದುರಿಗಿದ್ದಂತೆ ಭಾಸವಾಯಿತು... ಸಾಕಷ್ಟು ಕಪ್ಪಗಿದ್ದ ಅವರ ಮುಖ ಏನೋ ಕ್ರೀಮ್ ಹಚ್ಚಿಕೊಂಡಂತೆ ಹೊಳೆಯುತ್ತಿತ್ತು. ಅದೇ ರೀತಿ ಅವರ ಕೈಗಳೂ ಹೊಳೆಯುತ್ತಿದ್ದು ಸುಂದರವಾಗಿದ್ದವು, ಅವರಿಗೆ ಉಸಿರಾಟದ ತೊಂದರೆಯಿದೆಯೆಂದು ನನಗೆ ಗೊತ್ತಾಯಿತು. ಪದೇ ಪದೇ ಮೇಲುಸಿರು ಬರುತ್ತಿತ್ತು. ಹಾಗಾಗಿ ಅವರ ಮಾತು ನಿಧಾನವಾಗಿರುತ್ತಿತ್ತು. ಅವರು ಎಷ್ಟು ಬೇಕೋ ಅಷ್ಟೇ ಮಾತಾಡುತ್ತಿದ್ದರು... 1955ರ ವಸಂತದಲ್ಲಿ ನನ್ನ ಮತ್ತು ಮಾವೋ ಅವರ ಕೊನೆಯ ಸಂದರ್ಶನ ನಡೆಯಿತು. ಅಂದು ನಾನು ವಾಪಸ್ಸು ಹೊರಡಬೇಕಾಗಿದ್ದ ಹಿಂದಿನ ದಿನ, ಅಷ್ಟು ಹೊತ್ತಿಗೆ ನಾನು ಹಲವಾರು ಚೀನಾ ದೇಶದ ಪ್ರಾಂತಗಳನ್ನು ನೋಡಿದ್ದೆ; ಹಾಗೆ ನೋಡಿದ್ದ ಹಲವಾರು ಅಭಿವೃದ್ಧಿ ಯೋಜನೆಗಳನ್ನು ಟಿಬೆಟ್ಟಿನಲ್ಲಿ ಪ್ರಾರಂಭಿಸುವ ದಿಸೆಯಲ್ಲಿ ಎಷ್ಟು ಉತ್ಸುಕನಾಗಿದ್ದೇನೆಂದು ಪ್ರಾಮಾಣಿಕವಾಗಿ ಹೇಳಬೇಕೆಂದಿದ್ದೆ. ಆದರೆ ಅವರು ನನ್ನ ಹತ್ತಿರ ಬಂದು 'ನೀನು ತುಂಬಾ ಕಲಿತವನಾದ್ದರಿಂದ ನಿನ್ನ ನಡವಳಿಕೆ ಸೂಕ್ತವಾಗಿದೆ. ಆದರೆ, ನನ್ನನ್ನು ನಂಬು, ಧರ್ಮ ಎಂಬ ವಿಷಕ್ಕೆ ಎರಡು ಗಂಭೀರ ದೋಷಗಳಿವೆ. ನಿಮ್ಮ ಸನ್ಯಾಸಿ, ಸನ್ಯಾಸಿನಿಯರು ಬ್ರಹ್ಮಚರ್ಯ ವ್ರತಕ್ಕೆ ನಿಷ್ಠರಾಗಿರುವುದರಿಂದ ನಿಮ್ಮ ಜನಸಂಖ್ಯೆ ಕಡಿಮೆಯಾಗುತ್ತದೆ ಮತ್ತು ಅದು ಅಭಿವೃದ್ಧಿಗೆ ತಡೆಹಾಕುತ್ತದೆ. ಇದಕ್ಕೆ ಎರಡು ದೇಶಗಳು ಬಲಿಯಾಗಿವೆ. ಒಂದು ಟಿಬೆಟ್, ಇನ್ನೊಂದು ಮಂಗೋಲಿಯಾ ಎಂದು ಹೇಳಿದರು... ಈ ಮಾತು ಕೇಳಿದ ತಕ್ಷಣ ನನ್ನ ಮುಖ ಹೊತ್ತಿ ಉರಿಯುತ್ತಿರುವಂತೆನಿಸಿ, ವಿಪರೀತ ಭಯವಾಯಿತು. ಆಗ ನನಗೆ ಮಾವೋ ಬೌದ್ಧಧರ್ಮದ ವೈರಿಯೆಂದು ಭಾಸವಾಯಿತಲ್ಲದೆ ಟಿಬೆಟ್ಟಿಗೆ ಆಪತ್ತು ತಪ್ಪಿದ್ದಲ್ಲ ಎಂದೂ ಮನವರಿಕೆಯಾಯಿತು"...

ಅದೇ ವರ್ಷ ಮಾರ್ಚ್ 17ರಂದು ದಲೈ ಲಾಮಾ ಅವರಿಗೆ ನೇಚುಂಗ್ ದೈವೀಶಕ್ತಿಯಿಂದ ಅವರು ತಕ್ಷಣ ದೇಶ ತೊರೆಯಬೇಕೆಂಬ ಆದೇಶ ಸಿಕ್ಕಿತು. ಆದರೆ ಚೀನೀ ಸೈನಿಕರಿಂದ ತುಂಬಿಹೋಗಿದ್ದ ಟಿಬೆಟ್‌ನಿಂದ ಗುಪ್ತವಾಗಿ ತಪ್ಪಿಸಿಕೊಂಡು ಹೋಗುವುದು ಸುಲಭವಾಗಿರಲಿಲ್ಲ. ಆದರೆ ದೈವೀಶಕ್ತಿಯಿಂದಲೇ ಯಾವ ದಿಕ್ಕಿನಲ್ಲಿ ಯಾವ ಹಾದಿ ಹಿಡಿಯಬೇಕೆಂದು ಅವರಿಗೆ ಗೊತ್ತಾಯಿತು. ಅಂದು ರಾತ್ರಿ 9 ಗಂಟೆಗೆ ಅವರ ತಾಯಿ ಸೇರಿಂಗ್ ದೊಲ್ಮ, ಚಿಕ್ಕಪ್ಪ ತನ್ಜಿನ್ ಚೋಗ್ಯಾಲ್ ಮತ್ತು ಕೆಲವು ಆಪ್ತರ ಸಣ್ಣ ಗುಂಪೊಂದು ಧೈರ್ಯಮಾಡಿ ಗೇಟಿನಿಂದ ಹೊರಗಡಿಯಿಟ್ಟು ಒಂದು ಮೈದಾನವನ್ನು ದಾಟಿದ ಮೇಲೆ ನದಿಯತ್ತ ಸಾಗಿತು. ಆಗ ಅವರಲ್ಲಿದ್ದ ಆಹಾರ ಪದಾರ್ಥಗಳೆಂದರೆ ಒಂದಷ್ಟು ಸಾಂಪಾ, ಬೆಣ್ಣೆ ಮತ್ತು ಮಾಂಸ. ನದೀ ದಡವನ್ನು ತಲಪುತ್ತಿದ್ದಂತೆಯೇ ಅವರು ತಮಗಾಗಿ ಕಾದಿದ್ದ ಒಂದು ದೋಣಿಯಲ್ಲಿ ನದಿಯನ್ನು ದಾಟಿ ಇನ್ನೊಂದು ದಡ ಸೇರಿದರು. ಅಲ್ಲಿ ಅವರ ಮತ್ತಷ್ಟು ಮಂದಿ ಆಪ್ತರು ಮತ್ತು ಕುಟುಂಬದವರು ಅವರನ್ನು ಸೇರಿಕೊಂಡರು.

ನೊರ್ಬುಲಿಂಗ್ಕಾದ ಒಳಕೋಣೆಯಲ್ಲಿ ದಲೈ ಲಾಮಾ ಛದ್ಮವೇಷದಲ್ಲಿದ್ದರು. ಒಂದು ಪ್ಯಾಂಟಿನ ಮೇಲೆ ಉದ್ದವಾದೊಂದು ಕಪ್ಪು ಓವರ್ ಕೋಟು ಧರಿಸಿ ಹೆಗಲ ಮೇಲೊಂದು ಬಂದೂಕನ್ನು ತೂಗುಬಿಟ್ಟುಕೊಂಡಿದ್ದರು. ಅಂಥ ಉಡುಪಿನಲ್ಲಿ ಅವರಿಗೆ ತಾವು ತಾವಾಗಿರದೆ ಬೇರೆ ಯಾರೋ ಆದಂತೆ ಭಾಸವಾಗುತ್ತಿತ್ತು. ಹೊರಡುವ ಮುನ್ನ ಅವರು ಒಂದು ಪತ್ರ ಬರೆದು ಅದರಲ್ಲಿ ಮುಂದೆ ತಮ್ಮ ಜನಗಳ ನಾಯಕರು ಯಾರೆಂಬುದನ್ನು ತಿಳಿಸಿದರು. ಆ ನಂತರ ದೇವತೆಯ ಗುಡಿಗೆ ಹೋದರು. ಅಲ್ಲಿ ಧ್ಯಾನಸ್ಥ ಸ್ಥಿತಿಯಲ್ಲಿ ಕುಳಿತು ಬುದ್ಧನ ಉಪದೇಶಗಳನ್ನು ಓದಿದರು. ಆಮೇಲೆ ತಮ್ಮನ್ನು ರಕ್ಷಿಸಬಲ್ಲ ದೇವತೆಯ ಚಿತ್ರಪಟವೊಂದನ್ನು ಸುರುಳಿ ಸುತ್ತಿ ಡಬ್ಬಿಯೊಂದರಲ್ಲಿ ಇಟ್ಟುಕೊಂಡರು. ಅದು ಎರಡನೇ ದಲೈ ಲಾಮಾ ಅವರಿಗೆ ಸೇರಿದ ಚಿತ್ರಪಟ. ಕೊನೆಗೆ ಕನ್ನಡಕ ತೆಗೆದಿಟ್ಟು ತಮ್ಮ ಬೋಳುತಲೆಯ ಮೇಲೊಂದು ಫರ್ ಟೋಪಿ ಧರಿಸಿದರು.

ಹಾಗೆ ನೋಡಿದರೆ ಅವರಿಗೆ ತಮ್ಮ ಜೀವದ ಬಗ್ಗೆ ಏನೇನೂ ಭಯವಿರಲಿಲ್ಲ. ಅವರಿಗಿದ್ದದ್ದು ತಾವು ತಮ್ಮ ಜನರ ಕಣ್ಣಿಗೇನಾದರೂ ಬಿದ್ದರೆ ಅವರು ತಮ್ಮನ್ನು ತಡೆದುಬಿಡಬಹುದೆಂಬ ಭಯ; ಅದರ ಪರಿಣಾಮವಾಗಿ ಪ್ರದರ್ಶನಗಳು ಹೆಚ್ಚಾದರೆ ಹೆಚ್ಚು ಜನಕ್ಕೆ ಗಾಯಗಳಾಗಬಹುದೆಂಬ ಭಯ. ಹಾಗಾಗಿ ತಾವು ಅಲ್ಲಿಂದ ಬಹುಬೇಗ ಹೊರಟು ಹೋದರೆ ಒಳ್ಳೆಯದು ಎನ್ನಿಸಿತು. ಒಂದು ವೇಳೆ ತಾವೇನಾದರೂ ಚೀನೀಯರಿಗೆ ಸೆರೆಸಿಕ್ಕಿದರೆ ಟಿಬೆಟ್ಟಿನ ಆಸೆ ಬಿಟ್ಟಂತೆಯೇ. ತಾವು ಟಿಬೆಟ್ಟಿನ ಪ್ರತೀಕವೆನಿಸಿರುವುದರಿಂದ

ತಮ್ಮ ಸಾವು ಟಿಬೆಟ್ಟಿನ ವಿನಾಶಕ್ಕೆ ನಾಂದಿಯಾದಂತೆ, ಜಗತ್ತು 'ಟಿಬೆಟನ್' ಎಂಬ ಅನನ್ಯತೆಯನ್ನೇ ಕಳೆದುಕೊಂಡಂತೆ.

ಅವರು ಬಾಗಿಲಿಂದ ಹೊರಗಡಿಯಿಟ್ಟದ್ದೇ ತಮ್ಮ ಪ್ರೀತಿಯ ನಾಯಿಯ ಬೆನ್ನು ತಟ್ಟಿದರು. ಆಗ ಅವರಿಗೆ ತಮ್ಮ ಹಳೆಯ ಗೆಳೆಯರನ್ನು, ಅಂಗರಕ್ಷಕರನ್ನು ಮತ್ತು ಕೆಲಸಗಾರರನ್ನು ಬಿಟ್ಟು ಹೋಗಬೇಕಲ್ಲಾ ಎಂದು ಅಪಾರ ಸಂಕಟವಾಯಿತು. ಭಾರತ ತಲಪುವುದರ ಬಗ್ಗೆ, ಪರಿಸ್ಥಿತಿ ಸುಧಾರಿಸಿದ ಮೇಲೆ ಟಿಬೆಟ್ಟನ್ನೂ ತಮ್ಮ ಸ್ಥಾನವನ್ನೂ ಅಷ್ಟೊಂದು ಪ್ರೀತಿಸುವ ತಮ್ಮ ಜನರೆಡೆಗೂ ಮರಳುವುದರ ಬಗ್ಗೆ ಕನಸು ಕಾಣುತ್ತ ಮುಂದೆ ಹೆಜ್ಜೆಯಿಟ್ಟರು.

ದಲೈ ಲಾಮಾ ತಮ್ಮ ಕೋಣೆಯಿಂದ ಹೊರಟಾಗ ರಾತ್ರಿ ಹತ್ತು ಗಂಟೆಯಾಗಿತ್ತು. ಖಡ್ಗ ಹಿಡಿದ ಅವರ ಸೈನ್ಯಾಧಿಕಾರಿ ಅವರನ್ನು ಎದುರುಗೊಂಡ. ಕೆಲವು ಮಂದಿ ಸೈನ್ಯಾಧಿಕಾರಿಗಳು, ಅಂಗರಕ್ಷಕರು ಮತ್ತು ಇಬ್ಬರು ಟಿಬೆಟನ್ ಸೈನಿಕರು ಜೊತೆಗಿದ್ದರು. ಅವರ ಮುಖ್ಯಸ್ಥ ದಲೈ ಲಾಮಾ ಮತ್ತು ಅವರ ಗುಂಪು ಸದಾ ಒಟ್ಟಿಗಿರಬೇಕೆಂದು ರಹಸ್ಯವಾಗಿ ತಿಳಿಸಿದ; ಜನರಿಗೆ ತಾನು ಮಾಮೂಲು ತನಿಖೆ ನಡೆಸುತ್ತಿರುವುದಾಗಿ ಹೇಳಿದ. ಅವರ ಮಧ್ಯೆಯೇ ಇದ್ದ ದಲೈ ಲಾಮಾರನ್ನು ಯಾರೂ ಗುರುತಿಸಲಾಗಲಿಲ್ಲ.

ಅವರು ತಮ್ಮ ತಂಡದ ಜೊತೆ ಸುಮಾರು 15 ದಿನ ಹಿಮಾಲಯ ಪರ್ವತಗಳ ತೀರ ಕಡಿದಾದ ಹಾದಿಗಳಲ್ಲಿ ನಡೆಯುತ್ತ ಹೋದರು. ಬ್ರಹ್ಮಪುತ್ರಾ ನದಿಯನ್ನು ದಾಟಿದವರು ಹಿಮಾಲಯದ ಅತ್ಯಂತ ಎತ್ತರದ ಪರ್ವತಗಳ ಮೇಲೆ ಕೊರೆಯುವ ಚಳಿ ಗಾಳಿಯಲ್ಲೇ ಚಲಿಸಿದರು. ಚೀನೀ ಸೈನಿಕರ ಕಣ್ಣಿಗೆ ಬೀಳದಂತಿರಬೇಕಾದರೆ ಅವರು ರಾತ್ರಿಯ ಹೊತ್ತು ಮಾತ್ರ ಸಂಚರಿಸಬೇಕಿತ್ತು. ಹೀಗೆ ತುಂಬ ಎಚ್ಚರಿಕೆಯಿಂದ ಪ್ರಯಾಣ ಮಾಡಿದ ಅವರು ಖೆನ್ಜಿಮಾನಾ ಪಾಸ್‌ನಲ್ಲಿ ಭಾರತದ ಗಡಿ ದಾಟಿದರು; ಭಾರತದೊಳಗೆ ಸುಮಾರು 50 ಮೈಲಿ ದೂರವನ್ನು ಕ್ರಮಿಸಿ ಮೊಟ್ಟಮೊದಲ ಬಾರಿಗೆ ತೊವಾಂಗ್ ಆಶ್ರಮದಲ್ಲಿ ವಿಶ್ರಾಂತಿ ಪಡೆದರು; ಕಡೆಗೆ ಭಾರತದ ಧರ್ಮಶಾಲಾದಲ್ಲಿ ನೆಲೆಸಿದರು. ಅವರ ಜೊತೆಗೇ ಹಲವಾರು ಮಂದಿ ಟಿಬೆಟನ್ ಪ್ರಜೆಗಳು ಗುಪ್ತವಾಗಿ ಭಾರತಕ್ಕೆ ಬಂದರು.

ದಲೈ ಲಾಮಾ ಅಂದು ನಡುರಾತ್ರಿ ನೋರ್ಬುಲಿಂಗ್ಕಾದಿಂದ ಹೊರಟಾಗ ತಮ್ಮ ಎಷ್ಟೋ ಮಂದಿ ಆಪ್ತ ಗೆಳೆಯರನ್ನೂ ಪ್ರೀತಿಯ ನಾಯಿಯನ್ನೂ ಅಗಲಬೇಕಾಯಿತು. ಗಡಿ ದಾಟಿ ಭಾರತವನ್ನು ಪ್ರವೇಶಿಸಿದಾಗ ಪ್ರಾಣಾಪಾಯವನ್ನೂ ಲೆಕ್ಕಿಸದೆ ಅಲ್ಲಿಯವರೆಗೂ ಜೊತೆಗೆ ಬಂದು ಮತ್ತೆ ಟಿಬೆಟ್ಟಿಗೆ ಹಿಂತಿರುಗಲು ಸಿದ್ಧರಾಗಿದ್ದ ತಮ್ಮ ಅಂಗರಕ್ಷಕರಿಗೆ ಅವರು ಕೊನೆಯ ವಿದಾಯ ಹೇಳಿದರು. ಅದು ನಿಜಕ್ಕೂ ಮನಸ್ಸಿಗೆ ತುಂಬ ನೋವುಂಟು

ಮಾಡಿದ ಸಂದರ್ಭ. ಮತ್ತೆ ಈಗ ಕೂಡ ಹೊಸದಾಗಿ ಭಾರತಕ್ಕೆ ಬರುವ ಟಿಬೆಟನ್ನರ ಬದುಕಿನ ಕತೆಗಳನ್ನು, ಅವರು ಅನುಭವಿಸಿದ ಚಿತ್ರಹಿಂಸೆಗಳನ್ನು ಕೇಳಿದಾಗ ಅವರು ಕಣ್ಣೀರು ಸುರಿಸುವುದುಂಟು. ಅಂತಹ ಸಂದರ್ಭಗಳಲ್ಲಿ ಅವರು ಅನುಕಂಪದಿಂದ, ನಿಸ್ವಾರ್ಥಬುದ್ಧಿಯಿಂದ ಭಗವಾನ್ ಬುದ್ಧನ ಬಗ್ಗೆ ಮಾತಾಡುವುದುಂಟು. "ಬೌದ್ಧ ಧರ್ಮದ ವಿಶಾಲ ದೃಷ್ಟಿಕೋನದಿಂದ ನೋಡಿದರೆ, ಇಡೀ ಅಸ್ತಿತ್ವವೇ ನೋವಿನಿಂದ ತುಂಬಿಹೋಗಿದೆ. ಕಷ್ಟಗಳೇ ಸಂಸಾರದ ಕುರುಹುಗಳು. ಈ ಅರಿವಿರುವುದರಿಂದಲೇ ನನ್ನ ಮನಶ್ಶಾಂತಿ ಕದಡದೆ ಉಳಿದುಕೊಂಡಿದೆ" ಎಂದು ಅವರು ಒಂದು ಸಂದರ್ಭದಲ್ಲಿ ಹೇಳಿದ್ದುಂಟು.

4. ಭಾರತದಲ್ಲಿ ಅಪೂರ್ವ ಸ್ವಾಗತ

ಭಾರತವನ್ನು ಪ್ರವೇಶಿಸಿದ ಸಂದರ್ಭವನ್ನು ನೆನಪಿಸಿಕೊಳ್ಳುತ್ತ ದಲೈ ಲಾಮಾ ಅವರು ಹೇಳಿರುವ ಮಾತುಗಳಿವು. "ಭಾರತದ ಗಡಿ ಸೈನಿಕರು ನಮ್ಮನ್ನು ಸ್ವಾಗತಿಸಿದಾಗ ಅವರಿಗೆ ನಾವೆಷ್ಟು ದೈನ್ಯರಾಗಿ ಕಾಣಿಸಿರಬೇಕು! ಎಲ್ಲರೂ ಸೇರಿ ನಾವು ಸುಮಾರು ಎಂಬತ್ತು ಜನರಿದ್ದೆವು. ನಮಗೆಲ್ಲ ಪ್ರಯಾಣದ ಆಯಾಸದ ಜೊತೆಗೆ ಆ ಉಗ್ರಪರೀಕ್ಷೆಯಿಂದಾಗಿ ಮಾನಸಿಕ ದಣಿವು ಬೇರೆ...

"ನಾವು ತೇಜ್‌ಪುರ ತಲುಪಿದೆವು. ಅಲ್ಲಿ ನನಗಾಗಿ ನೂರಾರು ಸಂದೇಶಗಳು, ಪತ್ರಗಳು, ಟೆಲಿಗ್ರಾಂಗಳು ಕಾದಿದ್ದುವು. ಪ್ರಪಂಚದ ಎಲ್ಲ ಕಡೆಯಿಂದಲೂ ಜನ ನನಗೆ ಶುಭಾಶಯಗಳನ್ನು, ಉತ್ತೇಜನ ನೀಡುವ ಪತ್ರಗಳನ್ನು ಕಳುಹಿಸಿದ್ದರು. ನನ್ನ ಮನಸ್ಸು ಕೃತಜ್ಞತೆಯಿಂದ ತುಂಬಿಬಂತು. ಮೊಟ್ಟಮೊದಲು ನನಗಾಗಿ ಕಾಯುತ್ತಿದ್ದವರಿಗಾಗಿ ಮಾಧ್ಯಮಗಳ ಮೂಲಕ ಪ್ರಸಾರ ಮಾಡಲು ಒಂದು ಪ್ರಕಟಣೆಯನ್ನು ತಯಾರು ಮಾಡಬೇಕಾಯಿತು. ಅದರಲ್ಲಿ ನಾನು ಅದುವರೆಗೆ ನಡೆದದ್ದೆಲ್ಲವನ್ನೂ ವಿವರಿಸಿದೆ. ನಂತರ ಉಪಾಹಾರ ಮುಗಿಸಿ ನಾವು ಮಸ್ಸೂರಿಗೆ ರೈಲು ಹತ್ತಿದೆವು. ರೈಲಿನಲ್ಲಿ ಸಾಗುತ್ತಿರುವಂತೆ ದಾರಿಯುದ್ದಕೂ ಸಾವಿರಾರು ಜನ ಕೈ ಬೀಸುತ್ತಾ ನಮ್ಮನ್ನು ಸ್ವಾಗತಿಸಿದರು. ಕೆಲವು ಕಡೆಗಳಲ್ಲಂತೂ ನಾವು ಮುಂದೆ ಸಾಗಲು ಅನುಕೂಲವಾಗುವಂತೆ ಮಾರ್ಗವನ್ನು ಮುಕ್ತಗೊಳಿಸಬೇಕಾಯಿತು. ನಮ್ಮ ಬಗೆಗಿನ ಸುದ್ದಿ ವೇಗವಾಗಿ ಸುತ್ತಮುತ್ತಲಿನ ಹಳ್ಳಿಗಳಲ್ಲಿ ಹಬ್ಬಿತು. ನಾನು ಆ ರೈಲಿನಲ್ಲಿದ್ದದ್ದು ಎಲ್ಲರಿಗೂ ತಿಳಿದುಬಿಟ್ಟಿತು. ಸಾವಿರಾರು ಮಂದಿ 'ದಲೈ ಲಾಮಾ ಕಿ ಜೈ! ದಲೈ ಲಾಮಾ ಜಿಂದಾಬಾದ್!' ಎಂದು ಕೂಗುತ್ತಾ ನನ್ನನ್ನು ಸ್ವಾಗತಿಸಿದರು...

"ನಾನು ತುಂಬ ಭಾವುಕನಾಗಿಬಿಟ್ಟೆ. ಸಿಲಿಗುರಿ, ವಾರಣಾಸಿ, ಲಕ್ನೋ ನಗರಗಳಲ್ಲಿ ನಾನು ರೈಲಿನಿಂದ ಇಳಿದು ಜನರನ್ನು ಭೇಟಿಯಾಗಬೇಕಾಯಿತು.

ಅವರು ನನ್ನತ್ತ ಹೂಗಳನ್ನು ಎಸೆಯುತ್ತಾ ನನ್ನನ್ನು ಬರಮಾಡಿಕೊಂಡರು. ಇಡೀ ಪ್ರಯಾಣ ಒಂದು ಅಪೂರ್ವ ಕನಸಿನಂತಿತ್ತು. ಈಗ ಅದನ್ನೆಲ್ಲ ಯೋಚಿಸಿದಾಗ ನಾನು ಭಾರತದ ಜನಕ್ಕೆ ಎಷ್ಟೆಲ್ಲ ಋಣಿಯಾಗಿದ್ದೇನೆ, ಅವರು ನನ್ನ ಬದುಕಿನ ಆ ಕ್ಷಣದಲ್ಲಿ ಎಷ್ಟೆಲ್ಲ ಬೆಂಬಲಿಸಿದರು ಎಂದು ಅರಿವಾಗಿ ನನ್ನ ಹೃದಯ ತುಂಬಿಬರುತ್ತದೆ."

ದಲೈ ಲಾಮಾ ಅವರು ಭಾರತದ ಅಂದಿನ ಪ್ರಧಾನಿ ಜವಾಹರಲಾಲ್ ನೆಹರೂ ಅವರನ್ನು ಭೇಟಿ ಮಾಡಿದ್ದು 1959ರಲ್ಲಿ ಅವರು ಆ ಭೇಟಿಗಾಗಿ ಮಸ್ಸೂರಿಗೆ ಹೋದರು. ಅಲ್ಲಿ ಒಬ್ಬ ದುಭಾಷಿಯ ನೆರವಿನಿಂದ ಹಲವು ಗಂಟೆಗಳ ಕಾಲ ಅವರಿಬ್ಬರ ಮಾತುಕತೆ ನಡೆಯಿತು. ದಲೈ ಲಾಮಾ ಅವರು ತಾವು ಬೀಜಿಂಗ್‌ನಿಂದ ಟಿಬೆಟ್ಟಿಗೆ ಹಿಂತಿರುಗಿದ ಮೇಲೆ ಏನೇನೆಲ್ಲ ನಡೆಯಿತೆಂಬುದನ್ನು ನೆಹರೂ ಅವರಿಗೆ ವಿವರವಾಗಿ ತಿಳಿಸಿದರು. ಚೀನೀಯರ ಸಲಹೆಯಂತೆ ತಾವು ಅವರ ಜೊತೆ ನ್ಯಾಯಯುತವಾಗಿ, ಪ್ರಾಮಾಣಿಕವಾಗಿ ನಡೆದುಕೊಂಡದ್ದು, ಕಾರಣವಿದ್ದಾಗ ಮಾತ್ರ ಅವರನ್ನು ಟೀಕಿಸಿದ್ದು, ಪರಸ್ಪರ ಒಪ್ಪಿದ್ದ 17 ಅಂಶಗಳ ಒಡಂಬಡಿಕೆಯ ಕರಾರುಗಳನ್ನು ಒಂದಿಷ್ಟೂ ಹೆಚ್ಚು ಕಡಿಮೆಯಾಗದಂತೆ ನೋಡಿಕೊಂಡಿದ್ದು ಹೀಗೆ ಎಲ್ಲ ವಿಷಯಗಳನ್ನೂ ವಿವರಿಸಿದ್ದಾಯಿತು.

ದಲೈ ಲಾಮಾ ಅ ಸಂದರ್ಭವನ್ನು ಹೀಗೆ ನೆನಪಿಸಿಕೊಂಡಿದ್ದಾರೆ: "ನಮ್ಮ ಮಾತುಕತೆಯ ನಡುವೆ ನೆಹರೂ ಆಗಾಗ ತಮ್ಮ ಮುಷ್ಟಿಯಿಂದ ಟೇಬಲ್ ಗುದ್ದುತ್ತಿದ್ದರು. ಒಂದೆರಡು ಬಾರಿ 'ಅದು ಹೇಗೆ ಸಾಧ್ಯ?' ಎಂದು ಉದ್ಗರಿಸಿದ್ದುಂಟು. ಅವರು ಆಗಾಗ ಆ ರೀತಿ ವರ್ತಿಸಿ ನನ್ನನ್ನು ಬೆಚ್ಚಿ ಬೀಳಿಸಬಲ್ಲರೆಂದು ತಿಳಿದಿದ್ದೂ ನಾನು ಮಾತು ಮುಂದುವರಿಸಿದ್ದೆ. ಕೊನೆಗೆ ನನಗಿದ್ದ ಎರಡು ಮುಖ್ಯ ಕಾಳಜಿಗಳ ಬಗ್ಗೆ ಈ ರೀತಿ ಸ್ಪಷ್ಟವಾಗಿ ವಿವರಿಸಿದೆ: "ಒಂದು, ಟಿಬೆಟ್ ಮತ್ತೆ ಸ್ವತಂತ್ರವಾಗಬೇಕು; ಎರಡು, ಈಗ ನನ್ನ ಆದ್ಯತೆಯಿರುವುದು ರಕ್ತಪಾತ ಕೊನೆಗೊಳ್ಳುವುದಕ್ಕೆ". ಈ ವಿಷಯ ಕೇಳಿದ ತಕ್ಷಣ ನೆಹರೂ ಅವರಿಗೆ ತಡೆದುಕೊಳ್ಳಲಾಗಲಿಲ್ಲ. "ಅದು ಸಾಧ್ಯವಿಲ್ಲ" ಎನ್ನುವಾಗ ಅವರ ಧ್ವನಿಯಲ್ಲಿ ಭಾವುಕತೆ ತುಂಬಿತ್ತು. "ನಿಮ್ಮ ಪ್ರಕಾರ ನಿಮಗೆ ಸ್ವಾತಂತ್ರ್ಯ ಬೇಕು, ರಕ್ತಪಾತ ಬೇಡ. ಆದರೆ ಅದು ಅಸಾಧ್ಯ!" ಎಂದು ಹೇಳುತ್ತಿರುವಾಗ ಕೋಪದಿಂದ ಅವರ ಕೆಳತುಟಿ ನಡುಗುತ್ತಿತ್ತು.

"ಪ್ರಧಾನ ಮಂತ್ರಿಯವರು ಅತ್ಯಂತ ಸೂಕ್ಷ್ಮವಾದ, ಪೇಚಾಟದ ಸ್ಥಿತಿಯಲ್ಲಿರುವುದು ನನ್ನ ಗಮನಕ್ಕೆ ಬರತೊಡಗಿತು. ಭಾರತದ ಲೋಕಸಭೆಯಲ್ಲಿ ನನ್ನ ಪಲಾಯನದ ಸುದ್ದಿ ತಿಳಿದುಬಂದ ತಕ್ಷಣ ಟಿಬೆಟ್ ಸಮಸ್ಯೆಯ ಬಗ್ಗೆ ಒಂದು ಪ್ರಕ್ಷುಬ್ಧ ಚರ್ಚೆ ನಡೆದಿತ್ತು. ಅನೇಕ ಮಂದಿ ರಾಜಕಾರಣಿಗಳು ನೆಹರೂ

ನನ್ನ ವಿಷಯದಲ್ಲಿ ತೆಗೆದುಕೊಂಡ ನಿಲುವಿನ ಬಗ್ಗೆ ಎಷ್ಟೋ ವರ್ಷಗಳವರೆಗೆ ಅವರನ್ನು ಟೀಕಿಸುತ್ತಿದ್ದರು. ಆಗ ನನ್ನ ಮತ್ತು ನನ್ನ ಜನರ ಭವಿಷ್ಯ ನಾನು ಅಂದುಕೊಂಡಿದ್ದಕ್ಕಿಂತಲೂ ಅನಿಶ್ಚಿತವಾಗಿದೆ ಎಂಬುದರ ಅರಿವಾಯಿತು."

ಈ ಮಧ್ಯೆ ಲ್ಹಾಸಾದಲ್ಲಿ ಚೀನೀಯರ ದಬ್ಬಾಳಿಕೆ ಮುಗಿಲುಮುಟ್ಟಿತ್ತು. ರಾತ್ರಿಯಿಂದ ಹಗಲಿನವರೆಗೂ ಕರ್ಫ್ಯೂ ವಿಧಿಸಲಾಯಿತು. ಅಲ್ಲಿ ಸೈನ್ಯವೇ ಆಳ್ವಿಕೆ ನಡೆಸಲು ಪ್ರಾರಂಭಿಸಿತ್ತು. ಮೂರು ದಿನ ಹಗಲು ರಾತ್ರಿ ಚೀನಾ ಮತ್ತು ಟಿಬೆಟ್ ನಡುವೆ ನಡೆದ ಘೋರ ಕದನದಲ್ಲಿ 2000 ಮಂದಿ ಮೃತಪಟ್ಟರು. ಸಾವಿರಾರು ಪುರಾತನ ಬೌದ್ಧ ದೇವಾಲಯಗಳು ನೆಲಸಮವಾದುವು. ಎಲ್ಲಕ್ಕಿಂತ ಹೆಚ್ಚು ಭಯಾನಕವಾದ ಒಂದು ಘಟನೆಯೆಂದರೆ, ಚೀನೀ ಸೈನಿಕರು ದಲೈ ಲಾಮಾ ಅವರ ಬೇಸಿಗೆ ಅರಮನೆಯ ಮೇಲೆ 800 ಆರ್ಟಿಲರಿ ಶೆಲ್ಲುಗಳನ್ನು ಸಿಡಿಸಿದ ಪರಿಣಾಮವಾಗಿ ಆ ಪುರಾತನ ಕಟ್ಟಡ ನೆಲಸಮವಾಯಿತು. ಅದರ ಸುತ್ತಮುತ್ತಲಿನ 300 ಮನೆಗಳಲ್ಲಿ ಸಾವಿರಾರು ಮಂದಿ ಮುಗ್ಧ ನಾಗರಿಕರು ಅಸುನೀಗಿದರು. ಗಾಯಗೊಂಡ ಉಳಿದ ಮಂದಿ ದಿನಗಟ್ಟಲೆ ಉರಿಯುತ್ತಿದ್ದ ಬೆಂಕಿಯಲ್ಲಿ ಬೆಂದುಹೋದರು. ದೃಢಕಾಯರಾಗಿದ್ದ ಸಾವಿರಾರು ಮಂದಿ ಪುರುಷರನ್ನು ಚೀನಕ್ಕೆ ಕಳಿಸಲಾಯಿತು. ಅಲ್ಲಿ ಸನ್ಯಾಸಿಗಳೂ ಸೇರಿದಂತೆ ಎಲ್ಲರಿಗೂ ಚಿತ್ರಹಿಂಸೆ ನೀಡಲಾಯಿತು. ಅಲ್ಲಿಂದ ತಪ್ಪಿಸಿಕೊಂಡು ಓಡಿಬಂದವರು ಹೇಳಿದಂತೆ ಅಲ್ಲಿ ವಾರಗಟ್ಟಲೆ ಹೆಣಗಳನ್ನು ಸುಡುತ್ತಲೇ ಇದ್ದರು. ದಲೈ ಲಾಮಾ ಅವರು ಜನಿಸಿದ ಆಮ್ಡೋ ಪ್ರಾಂತದಲ್ಲಿ ಒಂದು ಅತಿ ದೊಡ್ಡ ಹಿಂಸಾ ಶಿಬಿರವನ್ನು ನಿರ್ಮಿಸಲಾಯಿತು. ಅಲ್ಲಿ ಸುಮಾರು 10 ಮಿಲಿಯನ್ ಟಿಬೆಟನ್ನರನ್ನು ಬಂಧಿಸಿಡಲಾಯಿತು. ಟಿಬೆಟನ್ನರ ಲೆಕ್ಕಾಚಾರದ ಪ್ರಕಾರ ಐದರಲ್ಲಿ ಒಬ್ಬ ಟಿಬೆಟನ್ ಹಸಿವಿನಿಂದಲೋ ಚೀನೀಯರ ಹಿಂಸೆಯಿಂದಲೋ ಮೃತಪಟ್ಟಿದ್ದ; ಪ್ರತಿ 10 ಮಂದಿ ಟಿಬೆಟನ್ನರಲ್ಲಿ ಒಬ್ಬ ಕಾರಾಗೃಹದಲ್ಲಿದ್ದ. ಚೀನದ ಸೈನಿಕರು ಟಿಬೆಟನ್ ಮಕ್ಕಳನ್ನು ಗುಂಡಿಟ್ಟು ಕೊಂದಾಗ ಚಪ್ಪಾಳೆ ತಟ್ಟುವಂತೆ ಆ ಮಕ್ಕಳ ತಂದೆ ತಾಯಿಯರನ್ನು ಬಲಾತ್ಕರಿಸಿದ್ದುಂಟು.

ಈ ಮಧ್ಯೆ ಲ್ಹಾಸಾದಲ್ಲಿ ಭಾರಿ ದಂಗೆಯೊಂದನ್ನು ಹೊಸಕಿ ಹಾಕಲಾಯಿತು. ಆದರೆ ಆ ದಂಗೆ ಲ್ಹಾಸಾದ ಹೊರಗಡೆ ಮುಂದುವರಿಯುತ್ತಲೇ ಇದೆ ಎಂಬ ಆದೇಶವೊಂದು ಚೌ ಎನ್ ಲೈ ಅವರ ಸಹಿಯೊಂದಿಗೆ ಹೊರಬಿದ್ದಿತು. ಜೊತೆಗೆ ಮಾರ್ಶಲ್ ಲಾ ಪ್ರಕಾರ ಟಿಬೆಟ್ಟಿನ ಆಡಳಿತ ಮಂಡಳಿಯನ್ನು ವಿಸರ್ಜಿಸಿ, ಚೀನದ ಪೀಪಲ್ಸ್ ರಿಪಬ್ಲಿಕ್ ಅಡಿಯಲ್ಲಿ ಒಂದು ಟಿಬೆಟನ್ ಸ್ವಾಯುತ್ತ ಪ್ರಾಂತ ನಿರ್ಮಾಣ ಮಾಡುವುದಕ್ಕಾಗಿ ದಲೈ ಲಾಮಾ ಅವರ ಬದಲು ಚೀನಾ ಪರವಾಗಿದ್ದ ಅವರ ಎದುರಾಳಿ ಪಂಚೆನ್ ಲಾಮಾ ಅವರನ್ನು ಮುಖಂಡರನ್ನಾಗಿ ನಿಯಮಿಸಲಾಯಿತು.

5. ಭಾರತದಲ್ಲೊಂದು ಪುಟಾಣಿ ಟಿಬೆಟ್

ದಲೈ ಲಾಮಾ ಅವರು 1959ರಲ್ಲಿ ಹಿಮಾಚಲ ಪ್ರದೇಶದ ಧರ್ಮಶಾಲಾದಲ್ಲಿ ಜೀವಿಸತೊಡಗಿದರು. ಹಾಗೆಂದೇ ಧರ್ಮಶಾಲಾಗೆ 'ಪುಟಾಣಿ ಲ್ಹಾಸಾ' ಎಂಬ ಹೆಸರು ಬಂದಿದೆ. 1959ರಿಂದಲೂ ಅದು ಭಾರತದಲ್ಲಿ ರಕ್ಷಣೆ ಪಡೆದಿರುವ ಟಿಬೆಟ್ ಸರ್ಕಾರದ ಪೀಠವಾಗಿದೆ. ಈ ಸರ್ಕಾರ ಆಯ್ಕೆ ಮಾಡಿಕೊಂಡಿರುವುದು ಪ್ರಜಾಪ್ರಭುತ್ವವನ್ನು. ಈ ಸರ್ಕಾರದ ರಾಜಕೀಯ ಮತ್ತು ಧಾರ್ಮಿಕ ನಾಯಕರಾಗಿದ್ದ ಪೂಜ್ಯ ದಲೈ ಲಾಮಾ 2011ರಲ್ಲಿ ತಮ್ಮ ಮುಂದಾಳುತ್ವವನ್ನು ಬಿಟ್ಟುಕೊಟ್ಟ ಮೇಲೆ ಲೋಬ್ಸಾಂಗ್ ಸ್ಯಾನ್ಗೇ ಅವರನ್ನು ನಾಯಕರನ್ನಾಗಿ ಚುನಾಯಿಸಲಾಯಿತು. ಭಾರತದ ಡಾರ್ಜಿಲಿಂಗ್‌ನಲ್ಲಿ ಹುಟ್ಟಿ ಅಮೇರಿಕದ ಹಾರ್ವರ್ಡ್ ವಿಶ್ವವಿದ್ಯಾಲಯದಲ್ಲಿ ವಿದ್ಯಾಭ್ಯಾಸ ಮಾಡಿ ನಂತರ ರಾಷ್ಟ್ರೀಯ ಕಾನೂನು ತಜ್ಞರಾಗಿರುವ ಸ್ಯಾನ್ಗೇ ಅವರು ತಮ್ಮ ಜನರ ಮುಂದಾಳತ್ವವನ್ನು ಸಮರ್ಥವಾಗಿ ನಿಭಾಯಿಸುತ್ತಾರೆಂಬ, ಸ್ವತಂತ್ರ ಟಿಬೆಟ್ ಚಳುವಳಿಯನ್ನು ತಮ್ಮ ನಂತರವೂ ತಮ್ಮಷ್ಟೇ ಅಸ್ಥೆಯಿಂದ ಮುಂದುವರಿಸಿಕೊಂಡು ಹೋಗುತ್ತಾರೆಂಬ ಭರವಸೆ ದಲೈ ಲಾಮಾ ಅವರಿಗಿದೆ.

ಈಗ ಭಾರತದಲ್ಲಿ ಸುಮಾರು ಒಂದು ಲಕ್ಷಕ್ಕೂ ಹೆಚ್ಚು ಮಂದಿ ಟಿಬೆಟನ್ನರು ವಾಸಮಾಡುತ್ತಿದ್ದಾರೆ. ಭಾರತದ ಉದ್ದಗಲಕ್ಕೂ ಇವರಿಗಾಗಿಯೇ ನೀಡಲಾಗಿರುವ ಸುಮಾರು 39 ವಸತಿ ಪ್ರದೇಶಗಳಿವೆ. ಈ ಪ್ರದೇಶಗಳಲ್ಲಿ ವಾಸಿಸುತ್ತಿರುವ ಟಿಬೆಟನ್ನರಿಗೆ ಬೇಸಾಯ, ಅದಕ್ಕೆ ಸಂಬಂಧಪಟ್ಟ ಉದ್ಯಮಗಳು, ಕಾರ್ಪೆಟ್ ನೇಯ್ಗೆ, ರಫ್ತು ಮುಂತಾದುವು ಆಸರೆಯಾಗಿವೆ. ಚಳಿಗಾಲದಲ್ಲಿ ಸ್ವೆಟರುಗಳನ್ನು ಹೆಣೆದು ಮಾರುವುದೇ ಇಲ್ಲಿನ ಶೇಕಡಾ 70ರಷ್ಟು ಜನರ ಮುಖ್ಯ ಆದಾಯ. ಇವರ ಮಕ್ಕಳಲ್ಲಿ ಶೇಕಡಾ 85ರಿಂದ 90ರಷ್ಟು ಮಂದಿ ಶಾಲೆಗಳಿಗೆ ಹೋಗುತ್ತಾರೆ. ಟಿಬೆಟನ್ ಭಾಷೆಯನ್ನು ಜೀವಂತವಾಗಿಟ್ಟುಕೊಂಡಿರುವ ಈ ಜನರು ತಮಗೆ ಆಸರೆ ಕೊಟ್ಟ ಭಾರತಕ್ಕೆ ಅತ್ಯಂತ ಕೃತಜ್ಞರಾಗಿದ್ದಾರೆ. ಆದರೆ ಇಂದಿಗೂ ಅವರು ತಮ್ಮದೇ ನಾಡಾದ ಸ್ವತಂತ್ರ ಟಿಬೆಟ್ಟಿಗೆ ಹಿಂತಿರುಗುವ ಕನಸನ್ನು ಮಾತ್ರ ಬಿಟ್ಟುಕೊಟ್ಟಿಲ್ಲ.

ದಲೈ ಲಾಮಾ ಅವರು ತಮ್ಮ ದೇಶವನ್ನು ತ್ಯಜಿಸಿ ಹೊರಬಂದ ಸ್ವಲ್ಪ ಸಮಯದಲ್ಲಿ ಟಿಬೆಟ್ಟನ್ನು ಶಾಂತಿಮಾರ್ಗದ ಮೂಲಕವೇ ಚೀನದ ಹಿಡಿತದಿಂದ ಬಿಡಿಸಲು ಹರಸಾಹಸ ಮಾಡತೊಡಗಿದರು. ಆ ಕಾಲದಲ್ಲೇ ಅವರು ವಿಶ್ವಸಂಸ್ಥೆಗೆ ಟಿಬೆಟ್ಟಿನ ಸಮಸ್ಯೆಗಳ ಬಗ್ಗೆ ಮನವಿ ಮಾಡಿಕೊಂಡದ್ದುಂಟು. ಇದರ ಫಲವಾಗಿ ವಿಶ್ವಸಂಸ್ಥೆಯ ಸಾಮಾನ್ಯ ಸಭೆ 1959, 1961, 1965 ಈ ಮೂರು ವರ್ಷಗಳಲ್ಲಿ ಮೂರು ನಿರ್ಣಯಗಳನ್ನು ಮಂಡಿಸಿತು. ದಲೈ ಲಾಮಾ

ಅವರು 1963ರಲ್ಲಿ ಪ್ರಜಾಪ್ರಭುತ್ವದ ತತ್ವಗಳ ಮೂಲಕ ಆಳುವ ಸರ್ಕಾರದ ಸಂವಿಧಾನದ ಕರಡು ಪ್ರತಿಯನ್ನು ಲೋಕಾರ್ಪಣೆ ಮಾಡಿದರು.

ಟಿಬೆಟ್ ಸಮಸ್ಯೆಯ ಶಾಂತಿಯುತ ಪರಿಹಾರಕ್ಕಾಗಿ ಚೀನದಿಂದ ಯಾವುದೇ ರೀತಿಯ ಸಹಕಾರ ಸಿಗದಿದ್ದರೂ ದಲೈ ಲಾಮಾ ಮಾತ್ರ ತಮ್ಮ ಪ್ರಯತ್ನವನ್ನು ಕೈಬಿಡಲಿಲ್ಲ. ಟಿಬೆಟ್ಟಿನಲ್ಲಿ ಹದಗೆಡುತ್ತಿದ್ದ ಪರಿಸ್ಥಿತಿಯನ್ನು ಕಂಡು 1987ರಲ್ಲಿ ಅವರು ಐದು ಅಂಶಗಳ ಒಂದು ಶಾಂತಿಸೂತ್ರವನ್ನು ಮಂಡಿಸಿದರು. ಓಬೆಟ್ ಏಶಿಯಾದ ಹೃದಯ ಭಾಗದ ಶಾಂತಿವಲಯವಾಗಬೇಕು, ಅಲ್ಲಿ ಎಲ್ಲ ಜನರೂ ಶಾಂತಿ ಸೌಹಾರ್ದಗಳಿಂದ ಬಾಳುವಂತಾಗಬೇಕು. ಅಲ್ಲಿನ ಸೂಕ್ಷ್ಮ ಪರಿಸರ ಹಾಗೆಯೇ ಸುರಕ್ಷಿತವಾಗಿ ಉಳಿಯುವಂತಾಗಬೇಕು–ಇದು ಅವರ ಚಿಂತನೆ. ಆದರೆ ಚೀನಾ ಇದುವರೆಗೂ ದಲೈ ಲಾಮಾ ಅವರ ಯಾವ ಶಾಂತಿಸೂತ್ರಗಳಿಗೂ ಸ್ಪಂದಿಸಿಲ್ಲ. ಅದು ಚೀನಾದಲ್ಲಿ ದಲೈ ಲಾಮಾ ಅವರ ಫೋಟೋಗಳನ್ನು ಮತ್ತು ಬರಹಗಳನ್ನು ನಿಷೇಧಿಸಿದೆ. ಮತ್ತೆ ಇಂದು ಲ್ಹಾಸಾದಲ್ಲಿ ವಾಸಿಸುತ್ತಿರುವ ಹೆಚ್ಚು ಸಂಖ್ಯೆಯ ಜನರು ಟಿಬೆಟನ್ನರಲ್ಲ.

ದಲೈ ಲಾಮಾ ಅವರು 1987ರ ಸೆಪ್ಟೆಂಬರ್ 21ರಂದು ವಾಷಿಂಗ್‌ಟನ್ ಡಿ.ಸಿ.ಯಲ್ಲಿ ಅಮೇರಿಕದ ಸ್ಟೇಟ್ಸ್ ಕಾಂಗ್ರೆಸ್ ಮುಂದೆ ಐದು ಅಂಶಗಳ ಈ ಶಾಂತಿಸೂತ್ರವನ್ನು ಮಂಡಿಸಿದರು.

1. ಇಡೀ ಟಿಬೆಟ್ಟನ್ನು ಶಾಂತಿವಲಯವನ್ನಾಗಿ ಪರಿವರ್ತಿಸಬೇಕು.
2. ಸಾವಿರಾರು ಮಂದಿ ಚೀನೀ ಪ್ರಜೆಗಳನ್ನು ಟಿಬೆಟ್ಟಿಗೆ ರವಾನಿಸುತ್ತಿರುವ ಚೀನಾ ಸರಕಾರದ ಕ್ರಮದಿಂದ ಟಿಬೆಟನ್ನರ ಅಸ್ತಿತ್ವಕ್ಕೆ ಮುಳುವಾಗುತ್ತಿದೆ. ಇದನ್ನು ತಡೆಯಬೇಕು.
3. ಟಿಬೆಟನ್ನರ ಮೂಲಭೂತ ಮಾನವ ಹಕ್ಕುಗಳಿಗೆ ಮತ್ತು ಪ್ರಜಾಸತ್ತಾತ್ಮಕ ಸ್ವಾತಂತ್ರ್ಯಕ್ಕೆ ಮನ್ನಣೆ ಸಿಗಬೇಕು.
4. ಟಿಬೆಟ್ಟಿನ ಸಹಜ ಪರಿಸರವನ್ನು ಪುನಃಸ್ಥಾಪನೆ ಮಾಡಬೇಕು; ಚೀನಾ ತನ್ನ ಪರಮಾಣು ಅಸ್ತ್ರಗಳ ತಯಾರಿಕೆಗಾಗಿ ಮತ್ತು ತನ್ನ ನ್ಯೂಕ್ಲಿಯರ್ ತ್ಯಾಜ್ಯದ ವಿಸರ್ಜನೆಗಾಗಿ ಟಿಬಟ್ಟನ್ನು ಬಳಸಬಾರದು.
5. ಭವಿಷ್ಯದಲ್ಲಿ ಟಿಬೆಟ್ಟಿನ ಸ್ಥಾನದ ಬಗ್ಗೆ, ಚೀನೀ ಮತ್ತು ಟಿಬೆಟನ್ ಜನರ ನಡುವಿನ ಸಂಬಂಧಗಳ ಬಗ್ಗೆ ಪ್ರಾಮಾಣಿಕ ಮಾತುಕತೆ ಪ್ರಾರಂಭಿಸಬೇಕು.

ಆ ಹೊತ್ತಿಗೆ ದಲೈ ಲಾಮಾ ಅವರನ್ನು ಒಬ್ಬ ಶಾಂತಿದೂತರೆಂದು ಇಡೀ ಜಗತ್ತು ಗುರುತಿಸಿತ್ತು. ಟಿಬೆಟ್ಟನ್ನು ಮುಕ್ತಗೊಳಿಸುವುದಕ್ಕಾಗಿ ಅವರು ಎಡೆಬಿಡದೆ ನಡೆಸುತ್ತಿದ್ದ ಅಹಿಂಸಾ ಚಳವಳಿಯನ್ನು ಪರಿಗಣಿಸಿ ಅವರಿಗೆ 1989ರಲ್ಲಿ ಪ್ರತಿಷ್ಠಿತ

ನೊಬೆಲ್ ಶಾಂತಿ ಪುರಸ್ಕಾರವನ್ನು ಪ್ರದಾನ ಮಾಡಲಾಯಿತು. ಪರಿಸ್ಥಿತಿ ತೀರ ಆಕ್ರಮಣಕಾರಿಯಾಗಿದ್ದ, ಪ್ರತಿಕೂಲವಾಗಿದ್ದ ಸಂದರ್ಭಗಳಲ್ಲಿ ಕೂಡ ಅಹಿಂಸಾ ಸೂತ್ರಗಳನ್ನೇ ಮುಂದಿಟ್ಟಿದ್ದ ಮಹಾನುಭಾವ ಅವರಾಗಿದ್ದರು. ಹಾಗಾಗಿ ಜಾಗತಿಕ ಪರಿಸರ ಸಮಸ್ಯೆಗಳಿಗೆ ಕಳಕಳಿ ತೋರಿಸುವ ಮೊದಲ ನೊಬೆಲ್ ಪ್ರಶಸ್ತಿ ವಿಜೇತರೆಂದು ಅವರನ್ನು ಗುರುತಿಸಲಾಯಿತು.

1989ರ ಡಿಸೆಂಬರ್ 10ರಂದು ದಲೈ ಲಾಮಾ ಅವರು ನೊಬೆಲ್ ಪ್ರಶಸ್ತಿ ಸ್ವೀಕರಿಸಿ ಮಾಡಿದ ಭಾಷಣದ ಒಂದು ಭಾಗ ಹೀಗಿದೆ:

ಇಂದು ಜಗತ್ತಿನಲ್ಲಿ ಮಾನವನಿಂದಲೇ ನಡೆಯುತ್ತಿರುವ ಹಲವಾರು ಹಿಂಸಾಕೃತ್ಯಗಳ ಬಗ್ಗೆ ಅವರು ತಮ್ಮ ವಿಶಿಷ್ಟ ಒಳನೋಟಗಳನ್ನು ಹರಿಸಿದ್ದಾರೆ.

2001ರ ಸೆಪ್ಟೆಂಬರ್ 11ರಂದು ಅಮೇರಿಕದಲ್ಲಿ ಸಂಭವಿಸಿದ ಜೋಡಿ ಗೋಪುರಗಳ ದುರಂತದ ಬಗ್ಗೆ ಮಾತನಾಡುತ್ತಾ ಅವರು ಅದೊಂದು 'ಆಧ್ಯಾತ್ಮಿಕ' ಸಮಸ್ಯೆ ಎಂದದ್ದುಂಟು. ವೈಜ್ಞಾನಿಕ ಸಂಶೋಧನೆಯಲ್ಲಿ ಕಂಡುಬರುತ್ತಿರುವ ನೈತಿಕತೆಯ ಅಧಃಪತನವನ್ನು ಅವರು ಖಂಡಿಸಿದ್ದುಂಟು. ಈ ಅಧಃಪತನದಿಂದಾಗಿ ಮಾನವನ ಬೌದ್ಧಿಕ ಸಾಮರ್ಥ್ಯವು ಸೃಷ್ಟಿಸಬಲ್ಲ ಪ್ರಮುಖವಾದ ಆವಿಷ್ಕಾರಗಳು ಮಾನವನ ವಿರುದ್ಧ ತಿರುಗಿಬೀಳುತ್ತಿವೆ. ಜೋಡಿಗೋಪುರಗಳ ಮೇಲೆ ನಡೆದ ಆತಂಕವಾದಿಗಳ ಧಾಳಿಯಿರಬಹುದು, ಹತೋಟಿಯಿಲ್ಲದ ಜೆನೆಟಿಕ್ ಪ್ರಯೋಗಗಳಿರಬಹುದು ಅಥವಾ ಮುಂದಿನ ಪೀಳಿಗೆಗಳ ನೆಮ್ಮದಿಗೆ ಆತಂಕವೊಡ್ಡುತ್ತಿರುವ, ವೇಗವಾಗಿ ನಡೆಯುತ್ತಿರುವ ಪರಿಸರ ನಾಶವಿರಬಹುದು. ಬೌದ್ಧ ಸನ್ಯಾಸಿಯಾಗಿ ಅವರು ಹೇಳುವುದೇನೆಂದರೆ ಮಾನವೀಯ ಮೌಲ್ಯಗಳ ಸಾರಕ್ಕೆ ಮರಳಿಹೋಗುವುದರಲ್ಲೇ ನಮ್ಮ ಉಳಿವಿದೆ. ಇದನ್ನು ಅರ್ಥಮಡಿಕೊಳ್ಳಬೇಕು. ಅದೇ ಅಧ್ಯಾತ್ಮಿಕತೆ.

ದಲೈ ಲಾಮ ಅವರ ವಿಶಿಷ್ಟ ಗುಣಗಳಲ್ಲಿ ಒಂದೆಂದರೆ ತಪ್ಪು ಮಾಡಿದವರು ತಮ್ಮ ಮಿತ್ರರೇ ಆಗಿರಲಿ, ಶತ್ರುವೇ ಆಗಿರಲಿ ಅವರನ್ನು ನಿರ್ದಾಕ್ಷಿಣ್ಯವಾಗಿ ಖಂಡಿಸುವುದು.

2003ರ ಮಾರ್ಚ್ 11ರಂದು ಇರಾಕ್ ಯುದ್ಧ ಇನ್ನೇನು ಶುರುವಾಗುವುದರಲ್ಲಿತ್ತು. ಆಗ ಧರ್ಮಶಾಲಾದಿಂದ ಒಂದು ಘೋಷಣೆಯನ್ನು ಹೊರಡಿಸಲಾಯಿತು. ಆರು ತಿಂಗಳ ನಂತರ ಅಕ್ಟೋಬರ್ ತಿಂಗಳಲ್ಲಿ ಪ್ಯಾರಿಸಿನಲ್ಲಿ ಉಪದೇಶ ನೀಡುತ್ತಿದ್ದಾಗ ಅವರು ಹೀಗೆ ಹೇಳಿದರು: "ಇರಾಕ್ ನಾಯಕ ಸದ್ದಾಮ್ ಹುಸೇನ್ ವಿರುದ್ಧ ಮಾಡಿರುವ ದೂಷಣೆಗಳಲ್ಲಿ ಆ ಸರ್ವಾಧಿಕಾರಿ ಉಪಯೋಗಿಸಿದ ಆಯುಧಗಳು ಪಾಶ್ಚಾತ್ಯ ದೇಶಗಳು ಆವಿಷ್ಕರಿಸಿದ ತಂತ್ರಗಳಿಂದಲೇ ತಯಾರಾದುವೆಂಬುದನ್ನು ಹೇಳಿಯೇ

ಇಲ್ಲ. ಆದರೆ ರಕ್ತ ಪಿಪಾಸು ಪ್ರಜಾಪೀಡಕನ ಜೊತೆಗೇ ಆಯುಧಗಳನ್ನು ಉತ್ಪಾದಿಸಿ ಮಾರುವ ಪಾಶ್ಚಾತ್ಯ ಸರ್ಕಾರಗಳ ದುರಾಸೆಯನ್ನು ಕೂಡ ಖಂಡಿಸಬೇಕು."

2009ರಲ್ಲಿ ಸಾರನಾಥ್‌ನಲ್ಲಿ ಪರಸ್ಪರಾವಲಂಬನೆಯ ಬಗೆಗೆ, ಪ್ರತಿಯೊಬ್ಬ ವ್ಯಕ್ತಿಯೂ ಜಾಗತಿಕ ಹೊಣೆ ಹಂಚಿಕೊಳ್ಳುವ ಅವಶ್ಯಕತೆಯ ಬಗ್ಗೆ ಮಾತಾಡುತ್ತಾ ಹೇಗೆ ಒಂದು ಚಿಕ್ಕ ಘಟನೆ ಕೂಡ ಇಡೀ ಜಗತ್ತಿನ ಮೇಲೆ ಪರಿಣಾಮ ಬೀರಬಲ್ಲದು ಎನ್ನುವುದಕ್ಕೆ ಇರಾಕ್ ಒಂದು ಉದಾಹರಣೆ ಎಂದರು.

2007ರ ಅಕ್ಟೋಬರ್ 17ರಂದು ವಾಷಿಂಗ್‌ಟನ್‌ನ ಕ್ಯಾಪಿಟಲ್ ಬಿಲ್ಡಿಂಗ್‌ನಲ್ಲಿ ದಲೈ ಲಾಮಾ ಅವರಿಗೆ ಅವರ ಸಾಮರ್ಥ್ಯವನ್ನು ಗುರುತಿಸಿ ಪ್ರತಿಷ್ಠಿತ ಕಾಂಗ್ರೆಶನಲ್ ಗೋಲ್ಡ್ ಮೆಡಲ್ ನೀಡಲಾಯಿತು. ಅವರು ತಮ್ಮ ಸಾಂಪ್ರದಾಯಿಕ ಸನ್ಯಾಸಿಯ ಉಡುಪಿನಲ್ಲೇ ವೇದಿಕೆ ಹತ್ತಿದರು. ಅವರ ಸುತ್ತಲೂ ಅಮೇರಿಕ ಕಟ್ಟಲು ಸೆಣೆಸಿದ ಹೀರೋಗಳ ಗಂಭೀರ ಮೂರ್ತಿಗಳಿದ್ದುವು. ಆಗಿನ ಅಧ್ಯಕ್ಷನಾಗಿದ್ದ ಜಾರ್ಜ್ ಬುಶ್ ತಮ್ಮ ಭಾಷಣದಲ್ಲಿ ದಲೈ ಲಾಮಾ ಅವರ ಬದುಕಿನ ಒಂದು ಘಟನೆಯನ್ನು ಹೇಳಿದಾಗ ಪ್ರೇಕ್ಷಕರೆಲ್ಲರೂ ಭಾವುಕರಾದರು. "ದಲೈ ಲಾಮಾ ಪುಟ್ಟ ಹುಡುಗನಾಗಿದ್ದಾಗ 'ಸ್ಟ್ಯಾಚೂ ಆಫ್ ಲಿಬರ್ಟಿ'ಯ ಒಂದು ಮಾಡೆಲನ್ನು ತಮ್ಮ ಹಾಸಿಗೆಯ ಪಕ್ಕ ಇಟ್ಟುಕೊಂಡಿದ್ದರು. ಎಷ್ಟೋ ವರ್ಷಗಳ ನಂತರ ಮೊದಲ ಬಾರಿ ಅಮೇರಿಕಕ್ಕೆ ಬಂದಾಗ ಅವರು ನ್ಯೂಯಾರ್ಕಿನಲ್ಲಿರುವ ಆ ಮೂರ್ತಿಯನ್ನು ಹತ್ತಿರದಿಂದ ನೋಡಿ ಬಂದರು" ಎಂದರು ಜಾರ್ಜ್ ಬುಶ್.

ಅವರು ತಮ್ಮ ಭಾಷಣವನ್ನು ಮುಂದುವರಿಸಿ ಪೌರ ಸ್ವಾತಂತ್ರ್ಯದ ಬಗ್ಗೆ ಮಾತಾಡಿದರು. ತಮ್ಮ ಹಿಂದಿನ ಪೀಳಿಗೆಯ ಅಮೇರಿಕನ್ನರು ಕ್ರಾಂತಿ ನಡೆಸಿ ದೇಶಕ್ಕೆ ಸ್ವಾತಂತ್ರ್ಯ ತಂದುಕೊಟ್ಟದ್ದನ್ನು ನೆನಪಿಸಿಕೊಳ್ಳುತ್ತಾ "ಜೆಫರ್ಸನ್ನರ ಪ್ರಕಾರ ಪ್ರತಿಯೊಬ್ಬ ಪ್ರಜೆಗೂ ತನಗೆ ಬೇಕಾದ ದೈವವನ್ನು ಆರಾಧಿಸುವ ಸ್ವಾತಂತ್ರ್ಯವಿದೆಯಲ್ಲ, ಅದು ಅಮೇರಿಕದ ಪುಣ್ಯಗಳಲ್ಲಿ ಒಂದು. ಈ ಪುಣ್ಯ ಕೇವಲ ಒಂದು ದೇಶಕ್ಕೆ ಸೇರಿದ್ದಲ್ಲ. ಇಡೀ ಜಗತ್ತಿಗೇ ಸೇರಿದ್ದು" ಎಂದು ಹೇಳಿದರು.

ಮಿಲಿಟರಿ ಶಕ್ತಿಯಲ್ಲಿ ಜಗತ್ತಿನ ಮುಂಚೂಣಿಯಲ್ಲಿರುವ ರಾಷ್ಟ್ರದ ನಾಯಕನಾಗಿ ಅಮೇರಿಕದ ಅಧ್ಯಕ್ಷರು ಸರ್ಕಾರದ ಪರವಾಗಿ ಮಾತಾಡಿದ್ದರು. ತಮ್ಮ ದೇಶ ಸ್ವಾತಂತ್ರ್ಯವನ್ನು ರಕ್ಷಿಸಿಕೊಳ್ಳುವುದಕ್ಕಾಗಿ ಬಲಪ್ರಯೋಗದ ಮೊರೆ ಹೊಕ್ಕಿತೆಂದೂ ಆತಂಕವಾದಿಗಳ ಬೆದರಿಕೆಯಿಂದ ನಲುಗಿ ಹೋಗಿರುವ ತಮ್ಮ ನೆಲದ ಶಾಂತಿಯ ರಕ್ಷಣೆಯ ಬಗ್ಗೆ ಕಾಳಜಿಯಿಂದಲೇ ಆ ಕ್ರಮ ಕೈಗೊಳ್ಳಲಾಯಿತೆಂದೂ ತಿಳಿಸಿದರು.

ಆದರೆ ದಲೈ ಲಾಮಾ ಅವರು "ಮಾನವ ಶಾಂತಿಗಾಗಿ ಶಾಂತಿಯ ಪಥದ ಮೇಲೆಯೇ ಮುಂದಡಿಯಿಡುವುದು ಎಷ್ಟು ಮುಖ್ಯ" ಎಂದು ವಿವರಿಸಿದರು. "ಬೈಬಲ್ಲಿನಲ್ಲಿ ಒಂದು ಅದ್ಭುತ ಭಾಗವಿದ್ದು ಅದರಲ್ಲಿ ಕತ್ತಿಗಳನ್ನು ನೇಗಿಲುಗಳಾಗಿ ಪರಿವರ್ತಿಸುವ ಮಾತಿದೆ. ಒಂದು ಆಯುಧವನ್ನು ಮಾನವನ ಮೂಲಭೂತ ಅವಶ್ಯಕತೆಗಾಗಿ ಪರಿವರ್ತಿಸುವ ಆ ಪ್ರತಿಮೆ ನನಗೆ ತುಂಬಾ ಇಷ್ಟ. ಅದು ನಮ್ಮೊಳಗಿನ ಮತ್ತು ಹೊರಗಿನ ನಿಶ್ಶಸ್ತ್ರೀಕರಣಕ್ಕೆ ಒಂದು ಸಂಕೇತವಾಗಿದೆ. ಈ ಕ್ಷಣದಲ್ಲೇ ಇಡೀ ಜಗತ್ತನ್ನು ಸೇನಾಮುಕ್ತವಾಗಿ ಮಾಡುವ ಅವಶ್ಯಕತೆ ತುಂಬ ತುರ್ತಿನದಾಗಿದೆಯೆಂದು ನಾನು ಭಾವಿಸುತ್ತೇನೆ" ಎಂದೂ ಅವರು ಹೇಳಿದರು.

ಇಷ್ಟು ವರ್ಷಗಳಾದರೂ ಚೀನಾ ಟಿಬೆಟ್ಟಿನ ಮೇಲೆ, ಅಲ್ಲಿನ ಜನರ ಮೇಲೆ, ನೆಲಜಲದ ಮೇಲೆ, ಧರ್ಮ ಸಂಸ್ಕೃತಿಗಳ ಮೇಲೆ ದೌರ್ಜನ್ಯ ನಡೆಸುವುದನ್ನು ಬಿಟ್ಟಿಲ್ಲ. ಚೀನಾದ ಅಡೆತಡೆಯಿಲ್ಲದೆ ದಾಳಿಯಿಂದಾಗಿ 6000ಕ್ಕೂ ಹೆಚ್ಚು ಬೌದ್ಧವಿಹಾರಗಳು, ಎಣಿಕೆಯಿಲ್ಲದಷ್ಟು ಕಲಾತ್ಮಕ ವಸ್ತುಗಳು ನಾಶವಾಗಿವೆ. ಚೀನಾಕ್ಕೆ ಟಿಬೆಟ್ಟಿನ ಧರ್ಮ ಮತ್ತು ಸಂಸ್ಕೃತಿಗಳು ತನ್ನ ಕಮ್ಯುನಿಸ್ಟ್ ನಾಯಕತ್ವಕ್ಕೆ ಬೆದರಿಕೆಯೊಡ್ಡಬಹುದೆಂಬ ಆತಂಕ. ಈಗಂತೂ ಟಿಬೆಟನ್ನರು ತಮ್ಮ ನಿಷ್ಠೆಯನ್ನು ಚೀನಾ ದೇಶಕ್ಕೆ ಮುಡಿಪಿಡಬೇಕು. ಹಾಗೆ ಮಾಡದಿದ್ದರೆ ಅವರಿಗೆ ಜೈಲುವಾಸ ಮತ್ತು ಕಠಿಣ ಶಿಕ್ಷೆ.

ಇವತ್ತು ಟಿಬೆಟ್ಟಿನಲ್ಲಿ ದಲೈ ಲಾಮಾ ಅವರ ಚಿತ್ರವನ್ನು ಇಟ್ಟುಕೊಳ್ಳುವುದು ಕಾನೂನುಬಾಹಿರ. ಕೇವಲ 10 ವರ್ಷದ ಟಿಬೆಟನ್ ಮಕ್ಕಳು 'ಟಿಬೆಟ್ ಸ್ವತಂತ್ರ ರಾಷ್ಟ್ರ' ಎಂದಾಗಲೀ ಪಿಸುಗುಟ್ಟಿದರೂ ಸಾಕು, ತಾಯಿನಾಡಲ್ಲಿ ಬಿರುಕು ಮೂಡಿಸಲು ಪ್ರಯತ್ನಿಸುತ್ತಿದ್ದಾರೆಂದು ಅವರನ್ನು ಕಾರಾಗೃಹಕ್ಕೆ ಕಳಿಸಲಾಗುತ್ತದೆ. ಟಿಬೆಟನ್ ಧ್ವಜದ ಪ್ರತಿಕೃತಿಯನ್ನು ಇಟ್ಟುಕೊಂಡವರಿಗೆ 7 ವರ್ಷ ಜೈಲು. ಮತ್ತೆ ಟಿಬೆಟ್ಟಿಗೆ ನಿರಂತರವಾಗಿ ಚೀನೀಯರನ್ನು ಕಳಿಸಲಾಗುತ್ತಿರುವುದರಿಂದ ಟಿಬೆಟನ್ನರು ತಮ್ಮ ನೆಲದಲ್ಲೇ ಅಲ್ಪಸಂಖ್ಯಾತರಾಗುತ್ತಿದ್ದಾರೆ. ಲ್ಹಾಸಾ ಮತ್ತು ಗೋರ್ಮೋಗಳ ನಡುವೆ ನಿರ್ಮಿಸಿರುವ ರೈಲ್ವೆಯಿಂದಾಗಿ ಚೀನೀಯರ ವಲಸೆ ಇನ್ನಷ್ಟು ಸುಲಭವಾಗಿದೆ. ವಿದ್ಯಾಭ್ಯಾಸ, ಸರಕಾರಿ ಮತ್ತು ಖಾಸಗಿ ಉದ್ಯಮಗಳಲ್ಲಿ ಉದ್ಯೋಗ, ಮುಂತಾದುವುಗಳಲ್ಲಿ ಚೀನೀಯರಿಗೆ ಪ್ರಾಶಸ್ತ್ಯ.

ಚೀನೀ ಆಕ್ರಮಣದ ನಂತರ ಟಿಬೆಟನ್ ಭಾಷೆ ಅಳಿಯುವ ಹಂತದಲ್ಲಿದೆ. ಎಲ್ಲ ಕ್ಷೇತ್ರಗಳಲ್ಲೂ ಚೀನೀ ಭಾಷೆಯ ಉಪಯೋಗವನ್ನೇ ಕಡ್ಡಾಯ ಮಾಡಿರುವುದರಿಂದ ಟಿಬೆಟನ್ ಸಂಸ್ಕೃತಿ ತುಳಿತಕ್ಕೆ ಒಳಗಾಗಿದೆ. ಟಿಬೆಟನ್ ಮಕ್ಕಳಿಗೆ ತಮ್ಮ ತಾಯ್ನಾಡಿನಲ್ಲೇ ಒಳ್ಳೆಯ ವಿದ್ಯಾಭ್ಯಾಸದ ಅವಕಾಶಗಳು ದೊರಕದಿರುವುದರಿಂದ ಅವರು ಭಾರತಕ್ಕೆ ಸಾವಿರಾರು ಸಂಖ್ಯೆಯಲ್ಲಿ ವಲಸೆ ಬರುತ್ತಿದ್ದಾರೆ. ಬೌದ್ಧವಿಹಾರಗಳಲ್ಲಿ ಸನ್ಯಾಸಿ ಮತ್ತು ಸನ್ಯಾಸಿನಿಯರನ್ನು

ಬಲಾತ್ಕಾರದಿಂದ ಅವರ ರಾಜಕೀಯ ಮತ್ತು ಧಾರ್ಮಿಕ ನಂಬಿಕೆಗಳಿಗೆ ಸಂಬಂಧಿಸಿದಂತೆ 'ಪುನರ್ಕಲಿಕೆ'ಗೆ ಒಳಪಡಿಸಲಾಗುತ್ತಿದೆ. ಚೀನೀ ಆಡಳಿತ ಜಗತ್ತಲ್ಲೇ ಎಲ್ಲೂ ಇಲ್ಲದಷ್ಟು ಪ್ರಮಾಣದ ಟಿಬೆಟನ್ನರ ಮಾನವ ಹಕ್ಕುಗಳನ್ನು ಉಲ್ಲಂಘಿಸುತ್ತಿದೆ. ಇದನ್ನೆಲ್ಲ ಸರಿಪಡಿಸಲು ನಿರಂತರ ಅಂತಾರಾಷ್ಟ್ರೀಯ ಒತ್ತಡ ಅತ್ಯಗತ್ಯ.

"ನಾನು ಇತ್ತೀಚೆಗೆ ನಡೆದ ಒಂದು ವಿಚಿತ್ರ ಘಟನೆಯ ಬಗ್ಗೆ ಕೇಳಿದ್ದುಂಟು. ಟಿಬೆಟ್ಟಿನಲ್ಲಿ ತಳ ಊರಿದ ಚೀನೀಯರು ರೈತರು. ಅವರು ರಸ್ತೆಗಳನ್ನು ನಿರ್ಮಿಸಿದರು. ಅವರಿಗೆ ಮಾಂಸವೆಂದರೆ ತುಂಬಾ ಇಷ್ಟ. ಅವರು ತಮ್ಮ ಯೂನಿಫಾರ್ಮಗಳಲ್ಲಿ ಅಥವಾ ಚೀನೀ ಉಡುಪುಗಳಲ್ಲಿ ಬಾತುಕೋಳಿಗಳನ್ನು ಬೇಟೆಯಾಡುವುದಕ್ಕಾಗಿ ಹೋದಾಗ ಅವು ಹೆದರಿ ಓಡಿಹೋಗುತ್ತಿದ್ದುವಂತೆ. ಅದಕ್ಕೆ ಕಾರಣವೇನೆಂದು ಗ್ರಹಿಸಿದ ಬಳಿಕ ಅವರು ಟಿಬೆಟನ್ ಉಡುಪುಗಳನ್ನು ತೊಡಲು ಶುರುಮಾಡಿದರು! ಅಮೇಲಷ್ಟೇ ಆ ಬಾತುಕೋಳಿಗಳು ಮೋಸಹೋದುವಂತೆ! ಇದು ನಿಜಕ್ಕೂ ನಡೆದ ಘಟನೆ! 1970ರ, 1980ರ ದಶಕದವರೆಗೂ ಅಲ್ಲಿ ಹೇರಳ ಪ್ರಮಾಣದಲ್ಲಿ ಪಕ್ಷಿಗಳಿದ್ದವು. ಆದರೆ ನಾನು ಭಾರತಕ್ಕೆ ಬಂದು ನೆಲೆಸಿದ ಮೇಲೆ ಪರಿಸ್ಥಿತಿ ತುಂಬಾ ಬದಲಾಯಿಸಿತು.

"ಇತ್ತೀಚೆಗೆ ಸಾವಿರಾರು ಮಂದಿ ಟಿಬೆಟನ್ನರು ತಮ್ಮ ಜನ್ಮಭೂಮಿಗೆ ಮರಳಿದರು. ಅವರೆಲ್ಲರೂ ಹೇಳಿವುದಷ್ಟೆ: 40–50 ವರ್ಷಗಳ ಹಿಂದೆ ಇಡೀ ಭೂಮಿಯನ್ನು ದಟ್ಟವಾದ ಕಾಡು ಆವರಿಸಿತ್ತು. ಆದರೆ ಈಗ ಪರ್ವತಗಳು ಸನ್ಯಾಸಿಗಳ ತಲೆಗಳಂತೆ ಬೋಳಾಗಿವೆ. ಎತ್ತರದ ಮರಗಳು ಇಲ್ಲವೇ ಇಲ್ಲ. ಕೆಲವನ್ನಂತೂ ಬೇರುಸಮೇತ ಕಿತ್ತುಹಾಕಲಾಗಿದೆ. ಮೊದಲಿದ್ದ ಕಾಡುಪ್ರಾಣಿಗಳ ಮಂದೆಗಳಲ್ಲಿ ಒಂದು ಮಂದೆ ಕೂಡ ಕಂಡುಬರುವುದಿಲ್ಲ.

"ಟಿಬೆಟ್ಟಿನಲ್ಲಿ ಆಗಿರುವ ಅರಣ್ಯನಾಶ ನೋಡಿದರೆ ಸಂಕಟವಾಗುತ್ತದೆ. ಅಲ್ಲಿ ಅಪೂರ್ವ ಪ್ರಕೃತಿಸೌಂದರ್ಯದ ನಾಶವಷ್ಟೇ ಆಗಿಲ್ಲ. ಅಲ್ಲಿ ವಾಸಮಾಡುವ ಜನರಿಗೆ ಮನೆ ಬೆಚ್ಚಗಿಟ್ಟುಕೊಳ್ಳಲು ಸೌದೆ ಕೂಡ ಗತಿಯಿಲ್ಲ. ಒಂದು ವ್ಯಾಪಕ ದೃಷ್ಟಿಕೋನದಿಂದ ನೋಡಿದರೆ ಈ ಪ್ರಮಾಣದ ಅರಣ್ಯನಾಶ ಜಗತ್ತಿನುದ್ದಕ್ಕೂ ಗಂಭೀರ ಪರಿಣಾಮಗಳನ್ನು ಉಂಟು ಮಾಡಲಿದೆ."

ಚೀನೀಯರ ಲೆಕ್ಕಾಚಾರದ ಪ್ರಕಾರ, ಟಿಬೆಟ್ಟಿನಲ್ಲಿ 126 ರೀತಿಯ ಖನಿಜಗಳು ದೊರಕುತ್ತವೆ. ಈ ವಿಷಯ ತಿಳಿದ ತಕ್ಷಣ ಚೀನೀಯರು ಪರಿಸರ ರಕ್ಷಣೆಯ ಕ್ರಮ ತೆಗೆದುಕೊಳ್ಳುವುದಕ್ಕೆ ಬದಲಾಗಿ ಅದನ್ನು ತಮ್ಮ ಲಾಭಕ್ಕಾಗಿ ಬಳಸಿಕೊಂಡರು. ಈಗ ಅರಣ್ಯನಾಶದಿಂದ, ಗಣಿಗಾರಿಕೆಯಿಂದ ಟಿಬೆಟ್ಟಿನ ಕೆಳಗಿನ ಪ್ರದೇಶಗಳಲ್ಲಿ ನೆರೆಪ್ರವಾಹ ವಿಪರೀತವಾಗಿದೆ. ಪರಿಸರ ಮಾಲಿನ್ಯದಿಂದಾಗಿ ಆರು ಮಿಲಿಯನ್ ಟಿಬೆಟನ್ನರು ಅಪಾಯದಲ್ಲಿದ್ದಾರೆ. ವಾಯುಮಾಲಿನ್ಯದಿಂದ

ಉಂಟಾಗುವ ಕಾಯಿಲೆಗಳಿಂದ ಮಕ್ಕಳು ನರಳುತ್ತಿದ್ದಾರೆ. ನಾಲ್ಕು ಗೋಡೆಗಳ ನಡುವೆ ಬದುಕುವ ಈ ಬಡ ಕುಟುಂಬಗಳಲ್ಲಿ ಅಗಾಧ ನೋವು ಮತ್ತು ಯಾತನೆ ಮಡುಗಟ್ಟಿದೆ. ಈ ಪರಿಸ್ಥಿತಿ ವಿದೇಶಗಳವರೆಗೂ ತಲುಪದಿರಬಹುದು. ಆದರೆ ದಲೈ ಲಾಮಾ ಅವರು ಈ ಮುಗ್ಧ ಜನರ ಪರವಾಗಿ ಮಾತಾಡುತ್ತಿದ್ದಾರೆ.

"ಟಿಬೆಟ್ಟಿನ ಸಂಸ್ಕೃತಿ ಮತ್ತು ಆಧ್ಯಾತ್ಮಿಕತೆಯನ್ನು ಉಳಿಸಿಕೊಳ್ಳಬೇಕೆಂಬುದೇ ನನ್ನ ಮುಖ್ಯ ಕಾಳಜಿ. ಟಿಬೆಟ್ಟಿನ ರಾಜಕೀಯ ಸ್ಥಾನಮಾನದ ಬಗ್ಗೆ ನಾನು ಅಷ್ಟೊಂದು ತಲೆ ಕೆಡಿಸಿಕೊಳ್ಳುವುದಿಲ್ಲ. ಟಿಬೆಟ್ಟಿನ ಸಂಸ್ಕೃತಿ, ಪರಿಸರ, ಆಧ್ಯಾತ್ಮಿಕತೆ ಉಳಿದುಕೊಳ್ಳುವುದಾದರೆ ರಾಜಕೀಯವಾಗಿ ಅದು ಯಾವ ಸ್ಥಾನ ಪಡೆಯುತ್ತದೆಯೆನ್ನುವುದು ಅಷ್ಟು ಮುಖ್ಯವಲ್ಲ. ವೈಯಕ್ತಿಕವಾಗಿ ನನಗೆ ಈ ರಾಜಕಾರಣದ ವಿಷಯಗಳಲ್ಲಿ ಆಸಕ್ತಿಯಿಲ್ಲ. ಅದನ್ನು ನಾನು ಸ್ಪಷ್ಟವಾಗಿ ಹೇಳಿಯೂ ಬಿಟ್ಟಿದ್ದೇನೆ. ನಮಗೆ ಸ್ವಾತಂತ್ರ್ಯ ಖಚಿತವಾಗುವುದಾದರೆ, ನಾವು ಮರಳಿ ಹೋಗುವ ಕಾಲ ಬರುವುದೇ ಹೌದಾದರೆ ನನ್ನೆಲ್ಲಾ ಧಾರ್ಮಿಕ ಅಧಿಕಾರವನ್ನು ನಾನು ಸ್ಥಳೀಯ ಸರ್ಕಾರಕ್ಕೆ ಕೊಟ್ಟುಬಿಡುತ್ತೇನೆ. ನನಗಾಗಿ ನಾನು ಏನನ್ನೂ ಕೇಳಿಕೊಳ್ಳುವುದಿಲ್ಲ" ಎಂದು ಹೇಳಿದ್ದಾರೆ ದಲೈ ಲಾಮಾ.

6. ಟಿಬೆಟ್ಟಿಗೆ ಭವಿಷ್ಯವುಂಟೆ?

ದಲೈ ಲಾಮಾ ಅವರು ಹೇಳುವಂತೆ ಎಷ್ಟೋ ಕಮ್ಯುನಿಸ್ಟ್ ರಾಷ್ಟ್ರಗಳು, ಅಧಿಕಾರಶಾಹಿ ಸರ್ಕಾರಗಳು ಬದಲಾಗಿವೆ. ರಶ್ಯಾ ಅದಕ್ಕೊಂದು ಉದಾಹರಣೆಯಷ್ಟೆ. ಅದು ಶಕ್ತಿಪ್ರಯೋಗದಿಂದ ಆದದ್ದಲ್ಲ. ಆ ದೇಶದ ಜನರ ಇಚ್ಛೆಯಿಂದಲೇ ಆದದ್ದು. ಅದೊಂದು ಸಕಾರಾತ್ಮಕ ಬೆಳವಣಿಗೆ. ಚೀನದಲ್ಲಿ ಅಂಥದೇ ವ್ಯವಸ್ಥೆಯಿದ್ದರೂ ಅಲ್ಲಿ ನಿಜಸ್ಥಿತಿ ಬದಲಾಗುತ್ತಿದೆ. ಮಾಹಿತಿ ಸ್ವಾತಂತ್ರ್ಯ, ಧಾರ್ಮಿಕ ಸ್ವಾತಂತ್ರ್ಯ ಮತ್ತು ಪತ್ರಿಕಾ ಸ್ವಾತಂತ್ರ್ಯ ಈಗ ಸ್ವಲ್ಪ ವಾಸಿ. ಅವಾಸ್ತವಿಕವಾದ ಮಾನವನಿರ್ಮಿತ ವ್ಯವಸ್ಥೆಗಳು ಕೊನೆಗೂ ಮಾನವೀಯವಾದ, ಸಹಜವಾದ ಹಾದಿಯನ್ನು ಹಿಡಿಯುತ್ತಿವೆ. ಹಾಗಾಗಿ ಅವು ಸಹಜವಾಗಿಯೇ ಕಾಣಿಸಿಕೊಳ್ಳುತ್ತಿವೆ. ಈ ದೃಷ್ಟಿಯಿಂದ ನೋಡಿದಾಗ ಟಿಬೆಟ್ಟಿನ ಸ್ಥಿತಿ ಆಶಾದಾಯಕವಾಗಿದೆಯೆಂದೇ ಹೇಳಬೇಕು.

ಈಗ ಅನೇಕ ಮಂದಿ ಚೀನೀಯರು ಟಿಬೆಟ್ಟಿನ ಸಂಸ್ಕೃತಿಯನ್ನು, ಆಧ್ಯಾತ್ಮಿಕತೆಯನ್ನು ಉಳಿಸಿಕೊಳ್ಳುವುದರತ್ತ ಒಲವು ತೋರಿಸುತ್ತಿದ್ದಾರೆ. ಟಿಬೆಟನ್ ಆಧ್ಯಾತ್ಮಿಕತೆಯೆನ್ನುವುದು ಚೀನದ ಆಧ್ಯಾತ್ಮಿಕತೆಯ ಮುಖ್ಯ ಭಾಗವೇ ಆಗಿರುವುದರಿಂದ ಟಿಬೆಟನ್ ಸಂಸ್ಕೃತಿ ಚೀನಾವನ್ನು ಇನ್ನಷ್ಟು ಸಂಪನ್ನಗೊಳಿಸಲು ಶಕ್ತವಾಗಿದೆ. ಮಿಲಿಯಗಟ್ಟಲೆ ಚೀನೀಯರು ಸಾಂಪ್ರದಾಯಿಕ

ಬೌದ್ಧರೇ ಆಗಿದ್ದಾರೆ. ಚೀನದಲ್ಲಿ ಅನೇಕ ಮಂದಿ ಟಿಬೆಟನ್ ಬೌದ್ಧ ಧರ್ಮದತ್ತ ತಿರುಗುತ್ತಿದ್ದಾರೆ.

"ನಮ್ಮನ್ನು ಕೇಳಿದರೆ ಒಂದು ಆಶ್ರಮ ಅಥವಾ ಸ್ಮಾರಕ ನಾಶವಾದರೆ ಅದು ನಮ್ಮ ಇಡೀ ಜೀವನ ಶೈಲಿಯ ನಾಶ ಎಂದು ನಾವು ಅಂದುಕೊಳ್ಳುವುದಿಲ್ಲ. ಒಂದು ಆಶ್ರಮ ನಾಶವಾದಾಗ ಅದಕ್ಕೆ ನಾವು ಹುಚ್ಚು ಹಿಂಸಾಚಾರದಿಂದ ಉತ್ತರ ಕೊಡಬೇಕಾಗಿಲ್ಲ. ಅಂಥ ಸಂದರ್ಭದಲ್ಲಿ ನಡೆಯಬಹುದಾದ ಹಿಂಸಾಚಾರವನ್ನು ನಾವು ಸಮರ್ಥಿಸಿಕೊಳ್ಳಬಹುದು. ಆದರೆ ಒಮ್ಮೆ ಬಲಪ್ರಯೋಗ ನಡೆದರೆ ಅದಕ್ಕೆ ಎದುರಾಗಿ ಮತ್ತಷ್ಟು ಧ್ವಂಸಗೊಳಿಸಿದ್ದಾನೆಂಬ ಕಾರಣವನ್ನು ಮುಂದುಮಾಡಿಕೊಂಡು ಹಿಂಸಾಚಾರಕ್ಕಿಳಿದರೆ ನಾವು ನಮ್ಮ ಆಶ್ರಮವನ್ನಷ್ಟೇ ಕಳೆದುಕೊಳ್ಳುವುದಿಲ್ಲ. ಬೌದ್ಧ ಧರ್ಮದ ಸಾರವಾದ ವಿರಕ್ತಿ, ಪ್ರೀತಿ ಮಾತು ಅನುಕಂಪಗಳನ್ನೂ ಕಳೆದುಕೊಳ್ಳುತ್ತೇವೆ. ಒಬ್ಬನೇ ಒಬ್ಬ ಲಾಮಾ ಅಥವಾ ಪ್ರಾಮಾಣಿಕ ಅಭ್ಯಾಸಿಯಾದವನು ಉಳಿದುಕೊಂಡು ಅವನೇನಾದರೂ ಸತ್ತರೆ ಇಡೀ ಟಿಬೆಟ್ ತನ್ನ ಬೌದ್ಧ ಜೀವನಶೈಲಿಯನ್ನು ಕಳೆದುಕೊಳ್ಳುವ ಹಾಗಿದ್ದರೆ ಅಂಥ ವ್ಯಕ್ತಿಯನ್ನು ಉಳಿಸಿಕೊಳ್ಳುವುದಕ್ಕಾಗಿ ಕೆಲವು ಮಂದಿ ಶತ್ರುಗಳನ್ನು ಇಲ್ಲವಾಗಿಸಬೇಕಾಗಬಹುದು. ಅದೂ ಕೂಡ ಬೇರಾವ ದಾರಿಯೂ ಕಾಣದಿದ್ದಾಗ ಮಾತ್ರ. ಹಾಗಿಲ್ಲದಿದ್ದರೆ ನಾನು ಹಿಂಸೆಯನ್ನು ಸಮರ್ಥಿಸುವುದು ಒಂದೇ ಒಂದು ವಿಪರೀತ ಪರಿಸ್ಥಿತಿಯಲ್ಲಿ, ಅದು ಕೂಡ ಬೌದ್ಧ ಧರ್ಮದ ಕಟ್ಟ ಕಡೆಯ ಜೀವಂತ ಜ್ಞಾನದ ಒಂದು ತುಣುಕನ್ನು ಉಳಿಸಿಕೊಳ್ಳುವುದಕ್ಕಾಗಿ ಮಾತ್ರ."

ದಲೈ ಲಾಮಾ ನಂತರ ಯಾರು? ಈ ಪ್ರಶ್ನೆಗೆ ಅವರೇ ಈ ರೀತಿ ಉತ್ತರಿಸಿದ್ದಾರೆ: "ನಾನೀಗ ಟಿಬೆಟ್ ಸರ್ಕಾರದ ನಾಯಕನಲ್ಲ. ಅದರರ್ಥ ನಾನು ನನ್ನ ಬದ್ಧತೆಗೆ ನೈತಿಕವಾಗಿ ಜವಾಬ್ದಾರನಲ್ಲವೆಂದಲ್ಲ. ನಾನೊಬ್ಬ ಟಿಬೆಟನ್ನನಾಗಿ, ಜನ ಅಷ್ಟೊಂದು ವಿಶ್ವಾಸವಿಟ್ಟಿರುವ ವ್ಯಕ್ತಿಯಾಗಿ ಸೇವೆ ಮಾಡುವುದು ನನ್ನ ಕರ್ತವ್ಯ. ಅಂದರೆ ಇಡೀ ಮಾನವಕೋಟಿಗೆ ಸಹಾಯಮಾಡುವುದು, ನನ್ನನ್ನು ಅಷ್ಟೊಂದು ನಂಬಿಕೊಂಡಿರುವ ಜನರಿಗೆ ನೆರವಾಗುವುದು, ನನ್ನ ಕೊನೆಯುಸಿರಿರುವವರೆಗೂ ನಾನು ಮಾಡಬೇಕಾದ ಕೆಲಸ ಇದೇ".

ದಲೈ ಲಾಮಾ ತಮ್ಮ ತಾಯ್ನಾಡನ್ನು ಕಳೆದುಕೊಂಡ ಬಗ್ಗೆ "ಎಲ್ಲಾ ಚೆನ್ನಾಗಿದೆಯೆಂದು ನಟಿಸುವ ಸಮಯವಲ್ಲ ಇದು. ನಾವು ನಿಜಸ್ಥಿತಿಯನ್ನು ಒಪ್ಪಿಕೊಳ್ಳಲೇಬೇಕು" ಎಂದು ಮತ್ತೆ ಮತ್ತೆ ಹೇಳುತ್ತಾರೆ. ಹೀಗೆ ಹೇಳುವಾಗ ಅವರು ತನ್ನ ಡಯಾಗ್ನಸಿಸ್ಸನ್ನು ಒಂದಿಷ್ಟು ಸೌಮ್ಯವಾಗಿ ಹೇಳಲೊಲ್ಲದ ವೈದ್ಯನಂತೆ ಕಾಣಿಸುವುದುಂಟು. ತಮ್ಮ ಬಳಿಗೆ ಅಷ್ಟೊಂದು ನಿರೀಕ್ಷೆಗಳನ್ನು ಹೊತ್ತು ಬರುವ ತಮ್ಮ ಜನರ ಬಗ್ಗೆ ದುಃಖಿಸುತ್ತ ಮಾತಾಡುವಾಗ ಅವರು

ಒಮ್ಮೊಮ್ಮೆ ಯುದ್ಧ ವಲಯದಲ್ಲಿ ನಿಂತ ವೈದ್ಯನೊಬ್ಬ ಅಡೆತಡೆಯಿಲ್ಲದೆ ನಿರಂತರವಾಗಿ ಬರುತ್ತಿರುವ ಅಸಂಖ್ಯ ಎಮರ್ಜೆನ್ಸಿ ಕೇಸುಗಳನ್ನು ಹೇಗೆ ತಾನೆ ತಾನು ಸಂಭಾಳಿಸಬಲ್ಲೆ ಎಂದು ತಲೆಕೆಡಿಸಿಕೊಳ್ಳುತ್ತಿರುವಂತೆ ಭಾಸವಾಗುತ್ತಾರೆ.

ದಲೈ ಲಾಮಾ ಅವರು ಧ್ಯಾನದ ಬಗ್ಗೆ ಜಗತ್ತಿನಾದ್ಯಂತ ಅರಿವು ಮೂಡಿಸಿರುವ ಸಂಗತಿ ಸರ್ವವಿದಿತ. ಈಗ ಧ್ಯಾನವನ್ನು ಅಮೇರಿಕದ ಅನೇಕ ವಿದ್ಯಾಸಂಸ್ಥೆಗಳಲ್ಲಿ ಹೇಳಿಕೊಡಲಾಗುತ್ತಿದೆ. ಅದು ಆರೋಗ್ಯಕ್ಕೂ ಶಾಂತಚಿತ್ತಕ್ಕೂ ಹೇಗೆ ಸಹಕಾರಿಯಾಗಬಲ್ಲುದು ಎಂಬುದಕ್ಕೆ ನಿರ್ಣಾಯಕ ಸಾಕ್ಷಿ ಸಿಕ್ಕ ನಂತರ ಈ ಕ್ರಮ ಕೈಗೊಳ್ಳಲಾಗಿದೆ. ಪ್ರತಿಷ್ಠಿತ 'ಟೈಮ್ ಮ್ಯಾಗಜೀನ್' ಮತ್ತು 'ಹಾರ್ವರ್ಡ್ ಲಾ ರೆವ್ಯೂ'ಗಳಲ್ಲಿ ಒಂದು ಸ್ಥಳದಲ್ಲೇ ಕೂತು ಮನಸ್ಸನ್ನು ಸ್ಥಗಿತಗೊಳಿಸುವ ವಿಧಾನದ ಬಗ್ಗೆ ಲೇಖನಗಳು ಪ್ರಕಟವಾಗಿವೆ.

ಈಗ ದಲೈ ಲಾಮಾ ಹೇಳುವುದಿದು: "ನಾವು ಜಗತ್ತಿನಿಂದ ಪ್ರತ್ಯೇಕವಾಗಿಯೇ ಇದ್ದದ್ದರಿಂದ ನಮ್ಮ ನಾಡು ಸದಾ ಶಾಂತಿಯ ಬೀಡಾಗಿರುವುದೆಂದು ನಾವು ತಪ್ಪು ತಿಳಿದಿದ್ದೆವು. ಟಿಬೆಟ್ಟಿನ ಸ್ವಾತಂತ್ರ್ಯಕ್ಕೆ ಧಕ್ಕೆಯಾಗಲಿದ್ದ ವಿಷಯ ಪ್ರಪಂಚಕ್ಕೆ ತಿಳಿಯದೆ ಇರಲಿಲ್ಲ. ಚೀನಾ 1950ರಲ್ಲೇ ಟಿಬೆಟ್ಟಿನ ನೆಲದ ಮೇಲೆ ಆಕ್ರಮಣ ಮಾಡಿದ ಸಂಗತಿ ಅಲ್ಲಿನ ಶಾಂತಿಗೆ ಧಕ್ಕೆ ತರಲಿದೆಯೆಂದು ಭಾರತ ಬ್ರಿಟಿಷ್ ಸರಕಾರದ ಸಹಕಾರದೊಂದಿಗೆ ಚೀನಕ್ಕೆ ಪ್ರತಿಭಟನೆ ನಿಲ್ಲಿಸಿತ್ತು. ಅದರಿಂದ ಏನೂ ಪ್ರಯೋಜನವಾಗಲಿಲ್ಲ. ನಾವು ಎಷ್ಟೋ ಪೀಳಿಗೆಗಳಿಂದ ಪ್ರತ್ಯೇಕವಾಗಿದ್ದುದಕ್ಕೆ ಈಗ ಬೆಲೆ ತೆರಬೇಕಾಯಿತು.

"ನಾನು ನಾಯಕನಾಗಿಯೇ ಮುಂದುವರಿಯುತ್ತಾ ಹೋದರೆ ಅನೇಕ ಟಿಬೆಟನ್ನರಿಗೆ ಸಂತೋಷವಾಗಬಹುದು. ಆದರೆ ಇನ್ನೊಂದು ಕಡೆ, ಹಾಗೆ ಮಾಡುವ ಮೂಲಕ ಪ್ರಜಾಪ್ರಭುತ್ವದ ಆರೋಗ್ಯಕರ ಬೆಳವಣಿಗೆಗೆ ತಡೆಯಾಗಬಹುದು. ಆದ್ದರಿಂದಲೇ ನಾನು ಹೊರಬರಲೇಬೇಕು ಎಂದು ನಾನು ಸರ್ಕಾರದ ನಾಯಕನಾಗಿಯೇ ಉಳಿದರೆ, ಟಿಬೆಟನ್ ಕೇಂದ್ರೀಯ ಸರ್ಕಾರ ಮತ್ತು ಅಲ್ಲಿನ ಜನರ ಅಥವಾ ಅಲ್ಲಿನ ಆಡಳಿತದ ನಡುವೆ ಏನಾದರೂ ಸಮಸ್ಯೆಯುಂಟಾದರೆ ನಾನಲ್ಲಿರುವುದರಿಂದ ಪರಿಸ್ಥಿತಿ ಇನ್ನಷ್ಟು ಹದಗೆಡಬಹುದು. ನಾನು ಮೂರನೆಯವನಾಗಿ ಉಳಿದರೆ, ಆಗ ಗಂಭೀರ ಸಮಸ್ಯೆಗಳಿಗೆ ಪರಿಹಾರ ಕಂಡುಹಿಡಿಯಲು ಪ್ರಯತ್ನಿಸಬಹುದು".

7. ದಲೈ ಲಾಮಾ ಉವಾಚ

- **ಬೋಧಿಸತ್ವ:**

ನನ್ನ ವೈಯಕ್ತಿಕ ಧಾರ್ಮಿಕ ಸಾಧನೆಯೆಂದರೆ ನಾನು 'ಬೋಧಿಸತ್ವನ ಆದರ್ಶ'ವನ್ನು ಪಾಲಿಸಿಕೊಂಡು ಜೀವನ ಮಾಡಲು ಪ್ರಯತ್ನಿಸುವವನು. ಬೌದ್ಧ

ತತ್ತ್ವಗಳ ಪ್ರಕಾರ, ಯಾವ ವ್ಯಕ್ತಿ ಬುದ್ಧನಾಗುವ ಹಾದಿಯಲ್ಲಿ ಸಂಪೂರ್ಣವಾಗಿ ಎಲ್ಲಾ ಜೀವಿಗಳೂ ತಮ್ಮ ನೋವುಗಳಿಂದ ಮುಕ್ತರಾಗಲು ಸಹಾಯ ಮಾಡುತ್ತಾ ಸಾಗುತ್ತಾನೋ ಅವನೇ ಬೋಧಿಸತ್ವ, ಬೋಧಿಸತ್ವ ಎಂಬ ಪದವನ್ನು ಎರಡಾಗಿ ಒಡೆದು ನೋಡಿದರೆ ಅರ್ಥ ಮಾಡಿಕೊಳ್ಳುವುದು ಸುಲಭ. ಬೋಧ ಮತ್ತು ಸತ್ವ, ಬೋಧಿ ಎಂದರೆ ಸತ್ಯದ ಮೂಲ ಸ್ವರೂಪವನ್ನು ಅರ್ಥಮಾಡಿಕೊಳ್ಳುವ ಪ್ರಜ್ಞೆಯುಳ್ಳವನು. ಸತ್ವ ಎಂದರೆ ಸಾರ್ವತ್ರಿಕ ಅನುಕಂಪದಿಂದ ಪ್ರೇರಿತನಾದ ವ್ಯಕ್ತಿ. ಆದ್ದರಿಂದ ಬೋಧಿಸತ್ವನ ಆದರ್ಶವೆಂದರೆ ಅಪಾರ ವಿವೇಕದಿಂದ ಎಣೆಯಿಲ್ಲದ ಕಾರುಣ್ಯವನ್ನು ಅನುಷ್ಠಾನಕ್ಕೆ ತರುವುದು.

- **ಬೌದ್ಧಧರ್ಮದ ತಿರುಳು:**

ಪರಸ್ಪರಾವಲಂಬನೆ ಪ್ರಕೃತಿ ನಿಯಮ. ಅದು ಕೇವಲ ಹೆಚ್ಚು ವಿಕಸಿತವಾದ ಜೀವ ಪ್ರಕಾರಗಳಿಗೆ ಮಾತ್ರ ಸಂಬಂಧಿಸಿದ್ದಲ್ಲ. ಒಂದು ಸಣ್ಣ ಕೀಟ ಕೂಡ ಸಂಘ ಜೀವಿಯೇ. ಅವುಗಳಿಗೆ ಧರ್ಮ, ಕಾನೂನು, ವಿದ್ಯೆ ಮುಂತಾದುವುಗಳ ಅಂಟು ಇಂತಿಷ್ಟೂ ಇಲ್ಲದಿದ್ದರೂ ತಮ್ಮಗಳ ನಡುವಿನ ಸಂಬಂಧದ ಮಹತ್ವದ ಬಗ್ಗೆ ಸಂಪೂರ್ಣ ಅರಿವಿರುವುದರಿಂದ ಅವು ಪರಸ್ಪರ ಸಹಕಾರದಿಂದ ಬದುಕುತ್ತವೆ. ಇಡೀ ಜೀವರಾಶಿಯಿಂದ ಹಿಡಿದು ಅತಿ ಸೂಕ್ಷ್ಮವಾದ ಮೂಲ ದ್ರವ್ಯಗಳು ಕೂಡ ಪರಸ್ಪರ ಅವಲಂಬಿಸಿರುತ್ತವೆ. ಸಾಗರದಿಂದ ಮೋಡಗಳವರೆಗೆ, ನಮ್ಮನ್ನು ಸುತ್ತುವರಿದಿರುವ ಕಾಡು, ಹೂವು ಹಣ್ಣುಗಳವರೆಗೆ, ನಾವು ಜೀವಿಸುತ್ತಿರುವ ಈ ಗ್ರಹದಲ್ಲಿ ಎಲ್ಲ ವಿದ್ಯಮಾನಗಳೂ ಶಕ್ತಿಯ ಸೂಕ್ಷ್ಮರೂಪಗಳ ಆಧಾರದ ಮೇಲೆ ಪರಸ್ಪರ ಅವಲಂಬಿತವಾಗಿ ಬದುಕುಳಿಯುತ್ತಿರುತ್ತವೆ. ಸರಿಯಾದ, ಉಚಿತವಾದ ಪ್ರತಿಕ್ರಿಯೆಯಿಲ್ಲದಿದ್ದರೆ ಅವು ಛಿದ್ರವಾಗಿ ಅದೃಶ್ಯವಾಗಿ ಬಿಡುತ್ತವೆ.

- **ಪ್ರಶ್ನಿಸದೆ ಯಾವುದನ್ನೂ ನಂಬದಿರಿ**

ಅತಿ ಉತ್ಕೃಷ್ಟ ಬೌದ್ಧ ಬೋಧಕರಲ್ಲೊಬ್ಬನಾದ ನಾಗಾರ್ಜುನ ನಂಬಿಕೆಯ ಮತ್ತು ಬುದ್ಧಿಶಕ್ತಿಯ ಸಂಘಟಿತ ಮಿಲನದಿಂದಲೇ ಬೌದ್ಧ ಧರ್ಮದ ಆಧ್ಯಾತ್ಮಿಕತೆಯ ಹಾದಿ ತುಳಿಯಬಹುದೆಂದು ಹೇಳಿದ್ದಾನೆ. ನನ್ನ ವೈಯಕ್ತಿಕ ಅಭಿಪ್ರಾಯವೆಂದರೆ ಬೌದ್ಧ ಧರ್ಮವನ್ನು ಆಧ್ಯಾತ್ಮಿಕ ಸಾಧನೆಯ ಮತ್ತು ದಾರ್ಶನಿಕ ಪದ್ಧತಿಗಳ ಸಮಾಗಮ ಎಂದು ಹೇಳಬಹುದು. ಆದರೆ ಬೌದ್ಧ ಧರ್ಮದಲ್ಲಿ ನಂಬಿಕೆಗಿಂತ ಗ್ರಹಣಶಕ್ತಿ ಮತ್ತು ವಿವೇಚನೆಗೆ ಹೆಚ್ಚು ಪ್ರಾಶಸ್ತ್ಯ ಕೊಟ್ಟಿದ್ದಾರೆ. ಇಲ್ಲಿ ನಂಬಿಕೆಯ ಪಾತ್ರವೂ ಕಂಡುಬರುತ್ತದೆ. ಬುದ್ಧನ ಪ್ರಾಮಾಣಿತ ಹೇಳಿಕೆಗಳು ಕೂಡ ಅವನು ಕೇವಲ ಬುದ್ಧನೆಂಬ ಕಾರಣದಿಂದ ಕುರುಡು ನಂಬಿಕೆಗಳಾಗಿಲ್ಲ. ಅವು ಏಕೆ ಒಪ್ಪಿತವಾಗಿವೆಯೆಂದರೆ ಅವುಗಳು

ಪ್ರತ್ಯಕ್ಷ ಘಟನೆಗಳ ಮತ್ತು ವಿಷಯಗಳ ನಿಟ್ಟಿನಲ್ಲಿ ತರ್ಕಬದ್ಧವಾಗಿಯೂ ಅರ್ಥಪೂರ್ಣವಾಗಿಯೂ ಇರುವುದರಿಂದ.

- **ದುರಂತ ಎದುರಾದಾಗ**

ನಮ್ಮ ಬದುಕಿನಲ್ಲಿ ದೊಡ್ಡ ದುರಂತವೊಂದು ಎದುರಾದಾಗ ನಾವು ಎರಡು ರೀತಿಯಲ್ಲಿ ಪ್ರತಿಕ್ರಿಯಿಸಬಲ್ಲೆವು. ಒಂದು, ನಾವು ಎಲ್ಲ ಭರವಸೆ ಕಳೆದುಕೊಂಡು ಆತ್ಮನಾಶದ ಅಭ್ಯಾಸಗಳಲ್ಲಿ ತೊಡಗಿಕೊಳ್ಳುವುದು. ಇನ್ನೊಂದು ನಮ್ಮ ಅಂತಃಶಕ್ತಿಯನ್ನು ಕಂಡುಕೊಳ್ಳುವುದಕ್ಕಾಗಿ ಆ ಪರಿಸ್ಥಿತಿಯನ್ನು ಬಳಸಿಕೊಳ್ಳುವುದು. ನಾನು ಎರಡನೆಯ ಹಾದಿ ಹಿಡಿದಿದ್ದಕ್ಕೆ ಬುದ್ಧನ ಬೋಧನೆಗಳೇ ಕಾರಣ. ಇದಕ್ಕಾಗಿ ನಾನು ಕೃತಜ್ಞನಾಗಿರಬೇಕು. ನಾನು ದೇಶಭ್ರಷ್ಟನಾದ ಮೇಲೆ ಬೌದ್ಧ ಧರ್ಮವನ್ನು ಇನ್ನಷ್ಟು ಮತ್ತಷ್ಟು ಗೌರವಿಸತೊಡಗಿದ್ದೇನೆ. ನಾವಿಲ್ಲಿ ಎಲ್ಲ ಬಗೆಯ ಬೌದ್ಧ ಅಭ್ಯಾಸಗಳನ್ನು ಎಲ್ಲ ಮಟ್ಟಗಳಲ್ಲೂ ಉಳಿಸಿಕೊಳ್ಳಲು ಶ್ರಮಿಸುತ್ತಿದ್ದೇವೆ. ನಾವಿಲ್ಲಿ ನಿಜವಾಗಿಯೂ ಒಂದು ರೀತಿಯ ಮರುಹುಟ್ಟು ಪಡೆದಿದ್ದೇವೆ.

- **'ಗ್ರೀನ್ ಪಾರ್ಟಿ'ಯಲ್ಲಿ ಬುದ್ಧ!**

ಇಂದು ಶಾಕ್ಯಮುನಿ ಬುದ್ಧ ಮರಳಿ ಬಂದು ನಮ್ಮೊಡನಿದ್ದು ಒಂದು ರಾಜಕೀಯ ಪಕ್ಷ ಸೇರಿಕೊಳ್ಳಬೇಕಾಗಿದ್ದಿದ್ದರೆ ಅವನು ಖಂಡಿತವಾಗಿಯೂ 'ಗ್ರೀನ್ ಪಾರ್ಟಿ'ಯ ಒಬ್ಬ ಸದಸ್ಯನೇ ಆಗಿರುತ್ತಿದ್ದ! ಯಾಕೆಂದರೆ ಅವನೊಬ್ಬ ಪರಿಸರ ವಿಜ್ಞಾನಿ!

ಬುದ್ಧ ಸ್ವರ್ಗದಲ್ಲಿ ಹುಟ್ಟಲಿಲ್ಲ. ಅವನು ಹುಟ್ಟಿದ್ದು ಒಂದು ತೋಟದಲ್ಲಿ. ಅವನಿಗೆ ಜ್ಞಾನೋದಯವಾದದ್ದು ಒಂದು ಆಫೀಸಿನಲ್ಲೋ ಮನೆಯಲ್ಲೋ ಮಂದಿರದಲ್ಲೋ ಅಲ್ಲ. ಆ ಜ್ಞಾನೋದಯವಾದದ್ದು ಒಂದು ಮರದಡಿಯಲ್ಲಿ– ಬೋಧಿವೃಕ್ಷದ ಕೆಳಗೆ. ಅವನು ನಿರ್ವಾಣ ಹೊಂದಿದ್ದು ಎರಡು ಮರಗಳ ಬುಡದಲ್ಲಿ.

- **ಅರಮನೆಯಲ್ಲಿ ಸೆರೆ**

ನಾನೆಂದೂ ಅರಮನೆಯಲ್ಲಿ ಬಂದಿಯಾಗಿರಲು ಇಷ್ಟಪಡುವುದಿಲ್ಲ. ಆ ರೀತಿ ಸಂಕುಚಿತ ರೀತಿಯಲ್ಲಿ ಬದುಕುವುದೆಂದರೆ ನನಗೆ ಉಸಿರುಗಟ್ಟಿದಂತೆ.

- **ನಾನೊಬ್ಬ ಸನ್ಯಾಸಿ ಮಾತ್ರ**

ನಾನೊಬ್ಬ ಬೌದ್ಧ ಸನ್ಯಾಸಿಯೆಂದೇ ನನ್ನನ್ನು ನಾನು ಗುರುತಿಸಿಕೊಳ್ಳುತ್ತೇನೆ. ಏಕೆಂದರೆ ನನ್ನ ವ್ಯಕ್ತಿತ್ವ ನಿರ್ಮಾಣವಾಗಿರುವುದು ಸನ್ಯಾಸಿಯಾಗಿ ನನಗಿರುವ

ಬದ್ಧತೆಯಿಂದ. ನನಗಿಂತ ಮೊದಲು ಬಂದ ದಲೈ ಲಾಮಾಗಳ ಜೊತೆ ನನಗೊಂದು ಕರ್ಮದ ಸಂಬಂಧ ಗೋಚರವಾಗಿದ್ದರೂ ನಾನೊಬ್ಬ ಸನ್ಯಾಸಿಯೇ. ನಾನು ದಲೈ ಲಾಮಾಗಿಂತ ಮೊದಲು ಒಬ್ಬ ಸನ್ಯಾಸಿ. ಇದು ನನ್ನಲ್ಲಿ ಎಷ್ಟು ಗಟ್ಟಿಯಾಗಿ ಬೇರೂರಿದೆಯೆಂದರೆ ನನ್ನ ಕನಸಿನಲ್ಲಿ ಕೂಡ ನಾನೊಬ್ಬ ಸನ್ಯಾಸಿ ಎನ್ನುವುದನ್ನು ಮರೆಯುವುದಿಲ್ಲ. ಮತ್ತೆ ನಾನು ದಲೈ ಲಾಮ ಎಂದು ನಾನೆಂದೂ ಕನಸು ಕಂಡಿಲ್ಲ.

- **ಆಧ್ಯಾತ್ಮಿಕ ಮೌಲ್ಯಗಳ ಕೊರತೆ**

ನನಗೆ ಒಟ್ಟಾರೆಯಾಗಿ ಪಾಶ್ಚಾತ್ಯ ಸಮಾಜದ ಬಗ್ಗೆ ತುಂಬಾ ಮೆಚ್ಚುಗೆಯಿದೆ. ಮುಖ್ಯವಾಗಿ ಅವರ ಶಕ್ತಿ, ಸೃಜನಶೀಲತೆ, ಜ್ಞಾನಕ್ಕಾಗಿ ಅವರಲ್ಲಿರುವ ಹಸಿವು, ಇವೆಲ್ಲ ನನಗೆ ಮೆಚ್ಚುಗೆಯೇ. ಆದರೂ ಪಾಶ್ಚಾತ್ಯ ಶೈಲಿಯ ಬದುಕಿನಲ್ಲಿರುವ ಕೆಲವು ಸಂಗತಿಗಳಿಂದ ನನಗೆ ವ್ಯಾಕುಲವಾಗುತ್ತದೆ. ಉದಾಹರಣೆಗೆ ನಾನು ಗಮನಿಸಿರುವಂತೆ ಪಾಶ್ಚಾತ್ಯರು ಯಾವುದೇ ವಿಷಯವನ್ನು ಪೂರ್ತಿ ಬಿಳಿ ಅಥವಾ ಪೂರ್ತಿ ಕಪ್ಪು ಎಂದು, ಇದು ಹೀಗೆ ಅಥವಾ ಹಾಗೆ ಎಂದು ನಿರ್ಧರಿಸಿಬಿಡುತ್ತಾರೆ; ಪರಸ್ಪರಾವಲಂಬನವನ್ನು ಮತ್ತು ಸಾಪೇಕ್ಷತೆಯನ್ನು ಸಂಪೂರ್ಣವಾಗಿ ಕಡೆಗಣಿಸಿ ಬಿಡುತ್ತಾರೆ. ಅವರಿಗೆ ತಮ್ಮ ಅಭಿಪ್ರಾಯಗಳ ನಡುವೆ ಇರುವ ಬೂದುಬಣ್ಣದ ವಲಯಗಳು ಕಣ್ಣಿಗೇ ಬೀಳುವುದಿಲ್ಲ.

- **ಕುಡಿತ, ವಿವಾಹ ವಿಚ್ಛೇದನ**

ನಾನು ಮದ್ಯ ಅಥವಾ ಯಾವುದೇ ಅಮಲೇರಿಸುವ ದ್ರವ್ಯಗಳ ಸೇವನೆಯನ್ನಾಗಲೀ ಲೈಂಗಿಕ ಸ್ವಚ್ಛಂದತೆಯನ್ನಾಗಲೀ ಒಪ್ಪುವುದಿಲ್ಲ. ವಿವಾಹ ವಿಚ್ಛೇದನದ ಮಾತು ಬಂದಾಗ ಅದರ ಬಗ್ಗೆಯೂ ಕಟುವಾಗಿಯೇ ಇರುತ್ತೇನೆ. ಏಕೆಂದರೆ ವಯಸ್ಕರ ಅನಿಶ್ಚಿತತೆಗೆ ಅಥವಾ ಅವರ ಅಪ್ರಬುದ್ಧತೆಗೆ ಮಕ್ಕಳು ಬಲಿಪಶುಗಳಾಗುತ್ತಾರೆ.

- **ಪ್ರತಿಯೊಂದು ಮೋಡಕ್ಕೂ ಬೆಳ್ಳಿಗೆರೆಯುಂಟು**

ನಾವು ನಮ್ಮ ದೇಶವನ್ನು ಕಳೆದುಕೊಂಡಿರುವವರು. ಹಾಗಾಗಿ ನಾವು ಹಲವಾರು ವಿಪತ್ತುಗಳನ್ನು ಎದುರಿಸಬೇಕಾಗಿದೆ. ಜೊತೆಗೆ ಟಿಬೆಟ್ಟಿನ ಒಳಗೂ ಸಂಕಟಕಾರಕ ಪರಿಸ್ಥಿತಿ ಎದುರಿಸಬೇಕಾಗಿದೆ. ಆದರೆ ಅಂಥಾ ಅನುಭವಗಳು ಅದೆಷ್ಟೋ ಅನುಕೂಲಗಳನ್ನೂ ಹೊತ್ತು ತರುತ್ತವೆ. ನನ್ನ ವಿಷಯವನ್ನೇ ಹೇಳುವುದಾದರೆ, ನಾನು ಅರ್ಧ ಶತಮಾನದಿಂದಲೋ ಮನೆಯಿಲ್ಲದೆ ಇದ್ದೇನೆ. ಆದರೂ ನನಗೆ ಈ ವಿಶಾಲ ಜಗತ್ತಿನಲ್ಲಿ ಎಷ್ಟೊಂದು ಹೊಸ ಮನೆಗಳು ಸಿಕ್ಕಿವೆ! ನಾನು ಪೊಟಾಲಾದಲ್ಲೇ ಇದ್ದಿದ್ದರೆ, ನನಗೆ ಅಷ್ಟೊಂದು ವಿಶಿಷ್ಟ ವ್ಯಕ್ತಿಗಳನ್ನು,

ಏಶಿಯಾ, ತೈವಾನ್, ಅಮೇರಿಕ, ಯುರೋಪ್ ನಾಯಕರನ್ನು, ಖ್ಯಾತ ವಿಜ್ಞಾನಿಗಳನ್ನು, ಅರ್ಥಶಾಸ್ತ್ರಜ್ಞರನ್ನು, ಪೋಪ್‌ರನ್ನು ಭೇಟಿಮಾಡುವ ಅವಕಾಶ ಸಿಗುತ್ತಿತ್ತೆಂದು ನನಗನ್ನಿಸುವುದಿಲ್ಲ.

- **ಆಧ್ಯಾತ್ಮಿಕತೆ ಬೇಡವೆನ್ನುವುದುಂಟೆ?**

ನಾನು ಟಿಬೆಟನ್ ಸನ್ಯಾಸಿಯಾಗಿ ಬೆಳೆದದ್ದು ಬೌದ್ಧ ತತ್ವಗಳನ್ನು ಗೌರವಿಸಬೇಕೆಂಬ ನಂಬಿಕೆಯಿಂದ. ನನ್ನ ಇಡೀ ಆಲೋಚನಾಮಾರ್ಗವೇ ನಾನು ಬುದ್ಧನ ಶಿಷ್ಯನೆನ್ನುವ ತಳಹದಿಯ ಮೇಲೆ ನಿಂತಿದೆ. ಆದರೆ ಪ್ರತಿಯೊಬ್ಬರಿಗೂ ಸಂತೋಷವಾಗಿರಲಿ ಸಹಾಯ ಮಾಡಬೇಕೆಂಬ ಗುರಿಯಿಂದ ನಾನು ಧರ್ಮದ ಗಡಿಗಳನ್ನು ಮೀರಿ ಕೆಲವು ಸಾರ್ವಕಾಲಿಕ ತತ್ತ್ವಗಳನ್ನು ಸ್ಪಷ್ಟಗೊಳಿಸಿಕೊಳ್ಳಲು ಪ್ರಯತ್ನಿಸಿದ್ದೇವೆ.

- **ರಾಜಕಾರಣಿಗಳಿಗೂ ಧರ್ಮ ಬೇಕು**

ನಾನು ಈ ಬಗ್ಗೆ ವಿಶೇಷ ಆಸಕ್ತಿಯಿಂದ ಹಲವಾರು ಬಾರಿ ಅರ್ಚ್ ಬಿಷಪ್ ಆಫ್ ಕ್ಯಾಂಟರ್‌ಬರಿ ಡಾ. ರಾಬರ್ಟ್ ರನ್ಸಿ ಅವರೊಂದಿಗೆ ಚರ್ಚಿಸಿದ್ದೇನೆ. ಧರ್ಮ ಮತ್ತು ರಾಜಕಾರಣ ಪರಸ್ಪರ ಪರಿಣಾಮಕಾರಿಯಾಗಿ ಒಟ್ಟಾಗಬಹುದು. ಧರ್ಮದ ಧ್ಯೇಯವೂ ಕೂಡ ಮಾನವ ಕೋಟಿಗೆ ಸೇವೆ ಮಾಡುವುದೇ ಆಗಿದೆಯೆಂದು ನಾವಿಬ್ಬರೂ ಒಪ್ಪಿಕೊಂಡಿದ್ದೇವೆ. ಧರ್ಮ ನಿಜಸ್ಥಿತಿಯನ್ನು ಕಡೆಗಣಿಸಬಾರದು. ಒಂದು ಧರ್ಮಕ್ಕೆ ಸೇರಿದ ಜನ ಬರೀ ಪ್ರಾರ್ಥನೆಗೆ ಒತ್ತುಕೊಟ್ಟರೆ ಸಾಲದು. ಈ ಜಗತ್ತಿನ ಸಮಸ್ಯೆಗಳಿಗೆ ಪರಿಹಾರ ಹುಡುಕುವುದು ಅವರ ನೈತಿಕ ಹೊಣೆಯಾಗಿರುತ್ತದೆ.

- **ಪ್ರತಿಯೊಬ್ಬರಿಗೂ ಹೊಣೆಗಾರಿಕೆಯುಂಟು**

ನನಗೆ ಸಾಮೂಹಿಕ ಚಳವಳಿಗಳನ್ನು ಅಥವಾ ಆದರ್ಶವಾದಗಳನ್ನು ಸೃಷ್ಟಿಸುವುದರಲ್ಲಿ ನಂಬಿಕೆಯಿಲ್ಲ. ಯಾವುದಾದರೂ ಒಂದು ವಿಚಾರವನ್ನು ಪ್ರಚಾರಮಾಡುವುದಕ್ಕೋಸ್ಕರ ಒಂದು ಸಂಸ್ಥೆಯನ್ನು ಕಟ್ಟುವ ಮಾದರಿಯೂ ನನಗೆ ಸರಿಯೆನ್ನಿಸುವುದಿಲ್ಲ. ಅದರಿಂದ ಒಂದು ಸಣ್ಣ ಗುಂಪಿನ ಜನರು ಬೇರೆಲ್ಲರನ್ನೂ ಹೊರಗಿಟ್ಟು ತಮ್ಮ ಯೋಜನೆಯನ್ನು ಫಲಕಾರಿಯನ್ನಾಗಿ ಮಾಡಲು ಜವಾಬ್ದಾರರು ಎಂದಾಗುತ್ತದೆ. ಪ್ರತಿಯೊಬ್ಬರೂ ಸಾರ್ವತ್ರಿಕ ಜವಾಬ್ದಾರಿಯಲ್ಲಿ ತಮ್ಮ ಪಾಲೇನು ಎಂಬುದನ್ನು ಗ್ರಹಿಸಬೇಕು. ಹಾಗೆ ಗ್ರಹಿಸಿದಾಗ ಸಾಮಾಜಿಕ ಕಾಳಜಿಯುಳ್ಳ ಜವಾಬ್ದಾರಿಯುತ ವ್ಯಕ್ತಿಗಳು ಮೊದಲು ನೂರು ಮಂದಿ, ನಂತರ ಸಾವಿರ, ಆಮೇಲೆ ನೂರಾರು ಸಾವಿರ ಮಂದಿ, ಹೀಗೆ ಹೆಚ್ಚುತ್ತಾ ಹೋಗಿ ಒಟ್ಟಾರೆ ವಾತಾವರಣ ಸುಧಾರಿಸುತ್ತಾ ಹೋಗುತ್ತದೆ.

- **ನನಗೆ ಎಲ್ಲರೂ ಒಂದೇ**

ನಾನು ಎಲ್ಲರನ್ನೂ ಸಮಾನವಾಗಿ ನೋಡುತ್ತೇನೆ. ಅವರು ಉಚ್ಚ ಅಧಿಕಾರಿಗಳಿರಬಹುದು ಅಥವಾ ಭಿಕ್ಷುಕರಿರಬಹುದು, ನನಗೆ ಮಾತ್ರ ಯಾವ ವ್ಯತ್ಯಾಸವೂ ಇಲ್ಲ. ನಾನೊಬ್ಬ ಬೌದ್ಧ ಸನ್ಯಾಸಿ, ಬುದ್ಧನ ಅನುಯಾಯಿ. ಆ ದೃಷ್ಟಿಕೋನದಿಂದ ನೋಡಿದರೆ, ಇದು ಯಾವುದೂ ಮುಖ್ಯವಲ್ಲ. ಒಬ್ಬ ಸರಳ, ಮುಗ್ಧ, ಪ್ರಾಮಾಣಿಕ ಆಧ್ಯಾತ್ಮಿಕ ಅನ್ವೇಷಕ ಒಬ್ಬ ರಾಜಕಾರಣಿಗಿಂತ, ಪ್ರಧಾನ ಮಂತ್ರಿಗಿಂತ ಮುಖ್ಯನಾಗುತ್ತಾನೆ.

- **ನಾವು, ಅವರು**

ಜನರಲ್ಲಿ ದ್ವೇಷ, ಅಸೂಯೆಗಳಂಥ ಕೆಲವು ಭಾವನೆಗಳು 'ನಾವು' ಮತ್ತು 'ಅವರು' ಎಂಬ ಇಬ್ಭಾಗವನ್ನು ಸೃಷ್ಟಿಸುತ್ತವೆ. ತಕ್ಷಣ ಒಬ್ಬ ಶತ್ರು ಕಾಣಿಸಿಕೊಳ್ಳುತ್ತಾನೆ. ನಿಮ್ಮ ಪಕ್ಕದಲ್ಲೇ ಇರುವವರ ಬಗ್ಗೆ ಎಷ್ಟೊಂದು ಸ್ಪರ್ಧೆ, ಎಷ್ಟೊಂದು ನಕಾರಾತ್ಮಕ ಭಾವನೆಗಳು ಕಾಣಿಸಿಕೊಳ್ಳುತ್ತವೆ! ಅವರಿಗೂ ನಿಮ್ಮ ಬಗ್ಗೆ ಹೀಗೇ ಆಗುತ್ತದೆ. ನೀವು ನಿಮ್ಮ ಶತ್ರುವಿನಿಂದ ಸುತ್ತುವರಿಯಲ್ಪಟ್ಟಿರುತ್ತೀರಿ, ಆದರೆ ಆ ಶತ್ರು ನಿಮ್ಮದೇ ಸೃಷ್ಟಿಯಾಗಿರುತ್ತಾನೆ!

- **ಸಾಕಷ್ಟು ಧರ್ಮಗಳಿವೆ**

ನಮ್ಮಲ್ಲಿ ಸಾಕಷ್ಟು ಧರ್ಮಗಳಿವೆ. ಆದರೆ ಸಾಕಷ್ಟು ಒಳ್ಳೆ ಮನುಷ್ಯರಿಲ್ಲ. ನಾವು ಧರ್ಮದ ಬಗ್ಗೆ ಅತಿಯಾಗಿ ಮಾತನಾಡುವುದು ಬೇಡ. ಯಾವುದು ಮಾನವೀಯವೋ ಅದರ ಬಗ್ಗೆ ಮಾತಾಡೋಣ.

- **ನಾನೊಬ್ಬ ವೈದ್ಯನಂತೆ**

ಒಬ್ಬ ವೈದ್ಯ ಸರ್ವಶಕ್ತನೆಂದು ನಾವೆಂದೂ ಭಾವಿಸುವುದಿಲ್ಲ. ಅವನಿಗೂ ಒಂದು ಖಾಸಗಿ ಬದುಕಿದೆ. ಅವನು ವಿಶಿಷ್ಟ ತರಬೇತಿಯಿಂದ ಪಡೆದ ಜ್ಞಾನವನ್ನು ನಮಗಾಗಿ ಉಪಯೋಗಿಸುತ್ತಾನೆ. ಆದರೆ ಅವನಿಗೆ ಟೆನಿಸ್ ಆಟದಲ್ಲೋ ಫೋಟೋ ತೆಗೆಯುವುದರಲ್ಲೋ ತನ್ನ ಮಕ್ಕಳಿಗೆ ತಂದೆಯಾಗಿರುವುದರಲ್ಲೋ ಅಷ್ಟೇ ಪ್ರಾವೀಣ್ಯವಿರುತ್ತದೆಯೆಂದು ನಾವು ಭಾವಿಸುವುದಿಲ್ಲ. ನೀವು ದಲೈ ಲಾಮಾ ಬಗ್ಗೆ ತುಂಬ ನಿರೀಕ್ಷೆಯಿಟ್ಟುಕೊಂಡು ಇಲ್ಲಿಗೆ ಬಂದಿದ್ದರೆ ನಿಮಗೆ ನಿರಾಸೆಯಾಗುತ್ತದೆ. ದಲೈ ಲಾಮಾಗೆ ವಿಶೇಷ ಶಕ್ತಿಗಳಿವೆಯೆಂದು ನೀವಂದುಕೊಂಡರೆ ಅದು ತಪ್ಪಾಗುತ್ತದೆ. ನನಗೆ ಕಾಯಿಲೆಗಳನ್ನು ಗುಣಮಾಡುವ ಶಕ್ತಿ ಇದ್ದಿದ್ದರೆ, ನನಗೀಗ ಈ ಗಂಟಲು ನೋವು, ಕೆಮ್ಮು ಇರುತ್ತಿರಲಿಲ್ಲ! ಒಬ್ಬ ವೈದ್ಯನಿಗೆ ಅವನ ಜ್ಞಾನಕ್ಕೆ ಒಳಪಡದ ಬದುಕಿನ ಮಗ್ಗಲುಗಳೂ ಇರುತ್ತವೆ.

- **ಮುಂದಿನ ಅವತಾರದಲ್ಲಿ ನಾನೊಬ್ಬ ಹೆಣ್ಣಾಗಿ**

ಪಾಶ್ಚಾತ್ಯರು ದಲೈ ಲಾಮಾ ಮುಂದಿನ ಜನ್ಮದಲ್ಲಿ ಒಬ್ಬ ಹೆಣ್ಣಾಗಬಹುದೆಂದು ಬಗೆದು ಮರುಳಾಗುತ್ತಾರೆ. ಸೈದ್ಧಾಂತಿಕವಾಗಿ ಅದು ಸಾಧ್ಯವಾಗಲೂಬಹುದು. ದಲೈ ಲಾಮಾ ಹಿಂದಿನ ಜನ್ಮದಲ್ಲಿ ಮುಗಿಸಲಾಗದ ಕಾರ್ಯಗಳನ್ನು ಮುಂದುವರಿಸಿಕೊಂಡು ಹೋಗಬೇಕೆಂಬುದೇ ಮತ್ತೊಂದು ಅವತಾರಕ್ಕೆ ಗಹನವಾದ ಕಾರಣ. ತರ್ಕಬದ್ಧವಾಗಿ ನೋಡಿದರೆ, ನಾನು ದೇಶಭ್ರಷ್ಟನಾಗಿರುವಾಗ ನನಗೇನಾದರೂ ಸಾವು ಬಂದರೆ ನನ್ನ ಮುಂದಿನ ಅವತಾರದಲ್ಲಿ ನಾನು ಬಿಟ್ಟುಹೋದ ಕಾರ್ಯಗಳನ್ನು ಪೂರೈಸುವುದಕ್ಕಾಗಿ ನಾನು ವಿದೇಶದಿಂದಲೇ ಬರಬೇಕಾಗುತ್ತದೆ.

ಮುಂದಿನ ದಲೈ ಲಾಮಾ

ನಾನು ಬದುಕಿರುವಾಗಲೇ ಮುಂದಿನ ದಲೈ ಲಾಮಾರನ್ನು ನೇಮಿಸುತ್ತೇನೆಯೆ? ನನಗೆ ಗೊತ್ತಿಲ್ಲ. ಆ ಸಾಧ್ಯತೆಯ ಬಗ್ಗೆ ಕೇವಲ ಯೋಚಿಸುತ್ತಿದ್ದೇನಷ್ಟೆ. ಜನರೂ ತಮ್ಮ ಅಭಿಪ್ರಾಯಗಳನ್ನು ನೀಡಲಿ, ಆಮೇಲೆ ನೋಡೋಣ. ಸುಮಾರು 10 ವರ್ಷಗಳ ಹಿಂದೆ ಮುಖ್ಯ ಟಿಬೆಟನ್ ವಂಶಾವಳಿಯುಳ್ಳವರ ನಡುವೆ ಚರ್ಚೆ ನಡೆದಿತ್ತು. ಮುಂದಿನ ದಿನಗಳಲ್ಲಿ ಈ ವಿಷಯದ ಬಗ್ಗೆಯೂ ಮಹಿಳೆಯರಿಗೆ ದೀಕ್ಷೆ ನೀಡುವ ಬಗ್ಗೆಯೂ ಚರ್ಚಿಸಲಾಗುವುದು.

ವೀರಲೋಕದ ಪ್ರಕಟಣೆಗಳು

1. ಕೈ ಹಿಡಿದು ನೀ ನಡೆಸು ತಂದೆ-ವಿಶ್ವೇಶ್ವರ ಭಟ್ 250/-
2. ವಿಶ್ವಸುಂದರಿ-ಕುಂ. ವೀರಭದ್ರಪ್ಪ....................160/-
3. ನಿಮಗೆಷ್ಟು ಹಣ ಬೇಕು?-ಅನಂತ ಹುದೆಂಗಜೆ....................250/-
4. ಆರ್ಟ್ ಆಫ್ ಸಕ್ಸಸ್-ರಮೇಶ್ ಅರವಿಂದ್....................120/-
5. ಮನಿ ಮನಿ ಎಕಾನಮಿ-ರಂಗಸ್ವಾಮಿ ಮೂಕನಹಳ್ಳಿ....................160/-
6. ಇವರು ಅವರು ದೇವರು-ಜೋಗಿ....................200/-
7. ಲಾಸ್ಟ್ ಡೇಸ್ ಆಫ್ ಲೆಜೆಂಡ್ಸ್-ಗಣೇಶ್ ಕಾಸರಗೋಡು 225/-
8. ಒಳ್ಳೆಯ ಬದುಕಿನ ಸೂತ್ರಗಳು-ರವಿ ಕೃಷ್ಣಾರೆಡ್ಡಿ....................150/-
9. ಸೋಲೆಂಬ ಗೆಲುವು-ದೀಪಾ ಹಿರೇಗುತ್ತಿ....................150/-
10. ಬೆಳ್ಳಿತೆರೆಯ ಬಂಗಾರದ ಗೆರೆ-ಗಣೇಶ್ ಕಾಸರಗೋಡು 150/-
11. ನಟನ ಕಥೆ-ಮಂಡ್ಯ ರಮೇಶ್-ಎನ್. ಧನಂಜಯ 250/-
12. ತ್ಯಾಗಕ್ಕಿಲ್ಲ ನೂಕುನುಗ್ಗಲು-ಡಾ. ಗವಿಸ್ವಾಮಿ ಎನ್. 150/-
13. ಬದುಕೇ ಭಗವಂತ-ಡಾ. ಡಿ.ಎಸ್. ಶ್ರೀನಿವಾಸ ಪ್ರಸಾದ್ 170/-
14. ಮಾದಕ ದೊರೆ-ಸಂತೋಷಕುಮಾರ ಮೆಹೆಂದಳೆ....................375/-
15. ದ್ವೈತ-ರಾಘವ್ 140/-
16. ಹೃದಯದ ಮಾತು ಕೇಳಿ-ಮಂಜುನಾಥ್ ಚಾಂದ್....................160/-
17. ಹಿಂದಿನ ನಿಲ್ದಾಣ-ಶುಭಶ್ರೀ ಭಟ್ಟ....................120/-
18. ಪ್ರೀತ್‌ಸು-ರಾಜೀವ ನಾರಾಯಣ ನಾಯಕ 170/-
19. ಕೃಷಿ ಯಾಕೆ ಖುಷಿ?-ನರೇಂದ್ರ ರೈ ದೇರ್ಲ....................140/-
20. ಕ್ಷಯ-ಡಾ. ವಾಸುದೇವ ಶೆಟ್ಟಿ....................120/-
21. ಅರ್ಧ ಬಿಸಿಲು ಅರ್ಧ ಮಳೆ...-ಸದಾಶಿವ ಸೊರಟೂರು....................120/-
22. ಯಾರೂ ಹೇಳದ ಕಥೆಗಳು-(ಸಂ.) ಸುದರ್ಶನ ಚೆನ್ನಂಗಿಹಳ್ಳಿ....................150/-
23. ಕಥಾ ಸಾಗರಿ-ನಾಗವೇಣಿ ವೆಂ. ಹೆಗಡೆ ಹೆಗ್ಗರ್ಸಿಮನೆ....................125/-
24. ಮೆಮರೀಸ್ ಆಫ್ ಬಾರ್ಸಾ-ರಂಗಸ್ವಾಮಿ ಮೂಕನಹಳ್ಳಿ 160/-
25. ಮೇರುನಟ-ಡಾ. ಶರಣು ಹುಲ್ಲೂರು....................240/-
26. ನಾ ಸೆರೆಹಿಡಿದ ಕನ್ಯಾಸ್ತ್ರೀ-ಶಶಿಧರ ಹಾಲಾಡಿ 200/-
27. ಟ್ರಾಯ್-ಗಾಯಿತ್ರಿ ರಾಜ್....................200/-
28. ಫಾರೆಸ್ಟರ್ ಪೊನ್ನಪ್ಪ-ನೌಶಾದ್ ಜನ್ನತ್ತ್....................300/-
29. ವಿಶ್ವಯಾನಕ್ಕೆ ಗಣಿತವಾಹನ-ಎಸ್.ವಿ. ಶ್ರೀನಿವಾಸಮೂರ್ತಿ 200/-
30. ಲೆಟ್ಸ್ ಮೇಕ್ ಎ ಶಾರ್ಟ್ ಫಿಲಂ-ಜಯರಾಮಾಚಾರಿ 120/-
31. ಕುಣಿಗಲ್ ಟು ಕಂದಹಾರ್-ಮಂಜುನಾಥ್ ಕುಣಿಗಲ್.................... 260/-
32. ಗದಾಯುದ್ಧಂ-ಡಾ. ಎಂ.ಎ. ಜಯರಾಮ್ ರಾವ್....................350/-
33. ಫೀನಿಕ್ಸ್-ದೀಪಾ ಹಿರೇಗುತ್ತಿ....................120/-
34. ಹಿಟ್ಲರ್ ಲವ್ ಪಾಲಿಟಿಕ್ಸ್-ಸತೀಶ ಬಳೆಗಾರ 170/-
35. ಭಾನುಮತಿಯ ಪರಿವಾರ-ಕುಮಾರಸ್ವಾಮಿ ತೆಕ್ಕುಂಜ....................140/-

36. ನೀ ದೂರ ಹೋದಾಗ–ಫೌಝಿಯ ಸಲೀಂ..220/-
37. ವ್ಯಗ್ರ ಮತ್ತು ಇತರ ಕಾದಂಬರಿಗಳು–ಕುಮಾರ ಬೇಂದ್ರೆ..180/-
38. ಸತ್ಯದ ಅನಾವರಣ–ಕೆ.ಎಸ್. ರಮಾಸುಂದರಿ 100/-
39. ಅಂತಾರಾಷ್ಟ್ರೀಯ ಕುಂಬಳಕಾಯಿ ಮತ್ತು ಇತರ ಕಥೆಗಳು–ಅಬ್ದುಲ್ ರಶೀದ್........120/-
40. ಅನಾಥ ಪ್ರೀತಿಯ ಅನುಬಂಧ–ಬಿ. ಮಂಜುನಾಥ್ ಕಾಮತ್ ಹಾಲಾಡಿ 140/-
41. ಹಕ್ಕಿ ಮತ್ತು ಹುಡುಗಿ (ಕವನ ಸಂಕಲನ)–(ಸಂ.) ಪ್ರಜಾವಾಣಿ ಬಳಗ.........................150/-
42. ಹಾವಿನ ಮನೆ–ಅನು ಬೆಳ್ಳೆ (ರಾಘವೇಂದ್ರ ಬಿ. ರಾವ್)...250/-
43. ಈಗಲ್ಸ್ ಲೈನ್–ರಾಜೇಶ್ ಕುಮಾರ್ ಕಲ್ಯಾ..220/-
44. ನಂಬಿಕೆಯೆಂಬ ಗಾಳಿಕೊಡೆ–ಡಾ. ಪ್ರೇಮಲತ ಬಿ. 180/-
45. 10 ಕುಟುಂಬ 18 ಗೋತ್ರದ ಗೌಡ ಪರಂಪರೆ–ಪುತ್ತೂರು ಅನಂತರಾಜ ಗೌಡ......300/-
46. ಗಿಳಿಯು ಬಾರದೆ ಇರದು (ಕಥಾಸಂಕಲನ)–ಪಿ.ಎಸ್. ಶ್ರೀಧರನ್ ಪಿಳ್ಳೆ
(ಅನುವಾದ: ಮೇರಿ ಜೋಸೆಫ್) 85/-
47. ಒಂದು ಆದಿಮ ಪ್ರೇಮ (ಕವನ ಸಂಕಲನ)–ನಂದಿನಿ ಹೆದ್ದುರ್ಗ.................................150/-
48. ಮಣ್ಣೇ ಮೊದಲು... (ಕವನ ಸಂಕಲನ)–ಪಾಪುಗುರು...120/-
49. ಬಿಂಜೆಮುಳ್ಳು (ಕವನ ಸಂಕಲನ)–ಫಾಲ್ಗುಣ ಗೌಡ ಅಚವೆ....................................120/-
50. ಅಮೋಘವರ್ಷ–ಡಾ. ಲಕ್ಷ್ಮಣ ಕೌಂಟೆ..420/-
51. ಗಾಯಗೊಂಡ ಸಾಲುಗಳು (ಕವನ ಸಂಕಲನ)–ಸದಾಶಿವ ಸೊರಟೂರು 110/-
52. ನಿನ್ನ ಧ್ಯಾನದ ನೂರೊಂದು ಹಣತೆ (ಕವನ ಸಂಕಲನ)–ವಾಸುದೇವ ನಾಡಿಗ್ 170/-
53. ಕ್ರಿಕೆಟಾಯಣ–ಎಚ್. ಪ್ರೇಮಾನಂದ ಕಾಮತ್ 230/-
54. ಹೂವಿನಕೊಲ್ಲಿ–ಅಬ್ದುಲ್ ರಶೀದ್ 270/-
55. ಕನಸುಗಳ ಶ್ರಾದ್ಧ–(ಅನುವಾದ) ಡಾ. ಗೀತಾ ಸುನಿಲ್ ಕಶ್ಯಪ್.............................200/-
56. ವೀರ ಸಿಂಧೂರ ಲಕ್ಷ್ಮಣ–ಕೌಂಡಿನ್ಯ...190/-
57. ಸಹಭಾಷಿಕರ ಕನ್ನಡ ಪ್ರೇಮ–ಡಾ. ಡಿ.ಎಸ್. ಶ್ರೀನಿವಾಸ ಪ್ರಸಾದ್..........................400/-
58. ಚಿತ್ರ–ವಿಚಿತ್ರ–ರವೀಂದ್ರ ವೆಂಶಿ...220/-
59. ಜನಮಿತ್ರ ಅರಸು–ಡಾ. ಡಿ.ಎಸ್. ಚೌಗಲೆ 80/-
60. ಹಂಸಾಕ್ಷರ–ಜಯರಾಮಾಚಾರಿ 160/-
61. ನದಿಯೊಂದು ಕಡಲ ಹುಡುಕುತ್ತಾ–ಸಂತೆಬೆನ್ನೂರು ಫೈಜ್ನಟ್ರಾಜ್ 180/-
62. ನೀಲಿ ಮತ್ತು ಸೇಬು–ಸುಧಾ ಆಡುಕಳ..180/-
63. ಕಾಗೆ ಮೇಷ್ಟ್ರು–ವಿಕ್ರಮ ಹತ್ವಾರ..125/-
64. ಪರಿಮಳದ ಪಡಸಾಲೆ (ಎಸ್. ದಿವಾಕರ್ ಪ್ರಪಂಚಕ್ಕೊಂದು ಪ್ರವೇಶಿಕೆ)..................190/-
65. ಈ ಹೊತ್ತಿನ ಕಥೆಗಳು–(ಸಂ) ವಿಜಯ ಕರ್ನಾಟಕ...250/-
66. ನಿಶ್ಚಲವ ಕಲಕಿದ ಹಕ್ಕಿ–ವಿಕ್ರಮ ಹತ್ವಾರ...100/-
67. ಹರಿವ ಕನ್ನಡಿ–ಸ್ವಯಂಪ್ರಭಾ ಮಹೇಶ...120/-
68. ನರಕದ ಕೆನ್ನಾಲಿಗೆಯಂಥ ನಿನ್ನ ಬೆನ್ನಹುರಿ–ಅಬ್ದುಲ್ ರಶೀದ್ 130/-
69. ಚಿಕ್ಕಪುಟ್ಟಮ್ಮನವರ ಗೃಹನ್ಯಾಯ–ಕೆ. ಸತ್ಯನಾರಾಯಣ 140/-
70. ಹಕ್ಕಿ ಅಟೆಂಡೆನ್ಸ್–ಡಾ. ಲೀಲಾ ಅಪ್ಪಾಜಿ... 595/-
71. ದಡ ಸೇರದ ದೋಣಿಗಳು–ಬೇಲೂರು ರಾಮಮೂರ್ತಿ..275/-

72. ನಿಷಿತೆ-ಪ್ರೀತಿನಿ ಧನಂಜಯ 250/-
73. ಮಲೆನಾಡ ಅಜ್ಜಿ-ಶೋಭಾ ರಾವ್ 175/-
74. ಮಲ್ಲಿಮಲ್ಲಿಗಿ-ಎಂ.ಎಲ್. ಪ್ರಸನ್ನ 210/-
75. ಬೆಳವಡಿ ಮಲ್ಲಮ್ಮ-ಕೌಂಡಿನ್ಯ 200/-
76. ಆರೋಹಣ-ವಿವೇಕಾನಂದ ಕಾಮತ್ 190/-
77. ಕಂದಕ-ಭಾರದ್ವಾಜ ಕೆ. ಆನಂದತೀರ್ಥ 265/-
78. ಕ್ರಮಣ-ಭಾರದ್ವಾಜ ಕೆ. ಆನಂದತೀರ್ಥ 375/-
79. ವ್ಯಾಘ್ರಹತ್ಯೆಯ ನಿಗೂಢಗಳು-ಡಾ. ಟಿ.ಎಸ್. ವಿವೇಕಾನಂದ 200/-
80. ಹಿಮಾಲಯದ ನರಭಕ್ಷಕಗಳು-ಡಾ. ಟಿ.ಎಸ್. ವಿವೇಕಾನಂದ 675/-
81. ಪರಿಸರ ನಿಘಂಟು-ಡಾ. ಟಿ.ಎಸ್. ವಿವೇಕಾನಂದ 625/-
82. ಪ್ರೀತಿಯೆನುವ ಮಾಯೆ-ಬಿ.ಆರ್. ಲಕ್ಷ್ಮಣರಾವ್ 320/-
83. ಸಹಜ ಜೀವನ-ರವಿ ಕೃಷ್ಣಾರೆಡ್ಡಿ 160/-
84. ಬಿಂಬ-ಬಿಂಬನ-ಗೋಪಾಲಕೃಷ್ಣ ಪೈ & ಗಿರೀಶ್ ಕಾಸರವಳ್ಳಿ 385/-
85. ಕಥಾ ಸಂಕ್ರಾಂತಿ (ಕನ್ನಡ)-(ಸಂ) ಕೇಶವ ಮಳಗಿ 185/-
86. ಕುಸುರೆಳ್ಳು-(ಸಂ) ಕೇಶವ ಮಳಗಿ 320/-
87. ಕಥಾ ಸಂಕ್ರಾಂತಿ (ತೆಲುಗು)-(ಸಂ) ಕೇಶವ ಮಳಗಿ 220/-
88. **Festive (English)-(Ed) Keshava Malagi** 249/-
89. ಕಥಾ ಸಂಕ್ರಾಂತಿ (ಮಲಯಾಳಂ)-(ಸಂ) ಕೇಶವ ಮಳಗಿ ....
90. ಕಗ್ಗಕ್ಕೊಂದು ನ್ಯಾನೋ ಕತೆ-ವಿ. ಗೋಪಕುಮಾರ್ 130/-
91. ಪುನರುತ್ಥಾನ-ಪಾರ್ವತಿ ಪಿಟಗಿ 200/-
92. ಮಹಾವಿನಾಶ-ಡಾ. ಲಕ್ಷ್ಮಣ ಕೌಂಟೆ 450/-
93. ಮಿಸ್ಸಿನ ಡೈರಿ-ಮೇದಿನಿ ಕೆಸವಿನಮನೆ 200/-
94. ನೀಲಿ ಶಾಯಿಯ ಕಡಲು-ಗೀತಾ ದೊಡ್ಮನೆ 120/-
95. ಬಹುತ್ವ ಭಾರತ ಕಟ್ಟಿದವರು-ರಾಘವೇಂದ್ರ ಪ್ರಭು ಎಂ. 350/-

www.ingramcontent.com/pod-product-compliance
Lightning Source LLC
LaVergne TN
LVHW090309051026
849518LV00005B/1707
* 9 7 8 8 1 9 7 2 0 0 6 6 3 *